संवाद अनुवाद

आत्मकथन

उमा वि. कुलकर्णी

मेहता पब्लिशिंग हाऊस

Please contact us at **Mehta Publishing House Pvt. Ltd.**
✆ +91 020-24476924 / 24460313 / Mob. No. 9545000513
Email : production@mehtapublishinghouse.com
Website : www.mehtapublishinghouse.com

SANVADU ANUVADU by Uma Kulkarni

संवादु अनुवादु : उमा कुलकर्णी / आत्मकथन

Email : author@mehtapublishinghouse.com

संस्थापक : सुनील अनिल मेहता

प्रकाशक : मेहता पब्लिशिंग हाऊस प्रा. लि.
१९४१, सदाशिव पेठ, माडीवाले कॉलनी, पुणे ४११०३०

मुद्रक : ट्रिनिटी ॲकॅडमी फॉर कॉर्पोरेट ट्रेनिंग लिमिटेड

मुखपृष्ठ : फाल्गुन ग्राफिक्स

मुखपृष्ठावरील फोटो : निलेश काळे यांच्या सौजन्याने

प्रकाशनकाल : नोव्हेंबर, २०१७ / पुनर्मुद्रण : जुलै, २०२२

किंमत : ₹ ५४०

P Book ISBN 9789386888754
E Book ISBN 9789386888747
E Books available on : amazonkindle Apple Books Google Play Books

---

आमच्या न जन्मलेल्या अपत्यांस...
कृतज्ञतापूर्वक...

– उमा

अभिप्राय

अनुवादकाच्या मनातला संवाद...

साहित्य सूची : मार्च २०१८

समृद्ध आत्मकथन...

शब्दमल्हार, जून २०१८

अनुवादाच्या जगातील सफर...

दैनिक तरुण भारत, १५-०७-२०१८

हृद्य संवादाचे बंध...

दैनिक सामना, २६-८-२०१८

अनुवादकार्यातील अनुभवकथन...

दैनिक लोकसत्ता (लोकरंग), ३-६-२०१८

हे आत्मकथन कन्नड भाषेत भाषांतरीत झाले आहे.

प्रस्तावना

सांगलीमधल्या अनुवाद कार्यशाळेच्या वेळी बोलताबोलता नेमाड्यांनी 'तुमचे अनुवादावरचे विचार मांडायची वेळ आलीये!..' असं म्हटलं. त्यानंतर 'लिहिलंच पाहिजे' असं गेली काही वर्षं मनात घोळत होतं. मनात आलं की विरूपाक्षांना ते सांगायचं, अशी माझी पद्धत.

माझी बडबड ऐकून विरूपाक्ष म्हणत होते, 'लिहायचं असेल तर लवकर लिही. हे तुझं पर्फेक्ट वय आहे.' कविता महाजन तिच्या पद्धतीनं काही सूचना देत होती. सांगलीच्या ताराबाई भवाळकर आपल्या परीनं मला त्याच दिशेनं ढकलत होत्या. २०१५च्या 'साधना साप्ताहिका'च्या जुलै महिन्यातल्या एका अंकात ताराबाईंनी आमची विस्तृत मुलाखत प्रकाशित केली; त्यानंतर 'साधना'चे संपादक श्री. विनोद शिरसाटही हेच, पण वेगळ्या शब्दांत म्हणाले.

तरीही माझं लेखन काही प्रत्यक्ष सुरू होत नव्हतं.

एक दिवस नेहमीप्रमाणे आम्ही दोघं घरालगतच्या चित्तरंजन वाटिकेत फिरायला गेलो होतो. तेव्हा तिथं सपत्नीक फिरायला आलेले 'साप्ताहिक सकाळ'चे माजी संपादक श्री. सदा डुम्बरे भेटले. तेव्हा आम्हा दोघांच्या याच गप्पा चालल्यामुळे त्यांच्याशी गप्पांमध्येही हाच विषय निघाला. तेही म्हणाले, ''खरंच! का सुरू करत नाही लिहायला? तुम्ही लिहायला पाहिजे.''

मी म्हटलं, ''कारण मला भरतवाक्य सापडत नाही!''

ते म्हणाले, ''त्यासाठी थांबू नका. तुम्ही लिहीत गेलात की तेही आपोआप सापडेल.''

यावर मी म्हटलं, ''आमचे अनुवाद आणि आमचं जीवन इतकं एकमेकात मिसळून गेलंय की ते वेगळं काढणं मला तरी शक्य नाही! माझ्या लेखनावरून तटस्थ नजर फिरवून द्यायची हमी देत असाल, तर उद्याच सुरू करते.''

त्याप्रमाणे त्यांनी हमी देताच मी लगोलग लिहायला सुरुवात केली आणि दोन-अडीच महिन्यांत लेखन संपलंदेखील. कबूल केल्याप्रमाणे श्री. डुम्बरेंनी त्यावरून तटस्थपणे नजर फिरवून काही सूचना केल्या. तसंच मुंबईच्या डॉ. अंजली जोशी या तरुण मैत्रिणीनंही वाचून समाधान व्यक्त करत ब्लर्बही लिहून दिला. आता याच्या प्रकाशनाची जबाबदारी 'मेहता पब्लिशिंग हाऊस'नं घेतली आहे. अनुवाद प्रकाशनात सिंहाचा वाटा असलेल्या या संस्थेनं ही जबाबदारी स्वीकारली, हे उचितच झालं.

या सर्व प्रकारात, खरोखरच माझ्या अपेक्षेप्रमाणे 'भरतवाक्य' मिळालं की नाही ठाऊक नाही! पण जे लिहिलंय ते समोर आहे.

उमा वि. कुलकर्णी

१

महाराष्ट्र-कर्नाटक सीमेवरील बेळगावमधल्या ठळकवाडी या उपनगरातील आमच्या गल्लीत, आमच्या लहानपणी बऱ्याच भाषा बोलल्या जायच्या. मला आठवतं तसं, जन्मल्यापासून आम्हा मराठी भाषक भावंडांच्या कानांवर मराठी-कन्नडखेरीजही अनेक भाषा पडत होत्या.

ठळकवाडीत काँग्रेस विहिरीजवळच्या भंडारी बिल्डिंगमधल्या एका घरात माझं बालपण गेलं.

बेळगावात १९२४ मध्ये महात्मा गांधींच्या अध्यक्षतेखाली या परिसरात काँग्रेसचं अधिवेशन भरलं होतं. तेव्हा पाण्याची सोय करण्यासाठी ही आयताकृती 'पंपा सरोवर' नावाची विहीर खणली होती. पुढे तीच 'काँग्रेस विहीर' म्हणून ओळखली जाऊ लागली. शेजारची टेकडीही नैसर्गिक नव्हती. विहिरीतून निघालेल्या मातीचा शेजारी छोटासा ढिगारा तयार झाला होता. त्या खात्याचा अधिकारी बदलला की वेळोवेळी तिच्यावर बाग केली जायची; पण ती फार दिवस टिकायची नाही. घरी कुणी मैत्रिणी आल्या की घरी खाणं-पिणं करायचं आणि त्यांच्याशी 'खास' गप्पा मारण्यासाठी आमची ती खासगी जागा असे. याच टेकडीची माती आम्ही दिवाळीचा किल्ला करायला वापरत असू.

भाड्याचं घर होतं. मध्ये चौकोनी अंगण आणि तिच्यामध्ये दरवाजे उघडणारी चार घरं. अंगणाच्या समोरच्या बाजूला दोन्हीकडे दोन कट्टे. त्यातल्या एका घरात आम्ही राहत होतो.

घराचे मालक भंडारी पंजाबी. एका लोट्यानिशी गेल्या शतकाच्या सुरुवातीला कधीतरी बेळगावात येऊन एक-दोन पिढ्यांत फळं आणि लोण्याचा व्यापार करून ते संपन्न झाले होते. गल्लीतच जवळ जवळच्या तीन तीन जागा घेऊन, त्यात

घरं बांधून ती त्यांनी भाड्यानं द्यायला सुरुवात केली होती. सुरुवातीला आमच्या घरासमोर असलेल्या, रस्त्यापलीकडच्या अंगणाच्या एकीकडे ते स्वतः राहत. कालांतरानं ते आमच्यासमोरच्या घरातच राहायला आले. इतर सगळी, म्हणजे जवळ जवळ पंधरा घरं त्यांनी भाड्यानं दिली होती.

माझ्या लहानपणी त्या घरात थोरले आजोबा आणि आजी हयात होते. त्यांच्यासोबत त्यांची नवऱ्याचं घर सोडून माघारी आलेली, बी.ए.पर्यंत शिकलेली, सुशिक्षित मुलगी- राहायची. एव्हाना ती प्रौढा झाली होती. आजोबांचा मुलगा-सून आणि आम्हा भावंडांच्या वयाची तीन नातवंडं होती. सून आशाबाई या गोऱ्यापान, सडपातळ, नाकेल्या, लालबुंद ओठाच्या अशा अत्यंत देखण्या होत्या. आम्ही लहान असताना त्यांना 'काश्मिरी सौंदर्याचा नमुना' म्हणायचो. स्वभावानं साध्या असल्यामुळे त्यांना 'बावळट' समजलं जाई. त्यांचा शिलाईचा क्लासही होता.

फाळणीच्या वेळी पाकिस्तानातून पळून आलेल्या आजोबांच्या मुलीचं कुटुंबही बेळगावातच होतं. त्यांच्या मुलांपैकी कुणीतरी तेव्हा रेल्वेच्या गुड्स-गाडीच्या वॅगनमधलं सामान पळवायचं, असंही तेव्हा कानावर यायचं. शिवाय त्या घरातल्या महिला कपडे शिवून द्यायच्या. पंजाबी ड्रेस शिवणारं ठळकवाडीतलं तेव्हाचं ते पहिलं ठिकाण होतं.

त्यांची मुलगी सविता ओबेराय माझी मैत्रीण. ती सांगायची, 'मी फाळणीच्या वेळी तान्ही होते. तिथे आमचा मोठा बंगला होता म्हणे. वातावरण बघून वडिलांनी आम्हा सगळ्या भावंडांना आणि आईला एका रेल्वेगाडीत बसवून भारतात पाठवून दिलं आणि नंतर केव्हातरी ते आले. माझ्या आईनं त्याही गडबडीत हातशिलाईचं मशिन उचलून घेतलं. मुलांचं यावर पोट भरेन, असा विचार करून!..'

त्यांच्या घरची आपसात बोलायची भाषा पंजाबी होती. त्यामुळे पंजाबी शब्द आमच्या कानांवर पडत राहायचे.

आमच्या घरासमोरच्या काळ्या फरशीच्या अंगणात उघडणारी चार घरं होती. भंडारींव्यतिरिक्त इतर दोन घरांत तेव्हा नाईक आणि मुत्सद्दी नावाची दोन कन्नड बिऱ्हाडं होती. नंतर त्यातल्या एका घरात नायर नावाचं मल्याळी कुटुंब आलं. त्यांच्या तीन मुलींशी, शारदा-पार्वती-पद्मा यांच्याशी खेळताना हे मातृप्रधान पद्धत मानणारं कुटुंब असल्याचं समजलं. त्या मुली आणि त्यांचा भाऊ रामचंद्रन हे सगळेच आईचं 'तंगम्मा' हे नाव आडनावाप्रमाणे लावायचे. उदाहरणार्थ, टी.शारदा, टी.पार्वती वगैरे. त्यांच्या वडिलांच्या नावाचं आद्याक्षर मात्र वेगळं होतं. ही सगळी मंडळी बदली होऊन काही वर्षांसाठी आली होती.

बेळगावला मिलिटरीचं ठाणं असल्यामुळे आमच्या गल्लीत सेनाअधिकारीही भाड्यानं काही वर्षांसाठी राहायला येत. आमच्या शेजारी मेजर पटवर्धनांचं कुटुंबही राहायला आलं. सौ. पटवर्धन केरळी ख्रिश्चन होत्या. त्यांच्या घरची भाषा हिंदी-इंग्लिश होती. आम्हा सगळ्यांशी ते हिंदी बोलायचे. शिवाय जवळच कर्नल बारटक्केंचंही कुटुंब राहायला आलं. हे कुटुंब मात्र मराठी बोलायचं. बारटक्केंच्या घरी एका मिलिटरीच्या कार्यक्रमासाठी आलेल्या सुधीर फडकेंची भेट झाल्याचं आणि माझ्या थोरल्या बहिणीनं- मीनानं- त्यांना 'तोच चंद्रमा नभात..' हे गाणं म्हणून दाखवल्याचं आठवतं. याच घरी आम्ही दोघी बहिणींनी पहिल्यांदा पाणीपुरी खाल्ली होती. ती कशी खायची असते आम्हाला हे ठाऊक नसल्यामुळे आमचे कपडे छातीवर ओले होऊन ठसका लागून, आमचा जीव घाबरा झाला होता.

याशिवाय फडके, अर्जुनवाडकर, वायंगणकर अशी काही मराठी कुटुंबंही गल्लीतच काही घरं सोडून पलीकडे होती.

गल्लीतल्या अगदी लहान ते आठ-दहा वर्षांपर्यंतच्या सगळ्या मुलांची खेळायची जागा आमच्या अंगणात असे. तिथं संध्याकाळी, सुट्टीच्या दिवशी दिवसभर, मराठी-कन्नडबरोबरच हिंदी भाषा मुबलक प्रमाणात ऐकायला येई. इतर भावंडं आपसात बोलताना त्यांच्या मातृभाषेचा वापर करत. त्यामुळे पंजाबी आणि मल्याळमही आमच्या कानांवर पडत असे. तसंच तिथली काळी फरशी मुलांच्या चित्रकलेच्या आविष्कारासाठी वापरात आणली जाई. संध्याकाळी घरची कामं संपवून विरंगुळ्याला बसणाऱ्या आमच्या आया एकमेकींच्या सल्ल्यानं विणकाम-भरतकाम करत. तिथंच माझी आई– अक्का आणि इतर बायका कर्नाटकी, गाठीच्या रांगोळ्या शिकण्यासाठी आणि एकमेकींना शिकवण्यासाठी आमच्या हातातले खडू काढून घेऊन याच फरशीचा वापर करत. तेव्हा अक्का मराठी, कन्नड आणि हिंदी या तिन्ही भाषा वापरून आपसातला संवाद सुरू ठेवत असे.

जवळपासच्या एखाद्या घरासमोर चांगली रांगोळी घातली असेल तर मला तिथं पिटाळलं जाई. मीही कंपाऊंडवरून उडी मारून काहीतरी साहस करावं, अशा प्रकारे ती पाहून येऊन या बायकांना शिकवत असे. अशा वेळी भरपूर भाव खायला मिळतो, असा माझा अनुभव होता!

लहान मुलांना इथल्या फरशीवरच अक्षरओळख करून दिली जाई. पाचवीत गेल्यावर इंग्रजी सुरू झालं तेव्हाही या फरशीचाच वापर पहिली लिपी-दुसरी लिपी शिकण्यासाठी केला जायचा. तिथलीच कुणीतरी मोठी ताई दुसरी लिपी शिकवण्यात पुढाकार घ्यायची.

रेल्वेच्या पहिल्या गेटजवळची आणि मुख्य रस्ता असलेल्या काँग्रेस रोडपासून बाजूला फुटलेली, तेव्हा 'काँग्रेस क्रॉस रोड' म्हणून ओळखली जाणारी ही गल्ली वैशिष्ट्यपूर्ण होती. ही वळणदार गल्ली पुन्हा काँग्रेस रोडलाच मिळते. त्यामुळे रेल्वेची एखादी बोगी बाजूला सोडली असावी, असं या गल्लीचं स्वरूप होतं. गल्लीच्या दोन्ही बाजूंना दुमजली घरांच्या रांगा होत्या. बहुतेक घरांसमोर मोकळं अंगण आणि परसू होतं. मोजकी बिऱ्हाडं वगळता बाकी सगळे भाडेकरू असायचे. त्यातही काही बदलीवाले तर काही कायमचे. तेव्हा बदलीवाल्या भाडेकरूंपेक्षा कायमच्या भाडेकरूंविषयी घरमालकांना विशेष ममत्व असायचं. कमी भाडं देत असले तरी ते कायमचे शेजारी असणार, याचं त्यांना भान असायचं.

आमच्या घराजवळचं, मधल्या तारेच्या कुंपणापलीकडचं घर म्हणजे सोनाक्का सवदींचं घर. त्या पलीकडचं बगुताई कुलकर्णींचं. त्यांच्या समोरच्या घरांमध्ये शांताबाई फडकेंचं घर. या सगळ्या घरांतल्या मुली म्हणजे पटवर्धनांची सुलभा, सोनाक्कांची मंगल, फडकेंची शकू, सविता ओबेराय या सगळ्या माझ्या मैत्रिणी.

त्यातही अर्जुनवाडकरांची भारती ही माझी त्या वयातली 'सख्खी' मैत्रीण! सकाळी मी लवकर उठायला आळस केला की मला उठवायला आमचे अण्णा- माझे वडील 'भारती आली बघ!..' असं खोटंच सांगायचे. हे ऐकून मी गडबडीनं उठले की सगळी भावंडं माझ्या फजितीला हसायची. आम्ही दोघी एकमेकींच्या घरी गेलो की पोहोचवायला म्हणून मधल्या एका विशिष्ट खांबापर्यंत यायचो आणि तिथं पुन्हा गप्पा सुरू व्हायच्या. एवढा वेळ आम्ही काय बोलतो, हाही सगळ्यांच्या चेष्टेचा विषय असायचा. काय बोलत होतो ते आम्हालाही आठवायचं नाही; पण सोईस्करपणे आम्ही त्या चेष्टेकडे लक्ष देत नव्हतो.

थोडक्यात, आमचा शेजारपाजार विविध भाषांचा होता आणि बहुतेक मैत्रिणी मराठी. यातली मंगल सवदी वगळता सगळ्या मैत्रिणी मराठी होत्या.

मंगल कन्नड असूनही आमच्याशी मराठीत बोलायची. खरं तर आमच्याच वयाची ही मंगल एकाच वेळी कन्नड आणि मराठी अशा दोन भाषा बोलतेय, याचं आम्हाला 'विशेष कौतुक' वाटायला हवं होतं. पण तसं वाटण्याऐवजी, तिचं डावं रूप आम्हाला आक्षेपार्ह वाटायचं. शिवाय, 'कशी ती आमच्याशी मराठीत बोलते!' याचाच आम्हाला 'मोठेपणा' वाटायचा! आम्हाला कन्नड भाषा समजत असली तरी आम्ही मात्र कन्नड बोलत नव्हतो.

मंगलच्या आईचा- सोनाक्कांचा आमच्या अक्काला फार मोठा आधार होता. शेवया, पापड, लोणची, सांडगे किंवा कधी पुरणपोळ्यांसारखे पदार्थ करताना, अक्का जेव्हा नवी नवरी होती, तेव्हापासून त्याच मदत करायच्या. अक्काचा

त्यांच्याशी कन्नडमध्ये संवाद चालायचा. हा गहू शेवयाच्या रवा-पिठीसाठी दिला तर चालेल का, हे विचारायला ती आम्हा मुलांना त्यांच्या घरी पाठवायची. सोनाक्का आपल्या पदराच्या टोकाला ते गव्हाचे दाणे दाबून बघायच्या आणि दाणे चिकटले की रवा-पिठीसाठी अनुमती द्यायच्या. त्यावरून गव्हाचा चिकटपणा त्यांना समजायचा.

तेव्हा त्या रहदारी नसलेल्या आतल्या बाजूच्या रस्त्यावर शाळा सुटल्यावर संध्याकाळी सायकल शिकायचा मोठा गलका चाले. मोठ्या बहिणी किंवा भाऊ धाकट्यांना सायकल शिकवत. मैत्रिणीही त्यासाठी मदत करत. प्रत्येक घरात पाच-सहा-सात भावंडं असल्यामुळे मुलांची रेलचेल असे. संमिश्र भाषांतल्या आवाजांचा एकच गोंधळ ऐकायला येई. त्या गर्दीत आम्हा भावंडांचाही समावेश असे. मीना आधीच सायकल शिकली होती. तिनं मलाही सायकल शिकवायचा प्रयत्न केला; पण एकदा पडून माती खाल्ल्यावर मी माघार घेतली ती कायमचीच!

तशी अक्काही तिच्या लग्नाच्या आधी सायकल चालवायची म्हणे. पाठच्या दोन भावंडांना डबलसीट घेऊन ती ठळकवाडीतून बेळगावातल्या भाजीमार्केटला जाऊन भाजी घेऊन यायची. कधीतरी भाड्यानं आणलेली 'लेडिज सायकल' उत्साहानं मीनाच्या हातातून घेऊन ती गल्लीतल्या गल्लीत चालवून बघायची, पण तेवढंच.*

कदाचित विविध भाषांचा जिथं परिचय घडला, त्या बेळगावला माझी पहिली अनुवादित कादंबरी, 'तनमनाच्या भोवऱ्यात' मी अर्पण करण्यामागे हेच वातावरण कारणीभूत झालं असावं.

काँग्रेस विहिरीत पोहायला शिकणं हाही गल्लीतल्या सगळ्या मुलांच्या जीवनातला 'अत्यावश्यक' कार्यक्रम असे. आमचे- वडील- अण्णा आम्हा दोघा बहिणींना पोहायला शिकवायचे. सायकल शिकताना मी मीनाला दाद दिली नव्हती. त्यामुळे मला आयुष्यात सायकल आली नाही; पण अण्णांपुढे तो प्रश्नच नव्हता! त्यामुळे मी पोहायला मात्र लहान वयातच शिकले. अण्णांवरील विश्वासामुळे गल्लीतल्या आमच्या वयाच्या जवळ जवळ सगळ्या मुली पोहायला शिकल्या. आज त्यांच्या नातवंडांना 'आपली आजी पोहायला शिकली आहे' याचं 'भारी' कौतुक वाटतं!

---

* आक्काचं माहेरचं नाव कुंदा आणि सासरी अण्णांनी ठेवलेलं नलिनी. तरी ती 'कुंदाताई' म्हणूनच ओळखली जाई.

या अतिशय खोल विहिरीत दर वर्षी एखादा बळी ठरलेला असे. एखाद्या दिवशी सकाळी सगळ्यात पहिल्यांदा येणारी माणसं पालथं फुगून आलेलं प्रेत बघून घाबरी होत आणि आरडाओरडा करत पळत सुटत. ते ऐकून एकच गलका होई. गल्लीतले सगळे विहिरीपाशी धाव घेत. पोलीस येत. त्यानंतरचा सगळा दिवस ते प्रेत बाहेर काढणं, पंचनामा आणि ती व्यक्ती कोण, याचा शोध घेण्यात जाई. गल्लीत आपसात एकच प्रश्नोत्तर चाले, 'काढलं का बाहेर?', 'समजलं का कोण ते?' त्या मृत व्यक्तीचे नातेवाईक आले की रडण्याचा कल्लोळ उसळे; पण 'आता घेऊन जातील!' अशी सुटकेची भावनाही असे. प्रेत नेलं की गर्दीही नाहीशी होई. पुढे काही काळ गल्लीत दडपणाचं आणि काहीसं कोंदटलेलं वातावरण असे. 'तीन दिवस प्रेत पाण्यात होतं! पाणी स्वच्छ नाही..' म्हणत पोहणं बंद होई. पण ते फार काळ टिकायचं नाही. पुन्हा कधीतरी पहाटेपासूनची विहिरीवरची पोहणाऱ्यांची गर्दी सुरू होई. ती सुरू झाली की आमचीही पोहायला जायला सुरुवात होत असे.

एके वर्षी एक शाळेत जाणारा सातवीतला, साधारण आमच्याच वयाचा, दहा-बारा वर्षांचा मुलगा बुडाला. पुढे दोन दिवस त्याचं प्रेत शोधायचे प्रयत्न सुरू झाले. विहिरीत बुडालेल्या घागरी-कळशा काढणारे, 'बिंदगेबौडी'वाले पाणबुडे आणले गेले, त्यांच्या अव्वाच्या सव्वा पैशाच्या मागण्या सुरू झाल्या. 'त्यांची दारूची मागणीही पोलिसांकडून पुरवण्यात आली,' असंही कुणी सांगत आलं. त्या पाणबुड्यांनी प्रेत कुठंतरी खबदाडीत लपवून ठेवलंय, असंही कुणीतरी म्हणालं. आमच्या बरोबरीच्या कुणा मुलाच्या अपघाती मृत्यूच्या बातम्या आणि इतर तपशील त्या दोन दिवसांत वेळोवेळी कानावर येत होते. दुसऱ्या दिवशी अखेर प्रेत मिळालं. आम्ही समवयस्क सगळीच मुलं भेदरून गेलो होतो.

तरीही काही दिवसांनी पुन्हा पोहायला जाणं सुरू झालं, ते काही थांबलं नाही.

ही घटना गणपतीतल्या गौरींच्या जेवणाच्या दिवशी घडली होती. पुढे वीस-पंचवीस वर्षं त्या विशिष्ट दिवसांत माझ्या मनावर एक प्रकारचं सावट असायचं. कधी एकदा गौरींचं जेवण संपतंय असं वाटलं, तरी मला त्या मागचं कारण समजायचं नाही. कधीतरी माझा मलाच उलगडा झाला, ही त्या प्रसंगाची छाया आहे. नंतर कधीतरी ते मळभ नाहीसं झालं.

कॉंग्रेस विहिरीच्या मागच्या बाजूला नानावाडीपर्यंत पसरलेली मोठी भातशेती होती. तिथं वर्षभर शेतीची कामं चालायची. कापणीच्या दिवसांत रात्री चांदण्यात

तिथं म्हटली जाणारी गाणीही अस्फुट ऐकू यायची. भाताचा गंधही दरवळायचा. तिथून पुढे मिलिटरीची हद्द सुरू व्हायची. ठरावीक वेळी तिथला बिगूल ऐकू यायचा. सरावाच्या वेळी बंदुकीच्या गोळ्यांचे ठरावीक आवाज ऐकू यायचे. घराजवळून, भर गावातून ठरावीक वेळी जाणारी रेल्वेगाडी, सुरुवातीला तिची शिटी, नंतर भोंगा... त्याची आम्हाला इतकी सवय झाली होती की त्यावरून आम्हाला वेळ कळायची. घरातल्या रडणाऱ्या लहान मुलाला रमवण्यासाठी त्याला काखेत घेऊन रेल्वेगाडी दाखवायला घराबाहेर धावत कोपऱ्यापर्यंत घेऊन जाणं, हा एक हुकमी उपाय होता. घरी आलेल्या पाहुण्या मुलांनाही या रेल्वेगाडीचं आकर्षण असे.

रस्त्यावरून सीझनप्रमाणे काळी करवंदं, फणसाचे गरे, सुरंगीच्या माळा विकणाऱ्यांचे आवाज ऐकू यायचे. 'बंदाने बैयेगा..' म्हणत एक फुग्याचे ससे करून विकणाराही यायचा. लांबुडक्या फुग्याला गाठ बांधून डोकं बनवलेलं असे. त्याला पुठ्याचे कान. हे सशाचे बाहुले त्याच्या बुडाशी पुठ्ठा लावलेला असल्यामुळे कसेही फेकले तरी नीट जमिनीवर बसायचे. जवळपासच्या जंगलातून आणलेली करवंदं- कच्ची आणि पिकलेली- विकायला एक बाई यायची. तिची 'एनबरे कवळीकाऽऽऽयि..' अशी हाक ऐकू आली की मुलांबरोबर बायकाही तिला बोलावून कच्ची करवंदं विकत घ्यायच्या. त्याची चटकदार आंबट-गोड चटणी आवडीनं खाल्ली जायची.

तसंच कधी आरोळी ऐकू यायची 'बिंदगी-बौडेए..!' विहिरीत तळाशी गेलेल्या घागरी-कळश्या-बादल्या बुडी मारून काढून द्यायचा व्यवसाय असणारी ही माणसं असायची. प्रत्येक घरामागे विहीर असल्यामुळे त्यालाही गल्लीत हमखास गिऱ्हाईक असायचं. तेव्हा गल्लीतल्या आम्हा मुलांचा घोळका त्या ठिकाणी हजर व्हायचा. अंगावरचे कपडे उतरवून केवळ अर्ध्या चड्डीत विहिरीच्या दोरखंडाला धरून विहिरीच्या कडेच्या भिंतीवर पाय रोवत बिनधास्तपणे विहिरीच्या पाण्यात सरसर उतरून नाहीशा होणाऱ्या त्या असामीच्या सगळ्या हालचाली आम्हीही त्याच्यासारखेच श्वास रोखून पाहत असू. बुडालेली घागर वर आणताना तो इतरही बादल्या, डबे आणि सटरफटर वस्तू घेऊन यायचा. त्याची मालकी सांगायला कुणीच हजर नसेल तर ते सगळं सामान त्याच्याच मालकीचं!

एक डोक्यावर उभी टोपली घेऊन येणारी 'कोरवंजी' होती. गल्लीतल्या बऱ्याच बायका तिच्याकडून घरातल्या वाढत्या वयाच्या मुलांची नजर चुकवून 'हेअर-रिमूव्हर'साठी कसलासा जाळीदार दगडाचा तुकडा की काहीतरी आणि इतर काही पिना, सुया यासारख्या खास बायकी वस्तू घ्यायच्या. एकदा अक्काचा हा व्यवहार चालला असताना मी तिथंच हट्टानं रेमाटून उभी राहिले, तेव्हा अक्कानं मला त्रिकोणी लाकडी 'ठकी' विकत घेऊन तिथून पिटाळल्याचं आठवतं.

गल्लीत कधीतरी टांगा यायचा, पाहुण्यांकडे जास्तीचं सामान असलं तर बैल जुंपलेली बंदिस्त दमणी यायची. लगेच गल्लीत 'कुणाच्या घरी कोण पाहुणे आलेत..' हे पाहण्यासाठी बायका-मुलांची लगबग होई. ज्या घरी पाहुणा आलेला असेल त्या घरी आनंदोत्सव चाले. इतर सगळे चेहरे पाडून घरात जात. हळूहळू दमणीची जागा टांग्यानं आणि टांग्यांची जागा रिक्षानं घेतली.

शिवाय जोगतिणी भंडारा घेऊन यायच्या, कडकलक्ष्मी, दोरीवर चालणारे डोंबारी-कुटुंब...असं कितीतरी.. तेव्हा हिंदवाडीच्या मोकळ्या मैदानावर, काही काळासाठी यातल्या काही लोकांची वस्ती असायची. त्या काळात घरासमोर वाळत टाकलेले कपडे, इतर वाळवण, खिडकीतून हात घालून हाती लागतील त्या वस्तू चोरीला जायचं प्रमाण अचानक वाढलंय, असं बोललं जायचं.

भंडारी बिल्डिंगमधल्या आमच्या या भाड्याच्या, दुमजली घराचं माझ्या मनाशी फार जवळचं नातं आहे. फरशीच्या अंगणातून आत गेल्यावर सोपा होता. मध्ये एक आडवं शेल्फ ठेवून त्यातच एक कोठीची खोली केली होती. तिच्यात जायला स्वयंपाकघरातून दरवाजा होता. सोप्यात ठेवलेल्या दोन-तीन खुर्च्या– अगदी परकी माणसं घरी आली तर बसवायला. पण तसा प्रसंग कमी वेळाच यायचा. कारण घरी येणारे सगळेच 'घरचे!' त्यामुळे सगळेच माजघरात यायचे. सोप्यातून आत गेल्यावर माजघर. नंतर या सोप्याचा उपयोग चपला, रेनकोट आणि सायकली ठेवायलाच व्हायला लागला.

हे माजघर म्हणजे आमच्या घरातल्या सर्व घटनांचा साक्षीदार. इथल्या कॉटवरच्या किंवा जमिनीवर अंथरलेल्या बैठकीवरच्या तक्क्याला टेकून अण्णा सतत बसलेले असायचे. तीच त्यांची बासरी किंवा व्हायोलीन वाजवायला बसायची जागा. त्यांच्याकडे येणारी मंडळीही तिथंच सोफा किंवा खुर्च्यांवर बसायची. आम्ही सगळी मुलंही अभ्यासाच्या वेळांव्यतिरिक्त तिथंच असायचो. घरातली कामं संपली की रिकाम्या वेळी अक्काही हातात एखादं विणकाम किंवा निवडणं-टिपणं घेऊन तिथंच बसलेली असायची.

माजघरातून उजवीकडे माडीवर जायला दगडी जिना होता आणि डावीकडे स्वयंपाकघरात जायचा दरवाजा. स्वयंपाकघरातून परसूदार. वळून मागे गेल्यावर परसात विहीर, कपडे धुवायची डोणी आणि फरशी. आम्ही लहान असताना पाटीचे संडास होते. चार घरांत तीन संडास. चार न्हाणीघरं, कोळसे आणि बंबफोड ठेवायच्या चार-चार खोल्या. प्रत्येक कुटुंबासाठी स्वतंत्र. हे सगळं एका रांगेत होतं. न्हाणीघर तर इतकं प्रशस्त होतं की सुट्टीच्या दिवशी आम्ही तिथल्या मोठाल्या तांब्याच्या बंबात भरपूर भर घालत आणि बंबफोडीचे ढलपे टाकत मनसोक्त अंघोळ करायचो. पुढच्या काळात आम्हाला घरालगत न्हाणी बांधून

दिल्यावर या जुन्या न्हाणीच्या जागेत एकेक कुटुंब राहायचं. एवढी मोठी न्हाणी होती ती!

माडीवरही तीन खोल्या होत्या. त्यांतली एक अक्का-अण्णांची. आम्ही दोन मुली आणि पाच मुलं. इतर दोन खोल्यांत आम्हा मुलांसाठी वेगवेगळे पलंग होते. त्यांना मच्छरदाण्या लावलेल्या असल्यामुळे डासांबरोबरच्या रक्षणाबरोबरच वाढत्या वयाच्या भावंडांचं खासगीपणही जपलं जाई. शिवाय अभ्यासाचं टेबल, शेल्फ, पुस्तकांसाठी कपाट, शिलाईमशिन आणि हार्मोनिअम.

शिलाईमशिन आणि हार्मोनिअम या दोन्ही गोष्टीही घरासाठी आवश्यक आहेत, प्रत्येकाला गरजेपुरतं शिवण आणि किमान स्वरज्ञान पाहिजे, असं अक्काचं केवळ म्हणणंच नव्हे, तर आग्रह होता.

गेल्या पंधरा-वीस वर्षांत हा परिसर पूर्णपणे बदलून गेला आहे. गावातली दमणी तर आमच्या लहानपणीच गेली होती. टांगेही बघत बघता नाहीसे झाले. रिक्षांनी रस्ते व्यापले असताना एक दिवस रिक्षावाल्याला मी 'काँग्रेस विहिरीपाशी जायचंय' म्हणून सांगितलं तेव्हा त्याला समजलं नाही! कारण आता आमची लाडकी काँग्रेस विहीर पडून गेली आहे. त्या जागी एक गोलाकार विहीर बांधली असून तीही जाळीनं झाकलेली असते. भोवताली बाग केली असून, तिची चांगल्याप्रकारे निगा राखली जाते. शिवाय तिथं एक देखणी इमारत बांधली असून, तीत जुन्या काळाचे काँग्रेस भरलेल्या प्रसंगांचे फोटो लावले आहेत. हे 'वीर सौध' बेळगावातलं एक प्रेक्षणीय स्थळ बनलं आहे. तसंच घरामागच्या, तेव्हा नानावाडीपर्यंत पसरलेल्या भाताच्या शेतीची जागा विविध कॉलनींनी घेतली आहे. त्यामुळे ठरावीक दिवसांत पिकत आलेल्या भाताच्या वासाची आणि शेतकऱ्यांच्या गाण्यांची जागा माणसांच्या गजबजीनं आणि त्यांच्या वावरानं भरून गेली आहे.

आता तर माझ्या दोन धाकट्या भावांनी, संजय आणि सदानंदनी, चिदंबर नगरमध्ये स्वतःची घरं घेतल्यामुळे त्या भागाशी संबंधच राहिला नाही. तरीही बेळगावला गेलो की आम्ही भावंडं या गल्लीत चक्कर मारून येतो.

त्या गल्लीनंही आता कात टाकून वेगळंच रूप घेतलं आहे. सगळ्या गल्लीत ओळखीच्या अगदीच मोजक्या जागा राहिल्या आहेत. माणसं तर कुणीच राहिली नाहीत. तरीही त्या घरात वेगळी माणसं राहत असतानाही भंडारींचा थोरला मुलगा– दिलीप, आम्हाला आमच्या जुन्या घरातून फेरफटका मारू देतो. मग आम्हीही घरात फिरून येतो, गेटपाशी असलेल्या कधी काळी नंदूनं लावलेल्या चेरीची आंबट-गोड फळं गोळा करून परततो. मीनानं लावलेला जुईचा वेल आता

राहिलेला नाही; पण चंदूनं लावलेलं लिंबाचं झाड अजूनही आहे. आता याच गल्लीत अक्का-अण्णांचा सहावा मुलगा- कांचनचं घर आहे.

अलीकडे सगळं बेळगावच बदललं आहे. बारा गडगड्याची विहीर अशी खूण सांगण्याऐवजी नव्या पिढीला कावेरी कोल्ड्रिंक हाऊस असं सांगावं लागतं. तरीही अजून भुईकोट किल्ला, पहिलं गेट-दुसरं गेट-तिसरं गेट या मोजक्या खुणा शिल्लक आहेत. त्यामुळे आमच्यासारखे बेळगावात न चुकता फिरू शकतात. ज्या दिवशी बोगारवेसची पॅगोडासारख्या छताची इमारतही जाईल, तेव्हा मात्र आम्हाला कुणातरी स्थानिक माणसाच्या मदतीशिवाय बेळगावात फिरणं कठीण होईल!

मात्र ठळकवाडीच्या साऱ्या परिसराचं त्या काळातल्या वातावरणाचं आज दर्शन घ्यायचं असेल तर प्रकाश संतांच्या साहित्यातल्या 'लंपन'च्या भटकंतीतूनच घ्यावं लागतं. रेल्वेचं पहिलं गेट, गेटजवळच्या वॉचमनची पत्र्याची शेड, 'मॅड' मुलांची शाळा, 'शारदासंगीत'मधील संगीताचा क्लास, सिमेंटची घसरगुंडी असलेलं ग्राऊंड, सोमवार-मंगळवार-बुधवार पेठेतल्या दगडी बंगल्या, बुधवार पेठेतला संगीताचा क्लास, काँग्रेस विहीर या सगळ्या जागा मी आजही ओळखू शकते.

आमच्या लहानपणी इंदिरा संतांचं घर काँग्रेस विहिरीच्या पलीकडेच होतं. त्या आमच्या गल्लीत राहणाऱ्या, 'बालिकादर्श' शाळेच्या मुख्याध्यापिका, छत्रे बाईंकडे अधूनमधून यायच्या. अंगणात कट्ट्यावर काहीतरी विणत किंवा निवडत बसलेली अक्का आमचं त्यांच्याकडे आवर्जून लक्ष वेधायची. पुढे साहित्य क्षेत्रात वावर सुरू झाल्यावर मी त्यांना अनेकदा त्यांच्या वडगावमधल्या नव्या बंगल्यात भेटले तरी आजही इंदिरा संतांचं नाव निघताच, त्यांची ती घरासमोरून जाणारी सुबक, लहानखोर, नऊवारी साडीतली आकृती डोळ्यांसमोर येते.

त्याआधीही मराठीतल्या अनेक लेखकांचं साहित्य मनाला भारावून टाकणारं वाटलं तरी मी कुणालाच पत्र लिहिलं नव्हतं. पण प्रकाश संतांच्या 'लंपन कथा' वाचल्यावर मी त्यांना एक पत्र लिहिलं होतं. त्यांचंही तत्परतेनं त्यावर उत्तर आलं. तेव्हा मी चांगलीच प्रौढ वयाची होते. तरीही मला अपरिमित आनंद झाला होता. बऱ्याच दिवसांनी कुणीतरी माहेरचं मैत्र साहित्यातून भेटल्यासारखं वाटलं होतं.

इंदिरा संत ज्या ट्रेनिंग कॉलेजमध्ये व्हाईस प्रिन्सिपॉल होत्या, त्याच कॉलेजचे प्रिन्सिपॉल माझे आजोबा, अक्काचे वडील, बी. आर. नाईक हे होते. आम्ही त्यांना काका म्हणायचो. अक्का आणि तिची इतर भावंडंही त्यांना काकाच म्हणायची;

कारण त्यांच्या भावाची मुलं, अक्काची चुलत भावंडं, शिकायला म्हणून त्यांच्या घरात असायची.

बेताच्या उंचीचे, रंगानं गोरे, देखणे काका अत्यंत कमी बोलणारे होते. त्यांच्या चार मुलांपैकी थोरली अक्का आणि तिच्यापाठचा मंदारमामा म्हणजे पुण्याच्या ज्ञानप्रबोधिनीचे प्रिन्सिपॉल डॉ. मिलिंद नाईकचे वडील, हे दोघं दिसायला त्यांच्यासारखे होते. लहानपणी पोरकं झालेल्या काकांनी रस्त्यावरच्या दिव्याखाली बसून अभ्यास करत, मराठी-इंग्लिश-संस्कृत असे विविध विषय घेऊन एम.ए. केलं होतं आणि इंग्रज सरकारची नोकरी करायची नाही, या विचारामुळे ते शिक्षकी पेशात शिरले होते. शिक्षण क्षेत्राशी संबंधित काही पुस्तकं लिहायचं त्यांचं काम सतत सुरू असायचं. त्यांच्या काही पुस्तकांचा तेव्हा अभ्यासक्रमात समावेश असायचा. एका कन्नड शिक्षकांच्या मदतीनं त्यांनी कन्नड-मराठी शब्दकोशाचं कामही सुरू केलं होतं; पण ते पुरं झालं नाही.

काकांचा एकूणच स्वभाव अत्यंत शिस्तप्रिय. सुरुवातीला ते लेले ग्राऊंडजवळच्या 'मंत्रालय निवास'च्या आऊटहाऊसमध्ये भाड्यानं राहायचे. पुढे अनगोळ माळावर स्वतःच्या कष्टांनी बांधलेल्या त्यांच्या 'राधा निलय' या छोट्याशा बंगल्यात खास नातवंडांसाठी म्हणून त्यांनी आपल्या घरात सुरेख लाकडी झोपाळा बांधला होता. पण त्याचं पॉलिश जपण्याचा त्यांचा खटाटोप इतका असे की आम्हा मुलांना 'इकडे हात लावायचा नाही, तिकडे हात लावायचा नाही..' अशी ताकीद असे. त्यामुळे मनसोक्त झोक्याची मजा घेण्याऐवजी आम्हाला दडपणच यायचं! सुट्टीच्या दिवशी आम्ही गेलो तर ते कधीही आमच्याशी विशेष मायेनं बोलायचे नाहीत, कधी जवळ बोलावून लाडही करायचे नाहीत. त्यांच्या डायरीत मात्र मोठ्या आस्थेनं नातवंडं येऊन गेल्याची नोंद केलेली असायची.

अशा काकांनी एके काळी तंबूतला सिनेमा दाखवायचा उपद्व्याप केल्याचं समजलं, तेव्हा मला त्या वयातही प्रचंड आश्चर्य वाटलं होतं. पण त्यांच्या घरात हाती पडणाऱ्या फिल्मच्या तुकड्यांमुळे यावर अविश्वासही दाखवणं शक्य नव्हतं. त्या सिनेमाच्या रिळांतली एकेक फिल्म कापून घेऊन ती दुमडून आम्ही त्याचं 'चिट् चिट्' वाजणारं लहानसं खेळणं करत असू. याला मात्र काका आक्षेप घेत नसत.

तिथं जाण्यात आम्हाला आणखी एका गोष्टीचं आकर्षण असायचं. तेव्हा नव्या 'राधा निलय'च्या मागच्या बाजूला विस्तीर्ण मोकळा माळ होता. इमारती झाल्या नसल्यामुळे त्यावर उंच गवत वाढलेलं असायचं. धाकटा अरुणमामा आम्हा मुलांना तिथं फिरायला न्यायचा आणि त्या गवतापासून विणलेला हिरवा कंच नागसाप करून द्यायचा!

काकू- म्हणजे आमची आजी मात्र अजिबात शांत आणि मनमिळावू स्वभावाची नव्हती. अक्का सांगायची, लहानपणी तिच्या मैत्रिणी तिला विचारायच्या, तुझी आई सावत्र आहे का? रंगानं बऱ्यापैकी काळी; पण तिच्या अंगावरचे बांगड्या-पाटल्या-गळ्यातली एकसर-गाठवलेलं मंगळसूत्र-कानातल्या मोत्याच्या कुड्या हे सोन्याचे दागिने आणि नाकातली चमकी इतकी लखलखायची की तिची आठवण येताच तेवढंच आठवावं! तिची माहेरची भाषा कन्नड.

आम्ही लेले ग्राऊंडजवळच्या 'सरस्वती मंदिर'मध्ये पहिली ते चौथी शिकताना शनिवारी सकाळी अर्धा दिवस शाळा असे. तेव्हा मधल्या सुट्टीत न चुकता मंत्रालय निवासातल्या त्यांच्या घरी जात असू. तेव्हा काकू आम्हाला तूप-गुळात भाजलेल्या मुगाचं पीठ घालून ताजे लाडू करून द्यायची. तिनं बनवलेल्या तिळाच्या सांडग्यांसारखे सांडगेही मी आणखी कुठे खाल्ले नाहीत. ती आमचे खाण्या-पिण्याचे बऱ्यापैकी लाड करायची. नागपंचमी हा मुलींचा सण. शिवाय तो अक्काचा वाढदिवस. त्यामुळे न चुकता त्या दिवशी ती आम्हा नातींना आणि तिच्या मुलींना घरी फराळाला बोलावून बांगड्यांसाठी पैसे द्यायची. तसंच दिवाळीत भाऊबीज झाल्याच्या दुसऱ्या दिवशी 'बहिणीची तिज' आणि नंतर 'अम्मांची (सोवळ्या बायकांची) चतुर्थी' असते. 'बहिणीच्या तिजे'ला मुलींची आरती करायची पद्धत असल्यामुळे तेव्हाही तिच्याकडे फराळाचा बेत असायचा. चतुर्थीला घरातल्या सोवळ्या बायकांनाही कौतुकानं न्हाऊमाखू घालायचा सण.

काकूचा आवाज चढा आणि सुरेल होता. अनेक कन्नड आरतीची गाणी तिला तोंडपाठ होती आणि ती म्हणायचीही छान. 'भैरवा विश्वनाथा.... महादेवा..। तव पदाजवळी येता,..' हे मराठी आणि 'कनकारुतिय नीरेयरे बेळगिरे चिन्मय सुरवरगे..' हे कन्नड भक्तिगीत ती सर्व प्रसंगी कुणाची आरती करताना म्हणायची. अजूनही आम्ही दोघी बहिणी भाऊबीज, राखीपौर्णिमा आणि इतरही प्रत्येक आरतीच्या प्रसंगी यातलं एक कडवं म्हणत असतो. आता तर पुढच्या पिढीतल्या मधुवतीनं आणि तिच्या ईशानं ते उचललं आहे.

आम्हा मुलांना काकूचा कधी कधी फार राग यायचा. कारण ती अण्णा-आत्या आणि अण्णांचे खास मित्र आबाकाका यांचा सतत राग करायची. अण्णांचे आणखी एक बेडकीहाळचे मित्र क्लॅरोनेटवादक हुसेनसाब– आम्ही त्यांना हुस्न्या काका म्हणायचो, आम्हाला तसंच शिकवलं होतं–घरी आले की ती संतापायची.

तिची स्वतःच्या नवऱ्याविषयी- काकांविषयीही, त्यांच्या थंड स्वभावाविषयी सतत तक्रार असायची. काही ना काही कारण काढून ती घरात बराच आरडाओरडा

करायची. त्या वेळी तिचं ब्लडप्रेशर चढलंय, असं म्हटलं जाई. हे सुरू झालं की आम्ही तिथून काढता पाय घ्यायचो. अनगोळ माळावरच्या त्यांच्या 'राधा निलय'पासून जवळच असलेल्या कलावतीदेवींच्या आश्रमातून भजनांचा आवाज यायचा. तो आवाज यायला लागला की त्या लयीसरशी तिचा संताप वाढायचा. पाठोपाठ बडबडही! तिला 'हिस्टेरियाचा ॲटॅक' आलाय, असंही आम्हाला सांगितलं जायचं.

काकूच्या माहेरची सगळी मंडळी कन्नड बोलणारी होती. त्या सगळ्यांचाच अक्कावर जीव. त्यामुळे त्यांचं आमच्या घरीही वरचेवर येणं-जाणं असे. त्यातही चंद्रक्का आणि शिट्टामाज्जी या तिच्या म्हाताऱ्या मावश्या आमच्या घरी वरचेवर यायच्या.

पन्नाशीची शिट्टामाज्जी म्हणजे कृष्णामावशी ही बालविधवा. विकेशी. ती सतत उत्साहानं नातेवाइकांच्या घरी फिरत असायची. त्यामुळे ती बहुतेक वेळा चांगल्यापैकी लाल अलवाणात असायची. तिचा हसरा चेहरा, सडपातळ बांधा, लख्ख गोरापान रंग, लालचुटुक ओठ आणि देखणं रूप त्या लाल अलवाणात, इतकं उठावदार दिसायचं की 'विधवेला कुरूप करण्यासाठी केशवपन करायचं, आलवणात लपवायचं..' या विधानावर त्या लहान वयातही माझा कधी विश्वास बसला नव्हता. लग्नाकार्यांत तर ती नवंकोरं लालबुंद उत्तम प्रतीचं, बारीक जरीचा एकेरी काठ असलेलं आलवण नेसायची आणि गळ्यात एखादीच सोन्याची साखळी घालून उत्साहानं वावरायची. लाल लुगड्यावर ती एकच सोन्याची साखळी अतिशय खुलायची! सोनेरी काठही सुरेख दिसायचा. चेहऱ्यावर कसलंही दडपण नाही! तेव्हा तर ती चक्क सुंदर दिसायची!

चंद्रक्का आजीची कथा मात्र अगदीच वेगळी होती. बेळगावजवळचं कणबर्गी हे तिचं गाव. तिथं तिचं घर आणि जमीनजुमला होता. काही काळ संसार झाल्यावर काहीसा मंद बुद्धीचा नवरा परागंदा झाला होता. कऱ्हाडच्या प्रीतिसंगमावर त्याचं धोतर आणि पाण्याचा लोटा सापडल्याची बातमी आली; पण त्याचा मृतदेह मिळाला नाही. त्यामुळे चंद्रक्का अखेरपर्यंत सुवासिनीसारखीच राहिली होती. सावळ्या चंद्रक्काची मुद्रा सतत गंभीर असायची. स्वतःचं मूलबाळ झालं नसलं तरी, कणबर्गीची शेतीवाडी व्यवस्थित सांभाळत ती रयतेची 'अव्वा' म्हणजे आई होऊन राहिली होती.

जवळच्या नातेवाइकांच्या घरातल्या लग्नाकार्यात ती प्रथा म्हणून जुनाट-पण भारी, सोन्याच्या जरीच्या शालू-पैठण्या नेसून आणि शेर-शेर वजनाचे सोन्याचे दागिने घालून यायची. पण तिच्या चेहऱ्यावर कधीच आनंद नसायचा. एक प्रकारची

अपराधी कळा असायची. जमलेलेही तिच्याकडे हेटाळणीच्या नजरेनंच बघायचे. एकीकडे तिच्या शेर-शेर वजनाच्या वाक्या, तोडे, गोट, पाटल्या पाहताना हेवा वाटत असला तरी तो न दाखवता, 'काय उपयोग हिच्या ऐश्वर्याचा! ना नवरा, ना मूलबाळ!' असेच भाव सगळ्यांच्या चेहऱ्यावर असायचे. त्याचं प्रतिबिंब तिच्याही चेहऱ्यावर दिसायचं.

रिकाम्या वेळी चंद्रक्का अप्रतिम कर्नाटकी कशिदा काढायची. उत्तम सुती कापडावर रेशमी कापडातल्या धाग्यांनी हे भरतकाम केलेलं असायचं. उलट-सुलट दोन्ही बाजूंनी सारख्याच दिसणाऱ्या तिच्या कशिद्याला मागच्या बाजूनंही गाठ नसायची. असा कशिदा काढलेली एक कुंची तिनं आक्काला संजूच्या वेळच्या बाळंतपणात दिली होती. राणी रंगाचं टोपडं आणि त्याला काळ्या कापडाची घेरदार झूल होती. तिच्यावर काळ्या कापडाचे धागे मोजून पांढऱ्या धाग्यानं काढलेल्या नाजूक कशिद्याचे असंख्य नमुने होते. आक्कानं ती कुंची बाळाला रोज वापरून फाडून टाकायचा करंटेपणा केला नाही. तिनं ती जपून ठेवून अखेर माझ्याकडे दिली.

जेव्हा काळाचा परिणाम होऊन काळ्या कापडाचा रंग विरला जाऊन कमी होऊ लागला, तसं मलाही तिचं काय करावं ते सुचेना. शेवटी आक्काच्या सल्ल्यानं मी ती कुंची 'राजा केळकर म्युझिअम'ला थोरले केळकर असतानाच दिली. ती पाहून त्यांनीही 'ही अप्रतिम कुसर आहे! माझ्याकडेही एवढा बारीक कशिदा नाही!' असं सांगितलं होतं. अनेक दिवस तिथल्या कशिद्याच्या साडीजवळ ती ठेवली होती.

चंद्रक्काज्जीनं अशीच एक चोळी नात्यातल्या आणखी कुणाला तरी दिली होती. ती मात्र त्या मुलीनं रोज वापरून फाडून टाकल्याचं समजलं.

पुढच्या काळात पानिपतच्या युद्धात नवरा बेपत्ता झाल्यामुळे आयुष्यभर सवाष्ण राहिलेल्या पेशवाईतल्या पार्वतीबाईंविषयी वाचताना माझ्या डोळ्यांसमोर सतत चंद्रक्काज्जीच येत असे.

चंद्रक्काज्जीकडून काकूही कशिदा शिकली होती आणि तिनं स्वतःसाठी एक काळी चंद्रकळा केली होती, म्हणजे काळी नऊवारी साडी पांढऱ्या नाजूक फुलांनी भरली होती. काकूकडून मीही कशिदा शिकले; पण माझा उत्साह विरूपाक्षांच्या पाठच्या बहिणीला- सिंधूवन्संना पाचवारी साडी भरून देण्यापर्यंतच टिकला.

मला माझ्या पाठच्या चार भावांपैकी सगळ्यात धाकट्या दोघांचे, सदानंद किंवा नंदू आणि राजेंद्र किंवा राजू यांचे जन्म आठवतात. अक्काची सगळ्यात

धाकटी बहीण प्रतिभामावशी आठव्या महिन्यात बाळंत होऊन तिचं बाळ मरण पावलं. अक्का तिला दवाखान्यात भेटायला गेली होती. तेव्हा तिच्याही पोटात दुखायला लागलं आणि मुलगा झाला.

राजेंद्र जन्मला तेव्हा रडला नव्हता. काही वेळानं तो रडायला लागला. पुढच्या काळात त्याला बासरीसाठी तबल्याची साथ करायला एक भावुक तबलजी यायचे. राजेंद्रची लहान वयातली बासरीवरची फुंक आणि शास्त्रीय संगीतातली समज पाहून ते प्रभावित होऊन म्हणायचे, "अक्का! हा जन्मला तेव्हाच दुसरा कुठलातरी दैवी आत्मा त्यात शिरला असणार बघा! नाहीतर एवढ्या लहान वयात संगीताची एवढी समज अशक्य आहे!.."

नंदूच्या खेपेला अक्का रात्री कधी दवाखान्यात गेली होती ठाऊक नाही. सकाळी नेहमीसारखी गवळण म्हशी घेऊन दूध पिळून द्यायला आली होती. तिनं दुधात पाणी मिसळू नये म्हणून अण्णा दारात लक्ष देऊन उभे होते. कुणीतरी बाहेरूनच जाता-जाता 'मुलगा झाला!..' एवढं सांगितल्याचं आठवतं. अक्काची सगळीच मुलं बाळसेदार आणि देखणी असं गल्लीत बोललं जायचं. पण त्या सगळ्यांमध्ये नंदू सगळ्यात देखणा! थोरली मीना आणि सगळ्यात धाकटा नंदू या दोघांमध्ये अठरा वर्षांचं अंतर.

आमच्या घरापासून दीडेक किलोमीटर अंतरावरच्या गोवावेसजवळच्या शेतात राहणाऱ्या निर्मला गारडी या माझ्या मैत्रिणीकडे मला जायचं असायचं. निर्मलाची आई, प्रतिभामावशीच्या घरी धुणं-भांड्याची कामं करायची. आक्का धाकट्या दोघा भावंडांना घेऊन जायचं असेल तरच निर्मलाकडे जायची परवानगी द्यायची. त्यामुळे नंदू काखेत आणि राजूला हाताशी घेऊनच मी जायचे. तिथं विहिरीच्या इंजिनातून डोणीत पडणाऱ्या पाण्यात त्यांनाही खेळायला सोडून आम्हीही त्याच पाण्यात पाय हलवत गप्पा मारायचो.

अक्का-अण्णांचं लग्न ४५ साली झालं. तेव्हा अक्का मॅट्रिकला होती. अण्णा तिला बघायला गेले होते, तेव्हा ती आणि अण्णा कॅरम खेळले होते, असं ती सांगायची. अण्णांनी तेव्हा इंटरपर्यंत शिकून शिक्षण थांबवलं होतं. कारण शेताकडे दुर्लक्ष होत असल्यामुळे शिक्षण परवडण्यासारखं नव्हतं, असं ते म्हणायचे.

आम्हा सात भावंडांत मीना, तिचं पाळण्यातलं नाव मंगला, सगळ्यात मोठी. माझ्याहून चार वर्षांनी मोठी. तिच्या पाठीवर विजय. म्हणजे दादा. नंतर मी, माझ्या पाठीवर चंदू किंवा जयंत, नंतर संजू. राजू-नंदू त्यानंतरचे. मीना ४६ सालची आणि सगळ्यात धाकटा नंदू म्हणजे सदानंद ६४ सालातला. सगळ्यांच्या

मधे दोन-तीन वर्षांचं अंतर. मी ५० सालची. या पाचही भावांचा उल्लेख 'विजू-चंदू-संजू-राजू-नंदू' असं करताना आम्हाला गंमत वाटायची. अण्णांनी यांपैकी कुणाही एकाला दमदारपणे हाक मारली की ती हाक ऐकणारी सगळी भावंडं कुठंही असली तरी धावत येऊन हजर होत.

घरचे मोठे देव आधीपासूनच हुक्केरीच्या आत्याकडे होते. लग्नानंतर अक्काचं सतत गरोदरपण नाहीतर बाळंतपण सुरू असल्यामुळे नंतरही देव तिथंच राहिले. त्यामुळे आम्ही लहान असताना घरात मोठे कुळधर्म-कुळाचार नसायचे; पण श्रावणातली गौर, गणपती आणि अक्काच्या रोजच्या पूजेसाठी बाळकृष्णाबरोबर सरस्वती-लक्ष्मीचे फोटो घरात होते. फ्रेम केलेला जिवतीचाही पट लावलेला असे. दर शुक्रवारी याच देवांपुढे हात जोडून आम्ही मुलं प्रार्थना म्हणत असू. चैत्रातल्या हळदी-कुंकवाच्या वेळी अक्काचा शालू आणि भारी साड्यांचे पडदे सोडून घरातली ठेवणीची खेळणी मांडून आरास केली जायची. शिवाय तिच्यासमोर मांडायला छोट्या तसराळ्यातल्या मातीत गहू पेरून शेतं तयार करायची. वळवाचा पाऊस पडला तर गारा वेचून या शेतात घालायच्या. झोक्यावर बसलेल्या पितळी गौरीसाठी पन्हं आणि कैरीची डाळ असायची. सवाष्णींना डाळ घालून देण्यासाठी फणसाची पानं आणायचं काम आम्हा मुलांचं असायचं. तसंच श्रावणात गौरीसाठी आघाडा शोधून आणताना आम्हा मुलांना त्या त्या झाडांची-पानांची ओळख व्हायची.

'पाच मुलांची आई' म्हणून आक्काला चारचौघात भरपूर मान मिळायचा. मी मोठी झाल्यावर मुद्दाम तिची छेड काढत म्हणायची, 'पाच मुलं आणि दोन मुली झाली म्हणून ठीकाय! उलट झालं असतं तर?'

अण्णांची चिक्कोडी तालुक्यातल्या बेडकीहाळ या गावी वडिलार्जित शेती होती. गावात भलामोठा वाडाही होता. ऊस आणि तंबाखू ही प्रमुख पिकं. ही सगळी शेती वाट्यानं दिली होती. या वाटेकऱ्यांचं आणि इतर बेडकीहाळकरांचं या ना त्या कारणानं घरी येणं-जाणं होतं. त्यांना आम्हा सगळ्या मुलांचं सकाळी आपल्या आपण उठून वेळच्या वेळी शाळा-कॉलेजला जाणं पाहून अतिशय कौतुक वाटायचं. ते त्यांच्या नजरेत दिसायचं. एखादा कल्लूभोजासारखा अण्णांचा जवळचा मित्र ते व्यक्तही करायचा. तेव्हा अण्णा अभिमानानं म्हणायचे, 'म्हणूनच बेडकीहाळ सोडून बेळगावात घर केलंय! लहान गावात हाता-पायांशी नोकर असताना मुलांना शिस्त लावणं कठीण असतं!..'

अण्णाही अधूनमधून बेडकीहाळला जायचे. बाकीचे दिवस बेळगावातच असायचे. तरी ते बेडकीहाळहून आले की घरात उत्सव असायचा! अक्का त्यांच्या आवडीचे तुपाची फोडणी घातलेले, भरपूर मेतकूट घातलेले पोहे आणि तुपातला भरपूर

काजू घातलेला शिरा करायची. त्यातला एकेक घास आमच्या हातावर ठेवून आम्हा मुलांना बाहेर खेळायला पिटाळलं जायचं.

अण्णा तीन वर्षांचे असताना त्यांचे आई-वडील वारले होते. त्यांच्या निपुत्रिक विधवा आत्यानं त्यांना अत्यंत लाडानं वाढवलं होतं. अण्णा सांगलीला हायस्कूलमध्ये शिकत असताना तिचाही जळून अपघाती मृत्यू झाला होता. कोल्हापूरची आत्या बाळंतपणासाठी आली होती, शेकशेगडी पेटवताना तिचं लुगडं पेटलं होतं. त्यानंतर अण्णा हायस्कूल आणि कॉलेजच्या शिक्षणासाठी सांगलीला राहिले. या काळात त्यांचं पालकत्व मोठ्या बहिणीकडे आलं होतं.

अण्णांची दुसरी मोठी बहीण कोल्हापूरला राहायची. तिची आठ मुलं, रागीट नवरा, नणंदा असा परिवार असल्यामुळे ती सडी नव्हती. त्यामुळे पदरात एकुलती एक मुलगी असलेल्या थोरल्या आत्याकडेच अण्णांची जबाबदारी आली होती.

आमची ही थोरली आत्या हुक्केरीला राहायची. तिचं नाव इंदिरा असावं, पण जवळपासचे तिला चन्नक्का म्हणायचे. शहरात आली की तिचं नऊवारी लुगड्याचं नेसणं अत्यंत नेटकं होतं. पायांना क्लिपा लावून, अगदी सिनेनटी सुलोचनासारखं! तिनं बालगंधर्वांची नाटकं पाहिली होती. त्यातल्या काही घटना ती आवर्जून सांगायची. तिला आमच्या घरी अण्णांच्या आईचा मान होता. आपल्या देवांबरोबर ती आमचेही सगळे कुळाचार करायचीच, शिवाय बेळगावला घरी पळीला पुरण लागलं की ती हजर असायची. शेजारच्या आया-बाया माझं या आत्याशी बरंच साम्य आहे, असं म्हणायच्या. विशेषतः मी तिच्या नव्या नऊवारी साडीची घडी मोडून, नेसून अंगणात वावरायची तेव्हा. त्यामुळे माझ्या मनात तिच्याविषयी खास स्थान होतं.

तिचे यजमान, आम्ही त्यांना हुक्केरीचे काका म्हणायचो, अत्यंत प्रेमळ माणूस. हुक्केरीला परतताना कधीमधी ते आम्हा मुलांना चार आणे हातात द्यायचे. घरात मुलांच्या हातात असे पैसे द्यायची पद्धत कधीच नव्हती. त्यामुळे आम्हाला त्याचं फार 'विशेष' वाटायचं. कारण त्या चार आण्यात बराच खाऊ यायचा.

पण हे असले मुलांचे लाड घरात अक्का-अण्णांना अजिबात आवडायचे नाहीत. असल्या लाडामुळे मुलं बिघडतात, अशी त्या दोघांचीही भावना होती. समज आल्यावर आम्हालाही त्यातलं तथ्य समजू लागलं. हुक्केरीच्या काकांविषयी, त्यांच्या 'प्रेमळपणा'विषयी इतरही कितीतरी गोष्टी समजू लागल्या. त्यातल्या कितीतरी आम्ही मुलांनी ऐकू नयेत अशा होत्या. काकांना गावकऱ्यांनी बरंच लुबाडलं, असं आत्या आम्हा मुलांना वरचेवर सांगत असली तरी तेवढंच काही खरं नाही, हेही कर्णोपकर्णी कानावर येऊ लागलं.

हुक्केरीच्या काकांप्रमाणेच धोतर-काळी टोपी असा वेष असलेले, आमच्या घरी नियमितपणे येणारे आबाकाका मात्र असले काही लाड करायचे नाहीत आणि अण्णांची त्यांच्यावर विशेष मर्जी असायची. मी हुक्केरीच्या काकांच्या प्रभावाखाली असताना मला त्या गोष्टीचा रागही यायचा.

आबाकाका हे अण्णांचे सख्खे मित्र. त्यांची मैत्री केव्हापासूनची, हे मला ठाऊक नव्हतं. पण लहानपणी आई-वडिलांना गमावलेल्या आणि एकुलता एक मुलगा असल्यामुळे ग्रासलेल्या एकटेपणात अण्णांना आबाकाकांचा फार मोठा आधार वाटला असला पाहिजे. मी जेव्हा नाती शिकत होते तेव्हा आबाकाकांचा 'काका' म्हणून उल्लेख केला होता. तेव्हा काकू, म्हणजे अक्काची आई अत्यंत भडकली होती, 'म्हणजे काय त्याला आता इस्टेटीतला वाटाही देणार की काय?' मला काहीच समजलं नव्हतं. आश्चर्य वाटून मी नंतर अक्कालाही विचारलं होतं. तिनं तिकडे दुर्लक्ष करायला सांगितलं होतं.

हुक्केरीच्या आत्याची एकूणच जुन्या घटना सांगायची पद्धत अतिशय रसाळ. अण्णांच्या लहानपणीच्या घटना ती आकर्षकपणे सांगायची. अण्णांच्या बालपणाविषयी सांगणारं आणखी कुणीच नसल्यामुळे आम्ही त्या मनापासून ऐकायचो. बेडकीहाळला आम्ही प्रत्यक्ष फारच कमी राहिलो असलो तरी तिच्या तोंडून ऐकून-ऐकून या गावाविषयी ममत्व निर्माण झालं होतं.

आबाकाकांच्या संदर्भात एक घटना तिनं सांगितली. अठ्ठेचाळीस साली गांधीहत्येनंतर जाळपोळ झाली तेव्हा अण्णा बेडकीहाळला होते. वातावरण इतकं गढूळ झालं होतं की दादाच्या वेळी गरोदर असलेली अक्का बेळगावात आणि आत्या हुक्केरीत अण्णांच्या काळजीनं रडत बसायच्या. इकडे नुकतीच फाळणीची झळ अनुभवलेल्या भंडारींच्या आजी गरोदर अक्काला धीर देत होत्या. तिकडे आबाकाकांनी आपले काही इतर जातीतले स्नेही गोळा केले आणि वाहनं नसल्यामुळे बेडकीहाळला ऐंशी-नव्वद मैल अंतर चालून अण्णांची खुशाली बघायला गेले.

आबाकाकांविषयी आक्का-अण्णांच्या आणि आत्याच्या मनात एवढी आस्था का, याचं उत्तर या एकाच घटनेनं आम्हाला मिळालं होतं. नंतरही घरात मुलांची मुंज असो वा आणखी कुठला कार्यक्रम, अण्णांना आबाकाकांची किती मदत होत होती, किती आधार वाटत होता, ते आम्हीही पाहतच होतो.

बेडकीहाळची भाऊबंदांची सगळी घरं जाळली गेली होती. जे भाऊबंद सावकारकी करायचे, त्यांच्या वाड्यात वितळलेल्या सोन्याचे ओहोळ वाहिले होते म्हणे. आमचा वाडा जाळला नव्हता. वाड्याची भिंत आणि ग्रामदैवत असलेल्या सिद्धेश्वरच्या देवळाची भिंत यात जेमतेम तीन-साडेतीन फुटांचं अंतर होतं. एवढा मोठा वाडा

पेटला असता तर त्याची झळ देवळाला लागल्याशिवाय राहिली नसती. दुसरं म्हणजे, वाड्यासमोर जमलेल्या जाळपोळ करायला आलेल्यांपैकी एकाचा हातातली गावठी बंदूक उडून मृत्यू झाला. त्यामुळे त्या गर्दीचं बळही ओसरलं होतं. शेवटी पडवीचा खांब तेवढा उखडून आणि घरातलं किरकोळ सामान लुटून सगळे निघून गेले.

ही घटना घडली तेव्हा अण्णा वाड्यातच माडीवर होते. निराधार झालेल्या भाऊबंदांना वाड्यानं आधार दिला. ते मात्र 'हा वाडा तेवढा राहिला!...' असं म्हणत वाड्यातल्या उरल्यासुरल्या वस्तू उचलून घेऊन निघून गेले! पण अण्णांनी कधीच या घटनेविषयी आम्हाला काही सांगितलं नाही. आत्यानंच सांगितलं.

अण्णांविषयी माझ्या मनात अभिमान वाटावा अशी आमच्या जन्मापूर्वीची आणखी एक घटनाही हुक्केरीची आत्या सांगायची.

तेव्हा अण्णांचंही लग्न बहुधा झालं नसावं. गावात भाऊबंदांपैकी एकाचं लग्न ठरलं होतं. आमचा वाडा रिकामा असल्यामुळे गावातल्या लग्नकार्यात आमचा वाडा जानोसा म्हणून वापरायचे. तसं मुलीकडच्या पाहुण्यांना आमच्या वाड्यात उतरवलं होतं. माडीवरच्या खोलीत अण्णा झोपले होते. लग्नाच्या आदले दिवशी रात्री एकाएकी खालून रडारड ऐकू आली. अण्णा उठून खाली आल्यावर समजलं, सीमांतपूजन झाल्यावर नवरामुलगाच पळून गेला होता!

अण्णांनी गावातल्या 'इनामदार विरुद्ध कुलकर्णी' अशा पारंपरिक आणि सुप्त वितुष्टाचा फायदा या कुटुंबाला मिळवून द्यायचा विचार केला. इनामदारांच्या घरात एक मुलगा लग्नाचा असल्याचं त्यांना ठाऊक होतं. त्यांनी पुढाकार घेतला. बोलणी केली. या प्रकारात थोडीफार पैशांचीही मदत केली. 'कुलकर्ण्यांची लक्ष्मी आपल्याकडे येतेय..' असं वाटून इनामदारांनीही मान्यता दिली. अखेर त्या मुलीचं इनामदारांच्या मुलाशी लग्न लावण्यात आलं. कुलकर्ण्यांच्या घरी जी सून म्हणून जाणार होती, ती इनामदारांच्या घरात सून म्हणून गेली.

बेडकीहाळविषयी आमच्या मनात असलेलं ममत्व आम्हाला अण्णा गुऱ्हाळाच्या वेळी दर वर्षी घेऊन जात असल्यामुळेही रेंगाळलं. मला फक्त एकदाच आम्ही बसनं चिक्कोडी किंवा निपाणीला बस बदलून बेडकीहाळला गेल्याचं आठवतं. त्यानंतर प्रत्येक वेळी जाताना पड्डण्णवरकाकांची भाड्याची गाडी सांगितलेली असे. तीच गाडी आम्हाला पंधरा-वीस दिवसांनी घेऊन जायलाही यायची.

ही ॲम्बॅसिडर कार होती. जाताना आमच्याबरोबर कधी आजोबा-आजी म्हणजे काका-काकू, कधी प्रतिभामावशी, कधी शिट्टामाज्जी किंवा चंद्रक्काआजी, आणखी कुणी नसेल तर हुक्केरीला जाऊन आत्या-काकांना घेऊन जायचं. बेडकीहाळच्या वाड्यात कायमचं कुणी राहत नसल्यामुळे मीठ आणि तेल सोडून सगळं सामान

सोबत बांधून घेतलेलं असे. एवढ्या सगळ्या सामानासह आम्ही एवढी सगळी माणसं त्या ॲम्बॅसिडर गाडीत कशी मावत होतो, याचं कोडं आजही मला सुटत नाही!

बेडकीहाळला जायच्या दिवशी पहाटेपासूनच आमच्या मनाला हुरहूर असे. आपण काही वेडंवाकडं वागलो तर जाणं रहित होईल, असं अक्का आम्हाला सतत सांगत असायची. त्यामुळे तसं काही वागायची कुणाचीच शामत नव्हती. सगळे अगदी शिस्तीनं वागून प्रवास कॅन्सल होणार नाही याची काळजी घेत होतो.

पहाटे लवकर उठल्यामुळे गाडी सुरू होताच आम्ही सगळी मुलं पेंगुळलेली असायचो. खिडकीतून सूर्योदय दिसला की अक्का आम्हा सगळ्यांना उठवायची आणि तिकडे लक्ष वेधायची. मग ती दाखवत असलेलं एखादं वेगळं, लक्षवेधी झाड, पक्षी, डोंगर बघत आमचा प्रवास सुरू व्हायचा. प्रवासातला आनंद घ्यायला तिनंच शिकवलं. हा आनंद आम्हा सगळ्यांनाच आयुष्यभर सोबतीला आला.

गाडी बेळगावच्या बाहेर पडत असताना एक तळं होतं. त्या तळ्यात कमळं फुललेली असायची. अण्णा गाडी थांबवून त्यातलं काठाजवळचं एखादं कमळ काढायचा प्रयत्न करायचे. काही वेळा यश मिळायचं; बहुतेक वेळा नाही. सुतकट्टीच्या घाटातून जाताना मीना रणजीत देसाईंच्या 'बारी' या कादंबरीचा विषय काढायची. पुढे निपाणीलगतच्या तवंदी घाटात आली की न चुकता 'हे इंदिरा संतांचं माहेर आणि ना. सी. फडकेंची सासुरवाडी..' असा संदर्भ निघायचाच.

बेडकीहाळचा सिद्धेश्वराच्या शेजारचा आमचा वाडा अलीकडच्या काळात तर कधीच त्या अर्थानं 'नांदता' नव्हता. आजोबांनी भाऊबंदांच्या जवळपास असलेला जुना वाडा विकून हा नवा वाडा बांधला होता. ते तर लवकरच गेले, त्यांच्या दोन बायकाही इथंच गेल्या. एक बहीणही जळून वारली. अण्णांनीही तिथं घर केलं नाही. त्यामुळे त्यांचा सात मुलांसह नांदता संसारही तिथं फारसा राहिला नाही. आम्ही या वाड्याचे 'पाहुणे'च राहिलो. पुढे जेव्हा संजू शेती बघायला लागला, तेव्हा त्याचं वाड्यात काही काळापुरतं नियमित राहणं सुरू झालं, तेवढंच!

वाडा देखणा होता. दिंडी दरवाज्यानं आत शिरल्यावर मोठा चौक. त्याच्या चारही बाजूंना सोपा. उजवीकडे एक लहान खोली. त्या खोलीतून झोपल्या-झोपल्या खिडकीतून सिद्धेश्वराचं दर्शन घेता यायचं. आजोबा अखेरच्या आजारपणात या खिडकीतूनच दर्शन घ्यायचे. डावीकडे देवघर. देवघरातूनच स्वयंपाकघरात जाता येई. आम्ही या देवघरात कधीच देव पाहिले नाहीत. सोप्यातून जाता येईल असं माजघर. तिच्या लगतच न्हाणीघर आणि बाळंतिणीची खोली. न्हाणीघराला लागून स्वयंपाकघर. स्वयंपाकघरातून बायकांना बाहेर पडायला पडवी आणि रस्त्याला लागणाऱ्या पायऱ्या. स्वयंपाकघरातून माडीवर जायला जिना. ही अण्णांची झोपायची

खोली. या खोलीच्या दोन्ही बाजूला पत्रे होते. इथं घराबाहेर फिरायची फारशी मुभा नसल्यामुळे त्या वेळी नुकत्याच वयात येणाऱ्या, मला आणि मीनाला संध्याकाळी वारा खायला बसता यायचं. तसंच बुधवारची 'बिनाका गीतमाला' ऐकायचा आणि कितव्या 'पादानपर' कुठलं गाणं आलंय याची नोंद करायचा मीनाचा 'नेम' असल्यामुळे तीही इथंच बसून ऐकायचो. जवळच्या चावडीतल्या रेडिओवर ती लावलेली असायची.

पुढच्या काळात बेडकीहाळमध्ये आमच्या वाड्याच्या मागच्या बाजूला असलेल्या वस्तीत वाढलेल्या डी. एस. चौगुले या चित्रकार, कन्नड लेखक-अनुवादकाची ओळख झाली. ते सांगत होते, 'आमच्या लहानपणी तुमच्या या बंद वाड्याच्या संदर्भात आमच्या मनात काय-काय कथा निर्माण झाल्या होत्या! माझ्या कितीतरी कथांना तोच संदर्भ आहे!..'

बैलगाड्यांमध्ये बसून कोडीच्या मळ्यावर गुऱ्हाळावर जाणं, हाही एक सण असे. या मळ्याला हे नाव का पडलं कोण जाणे! या सहलीसाठी भाऊबंदांच्या आणि गावातल्या आमच्या वयाच्या मुली-बाळींना बोलावण्यात येई. मग आक्का चुरमुरे, शेंगदाणे आणि काही घरात असलेले खाद्य पदार्थ सोबत घेई.

तिथं पोहोचण्याआधीच काही अंतरावरून धगधगत्या चुलाणाच्या धुराचा आणि त्यावर खदखदणाऱ्या रसाचा वास नाकात भरत असे. जवळ गेल्यावर चुल्हाणाची धगही जाणवत असे. उकळत्या उसाच्या रसात रानटी भेंडी टाकून त्यातला मळ वर येईल असं केलेलं असे. एक वृद्ध, अनुभवी शेतकरी गूळ झालाय काय ते पाहून काहील उतरवायचा निर्णय घेई. काहिलीच्या कड्यांमधून बांबू घातले जात आणि चार-सहाजणं मिळून आरडा-ओरडा करत काहील सरकवत. काहील उतरवणं आणि चौकोनी आकाराच्या लाकडानं किंवा पत्र्यानं बनवलेल्या डोणीत ते द्रावण ओतणं, हा अतिशय रोमहर्षक प्रकार असे. त्यात लाकडी हात फिरवून द्रावण सारखं केलं जाई. आमच्यासारख्या हौशी मंडळींसाठी उसाचं खांड त्या द्रावणात बुडवून देत. ते खांड सतत फिरवत ठेवायचं आणि गार झाल्यावर त्या द्रावणाचा 'चिक्कीचा गूळ' सोडवून खायचा. सोबत भाजलेल्या शेंगा, अक्कानं आणलेले चुरमुरे यांचा फन्ना उडवायचा. त्यानंतर बांधून आणलेलं जेवण!..

मी २००५च्या सुमारास जेव्हा 'सोनियाचा उंबरा' ही ईटीव्हीवरची मालिका लिहीत होते, तेव्हा या वेळचे बरेच अनुभव यात घातले होते. बेडकीहाळच्या शांता जोशीसारख्या (आताची शांता रेणावीकर) माहेरवाशिणींना ते एपिसोड पाहताना जुने दिवस आठवल्याचं त्यांनी आवर्जून कळवलं होतं.

कधी कोडीच्या मळ्याला पायी जायचं ठरलं तरी बाजारपेठेतून न जाता, मागच्या रस्त्यानं जायचं, असा तेव्हा रिवाज होता. बेळगावात पाचवारी साडी

नेसणारी अक्का तिथं गेल्यावर नऊवारी साडी नेसत असे. तसंच बेळगावात परकर-पोलकं नेसणारी मीना तिथं साडी नेसत असे.

तसंच बैलगाड्या जुंपून नरसोबा वाडीलाही जायचा कार्यक्रम असे. पहाटे तीन वाजता उठून तयार व्हावं लागे. कारण उन्हं वाढायच्या आत जाऊन पोहोचणं आवश्यक असे. एक बायकांची बैलगाडी असे. तिला सवारी बांधलेली असे. पुरुषांची बैलगाडी मोकळी असे.

वाटेत दूधगंगा नदीचा जेमतेम पाऊल भिजवणारा लहानसा प्रवाह लागे. तिथं दिवस उजाडायच्या वेळी आम्ही पोहोचायचो. खाली उतरून पायी खडकाळ जमिनीवरून थंडीत नदी ओलांडायची कसरत चाले. चपला ओल्या होऊ नयेत म्हणून ही सर्कस अनवाणी चाले. पुढच्या आयुष्यात मी हिमालयातली बर्फाळ थंडी अनुभवली आहे, जंगलातली ओली थंडीही अनुभवली आहे. तरीही थंडीचं परमावधीचं रूप म्हणून तेव्हाची वाफाळलेली दूधगंगा आणि त्या पहाटेच्या थंडीत पायात रुतणारे दगड-गोटे आठवतात!

वाटेत लागणाऱ्या बोरगावच्या माळावर दोन्ही गाड्यांची शर्यत लावली जाई. आधीच तो खडकाळ माळ! त्यात सवारीमुळं वारं अडायचं आणि आमची गाडी जड व्हायची. शिवाय सगळं सामानसुमान आमच्या गाडीतच असायचं! त्यामुळे बैलांसाठी जड झालेली आमची बायकांची गाडी मागे पडणं साहजिकच असायचं. तरीही आम्ही मुलं भरपूर आरडाओरडा करून धमाल करायचो!

वाडीला काका बड्डांच्या घरी उतरायचं. आमच्या आजोबांनी त्यांना दत्ताच्या सेवेसाठी काही जमीन दिली असल्यामुळे आमचं आदरातिथ्य ही त्यांची जबाबदारी असे आणि ते ती जातीनं पार पाडत. त्यांच्या घरी बनलेली भरलेल्या वांग्याची आणि ढब्बू मिरच्यांची फुटाण्याचं पीठ भरून केलेली भाजीची चव अविस्मरणीय होती. तसंच परतताना पेढ्यांबरोबर कवठाची बर्फी विकत घेण्याचा अण्णांचा आग्रह असायचा.

एकदा दुपार कलंडल्यानंतर वाडीहून परतताना दोन मध्यम वयाच्या बायका पायी चालत असलेल्या दिसल्या. त्या बेडकीहाळच्याच असल्याचं आमच्या गाडीवानानं ओळखलं. अक्कानं त्यांनाही गाडीत घेतलं. त्या कशाबशा अंग चोरून बसल्या. त्यांना अक्कानं विचारलं, "कुठं? दर्शनाला आला होता काय?"

"व्हय!" त्या नम्रपणे उत्तरल्या.

"नेहमी जाता?"

"व्हय. पुनवेला."

"आम्ही भेटलो नसतो तर केव्हापर्यंत गावी पोहोचला असता?"

त्यातली एक शांतपणे म्हणाली, "पोहोचलो असतो पहाटंच्या नगाऱ्यापर्यंत! दर खेपेला कुटली गाडी?" पहाटे साडेतीन वाजता सिद्धेश्वराच्या देवळात नगारा वाजवायची पद्धत होती.

बेडकीहाळला अधूनमधून 'हेळवे' यायचे. या समाजाकडे असलेल्या चोपडीत या भागातल्या सगळ्या कुटुंबांचा 'वंशवृक्ष' लिहिलेला असायचा. कुणाच्या घरी मुलगे जन्मले, कुणी जमिनी विकल्या, विकत घेतल्या याची त्यांच्याकडे नोंद असायची. अर्थातच, मुलींविषयी त्यात काहीच माहिती नसे. त्या नोंदीवरून आम्ही मूळचे आंध्र प्रदेशातले, नंतर बदामीच्या परिसरात स्थिरावून त्यानंतर सुमारे सात पिढ्यांपूर्वी एका कर्तबगार पुरुषाच्या स्थलांतरामुळे बेडकीहाळला स्थायिक झाल्याचं समजलं.

पुढच्या काळात एकदा सुप्रसिद्ध कन्नड लेखक डॉ. शिवराम कारंतांनी मला आमच्या कुलदैवतांविषयी विचारलं. मी 'बालाजी आणि बदामीची बनशंकरी' असं सांगताच त्यांनीही त्यांचं हेच असल्याचं सांगितलं.

हुक्केरीच्या आत्याला एकच मुलगी, कुसुमताई. कोल्हापूरच्या आत्याला आठ मुलं. पाच मुलगे आणि तीन मुली. दर सुट्टीला आम्हा सगळ्यांची धाव हुक्केरीला असे. मग तिथं वयाप्रमाणे गट पडत. सगळ्यांचा हट्ट कुसुमताईच्या शेजारी झोपायचंय. सुट्टीला सगळी, म्हणजे बारा-पंधरा मुलं जमतात, तेव्हा दुभतं कमी पडू नये म्हणून आत्या वर्षभर म्हैस सांभाळायची.

आत्याची सोवळी सासू घरात असायची. तीच स्वयंपाकपाणी करायची. तिची नजर सतत वखवखलेली. आत्यानं मुलांना काही खायला दिलं की ती अक्षरशः जिभल्या चाटत समोर बसून असायची. आत्या दुभतं, तूप-साखर आणि इतरही काही पदार्थ एका पेटाऱ्यात ठेवून त्याला कुलूप लावायची. नाहीतर त्या सगळ्याचा फन्ना उडतो, असं तिचं म्हणणं. बाहेर ठेवलेलं धान्यधुन्यही त्या आपल्या माहेरी नेऊन भरतात आणि घर रिकामं करतात, असंही ती सांगायची.

हुक्केरीची आत्या शाळेला जेमतेम वर्षभर गेली असेल-नसेल; पण तिला वाचनाची प्रचंड आवड होती. तिच्यामुळे बेळगावच्या घरातही सतत एक ना एक वाचनालय लावलेलं असे. तिचं वाचनाचं वेड इतक्या टोकाचं होतं की काकू त्यावरून तिला तिच्या माघारी भरपूर नावं ठेवायची. त्यात काही फारशी अतिशयोक्तीही नसायची म्हणा! हुक्केरीच्या बसची वेळ होत आली आहे, दारात टांगा उभा आहे, बाहेर काका कोट-टोपी घालून तयार आहेत, अण्णा घाई करताहेत, आत आक्का

हतबुद्ध होऊन पाहते आहे, आत्याचं नऊवारी लुगडं नेसणं सुरू आहे, ओचा-कासोटा घालायचा राहिलाय आणि ही हातातलं पुस्तक- बहुतेक वेळा एखादी झुंझार कथा वाचून पूर्ण करते आहे,.. हे दृश्य पाहिल्याचं मलाही आठवतं.

आत्या वयाच्या ९३व्या वर्षी पुण्यात वारली. कुसुमताई आणि काका गेल्यावर ती तिच्या जावयाकडे, म्हणजे इनामदारांच्या घरी राहिली. तिची नातसून अनुराधा तिचं सगळंच बघायची. शेवटपर्यंत आत्यासाठी लायब्ररीतून पुस्तक बदलून आणायचं काम तिचंच होतं. आत्याही शेवटपर्यंत वाचायची. डोळे ठीक असेपर्यंत माझे जवळजवळ सगळे अनुवाद तिनं वाचून काढले होते. त्यात पावणेनऊशे पानी 'तंतू'चाही समावेश होता. तिला तिच्या संपूर्ण आयुष्यात विशिष्ट पोथ्यांबरोबरच इतर अवांतर वाचनाचीही तेवढीच गरज भासत होती.

अक्काची धाकटी बहीण प्रतिभामावशी हिचंही तेव्हा आम्हाला अतिशय आकर्षण होतं. इंटर झाल्यावर तिचं लग्न झालं. ही त्या वेळची पद्धत होती. लग्नासाठी 'मुलगी कॉलेजमध्ये जाऊन आलीये' हा 'प्लस पॉईंट' होता. पण ती ग्रॅज्युएट झाली की मात्र 'मायनस पॉईंट'! ती ग्रॅज्युएट झाली की तिला तिच्याहून जास्त शिकलेला नवरा शोधणं आई-वडिलांनाही त्रासाचं व्हायचं! म्हणून मावशी आणि कुसुमताई या दोघीही 'इंटर' झाल्या. नंतर लग्न ठरेपर्यंत घरात बसल्या. कुसुमताईला सिव्हिल इंजिनिअर नवरा मिळाला आणि मावशीला ग्रॅज्युएट.

मावशीचा कॉलेजमध्ये साडीचा पदर खोचून क्रिकेट खेळत असल्याचा फोटो आम्ही पाहून 'थ्रिल्ड' झालो होतो. तेव्हा ती अतिशय स्मार्ट होती. रंगानं अक्काइतकी गोरी नाही; सावळी. एकदम ताठ आणि तरतरीत. लांबसडक वेणी. एकदा बघायला आलेल्या मुलानं तिला 'जिना चढून आलात त्या पायऱ्या किती होत्या?' असा प्रश्न विचारला, तेव्हा तिनंही 'तुमच्या घराला खिडक्या किती?' असं विचारून त्याला निरुत्तर केलं होतं, असं आम्हाला सांगितलं गेलं होतं– मुलींनी कसं वागायचं नसतं, याचं उदाहरण म्हणून!

लग्नानंतर काही वर्षं ती मुंबईत होती. तिनं एक कथा लिहिली होती आणि ती एका मासिकात चक्क प्रसिद्धही झाली होती. पण तेवढंच. अनेकदा विचारूनही तिची ती कथा मला वाचायला मिळाली नाही. ती बेळगावला परतली आणि तिनं हट्टानं शिक्षण पुरं केलं. ती बी.ए. झाली. पण बेळगावच्या एकत्र कुटुंबात तिचं नेमकं काय झालं कोणजाणे; पण तिचं व्यक्तिमत्त्व पूर्णपणे झाकोळून गेलं.

तिचं सासर कन्नड वैष्णवांपैकी होतं. घरात तिच्या सासूबाईंचं, वहिनींचं सोवळंओवळं. त्यात एक प्रकारची विलक्षण शिस्त होती. ठळकवाडीतल्या सोमवार पेठेतल्या रजपूत बंधू शाळेसमोरच्या त्यांच्या मोठ्या घरात दोन स्वयंपाकघरं होती.

सकाळचा स्वयंपाक वहिनी स्वतः सोवळ्यानं करायच्या. त्यांनी स्वयंपाकघराची रचना अशी ठेवली होती की मदतीसाठी कुणाचीही गरज भासू नये. संध्याकाळच्या स्वयंपाकात सून-मुलगा-नातवंडं यांनी काहीही करून खाल्लं तरी त्या काही बोलायच्या नाहीत. स्वयंपाकघर मात्र वेगळं वापरायचं! कांदा-लसूण न वापरता, कढीपत्ता-कोथिंबीर-नारळ आणि मसाल्याचे पदार्थ वापरून वैष्णवी पद्धतीचा स्वयंपाकही त्या अप्रतिम करायच्या.

पारंपरिक असूनही आधुनिक असलेली दुसरी अशी बाई मी कधीच पाहिली नाही. त्यांच्या भरपूर मैत्रिणी होत्या. त्या मैत्रिणींबरोबर त्यांचे काही ना काही धार्मिक कार्यक्रम आणि सहली चाललेल्या असायच्या. आपलं अस्तित्व झाकोळू न देता, त्या फार छान जगत असलेल्या दिसायच्या. विशेष स्वयंपाकातही त्यांनी काही 'ट्रिक्स' आणि 'शॉर्टकट्स' शोधून काढले होते आणि आस्थेनं विचारणाऱ्याला त्या मोकळेपणानं शिकवत. आक्काला यात रस असल्यामुळे त्या 'तू लेकुरवाळी! तू कुठं येशील?' असं म्हणत स्वतः आमच्या घरी येऊन तिला हवं ते शिकवून जायच्या. अक्का अखेरपर्यंत त्यांनी शिकवलेल्या अनरशाची, चिरोट्याची आणि गुलाबाच्या सांडग्यांची आठवण सांगायची आणि स्वतःही तसंच करायची.

अण्णांचं खरं नाव 'भगवंतराव कृष्णाजी कुलकर्णी' असलं तरी बेळगावात त्यांना 'बाळासाहेब बेडकीहाळकर' म्हणूनच ओळखायचे. अण्णांना हिंदुस्थानी संगीताची आवड होती. गावातल्या शास्त्रीय संगीताच्या वातावरणात ते सतत बुडालेले असत. घरी याच क्षेत्रातल्या लोकांचा राबता असे. त्यांच्या शास्त्रीय संगीतावरच गप्पा चालत. त्यामुळे, मला संगीतातलं शास्त्र बेताचंच ठाऊक असलं तरी कानांवर सतत संगीताची भाषा पडत असायची. घरात रेडिओ नाही, असं घरच मला आठवत नाही. सुरुवातीला शेजारी ठेवलेल्या चौकोनी बॅटरीवर चालणारा रेडिओ होता. नंतर मोठा, विजेवर चालणारा रेडिओ आला. त्याच्यावर पहिल्यांदा जेव्हा 'गीत रामायण' ऐकवण्यात आलं, तेव्हा अण्णांनी आम्हा सगळ्यांना माडीवरच्या त्यांच्या खोलीतल्या मोठ्या लाकडी रेडिओपाशी घेऊन जाऊन ऐकवल्याचं मला आठवतं.

शिवाय आकाशवाणी संमेलनही. पंडित ओंकारनाथ ठाकुरांचं गाणं सुरू झालं की, ते कसा चांदीच्या झोपाळ्यावर बसून झोके घेत सतत गाण्याचा रियाज करायचे आणि त्यांच्यासाठी चोवीस तास कसे तंबोरे वाजत राहायचे, याची कथा ते मनोरंजक करून सांगायचे.

ते स्वतः आधी व्हायोलिन, नंतर बासरी वाजवायचे. तसंच ते धारवाड आकाशवाणीचे आर्टिस्ट होते. पुण्याच्या आणि सांगलीच्या रेडिओस्टेशनवर संधी

न मिळालेल्या महाराष्ट्रातल्या सीमा भागातल्या काही होतकरू कलाकारांना त्यांनी आपला पत्ता द्यायची परवानगी दिली होती. त्यामुळे त्या कलाकारांनाही धारवाड रेडिओस्टेशनचे कार्यक्रम मिळायचे. बेडकीहाळचे क्लॅरोनेटवादक हुसेनकाका आणि कोल्हापूरचे तबलानवाज महमूलाल हेही त्यांपैकीच.

बासरी वाजवताना कुणीतरी सूरपेटी वाजवणं आवश्यक असे. त्यासाठी अण्णा समोर दिसणाऱ्या आम्हा मुलांपैकी कुणाला तरी त्यासाठी बसवत. शाळेतून आल्यावर संध्याकाळी सगळ्यांनाच खेळायला जायचं असल्यामुळे मागच्या दाराचा वापर करून 'सू बाल्या' करण्याची चढाओढ असे. तरीही माजघरात बसलेले अण्णा आम्हाला जाताना गुलाबाच्या झाडापाशी खिडकीतून पाहायचे, हाका मारायचे आणि सूरपेटी वाजवायला बसवायचे. मग आम्हीही खिडकीपाशी वाकून जायची शक्कल शोधून काढली. सगळी मुलं मोठी होऊन कुणीच सूरपेटी वाजवायला मिळेनासं झालं, तेव्हा ते एकीकडे बासरी वाजवता-वाजवता वाकडे बसून दोन्ही पायांमध्ये सूरपेटी घेऊन वाजवायला लागले. नंतर मांडीखाली सूरपेटी ठेवून वाजवायचे.

पण वाचायचा नाद लागल्यावर मला आणि मीनाला सूरपेटी वाजवायला बसणं ही इष्टापत्तीच वाटे. कारण अशा वेळी अक्काही काही घरातलं काम सांगत नसे. त्या निमित्तानं निवांतपणे एखाद्या कादंबरीचं वाचन चाले. अभ्यास करतानाही खालच्या मजल्यावर अण्णांचं वादन चाले आणि माडीवर आमचा अभ्यास.

घरातलं वातावरण शास्त्रीय संगीतानं भरलेलं असलं की भोवतालच्या गदारोळातही स्वतःची एक खास 'जागा' तयार होते आणि त्यात आपण एकाग्र होऊन आपापलं काम करू शकतो, हा माझा तेव्हापासूनचा अनुभव. अनुवाद करायला लागल्यावरही मी कच्चं लेखन झाल्यावर दुसऱ्यांदा लेखन करताना रेडिओवर एखादं वाद्यसंगीत लावायचे. त्यामुळे घराबाहेरचे मन विचलित करणारे आवाज त्यात लपून जायचे आणि मन एकाग्र व्हायचं.

ठळकवाडीच्या आमच्या घरात सतत लायब्ररी लावलेली असायची. घरातलं जे कुणी पुस्तक बदलायला जायचं, त्याच्या वयाप्रमाणे आवडीचं पुस्तक घरी यायचं. कधी झुंझार-कथा, धनंजय-कथा; तर कधी सुमती क्षेत्रमाडे-वि.स.खांडेकर. कधी फडके तर कधी काकोडकर. पु.लं.ची पुस्तकंही आवडीनं आणून वाचली जायची. दिवाळीच्या दिवसांत आवर्जून हंस, आवाज,दीपावली यांसारखे दिवाळी अंक घरी यायचे. त्यातले काही विकत आणलेले असायचे, काही लायब्ररीतून आणलेले. हे अंक वाचायचे आणि त्यातली चित्रं बघून काढायची, असा उद्योग चाले.

पहिल्या गेटपाशी असलेल्या कमल वाचनालयाचे लायब्ररीमन अतिशय जागरूक असायचे. आम्ही मुलांनी 'नको ती' पुस्तकं मागितली की, ते चश्म्यातून वर पाहत 'नाही' म्हणून सांगायचे. तेव्हा 'अलीबाबा' नावाचं एक मासिक नव्यानं आलं होतं. नावावरून ते 'अलीबाबा-चाळीस चोर'सारखं, मुलांसाठी असल्यासारखं वाटल्यामुळे आम्ही मागत असू. पण त्यांनी ते कधीच आमच्या हातात दिलं नाही! प्रत्येक वेळी ते चश्म्यातून नजर टाकून 'नाही' म्हणून सांगत. नंतर आम्हीही विचारणं बंद केलं. पुढे कधीतरी 'अलीबाबा'चा अंक पाहण्यात आला तेव्हा ते लायब्ररीमन आम्हा मुलांना तो का द्यायचे नाहीत, याचा खुलासा झाला.

दुपारनंतर घरात मुंबईचा महाराष्ट्र टाइम्स यायचा आणि सकाळी बेळगावचा 'तरुण भारत' यायचा. त्यात दर्शनी पानांवर सीमाभागाचे प्रश्न मांडलेले असायचे आणि आतल्या पानांवर कन्नड सिनेमांच्या जाहिराती असायच्या. कन्नड लिपीचा थोडासा परिचय करून द्यायला बेळगावचा 'तरुण भारत'च कारणीभूत झाला. कारण तेव्हा शाळेत कन्नड शिकणं आवश्यक नव्हतं. त्यात सिनेमाची नावं देवनागरीतही असायची आणि कन्नड लिपीतही. मग आम्ही दोन्हीची तुलना करत कन्नड लिपीचा परिचय करून घ्यायचो. हंस आणि चित्रा ही दोन्ही थिएटर्स शेजारी-शेजारी असत. हंसमध्ये मराठी सिनेमा दाखवला जाई तर चित्रामध्ये कन्नड. इकडे तिकीट मिळालं नाही तर तिकडे सिनेमा बघूनही अनेक जण घरी परतत. तेव्हा मराठी सिनेमा चांगला असायचा आणि कन्नड सिनेमा भडक. काही वर्षांनंतर परिस्थिती उलट होती, तेव्हा कन्नड सिनेमांना गर्दी असायची. एकंदरीत सिनेमा बघणं हा इथल्या संस्कृतीचाच भाग झाला होता. चांगली नाटकं मात्र कधीच यायची नाहीत; ना मराठी, ना कन्नड.

तेव्हा मी पाहिलेलं एकमेव नाटक म्हणजे 'तुझे आहे तुजपाशी'. बेळगावच्याच काही कलाकारांनी ते बसवलं होतं. सैनिकांसाठी त्याचा खास शो असावा. कारण तेव्हा मी कर्नल बारटक्के यांच्या मुलीबरोबर, कल्पना बारटक्केबरोबर गेले होते.

घरात भरपूर माणसं, शिवाय येणाऱ्या-जाणाऱ्यांचा भरपूर राबता, शेताचं काही ना काही वर्षाचं सामान आलेलं- त्याची उस्तवार, वर्षाचे सांडगे-पापड-शेवया करून ठेवायची पद्धत, अण्णांच्या आणि मुलांच्या खाण्या-पिण्याच्या खोड्या, कुणी ना कुणी तान्हं किंवा आजारी मूल अशी अवस्था असायची. धुणं-भांड्यासाठी सोडलं तर घरकामाला आणखी कुणी नसायचं.

अशा परिस्थितीत अक्कानं आम्हा मुलांना घरातली काही किरकोळ कामं वाटून दिलेली असायची. सकाळचे केरवारे, अंगणातला केर-सडा-रांगोळी (अंगणातली काळीभोर फरशी खराट्यानं धुवून त्यावर रांगोळी काढणं, हे फार आवडीचं काम

असायचं!), घागर-कळशी आणि तांब्याचं मोठालं पिंप चिंच लावून घासणं, चहाच्या कप-बशा-उपकरणी भांडी घासून विहिरीचं पाणी भरून ठेवणं, नळ आल्यावर नळाचं पाणी भरणं, पानं घेणं, पहिलं वाढून घेणं, जेवणानंतरचं आवरणं वगैरे. तेव्हा नळ नव्हता. त्यामुळे प्यायचं पाणी घरासमोरच्या कंपाऊंडमधल्या विहिरीवरून आणावं लागे. घागर कमरेवर आणि कळशी हातात खाली सोडलेली.

आम्ही दोघी बहिणी आपापल्या सोयीनुसार ही कामं वाटून घ्यायचो. बऱ्याच वेळा मीना माझीही कामं स्वतःकडे घ्यायची, विशेषतः सिनेमाला जायचं असेल तर. कारण तिथं गर्दीत शिरून तिकिटं काढायचं काम माझ्याकडे असायचं. आम्हा दोघींचं लग्न झाल्यावर धाकटी भावंडं ही कामं करायची.

ठळकवाडीत तेव्हा 'आझाद' नावाचं टॉकीज होतं. तिथं सगळे जुने सिनेमे यायचे. पिटाचं तिकीट पाच आणे किंवा पस्तीस नवे पैसे असायचं. शिवाय बायकांची वेगळी व्यवस्था असल्यामुळे अक्का-अण्णांचीही हरकत नसे.

मी आणि मीना तेव्हा आझादला आलेला जवळजवळ प्रत्येक सिनेमा पाहत असू. अशोक कुमार, दिलीप कुमार, देवआनंद, राज कपूर-मीना कुमारी, मधुबाला, अमिता, गीता बाली, मालासिन्हा यांचे ब्लॅक ॲन्ड व्हाईट चित्रपट आम्ही रंगून जाऊन पाहत होतो. कादंबऱ्या आणि कथाही भरपूर वाचत होतो. आम्हाला त्याची भरपूर मुभा होती. अण्णांनी सुरुवातीला एक सांगून ठेवलं होतं, 'त्यातलं सगळं बघण्यापुरतं आणि वाचण्यापुरतंच असतंय हं!...' आम्हीही यावर मुंडी हलवून सिनेमाला किंवा पुस्तक बदलायला पळत असू.

एकदा आम्ही गुरुदत्त आणि मालासिन्हाचा 'सुहागन' हा सिनेमा बघून आलो. त्या दिवशी अण्णांना काय मूड आला होता कोणजाणे! त्यांनी खेळायला चाललेल्या मला हटकून विचारलं, 'काय होता सिनेमा? गोष्ट सांग बघू!' मीही थांबून उभ्या-उभ्या सांगितलं, 'त्या दोघांचं लग्न होतं... त्याला अपघात होतो... तो बाप बनायला लायक राहत नाही... म्हणून तो तिचं दुसरं लग्न करून द्यायला जातो... पण ती मरते..!' मी तेव्हा तेरा-चौदा वर्षांची होते. कथा ऐकून अण्णांचा झालेला चेहरा आजही मला आठवतो! पण विशेष म्हणजे कथा ऐकूनही अण्णा किंवा अक्का रागावले नाहीत!

सिनेमा बघून झाला की भारती अर्जुनवाडकरला त्याची गोष्ट सांगायची मला घाई असे. मी तिला विचारत असे, 'तुला सिनेमाची गोष्ट सांगू की जसा सिनेमा दाखवलाय, तशी गोष्ट सांगू?' अर्थात, तेव्हा पटकथा हा शब्द मला ठाऊक नव्हता. त्यामुळे कथा आणि पटकथा यांतला फरकही समजायचा नाही.

शिवाय गावातल्या टॉकीजनाही आलेले नवे चित्रपट आम्ही पाहायला जायचो.

तिकीट काढायला मला पुढे केलं जायचं. एकदा कुठल्याशा सिनेमाची तिकिटं काढायला मला कर्नल बारटक्केंच्या पत्नीनं म्हणजे कल्पनाच्या आईनं स्कूटरवरून सोडलं होतं. तेव्हा मी पहिल्यांदा स्कूटरवर बसले होते. कॉंग्रेस रोडवरून जाताना शेजारच्या मोकळ्या शेतावरून आलेला वाऱ्याचा झोत नाकातोंडात जाऊन माझी बरीच घाबरगुंडी उडाल्याचं आणि तोल सावरायला उडालेली धडपडही आठवते. एखाद्या स्त्रीनं स्कूटर चालवणंही तेव्हा आम्ही प्रथमच पाहत होतो.

रंगीत सिनेमाच्या निमित्तानं राजेंद्रकुमार, मनोजकुमार, जॉय मुखर्जी, शम्मी कपूर हे नट आणि वहिदा रेहमान, आशा पारेख, शर्मिला टागोर, साधना या नट्यांशीही 'ओळख' झाली. तसंच काश्मीर-सिमला-दार्जिलिंग-उटी वगैरे गावंही ओळखीची झाली. हिरो-हिरॉईनच्या प्रेमप्रसंगात लता मंगेशकर-आशा भोसले आणि महमद रफी-मुकेश-मन्नाडे यांची गाणी रंग भरायची. तीच स्वप्नं रेखाटत आम्ही पायी चालत घरी येऊन पोहोचायचो.

थोडक्यात, तेव्हाच्या बेळगावचा परिचय आम्हाला थिएटरच्या ओळखीनं असायचा. त्यामुळे कुणी बेळगावचा कुठलाही पत्ता सांगितला की तो सिनेमा थिएटरच्या संदर्भातच आम्ही जाणून घेत असू. अजूनही तेच करतो. फक्त नव्या थिएटरचा संदर्भ समजत नाही. कुणी सांगितला तरी लक्षात राहत नाही.

संध्याकाळी मिलिटरी महादेवापर्यंत फिरायला जाणं हा एक आनंदाचा भाग असे. तेव्हा येताना चार आण्याचा उसाचा रस आणि सोबत 'आलेपाक-चुरमुऱ्या'चा आणि मसाला-शेंगदाण्यांचा फडशा पाडणे, असा उद्योग चाले. पण हॉटेलला जाणं हा प्रकार मात्र अजिबात चालत नसे! कुणी गेलं तरी घरी त्यावर भरपूर चर्चा व्हायची.

बेळगावचा पावसाळा जवळजवळ चार महिने चाले. तेव्हा मात्र या सगळ्या गोष्टींना आपोआपच आळा बसायचा. तेव्हा करमणूक म्हणजे गोष्टी सांगणं-ऐकणं. बाहेर पाऊस कोसळतोय, सोप्यात एका जुन्या आरामखुर्चीवर अक्का किंवा मी बसून गोष्ट सांगतेय आणि खुर्चीला सगळीकडून लगडून आम्ही मुलं किंवा माझ्या मैत्रिणी बसून मग्न होऊन गोष्टी ऐकताहेत, दिवे गेल्यामुळे एखादा कंदील तेवढा जळतोय, असं दृश्य आठवलं तरी उबदार- छान वाटतं!

पण बेळगावचा पावसाळा सुरू झाला की त्या चार महिन्यांत जीव उबून जायचा. सगळीकडे लाल मातीचा चिखल. चार-चार दिवस कपडे वाळायचे नाहीत. त्यामुळे घरभर कुबट वास. न्हाणी-संडास घराबाहेर. तिकडे जाताना छत्री सांभाळत जावं लागायचं. पायांच्या बेचक्यात चिखल्या व्हायच्या. दिवे जायचे. या चार महिन्यांत सणांची रेलचेल; पण त्याचाही वैताग यायचा. कवितेतलं 'श्रावणमासी

हर्ष मानसी..' काही पटायचं नाही. कारण वातावरण 'क्षणात येते सरसर शिरवे, क्षणात फिरुनि ऊन पडे..' असं अजिबात नसायचं. उलट आठवडा-आठवडा सूर्याचं दर्शन नाही, कुंद हवेमुळे नाकांना धारा लागलेल्या, खोकला, ताप, घरोघर सगळ्या भावंडांचं फ्ल्यूनं आजारी पडणं, त्यामुळे बुधवार पेठेतल्या हुक्केरी डॉक्टरांच्या दवाखान्यात रांगा लावून बसायला लागायचं.

दिवाळीमध्येही धमाल करायची भरपूर अपेक्षा असताना नेमका तेव्हा पाऊस पडायचा. त्यामुळे घरात हौसेनं तयार केलेला आकाशकंदील लावता यायचा नाही, रांगोळी काढता यायची नाही आणि सगळे फटाके ओलसर हवेनं सर्द झाल्यामुळे वाजायचेच नाहीत!

आमच्या गल्लीत शकू फडकेच्या वडिलांची एकुलती एक मोटार होती. काही वेळा तिला धक्का द्यावा लागे. मग गल्लीत खेळणारी सगळी विविध वयाची वानरसेना उत्साहानं पुढे होत असे. मोटार सुरू झाल्यावर आम्हाला त्यातून एक चक्कर मारून आणायचं सौजन्यही फडकेकाका दाखवत.

एकीकडे आम्हाला सिनेमा पाहायची आणि पुस्तकं वाचायची मुभा असली, तरी बाकी घराची संस्कृती 'अंधार व्हायच्या आत घरात..' अशा पद्धतीचीच होती. सिनेमाही फक्त दुपारचाच बघायचा. कधी उशीर झालाच तर एखादा भाऊ घरालगतच्या- तिथं पेरूचं झाड होतं- कोपऱ्यापर्यंत येऊन उभा असायचा. कारण काँग्रेस विहिरीजवळचा रस्ता अंधारा असायचा आणि घरामागच्या शेतालगत हातभट्टीची दारू विकली जात असल्यामुळे त्या रस्त्यावर दारूड्यांची वर्दळ असे. कालांतरानं तिथलं पेरूचं झाड गेलं तरीही त्या कोपऱ्याचा उल्लेख आजही 'पेरूच्या झाडापर्यंत' असाच केला जातो.

काँग्रेस विहिरीच्या मागच्या बाजूला एक पत्र्याची शेड होती. त्या शेडमध्ये 'मोगरी' नावाची एक वेडी भिकारीण राहायची. गल्लीत भीक मागून ती आपलं पोट भरायची. ती गरोदर राहिली. ती दुपारच्या वेळी भीक मागायला आली की अक्का तिला जेवण द्यायची. तेव्हा आक्काही गरोदर होती. एकदा काही कारणानं दुपारचा स्वयंपाक संपला होता, तेव्हा अक्कानं तिला गरम भाकरी करून वाढल्याचंही मला आठवतं. पण पुढे तिचं आणि तिच्या बाळाचं काय झालं ते समजलं नाही.

आम्हा सगळ्या भावंडांच्या शाळाही जवळजवळ ठरलेल्या होत्या. पहिली ते चौथी लेले ग्राऊंडजवळची 'सरस्वती मंदिर'; पाचवी ते लोअर आठवी 'रजपूत बंधू', हायर आठवी ते दहावी- म्हणजे एस.एस.एल.सी.साठी 'ठळकवाडी हायस्कूल'. कॉलेज आर्ट्ससाठी राणी पार्वती देवी कॉलेज आणि सायन्ससाठी तिथलंच 'जी.एस.एस.

कॉलेज'. यात नंदू आणि राजूच्या वेळी काहीतरी फरक झाला असावा. मी लोअर आठवीतून हायर आठवीत गेले, त्याच वर्षापासून दहावीचं एस.एस.एल.सी. झालं. मला अकरा वर्षं लागली आणि माझ्या मागोमाग असलेल्यांना दहा वर्षं. हायर आठवीलाच सायन्स किंवा आर्ट्स साइड घ्यावी लागे.

'सरस्वती मंदिरा'त पहिलीत आम्हाला कापसातला कचरा साफ करायला द्यायचे, दुसरीत सरकी काढायला, तिसरीत टकळीवर सूत काढायला आणि चौथीत चरखा चालवायला आणि पायमागावर बस्कर विणायला शिकवायचे. चौथीत आम्ही एक बस्कर विणलंही होतं. तसंच आम्ही रजपूत बंधू शाळेत असताना शिवणकला-चित्रकला याबरोबरच संगीताचेही प्राथमिक धडे म्हणजे आरोह-अवरोह, काही पलटे, काही ताल आणि एक-दोन रागांची लक्षणगीतं शिकवली होती. गुरव मास्तर संगीताच्या तासाला हार्मोनिअम घेऊन शिकवायला यायचे. ते संगमेश्वर गुरवांचे वडील आणि कैवल्यकुमार गुरवचे आजोबा.

'कमल वाचनालया'च्या समोरच्या अतिशय कमी उंचीच्या जागेत साखळकर यांचा नृत्याचा क्लास चालायचा. पुस्तक बदलायला गेलं की तिथले घुंगराचे आवाज अतिशय आकर्षक वाटत. पण घरचा धाक इतका असे की तिथं डोकावायचीही हिंमत नसे. इथंच संगीताचा आणि इतर वाद्यांचा क्लास चाले. माझ्या समजुतीप्रमाणे प्रकाश संतांच्या विविध वाद्यांचा घोळ असलेल्या 'शारदा संगीता'ची हीच जागा!

रजपूत बंधूशाळेत असताना मधल्या सुट्टीत घरी येऊन अक्कानं कालवून ठेवलेला दहीभात खाऊन अर्ध्या तासात परतायची. तेव्हा बहुतेक वेळा भारती आजगावकरची सोबत असे. भारती आजगावकर म्हणजे शोभाची मोठी बहीण – हीच शोभा पुढे माधुरी शानबाग झाली. त्यांचा बंगलाही वाटेवरच, पहिल्या गेटच्या अलीकडे होता. दुपारच्या वेळी विविधभारतीवर हिंदी गाणी लागलेली असत. त्यातलं एक गाणं घरात सुरू झालं की पुढची दोन कडवी वाटेत असलेल्या दोन हॉटेल्समधून ऐकत पुढे जायचं. ते गाणं संपता-संपता शाळेत पोहोचायचं असं आमचं ध्येय असे.

कॉलेजमधल्या माझ्या मैत्रिणींपैकी अत्यंत ऋजू स्वभावाची जॉयसी रॉड्रिग्स ही माझी खास मैत्रीण होती. तिच्याबरोबर मी एकदा-दोनदा बेळगावातल्या चर्चमध्ये गेले होते. तिचे वडील नुकतेच वारल्यामुळे तिथल्या चर्चकडून त्या सहा-सात मुलं असलेल्या कुटुंबाला काही ना काही मदत मिळायची. तिचा थोरला भाऊ आणि थोरली बहीण नोकरी करून कुटुंबाला मदत करायचे. ख्रिसमसला त्यांच्या घरातला तिच्या आईनं केलेला फराळ दिवाळीची आठवण करून देणाराच होता. तिच्या धाकट्या बहिणीचा बाप्तिस्मा झाल्यावर तिनं मला आपल्या घरी फराळाला

बोलावलं होतं. गवळी गल्लीच्या टोकाला असलेल्या तिच्या दोन-अडीच खोल्यांच्या घरातली टापटीप मात्र मनात भरण्यासारखी होती.

ती तेव्हा टायपिंगही शिकायची. त्याच्या प्रॅक्टिसचा भाग म्हणून ती मला माझ्या इतिहासाच्या नोट्स टाईप करून द्यायची. तेव्हाचं माझं अज्ञान असं की, त्यानिमित्त तिला काही आर्थिक मदत देऊ करायचं मला कधीच सुचलं नाही. तिचीही ती अपेक्षा असल्याचं मला कधीच जाणवलं नव्हतं. त्यामुळे मी ते देऊ केलं असतं तरी तिनं ते कदाचित घेतलं नसतं. आम्ही कधी-कधी कॅन्टीनला जात असू. जॉयसीकडे कधी पैसे आले की तीही आम्हाला कॅन्टीनला घेऊन जात असे. डिग्री मिळवल्यानंतर ती गोव्यात नन झाल्याचं समजलं. भेट मात्र झाली नाही.

तसंच खानापूरहून येणारी मीना यार्दीही जवळची होती. मीना यार्दी गाणी छान म्हणायची. कुसुमाग्रजांची उषा मंगेशकरांनी म्हटलेली 'पाचोळा' ही कविता आम्ही तिच्याकडून वरचेवर ऐकायचो. आम्ही कॉलेजच्या शेवटच्या वर्षी असताना जेव्हा बेळगावात जयवंत दळवी आले होते, तेव्हा अनंत मनोहर सरांनी तिलाही त्यांच्या भेटीसाठी बोलावलं होतं. फार हेवा वाटला होता तेव्हा मला तिचा! 'चक्र'नं तेव्हा प्रभावित झाले होते ना!

माझ्यावर थोरल्या बहिणीचा– मीनाचा– इतका प्रभाव होता की तिनं हायस्कूलमध्ये सायन्स साइड घेतली म्हणून मीही घेतली. तिथं सायन्स ग्रुपला चांगले मार्क्स पडले तरी तिनं कॉलेजमध्ये आर्ट्स घेतलं, म्हणून मीही आर्ट्सला. हिंदी, इतिहास, इकॉनॉमिक्स हे सगळे विषय तिचेच. पुढे डिग्रीच्या वेळीही तिनं मेजर मराठी आणि मायनर हिंदी आणि इतिहास घेतला म्हणून मीही तेच विषय घेतले. ती ज्युनियर बी.ए.झाल्यावर तिचं लग्न झालं. पण माझ्याबाबतीत तसं काही न झाल्यामुळे मी मात्र बी.ए.पर्यंत मजल मारली.

'मुलींना डॉक्टर-इंजिनिअर व्हायचं नसतं; उगाच कशाला सायन्स साइड घ्यायची?' असा विचार तेव्हा प्रबल होता. त्यामुळेही मी आर्ट्स साइडला गेले.

कॉलेजमध्ये एक वर्षासाठी मी एन.सी.सी.त होते. हे मात्र मीनापेक्षा वेगळं केलं होतं. धारवाडला कर्नाटक कॉलेजमध्ये असलेल्या दहा दिवसांच्या कॅम्पला मी हजेरी लावली होती. पांढऱ्या पंजाबी ड्रेसबरोबर खाकी युनिफॉर्मचा रुबाब मला तेव्हा अतिशय भावला होता. माझ्यापेक्षा संजूला. त्यामुळे रविवारच्या परेडच्या वेळी त्याला कडक इस्त्री करून ठेवणं, बुटाला चकचकीत पॉलिश करून ठेवणं, हे हायस्कूलला जाणारा संजू अत्यंत आवडीनं आणि अभिमानानं करायचा. विशेषतः पंधरा ऑगस्टला बेळगावच्या पावसाळ्यात चार-चार दिवस कपडे वाळत नसताना हा खटाटोप करणं तितकंसं सोपं नव्हतं. तेव्हा संजूनं एका खास परटाचा शोध

लावून हे सगळं करून आणलं होतं. एवढ्या पावसाळ्यात त्यानं माझा स्टार्चचा खाकी ड्रेस वाळवला कसा, हा माझ्यापुढचा प्रश्न होता. नंतर त्याचं उत्तरही संजूनं शोधून काढलं होतं. मीही तिथं मिळणारी 'रिफ्रेशमेंट' न चुकता घरी आणून द्यायची.

एकीकडे मनस्वी असलेल्या विजयचा म्हणजे दादाचा रुबाबच न्यारा असायचा. तो सतत इंग्लिश वाचायचा आणि इंग्लिश सिनेमा बघायचा. घरी आल्यावर तो त्यांच्या गोष्टीही विस्तारानं सांगायचा. 'गन्स ऑफ नेवरॉन', 'लाँगेस्ट डे', 'एस्केप इन जपान' अशा काही चित्रपटांच्या गोष्टी त्यानं विस्तारानं सांगितल्या होत्या. शिवाय काही कादंबऱ्यांच्या कथा सांगितल्या होत्या. त्याची चित्रकलाही चांगली होती. कार्टूनसारखी छोटी-छोटी चित्रं काढण्यात त्याचा हातखंडा होता. या चित्रांच्या हातात सतत पिस्तूल असे. कुणीतरी कुणावर तरी सतत गोळ्या झाडत असायचं. पण चित्रं छान असायची. त्याच्या चित्राला कुणी चांगलं म्हटलं की त्याचा आनंद मानण्याऐवजी तो ते चित्र फाडून टाकायचा. मी 'कामू'-'काफ्का' ही नावं त्याच्याकडून पहिल्यांदा ऐकली.

मीनाचा आवाज गोड असल्यामुळे तिच्यासाठी पाच्छापूरकर जोशीबुवांचा शास्त्रीय संगीताचा क्लास लावला होता. तिला शिकवायला जोशीबुवा घरी यायचे. तबल्यावर साथीला मणेरीकर यायचे. पुढच्या काळात मणेरीकर पुण्याच्या एस.एन.डी.टी.तही होते. घरातच माडीवर शिकवणं चालल्यामुळे कानावर शास्त्रीय गाणं पडायचं. घरात तंबोरा आणि तबलाही विकत आणला होता. त्या वेळी रांगायच्या वयाचा राजेंद्र रांगत पायऱ्या चढून माडीवर जायचा आणि ते गाणं ऐकत बसायचा.

एकदा शाळेच्या गॅदरिंगच्या वेळी मागे सेट लावलेल्या आकर्षक रंगमंचावर, परकरावर ओढणी अशा वेशात उभं राहून तिनं म्हटलेलं 'हरीभोवती नित्य नाचतो....' हे गाणं आ वासून मी ऐकत राहिले होते! 'ही आपली मीना?' अशा आश्चर्यानं! इतकी ती तेव्हा देखणी दिसली होती!

अक्काही घरकामं करताना भावगीतं, आम्हाला शाळेत शिकवलेल्या कविता मोठ्यानं म्हणून ताक घुसळणं, भाकऱ्या-पोळ्या करणं, शेंगदाणे भाजणं यांसारखी वेळखाऊ कामं हलकी करून घ्यायची. घरातल्या तान्ह्या बाळाला झोपवण्यासाठीही भरपूर गाणी म्हणायची. त्यामुळे आम्हालाही मोठ्यानं गाणी म्हणायची सवय लागली होती. दर शुक्रवारी देवापुढे प्रार्थना करतानाही आम्ही सगळे सुरात भक्तिगीतंही म्हणायचो. भाऊ राजेंद्र– प्रख्यात बासरीवादक– सांगतो, 'मला सुरांची ओळख अण्णांपेक्षा अक्काच्या गाण्यांमुळे झाली...'

अर्थात, पुढच्या काळात त्याची त्या क्षेत्रातली वाढ व्हायला त्याचे गुरू बाळासाहेब बेडकीहाळकर म्हणजे अण्णाच क़ारणीभूत झाले म्हणा!

त्या वेळी अण्णा बेळगावच्या 'संगीत कलाकार संघा'चे अध्यक्ष होते, 'आर्ट सर्कल'च्या संचालक मंडळाचे काही काळ सदस्य होते. त्यामुळे त्यांच्याकडे विजापुरे, श्यामराव देशपांडे, जोशीबुवा पाच्छापूरकर, जी.डी. जोशी आणि इतर कितीतरी संगीताच्या क्षेत्रातली माणसं यायची. त्यांच्या गप्पांचा विषयही संगीत क्षेत्र हाच असायचा. कधी संगीताच्या मैफलीवर चर्चा होई, कधी कुणी संगीतातल्या चमत्कृतीपूर्ण कथा सांगत, कधीतरी रणजीत देसाईंच्या बैठकीत रमणारा आमचा एक नातेवाईक शंकऱ्याकाका एकसंबेकर यायचा आणि तिथले किस्से सांगायचा, पण साहित्यिकांचं वारं क्वचितच. बेळगावचे मोठे चित्रकार, हिंडलग्याला राहणारे आमचे दूरचे नातेवाईक के.बी. कुलकर्णी, एकदा घरी आल्याचं आठवतं. तेव्हा अण्णांनी फार मोठ्या उत्साहानं आणि नम्रपणानं त्यांचं केलेलं स्वागतही आठवतं.

या साऱ्या मित्र-परिवाराच्या आणि वरचेवर येणाऱ्या नातेवाइकांच्या सरबराईसाठी आमच्या घरात बारा महिने साजूक तुपातल्या लाडवांचा आणि चिवड्याचा डबा सतत भरलेला असायचा. शिवाय कधी रात्री अकरा-बारा वाजता दोन-दोन मोटारी भरून पाहुणे यायचे. अण्णांबरोबर अक्का उठली की तिच्यासोबतचं तान्हं बाळही उठायचं. मग ती आमच्यापैकी थोड्या मोठ्या असलेल्या कुणाला तरी जागं करायची. बाळाला मांडीवर घेऊन पेंगत थोपटायची जबाबदारी आमच्यावर असे आणि अक्काची पाहुण्यांसाठी स्वयंपाक करून जेवू घालायची लगबग सुरू होई.

या सगळ्या कामाच्या धबडग्यात अक्काच्या हातातलं विणकाम-भरतकाम, कविता म्हणणं आणि वाचन सुरूच असायचं. संध्याकाळचा चहा झाला की अंगणातल्या कट्ट्यावर बसून शेजाऱ्यापाजाऱ्यांशी तिचा मराठी-कन्नड-हिंदीमधून संवादही चाले.

हे सगळं ती कसं जमवायची? याला कारण तिचं टाईम मॅनेजमेन्ट!

ती काही भल्या पहाटे उठायची नाही. सहा-साडेसहालाच उठायची. पण नऊच्या ठोक्याला नाश्ता तयार झालाच पाहिजे, तसंच जेवणाचंही सगळं वेळच्या वेळी आटोपलं तरच आपल्याला इतर काही करायला वेळ मिळू शकतो, हे ती जाणून होती.

अक्काचं देवादिकांचं अजिबात 'स्तोम' नव्हतं. घरातले आवश्यक तेवढे कुळाचार केले जायचे. त्यातही सोवळंओवळं बेताचंच असे. अगदी श्रावणात गौरी-गणपतीच्या सणात किंवा नवरात्रात 'ते' तीन दिवस आले तर 'त्या' दिवसांत स्वयंपाकघरात जायचं नाही, एवढंच बंधन असे. इतर वेळी हेही बंधन नसे. रोज

अंघोळ झाली की एकदा देवांची जागाही स्वच्छ करून हळद-कुंकू वाहायचं आणि दूध-साखरेचा नैवेद्य दाखवला की संपलं.

श्रावणात गौर, नंतर गणपती असे. तेव्हा आरास आणि पत्री गोळा करायच्या निमित्तानं फिरणं हा भाग गमतीचा असे. दुर्वा-आघाडा आणि फुलं गोळा करताना आम्ही बेळगावच्या पावसात-चिखलातही भिजत फिरत असू.

आम्ही दोघी बहिणी लहान असताना हादगा असे. त्यासाठी वैविध्यपूर्ण खिरापत करण्यात अक्काचा उत्साह अपरिमित असे. आपली खिरापत ओळखली जाता कामा नये, म्हणून ती काही ना काही नवे पदार्थ बनवायची. हादग्याच्या पटासाठी भिजवलेले शेंगदाणे आणि हरबऱ्याची डाळ ओवून माळा करणं, झेंडूच्या फुलांच्या माळा बनवण्यात मीनाचा पुढाकार असे आणि माझी लुडबूड असे. तसंच खंडेनवमीच्या दिवशी पुस्तकांची, पेन, पाटीबरोबरच बागेत काम करायच्या खुरपी आणि इतर अवजारांची पूजा करण्यातही तिला अतिशय रस असे. कारण घराभोवतालची बाग हा तिच्या फारच जिव्हाळ्याचा विषय होता. त्यातल्या जुईच्या वेलासाठी ती कॉलेजहून येताना रस्त्यात पडलेलं शेण उचलून घेऊन यायची. तिची ती एका हातात वह्या-पुस्तकं आणि दुसऱ्या हातात शेण घेतलेली आकृती अजूनही मला आठवते.

आईवडिलांच्या माघारी आत्या आणि बहिणीनं अत्यंत लाडात वाढवल्यामुळे अण्णांचा स्वभाव बराच हट्टी झाला होता. खाण्यापिण्याच्या खोड्या होत्या. अनेकदा थट्टेनं बोलताना ते अक्काच्या सुगरणपणाचं श्रेय स्वतःकडेच घेत. 'मी एवढा खाण्याच्या बाबतीत काटेकोर आहे म्हणून ही चांगलं बनवायला शिकली! ती बनवेल तसंच मी खात राहिलो असतो तर तिचा हात कसा सुधारला असता?....' असं त्यांचं म्हणणं!

सावळ्या वर्णाच्या, तरतरीत नाकाच्या अण्णांचे केस अखेरपर्यंत, नव्वदी झाली तरी, दाट आणि काळेभोर होते. ते उलटे फिरवलेले असत. सुरुवातीला ते शर्ट-पॅन्ट वापरत होते; पण लवकरच पायजमा आणि नेहरूशर्ट हा त्यांचा वेष बनला. भारी सिल्कचा फिक्या रंगाचा नेहरूशर्ट हा तर त्यांचा ट्रेडमार्कच होता. अंगावर सोन्याच्या दागिन्यांचा त्यांना फारसा शौक नव्हता. मात्र विविध प्रकारच्या अत्तरांचा भरपूर शौक होता! अक्काच्या तुलनेत ते 'काळे' असल्यामुळे अक्काच्या आईची, काकूची या जावयावर खपामर्जी होती. तसंच आपल्या अपेक्षेप्रमाणे अण्णा वकील न झाल्यामुळे काकांचीही त्यांच्यावर काही खास मर्जी नव्हती.

घरगुती कामांमध्येही त्यांची अक्काला मोठीच मदत असे. एवढ्या मोठ्या कुटुंबाला लागणारं पाणी ते परसातल्या विहिरीतून ओढत, घराभोवती केलेल्या बागेलाही पाणी

घालायचं काम अण्णांकडेच असे. अनेकदा आम्हा भावंडांपैकी कुणीतरी त्यांच्या मदतीला असे. सकाळचा सगळ्या घराचा, म्हणजे खालच्या तीन खोल्या आणि माडीवरच्या तीन खोल्यांचा सकाळचा पारोसा केर तेच काढत. घराभोवतालचं अंगण, तिथला पालापाचोळा काढायचं काम त्यांच्याकडेच असे. वर्षानुवर्षं अशा प्रकारची शारीरिक श्रमांची कामं करत राहिल्यामुळे स्थूलपणा त्यांना कधीच शिवला नाही.

गावाकडच्या भुईमुगाच्या शेंगा आल्या की त्या फोडून दाणे काढायचं आणि संपूर्ण वर्षभराचे तांदूळ निवडून ठेवायचं कामही तेच करत. आम्हीही शेंगा फोडायला मदत करत असू. त्या वेळी आमच्या गाण्याच्या भेंड्या चालत. अडलं तर अण्णाही आम्हाला जुनी गाणी आणि रागदारीतल्या चिजा सुचवून मदत करत. मग ते जुनी गाणी कशी छान आहेत असं सांगताना आम्ही म्हणत असलेल्या नव्या गाण्यांचं विडंबन करत, तर आम्हीही जुन्या गाण्यांची थट्टा आणि नव्या गाण्यांची भलावण करत असू. इतपत वादावादी करायची परवानगी आम्हांला असे.

घरात मुलांवर अण्णांचं बारीक लक्ष असे. घरी आलेल्या पाहुण्याशी तुटकपणे वागलं की पाहुणा गेल्यावर भरपूर बोलणी बसत – 'हे घर आहे; हॉस्टेल नव्हे! घराची काही शिस्त असते. पाहुणे ज्यांच्याकडे आले असतील ते माणूस येईपर्यंत तुला नीट वागता येत नाही काय?' पुन्हा असं वागलं तर ते, का कोणास ठाऊक, 'रिमांड होम'मध्ये सोडून यायची धमकी देत.

कुठल्याही परिस्थितीत अन्नावर राग काढायचा नाही, हे अण्णांचं ब्रीद होतं. त्यामुळे घरात रुसवेफुगवे झाले तरी 'जेवण सोडणं' कधीही चालायचं नाही. तसंच रागानं कपाळ बडवून घेणं, तळतळाट यांसारखा आक्रस्ताळेपणा ते कधीही खपवून घ्यायचे नाहीत. अशा प्रसंगी त्यांचा 'तिसरा डोळा' उघडला जायचा! मनात काही न ठेवता सगळं मोकळेपणानं बोलण्यावरही त्यांचा भर होता. या बोलण्यात आपलं वर्षाचं उत्पन्न आणि कर्ज यांचाही समावेश असायचा. काही जणांना हे त्यांचं बोलणं 'चव्हाट्यावर' मांडल्यासारखं वाटायचं; पण तिकडे अण्णा लक्ष देत नसत. आम्हा मुलांनाही त्यांच्या या मोकळेपणामुळे आर्थिक परिस्थितीची जाणीव असे. त्यामुळे अवास्तव मागण्या करायचं धैर्यच होत नसे.

मीनाचं लग्न झाल्यानंतरचा एक प्रसंग आठवतो. अक्का-अण्णा राजू-नंदूला घेऊन कुठल्याशा खरेदीसाठी बाहेर पडले होते. त्यामुळे माझ्यावर स्वयंपाकाची जबाबदारी पडली होती. अक्काची सूचना असे, 'अमूक वाजेपर्यंत आलो नाही तर कुकर लावायचा, भाजी करून ठेवायची, तरीही आलो नाही तर पोळ्या-भाकऱ्या करून ठेवायच्या...' वगैरे. उशीर होऊ लागला तसा मी सगळा स्वयंपाक केला. तरी त्यांना यायला उशीर होऊ लागला, तसा माझा पारा चढू लागला. घरात

पाऊल ठेवल्या-ठेवल्या सहा आणि चार वर्षांचे राजू-नंदू आनंदानं नाचत म्हणाले, 'आम्ही आइस्क्रीम खाल्लं!'

हे ऐकताच माझ्या रागाचा स्फोट झाला आणि मी आक्रस्ताळेपणा केला. कपडे बदलायला निघालेले अण्णा माघारी फिरले आणि त्यांनी माझ्या डोक्याला टप्पल मारत म्हटलं, "धाकटी भावंडं आइस्क्रीम खाऊन आलीत! त्यांचा एवढाही आनंद तुला बघवत नाही? असली-कसली मोठी बहीण तू!..."

याच सुमारास घडलेली आणखी एक घटना. एकदा आम्ही मुलं काही जुनी पत्रं पाहत होतो. त्यात पिवळ्या पडलेल्या एका कागदावर अण्णांच्या नावे लिहिलेलं एक पत्र सापडलं. मजकूर काय होता ते आठवत नाही, पण भाषेत काहीसा 'लडिवाळपणा' असावा. त्या पत्राच्या अखेरीस 'अखंडप्रेमा' अशी सही होती. ती पाहून आम्हा मुलांना धक्का बसला. या संदर्भात कुणाला काय विचारावं, हेही समजेना. त्याच दिवशी जेवताना काहीतरी संदर्भ आला तेव्हा अण्णा म्हणाले, 'माझा एक सांगलीचा मित्र होता. कवी होता तो. अखंडप्रेमा नावानं कविता लिहायचा..'

हे ऐकताच आम्हा मुलांना एवढं 'हुश्श..' झालं की, एकमेकांकडे पाहून आम्ही सुस्कारा सोडला.

मुलींची लग्नं जुळवणं हा अण्णांचा आवडीचा उद्योग होता. यात ते पूर्णपणे गुंतून जात. अनेकदा मुलगी दाखवायचा कार्यक्रम आमच्या घरीच व्हायचा. त्यासाठी मुलीला बरी दिसणारी अक्काचीच एखादी साडी नेसवली जायची. तिला कुठं बसवलं तर तिच्या चेहऱ्यावर व्यवस्थित उजेड पडेल, हे पाहिलं जायचं. मुलगी पसंत पडली की पुढच्या वाटाघाटी-याद्या आणि प्रत्यक्ष लग्न होईपर्यंत त्यांचा उत्साह ओसंडत असायचा. काही वेळा हा उत्साह थोडा जास्तही असे! गैरसमजुतीमुळे निर्माण होणाऱ्या अडचणी निस्तरण्यातही त्यांचा पुढाकार असायचा. त्यासाठी आवश्यक तेव्हा स्वतःकडे कमीपणा घ्यायचीही त्यांची तयारी असे. त्यामुळे सगळे त्यांना समजावून घेत. आम्हा दोघींचं लग्न फारसा त्रास न होता, एकोणीस-विसाव्या वर्षी झाली, तेव्हा सगळे म्हणाले, "तुमच्या अक्का-अण्णांनी इतक्या मुलींचं लग्न जुळवून देऊन एवढं पुण्य जमवलंय; ते तुमच्या कामी आलं!"

मध्यंतरी प्रसिद्ध सिनेकलावंत अतुल कुलकर्णी काही कारणानं पुण्यात आमच्या घरी आले होते. मी उत्साहानं ही गोष्ट फोनवरून अक्काला सांगितली. यावर ती म्हणाली, "हो का? त्यांच्या आई-वडिलांच्या लग्नाच्या वेळी काहीतरी गैरसमज झाला होता, तेव्हा आला होता त्या लोकांशी थोडासा संपर्क!.."

मीना इंटरला जाताच अण्णांनी तिचं लग्न करायचं ठरवलं. कोल्हापूरच्या आत्याचा दोन नंबरचा बी.ई. सिव्हिल झालेला मुलगा माधव हा तेव्हा लग्नाचा होता. आत्या तर आधीच गेली होती. अण्णांना त्या कुटुंबाशी नातं जोडावंसं वाटलं. दोघांची पसंती झाली. मीना इंटर होताच लग्न ठरलं आणि तिची ज्युनियर बी.ए.ची परीक्षा होताच तिचं लग्न झालं.

आमच्याच नात्यातल्या आणखी एका तरुणाचीही मीनाशी लग्न करायची इच्छा होती. त्याचं लग्न होईपर्यंत ते त्याच्या मनात राहिलं. तो मनातलं असमाधान मधून मधून बोलून दाखवी. पण नंतर त्याचं लग्न झालं, चांगली बायको मिळाली, मुलंबाळं होऊन संसार सुरू झाला आणि सगळं सुरळीत झालं. त्याच्या डोक्यातला तो विषयही गेला.

लग्न होताच मीनाचं बी.ए.चं शेवटचं वर्ष राहिलं ते राहिलंच. तिचं शास्त्रीय संगीतही कायमचं मागे पडलं. आबा पाटबंधारे खात्यात– आम्ही तिच्या नवऱ्याला त्याच्या भावंडांप्रमाणे आबाच म्हणायचो– सिव्हिल इंजिनिअर असल्यामुळे सतत बदल्या होत. बऱ्याच वेळा सरकारी प्रकल्पासाठी त्यांना लहान गावांमध्ये राहावं लागायचं, त्यामुळे तिचं पुढचं शिक्षण होऊ शकलं नाही. ती संगीतातला आनंद मात्र भजन-गायनामधून घेत राहिली.

ज्युनियर बी.ए.साठी मराठी हा मुख्य विषय ठरल्यावर माझ्या वाचनातही फरक पडू लागला. 'चक्र' ही कादंबरी त्याच वेळी वाचनात आली. इतरही तेव्हा प्रसिद्ध होत असलेल्या अनवट कादंबऱ्या माझ्या वाचनात येऊ लागल्या. कादंबरी-वाचनात पराकोटीची गुंतले की, मी वर्ग चुकवून कॉलेजच्या 'ओपन-एअर थिएटर'च्या पायऱ्यांवर बसून कादंबरी संपवत असे. बी.ए.च्या शेवटच्या वर्षी 'स्वामी' तीस मार्कांसाठी होती. प्रा. अनंत मनोहर सरांनी त्या निमित्तानं कादंबरीकडे समग्रपणे कसं पाहायचं, हे सांगितल्याचं आठवतं. त्यांच्या तोंडूनच 'सावित्री'विषयीही ऐकलं होतं. वाचलीही. पण फारशी समजली नव्हती, त्यामुळे आवडलीही नव्हती. त्या वर्षीच्या मराठीच्या नोट्स मला लिंगराज कॉलेजमध्ये शिकवणाऱ्या प्रा. विजया धोपेश्वरकर यांच्या मिळाल्या. त्याला कारण झाली ती मावशीच्या नणंदेची मुलगी, ज्योत्स्ना.

एकदा माझा एक मराठीचा पेपर आमच्या गाडगीळ सरांनी 'चांगला आहे' असं सांगून माझा लेखनाविषयीचा आत्मविश्वास वाढवला होता. त्यामध्ये मी संगीत-नाटकातील गाणी कशी कथानकाच्या दृष्टीनं रसभंग करणारी असतात, ते त्या वर्षी अभ्यासक्रमात असलेल्या अत्र्यांच्या 'साष्टांग नमस्कार'चं उदाहरण देऊन लिहिलेलं आठवतं. याच वर्षी वि.स.खांडेकरांची 'अमृतवेल' ही नवी कोरी कादंबरी

प्रकाशित झाली होती. सोमवार पेठेत राहणाऱ्या प्रतिभामावशीच्या घरी ती लायब्ररीतून आल्याचं समजलं. ती घरी नेऊन वाचणं शक्य नव्हतं. मग मी कॉलेजचे दोन तास चुकवून तिच्या घरी संध्याकाळपर्यंत बसून ती वाचून काढली होती.

गाडगीळ सरांच्या उत्तेजनामुळे बी.ए.च्या शेवटच्या वर्षात असताना मी किरकोळ लेखन करू लागले. तेव्हा नुकत्याच प्रसिद्ध झालेल्या 'मंत्रावेगळा' आणि 'माहीमची खाडी' या दोन वेगळ्या कादंबऱ्यांवर मी काहीतरी, माझ्या परीनं समीक्षात्मक लेखन केलं होतं. कॉलेजच्या वार्षिकासाठी द्यायचा विचारही होता; पण मध्येच माझ्या लग्नाचं उपटल्यामुळे ते राहून गेलं.

दिवाळी होताच अण्णांच्या मनात माझ्या लग्नाचाही विचार घोळू लागला. मीना आणि अक्काच्या तुलनेत मी 'काळी' आणि रूपानं 'डावी' असल्यामुळे माझ्यापायी बरेच जोडे झिजवावे लागतील, असंही कदाचित त्यांना वाटलं असावं. माझ्या रंगावरून घरात आक्का-मीना किंवा कुणीही कधीच हिणवलं नव्हतं. उलट मीनाला माझ्या नितळ त्वचेचं स्वतःच्या गोरेपणापेक्षा जास्त कौतुक! ते ती अनेकदा बोलून दाखवायची; पण काकूनं म्हणजे आजीनं मात्र वेळोवेळी माझ्या काळ्या रंगाची जाणीव करून दिली होती. ती स्वतः माझ्याहून काळी असली तरी!

आमच्या घरात लग्नाचा विषय निघण्यात काहीच नवं नव्हतं. वर्गातल्या बऱ्याच मुलींच्या घरीही हेच चाललं होतं. अण्णांनी माझ्या पत्रिकेच्या चार-पाच प्रती काढल्या. त्यांना काही स्थळं कुणी-कुणी सांगत होतं. त्यात बडी-बडी स्थळंही होती. परदेशी नोकरीसाठी जाणाऱ्या स्थळांना तेव्हा फार भाव होता; पण अण्णा अशा मुलांची आधी माहिती काढत आणि तिथं जायला नकार देत. 'उगाच कांदे-पोहे खात फिरणाऱ्या उडाणटप्पूंना मी माझी मुलगी दाखवत फिरणार नाही. ज्यांना खरोखरच लग्न करायचं आहे, अशाच मुलांपुढे माझी मुलगी दाखवायला नेईन!' असं त्यांचं म्हणणं.

या क्षेत्रातला त्यांचा अनुभव बराच होता. त्यामुळे पारंपरिक पद्धतीनं लग्न ठरवतानाही मुलीचा मान राखला जावा, यासाठी त्यांचे काही टप्पेही ठरलेले होते.

सुरुवातीची शक्य तेवढी मुलाची माहिती काढून, ती पटली तर मुलीची पत्रिका द्यायला मुलाच्या घरी जायचं. त्या वेळी मुलाचं घर आणि घरातली माणसं बघून यायचं. या माहितीची घरी चर्चा करायची. शक्यतो मुलाच्या मित्राकडून मुलाची आणि शेजाऱ्यांकडून घरच्यांची माहिती काढायची. मुलगा नोकरी करत असेल तर तिथं कुणाची तरी ओळख काढून त्याच्या तिथल्या वागणुकीविषयीची माहिती काढायची. यातलं काही पटण्याजोगं नसेल तर पत्रिका जुळल्याचं विचारायलाच जायचं नाही. पटलं तरच जायचं. नंतर मुलीला दाखवायला घेऊन जायचं. घरी

आल्यावर मुलीला मुलगा आणि घर पसंत आहे काय, हे विचारायचं. तिनं होकार दिला तर मुलगी पसंत आहे काय हे विचारायला जायचं. जर तिला मुलगा किंवा त्यांचं घर पसंत नसेल तर पसंती विचारायलाच जायचं नाही. यावरून मुलाकडचेही जे काही समजायचं ते समजून घ्यायचे. मुलाकडच्यांचा मान राखून आपल्या मनाप्रमाणे करायची ही त्यांची पद्धत होती.

काही वेळा काही मुलाकडचे तथाकथित 'आधुनिक' पाहुणे या पद्धतीची नीट माहिती नसल्यामुळे आपणहोऊन मुलाची पसंती सांगायला यायचे. तेव्हा अण्णा स्पष्टपणे 'मुलीला मुलगा पसंत नाही' असं सांगायचे. यावरून मुलाकडच्यांचा 'इगो' दुखावला गेला की अण्णा विचारायचे, "तुम्ही का घाई केलीत? आम्ही विचारायला आलो नाही, यावरून तुम्ही समजून घ्यायला हवं होतं!"

मुलाचीही पसंती कळली की वाटाघाटी. तेव्हा देणे-घेणे ठरत असे. हुंड्याच्या आकड्यावरून घासाघीस चाले. हा सगळा प्रकार एखाद्या 'खेळा'सारखा चाले. मुलाकडची मंडळी शक्य तितके जास्त फायदे मिळवायचा प्रयत्न करत आणि मुलीकडचे कमीत कमीमध्ये बसवायचा प्रयत्न करत. लग्न मोडायची कुणाचीच इच्छा नसल्यामुळे ही रस्सीखेच मजेत चाले! नंतरही पुढची अनेक वर्षं आपण कुठल्या लग्नात कसं व्यवहारचातुर्य दाखवलं याच्या सुरम्य कथा पुढच्या पिढीला सांगितल्या जात.

एका धारवाडच्या वकील मुलाचं स्थळ समजलं होतं. पत्रिका जुळल्यावर आम्ही धारवाडला जाऊन आलो. मुलाच्या लहान दोन बहिणी होत्या. सगळ्यांनाच त्या थोड्या 'अर्धवट' वाटल्या. घरी आल्यावर चर्चा झाली. काय निर्णय घ्यावा हे अण्णांना समजेना. शेवटी त्यांनी बेडकीहाळच्या ग्रामदैवताला, सिद्धेश्वराला कौल लावला. उत्तर नकारार्थी आलं म्हटल्यावर अण्णा तिथंच थांबले.

खरं तर 'देवाला कौल लावणं' हे प्रकरण अण्णांच्या एकूण स्वभावात कधीच बसण्यासारखं नव्हतं. एवढ्या मोठ्या प्रपंचात अनेक प्रकारच्या अडचणी आल्या तरी त्यांनी त्याआधी किंवा त्यानंतर पुन्हा कधी कौल लावल्याचं माझ्या कानांवर आलं नाही. तरीही ते त्या वेळी तसे का वागले कोण जाणे! कदाचित मुलीच्या भविष्याच्या काळजीपोटी तसं वागले असतील. ते स्वतः याचं समर्थन करताना म्हणायचे, 'सारासार विचार करून निर्णय घ्यायला जमत नसेल, तर कुणालातरी शरण जावंच लागतं!...'

जेव्हा विरूपाक्षांचं स्थळ समजलं, तेव्हा अण्णांनी या क्षेत्रातला आपला सगळा अनुभव पणाला लावला आणि पत्रिका जुळलेल्या दुसऱ्याच ठिकाणी माझं लग्न ठरवून आले. मुलीची पत्रिका द्यायला मुलाच्या घरी जातानाही अण्णा ठरवून

एखादा बिनइस्त्रीचा, मळका शर्ट शोधायचे आणि तो घालून जायचे! मुलीचा बाप 'बिच्चारा' वाटावा म्हणून! तसंच मुलाकडचे पाहुणे म्हणून जाताना इस्त्रीचा सिल्कचा शर्ट घालून थाटात जायची त्यांची पद्धत.

विरूपाक्षांच्या घरी पत्रिका द्यायला गेलेले अण्णा सांगत आले, ''कानडी माणसं आहेत. घरातलं वातावरण टिपिकल वैष्णवांचं आहे. सोवळं-ओवळं भरपूर दिसतं; पण मुलगा पुण्यात आहे. तिथं त्याचं चांगल्या वस्तीत भाड्याचं घर आहे. मुलाची आणि घरच्यांची बऱ्यापैकी माहिती मिळतेय! घरातली माणसं चांगली आहेत, असंच सगळे सांगताहेत..''

तरीही कन्नड म्हटल्यावर मी नाराजी व्यक्त केली. तेव्हा अक्काही म्हणाली, ''पण तुला कुठं कायमचं इथं राहायचं आहे? आणि तुला काही कन्नड अजिबात समजत नाही, असंही नाही. सगळं व्यवस्थित जमतंय, आता असल्या फुटकळ गोष्टीसाठी तू काहीतरी खुसपट काढू नकोस.''

हे मलाही पटलं. शिवाय स्वतःच्या रंग-रूपाची जाणीव असल्यामुळे मला तरी आणखी शंभर मुलांच्या समोर बसून नकार घ्यायची कुठे हौस होती?

मुलगी दाखवायचा कार्यक्रमही पद्धतशीर झाला. विरूपाक्ष आपल्या मित्राच्या लग्नासाठी म्हणून बेळगावला आले होते. ही संधी अण्णांनी साधली. नमस्कार-चमत्कार झाले, अगदी चालायला आणि गाणं म्हणायला सांगितलं नसलं तरी मराठी-इंग्रजी वाचायला सांगण्यापासून बेडकीहाळच्या लोकसंख्येपर्यंतचे प्रश्न विचारले गेले. सगळे प्रश्न सासऱ्यांनी विचारले. विरूपाक्षांनी काहीही विचारलं नाही. पसंती सांगून विरूपाक्ष पुण्याला निघून गेले.

वाटघाटीचा दिवस ठरला. त्याही जोरात झाल्या. देण्या-घेण्याची चर्चाही खूप झाली.

विरूपाक्षांचे एक काका- रामूकाका या विषयात अत्यंत पारंगत मानले जात होते. त्यांनी कुठूनशी मीनाच्या लग्नात काय दिलं होतं याची माहिती काढली होती. नंतर बराच हिशेब करून दहा हजाराची मागणी केली. ही मागणी करताना मुलाचा पगार, त्याला मिळणारा ओव्हरटाईम, गावाकडे असलेल्या शेतीचं उत्पन्न या सगळ्याचा हिशेब केला होता आणि शंभर रुपये पगाराला हजार रुपये हुंडा, असा हिशेबही सांगितला होता!

पण अण्णांनी आधी हात जोडून, ''मला वाटलं होतं, तुम्हीही आमच्यासारखेच मध्यमवर्गीय लोक असणार! पण तुम्ही बडी माणसं आहात; राहू द्या. आमच्या घरी आलाच आहात तर चहा-फराळ करा. आपण इथंच थांबू या!...'' म्हणत सगळ्यांना जमिनीवर आणलं. काका घाबरे झाले. 'तसं काही नाही... तसं काही नाही...' म्हणायला लागले. मग अण्णांनी सगळा व्यवहार आधी 'मुलगी आणि

नारळ देतो' या मुद्द्यावर आणला आणि नंतर आपल्याला जे काही करायचं आहे ते एकेक करून सांगितलं. त्यात 'घर ते कार्यालय आपापल्या खर्चानं यायचं!..' असाही मुद्दा आला तेव्हा जोराचा हशा पिकला. कारण पाहुण्यांचं घर कार्यालयापासून चार-पाच घरं पलीकडेच होतं!

काकांच्या हिशेबानं मीनाच्या लग्नात दिलेला पाच हजार हुंडा आणि त्यांनी मागितलेले दहा हजार याच्या मधला मार्ग, म्हणजे साडेसात हजारांपर्यंत निघणं अपेक्षित होतं; पण अण्णांनी नुसता नारळ ते दहा हजार यातला मध्य काढून स्वतःला हवं तेच पटवलं होतं. काकांना आपली खेळी नाकाम ठरल्याचं लक्षात येताच त्यांनी नम्रपणे माघार घेतली.

ही सगळी चर्चा चालली असताना मला 'आपला सौदा चाललाय!' असं वाटून अतिशय राग येत होता. पण आमचे अण्णा एकदम मजेत होते! कसलेल्या खेळाडूच्या मूडमध्ये होते! अक्काही काही फार अस्वस्थ झाली नव्हती! त्यामुळे मला माझ्या रागाचं काय करावं, हेही समजत नव्हतं.

नंतर साखरपुडाही झाला. त्याला तेव्हा 'याद्या' म्हणायचे. जे काही देणं-घेणं ठरलं होतं ते कागदावर लिहून त्यावर सह्या करायचा कार्यक्रम झाला. विरूपाक्ष काही केवळ त्यासाठी पुण्याहून बेळगावला आले नव्हते. मुलाचा फोटो मागायची तेव्हा पद्धत नव्हती. तसंच विरूपाक्ष किंवा त्यांच्या घरच्यांनीही माझा फोटो मागितला नव्हता.

आम्ही दोघांनी लग्नाआधी एकमेकांना एकदाच पाहिलं होतं. नंतर दृष्टिभेट अंतरपाट बाजूला केल्यावरच! लग्नाच्या वेळी जरी नवरामुलगा बदलला असता, तरी मला समजलंही नसतं!

एकूण, या सगळ्या लग्नाच्या प्रक्रियेत एकदा आम्हा दोघांची जुजबी पसंती घेतल्यावर दोन्ही कुटुंबीयांचाच सहभाग आणि उत्साह जास्तीचा होता! हा उत्साह इतका होता की दोन्ही घरांतले पालक रात्र-रात्र झोपत नव्हते; उलट मला मात्र ढाराढूर झोप लागत होती.

त्यातही मी फक्त एकच विचार मांडला. माझी बी.ए.ची शेवटची परीक्षा व्हायची होती. म्हटलं, "लग्नाचा मुहूर्त परीक्षेनंतरचा ठेवा." अण्णा म्हणाले, "तर मग मी पाहुण्यांना सांगतो, माझ्या मुलीची ही अशी-अशी अट आहे, तुम्ही दुसरी मुलगी बघा. दुसरं म्हणजे, यानंतर मी तुझ्या लग्नाचं बघणार नाही!.."

मग तो विषय तिथंच थांबला आणि बेळगावच्या मारुती गल्लीतल्या मारुती मंदिरात १९७०च्या मार्च महिन्यात ९ तारखेला आमचं लग्न ठरलं.

सासरचं घर बेळगावात देशपांडे गल्लीत मारुतीच्या देवळालगतच होतं.

घराच्या आजूबाजूच्या भिंती शेजारच्या घरांना भिडल्या होत्या. रेल्वेच्या डब्यांप्रमाणे एकापाठोपाठ एक अशा सगळ्या खोल्या होत्या. परसात विहीर. घराच्या मालकीणबाईंचं परसूदारही तिथंच उघडायचं. आमच्या घराच्या वरच्या मजल्यावर एक कुटुंब राहायचं. मागच्या बाजूला तीन घरांत मिळून एक पाटीचा संडास. मागे भंगी बोळ. त्यामागे बसवण गल्ली.

चार-पाच खोल्यांच्या या भाड्याच्या घरात सासरे अण्णा, सासूबाई वहिनी, माझ्याबरोबरचा कॉलेजला जाणारा दीर प्रमोद– त्याला अप्पण्णा म्हणायचे, कन्नड शाळेला जाणाऱ्या दोन लहान नणंदा- अनिता आणि अंजू- असे राहायचे. धाकटी अंजू चार-साडेचार वर्षांची होती. मोठ्या कौतुकानं ती मला 'होसा वैनी..' म्हणजे नवी वहिनी म्हणत माझ्या कडेवर चढून बसायची. घरात धाकट्या भावंडांची सवय असल्यामुळे मलाही तिचं कौतुक होतं. शिवाय वहिनींचे भाऊ अरविंदमामा, त्यांची पत्नी चंदामामी, सोवळ्या आजी अव्वा आणि नवऱ्याला सोडून आलेल्या मावशी, अक्काही कायमचे राहायचे. पुढे याच घरात चंदामामींना चार मुलं झाली. ही सगळी मंडळी घरात असल्यामुळे सुट्टीला कलामावशी त्यांच्या तीन मुलांसह आणि धोंडूमामा-विजयामामी त्यांच्या तीन मुलांसह यायच्या. अशा प्रकारे घरात असंख्य सासवा, सासरे आणि नणंदा, दीर होते!

मी सासरी आले तेव्हा सुरुवातीला मला घरात कायमची नेमकी किती माणसं राहतात, हे समजलंच नाही. लग्नासाठी आलेली ही माणसं असावीत अशीच माझी समजूत झाली. नंतर खुलासा होत गेला. धोंडूमामांची नोकरी वेगळ्या गावात असल्यामुळे त्यांचं कुटुंब निघून गेलं. तरीही काही ना काही कारणांनी आम्ही बेळगावला पोहोचण्याआधी ते सगळे आलेले असतच. बाकीचे सगळे एकत्रच राहत असत.

या सगळ्यांचं आमच्याशी नेमकं नातं आणि घरातलं त्यांचं नेमकं स्थान कळायला मला कितीतरी वर्षं जावी लागली. त्या अवधीत माझं त्या प्रत्येकाशी स्वतंत्र नातं निर्माण झालं होतं. गंमत म्हणजे हे माझं जुळलेलं नातं त्यातल्या प्रत्येकाला खटकायचं!

घरात सासवा, सुना आणि नणंदांमध्ये किरकोळ कारणानं वाद सुरू व्हायचा, त्याचंच पर्यवसान भांडणात व्हायचं. अनेकदा कडाक्याची भांडणंही चालायची. पण मला एका गोष्टीची गंमत वाटायची! त्या भांडणातही अव्वांच्या सोवळ्याला आणि उपासाला काय लागतं, याचं चंदामामींना भान असायचं आणि चंदामामींच्या गरोदरपणाचा किंवा 'हिच्या अंगावर बाळ पितंय' याचा अव्वा किंवा वहिनींना विसर पडलेला नसायचा!

थोरल्या सिंधूवन्संचं कुटुंब मागच्या बाजूला असलेल्या बसवण गल्लीत

राहायचं. त्यांच्या माडीवरच्या छोट्याशा तीन खोल्यांच्या घरी त्यांचे शिकणारे छोटे दीर आणि त्यांच्या थोरल्या नणंदेच्या मुलांपैकी कुणीतरी, असे तीन-चार जणं शिकायला असायचे. अनेकदा वन्संच्या दर महिन्याच्या तीन दिवसांच्या किंवा आणखी कसल्या अडचणीच्या वेळी तेही सगळे जेवायला आमच्या घरीच असत. पुढे त्यांनाही तीन मुलं झाली.

दोन्ही माम्यांची लग्नं माझ्या दोन-तीन वर्षं आधी झाली होती. त्यामुळे मला त्यांच्याशी त्यातल्या त्यात जवळीक वाटायची. घरात कुणालाच नीट मराठी येत नव्हतं. सगळे आपसात कन्नड बोलायचे आणि माझ्याशी तोडकंमोडकं मराठी बोलायचे. त्यांचं सगळं बोलणं मला समजायचं; पण मी भरभरून बोलावं असं तिथं कुणीच नव्हतं आणि तसे विषयही नव्हते.

लग्नाच्या आधी तुलनेनं सरळसोट आयुष्य असल्यामुळे, त्याआधी कधीच न जाणवलेली मानवी नाती आणि त्यातले किचकट पेच मला इथं पहिल्यांदा स्वतंत्रपणे सामोरे येऊ लागले.

दुपारचा स्वयंपाक अव्वा म्हणजे विरूपाक्षांच्या सोवळ्या आजी करत. कांदा-लसणाशिवायच्या त्यांच्या भरपूर ओलं खोबरं आणि ताजा मसाला घालून केलेल्या वैष्णवी स्वयंपाकाला अपरिमित चव होती. विशेष म्हणजे बायका गार भात खायच्या नाहीत. पुरुषांची जेवणं झाल्यावर बायकांसाठी वेगळा गरम भात केला जायचा. मला गरम तूपभाताबरोबर मेतकूट, लिंबाचं लोणचंही खास वाढलं जायचं.

सोवळ्यात असताना अव्वांना विटाळशीचे शब्दही कानांवर पडलेले चालत नसत. तसे पडले की त्या पुन्हा अंघोळ करत. अक्का म्हणजे नवऱ्याला सोडून माघारी आलेल्या मावशी सोवळ्यानं त्यांना मदत करायला जात. त्यांचं सोवळ्यातलं लुगडं वेगळं वाळत टाकलेलं असे. स्वयंपाक चुलीवर चाले. तेव्हा गॅस नव्यानं घरात आला असला तरी त्याचा उपयोग चहा-दूध तापवणं, खाणं करणं यासाठीच केला जाई. घरातल्या सगळ्या बायकांचे विटाळाचे दिवस पाळले जात. घरात स्त्रियांची संख्या मुबलक असल्यामुळे सतत कुणी ना कुणी 'बाहेरचं' असेच. घरात आमचे आणि मामांचे देव असल्यामुळे कुठल्या ना कुठल्या देवाचं काही ना काही सुरूच असे. त्यात आम्ही स्मार्त आणि वहिनींचं माहेर वैष्णव. त्यामुळे स्वतंत्र देवघरात एकत्रपणे नांदणाऱ्या देवांमधला हा 'स्मार्त-वैष्णव भेद'ही कटाक्षानं पाळला जात होता. त्यांचा एकमेकांना 'विटाळ' होऊ नये म्हणून शाळिग्रामला एका संपुष्टात सोवळ्यानं रेशमी वस्त्रात गुंडाळून ठेवलेलं असायचं.

अव्वांना सतत वाटायचं, आपल्या मुलांना– म्हणजे दोन्ही मामांना आणि नातवाला– म्हणजे विरूपाक्षांना, साजेशा म्हणजे गोऱ्यागोमट्या बायका मिळालेल्या

नाहीत. हे तिघंही गोरे ना! त्यामुळे त्या आम्हा तिघींना थट्टेनं म्हणायच्या, 'तुम्ही गेल्या जन्मी देवाला जुईची फुलं वाहिली असणार! म्हणून तुम्हाला गोरे नवरे मिळाले!'

त्यांच्या दोन्ही सुना यावर गप्प बसायच्या. मीही सुरुवातीला गप्प बसायची. एकदा मात्र तशाच थट्टेच्या सुरात म्हटलं, 'तुम्ही तुमच्या मुलांना आणि नातवालाही जर देवाला जुईची फुलं वाहायला सांगितली असती, तर कदाचित आम्हीही गोऱ्या होऊन जन्माला आलो असतो! त्यांनी बहुतेक झेंडूची फुलं वाहिली असावीत!'

त्यानंतर मात्र कधी त्या थट्टेनंही असं म्हणाल्या नाहीत.

घराच्या मालकीण देशपांडेबाई सोवळ्या-ओवळ्याच्या बाबतीत या सगळ्यांपेक्षा वरचढ होत्या. त्याही केशवपन केलेल्या सोवळ्या होत्या. घरात एकट्या राहायच्या. दररोज चांदीच्या ताटात जेवायच्या. भाडेकरूंनी कसं राहावं याविषयीच्या त्यांच्या काही अटी होत्या आणि त्या अटींवरच त्यांनी घर भाड्यानं दिलं होतं. त्यांतली एक अट म्हणजे पाळीच्या चौथ्या दिवशी न्हाणीघराऐवजी संडासात न्हाऊ घालायचं.

हे मला नवं होतं. माझं माहेरचं घरही भाड्याचंच असलं तरी घरमालकांकडून तिथं अशा प्रकारची कुठलीच बंधनं नव्हती.

माझ्यावर पहिल्यांदा ही परिस्थिती येताच मी सांगितलं, 'तिसऱ्याच दिवशी माहेरी जाते आणि न्हाणं आटोपून येते.' मग मात्र आक्का-मावशी पहाटे दोन वाजताच उठल्या, पाणी तापवलं आणि घरमालकीणबाई उठायच्या आत घरच्या न्हाणीतच, चोरून माझं न्हाणं आटोपलं. तेव्हा मलाही काहीतरी 'थरारक' केल्यासारखं वाटलं!

घरातले सगळे या मालकीणबाईंशी दबून वागत असले, तरी विरूपाक्षांवर त्यांची खास मर्जी होती. त्या यांना आवर्जून घरी बोलवत आणि चांगलंचुंगलं खाऊ घालत.

घराच्या माडीवर दोन-अडीच खोलीत एक गरीब ब्राह्मण कुटुंब राहायचं. आमच्या बाहेरच्या खोलीतून त्यांचा वर जायचा जिना होता आणि आमच्या मागच्या खोलीत असलेल्या जिन्यातून उतरल्यावर त्यांना परसात जायची वाट होती. त्यांची दोन मुलं हायस्कूलमध्ये शिकत असावीत. कारण त्यांची घोकंपट्टी पहाटे ऐकू यायची. गावातल्या बाटाच्या दुकानातल्या तुटलेल्या चपला आणि खराब झालेले बूट घरी आणून दुरुस्त करून द्यायचा त्यांचा व्यवसाय होता.

ब्राह्मण असून 'हा' व्यवसाय करतात, या कारणासाठी आमच्या घरातल्या काही कर्मठ मंडळींचा त्या कुटुंबावर राग होता. कपडे धुण्यासाठी डोणीत आधीच

पाणी भरून ठेवणं, विहिरीवर आपला दोर लावून ठेवून त्यांच्या घरातल्या शाळा-कॉलेजला जाणाऱ्या मुलांचा खोळंबा करणं आणि त्यावरून भांडण काढणं, यातून तो व्यक्त होई.

याच संदर्भात मला नंतर इतरांकडून समजलेली गोष्टही मनोरंजक होती.

आमच्या या घरातल्यांची शेजारी आणि घरमालकांशी वागायची एक पद्धत होती. नवीन नवीन असताना घरमालक आणि शेजारपाजार, सगळ्यांशी उत्तम प्रकारे पटवून घ्यायचं. नंतर कुरबुरी आणि हळूहळू भांडणं सुरू करायची. बदली होऊन दुसऱ्या गावी जायची वेळ येईपर्यंत प्रकरण हाताबाहेर गेलेलं असायचं! मग जाता-जाता 'या घरात भूत आहे... रात्री कांकणांचे आवाज ऐकू येतात... परसातल्या विहिरीतून हिरव्या साडीतली, हिरवा चुडा घातलेली, मोठं कुंकू लावलेली तरुण बाई दिसते... तिच्या हातात तान्हं मूल असतं... या खोलीतून तिकडे जाते... आपल्याकडे बघते आणि अदृश्य होते...' अशा कथा उठवत ही मंडळी घर सोडत! परिणामी घरमालकांची घरं पुढचा काही काळ भाडेकरू न मिळाल्यामुळे रिकामी राहत. त्यामुळे घरमालकांनी या लोकांच्या 'ख्याती'चा प्रसार केला आणि पुन्हा अण्णांची बदली होऊन बेळगावला आल्यावर काही घरमालकांनी 'तुम्ही घर सोडून जाताना भुताची अफवा उठवता!..' असं सांगून घर भाड्यानं द्यायला नकार दिला होता!

मी काही कारणानं एकटीच पुण्याहून आले असता घडलेली गोष्ट. त्या माडीवरच्या घरातले कुणीतरी वयस्कर गृहस्थ मरण पावले होते. त्यांनी मृतदेह न्यायला शववाहिका बोलावली. तेव्हा आमच्या घरातील पुरुषांनी आणि गल्लीतल्या आणखी एक-दोघा 'धर्ममार्तंडां'नी 'ब्राह्मण असून असा कसा मृतदेह नेता? आम्ही तुम्हाला नेऊ देणार नाही...' असं म्हणत भांडण काढलं आणि शववाहिका माघारी पाठवून त्यांच्या म्हणण्याप्रमाणे रीतसर तिरडी बांधायला लावली आणि खांदा देऊन स्मशानात नेण्यात आलं. या सर्व प्रकाराबद्दल घरातल्या सगळ्या बायकांनी या 'धर्मनिष्ठ' पुरुषांचं तोंडभरून कौतुक केलं.

आमचं लग्न झालं त्याच वर्षी सासरे– अण्णा– ट्रेझरीतल्या नोकरीतून निवृत्त झाले होते. त्यामुळे सगळ्या देवांच्या पूजेची जबाबदारी त्यांच्यावर असे. हे त्यांना फारसं आवडत नसावं. भरपूर देव असल्यामुळे ते वेळखाऊ काम होतं. त्यामुळे पूजेच्या वेळी स्वयंपाकघरातलं वातावरण थोडं तंगच असे. स्वयंपाकघराशेजारी असलेल्या छोट्याशा स्वतंत्र देवघरातून केव्हा कुठली वस्तू संतापानं बाहेर स्वयंपाकघरात अव्वांच्या दिशेनं फेकली जाईल, हे सांगता येत नसे. आमच्या लग्नाआधी ते

पूजेच्या वेळी संतापानं कराकरा दात खात मुलांना म्हणत, ''तुम्ही मुसलमान बायका करा! म्हणजे यातून तुमची सुटका होईल!''

कधी विरूपाक्षांवर पूजेची पाळी आली तर ते मात्र अतिशय शांतपणे, मनापासून सुरेख पूजा करत. त्या दिवशी स्वयंपाकघरही शांत असायचं. घरातल्या सगळ्या बायका अत्यंत समाधान व्यक्त करत.

अण्णांच्या आणि घरातल्या काही जणांच्या तोंडी सहजच येणाऱ्या काही शिव्या होत्या. लग्न झाल्या झाल्या मला त्यांचा अनुवाद करून समजून घ्यायची सवय होती. अर्थ समजला की मला प्रचंड राग यायचा. 'हे आपल्याच मुलांना अशा कशा शिव्या देतात? त्यामुळे स्वतःलाच बोल लावल्यासारखं नाही का होत?' असं वाटायचं. हे समजल्यावर विरूपाक्षांनी मला समजावलं, ''या शिव्या शब्दशः घ्यायच्या नसतात. प्रेम व्यक्त करायची ती एक पद्धत आहे..''

यावर माझं बोलणंच खुंटलं.

या अण्णांच्या रोजच्या वाचनात हरिपाठ, तुकाराम, रामदास, ज्ञानेश्वर यांचं मराठी साहित्य असे. गुरुदेव रानड्यांची छोटी पुस्तकं त्यांच्या संग्रही होती. त्यांच्या तोंडी काही मराठी नाट्यगीतं आणि अभंग होते आणि आवाज चांगला असल्यामुळे ते सुरात म्हणायची त्यांची पद्धत होती. 'निवृत्ती, ज्ञानदेव, सोपान, मुक्ताबाई...' हे तर सतत त्यांच्या तोंडात असे. त्याचबरोबर त्यांना कन्नड असल्याचा अभिमान होता आणि वेळोवेळी ते मराठी माणसांना 'आडमुठे' म्हणत तो व्यक्त करत.

एकीकडे आध्यात्मिक साहित्याची आवड असली तरी अण्णा म्हणायचे, 'काय बिघडलं देवाकडे काही मागितलं तर? आपण मागितल्याशिवाय त्याला कसं कळणार?..'

ट्रेझरीत असून 'स्वच्छ हात' ही अण्णांची मोठीच संपत्ती होती. त्याचा घरातल्या सगळ्यांनाच अभिमान होता. शिवाय आपल्या बेताच्या पुंजीतच त्यांनी दोन मेहुण्यांनाही आधार देऊन मॅट्रिकपर्यंत शिकवलं होतं, ही मोठीच गोष्ट होती. त्यामुळे घरातले सगळेच त्यांचा मान ठेवत.

सासरे मूळचे सुतकट्टीचे असले तरी नेसर्गीला दत्तक गेले होते. त्यामुळे त्यांची तिथे चाळीस एकर जमीन होती. तिथलं काही ना काही धान्य किंवा भाजीपाला यायचा. पण माझ्या लग्नानंतर तरी एकाही वर्षी त्या जमिनीपासून काही उत्पन्न आल्याचं मी ऐकलं नाही. ती जमीन किंवा तिथलं घरही मी कधीच पाहिलं नाही. कुणी मला आवर्जून तिथे नेलंही नाही आणि दाखवलंही नाही. मनात असूनही भिडेमुळे मी माझी इच्छा व्यक्त केली नाही. हे नेसर्गी गाव मी दूरवरून 'ते दिवे दिसतात ना, ते नेसर्गीचे..' अशाच स्वरूपात पाहिलं.

काही प्रमाणात का होईना, दत्तक प्रॉपर्टीचा उपभोग घेतानाच मी त्यांच्या

तोंडून बऱ्याच वेळा 'दत्तकसंपत्ती चांगली नव्हे!..' असं म्हटलेलं ऐकलंय.

घरात मंत्रालयच्या राघवेन्द्र स्वामींचाही बराच प्रभाव होता. काहीही अडचण आली की त्यांचा फोटो ठेवून स्तोत्र म्हणत प्रदक्षिणा घालायचा प्रघात होता. अगदी परीक्षा जवळ आली की शाळा-कॉलेजमध्ये शिकणारी मुलंही फोटो ठेवून प्रदक्षिणा घालत. दर गुरुवारी राघवेन्द्र स्वामींच्या मठात जाऊन नारळ फोडून आणायची पद्धत होती. त्यामुळे घरात स्वयंपाकात आणि पोहे-उप्पिटात ओल्या नारळाची रेलचेल असायची. नुकत्याच कॉलेजमधून बाहेर पडलेल्या त्या वयात मला मात्र हे थोडं विचित्र वाटायचं.

लग्नातच मला विरूपाक्षांनी आपल्या आजोळच्या नातेवाइकांशीही वेगळी ओळख करून दिली होती.

वहिनी त्यांच्या सावत्र आई असल्याचं मला ठाऊक होतं. त्या वेळेपर्यंत माझ्या दृष्टीनं 'सावत्र नाती' ही पुस्तकात वाचायची आणि सिनेमात बघायची गोष्ट होती. शिवाय, लहानपणी शेजारी राहणाऱ्या नायकांच्या घरात 'सावत्र आई सख्ख्या मुलांना खायला देते आणि सावत्र मुलांना उपाशी ठेवते, त्यामुळे ती मुलं चोरून खातात..' असं ऐकलं होतं. पलीकडच्या एका घरात तर सावत्र आई सावत्र मुलीच्या कमरेला विहिरीचा दोर बांधून विहिरीत सोडायची आणि पाण्यात बुडवून काढायची असंही कानांवर यायचं.

पण या घरी मात्र तसं काही वातावरण नव्हतं.

विरूपाक्षांच्या आई– सोनाक्का– ते सात-आठ वर्षांचे असताना चौथ्या बाळंतपणानंतर निवर्तल्या होत्या. आई गेल्यावर वडिलांचं दुसरं लग्न होईपर्यंत ते हनगंडीला, आजोळीच राहू लागले. अण्णांचं दुसरं लग्न झाल्यावर त्यांना पुन्हा आणण्यात आलं.

हनगंडीच्या घरी यांचे आजोबा-आजी-मामा-मामी आणि आजोबांच्या भावाचं कुटुंब राहायचं. घरात भरपूर माणसं. यांचे चुलत आजोबा केसूकाका हे सांगलीतले नावाजलेले वकील होते. ॲड. के. एस. कुलकर्णी म्हणून ते प्रसिद्ध होते. त्यांच्या बऱ्याचशा आर्थिक मदतीवर हनगंडीतलं घर चालायचं. घरच्या शेतीचाही थोडाफार हातभार लागायचा. ती शेतीही केसूकाकांच्याच मदतीनं चालली होती.

आपली पुतणी मरण पावल्यावर जावयाच्या आयुष्याचा विचार करून केसूकाकांनीच पुढाकार घेऊन जावयाचं- म्हणजे अण्णांचं- दुसरं लग्न लावण्यात पुढाकार घेतला होता. आजी रडायला लागल्या की ते त्यांना रागेजायचे, 'तुझी मुलगी गेली म्हणून तुझ्या जावयानं बावा व्हायचं काय?...'

केसूकाकांचा मुलगा आणि त्यांच्या एका बहिणीची दोन मुलं वेडी होती. सगळ्यांची वयं पंचेचाळीस ते साठ या दरम्यान होती. या सगळ्यांना त्यांनी हनगंडीत ठेवलं होतं. मुलाला भेटण्यासाठी ते वरचेवर हनगंडीला यायचे आणि त्या घरातली प्रत्येक आर्थिक नड सांभाळायचे.

विरूपाक्षांना आजोळविषयी विशेष आस्था असल्यामुळे, आमच्या लग्नाच्या दुसऱ्याच दिवशी ते त्या सगळ्यांना घेऊन ठळकवाडीच्या घरी आवर्जून आले होते. अव्वा, सावक्कामावशी, शांतामावशी, लीलामावशी यांच्याशी माझी विशेष ओळख करून द्यायची म्हणून. तेव्हा मी तिथं होते.

नंतरही पुण्याहून बेळगावला जाताना किंवा परतताना हनगंडीची भेट ठरलेली असे.

हनगंडीचं वातावरण बेळगावच्या सासरच्या घराहून वेगळं होतं. इथलीही घरात बोलायची भाषा कन्नडच होती; पण संस्कृतीच्या दृष्टीनं महाराष्ट्राशी जवळीक होती. जमखंडी संस्थानाचा प्रभाव असल्यामुळे कदाचित, घरात पूर्वी मराठी पेपर यायचा म्हणे. त्यामुळे पुरुषांना मराठी यायचं. शिवाय मधल्या अवधीत मीही थोडं-फार कन्नड बोलायला शिकल्यामुळे पहिल्या एक-दोन भेटी वगळता इथं भाषेचा प्रश्न आला नाही.

इथल्या मंडळींच्या स्वभावात शांतपणा होता. सोनाक्का– विरूपाक्षांच्या आईचा मुलगा आणि सून आले, म्हणून प्रत्येक वेळी आमचं कौतुक होत असे. सगळे चौकशी करत. प्यायच्या पाण्याची विहीर थोडी लांब होती. मामींबरोबर मीही एक कळशी घेऊन जायचे. 'एवढी शिकलेली मी पाण्याला जाते' याचं घरात सगळ्यांनाच कौतुक वाटे. तिथं पाण्याला आलेल्या गावातल्या सगळ्या जणी 'ही कोण पाहुणी?' म्हणून चौकशी करायच्या आणि मामी न कंटाळता सगळ्यांना माझी ओळख 'सोनाक्कांची सून!..' म्हणून करून द्यायच्या. इथं मला माझी नव्या नात्यानं ओळख होऊ लागली होती. 'गावात आलेली पाहुणी पाण्याला आल्याशिवाय राहील काय!' या कन्नड म्हणीचा मला त्या वेळी खरा अर्थ समजला.

जमखंडीच्या बसनं निघून तेरदाळ किंवा रबकवीला उतरून पायी गावी येताना कुणीही दारात उभं राहून मोठ्यानं ओरडून विचारायचं, 'किती पगार?' विरूपाक्षही ओरडून आकडा सांगायचे. तो माणूस विचारायचा, 'महिन्याला की वर्षाला?' मला हा संवाद सुरुवातीला विचित्र वाटायचा. नंतर सवय झाली.

कुणी घरापुढेच असलेला देसायांचा भला मोठा वाडा कौतुकानं दाखवायला घेऊन जात. तिथली तीन-चार मजली विहीर सगळ्या पायऱ्या उतरून दाखवत. (पुढे गिरीश कासरवल्लींच्या 'ताईसाहेब' या कन्नड चित्रपटाचं सगळं शूटिंग याच

वाड्यातलं असल्यामुळे ओळखीचं वाटलं.) सोबत खाणं घेऊन गावाबाहेर दिगंबरप्पाच्या देवळाला जाणं हा तर मोठा सोहळाच असे. शिवाय मळ्यातल्या विहिरीवर एखाद्या दिवशी कपडे धुवायला घेऊन जायची टूम मामी काढत. तिथं जेवण बांधून घेऊन जायचं, विहिरीत पोहायचं, कपडे धुवून वाळवायचे आणि नंतर घराकडे परतायचं.

अप्पा म्हणजे आजोबा. ते शंभर वर्षांचे होऊन गेले. शेवटचे चार-सहा महिने सोडले तर अखेरपर्यंत बहिर्दिशेला गावाबाहेर माळावर जायचे. ते जेवायला बसायच्या वेळी मामी त्यांच्यासाठी पुन्हा चूल पेटवून, तिच्यावर एक गरम भाकरी करून वाढायच्या. त्यांच्या शंभरी गाठण्यात मामींचा वाटाही फार मोठा होता.

मामींचं एकीकडे अतिशय कडक सोवळंओवळं, दुसरीकडे त्या अत्यंत रसिकही होत्या. त्यांच्या बोलण्यात शहरी संकोच अजिबात नव्हता. स्त्री-पुरुष संबंधांच्या बाबतीत काही वेळा त्या इतक्या स्पष्टपणे बोलायच्या की, ते ऐकून शहरात वाढलेली मी तर दचकायची! आपल्या माहेरविषयी सांगताना त्या एकदा सांगत होत्या, '...आम्ही नऊ बहिणी. एक भाऊ धाकटा. आमचे वडील जरा दोन नंबरचे होते. आईनं त्यांना पुढे घालून संसार केला. त्यांनाच पुढे करून आमच्या आईनंच सगळ्या बहिणींची लग्नं जमवली. बैठकीला वडील बसले, तरी आई माजघराच्या दारात उभं राहून सगळी बोलणी करायची. सत्ती या गावच्या एकाच घरात पाच बहिणींना दिलं! आम्ही सगळ्या बहिणी अशा तयार आहोत की, लग्न असो वा मुंज, कुठल्याही कार्यात आम्ही बाहेरचा आचारी बोलवत नाही. आम्हीच सगळ्या जणी मिळून बुंदीचे लाडू, जिलेबी, पाकातले चिरोटे, गव्हाची खीर, मांडे... सगळा स्वयंपाक करतो! आमच्या आईनं आम्हाला असं तयार केलंय!'

हे ऐकून त्यांच्या न पाहिलेल्या आईविषयीही माझ्या मनात उत्सुकता निर्माण व्हायची. कधीतरी त्यांना भेटायची मला फार इच्छा होती; पण ती काही पूर्ण झाली नाही.

लग्नानंतर मी पहिल्यांदा हनगंडीला गेले तेव्हा तिथं घरात तीन वेडे होते. पहिल्या दिवशी पहाटे मला सगळ्यात थोरल्याची पुटपुट ऐकू आली. तेव्हा मी विचारलं, 'ते काही मंत्र म्हणताहेत काय?' कारण मला त्या आधी शिव्याही ठाऊक नव्हत्या आणि संस्कृत मंत्रही! ही आठवण काढून आजही घरातले सगळे हसतात. कारण ते गृहस्थ आई-बायको-मुलगा (होय. त्यांचं लग्न झालं होतं आणि त्यांना तरुण मुलंही होती!) यांना शिव्यांची लाखोली वाहात असायचे म्हणे!

त्या दोघा वेड्यांपैकी धाकट्या भावाविषयी, किट्टप्पांविषयी, मला थोडं फार माहीत होतं. भरपूर उंच, आडव्या बांध्याचे, दिसायला देखणे आणि चेहऱ्यावर एखाद्या मोठ्या वाढलेल्या वासरासारखे भाबडे भाव! ते विरूपाक्षांनाही 'सोनाक्काचा मुलगा' म्हणून ओळखायचे. आम्ही रस्त्यात येताना दिसलो की धावत घरी येऊन वर्दी द्यायचे. बाकी बुद्धी यथातथा. बेळगावच्या घरात नवरा सोडलेल्या आक्का मावशी राहायच्या, त्यांचे हे यजमान! लग्नानंतर लवकरच यांचं वेड लक्षात आल्यामुळे त्या माहेरी निघून आल्या होत्या.

पुढच्या काळात या मावशींशी माझा चांगला संवाद सुरू झाला; कारण मी त्यांच्या वेड्या नवऱ्याला वरचेवर भेटायची! मावशींशी बोलताना त्यांच्याकडून त्यांच्या लग्न ठरल्याच्या, झाल्याच्या आणि त्यांच्या हनगंडीतील दांपत्यजीवनाच्या काळीज हलवून टाकणाऱ्या कथाही समजायच्या.

एकदा मी मावशींना गप्पांच्या ओघात विचारलं होतं, "किट्टप्पांना काहीच समजत नव्हतं का? म्हणजे संसार करायची बुद्धी?..."

त्यांनी उत्तर दिलं होतं, "ती बुद्धी होती. पण नंतर गावातले टारगट त्यांना गाठून याविषयी विचारायला लागले की रात्री घडलेलं सगळं सांगत बसायचे! मग मी सकाळी प्यायच्या पाण्याला विहिरीवर निघाले की, ती मुलं मागे उभे राहून काही-काही घाणेरडं बडबडायची! बरं, सासू-सासऱ्यांकडे बघून राहायचं म्हटलं, तर तोही सगळा आनंदच होता! कशी राहणार मी तिथं? नशीब! तेवढ्यात दिवसबिवस राहिले नाहीत आणि मूलबाळ झालं नाही! नाहीतर माझी जबाबदारी कुणीही घेतली नसती! आता मला एकटीला निदान भाऊ तरी बघताहेत!.."

हे मात्र खरं होतं. अरविंदमामा आणि धोंडूमामांनी त्यांची जबाबदारी अखेरपर्यंत पेलली.

हनगंडीच्या पहिल्या भेटीत माझ्यापेक्षा मोजक्याच वर्षांनी मोठ्या असलेल्या मामींना मदत करण्यासाठी मी नाश्त्याच्या वेळी उभी राहिले. चुलीवर मामी भाकऱ्या करत होत्या. मी त्या तिघांना वाढायला पुढे सरसावले, तेव्हा मामी म्हणाल्या, "तुला समजायचं नाही. या तिघांनाही नाश्ता-जेवण-रात्रीचं जेवण– प्रत्येक वेळी सात-सात भाकऱ्या लागतात. त्यांना खाताना बघून तुझी अन्नावरची वासना जायची! किट्टप्पा घराला लागेल तितकं विहिरीचं पाणी ओढतात. त्याचा हिशेब करून त्यांच्या भाकऱ्या ठरवाव्या लागतात. त्यांची उपासमारही होता कामा नये! त्यांना तर काही कळत नाही! वाढेल तितकं खात राहतात. आपण हिशेब ठेवला नाही तर त्यांचं पोट बिघडतं! त्यानंतरचा सगळा राडा मलाच आवरावा लागतो!" नंतर त्या हसत म्हणाल्या, "इकडे लक्ष देऊ नकोस. तू जा! माझ्या

भाच्याबरोबर (म्हणजे विरूपाक्षांबरोबर!) माडीवर गप्पा मारत बैस!..''

तेव्हा पायात चांदीच्या साखळ्या घालायची फॅशन पुन्हा नव्यानं आली होती. सावक्कामावशींनी मला त्या मोठ्या कौतुकानं आणून दिल्या होत्या. त्या घालूनच मी हनगंडीला गेले होते. पहिल्याच दिवशी मामी म्हणाल्या, ''उमा, तू आहेस तोपर्यंत तुझ्या पायातल्या साखळ्या मला घालायला दे!..'' मी लगेच काढून दिल्या. आम्ही तिथे असेपर्यंत त्या साखळ्या त्यांच्या पायातच होत्या. गावी परतताना ''राहू दे, पुन्हा येईन तेव्हा द्या'' म्हटलं, तर त्यालाही त्यांची तयारी नव्हती. शेणानं सारवलेल्या घरात काम करताना, त्यांच्या नऊवारी जुनेऱ्यातून दिसणारे गोरेपान नितळ पाय आणि त्यावरच्या चांदीच्या साखळ्या अतिशय खुलत होत्या. त्यांची आर्थिक परिस्थिती चांगली होती. त्या स्वतः मोकळ्याढाकळ्या होत्या; पण नवरा-बायकोमधील वयाचं दहा-पंधरा वर्षांचं अंतर आणि स्वभावातला टोकाचा फरक यामुळे त्यांच्या छोट्या-छोट्या इच्छा दडपलेल्या असाव्यात.

आम्ही गावाला जायला निघालो की मामी जणू काही त्यांची नणंद सोनाक्का म्हणजे विरूपाक्षांची आई जिवंत आहे आणि माहेरपण करून सासरी निघाली आहे, असं मानून सगळं माहेरपण मला करायच्या. त्यात साडीबरोबर शेतातून आलेल्या सामानाचा आणि घरी बनवलेल्या लोणची-पापडाचाही समावेश असायचा.

त्या वेळी तिथं अर्धवट बौद्धिक वाढ झालेली आणि वयात आलेली विरूपाक्षांची एक मावस बहीणही राहायची. अनेक वर्षं मामी अशा ॲबनॉर्मल चार मोठ्या माणसांना कशा सांभाळायच्या हे त्यांचं त्याच जाणे! पण घरातल्या सगळ्यांनाच याची जाण असलेली दिसत होती. सगळेच मामींचा शब्द झेलायला तयार असायचे. केसूकाकाही मामींची विशेष काळजी घ्यायचे. त्यांनी आपल्या मृत्युपत्रात याची दखल घेऊन मामींच्या नावे वेगळी रक्कम ठेवली होती.

मामींनी उत्साहानं एक शिलाई मशिनही विकत घेतलं होतं. त्यावर त्या घरातल्या सगळ्या वेड्यांना लागणारे शर्ट-पायजमे तर शिवायच्याच, शिवाय गावातल्या बायकांचीही पोलकी आणि नऊ तुकड्यांच्या चोळ्या शिवून द्यायच्या.

आम्हाला मूल व्हायची काही वर्षं वाट पाहिल्यावर एका खेपेला त्या मला म्हणाल्या, ''मी सगळी माहिती शोधून काढलीये. इथं एका देवर्षीला विचारलं. सगळे सांगतात, तुमचं कुलदैवत येडूर विरूपाक्ष. लग्नानंतर त्याचं गुग्गुळ असतं. तुमच्या लग्नानंतर ते करायला पाहिजे होतं. ते केलं नाही म्हणून तुम्हाला मूल-

बाळ झालेलं नाही. मी इथल्या गुग्गुळ करणाऱ्यांना सांगितलं आहे. उद्याचा दिवस चांगला आहे. आपण गुग्गुळ करायचं!''

गोंधळ घालणं, परडी भरणं यासारखा हाही एक येडूर विरूपाक्ष या देवाशी संबंधित धार्मिक प्रकार. मला आधी विचारलं असतं तर मी याला तयार झाले नसते हे नक्की! पण मामींनी मला तिथली माहेरवाशीण समजून, ती जबाबदारी अंगावर घेतली होती आणि सगळा घाट घातला. मी त्यांच्या भावनेचा अव्हेर करू शकले नाही.

गुग्गुळ घालणारी माणसं आदल्या रात्रीच येऊन हजर झाली. मोठमोठे डेरे मधून आडवे कापले. त्यात कणकेचे दिवे ठेवायला जागा केली. दुसऱ्या दिवशी मामींनी सोवळ्यानं पुरणावरणाचा स्वयंपाक केला. नंतर आम्हा दोघांच्या डोक्यावर खणाची चुंबळ ठेवून ते पेटलेले डेरे ठेवण्यात आले आणि गावाच्या देवापर्यंत ताशा-वाजंत्रीच्या आवाजात मिरवणूक काढण्यात आली. दिव्यातलं तेल संपणार नाही हे पाहायला स्वतः मामी आमच्याबरोबर चालल्या होत्या. गुग्गुळ घालणारे सोबत जोषानं कन्नड गाणी म्हणत येत होते. सगळे गावकरी ही मिरवणूक बघायला दारात उभे होते. घरी पोहोचताच जेवू घालून, भरपूर दक्षिणा आणि कापडचोपड देऊन मामींनी गुग्गुळ घालणाऱ्यांची बोळवण केली.

विरूपाक्षांना सावक्कामावशींविषयी विशेष ममत्व होतं. यांच्या पाठीवर भावंडं झाल्यामुळे या मुलाला सांभाळण्यासाठी पोरवयातच त्या आल्या होत्या. पुढे विरूपाक्षांची आई गेल्यानंतर हे नातं आणखी घट्ट होत गेलं. पुढे मावशींनाही आठ मुलं झाली. त्यातील चार मुलं आणि दोन मुली जगल्या. हनगंडीत असलेली गतिमंद मुलगी त्यांचीच. स्वतःची एवढी मुलं असतानाही त्यांनी या आईवेगळ्या भाच्याला जीव लावला होता. त्यांचं सासरही हनगंडीतच होतं. तेव्हा त्या घरच्यांची नजर चुकवून ओच्यातून भुईमुगाच्या शेंगा आणून देवळाच्या मागे या भाच्याला, विरूपाक्षांना बोलावून चोरून द्यायच्या.

मावशींची मुलं आपल्या आईवर 'तो तुझा लाडका!' असा लटका दोषारोपही करायचे, आजही करतात. त्याही म्हणतात, ''होय. हा माझा थोरला मुलगाच आहे!..''

आमच्या लग्नाला त्या हट्टानं आल्या होत्या. त्यांच्या मांडीवर एक आजारलेलं चार-पाच वर्षांचं, मोठं पोट झालेलं मूल सतत झोपलेलं असायचं. हा त्यांचा विलास नावाचा सगळ्यात धाकटा मुलगा होता. त्याला जलोदर झाला होता. नंतर त्याच लग्नाच्या आठवणी काढत तो दोन महिन्यांच्या आत मरण पावला.

सावक्कामावशी यांच्या आईची- सोनाक्कांची- पाठची बहीण. त्यांचा संसार

हा नेहमीच विरूपाक्षांच्या आदराचा विषय. बाबूकाका रबकवी येथे सांगली बँकेत नोकरीला होते. मी त्यांच्या घरी रबकवीला पहिल्यांदा गेले तेव्हा त्यांची तीनही मुलं परगावी शिकत होती. घरात मोजकीच स्टीलची भांडी होती. तिन्ही मुलांसाठी त्या भल्या पहाटे डबे बनवायच्या आणि एस.टी.मधून सांगलीला पाठवायच्या. अतिशय तुटपुंज्या परिस्थितीत सावक्कामावशी आणि त्यांचे पती बाबूकाका यांनी अनेकदा अर्धपोटी राहून आपल्या मुलांना प्रोफेसर, इंजिनिअर-पीएच.डी. आणि एम.डी.पर्यंत शिकवलं. आपल्या गतिमंद मुलीची जबाबदारी सतत आपली मानली. अडाअडचणीच्या वेळी हनगंडीच्या मामी सोडल्या तर, ती कधीही आपल्या मुलांवर किंवा आणखी कुणावर टाकली नाही.

मुख्य म्हणजे असंख्य आजारपणं, बाळंतपणं, आर्थिक चणचण या सगळ्या अडचणींतून जातानाही त्या नवरा-बायकोमधला सुसंवाद कायम राहिला. या जोडप्याच्या चेहऱ्यावरचं हसू कधी मावळलं नाही, हे तर मीही पाहतच होते.

त्या एकसंब्याला होत्या तेव्हाची गोष्ट. एव्हाना आमचं नातं घनिष्ठ झालं होतं. इतकं की, आम्ही दोघीच घरात असताना एकदा त्यांनी माझ्या अगदी जवळ येऊन हलक्या आवाजात विचारलं, "तुला एक भेट द्यायचीये. घेऊन जाशील काय? नाही म्हणू नकोस!" मी होकार देताच त्यांनी आपल्या जुन्या लोखंडी ट्रंकेतून एक कापडी गाठोडं काढलं आणि त्यात अनेक वर्षं जपून ठेवलेली जुनी, पिवळी झालेली, कामशास्त्रावरची, अनेक चित्रं असलेली पुस्तकं माझ्या हातावर ठेवली व हसत म्हणाल्या, "आता आम्हाला काही याचा उपयोग नाही! माझी पाळीही गेली! तू घेऊन जा!..."

सावक्कामावशींचे सांगलीत राहणारे दीर आणि जाऊबाई यांचा संसार म्हणजे विरूपाक्षांचं 'रोलमॉडेल' होतं. पती-पत्नीमधला सुसंस्कृत आणि समंजस आधुनिक मराठी संवाद त्यांनी या संसारात बालपणी पाहिला होता. तो बघून त्यांनी बालवयातच 'आपणही संसार केला तर असा करायचा!' असं ठरवलं होतं. आमच्या संसाराच्या सुरुवातीला हे त्यांची फार आठवण काढायचे. शिवराम कारंतांच्या 'डोंगराएवढा'चा अनुवाद करताना त्यातल्या गोपालय्या आणि शंकरी या प्रौढ जोडप्यातला सुसंवाद, निवांत क्षणी दोघांचं एकत्र पान खाणं आणि डोळसपणे जोपासलेलं सहजीवन पाहतानाही या नानामामा आणि वहिनींची आठवण निघे.

२

आमचं लग्न खूपच थाटात झाल्याच्या आठवणी अजूनही काही जुने लोक काढतात. विशेष म्हणजे लग्नातल्या जेवणातली आमटी, फराळातली चकली आणि चिवडा यांच्या चवीची आठवण निघते. लग्नाचं कॉन्ट्रॅक्ट कृष्णमूर्तींना दिलं होतं.

कृष्णमूर्ती आमच्या वडिलांचे- अण्णांचे बऱ्याच वर्षांपासूनचे मित्र. उडपीहून बेळगावात निघून आल्यानंतर या व्यवसायात स्थिरावण्यात अण्णांनी त्यांना बरीच मदत केली होती. तेव्हा अण्णाही बऱ्याच लग्नांमध्ये गुंतलेले असायचे. त्यांनी कृष्णमूर्तींना कामं तर बरीच मिळवून दिलीच, शिवाय गरजेनुसार आर्थिक मदतही केली. मांडे करण्यात त्यांचा हातखंडा होता. आज त्यांची मुलंही या व्यवसायात चांगलीच स्थिरावली आहेत. बेळगावचे मांडे या कुटुंबानंच प्रसिद्ध केले. माझ्या थोरल्या भावाच्या, विजयच्या, मुंजीत आम्ही चुना लावलेल्या मातीच्या खापरावर स्वतः कृष्णमूर्तींचं मांडे करायचं कौशल्य प्रत्यक्ष पाहिलं होतं.

अण्णांचं ऋण मानून आणि मैत्रीखातर, आमच्या लग्नासाठी कृष्णमूर्ती स्वतः पंचा नेसून स्वयंपाकासाठी उभे राहिल्यामुळे कदाचित अजूनही लोक त्या स्वयंपाकाची आठवण काढत असावेत.

तेव्हाच्या पद्धतीप्रमाणे मी काही उखाणे तोंडपाठ केले होते, पण त्यात 'विरूपाक्ष' हे त्या आधी कधीही न उच्चारलेलं अवघड नाव गुंफताना माझी तारांबळ उडत होती. लग्नाआधी मी हे नावही ऐकलं नव्हतं. पण माझी फजिती बघून सगळ्यांना हसू येत होतं. उत्तर कर्नाटकात उखाणे घ्यायची बरीच रेलचेल असल्यामुळे माझ्याआधी दोन-अडीच वर्षं लग्नं झालेल्या सिंधूवन्स, चंदामामी आणि विजयामामी मात्र अत्यंत सरावलेपणानं विविध प्रसंगांवर बेतलेले उखाणे घेत होत्या.

अक्षता पडल्या. गळ्यात मंगळसूत्र आलं. विरूपाक्ष सासूबाईंचा 'थोरला मुलगा' असल्यामुळे त्यांचा योग्य तो मानपान केलाच. त्याचबरोबर माझ्या मंगळसूत्रात दोन वाट्यांबरोबर सोन्याची कारली घातली होती. लग्नाला भारती, शकू, जॉयसी, मीना यार्दी, सरोज कुदळे या सगळ्या माझ्या मैत्रिणी आल्या होत्या. लक्ष्मीपूजनाच्या वेळी माझं नाव बदलण्यात आलं. माहेरच्या 'सुषमा भगवंतराव कुलकर्णी'ची मी 'उमा विरूपाक्ष कुलकर्णी' झाले.

माझ्या आजोबांनी मोठ्या हौसेनं ठेवलेलं 'सुषमा' हे नाव मला अतिशय आवडायचं. कारण संपूर्ण शाळेत, संपूर्ण कॉलेजमध्ये या नावाची मी एकटीच होते! शिवाय 'उमा' नावही जुनाट वळणाचं. कितीतरी वर्षं मला ते माझं नाव वाटायचंच नाही. मैत्रिणीही म्हणाल्या, '..शंकराला शोभतंय म्हणून अंबाबाई ठेवलं नाही नशीब!' विरूपाक्ष हे शंकराचं नाव. येडूरचा विरूपाक्षेश्वर कुलदैवत, म्हणून हे विरूपाक्ष. पण घरात कुणी त्यांना दररोज एवढ्या अवघड नावानं हाक मारायचं नाही. सगळे 'बंडा', 'बंडादादा', 'बंडामामा' म्हणायचे. त्याचंच माझ्या माहेरी आणि यांच्या मित्रमंडळींत घेतलं जाणारं आदरार्थी रूप 'बंडोपंत.'

सुमारे पंचेचाळीस वर्षांनंतर रीमा अमरापूरकर स्वतःच्या मुलीचं नाव ठेवताना उमा या नावाचा शोध घेत होती. एक दिवस ती 'उमा' या शब्दाचा अर्थ सांगत होती. शुभंकर मैत्र असाही तिनं एक अर्थ सांगितला आणि मला माझ्या नावाची पुन्हा एकदा ओळख पटली आणि माझ्या नावाविषयी मनात नव्यानंच प्रेम निर्माण झालं.

लग्नाच्या दिवशी संध्याकाळी 'उटणी खेळवणे' नावाचा 'खेळ' खेळण्यात आला. सगळ्या नव्यानं लग्न झालेल्या जोडप्यांनी उखाण्यातून एकमेकांची नावं तिथल्या तिथे रचलेल्या उखाण्यातून घेऊन हळद-कुंकू-अत्तर-गुलाबपाणी-घड्याळ देणे- इतरही अनेक गोष्टी देणे असे प्रकार चढाओढीनं केले. लग्नाला काही वर्षं झाल्यामुळे बाकी सगळ्याजणी हा खेळ हसत-खेळत, थट्टा-मस्करी करत खेळत होत्या. घरातल्या वयस्कर बायका त्यांना आणखी प्रोत्साहन देत होत्या. काही उखाण्यांची आठवण करून देत होत्या. मला हे जमत नसल्यामुळे माझ्या बी.ए.पर्यंतच्या शिक्षणाचा अप्रत्यक्षपणे उद्धार होत होता!

लग्नानंतर दोन दिवसांनी सत्यनारायणाची पूजा झाली. त्या मधल्या दोन दिवसांतही घरभर माणसं असल्यामुळे आम्हा दोघांचं बोलणं झालंच नव्हतं. ओळखच नव्हती म्हणा! घरात कुणी तसा सूचक प्रयत्नही केला नाही. मग गप्पा काय होणार? तिथल्या सगळ्या लोकांमध्ये हे कुठे दिसले तरी मला यांची ओळखही पटत नव्हती, त्यामुळे बोलणं तर लांबच राहिलं. ते सगळे दिवस एक प्रकारच्या संभ्रमातच गेले होते.

सत्यनारायणाच्या रात्री घरातल्या चार खोल्यांपैकी बाळंतिणीच्या अंधाऱ्या खोलीत माझ्या माहेरहून आक्का-अण्णांनी आणून दिलेल्या गाद्या खोलीभर घालण्यात आल्या. उंदीर-घुशी फिरकणार नाहीत याची छताला आणि भिंतींकडेला पडदे लावून तात्पुरती योजना करून आमची व्यवस्था केली गेली आणि घरातली सगळी तरुण मंडळी रात्रीच्या शोला सिनेमाला गेली. ही तिथली नव्या जोडप्याला पहिल्या रात्री थोडातरी निवांतपणा मिळावा म्हणून केलेली एक नेहमीची तडजोड. नवऱ्या मुलाच्या वतीनं सिनेमा!

चार-पाच दिवसांत आपली रजा संपत असून आपल्याला पुण्याला जायचं आहे, असं यांनी सांगितलं. त्याप्रमाणे 'आठ-न्हाण' झालेल्या दिवशी आम्ही दोघं बेळगावहून रेल्वेनं पुण्याला यायला निघालो. त्या वेळी मीटरगेज असल्यामुळे रेल्वेगाडीनं बेळगाव-पुणे प्रवास एका रात्रीचा होता. सासरच्या लोकांनी कौतुकानं निरोप दिला. चंदामामींनी आपल्याकडची एक छान हिरवी साडी नेसायला दिली. मी मोठ्या उत्साहानं पुण्याला जायला निघाले; पण स्टेशनवर सासरच्या सगळ्या माणसांबरोबर माझी सगळी भावंडं आणि अक्का-अण्णा पोहोचवायला आले होते. त्यांना प्लॅटफॉर्मवर लांबवर बघतानाच तोपर्यंत खुशीत असलेली मी 'मुसूमुसू' रडू लागले.

गाडी सकाळी जेजुरीला आली. पुढे काहीतरी मालगाडीचा अपघात झालेला असल्यामुळे सगळ्या प्रवाशांना जेजुरीला उतरवून तिथून बसनं पुण्याला नेण्याची व्यवस्था केली होती. एवढे सगळे प्रवासी पुण्याला घेऊन जायला भरपूर वेळ लागणार याची आम्हाला कल्पना आली. त्यामुळे स्टेशनमास्तरांच्या रूममध्ये सामान टाकून आम्ही खंडोबाला जाऊन यायचं ठरवलं. तसे गडावर जाऊनही आलो. अखेर रेल्वेच्या कर्मचाऱ्यांना घेऊन जाणाऱ्या शेवटच्या बसमधून पुण्यात आलो. घरी येऊन पोहोचलो तेव्हा दुपार उलटून गेली.

ते काही माझं पुण्यात पहिलं पाऊल नव्हतं. मीनाच्या लग्नानंतर तिच्याकडे आम्ही रास्ता पेठेत येऊन, 'पुणे-दर्शन'च्या बसनं पुणं बघून गेलो होतो. पण मॉडेल कॉलनी आणि 'शशीप्रभा'त पहिलं पाऊल होतं. तिथं असलेल्या फुलांनी लगडलेल्या वेलींच्या कमानीखालून पहिल्यांदा घरात येताना मी रोमांचित झाले होते.

पाच हजार फुटांच्या प्लॉटवरचं हे टुमदार दुमजली घर. माडीवर घरमालक अंबिके राहायचे आणि खाली एकमेकांच्या पाठीला पाठ लावून दोन ब्लॉक्स होते. शेजारच्या ब्लॉकमध्ये विरूपाक्षांचेच मित्र, श्याम मिरजी राहायचे. अलीकडची सहाशे चौरस फूट जागा आमच्याकडे होती.

लग्नानंतर पुण्यात आल्यावर पाहिलं तर काही जणी नवऱ्याला नावानं हाक मारत होत्या. आम्ही घरात दोघंच राहत असल्यामुळे मीही नावानं हाक मारायला काहीच हरकत नव्हती. पण यांचं नाव काही तसं सुटसुटीत नव्हतं. एवढं मोठं अवघड नाव प्रत्येक वेळी कुठे घेत बसायचं? त्या ऐवजी 'अहो' म्हणणं मला अधिक सुटसुटीत वाटलं. त्यामुळे मी यांना तशीच हाक मारू लागले. पुढे कन्नड बोलायला लागल्यावर 'एनरी' म्हणू लागले.

'एनरी' म्हणजे 'काय हो!' घरात माझ्याआधी माझ्या आत्तेबहिणीचं- हुक्केरीच्या कुसुमताईचं- लग्न होऊन रामराव इनामदार हे एक कन्नड जावई आले होते. कुसुमताईही नवऱ्याला 'एनरी'च म्हणायची. त्यावरून ते जावई म्हणजे 'पहिले हेन्री' आणि विरूपाक्ष म्हणजे 'दुसरे हेन्री' अशी त्यांच्या माघारी माझी मराठी भावंडं थट्टाही करायची.

पुण्याला आल्यावर मला समजलं, यांची रजा अजूनही शिल्लक होती. बेळगावला त्यांनी रजा संपल्याची थाप मारली होती! नंतर यांनी महाबळेश्वरलाही दोन दिवस जाऊन यायचं ठरवलं. स्टेशनवर गेल्यावर बसला वेळ असल्याचं समजताच तसेच एम्प्रेस गार्डनला चालत जाऊन आलो. असे फिरताना भरपूर गप्पा होत होत्या.

पुण्यातल्या वास्तव्यात सकाळ-संध्याकाळ फिरणं, बाहेरच खाणं-जेवणं आणि मुख्य म्हणजे आपसात भरपूर गप्पा मारणं, हाच उद्योग होता. संपूर्ण गावाची या निमित्तानं ओळख होत होती आणि एकमेकांचीही. एकमेकांच्या आवडी-निवडींविषयी एकमेकांना समजत होतं. आता कुठं आमची आपसात खऱ्या अर्थानं ओळख व्हायला सुरुवात झाली होती.

या गप्पांमधून मला विरूपाक्षांच्या बालपणाविषयी, आईच्या मृत्यूविषयी, धाकट्या बहिणीचा, चिमणीचा उघड्या ज्योतीनं परकर पेटून मृत्यू झाला होता त्याविषयी, तिचं 'भाजलेल्या वांग्या'सारखं अखेरचं दर्शन, नोकरीसाठी आधी मुंबईला बी.इ.एस.टी.त दीड वर्षं केलेल्या नोकरीविषयी, हनगंडीविषयी, तिथल्या मायेच्या माणसांविषयी, पुण्यातल्या मित्रपरिवाराविषयी तपशिलानं समजत होतं. तसंच सावत्र नातेवाइकांच्या टोमण्यामुळे घरातून पळून जाणं, पुन्हा घरी येणं आणि त्यासाठी वडिलांकडून भरपूर मार खाणं याविषयीही समजत गेलं.

याच गप्पांमधून दोघांच्याही साहित्यप्रेमाची एकमेकांना कुणकुण लागली. हायस्कूलमध्ये असताना विरूपाक्षांनी एक कादंबरी लिहायला घेतली होती म्हणे. त्यात, पहिल्या काही पानांमध्येच त्यातल्या प्रेमी युगुलाला घरातून पळून जावं लागतं. पण कुठे पळून जायचं, आणि पुढे काय करायचं, याविषयी लेखकच

अनभिज्ञ असल्यामुळे कादंबरीलेखन तिथंच थांबल्याचं त्यांनी सांगताच आम्ही दोघंही खूप हसलो होतो.

माझी त्यांच्या पुण्यातील मित्र परिवाराशी आणि त्यांच्या बायकांशी ओळख होत होती. 'शशीप्रभा' हे या मित्रांचं 'माहेर'च होतं. पुण्यात आल्यावर सुरुवातीला दामू ऊर्फ डी. आर. कुलहळ्ळी हे बिल्डर आणि अमृत ऊर्फ ए. जे. कुलकर्णी हे टेल्कोत नोकरी करणारे इंजिनिअर यांची ओळख झाली. आधी हे दोघं, श्याम मिरजी आणि विरूपाक्ष 'शशीप्रभा'त राहत होते. नंतर दामू आणि अमृतराव यांची लग्नं झाली, त्यांच्या जीवनात कुंदा आणि प्रभा या बायका आल्या. ते अशोकनगरला भाड्याची जागा घेऊन राहायला गेले आणि इथं श्याम मिरजी आणि विरूपाक्ष अविवाहित असल्यामुळे राहिले होते.

त्या दोघांच्याही बायका अर्थातच कन्नड. धारवाडच्या. जेमतेम वर्ष-सहा महिनेच पुण्यात येऊन झालेले. त्यामुळे माझ्याशी मराठी जेमतेमच बोलायच्या. संवाद व्हायचा. सगळे मिळून कुठं-कुठं फिरायला जायचो. सिनेमाचा कार्यक्रम ठरायचा, दामू इंजिनिअरिंग कॉलेजचे माजी विद्यार्थी असल्यामुळे संगम पुलापाशी, इंजिनिअरिंग कॉलेजच्या मागच्या बाजूला बोटिंगला जायचो. असे कार्यक्रम ठरवण्यात दामूंचा पुढाकार असायचा. काहीसे अबोल असलेल्या दामूंना माणसांचं अतिशय अगत्य असल्याचं लवकरच माझ्या लक्षात आलं.

विरूपाक्षांचे आणखी एक मित्र व्ही. टी. कुलकर्णी. हे टेलिफोन खात्यात नोकरीला होते. प्रभात रोडच्या एका गल्लीतल्या आऊटहाऊसमध्ये ते राहायचे. त्यांनी एक दिवस आमच्यासाठी, तेव्हा नव्यानंच पुण्यात सुरू झालेल्या बालगंधर्वमध्ये होणाऱ्या पु. ल. देशपांड्यांच्या 'बटाट्याची चाळ' या एकपात्री प्रयोगाची तिकिटं काढून आणून दिली. हे तर माझ्या दृष्टीनं फारच अनपेक्षित होतं! कारण त्याआधी मी भरपूर वाचलं असलं तरी मोठ्या लेखकाला 'याची देही, याचि डोळा' पाहिलं नव्हतं! बेळगाव परिसरातच राहणाऱ्या 'स्वामी'कार रणजीत देसाईंनाही नाही.

विरूपाक्षांचा हा मित्रपरिवार अगदी घट्ट होता. सगळे एकमेकांना तेवीस-चोविसाव्या वर्षांपासून ओळखत होते. तरीही कुणीही आपसात 'अरे''तुरे' करत नव्हतं. सगळेच एकमेकांना आदरानं संबोधत होते. मी आणि कुंदानं मात्र बेळगावची ओळख काढत एकमेकीला 'अगं-तुगं' म्हणायला सुरुवात केली.

विरूपाक्षांची ही सवय अजूनही तशीच आहे. आजही आमच्या मुलींच्याच नव्हे, नातीच्या वयाच्या मुली ओळखीच्या झाल्या तरी ते त्यांना आदरार्थीच संबोधतात. त्या मुलींनी कितीही आग्रह केला तरी. हे वडिलांना मात्र एकेरी हाक मारायचे! मला याचं फार आश्चर्य वाटलं होतं.

पुण्यात आल्यावर विरूपाक्षांनी आपल्या पुणे परिवाराला एक जेवण दिलं. माझ्या लग्नासाठी आलेल्या आणि तेव्हा संगमनेरला असलेल्या मीनाला पोहोचवायला अक्का-अण्णा म्हणजे माझे आई-वडील आले होते. ते या समारंभात सहजच सामील झाले. साहजिकच सासरच्या घरी 'गैरसमज' व्हायला एक आपसूकच संधी मिळाली! मला मानवी नात्यांचा पहिला धडा मिळाला.

विरूपाक्षांचा मित्रपरिवार माझ्याशी मराठीत बोलत असला तरी आपसात कन्नड बोलायचे. मलाही कन्नड समजत असल्यामुळे काही अडत नव्हतं. तरी माझ्याशी मराठी बोलताना सगळ्यांना करावी लागणारी खटपट बघून विरूपाक्ष थोडे अस्वस्थ व्हायचे.

दामू कुलहळ्ळींची बायको कुंदा काही वर्षं बेळगावलाही असल्यामुळे तिच्याशी बोलताना बरेच विषय मिळायचे. ती मला 'सुषमा' म्हणायची. त्यामुळे मला तिच्याविषयी विशेष जवळीक वाटायची. तिचं माहेर आणि सासर अत्यंत कर्मनिष्ठ. द्वैत तत्त्वज्ञानाचा अभ्यास असल्यामुळे इंग्लिश घेऊन एम.ए.पर्यंत शिकलेली कुंदाही तेवढीच कर्मनिष्ठ. तिची आई तर द्वैत तत्त्वज्ञानावर प्रवचनंही द्यायची. त्या विषयातल्या विदुषीच होत्या त्या!

कुलहळ्ळी कुटुंबाबरोबरचं आमचं नातं चांगलंच वाढलं. पुढच्या काळात एका अनंताच्या पूजेसाठी मी त्यांना दर्भाचा पाच फड्यांचा नाग विणून दिला. मी अरुणमामाकडून हिरव्या गवताचा नाग शिकले होते. पण सुकलेल्या दर्भाचा कसा करायचा, हा प्रश्न माझ्यापुढे होता. दामू कुलहळ्ळींच्या सांगण्यावरून त्यांनी आणून दिलेला दर्भ पाण्यात काही तास भिजत टाकून मऊ केला आणि पाच फड्यांचा नाग विणला. त्यांच्या धार्मिक कुटुंबीयांनी अत्यंत श्रद्धा-भक्तीनं आणि कडक सोवळ्यानं त्या नागाची विविध मंत्रांसह पूजा केली.

मला एका गोष्टीचं आश्चर्य वाटायचं, तेव्हा विरूपाक्ष कांदा-लसूण खायचे नाहीत. एवढंच नव्हे, त्यांचा हा सगळा मित्र-परिवारही कांदा-लसूण खायचा नाही. कांदा-लसणाचा विषय निघाला की ते खाणाऱ्यांच्या तोंडाला येणाऱ्या वासाविषयी अत्यंत तुच्छतेनं बोलायचे.

पुण्याचं हे दर्शन मात्र मला अगदीच अनपेक्षित होतं! कारण ठळकवाडीच्या घरी जेवणात लसणाची चटणी तर अत्यावश्यक! मला शेंगदाण्याची लसूण घातलेली चटणी इतकी आवडायची की घरचे चेष्टा करायचे, 'हिच्या चटणीला पुरेसे शेंगदाणे आणून द्यायला नोकरदार जावयाला परवडणार नाही! एखादा जमीनदार जावई शोधायला पाहिजे!..'

या काळात मला माझ्या जवळ येत चाललेल्या परीक्षेचा पूर्णपणे विसर पडला होता. फिरून गाव बघणं, मित्रमंडळींबरोबर विविध कार्यक्रम ठरवणं यात मी येऊ घातलेल्या फायनलच्या परीक्षेकडे सोईस्करपणे डोळेझाक करत होते. पण कधीतरी अचानक रात्री परीक्षेची आठवण झाली की पोटात गोळा यायचा.

विरूपाक्षांना सुरुवातीपासूनच गाण्याचं अंग होतं. शाळेत असताना त्यांनी गाण्यासाठी अनेक बक्षिसंही मिळवली होती. आवाज उत्तम होता, गाण्यात सहजपणा होता, पण शब्दांच्या बाबतीत मात्र हे फारच निष्काळजीपणा दाखवत. नवी ओळख असल्यामुळे मी हे समजलं तरी मूग गिळून गप्प राहायचे. कन्नड गाण्याच्या बाबतीत मला फारसं समजायचं नाही, पण मराठी गाण्याच्या बाबतीत असं घडलं की मी फार अस्वस्थ होत असे. त्यांची ही गायनकळा न्हाणीघरातही जोरात सुरू असे.

एक दिवस हे मोठ्या रंगात येऊन अंघोळ करताना गात होते. आवाज तर झकास लागला होता. हे गात होते, 'पर्वताच्या पायथ्याशी त्याचा गळा दाबला..' गाणं होतं, 'परवशता पाशदैवे ....' आता मात्र मला सहन करणं अशक्य झालं आणि मी न राहवून न्हाणीघराचा दरवाजा वाजवत त्यांची चूक दुरुस्त केली. त्यांनीही मान डोलावत ती मान्य केली!

अखेर माझा परीक्षेसाठी बेळगावला जायचा दिवस येऊन ठेपला.

निघताना विरूपाक्षांनी मला शांतपणे सांगितलं, 'आता घरी गेल्यावर परीक्षेचा अभ्यास तर करायचाच, शिवाय कन्नड बोलायची सवयही करायची.'

पुण्यात आम्ही दोघंच राहणार होतो आणि यांना उत्तम मराठी येत असल्याचा अनुभव मी इतके दिवस घेतच होते. त्यामुळे मला हे काय म्हणताहेत तेच सुरुवातीला समजलं नाही.

यांनी पुढे सांगितलं, "तू परीक्षा संपवून इथे येशील तेव्हा आपल्या घरची भाषा कन्नड असणार आहे."

बेळगावला जायचं, सगळ्या भावंडांना, मैत्रिणींना भेटायचं, फायनल बी.ए.ची परीक्षा द्यायची असे इतके सगळे विषय डोक्यात होते की तेव्हा मला त्याचं काही फारसं गांभीर्य वाटलं नाही.

मीनाला पोहोचवून मला घेऊन जायला अक्का-अण्णा आणि धाकटे नंदू-राजू आले होते. तेव्हा आक्कानं माझं लक्ष आणखी एकीकडे वेधलं. विरूपाक्षांनी अत्यंत स्वच्छ धुवून नेटकेपणानं वाळत टाकलेल्या त्यांच्या कपड्यांकडे बोट दाखवत सावधगिरीचा इशारा दिला, 'शमे! तुला भरपूर बदलावं लागणार आहे!..' अक्का आणि अक्काच्या माहेरचे मला 'शमा' म्हणायचे. 'सुषमा'चं 'शमा'.

बेळगावला गेल्यावर सासर-माहेर अशी सर्कस करत माझा अभ्यास सुरू झाला.

तो फोनचा काळ नसून पत्राचा होता. त्यामुळे यांच्याशी पत्रव्यवहारही मोठ्या प्रमाणात सुरू होता. पहिल्याचं उत्तर यायच्या आता दुसरं लिहिलेलं असे. सगळा पत्रव्यवहार मराठीत चाले. ती जाडजूड पत्रं पाहून अण्णाही चेष्टा करत, 'बंडोपंत आत्ता मराठी शिकताहेत ना! बहुतेक लांब-लांब अक्षरं काढल्यामुळे पत्रं एवढी जाड होताहेत वाटतं!' विरूपाक्षांना घरचे 'बंडा' म्हणायचे. या सगळ्या प्रकारात मला कन्नड शिकायचं आहे, हे मी विसरूनच गेले होते.

परीक्षा संपली. पुण्याला येताना सोबत सासूबाई आणि सासरे, अण्णा-वहिनी आणि धाकटी चार वर्षांची अंजू, (तेव्हा मी तिला अंजूवन्स म्हणत होते आणि याचं सगळ्यांनाच भारी कौतुक वाटत होतं.) माझ्यासोबत घर लावून द्यायला आले. त्यामुळे मला थोडं बरं वाटलं. कारण कॉलेज नुकतंच संपलं असल्यामुळे 'घर' हे प्रकरण मला उमजलंच नव्हतं. मी घर कसं लावायचं, सामान कसं भरायचं याचा विचारही कधी केला नव्हता.

वहिनींनी त्यांच्या पद्धतीनं घर लावलं, महिना दोन महिने सगळे राहिले. त्याच काळात माझा बी.ए.चा रिझल्ट लागला आणि मी दुसऱ्या वर्गात पास झाले! एकदाचा जीव भांड्यात पडला! सगळ्यांना आनंद झाला. सासऱ्यांना तर विशेष कौतुक वाटलं.

लगेच माझ्या मनात पुढच्या शिक्षणाचे विचार येऊन गेले. आता मला साहित्याचीही चांगलीच गोडी लागली होती. मी माझी अपेक्षा बोलूनही दाखवली. पण तिकडे कुणीच लक्ष दिलं नाही. विरूपाक्षांशी बोलले. ते म्हणाले, "तू लहान गावातून इथं आली आहेस. हे गाव समजून घे. आणि आधी आपण संसार लावू या. नंतर पुढच्या शिक्षणाचा विचार कर." मीही तो विचार सोडून दिला.

अण्णा-वहिनी आणि अंजू बेळगावला निघून गेल्यावर खरा आमचा दोघांचा संसार सुरू झाला आणि बेळगावच्या 'सीमाप्रश्ना'नं आमच्या घरात प्रवेश केला.

मी आल्यापासूनच विरूपाक्षांनी माझ्याशी कन्नड बोलायला सुरुवात केली होती. मला त्यांचं बोलणं समजत असलं तरी बोलायचं धैर्य नसल्यामुळे मी मराठीच बोलत राहिले.

घरात 'तरुण भारत' पेपर येत होता. घराजवळची जगताप लायब्ररीही मी

तातडीनं लावून टाकली होती. त्यामुळे माझं मराठी वाचन सुरू होतं. एव्हाना माझी अंबिके काकू आणि शीलावहिनींशी ओळख झाली होती. त्यामुळे दुपारच्या वेळी त्यांच्याशीही मराठीत बोलणं होत असे. त्यांच्याकडे ब्लॅक ॲन्ड व्हाईट टीव्हीही आला होता. दूरदर्शनवरचे चांगले मराठी कार्यक्रम बघायला मी आवर्जून जात असे. तेही आवर्जून बोलवत असत.

विरूपाक्ष सकाळी सात वाजता निघून गेले की मला सगळं घर खायला उठे. कारण त्याआधी मला एकटीला राहायची कधीच सवय नव्हती. तेव्हा मला अंबिके काकूंचा फार मोठा आधार वाटायचा. त्यातच संसारातल्या काही अडचणी यायच्या. कधी दूध संपायचं-कधी नासायचं, तेल किंवा पीठ संपायचं, कधी विरजण लावण्यासाठी चमचाभर दही हवं असायचं, घरात फ्रिज नसल्यामुळे ओल्या मिरच्या-लिंबू-कोथिंबीर असं काहीही अडायचं की धाव त्यांच्याकडे! तेव्हा या अडचणी सगळ्यांनाच यायच्या. त्यामुळे कुणीच याचं काही वाटून घ्यायचं नाही. एखादा पदार्थ कसा करायचा हे ठाऊक नसलं की मी त्यांना विचारायचे. कितीतरी पदार्थ त्यांनीच मला शिकवले.

नऊवारी लुगड्यातल्या सडसडीत, गोऱ्यापान आणि देखण्या अंबिकेकाकू तशा काही स्वभावानं 'प्रेमळ' वगैरे नव्हत्या. काहीशा कडकच होत्या. तरीही नव्यानं संसाराला लागलेल्या नव्या नवरीच्या अडचणी समजून घेऊन मदत करायला आणि उपयुक्त सल्ले द्यायला त्या नेहमीच तयार असत. काही वेळा त्यांची भाषा थोडी रोखठोक आणि शिस्त लावणारी असे.

हे सकाळी डबा घेऊन सायकलवरून खडकीतल्या हाय एक्स्प्लोसिव्ह फॅक्टरीला गेले की संध्याकाळी साडेपाच-सहाला येत. त्यात ओव्हरटाईम असला की आणखी उशीर होई. मला कधी-कधी एकटीनं जेवणं जिवावर येई. मग मी माझं जेवण घेऊन त्यांच्या घरी जाई आणि तिथं आमची अंगत-पंगत होई.

अंबिकेंच्या घरी 'सकाळ' घेतलेला असे आणि आमच्या घरी 'तरुण भारत'. साडेनऊ वाजता अंबिकेकाका आमचा पेपर घेऊन जात. दुपारी या पेपरांचीही अदलाबदल होई. बहुतेक वेळा मी त्यांच्या घरी बसूनच पेपर वाचून परत येई.

त्या काळात आम्ही हळदी-कुंकूही एकत्र करत असू. थोडक्यात, हे संध्याकाळी घरी येईपर्यंत मला त्यांचा फार मोठा आधार असे. अंबिकेंच्या सूनबाई शीलावहिनी माझ्याबरोबरीच्या असल्यामुळे त्यांच्याशीही गप्पा होत. त्यांच्या देवकी आणि गौरी या दोन्ही मुलीही तेव्हा लहान होत्या. त्यातल्या गौरीला काखेत घेऊन आम्ही दोघी कधी कधी सिनेमा पाहायलाही जात असू. असंच एकदा मॅटिनीला 'कानून' पाहिल्याचं आठवतं.

संसारात मी नवी असले तरी विरूपाक्षांना त्या आधी सात-आठ वर्षं घर केल्यामुळे सगळं ठाऊक झालं होतं. सगळे मित्र एकत्र असताना घरातच एक वेळ स्वयंपाक करून घेत. काही वेळा कुणाची ना कुणाची तरी नातेवाईक काकू किंवा मावशी येऊन काही दिवसांसाठी राहत असे. विरूपाक्षांच्या मावशी- अक्काही वर्षभरासाठी इथं येऊन राहिल्या होत्या.

आधीही त्यांच्या वडिलांची वेगवेगळ्या गावी बदली झाली की घरातलं सामान आणायची जबाबदारी त्यांच्याकडेच होती. त्यामुळे महिन्याचं सामान आणणं, भाजी आणणं वगैरे कामांची यांना सवय होती. उलट, मला घरात कधीही अशा प्रकारचं आणि घराबाहेरचं कुठलंही काम करून माहीत नव्हतं. घरात पाच भावंडं असल्यामुळे बाहेर जाऊन भाजी आणणंही मला कधी करावं लागलं नव्हतं. मी कधी पोस्टात गेले नव्हते की कधी बँकेत गेले नव्हते. त्यामुळे या बाबतीत मी त्यांना एकदम शरणच गेले होते.

आमच्या वयात दहा-साडेदहा वर्षांचं अंतर असल्यामुळे मी यांचं 'मोठे'पण मान्य करून टाकलं होतं आणि माझं 'लहान'पण यांनाही ठाऊक असल्यामुळे चुका करायचा मला जणू परवानाच मिळवला होता. मनातलं बोलून टाकायचा स्वभाव असल्यामुळे मनात काही ठेवायचं नाही, ही आमची मानसिकता कायमचीच राहिल्यामुळे संसारात 'तू-तू, मैं-मैं'चे प्रसंग कधीच आले नाहीत. आम्ही दोघांनी नेहमीच आपापला 'मोठेपणा'चा आणि 'लहानपणा'चा हट्ट कायम सांभाळला.

तसंच सुरुवातीच्या टप्प्यावरच त्यांनी बजावलं, 'आपण दररोज वादावादी करायला, भांडायला काहीही हरकत नाही; पण प्रत्येक वेळी नवा विषय पाहिजे. मागचं कधीचं तरी काहीतरी खुसपट काढून कधीही भांडायचं नाही.'

एकदा मी साबूदाण्याची खिचडी करायला गेले. साबूदाणा भिजत ठेवला. फोडणी केली आणि फोडणीत भिजलेला साबूदाणा घातला. वर दाण्याचा कूट घालायला गेले तरी काही सुधरेना. तो लगदा होऊन बसला. झाऱ्यानं ढवळायला गेले तर सगळं पातेलंच गरागरा फिरायला लागलं. तसंच एकदा उप्पीटही वाया घालवलं. रवा कमी भाजला गेला आणि पाणीही जास्त पडलं. सगळा गिचका होऊन गेला. यावर न चिडता नंतर विरूपाक्षांनी हे पदार्थ कसे करायचे ते शिकवलं. इतरही काही पदार्थ करायला शिकवले.

मला माहेरी कधीच भाजी आणावी लागली नव्हती. त्यामुळे भाजी कशी निवडायची हेही ठाऊक नव्हतं. हळूहळू यांच्याबरोबर जाऊन मला या गोष्टी कळू लागल्या.

सत्तरच्या सुमारची मॉडेल कॉलनी ही मध्यमवर्गीयांनी बांधलेल्या छोट्या-छोट्या, म्हणजे तीन-चार खोल्यांच्या बंगल्यांची 'गावाबाहेरची' वस्ती होती. त्या आधी हा भाग 'पेरूची बाग' म्हणून ओळखला जायचा. तेव्हा इथल्या प्लॉट्सचे दर साडेचार ते पाच रुपये चौरस फूट असे होते. 'गावाबाहेर कोण राहायला जाणार' म्हणून त्याला गिऱ्हाईक मिळायचं नाही. इथल्या जवळ जवळ सगळ्या घरांमध्ये माणसं भाड्यानं राहायची आणि त्यांचे मालक गावातच कुठंतरी राहायचे. डेक्कन जिमखान्यावरून दिवसभरात अगदी मोजक्या बसेस यायच्या. त्याच सुमारास एक-दोन रिक्षावाल्यांना जवळच असलेल्या वडारवाडीत लुटलं होतं. त्यामुळे फार अंधार झाला तर रिक्षावालेही या भागात यायला तयार नसत.

अर्थात, याचा आम्हाला काही फारसा फरक पडायचा नाही म्हणा! कारण तेव्हा आम्हाला रिक्षा परवडायची नाही आणि दोघांनाही फिरायचा उत्साह भरपूर होता. त्यामुळे आम्ही बहुतेक वेळी पायीच फिरत होतो. तेव्हा फर्ग्युसन रोडबरोबरच पुण्यातले सगळेच रस्ते पायी फिरायचा आनंद देणारे होते. रस्त्यांच्या दोन्ही बाजूला मोठमोठे वृक्ष होते. फर्ग्युसन रोड आणि विद्यापीठ रस्ता तर फारच सुरेख होते. वाहनांची वर्दळ विरळ असल्यामुळे रमतगमत आपसात गप्पा मारणं सहज शक्य होतं.

घराचा पत्ता सांगताना मजा यायची. आम्ही सांगायचो, "किर्लोस्करांच्या किंवा वैद्यांच्या घरापाशी.." तर ऐकणारे म्हणत, "ओहो! वडारवाडीपाशी का?" आणि आम्ही वडारवाडी सांगितलं की समोरचा माणूस किर्लोस्करांचा संदर्भ द्यायचा.

कॉलनीतला प्रत्येक प्लॉट पाच हजार स्क्वेअर फुटांचा होता आणि त्यावर परवडेल एवढी हजार-बाराशे चौरस फुटांची घरं बांधलेली होती. काही घरं तर सहाशे चौरस फुटाएवढीच बांधली होती. त्यामुळे प्रत्येक घरापुढे मोकळं अंगण असायचं. माणसंही लवकर एकमेकांचा परिचय करून घेणारी होती. जवळच असणारं पोस्ट ऑफिस ही तर घराची तेव्हापासून आतापर्यंतची ठळक खूण. त्या खुणेमुळे आजूबाजूचा परिसर कितीही बदलला तरी माणसं आमच्या घराचा पत्ता चुकत नाहीत.

कॉलनीत दिवसभर पोस्ट ऑफिसमुळे थोडीतरी रहदारी असायची. त्यानंतर सामसूम. मधूनच एखाद्या रिक्षाचा आवाज यायचा. सगळेच परगावचं कोण आलंय, हे पाहण्यासाठी बाहेर डोकावायचे. कारण तेव्हा कारणाशिवाय रिक्षातून फिरणं ही चैन समजली जायची. पुढच्या काळात शेजारच्या श्याम मिरजीची बायको अलका तर घरातल्या सासू-सासऱ्यांना समजू नये, म्हणून लांब रिक्षा उभी करून चालत घरी यायची.

तेव्हा आमच्या घरापुढे मोकळ्या जागेत केळी-पेरू-आंबा-चाफा-चंदन-चिकू-

जांभळांची झाडं होती. तुळशीची पुरुषभर उंचीची मोठाली झुडपं तर मी बेळगावात पाहिलीच नव्हती. सासऱ्यांनी बेळगावहून लालबुंद रतन-अबोलीची रोपं इथं आणून लावली, त्याची पिलं अजूनही कॉलनीत काही घरी दिसतात.

माझ्या दृष्टीनं सगळा परिसर आमच्या ठळकवाडीशी साम्य दर्शवणारा होता; पण अधिक स्वच्छ आणि नेटका होता. अशा मॉडेल कॉलनीत आमच्या दोघांचा संसार सुरू झाला.

पहिल्या वर्षी विविध कारणांनी बेळगावला जाणं-येणं व्हायचं. बेळगावच्या जवळ बस आली की गावापलीकडचा यळ्ळूर गड दिसायला लागायचा. तो दिसला की घरी पोहोचल्याइतकाच आनंद व्हायचा! रेल्वेनं गेलं की बेळगावचा भुईकोट किल्लासुद्धा हीच भावना मनात तयार करायचा.

एखाद्या दिवशी मला अक्का-अण्णा-इतर भावंडं आणि सगळ्या घराचीच तीव्रपणे आठवण व्हायची. लग्नाला काही महिनेच झाले असतील. एकदा संध्याकाळी फिरायला गेले असताना अशीच घरची आठवण निघाली आणि मला रडू यायला लागलं. घरी परतल्यावर यांनी कपाट उघडलं, पैसे किती आहेत ते पाहिलं. महिन्याचा कदाचित पहिलाच आठवडा असावा. त्यामुळे घरात पैसे होते. विरूपाक्षांनी सांगितलं, ''तुला जायचं असेल तर पहाटे पावणेपाचला स्टेशनवरून एस.टी. सुटते, त्यात बसवून देईन!''

मला हे अनपेक्षित होतं. लगेच मी उत्साहानं बॅग भरली. दुसऱ्या दिवशी भल्या पहाटे यांनी सायकलवरून शिवाजीनगरहून रिक्षा आणली आणि मला पोहोचवायला आले. प्रवास सुरू झाला. मला अनपेक्षितपणे बघितल्यावर सगळ्यांना किती धक्का बसेल, किती आनंद होईल हाच विचार प्रवासभर करत मी दुपारी तीनच्या सुमारास रिक्षा करून ठळकवाडीच्या घरी पोहोचले.

खरोखरच सगळ्यांना आनंद झाला. एकच कल्लोळ उडाला. अक्काला तर काय करू आणि काय नको असं झालं!

सगळे थोडे शांत झाल्यावर अण्णांनी मला विचारलं, ''सहजच आलीस ना?''

''होय. तुम्हाला सगळ्यांना भेटावंसं वाटलं म्हणून आले!'' मी सांगितलं.

अण्णांनी काळजीनं विचारलं, ''घरात काही भांडणबिंडण झालं नाही ना?''

मला अण्णांना वाटलेली काळजी बघून आनंद झाला; पण त्याच क्षणी तीव्रपणे जाणवलं, यानंतर मी अशी न कळवता, मनात येईल तेव्हा या घरी येऊ शकणार नाही! मन सावध होऊन विचार करू लागलं, घरात भांडण करून माहेरी आले तर माझं इतक्याच प्रेमानं स्वागत होईल का?

चार-दोन दिवसांत सगळ्यांशी भरपूर गप्पा झाल्यावर मला तेवढ्याच तीव्रतेनं पुण्याची आठवण येऊ लागली. "मी जाते..ह्यांचे पोटाचे हाल होतील.." असं म्हणत मी पुन्हा पुण्याला परतले. रात्रीच्या बसनं परतताना कात्रजपाशी येताच पुण्याचे पहाटेचे दिवे दिसू लागताच मनात आनंद दाटून आला.

त्या वेळी पुण्यात आमच्या सर्व नातेवाइकांपैकी फक्त आमचंच घर होतं. त्यामुळे घरात सदोदित पाहुणा असे. यांची सख्खे-सावत्र-मावस-मामे-चुलत आणि माझे आत्ते-मामे-मावस भावंडं, शिवाय ओळखीचे, मित्रमंडळी असे कुणी ना कुणी असत. तेव्हा फोनचा जमाना नव्हता. कळवून यायची पद्धतही नव्हती. त्यामुळे अनेकदा आम्ही दोघं पुण्यात नव्यानंच सुरू झालेल्या 'वैशाली'त रात्री डोसा-उत्तप्पा खाऊन रमतगमत घरी येईपर्यंत घराच्या कट्ट्यावर परगावहून आलेली मंडळी बॅगांसह कंटाळून वाट बघत बसलेली असायची. मग त्यांच्याशी उत्साहानं गप्पा मारत चहा-पाणी करायचं आणि कुकर लावून-कणीक मळून-पिठल्यासाठी कांदा चिरून स्वयंपाक करायला सुरुवात होई.

एकदा नाशिकहून हुक्केरीला निघालेली कुसुमताई आणि तिचे यजमान रामण्णा दुपारीच घरी आले. ते पहिल्यांदाच येत होते. आत येताच मी कुसुमताईला विचारलं, "घर मिळायला अडचण नाही ना आली?" ती म्हणाली, "नाही. आधी माडीवर गेलो. तिथं नाटकाची प्रॅक्टिस सुरू होती. त्यांनी खाली, मागच्या बाजूला जायला सांगितलं!" कुसुमताईला अंबिकेंच्या घरातलं बोलणं आणि त्यांचा नेटका हॉल नाटकासारखा वाटला होता!

अनेकदा एकमेकांचे 'शत्रू' असलेल्या नातेवाइकांची आमच्या घरी भेट होई आणि त्यांच्याबरोबर वागताना आमची कसोटी लागे. विरूपाक्षांचे सख्ख्या आणि सावत्र नातेवाइकांशी सलोख्याचे संबंध असल्यामुळे एकाच वेळी आधी न कळवता, तेवढ्याच हक्कानं दोन्हीकडचे नातेवाईक येत आणि त्यांच्या भावना, राग-लोभ सांभाळता-सांभाळता आमची पुरेवाट होई. आमच्याशी चांगले संबंध असलेल्या नातेवाइकांचे परस्परांशी असलेले संबंध बघताना एकीकडे माझं प्रबोधन होई आणि दुसरीकडे करमणूकही!

तेव्हा घरात आम्ही दोघंच असलो तरी पाहुण्यांचा ओघ इतका होता की महिन्याचं सामान आधीच संपून जायचं. ते परवडावं म्हणून आम्ही तीन बसेस बदलून मंडईला जाऊन महिन्याचं सामान आणि भाजी घेऊन यायचो. मी धावपळ करून रेशन कार्ड काढलं होतं. साखर आणि रॉकेलसाठी त्याचा उपयोग व्हायचा. विरूपाक्षांना वेळ नसल्यामुळे बँकेची कामं माझ्याकडे आली.

विरूपाक्ष संध्याकाळी घरी आल्यावर आम्ही गावात चालणाऱ्या राजकीय विषयावरील व्याख्यानांना आवर्जून हजेरी लावत असू. शनिवारवाड्यावरील मोठ्या सभांमध्ये आम्ही हजर असायचो. पायी चालत जाणं आणि ऐकलेल्या व्याख्यानावर गप्पा मारत घरी येणं हाही त्यातला आवडता भाग असे. जगन्नाथराव जोशी, आचार्य रजनीश- तेव्हा ते 'भगवान' झाले नव्हते- अटलबिहारी वाजपेयी, प्रा. शिवाजीराव भोसले अशी अनेकांची भाषणं ऐकताना कसे दिवस जायचे, ते कळायचं नाही. भाषण ऐकून पायी घरी येताना त्यावर मीही माझ्या अल्पमतीनं चर्चा करायचे. माझ्यापेक्षा विरूपाक्षांचं राजकारण-समाजकारणावरचं वाचन बऱ्यापैकी असल्यामुळे न कळलेला भाग ते मला समजावून सांगायचे.

हिंदी-इंग्लिश सिनेमा आणि बालगंधर्वमधली नाटकंही बघायला आम्ही जात असू. येताना न चुकता पायी येत असू आणि रस्ताभर बोलायला तोच विषय. थोडक्यात, संध्याकाळचं फिरणं हा आमच्या दोघांच्या जीवनाचा अविभाज्य भाग होऊ लागला.

विरूपाक्षांना आवड असल्यामुळे शास्त्रीय संगीताच्या बैठकींनाही आम्ही हजेरी लावत असू. त्या वेळी तरुण मुलांमध्ये भीमसेन जोशी श्रेष्ठ की वसंतराव देशपांडे श्रेष्ठ, यावरून मध्यंतरात वादावादी चालायची.

मॉडेल कॉलनीचे एक सांस्कृतिक मंडळ होतं. पं. विजय सरदेशमुखांचे वडील यात सक्रिय असत. त्यांच्या पुढाकारानं मॉडेल कॉलनीच्या हॉलमध्ये शास्त्रीय गायन-वादनाच्या बैठका होत. पं. भीमसेन जोशी, पं. जसराज, पं. जितेंद्र अभिषेकीबुवा, विदुषी मालिनी राजूरकर यांसारख्या अनेक मोठ्या कलाकारांच्या कलाविष्काराचे कार्यक्रम होत. शास्त्र न कळल्यामुळे अनेकदा ते माझ्या कानांवरूनच नव्हे, तर डोक्यावरूनही जायचं. पण हैदराबादच्या मालिनी राजूरकर यांची मैफल ऐकताना मात्र मला शास्त्र मध्ये न आणताही संगीताचा आनंद घेता येतो, याचं पहिल्यांदा भान आलं!

असा संसार सुरू असताना आमच्या दोघांतही असमाधानाच्या घटना घडत.

मतभेदाचे छोटे-छोटे अनेक मुद्दे होते. ह्यांनी मित्र एकत्र राहतानाही घरात एक लाकडी फळी लावून देवघर बनवलं होतं. लग्नानंतर सासूबाईंनी घर लावून देताना त्यांच्या श्रद्धेप्रमाणे त्यात देवांची भर घातली होती. त्यांची रोज पूजा करायचं काम विरूपाक्षांकडे होतं. देवाला बायकांची पूजा चालत नाही असं सासूबाईंनी सांगितल्यामुळे मी आपसूकच सुटले होते. पण सकाळच्या डबा करायच्या घाईगर्दीत यांच्या सोवळ्यानं पूजेचीही तयारी करावी लागे. थोडी तारांबळ उडत असली, तरी तेवढं काही अशक्य नव्हतं. या विषयावर काही वाद झालाच नाही. शिवाय लहानपणापासून

घरच्या वातावरणाचा परिणाम म्हणून यांना तत्त्वज्ञानाचीही आवड होती आणि त्या संदर्भात वाचनही चालायचं. काही वर्षांतच यांचीही देवपूजा पूर्णपणे थांबली. आज तिचे अवशेष सकाळ-संध्याकाळी उदबत्ती लावणे, अशा स्वरूपात राहिले आहेत.

तसंच तेव्हा हे कांदा-लसूण खात नसल्यामुळे मला स्वयंपाक करताना अडचण येई. कारण माहेरी प्रत्येक गोष्टीत कांदा घालायची सवय. सकाळच्या आमटीला संध्याकाळी कांदा-लसणाची फोडणी देऊन 'ताजी' केली जाई. शिवाय लसूण घातलेली शेंगदाण्याची चटणी हा तर माझ्या जेवणातला अत्यावश्यक भाग. विरूपाक्षांचं घ्राणेंद्रिय इतकं तीव्र, की घरात कुणीतरी दिलेला कांदा-लसणीचा मसाला घट्ट झाकणाच्या डब्यात ठेवला तरी घरात पाऊल ठेवताच यांना त्याचा वास यायचा. लग्नानंतर पाच-सात वर्षांनी एका आजारपणानंतर हळूहळू त्यांना कांदा-लसूण खायची सवय लागली.

माहेरी आम्ही एवढी मुलं असलो तरी आक्का प्रत्येकाचा वाढदिवस आठवणीनं करायची. म्हणजे काही फार मोठी पार्टी, केक कापणं किंवा शाळेत चॉकलेट वगैरे वाटण्याचा कार्यक्रम नसला तरी त्या दिवशी ती त्या मुलाच्या आवडीचं गोडधोड करायची. त्या दिवशी आमच्याकडून काही बोलणी खाण्यासारखं वाईट काम झालं तर 'निदान आज तरी शिव्या खाऊ नकोस! वाढदिवस आहे तुझा!..' म्हणून बजावत होती. थोडक्यात, 'आज माझा वाढदिवस आहे, काहीतरी खास दिवस आहे!..' ही भावना आमच्या मनात राहील असं करत होती.

लग्नानंतरचा माझा पहिला वाढदिवस आला. इथं माझा वाढदिवस कसा होईल याविषयी माझ्या मनात उत्सुकता होती. मनात काही कल्पना होत्या. पण विरूपाक्षांच्या दृष्टीनं तोही नेहमीसारखाच एक दिवस होता. मी खट्टू झाले. वाईट वाटलं. थोडी रडारड झाली.

हा दर वर्षीचाच प्रकार झाला. आधी मी रुसायचे-रडायचे. मग मीच आधी सांगू लागले, 'आणखी महिन्यानं अमूक तारखेला माझा वाढदिवस येतो, तुम्ही आपणहोऊन आठवण ठेवलीत तर ठीक आहे, नाहीतर मी मागेन ते द्यावं लागेल!' मी असा फतवा काढताच विरूपाक्षांनी त्यांच्या डायरीत नोंद करून ठेवून त्या विशिष्ट दिवशी विश करायला सुरुवात केली. मग तर त्यातली सगळीच मजा गेली!

लवकरच एक गोष्ट माझ्याही लक्षात आली होती. त्यांचं बालपण ज्या प्रकारे गेलं होतं त्यामुळे त्यांना अशा प्रकारच्या वैयक्तिक 'उत्सवा'त रसच नव्हता. स्वतःचा वाढदिवसही त्यांच्या लक्षात राहायचा नाही. मग माझा लक्षात राहिला नाही तर आश्चर्य काय! हे लक्षात आल्यानंतर मीच ताबा घेतला आणि दोघांचेही

वाढदिवस कसे साजरे करायचे ते ठरवलं. घरातला एक 'वाद आणि त्यावरून भांडण होऊ शकणारा मुद्दा' अशा प्रकारे संपला. आता आमचे दोघांचे वाढदिवस आणि लग्नाचा दिवस हे आमच्या घरातले महत्त्वाचे 'सण' असतात. त्यात आमच्या काही मित्रांच्या वाढदिवसांचीही भर पडली आहे.

आमच्यातला खरा मोठा प्रश्न हा भाषेचा होता. लग्नानंतर काही महिन्यांतच घरात शिरलेला हा 'सीमावाद' मात्र एक-दीड वर्षं रेंगाळला.

विरूपाक्षांनी तर घरी कन्नड बोलायला सुरुवात केली होतीच. मला कन्नड बोलायची भीती वाटत होती. नुकतीच यांच्याशी ओळख होत होती. त्यात बोलताना काही चुकलं तर? यांचा उपमर्द झाला तर? आम्हा दोघांत कोण हरतंय-कोण जिंकतंय यावर यांच्या मित्रमंडळींनी तर पैजा लावायला सुरुवात केली होती.

एका बेळगावच्या ट्रिपमध्ये विरूपाक्षांच्या कलामावशींनी तर माझ्यासमोरच त्यांना म्हटलं, "जर ही कन्नड शिकली, तर तुझ्या अंगात रक्त आहे असं मानेन! नाहीतर पाणी!.."

विरूपाक्षांच्या दृष्टीनं हा काही एवढ्या थराला नेण्याचा, अस्मितेचा प्रश्न नव्हता. ह्यांचं म्हणणं, "चूक झाली तरी हरकत नाही, बोलत राहा. नोकरीच्या ठिकाणी मला मराठी-हिंदी-इंग्लिश बोलावंच लागतं, माझ्या घरी माझ्या कानावर कन्नड पडावी एवढीशी अपेक्षा ठेवली, तर काय बिघडलं? मुख्य म्हणजे तुला आमचं सगळं समजतं, भाषिक विनोदही समजतात. मग बोलत का नाहीस?..."

या विषयावर हे खूप बोलत. कधी फिरायला गेलो असता कुठेतरी एखाद्या कल्व्हर्टवर बसून हेच चाले. बालगंधर्वला एखादं नाटक किंवा एखादं चित्र-प्रदर्शन बघून तिथल्या कट्ट्यावर किंवा संभाजी बागेतल्या बाकावरही हा विषय निघायचा. हे कधी रागावत, कधी कळकळीनं सांगत, कधी समजावत, "आपण पुण्यात राहतोय, इथं मराठीसाठी आपल्याला वेगळं काही करावं लागत नाही. आपण जर धारवाड-हुबळी किंवा मैसूर-बेंगळुरूला असतो, तर मी तुला मराठी सुरू ठेवायला सांगितलं असतं. आपण जर घरात कन्नड बोललो नाही, तर आपल्याला अनायसा येणारी एक भाषा आपसूक मरून जाईल. नवी भाषा शिकण्यासाठी किती कष्ट घ्यावे लागतात ते मला ठाऊक आहे. मी मराठी असेच कष्ट घेऊन शिकलो आहे! तुला तर काही फार करायची गरजही नाही. फक्त बोलायला सुरुवात करायची आहे!"

विरूपाक्षांनी मराठीचं कौशल्य वाढविण्यासाठी मराठी वृत्तपत्रांचं, पुस्तकांचं वाचन, रेडिओ ऐकणं तर ठेवलं होतंच; शिवाय फॅक्टरीतून सायकलवरून येता-जाता स्वतःशीच मराठीत संवाद करून तेही कौशल्य वाढवलं होतं. आजही

बागेत फिरायला गेलो असता अशी रुसलेली तरुण जोडपी दिसली की, मला ते दिवस आठवतात.

कधीतरी हा विषय निघाल्यावर अक्काही विरूपाक्षांची बाजू घेत म्हणाली, "कन्नड न यायला काय झालंय तिला? मस्ती आहे अंगातली!"

वर्षानंतर शेजारच्या श्याम मिरजींचे आई-वडील पुण्यात राहायला आले आणि श्याम आणि त्याचा भाऊ गुरुराज या दोघांचंही लग्न झालं. श्यामची बायको अलकावहिनी या रायबागच्या आणि गुरूची बायको वीणावहिनी या हुबळीच्या. या दोघींनाही मराठीचा गंधही नव्हता. त्यातही वीणावहिनींना. बरोबरीचा शेजार मिळाल्याचा मला आनंदच झाला होता. त्या दोघींबरोबर मी कन्नड बोलायला सुरुवात केली. माझी भीती मोडली आणि माझ्याही नकळत मी घरातही कधीतरी यांच्याबरोबर कन्नड बोलायला सुरुवात केली.

पुढे कधीतरी मी झोपेत कन्नडमध्ये बडबडत होते म्हणे. तेव्हा यांना खरा आनंद झाला!

अशा प्रकारे लग्नानंतर सुमारे दीड वर्षांनी आमच्या पुण्यातल्या घरातला कर्नाटक-महाराष्ट्राचा भाषिक सीमा प्रश्न सुटला.

एक दिवस संध्याकाळी फॅक्टरीहून घरी येताना विरूपाक्षांनी वाटेवर असलेल्या राहुल थिएटरमध्ये चाललेल्या 'इट्स अ मॅड मॅड मॅड वर्ल्ड' सिनेमाची सहाच्या शोची तिकिटं आणली. लगोलग खाणं उरकून आम्ही सिनेमाला निघालो. निघताना कसलातरी स्फोटाचा आवाज ऐकू आला. रस्त्याला लागल्यावर पाहिलं तर साधारण स्टेशनच्या दिशेला आकाशात धुराचा छत्रीसारखा लोट उठलेला दिसला. बहुतेक त्या दिशेच्या एखाद्या पेट्रोलपंपावर किंवा एखाद्या स्टोरेज टाकीत स्फोट झाला असावा असं म्हणत आम्ही सिनेमाला गेलो.

सिनेमा प्रचंड विनोदी होता. त्यातला एकेक प्रसंग आठवत पोटभर हसून, रस्ताभर तेच बोलत, हसत-हसतच आम्ही घरी आलो.

सिनेमाच्याच गप्पा मारत हसत जेवत असताना दारावरची बेल वाजली. एवढ्या रात्री कोण आलं, म्हणत पाहिलं तर शेजारच्या पोस्ट ऑफिसचे पोस्टमास्तर दारात उभे होते. त्यांनी विचारलं, "कुठे गेला होता? तुमच्यासाठी फोन आला होता." तेव्हा घरोघरी फोन नसल्यामुळे मला कधी कुणाला फोन करायचा असला तर मी पोस्टातूनच करायची, पण पोस्टमास्तरांनी घरी येऊन असा निरोप देणं हे मात्र अनपेक्षित होतं.

संध्याकाळी हे फॅक्टरीतून बाहेर पडल्यावर हाय एक्स्प्लोझिव्ह फॅक्टरीत

स्फोट झाला होता आणि ती बातमी 'साडेसातच्या बातम्या'त प्रसारित झाली होती. लोहगावला राहणाऱ्या, हवाई दलात अधिकारी असलेल्या माझ्या आतेभावानं, प्रभाकरनं ती ऐकून फोन केला होता. बातमीत केवळ धूर-धुरळा उडाल्याचं सांगितलं होतं, 'मृतांची संख्या कळली नसल्या'चं सांगितलं होतं. म्हणून तो काळजीत होता.

बातमी समजताच हे फॅक्टरीत जायला निघाले. तिथं गेल्यावर बाकी बातमी समजली. ह्यांच्या नेहमी बसायच्या जागेपासून स्फोट झालेली जागा फार दूर नव्हती. त्यामुळे ह्यांच्या वर्कशॉपचीही बरीच हानी झाली होती. तिथलं स्टीलचं फर्निचर आणि लोखंडी दरवाजेही तुटले गेले होते. लोखंडी कपाटांना भोकं पडली होती. हा स्फोट काही तास आधी, फॅक्टरी सुरू असताना झाला असता, तर फार मोठ्या प्रमाणात जीवितहानी झाली असती. स्फोट झालेल्या जागी तर काहीच शिल्लक राहिलं नव्हतं! त्या जागी एक मोठी विहीर तयार झाली होती. तिथल्या बिल्डिंगची तर नामोनिशाणी राहिली नव्हती!

दुसरे दिवशी विरूपाक्षांनी तत्परतेनं आणखी एक गोष्ट केली. बेळगावला आपल्या घरी आणि ठळकवाडीला माझ्या माहेरी आपण सुखरूप असल्याचं तारेनं कळवलं. दुसऱ्या दिवशी दुपारी महाराष्ट्र टाइम्सबरोबर स्फोटाची बातमी अण्णांना कळत असतानाच विरूपाक्षांची तार पोहोचली आणि त्यांचा जीव भांड्यात पडला. या घटनेवरून अण्णांची जावयावरची मर्जी आणखी वाढली, 'आमचे बंडोपंत किती जबाबदार आहेत!..' असं नंतरही ते सगळ्यांना सांगत. सासरी मात्र काहीच ठाऊक नसल्यामुळे 'बंडानं अशी काय तार पाठवली? याचं काहीही कळत नाही!...' असा शेरा मारला गेला.

स्फोटाचे परिणाम त्यानंतरही जाणवत असल्यामुळे यांचे कामाचे तास अनिश्चित वेळेपर्यंत वाढायचे. फॅक्टरीला जायची वेळ निश्चित असे, पण परतायची वेळ नक्की नसे. सोबत नेलेला डबा एक वेळ पुरायचा. कॅन्टीनची व्यवस्था यथातथाच असल्यामुळे नंतर उपासमारच असे.

या घटनेनंतर लवकरच पाकिस्तानबरोबरचं युद्ध सुरू झालं. यांची 'अतिस्फोटक दारूगोळा फॅक्टरी' असल्यामुळे काम वाढलं. त्यामुळे वेळी-अवेळी फॅक्टरीला जाणंही वाढलं. पुण्यातही ब्लॅकआऊट असे. सगळ्या दिव्यांना उजेड बाहेर जाणार नाही अशा प्रकारचा आडोसा केलेला होता. त्यात भोंगा झाला की तेही दिवे बंद करून शांत बसायचं. ही शांतताही विलक्षण असायची!

युद्ध संपल्यानंतरही सरावासाठी दररोज ठरावीक वेळी भोंगा वाजवला जायचा. त्या आवाजासरशी कितीतरी दिवस पोटात गोळा यायचा. नंतर हळू हळू सराव झाला.

कन्नड-मराठीचा प्रश्न मार्गी लागता लागता आणखी एक प्रश्न माझ्या मनात डोकावू लागला.

आमच्या लग्नाला दीड-दोन वर्षं उलटून गेली होती. माझ्याबरोबरीनं किंवा आधी आणि नंतर लग्न झालेल्या मैत्रिणींच्या घरी नव्या बाळांची चाहूल लागू लागली होती. मंगळागौरीच्या बरोबरीनं डोहाळजेवणं आणि बारश्यांच्या बातम्या येऊ लागल्या होत्या.

यातच एकदा माझी पाळी चुकली. मनात आशा निर्माण झाली; पण दोन-तीन महिन्यांनी पाळी आली आणि आशेचा डोलारा कोसळला. यानंतर माझी पाळीची तक्रार सुरू झाली.

याच सुमारास माझी आत्तेबहीण रजू (प्रभाकरची धाकटी बहीण, कोल्हापूरच्या आत्याची मुलगी, मीनाची नणंद) पुण्यातच बी.जे.ला एम.बी.बी.एस. करून गायनॅकॉलॉजीत एम.डी. करत होती. मॅट्रिकला ती बोर्डात सातवी आणि मुलींच्यात पहिली आल्यामुळे सगळ्या नातेवाइकांत तिचं कौतुक होतं. अण्णांना तर फार! तिच्याविषयी काही वृत्तपत्रात छापून आलं की ते त्याचं कात्रण काढून ठेवायचे. ती मॅट्रिक झाल्यावर तिच्या या यशानिमित्त वर्षभरासाठी तिला 'मार्मिक' हे साप्ताहिक मोफत यायचं.

पुण्यात तिचं तिचे वर्गमित्र डॉ. निशिकांत श्रोत्री यांच्याशी लग्नही ठरलं होतं. ती अधूनमधून माझ्याकडे यायची. पुढे तिचं लग्न झालं आणि ससूनच्या स्त्री-रोग विभागात तिची नोकरीही सुरू झाली. डॉ. अपर्णा श्रोत्री म्हणून तिनं अल्पावधीत चांगलंच नाव कमावलं. पुढच्या काळात तर दीनानाथ मंगेशकर रुग्णालयातल्या 'लेबर अॅन्ड ओटी कॉम्प्लेक्स'ला तिचं नाव देऊन तिच्या समग्र कार्याचा वैद्यकीय क्षेत्रानं गौरव केला आहे!

साहजिकच तिच्याशी बोलून पुढे काय करावं याचे विचार सुरू झाले. सगळ्यात आधी नवऱ्याची तपासणी करणं योग्य असल्याचं तिनं सांगताच विरूपाक्ष सहजच तयार झाले. याचं मला वाटलं नसलं तरी, तिला वाटलेलं आश्चर्य ती अनेकदा व्यक्त करत असे. कारण अशा प्रसंगी नवरे किती आक्रस्ताळेपणा करतात याचा ती ससूनमध्ये आणि डेक्कन जिमखान्यावरच्या त्यांच्या हॉस्पिटलमध्ये येणाऱ्या सुशिक्षितांचा अनुभव घेत होती. विरूपाक्षांचे रिपोर्ट नॉर्मल आल्यावर माझ्या पाळीचं तंत्र ताळ्यावर आणणं, हेच एक काम राहिलं होतं.

रजू सांगेल त्या वेळी तिला भेटायला मी बहुतेक वेळा ससूनमध्येच जात असे. ती अजस्र इमारत, तिथले लांबलचक कॉरिडॉर्स आणि त्या चौकटीतून आत्मविश्वासानं वावरणारी रजूची म्हणजेच डॉ. अपर्णा श्रोत्रीची छोटीशी आकृती मनात आदर आणि ममत्व निर्माण करायची. तिथं तिला काही अडचणी आल्या की ती आपल्या सीनिअर्सशीही सल्लामसलत करायची. सगळे मिळून त्या वेळी

उपलब्ध असलेल्या सगळ्या उपचार-पद्धती वापरून माझ्यावर उपचार करत होते.

तिथली सगळी चर्चा वैद्यकीय भाषेत चालायची. त्यामुळे त्याचा मला कसलाही भावनिक त्रास व्हायचा नाही, पण या विषयावर बाहेर कुणी भावनेचा सूर काढला की मनस्ताप व्हायचा.

विरूपाक्षांना मात्र या बाबतीत फारसं काही तीव्रपणे वाटल्याचा मला कधीच अनुभव आला नाही. मी कधी या विषयावर भावुक झालेच तर ते म्हणायचे, "मला हे समजत नाही, तुला मूल असण्याचा अनुभव होता आणि तो आता नाही, असं काहीसं झालं असतं तर गोष्ट वेगळी! तुझ्या या दुःखाचा प्रकार शेजाऱ्याकडे अमूक एक वस्तू आहे आणि आपल्याकडे नाही, या जातीचा आहे!"

या विषयावर बायका लाघट बोलतात असं मी सांगितल्यावर ते म्हणाले, "असंच काही नाही! अशा स्वभावाचे पुरुषही असतात! शिवाय त्यांच्या बोलण्यात आणखीही बराच खोचकपणा असतो!"

शेजारच्या वयस्कर मिरजी काकू- श्यामच्या आई- मधून मधून 'कधी न्हालीस?' अशी चौकशी करायच्या, तेव्हा मात्र मला अतिशय राग यायचा. 'यांना काय करायचंय?' अशी प्रतिक्रियाही उमटायची. माझा राग बघून एक दिवस त्या म्हणाल्या, "तसं नव्हे गं! तुम्हाला मुला-बाळांशिवाय आरामात राहायची सवय लागली, तर मूल-बाळ नकोच वाटायला लागेल, म्हणून विचारलं!"

याच मिरजी काकू तिसरेपणावर लग्न करून आल्या होत्या, त्यामुळे त्यांच्या गळ्यातल्या मंगळसूत्रात दोन 'जिवत्यां'च्या आकाराची जास्तीची पदकं होती. बोलताना त्या म्हणायच्या, "मी तर समजूनउमजून तिसरेपणावर आले. मग त्या दोघींची जागा नाकारून कसं चालेल? त्या दोघींचे सगळे दागिने मी वापरते ना? मग त्यांची एक-दोन मुलं सांभाळायला काय झालं?" अर्थात, त्यांच्या दोन्ही सवती फक्त दागिनेच देऊन गेल्या होत्या म्हणा!

एकदा मला पाळीचा अतिशय त्रास होत होता. आधी ठरल्याप्रमाणे मला रजूला भेटायला ससूनला जायचं होतं. घरापासून डेक्कन आणि तिथून स्टेशन अशा दोन बसेस बदलून मी गेले. तिला भेटून मी पुन्हा दोन बसेस बदलून घरी परतले. या सगळ्या प्रवासाचा मला अतिशय त्रास झाला. संध्याकाळी विरूपाक्षांना मी हे सांगितलं. त्यांनी विचारलं, "बसनं का येत बसलीस? रिक्षा का केली नाहीस?"

हे ऐकताच माझा मलाच धक्का बसला. खरंच! हे माझ्या लक्षात का आलं नाही? माझ्याकडे पैसे होते. तरीही लक्षात का येऊ नये? माझ्या त्या दिवशीच्या

त्रासाला जबाबदार कोण? मीच ना?

विरूपाक्षांच्या अगदी जवळच्या मित्रानं सुचवूनही आम्ही मूल दत्तक घ्यायचा विचारही केला नाही. जीवन जसं सामोरं येईल तसं स्वीकारायचा वस्तुपाठच या निमित्तानं आम्ही घेतला. शिवाय आम्हा दोघांनाही भरपूर जवळचे नातेवाईक आणि त्यांची मुलं होती. त्यामुळे मामा-मामी, मावशी-काका, आत्या-मामा, दादा-वहिनी अशा अनेक उपाधी प्राप्त झाल्यामुळे आम्हाला त्याची गरजही वाटली नाही.

ते ७४ साल असावं. देशभरात रेल्वेचा मोठा संप सुरू होता. नुकतीच माझ्या दिराला- प्रमोदला बेंगळुरू येथे बँक ऑफ बडोदात नोकरी लागल्यामुळे सासरी आनंदाचं वातावरण होतं. त्यानिमित्त मंत्रालय इथं जाऊन तिथं राघवेंद्र स्वामींना महाअभिषेक करायचं ठरलं. त्यासाठी सगळ्याच नातेवाइकांनी दहा-अकरा दिवसांसाठी तिथं जायचं ठरलं. बेळगावचे सगळे बसनं तिथं पोचले. पुण्याहून आम्ही दोघं बसनं सोलापूर-मंत्रालय असा प्रवास करून तिथं पोचलो.

तिथं सगळ्यांसाठी एक छोटं घर तात्पुरतं भाड्यानं घेण्यात आलं होतं. तिथल्या वास्तव्यात मी प्रथम अतिकर्मठ दक्षिण भारतीय वातावरण जवळून पाहिलं.

तिथल्या दहा दिवसांत महाअभिषेक तर होताच, शिवाय तिथे आलेले सगळेच कुटुंबीय तिथल्या वृंदावनाची सेवा करू लागले. नदीत अंघोळ करायची, ओलेत्यानं देवळात जायचं आणि वृंदावनाला अकरा-एकवीस किंवा त्याहूनही जास्त प्रदक्षिणा घालायच्या. तिथं काही भक्त लोटांगण-प्रदक्षिणा घालायचे. उन्हाचा कडाका इतका होता की नदीपासून देवळात जाईपर्यंत कपडे कोरडे होत. लोटांगण-प्रदक्षिणा घालणाऱ्यांना फरशीचे चटके बसू नयेत म्हणून त्यांच्या नात्यातलं कुणीतरी त्यांच्या प्रदक्षिणेच्या वाटेवर पाणी ओतत राही. बायकोचा नवस फिटायचा असेल तर नवरा पाणी घाले. नवऱ्याचा नवस असेल तर बायको. म्हणजे नवस फिटेपर्यंत दोघांचे कष्ट चालत.

संध्याकाळी काही जणं देवळात गायनसेवा करत. राघवेंद्र स्वामींच्यावर रचलेल्या गीतांबरोबर इतरही कन्नड, तमीळ, तेलुगू भक्तिगीतं म्हटली जात. त्या वेळेपर्यंत न पाहिलेलं एक वेगळंच 'भक्तिमय' जग या निमित्तानं माझ्यासमोर येत होतं.

एक दिवस तिथून जवळ असलेल्या पंचमुखी प्राणेशाच्या देवळाला पायी जायचं ठरलं. आधी कमरेएवढ्या पाण्यातून गेल्यावर एका गोल होडीत, पायांवर भार देत, तोल सावरत बसलो. पुढे चालत जाताना एक अद्‌भुत जगात गेल्यासारखं वाटलं. तो सर्व भूप्रदेश मोठमोठ्या गोल आणि वेड्यावाकड्या दगडगोट्यांनी

बनला होता. खडकांची रचना अशी होती की कधीही कुठलाही दगड कोसळेल! पण तरीही सगळं भक्कम होतं!

एकूणच तिथली नदी, सकाळी नदीवर पोहायला जाणं, ओलेत्यानं वृंदावनाला प्रदक्षिणा घालणं, तिथले भक्त, तिथलं जेवण, केवळ 'ब्राह्मणांची वेगळी जेवायची व्यवस्था', दारावर विकायला येणारे 'इडली-वडे', ती सगळ्या भाषांमधली भक्तिगीतं.. सगळंच अनोखं होतं!... त्याआधी कधीही मी ते जग इतक्या जवळून पाहिलं नव्हतं, अनुभवलं नव्हतं.

रजूबरोबर तिचे पती डॉ. निशिकांत श्रोत्री यांच्याशीही आमचा स्नेह जुळला. सुश्रुत आणि क्षितिज ही त्यांची दोन मुलं. त्या दोघांना घेऊन ते बहुतेक रविवारी आमच्या घरी यायचे. सुरुवातीला त्यांची स्कूटर होती. दोन मुलं झाल्यावर त्यांनी तिला साइडकार लावली. लवकरच त्यांनी गाडी घेतली. मग त्यांच्या गाडीतून आम्ही दोघंही कुठं ना कुठं भटकायला जायचो. एकत्र स्वयंपाक करायचो. त्या काळात श्रोत्री चायनीज पदार्थ करायचे. मग मोठ्या उत्साहानं सामानाची जुळवाजुळव करून कधी फ्राईड राईस तर कधी आणखी काही सामिष पदार्थ बनवून जेवण करायचो. त्या वेळी नातेवाइकांपैकी पुण्यात आम्ही दोघीच असल्यामुळे आम्हा दोघींना एकमेकींचा मोठाच आधार वाटायचा. नंतर पुण्यात बरेच नातेवाईक आले, प्रत्यक्ष गाठीभेटी कमी झाल्या तरीही प्रकृतीची काही अडचण आली की रजूला फोन करायचा पायंडाच पडला! तिनंही तो अत्यंत निष्ठेनं सांभाळला.

लग्नाच्या आधी विरूपाक्षांचं एक-दोनदा रक्तातलं हिमोग्लोबिन कमी होऊन त्यांना रक्त द्यायची वेळ आली होती. लग्नानंतर काही वर्षांनी पुन्हा तेच झालं. पुरुषांचं हिमोग्लोबिन चौदापर्यंत असतं; ते विरूपाक्षांचं कमी होऊन आठ-साडेआठपर्यंत उतरायचं. तेव्हाही श्रोत्री दांपत्यच आमचा आधार होता- मानसिक आणि वैद्यकीयदृष्ट्याही. त्यांनी औषधपाणी आणि रविवारी सामिष भोजन असे उपचार करून ह्यांची प्रकृती नॉर्मलला आणली. नंतरही पुन्हा एकदा हाच त्रास झाला. त्या वेळी तर हिमोग्लोबिन चारपर्यंत उतरलं होतं! तेव्हा मात्र उपचाराबरोबर यामागील कारण शोधण्यासाठी जंग-जंग पछाडलं. त्यासाठी मुंबईच्या टाटाच्या 'कॅन्सर रिसर्च सेंटर'लाही जाऊन आलो. कारण काही सापडलं नाही.

सगळ्या तपासण्या झाल्यावर निर्णय असा झाला, यांच्या आईही ॲनिमिक होऊनच गेल्या होत्या. यांच्यातही तीच कमतरता होती. त्यामुळे इतरांपेक्षा यांच्या शरीराला जास्तीच्या लोहाची गरज होती. त्यामुळे आहाराविषयी जागरूक राहणं आणि मधूनमधून हिमोग्लोबिनवर लक्ष ठेवणं आवश्यक होतं. थोडक्यात, फॅक्टरीतली फार दगदगीची नोकरी करणं यांच्या 'रक्ता'तच नव्हतं असं दिसत होतं!

एकदा चोर सापडल्यावर नाकेबंदी करणं तितकंसं कठीण नव्हतं. रजूकडे सँपल म्हणून आलेल्या आयर्नच्या गोळ्यांचा आमच्याकडे रतीब लागला. यातही घडलेली चांगली गोष्ट म्हणजे, ह्यांच्या मनातला कांदा-लसणाच्या बाबतीतला तिटकारा निघून गेला. म्हणजे ह्यांनी तो जाणीवपूर्वक घालवला. अंड्याचा घरात प्रवेश झाला आणि हे नोकरीत असेपर्यंत दररोज अंड्यांचा खुराक सुरू राहिला. निवृत्तीनंतर तो आपसूकच थांबला.

या काळात फॅक्टरीतले एक मित्र निलजकर हेही त्यांच्यासाठी आवर्जून चिकनसूप करून आणायचे, कधी इतरही सामिष पदार्थ घेऊन यायचे. परिणामी, लवकरच ह्यांचं हिमोग्लोबिन साडेचारवरून पुन्हा चौदावर आलं. याच काळात सायकलवरून खडकीला कामावर जाण्याची दमणूक टाळण्यासाठी घरात ल्यूना आली. आमची सायकल पवईला असलेल्या यांच्या मावसभावाकडे– उदयभानू याच्याकडे गेली.

पवईला एम.ई., नंतर पीएच.डी. करायला जाण्यापूर्वी सावक्कामावशींचा मुलगा उदयभानू बीडला नोकरी करत होता. शिक्षण झाल्यावर तो काही काळ धडपड करून मुंबईला 'सॉईल इंजिनिअर' म्हणून स्थिरावला.

पवईला जाताना त्यानं तिथं न लागणारं सामान आमच्या घरी ठेवलं. त्या सामानात बॅडमिंटनची लाकडी रॅकेट होती. रॅकेट हाती आल्या आल्या मी लगेच आमच्या शेजारच्या पोस्टाच्या मागे असलेल्या बॅडमिंटन हॉलमध्ये खेळायला जायला सुरुवात केली ती आजपर्यंत.

काळानुसार आमचा ग्रुप बदलत राहिला. माझी लाकडी रॅकेट मोडून त्या जागी स्टीलची रॅकेट आली. खेळायच्या वेळाही कधी दुपारी बारा ते एक, कधी चार ते पाच अशा बदलत गेल्या. आता संध्याकाळी आठ ते नऊ, अशा बदलत राहिल्या.

आमचा सुरुवातीपासूनच मिश्र ग्रुप होता. गेल्या बेचाळीस वर्षांत अनेक जण सहखेळाडू होते. बायका आणि पुरुष. त्यात कॉलनीतच राहणारं ताम्हनकर कुटुंबातले सगळे (पती-पत्नी, मुलगी मालविका, मुलगा राजीव, सून जयश्री आणि हल्ली क्षिप्रा आणि शर्वरी या दोन नाती), शेजारच्या घरात हॉलसमोर राहणाऱ्या दर्प कुटुंबातील पती प्रकाश व पत्नी ज्योती, मुलगा श्रीरंग-मुलगी पूजा, श्रीमती मोरे, बिहारच्या सेक्रेटरिएटमध्ये लालूप्रसाद यांच्या सरकारात सेक्रेटरी म्हणून काम करून निवृत्तीनंतर कॉलनीत कायमचे राहायला आलेले पाटणकर, नलिनी घाणेकर, नाना जोशी, सुबोध रबडे, विनायक लेले, हडपसरहून येणारे गिरीश देसाई... असे कितीतरी. शिवाय ४०-४२ वर्षांत कितीतरी जणांची नावंही काळानुसार विस्मरणात गेली.

कॉलनीतले नाना जोशी तर ऐंशी वर्षांचे होईपर्यंत डेक्कन जिमखान्यावर जाऊन टेनिस खेळायचे आणि आमच्याबरोबर बॅडमिंटन खेळायलाही यायचे. नंतर त्यांनी बॅडमिंटन सोडलं आणि ते फक्त टेनिस खेळू लागले. टेनिसपेक्षा बॅडमिंटनमध्ये अधिक दमणूक होते, असा त्यांचा अनुभव. कॉलनीतल्या, पाच मुलींची आई असलेल्या कवडीबाईंचाही बॅडमिंटन खेळण्यात पुढाकार असे.

अजूनही संध्याकाळी कॉलनीतल्या चित्तरंजन वाटिका या बागेत पूर्वी कधीतरी आमच्या ग्रुपमध्ये खेळणाऱ्यांपैकी कुणीतरी भेटतं, आठवण करून देतं आणि उत्सुकतेनं विचारतं, 'खेळ सुरू आहे का?' मी 'हो' म्हणून सांगितलं की जुन्या आठवणींना उजाळा देत निघून जातं.

तो काळ पत्रं लिहायचा होता. अक्का ठळकवाडीच्या सगळ्या बातम्या पत्रातून कळवायची. बहीण मीना जवळपासच्या संगमनेर, देवठाण, अळकुटी, काळे कॉलनी अशा गावांमध्ये असायची. या दोघींशी माझा बराच पत्रव्यवहार चालायचा. वडील अण्णांची पत्रं फक्त शुभकार्याचं निमंत्रण देण्यासाठी. तसंच सासरचीही पत्रं यायची. खुशालीची पत्रं सासरे- अण्णा लिहायचे. ही पत्रं कन्नडमधून असायची. विरूपाक्ष फॅक्टरीतून घरी आले की कन्नड पत्रं वाचून दाखवायचे.

विरूपाक्षांनी एक सांगून ठेवलं होतं- 'फॅक्टरीतला दिवस कसा म्हणजे कितपत मनस्ताप देणारा गेलेला असतो, हे सांगता येत नाही. शिवाय येताना काही अंतर (जुन्या) पुणे-मुंबई रस्त्यावरून रहदारीशी दोन हात करत यावं लागतं. म्हणून घरी आल्यावर मी आपणहोऊन पत्रांची चौकशी करेपर्यंत पत्रं द्यायची नाहीत.'

कॉलनीत राहणाऱ्या इतरांच्या ओळखी करून घेण्यासाठी मी वर्षभरातच मॉडेल कॉलनीच्या हॉलमध्ये चालणाऱ्या महिला मंडळात जाऊ लागले. तिथं जोशी अक्का, मंगला रबडे यांची ओळख झाली. या ओळखीचं रूपांतर स्नेहात झालं. या दोघींच्याही संपूर्ण कुटुंबाशी नातं जुळलं. रबडे अण्णा दर वर्षी भाऊबीज आणि राखीपौर्णिमेला घरी येऊ लागले. त्यांच्या मुलीच्या, हेमाच्या लग्नाच्या वेळी पाहुणे कर्नाटकातले असल्यामुळे त्यांना माझी मदत झाली. तसंच जोशी अक्कांची तब्येत खराब झाल्यामुळे त्यांच्या मुलीला- मंगलला दाखवायला फलटणला जाताना 'मावशी' म्हणून मीच तिच्याबरोबर गेले होते.

महिला मंडळातही लवकरच सेक्रेटरीही झाले. दोन वेळा ही जबाबदारी माझ्यावर आली. तेव्हा आम्ही काही नवं करायचा प्रयत्नही केला. दोन्ही वेळेला ट्रिप्स काढल्या.

पण कायम रमावं असं महिला मंडळात काही नव्हतं. त्यामुळे मी लवकरच त्यातून बाहेर पडले. आम्ही बायका एकत्र जमून आपापल्या घरच्या पापड-कुरडया करत असू. त्यातही मी काही काळ रमले. त्या निमित्तानं एकीच्या घरी जमायचं, पापड लाटून झाले की दडपे पोहे आणि उसाचा रस यावर ताव मारायचा.

अंबिकेंच्या घरी एक छोटं सुबक जातं होतं. डाळ आणि मेतकूट दळायला मी त्यांच्याकडे जायची. मला फार आवडायचं ते! त्याही कौतुक वाटून मला सहकार्य करायच्या.

सांडगे-कुरडयांचं पीठ शिजवायला घरात मोठी भांडी नव्हती. मला ती अंबिके काकूंकडून मागून घ्यावी लागायची. त्या ती कौतुकानं द्यायच्या. मलाच कधी कधी हे अवघड वाटायचं. विरूपाक्षांना म्हणताच ते म्हणाले, "बेळगावच्या घरात बरीच मोठी पातेली जास्तीची आहेत. वहिनी सारखं म्हणत असते. त्यातलं एक पातेलं तिच्याकडून मागून घेऊन ये."

त्याप्रमाणे एकदा बेळगावला गेले असता मी वहिनींकडे म्हणजे सासूबाईंकडे मोठं पातेलं मागितलं. त्यांनी लगेच सांगितलं, "घेऊन जा; पण बदल्यात इथं एक त्याच आकाराचं हिंडालियमचं पातेलं आणून दे! नाहीतरी कल्हईचे पैसे किती वाढलेत!..." या त्यांच्या सांगण्यासरशी माझ्या मनातला नात्यांविषयीचा भाबडेपणा नाहीसा झाला.

आमचं विणकाम-भरतकामही चाले. मण्यांच्या वस्तू बनवणं, रंगीत मणी वापरून बालाजीसारखं क्लिष्ट चित्र तयार करणं, वेण्यांना लावायचे 'दो बदन' मण्यांपासून तयार करणं, वायरच्या आणि सुतळीच्या विशिष्ट गाठी घालून पिशव्या आणि क्रोशा वापरून वायरच्या पर्सेस बनवणं... अशा प्रकारे काही ना काही करण्यात माझा वेळ जात होता.

यात कॉलनीतल्या झेंडे काकूंचाही महत्त्वाचा सहभाग असे. त्यांचे यजमान डॉ. झेंडे हे उसाच्या संशोधन क्षेत्रातलं मातब्बर नाव. ते त्या वेळी परगावी असल्यामुळे मैनाताई म्हणजे झेंडेकाकू मुलांच्या शिक्षणासाठी कॉलनीत राहायच्या. काकूंना तेव्हा बराच वेळ मिळत असे. एकदा त्यांच्या पुढाकारानं मीही मण्यांची 'दो बदन' आणि राखीसाठी मण्यांच्या रंगीबेरंगी चकत्या करून तुळशीबागेत नेऊन विकल्या होत्या. तसंच मण्यांचे कुत्रा, जिराफ, घोडा, हत्ती यांसारखे प्राणी करून परदेशी जाणाऱ्यांना विकत देत असू. त्यातून आर्थिक अपेक्षा फारशी नसे. वेळ मजेत जायचा... पण तेवढंच.

गोऱ्यापान, देखण्या, आमच्या आक्काच्या वयाच्या, नऊवारी लुगडं नेसणाऱ्या मैनाताईंना आम्ही झेंडेकाकू म्हणत असू. वेगळ्या ग्रुपमध्ये बॅडमिंटन खेळायलाही

जात. महिला मंडळाचं हळदी-कुंकू असेल तेव्हा तिथल्या तिथं ओच्यातून डबीतली नथ काढून पटकन नाकात अडकवत आणि ठसक्यात तयार होत. गणपती उत्सवाच्या वेळी कॉलनीतल्या मुलांना एकत्र करून करमणुकीचे कार्यक्रम बसवून घेण्यातही त्यांचा पुढाकार असे. त्यात त्यांच्या मुली रजनी आणि जयू या दोघीही त्यांना मदत करत.

त्यांच्या पश्चात त्यांचे पती डॉ. झेंडे हे एकटेच राहायचे. ऊस हा त्यांच्या संशोधनाचा विषय होता. एकटे राहून त्यांनी निवृत्तीनंतर अनेक शोध-निबंध प्रकाशित केले. त्यांचा अनेक पातळ्यांवर सत्कार व्हायचा, तेव्हा आम्ही दोघंही त्यांच्या कुटुंबीयांसमवेत सहभागी व्हायचो.

माझं लायब्ररीमधून पुस्तकं आणून वाचणंही सुरू होतं. एक लायब्ररी संपली की जवळपासची दुसरी शोधायची. वाचून झालेल्या पुस्तकाविषयी संध्याकाळी फिरायला गेलो असताना विरूपाक्षांना सांगायचं. संध्याकाळी फिरताना काही बरं वाचलं तरी सांगायचं आणि वाईट वाचलं, कंटाळवाणं वाचलं तरीही सांगायचं.

तसंच मी दिवाळी अंकही वाचत होते. त्यातले चांगले लेख यांना वाचून दाखवायचाही माझा उत्साह असायचा. त्यातले अनिल अवचटांचे आणि इतरांचे आवडलेले मोठाले लेखही वाचून दाखवायचे. तेव्हा हे अधूनमधून इंग्लिश कादंबऱ्या वाचायचे, त्याविषयीही सांगायचे. 'रिबेका', 'लॉस्ट हॉरिझॉन', 'रॅन्डम हार्वेस्ट' यांसारख्या काही कादंबऱ्यांची कथानकं यांनी विस्तारानं सांगितली.

अनेकदा ते कारंतांविषयी आणि त्यांनी विद्यार्थीदशेत असताना वाचलेल्या कन्नड कादंबऱ्यांविषयी सांगायचे.

दुपारच्या रिकाम्या वेळात कधी मी मासिकातली चित्रं बघून पेन्सिलीनं काढायचे. हायस्कूलमध्ये चित्रकलेच्या एक-दोन परीक्षा झाल्यामुळे तीही आवड होतीच. शिवाय 'रजपूत बंधू' शाळेत 'चित्रकला' हा एक विषय होता. कायत नावाचे एक शिक्षक फार गंभीरपणे चित्रकला शिकवायचे. काढलेली चित्रं व्यवस्थित ठेवण्यासाठी त्यांनी आम्हाला खाकी लखोटा बनवायला लावला होता. त्यात एका कागदावर चित्रांची अनुक्रमणिका लिहिलेली असायची. सोबत स्वच्छ फडकं ठेवण्याविषयी ते अत्यंत आग्रही होते. ते इतके कडक होते की यात काही हयगय झाली तर मुलगा-मुलगी न बघता त्यांच्याकडून पट्टीचे फटकेही बसायचे. चित्रकलेविषयी इतकी आस्था असणारे ते मी पाहिलेले पहिलेच शिक्षक होत.

तसंच दुपारी निवांतपणे अनेकदा मासिकंही वाचत होते. एकदा दुपारच्या निवांत वेळी मी एक कथाही लिहिली होती. तिचा विषय आठवत नाही. हे

फॅक्टरीतून आल्यावर वाचायला दिली. यांनी वाचून अभिप्राय दिला, ''काही हरकत नाही. हल्ली मासिकांत असल्याच गोष्टी छापतात!..''

तो अभिप्राय ऐकून मी खट्टू झाले आणि ती कथा फाडून टाकली. त्यानंतर मी पुन्हा त्या फंदात पडले नाही.

विविध कारणांनी बेळगावला जाणं झालं की विरूपाक्षांचे थोरले धोंडूमामा ज्या गावात असत, तिथं आमची फेरी होई. बँकेत नोकरी असल्यानं त्यांची बदली बेळगाव जिल्ह्यातल्या छोट्या-छोट्या खेड्यात किंवा गावांत झालेली असे. त्या निमित्तानं उत्तर कर्नाटकातल्या गावांचं दर्शन होई.

एकदा आम्ही असेच बैलहोंगलला गेलो होतो. गुन्हेगारीचं वलय असलेला हा भाग. 'संग्या-बाळ्या'ची कथा याच गावात घडल्याचं म्हटलं जात होतं. मुळात हा दुष्काळी भाग. एखाद्या वर्षी पीकपाणी चांगलं आलं की इथला किरकोळ शेतकरीही 'यंदा दोन-तीन खून सहज पचवता येतील!' अशा भाषेत आपल्या ऐश्वर्याचं मूल्यमापन करतो, असं म्हटलं जायचं. तसंच 'बागलकोटी हेण्णु-बायागं मण्णू' अशी एक कन्नड म्हणही माझ्या कानांवर आली होती. याचा अर्थ – 'जे बागलकोटची मुलगी करतात, त्यांच्या तोंडात मातीच!' नंतर कळलं, ही म्हण सगळेच परस्परांवरचा राग व्यक्त करण्यासाठी गावाचं नाव बदलून वापरतात!

आता सगळीकडे धरणांमुळे पाणी पोहोचल्यामुळे इथलीही परिस्थिती बदलली आहे.

धोंडूमामांच्या घरी आम्ही राहिलो, त्याच्या समोर एक मोठं मैदान होतं. त्या मैदानावर तंबूतलं कन्नड नाटक दाखवलं जात होतं. तिथं आजूबाजूच्या खेड्यांतल्या मंडळींचा भरपूर राबता होता. त्यामुळे दुपारनंतर गर्दी सुरू होई. माणसं बैलगाड्यांतून नाटकाला हजेरी लावत. तिथंच चूल पेटवून स्वयंपाक चाले, बांधून आणलेलं जेवण जेवत आणि नंतर नाटकाला हजेरी लावत. मध्यरात्रीपर्यंत हा गोंधळ चाले. नाटकातली गाणी जोरात ऐकू येत. नंतर केव्हातरी शांतता पसरे. दुसऱ्या दिवशी दुपारी पुन्हा हेच वातावरण. आम्ही तीनेक दिवस होतो. तोपर्यंत तरी हाच अनुभव होता. नाटक बघायची माझी इच्छा असे; पण तिथलं बाकीचं वातावरण असं होतं की त्या इच्छेचा उच्चार करणं शक्य नव्हतं. पुण्याला परतल्यावरही कितीतरी महिने त्या नाटकातलं 'बंगार सक्करे मुद्दू..' हे फुटकळ गाणं विरूपाक्षांच्या तोंडात होतं!

असेच आम्ही एकदा अथणीला गेलो होतो. तेव्हा मात्र धोंडूमामांनी उत्साहानं एक टॅक्सी करून आम्हाला कन्नड नाटकाला नेलं होतं. तेही तंबूतलं नाटकच

होतं. नाटकाचं नाव होतं, 'कालु केदरिद हेण्णू' म्हणजे 'पाय उकरत (भांडणाला) सज्ज झालेली बाई'. तेव्हा नव्यानं आलेल्या 'पिंजरा'चंच ते कथानक होतं. पण लेखन आणि सादरीकरण खेड्यातला प्रेक्षक वर्ग नजरेसमोर ठेवून अत्यंत भडकपणे केलं होतं. सगळे संवाद द्व्यर्थी होते. नाटकाचा अंदाज आल्यावर विजयामामींना कुठे बघावं ते कळेना! अखेर आम्ही त्या नाटकाची टिंगल करत रात्री घरी परतलो!

याच सुमारास निशिकांत श्रोत्री कथा-कादंबऱ्या आणि कविता लिहू लागले होते. त्यांचा काव्यसंग्रह प्रकाशित झाला होता आणि कादंबऱ्याही प्रकाशित होऊ लागल्या होत्या. काही दिवाळी अंकांतून तर काही स्वतंत्रपणे पुस्तकरूपानं. दिवाळी आली की ते अनेक दिवाळी अंकांसाठी कथा-कविता लिहीत. तेव्हा त्यांनी एक नाटकही लिहिलं होतं. त्याविषयी रविवारच्या भेटीत गप्पा होत. त्यांना अभिनयाचीही आवड होती. एका दूरदर्शनवरच्या नाटकातही त्यांनी मृणाल देव-कुलकर्णीबरोबर काम केलं होतं. बहुतेक ते मृणाल देवचं पहिलं 'दूर'दर्शन होतं. त्यानंतर तिला 'स्वामी' ही मालिका मिळाली.

श्रोत्रींनी माझ्यासाठीही काही लेखनाची कामं आणली. त्या वेळी हृदयाचं ऑपरेशन भारतात व्हायला नुकतीच सुरुवात झाली होती. त्या संदर्भात एका डॉक्टरची आणि एका पेशंटची मुलाखत घ्यायची; त्या दोन्हीच्या मिश्रणातून लेख तयार करायचा. तसा लेख मी तयार केला. वैद्यकीयदृष्टीनं चुका होणार नाही हे बघायला डॉक्टर होतेच. तसं दाखवून झाल्यावर तो एका मासिकात प्रकाशितही झाला. तशाच पद्धतीनं डोळ्याच्या व्हिट्रिऑटोमी नावाच्या एका ऑपरेशनवरचाही लेख तयार केला. त्यातला वैद्यकीय भाग बरोबर झाला की नाही हे विचारायला मी संबंधित डोळ्यांच्या डॉक्टरांकडे गेले.

लेख वाचल्यावर त्यांनी विचारलं, "हा लेख तुम्ही कुणासाठी लिहिलाय?"

मी काय उत्तर दिलं, ते मला आठवत नाही; पण त्यांचं बोलणं मात्र आठवतं. ते म्हणाले, "लेखाची सुरुवात वाचताना कौटुंबिक भावभावनांविषयी तुम्ही लिहिलं आहे. त्यामुळे अशा लेखनाची आवड असणारा वाचक वाचायला सुरुवात करेल. पण मधेच तुम्ही ऑपरेशनविषयी विस्तारानं सांगायला लागलात की तो वाचक लेख वाचायचं सोडून देईल. आणि ज्या वाचकाला ऑपरेशनविषयी समजून घ्यायचं आहे, तो तर तुमच्या लेखाच्या जवळपासही फिरकणार नाही! कारण तुमच्या लेखाची सुरुवात!.."

माझा हाही लेख प्रकाशित झाला. काही जणांना तो आवडलाही. पण त्या डॉक्टरांच्या टिप्पणीनंतर असे लेख लिहायचा माझा उत्साह मात्र शांत झाला तो कायमचा.

एकदा सासऱ्यांनी सिंधूवन्संकरवी विरूपाक्षांना सांगितलं, "इतकी वर्षं तुझ्या आईचं श्राद्ध आणि अविधवा नवमी मी करत होतो. आता तू संसारी झाला आहेस. तुझ्या आईचं श्राद्ध तू करायचं!"

आम्ही चौकशी केली तेव्हा समजलं, लक्ष्मीरोडवरच्या राघवेंद्र स्वामींच्या मठात ही व्यवस्था होते. यांच्या आई एकादशीला वारल्या होत्या. त्या दिवशी सगळे ब्राह्मण उपवास करत असल्यामुळे श्राद्ध द्वादशीच्या दिवशी यायचं. पहाटे पाच-साडेपाच वाजता उठून मठात जायचं आणि श्राद्ध आणि जेवण संपवून साडेसातला घरी परतायचं. त्यामुळे हे फॅक्टरीलाही जाऊ शकायचे; पण पहाटे सहा वाजता जेवणाची कल्पना मात्र थोडी 'अघोरी'च वाटायची!

हळूहळू विरूपाक्षांच्या लक्षात आलं, एकादशीच्या निर्जला उपवासानं हैराण झालेले तिथले 'आचार्य' बहुतेक वेळा मृत मातेऐवजी हयात असलेल्या वडिलांचंच श्राद्ध करून मोकळे होत! अविधवा नवमीच्या दिवशी तर तिथं इतकी गर्दी असे की सगळाच सावळा गोंधळ असे! कोण कुणाचं श्राद्ध करे, तेच समजत नसे! तरीही धार्मिक मंडळींची ती एक 'सोय' होती, हेही तितकंच खरं! त्यामुळे पुण्यातले कन्नड लोक तिथं गर्दी करत.

या काळात पुण्यात घडलेली एक महत्त्वाची घटना म्हणजे जोशी-अभ्यंकर खून. हे खून बऱ्यापैकी दिवसा-उजेडी घडले होते. सगळी मंडळी मध्यमवर्गीय आणि सुशिक्षित होती. बहुतेक जण तरुण होते. सगळे खून मध्यमवर्गीय वस्तीत झाले होते. त्यामुळे सगळ्याच पुणेकरांचं धाबं दणाणलं होतं.

सगळ्या पुणेकरांप्रमाणे मीही या घटनेनं पराकोटीची हादरून गेले होते. त्या वेळेपर्यंत माझी समजूत होती, खून वगैरे सरळमार्गी आणि मध्यमवर्गीय लोकांच्या संदर्भात येणारे शब्द नाहीत. पण या प्रकरणात ज्यांना मारण्यात आलं होतं, ते सगळे आमच्यासारखे सरळसोट आयुष्य जगणारे होते.

खून का केले असावेत, या संदर्भात अनेक बातम्या येत होत्या. कुणीतरी शोध लावला, हे सगळे खून अमावस्येला केले गेले आहेत. कुणी तारखेचं गणित करून काही सिद्धान्त मांडला होता. कुणी या सगळ्या खुनांचा संबंध स्मगलिंगशी जोडत होतं. गावात अशा अफवांना ऊत आला होता.

त्यांतली एक बातमी अशी होती की, हे खून पाचेक हजारांसाठी झाले आहेत. जर त्यांचा खून पाच-सहा हजारांसाठी होऊ शकतो, तर आपलाही खून कधीही होऊ शकतो, अशी भावना मनात निर्माण झाली होती. तिन्हीसांजा घरात राहणंही धोक्याचं आणि घराबाहेर फिरणंही धोक्याचं, अशी परिस्थिती झाली होती.

त्या काळात घरी कुणीही आलं तरी खिडकीतून बघून कोण आहे याची खात्री

करून घेऊन मगच दार उघडायच, असं चाललं होतं. बेळगावात सतत दार उघडं ठेवायची पद्धत होती. त्या तुलनेत हा बंदिवासच वाटायचा!

अर्थात, या घटनेचा परिणाम संपूर्ण गावावर झाला होता. संपूर्ण गाव भयानं वेढलं गेलं होतं. संध्याकाळचे सिनेमा-नाटकाचे शो चालेनासे झाले होते. गावात एक मोठी सर्कस आली होती. या वातावरणामुळे तीही नुकसानीत गेली आणि त्यांनाही लवकरच गाशा गुंडाळावा लागला होता.

पुढच्या काळात गप्पा मारताना सुप्रसिद्ध दिग्दर्शिका सुमित्रा भावेही आपली आठवण सांगत होत्या. तेव्हा त्या फर्ग्युसन कॉलेजच्या क्वार्टर्समध्ये राहत होत्या. एक तरुण दारात उभा राहून सांगू लागला, ''मला स.शि. सरांनी बोलावलंय!'' यांनी सांगितलं, ''मग सर असताना या. मी अनोळखी माणसाला घरात घेणार नाही.'' त्या तरुणानं सांगितलं, ''अहो, माझं नाव महेश एलकुंचवार आहे..'' यांनी सांगितलं, ''असेल! तरीही, सर घरी आल्यावरच मी दार उघडेन!...''

पुढे या प्रकरणाचा खुलासा झाला आणि संबंधित सगळे तरुण सापडले. कुणी जामिनावर सुटलं, बाकीच्यांना फाशीची शिक्षा झाली. या घटनेवर कुणीतरी उत्साहानं सिनेमाही काढला!

३

१९७८-७९च्या सुमारास साहित्य क्षेत्रात एक घटना घडली. कन्नड लेखक डॉ. शिवराम कारंत यांना ज्ञानपीठ पुरस्कार जाहीर झाला.

कन्नड साहित्यात सर्वप्रथम के.व्ही. पुट्टप्पा म्हणजे कुवेंपु म्हणजे 'कुप्पळ्ळीच्या वेंकटप्पा यांचा मुलगा पुट्टप्पा' यांना हा पुरस्कार मिळाला होता, तेव्हा त्यांच्या 'रामायण दर्शनम्' या पुरस्कारप्राप्त महाकाव्याची कर्नाटकात हत्तीवरून मिरवणूक काढल्याच्या बातम्या मी ऐकल्या होत्या; त्याचे वृत्तपत्रात फोटोही पाहिले होते. या पुरस्कारानंतर के.व्ही. पुट्टप्पांचं साहित्य क्षेत्रातलं आधीच उन्नत असलेलं स्थान भरपूर वधारलं होतं. आता तर कर्नाटकातल्या बहुतेक मोठ्या गावांमधून 'कुवेंपुनगर' नावाच्या वस्त्याही आहेत.

त्यानंतर डॉ. द. रा. बेंद्रे यांना 'नाकु तंति' या काव्यसंग्रहासाठी पुरस्कार मिळाला होता. बेंद्रेंची मातृभाषा मराठी, पण त्यांचं कवी म्हणून पोषण कन्नड भाषेनं केलं. त्यामुळे त्यांच्या कन्नड भाषेतल्या कवितांना हा सन्मान मिळाला.

कारंतांचा पुरस्कार हा कन्नड भाषेला मिळालेला तिसरा ज्ञानपीठ पुरस्कार होता. तुलनेनं तेव्हा मराठीला फक्त एकच मिळाला होता– वि.स. खांडेकरांच्या 'ययाती' या कादंबरीसाठी. 'ययाती'चा कन्नड अनुवादही गाजत होता. एकूणच, साहित्य क्षेत्रात 'ज्ञानपीठ पुरस्कार' हा देशभर दबदबा वाढवणारा पुरस्कार होता. ज्या लेखकाला आणि कलाकृतीला हा पुरस्कार मिळायचा, त्या लेखकाकडे आणि कलाकृतीकडे सगळ्या देशाचं लक्ष एका रात्रीत वेधलं जायचं.

डॉ. शिवराम कारंत हे कर्नाटकातलं फार मोठं नाव असल्याचं मी विरूपाक्षांकडून

ऐकलं होतं. दक्षिण कन्नड जिल्ह्यातल्या एका छोट्या खेड्यात राहून लेखन करणाऱ्या कारंतांचा कर्नाटकभर दबदबा होता. अनेक सामाजिक चळवळींशीही त्यांचं नाव जवळून जोडलेलं असायचं. ज्ञानपीठ पुरस्कार मिळाल्यामुळे त्यांचंही नाव भारतभर आणि महाराष्ट्रभर गाजू लागलं. विविध मराठी वृत्तपत्रांमधूनही त्यांची, त्यांच्या पन्नास कादंबऱ्यांची, त्यांच्या 'यक्षगाना'वरच्या संशोधनाची, त्यांच्या समाजकारणाची, त्यांना मिळालेल्या साहित्य अकादमी-संगीत कला अकादमीच्या पुरस्कारांची माहिती प्रकाशित येऊ लागली.

याआधीच्या दोन्ही पुरस्कारप्राप्त कलाकृतींविषयी मला एवढा रस वाटला नव्हता. कारण ती दोन्ही काव्याची पुस्तकं होती. सुरुवातीपासूनच मला कवितेपेक्षा कथा-कादंबऱ्यांचं आकर्षण. कारंतांची पुरस्कारविजेती कलाकृती कादंबरी होती. त्यामुळे या 'मुकज्जिय कनसुगळु' म्हणजे 'मुकज्जीची स्वप्ने'मध्ये काय आहे, हे समजून घ्यायची जबरदस्त इच्छा निर्माण झाली.

ही इच्छा अगदीच साधी होती असंही नाही. मी मराठी साहित्यही वाचत होते. मला ते बऱ्यापैकी आवडतही होतं. 'मराठी कादंबरीपेक्षा या कादंबरीत असं काय आहे विशेष?' हा तेव्हा माझ्या मनातला प्रश्न होता.

तेव्हा विरूपाक्षांना काही कन्नड मासिके डेक्कनवर एखाद्या विक्रेत्याकडून मिळायची. इथल्या कर्नाटक संघाच्या कन्नड लायब्ररीतही यांनी नाव घातलं होतं. पण दिवसभरच्या नोकरीमुळे नियमितपणे पुस्तक बदलून वाचायला यांना जमत नव्हतं. तरीही यांनी व्ही. टी. कुलकर्णी या मित्राकडून ही कारंतांची कादंबरी धारवाडहून मागवली आणि वाचून काढली. नोकरी करून वाचायला यांना वेळही लागायचा. मी कसाबसा तेवढा दम धरला आणि वाचून संपताच 'काय आहे त्यात?' असं विचारू लागले. यांनी सांगितलं, "कादंबरी छानच आहे; पण काय आहे ते असं सांगता येणार नाही. त्यात काही विशिष्ट कथानक नाही. तरीही काही खास आहे!" नंतर त्यांनी तुकड्या-तुकड्यानं सांगायचा प्रयत्न केला; पण त्यामुळे माझं असमाधान आणखी वाढू लागलं. म्हणून मी म्हटलं, "तसं नको. मला तुम्ही सगळंच वाचून दाखवा."

माझ्या म्हणण्याप्रमाणे त्यांनी वाचून दाखवायला सुरुवात केली. काय मनात आलं कोण जाणे; मी कागद-पेन आणलं आणि ऐकलं ते मराठीत लिहून काढायला सुरुवात केली.

त्या वेळेपर्यंत आमच्या लग्नाला आठ-नऊ वर्षं झाली होती. आमची घरी बोलायची, मित्रांबरोबर आणि नातेवाइकांबरोबर बोलायची भाषा कन्नड झाली होती. त्यामुळे समजायचा प्रश्नच नव्हता.

दररोज संध्याकाळी हे घरी आल्यावर फिरायला जायच्या वेळेच्या आत जमेल तेवढं वाचन-लेखन होत होतं. शनिवारी हाफ-डे आणि रविवारची सुट्टी यांत थोडं जास्त काम व्हायचं. अशा प्रकारे काही महिने हे काम चाललं होतं. नंतर मी ते बाड पुन्हा एकदा व्यवस्थित लिहून काढलं. मी त्याला 'मुकज्जीची स्वप्नं' असं नावही दिलं होतं.

अशा रीतीनं माझ्या नकळत माझा पहिला अनुवाद तयार होत होता.

अर्थात, हा मी माझ्यासाठी, मला कादंबरी समजावी म्हणून केलेला अनुवाद होता. माझं सगळं लक्ष त्यातल्या आशयाकडे होतं. त्यामुळे त्यात येणाऱ्या अडचणींकडे माझं लक्ष नव्हतं. किंबहुना मला त्यातल्या अडचणीबिडचणी अजिबात जाणवल्या नव्हत्या.

खरोखरच ही कादंबरी वेगळी होती. कादंबरीला सुब्बा, त्याचं कुटुंब, त्याची आजी आणि तो राहत असलेल्या गावाची पार्श्वभूमी असली तरी कथानक सांगावं असं तिचं स्वरूप नव्हतं. गावानं भ्रमिष्ट मानलेली आजी मुकज्जी आणि तिचा नातू सुब्बा यांच्या संवादातून कारंतांनी देवाची संकल्पना कशी तयार झाली, तिच्यात कसे-कसे बदल झाले वगैरे बऱ्याच गोष्टी या कादंबरीत कलात्मकतेनं सांगितल्या होत्या. या कादंबरीत आजचं गावजीवन होतं, गावाची संस्कृती होती, माणसा-माणसातले भावसंबंध होते, मनाला स्पर्श करणाऱ्या घटना होत्या. या सगळ्याबरोबरच एका वैचारिक ग्रंथाचा ऐवज या कादंबरीत होता.

जवळच्या मित्रांना आम्ही या कादंबरीविषयी सांगू लागलो. श्रोत्रींनाही सांगितलं. ज्यांनी रस दाखवला त्यांना वाचायलाही दिलं. तेव्हा विरूपाक्षांचा आतेभाऊ दत्ता देसाई आमच्या घरी काही महिन्यांसाठी राहायला आला होता. त्याच्याशीही या कादंबरीवर छान चर्चा व्हायची.

त्या वेळी दत्ता आंध्र बँकेत ऑफिसर म्हणून कामाला होता आणि नुकताच एका मोठ्या आजारातून उठला होता. बाहेरचं खाणं-पिणं त्याच्या प्रकृतीसाठी हानिकारक असल्यामुळे डॉक्टरांनी त्याला कुठल्यातरी घरात राहायचा सल्ला दिला होता. काही महिने दत्तानं नोकरी केली; पण लवकरच त्यानं नोकरीचा राजीनामा दिला आणि तो पूर्ण वेळ कम्युनिस्ट पक्षाच्या समाजकारणात गुंतला. नंतर कितीतरी वर्षं त्यानं 'ज्ञान-विज्ञान'ची धुरा सांभाळली. त्याचं लग्नही तो आमच्या घरी असतानाच ठरलं आणि नंतर झालं. आपल्या विचारांशी मिळत्याजुळत्या विचारांचीच कुंदा ऊर्फ विनया त्यानं निवडली होती.

दत्ताशी आमच्या भरपूर गप्पा व्हायच्या. एकदा तो म्हणाला, “वहिनी, आमची कमाआत्तेही लेखिका आहे. इथंच रास्ता पेठेत राहते. हवं तर एकदा तिला भेटायला जाऊ या!... ”

“कोण?”

“कमल देसाई..”

याची कमाआत्ते म्हणजे कमल देसाई असं समजताच मी दचकलेच. दिवाळीअंकांमधून त्यांच्या कथा मीही वाचत होते आणि त्या नावाचा दबदबाही मला ठाऊक होता. मराठी स्त्री-साहित्याचा इतिहास कमल देसाई यांच्या नावाशिवाय पुढंच जाऊ शकणार नाही, हेही मला ठाऊक होतं. मला काही त्यांना भेटायचं धैर्य झालं नाही. तेव्हा मला साहित्याविषयी भरपूर आस्था असली, तरी ‘लेखक’ या प्राण्याच्या जवळपास फिरकायचीही माझी छाती नव्हती. त्यामुळे मी तो विषय फारसा वाढवला नाही.

ते ऐंशी-एक्याऐंशी साल असावं. डिसेंबर महिन्याचा शेवटचा रविवार होता. सकाळी वृत्तपत्र वाचत होते. त्यात वर्षभरात मराठीत प्रकाशित झालेल्या महत्त्वाच्या ग्रंथांचा आढावा घेणारा एक लेख प्रसिद्ध झाला होता. साहजिकच मी तो मन लावून वाचत होते आणि यातलं आपलं काय वाचायचं राहिलं हे बघत होते.

त्या लेखातला एक उल्लेख वाचून मी चमकलेच. मीना वांगीकर यांनी केलेल्या ‘मुकज्जी’ या अनुवादाचा त्यात विशेष उल्लेख होता. त्या क्षणी मला वाटलं, मी जर लेखकाची परवानगी घेतली असती, तर कदाचित माझाही अनुवाद प्रकाशित होऊ शकला असता. केवळ वाटलं, इतकंच. हेही काही खरं नव्हतं. कारण हा अनुवादही मी काही समजून-उमजून केला नव्हता.

पण या निमित्तानं ‘मी अनुवाद, तोही एखाद्या कादंबरीचा, करू शकते’ याचं माझं मलाच भान आलं होतं.

त्यानंतर त्रिवेणी नावाच्या लेखिकेची ‘बेक्कीन कण्णु’ म्हणजे ‘मांजरीचे डोळे’ नावाची एक कादंबरी पाहण्यात आली.

त्रिवेणी ही कन्नडमधील ५० ते ६० या कालखंडात प्रभावी असलेल्या ‘प्रगतिशील’ लेखकांमधील अत्यंत लोकप्रिय लेखिका. सुमारे दहा-बारा वर्षं त्या कादंबरीलेखन करत होत्या. लग्नानंतर बऱ्याच वर्षांनी गरोदर राहून बत्तीस-पस्तिशीला त्या बाळंतपणात मरण पावल्या. त्यांची मुलगी जगली.

सत्तरच्या दशकात पुट्टण्णा कणगल नावाचे एक दिग्दर्शक तिच्या कादंबऱ्यांवर ‘शरपंजर’, ‘बेळ्ळिमोडा’ नावाचे कन्नड चित्रपट बनवायचे. हे चित्रपटही भावनाप्रधान असून अत्यंत लोकप्रिय व्हायचे. बेळगावला गेलेले असता आम्ही सासरच्या

नातेवाइकांबरोबर हे चित्रपट आवर्जून बघायचो.

'शरपंजर'मध्ये लग्नापूर्वी बलात्कार झाल्यामुळे मनोरुग्ण झालेल्या, त्यातून बरं होऊनही पूर्वेतिहासामुळे समाजाकडून दुरावल्यामुळे पुन्हा वेड्या झालेल्या स्त्रीचं हृद्य चित्रण होतं. तसंच 'बेळ्ळिमोडा'मधील कथानक असं होतं : मुलीचं लग्न ठरतं आणि जवळपास वीस वर्षांनंतर आई पुन्हा गरोदर राहते. तिला मुलगा होतो. हिला भाऊ मिळाल्याचा आणि आपल्या लग्नानंतरही माहेरचं घर पुन्हा भरलेलं राहील या भावनेनं आनंद होतो. पण तिच्या नवऱ्याच्या लक्षात येतं, यानंतर सगळी प्रॉपर्टी आपल्याला मिळणार नाही. त्याचं वागणं बदलतं आणि तो ठरलेलं लग्न मोडतो.

माझ्यासमोर आलेल्या 'मांजरीचे डोळे'चं कथानकही असंच सरळ आणि भावनाशील होतं. नायिकेची आई सावत्र असते. बाकी सगळ्यांशी अत्यंत चांगली वागणारी स्वभावानं अगदी गरीब असलेली ही मुलगी घरातल्या मांजरीला अत्यंत त्रास देत असते, क्रूरपणे मारत असते. काही वेळा तर त्या मांजरीचा जीव घेऊ पाहते; पण मांजर आपला जीव वाचवण्यासाठी तिलाच ओरखाडून पळून जाते! सावत्र आईचा तरुण भाऊ घरी येतो. त्याला परिस्थितीचा अंदाज येतो आणि तो नायिकेच्या अस्वस्थतेचं कारण शोधून काढतो. सावत्र आईचे डोळे घारे असतात आणि मांजरीचेही. नायिका छळणाऱ्या आईवरचा राग व्यक्त करू शकत नसते. त्यामुळे मांजराला क्रूरपणे मारत असते. रोग सापडल्यावर त्याला त्यावरचा इलाजही सापडतो.

या कादंबरीचा अनुवाद करायचं ठरलं. त्रिवेणीचे पती शंकर यांचा पत्ता मिळवून त्यांच्याकडून परवानगीही घेतली आणि अनुवादाला सुरुवात केली. विरूपाक्षांनी पत्रव्यवहार केला. पद्धत तीच, विरूपाक्षांनी कादंबरी वाचायची, मी ऐकून अनुवाद करायचा. त्या सुमारास माझी एव्हाना हायस्कूलमध्ये शिकणारी धाकटी नणंद अंजू सुट्टीसाठी आली होती. माझ्यासाठी काही भाग तिनंही वाचला.

डॉ. निशिकांत श्रोत्रींनी या कामासाठी टेपरेकॉर्डर वापरायची सूचना केली. केवळ सूचना करून ते थांबले नाहीत, तर त्यांनी आपल्याकडचा टेपरेकॉर्डरही लगेच वापरायला दिला. ही एक मोठीच सोय झाली. कारण हे शनिवारी-रविवारी कादंबरीचा काही भाग टेप करून ठेवत. पुढे आठवडाभर माझं ते ऐकून लिहायचं काम चाले. त्यासाठी रिवाईंडिंगच्या बटणाचा फार उपयोग होत असे. कादंबरीत काय आहे यावर आमची आधीच चर्चा झालेली असे. विरूपाक्ष रेकॉर्ड करत तेव्हाही मी त्यांच्यासमोर बसून लक्ष देऊन ऐकत असे. तेव्हा मला कथानकाचं तेवढ्या भागाचं तपशिलानं भान येई. प्रत्यक्ष लिहिताना त्यातील वाक्य न वाक्य ऐकलं जाई. कच्चा अनुवाद झाल्यावर मी पुन्हा एकदा सगळं लिहून काढलं. हे लेखन करताना मी त्या लेखनात रंगून जाई.

हे सगळं प्रकरण जमल्यावर आम्ही तातडीनं टेपरेकॉर्डर विकत आणला. त्यानंतर बराच काळ टेपरेकॉर्डर हा माझ्या लेखनाचा अविभाज्य भाग बनला.

या कादंबरीचा दुसरा खर्डा पुरा होत आला आणि एक दिवस शंकर यांचं पत्र आलं. त्या पत्रातून त्यांनी एक बॉम्बगोळा टाकला! तेव्हा मला तर तो बॉम्बगोळाच वाटला. त्यांनी आधी आमची क्षमा मागून कळवलं होतं, '...या कादंबरीचा मराठी अनुवाद करायची परवानगी माझ्या मेहुणीकडे, म्हणजे त्रिवेणीच्या चुलत बहिणीकडे आहे. त्या पुण्यातच रास्ता पेठेत राहत असल्यामुळे त्यांना मराठी येते... त्रिवेणीनेच ही परवानगी दिल्यामुळे माझा नाइलाज नाही. त्यामुळे आपण हा अनुवाद करू नये...' वगैरे.

पुन्हा मी ते बाड बाजूला सारून ठेवलं.

पुढे वीस वर्षांनंतर या कादंबरीचा अनुवाद श्रीमती मीरा शिराळी यांनी केला आणि तो प्रसिद्ध झाला. त्यांच्याकडे स्वतः त्रिवेणी यांनी हयात असताना दिलेल्या परवानगीचं पत्र होतं. शिवाय मधल्या अवधीत त्रिवेणीच्या चुलत बहिणीनंही या कादंबरीचा अनुवाद केला नव्हताच.

सुरुवातीलाच या दोन कादंबऱ्या माझ्याकडून अनुवाद होऊनही अप्रकाशित राहिल्याचं तेव्हा मला दुःख होणं साहजिकच होतं. पण मी पूर्णपणे हताश झाले नाही. कारण हाही अनुभव पूर्णपणे वाया गेला नाही, असं नंतर लक्षात आलं. एका जागी मांडी ठोकून मोठं काम करायची क्षमता माझ्यात असल्याचं भान मला या निमित्तानं आलं. त्याचबरोबर कथा-कादंबरी नुसती वाचण्यापेक्षा अनुवाद करण्यात काहीतरी वेगळा आनंद असल्याचंही माझ्या लक्षात आलं. त्यात मी जास्त रंगून जाते, असंही माझं मलाच कळलं.

'मुकज्जीची स्वप्ने'चा अनुवाद करताना मी त्याच्या आशयानं इतकी भारावले होते की, अनुवाद करताना काही अडचणी येऊ शकतात याची मला कल्पनाच नसावी. त्यामुळे प्रयत्न करूनही हा अनुवाद करताना काही अडचणी आल्याचं मला अजिबात आठवत नाही. 'मांजरीचे डोळे' ही शहरात घडणारी भावपूर्ण कादंबरी असल्यामुळे तेव्हाही काही अडचण आल्याचं मला आठवत नाही. त्या कादंबरीतलं कथानक आणि भावना मराठीत आणणं, एवढंच मला तेव्हा महत्त्वाचं वाटलं असावं. कदाचित तेव्हा अनुवादाच्या प्रक्रियेकडे मीही तितक्याशा गंभीरपणे पाहिलं नसावं. या दोन्ही कादंबऱ्यांमधलं मला जे समजलं, भावलं, तसं मी मराठीत मांडत गेले होते.

तरीही याच काळात घरात कन्नड-मराठी शब्दकोश विकत आणला; पण वापरला बेताचाच. ललित लेखनाच्या अनुवादाच्या वेळी उपलब्ध कोशाचा उपयोग

म्हणावा तितका होत नाही, असा मला अनुभव आला.

कन्नड मासिकं वाचत असताना एक 'कस्तुरी'चा अंक विरूपाक्षांच्या वाचनात आला. त्यात शिवराम कारंतांच्या 'मै मनगळ सुळियल्लि' या कादंबरीचं संक्षिप्त रूप प्रकाशित करण्यात आलं होतं. तेव्हाचे मुंबई विद्यापीठातील कन्नड विभागप्रमुख डॉ. श्रीनिवास हावनूर यांनी हे संक्षिप्त रूपांतर केलं होतं. ते वाचताच चर्चा करून आम्ही ही कादंबरी अनुवादित करायचा विचार केला. विरूपाक्षांनी कादंबरी मागवून घेतली आणि वाचली.

ही कादंबरी म्हणजे एका गणिकेला- मंजुळेला- तिच्या आईनं सांगितलेलं असतं, 'आपण शरीर विकायचं; मन नाही!' या वाक्यावरचा प्रबंधच होय. किंवा दुसऱ्या दृष्टीनं पाहिलं तर मंजुळेचा राधा-कृष्ण नात्यापासून मीरा-कृष्ण नात्यापर्यंतचा प्रवास. याआधी कारंतांनी स्त्री-पुरुष नात्यावर तीन कादंबऱ्या लिहिल्या होत्या. त्यानंतर वयाच्या सत्तरीला त्यांनी तोच विषय अधिक खोलात जाऊन या कादंबरीत मांडला होता. आम्हा दोघांनाही कादंबरीचं गांभीर्य पटलं आणि आम्ही अनुवाद करायचं ठरवलं.

अनुवाद करायचं पक्कं झाल्यानंतर कारंतांना पत्र लिहून परवानगी मागितली. पत्र माझ्या नावानं विरूपाक्षांनीच लिहिलं होतं. उत्तरात कारंतांनी लिहिलं, 'मी आपल्याला ओळखत नसल्यामुळे आणि मला आपले याआधीचे काम ठाऊक नसल्यामुळे आपण माझ्या कादंबरीला न्याय द्याल की नाही, माहीत नाही. जर आपण कादंबरीमधील दोन प्रकरणे अनुवादित करून पाठवाल, तर ते मी माझ्या मराठी मित्रांना दाखवून घेईन. त्यानंतर परवानगीचा विचार करेन.'

खुद्द कारंतांच्या हस्ताक्षरातलं ते पत्र पाहून आम्ही हरखून गेलो. त्यांनी म्हटल्याप्रमाणे अनुवाद करून पाठवायचं ठरवलं.

अनुवाद झाल्यावर आम्ही तो पाठवून दिला आणि उत्सुकतेनं त्यांच्या पत्राची वाट पाहू लागलो. अखेर त्यांचं पत्र आलं. विरूपाक्ष फॅक्टरीतून येऊन पत्र वाचून दाखवेपर्यंत माझ्या जिवात जीव नव्हता. यांनी पत्र वाचलं. कारंतांनी लिहिलं होतं, '..माझी पत्नी लीला हिला मराठी येतं. तिनं अनुवाद वाचून समाधान व्यक्त केलं आहे. तुम्ही अनुवाद करायला माझी हरकत नाही. अनुवाद पूर्ण झाल्यानंतर प्रकाशकांबरोबर रीतसर करार करता येईल. तेव्हा बाकीच्या व्यवहाराच्या गोष्टी...'

कारंतांचं त्यांच्या तरुणपणी वेगळ्या जातीच्या मुलीशी केलेलं लग्न बरंच गाजलं होतं. त्यांच्या पत्नी मुंबईत राहिलेल्या असल्यामुळे त्यांना मराठी येतं, हे आम्हालाही ठाऊक होतं. कारंतांनी पत्नीच्या मदतीनं हरिभाऊ आपटेंच्या 'पण लक्षात कोण घेतो'चा कन्नड अनुवाद केल्याचंही ठाऊक होतं.

त्या वेळी ज्ञानपीठ पुरस्काराबरोबर कारंतांच्या नावाभोवती मोठं वलय होतं.

आणीबाणीमध्ये त्यांनी 'पद्मविभूषण' सरकारला परत केलं होतं. तेव्हा काही सरकारधार्जिण्यांनी त्यांना छेडलं होतं, 'तुम्ही पद्मविभूषण दिलंत! पण साहित्य-अकादमीचा पुरस्कार नाही परत केलात! का? त्यात पैसाही समाविष्ट होता म्हणून?' तेव्हा हा पुरस्कार पाच हजारांचा होता.

यावर कारंतांनी ठणकावून सांगितलं होतं, "पद्म पुरस्कार सरकारच्या कृपेनं दिलेले असतात. मी ती कृपा नाकारली; पण साहित्य-अकादमी पुरस्कार माझ्या कलाकृतीनं कमावलेला आहे! तो मी देणार नाही!"

तसंच हंपीच्या पडझड झालेल्या नरसिंहाच्या मूर्तीची दुरुस्ती अत्यंत निकृष्ट पद्धतीनं केली जात असताना कारंतांनी थेट राजीव गांधींना पत्र लिहून तिकडे लक्ष वेधलं होतं आणि त्या मूर्तीवर पडदा घालायला लावला होता. शिवाय कारवारजवळच्या कैगा प्रकल्पाला डॉ. राजा रामण्णांसारख्या शास्त्रज्ञांच्या विरोधात राहून निषेध केला होता.

यक्षगान या लोककलेतलं त्यांचं योगदान इतकं महत्त्वाचं मानलं गेलं होतं की, तो समूह घेऊन त्यांनी जपानचा दौरा केला होता. शिवाय या कार्यासाठी त्यांना संगीत-नाटक अकादमीचाही पुरस्कार मिळाला होता!

अशा शिवराम कारंतांकडून अनुवाद करायची परवानगी मिळताच आमचा आनंद गगनात मावेना. तेव्हा आमची छोट्या-छोट्या सेलिब्रेशनची एक पद्धत होती. ती म्हणजे 'वैशाली'त जाणं आणि दोसा-बटाटा वडा खाणं. त्यानुसार सेलिब्रेशन झालं आणि मी अनुवादाला सुरुवात केली.

गेल्या दोन कादंबऱ्यांच्या अनुवादापेक्षा आता माझी मानसिकता वेगळी होती. 'एवढ्या मोठ्या कारंतांनी आपल्याला स्वतः पत्र लिहून परवानगी दिली आहे! आपल्यावर मोठीच जबाबदारी आहे!' ही भावना मला गंभीर बनवून गेली होती. त्यामुळे काही गोष्टी नव्यानं लक्षात आल्या. मी अनुवाद प्रक्रियेकडे गांभीर्यानं बघू लागले होते.

कादंबरीतले काही शब्द समजत नव्हते. म्हणजे अंदाजानं अर्थ समजून वाचताना अर्थबोधनात काही फरक पडत नसला, तरी अनुवाद करताना नेमका अर्थ समजणं आवश्यक होतं. आमच्याकडील कन्नड-मराठी शब्दकोश अजिबात कामाला येत नव्हता. आम्ही पुन्हा पत्र लिहिलं, 'आमची अशी-अशी अडचण आहे. प्रत्येक वेळी आपल्याला त्रास देणं बरोबर नाही. तरी आपण एखाद्या व्यक्तीचं नाव सुचवावं. म्हणजे आम्ही त्यांच्याकडून शंकानिरसन करून घेऊ..'

कारंतांनी कळवलं, 'त्याची गरज नाही. तुम्हाला ज्या काही अडचणी येतील त्या तुम्ही मलाच विचारा. मी उत्तर देईन.'

एव्हाना आम्हाला आणखीही एक समजलं होतं. आमच्या पत्राला कारंतांकडून अक्षरशः आठ दिवसांत खात्रीनं उत्तर यायचं. सगळा पत्रव्यवहार सुरुवातीला विरूपाक्ष माझ्या नावानं करायचे. कारंतांशी प्रत्यक्ष ओळख झाल्यावर आम्ही त्यांना आमच्या अनुवादाची पद्धत सांगितली. त्यानंतर मात्र हे आपल्या नावानं पत्र लिहू लागले.

अनुवादाचा कच्चा खर्डा तयार होता होता एकीकडे अडलेल्या शब्दांची यादीही तयार झाली. पण जे शब्द मला अडत, ते विरूपाक्षांनाही ठाऊक नसत आणि त्या कोशात तर ते कधीच सापडायचे नाहीत.

यातले काही शब्द असे होते की त्यांचा कन्नडमधला वापर वेगळ्या अर्थी होता आणि मराठीतला वेगळ्या अर्थी. उदाहरणार्थ, 'संभ्रम'. या कादंबरीत हा शब्द 'खूप थाटामाटात' अशा अर्थी वापरला गेला होता. कादंबरीचं नाव 'तनमनाच्या भोवऱ्यात' असं ठेवलं. हिंदीत ते 'तन-मन' ठेवल्याचं समजलं. तरीही मला शीर्षकातला 'भोवरा' हा शब्द काढावा असं वाटलं नाही. कदाचित कारंतांच्या नावाचं मनावरचं दडपणही त्यासाठी कारणीभूत असेल. तरीही ते योग्यच केलं, अशीच माझी भावना आहे.

या अनुवादाच्या वेळीही मला एक जाणवलं होतं, अनुवादकानं प्रत्येक शब्दाशी प्रामाणिक राहण्याचा खटाटोप न करता, त्यातील आशयाशी प्रामाणिक राहायला पाहिजे. पण मधूनच गोंधळ उडायचा. कारण एका अनुवादकानं कधीतरी बोलताना सांगितलं होतं, एखादा शब्द चुकला तरी कारंत भडकतात, भरपूर बोलतात!

मी एक मराठी वाचकही असल्यामुळे मला ही कलाकृती मराठी वाटावी, असं वाटत होतं. त्यासाठी मला स्वतःला कारंतांच्या काही ठिकाणच्या पल्लेबाज वाक्यांऐवजी लहान लहान वाक्यं करायची गरज होती. ती मी करत होते. त्याचबरोबर एखादं पल्लेदार वाक्य मासल्यासाठी ठेवत होते.

कारंतांच्या 'मुकज्जीची स्वप्ने' आणि 'तनमनाच्या भोवऱ्यात' या दोन्ही कादंबऱ्यांचं स्थान माझ्या आयुष्यातही फार महत्त्वाचं आहे.

'मुकज्जीची स्वप्ने' या कादंबरीत कारंतांनी देव या संकल्पनेचा ऊहापोह केला आहे. सुब्बण्णा हा निवेदक जेमतेम इंटर पास होऊन घरची शेती पाहण्यासाठी आपल्या खेड्यात येऊन राहिलेला तरुण आहे. विवाहित, दोन लहान लहान मुलांचा बाप. घरात याची ऐंशीच्या घरातली म्हातारी आहे. हीच मुकज्जी. बालविधवा. या भागातल्या जागृत देवीचं, कोल्लूर मुकांबिकेचं तिला नाव ठेवण्यात आलं आहे. वैधव्य आल्यावर माहेरीच कायमच्या राहिलेल्या या आजीनं काही काळ

मुकं राहून आपलं नावही सार्थक केलं आहे. आता ती कधी काही बोललीच तर विक्षिप्तपणे बोलते असं गावकऱ्यांना वाटतं. त्यांनी तिच्यावर वेडेपणाचा शिक्का मारला आहे.

पण सुब्बण्णाचा अनुभव तसा नाही. मुकज्जीला आपल्यापेक्षा जास्त समजतं, काहीतरी अतींद्रिय शक्ती प्राप्त झाली आहे, याचा त्याला पदोपदी अनुभव येतो. तिच्या हातात एखादी वस्तू लागली की तिच्या अंगाला कंप सुटतो आणि ती त्या वस्तूच्या संदर्भात मागे घडून गेलेल्या घटनांविषयी पुटपुटू लागते. याचा गावातल्या इतरांना संदर्भ न लागल्यामुळे तिला वेड लागलंय, अशी वदंता गावात पसरली आहे.

या तंत्राचा वापर करून कारंत आपला विषय पुढे नेतात. गुहा-मानव, यज्ञ-याग, इंद्र-वरुण यांसारखे देव, देवाच्या नावावर घडणारे अत्याचार आणि अनेक विकृती... असे अनेक विषय कारंत हाताळतात. पुढच्या काळात अनुवादित केलेल्या 'कारंत चिंतन' या वैचारिक पुस्तकात कारंतांनी मांडलेले सगळे मुद्दे या कादंबरीत ललित पद्धतीनं आले आहेत.

लग्नाआधी माझ्या जीवनात देव हे प्रकरण कधीच एवढ्या गंभीरपणे आलं नव्हतं. लग्नानंतर घरात आम्ही दोघंच असल्यामुळे हा कधीच वादाचा किंवा भांडणाचा विषय झाला नव्हता. पण मी पुण्यासारख्या शहरात राहत असले तरी देवाला मानणारा आणि त्यावर अपरिमित श्रद्धा ठेवणारा समूह माझ्या भोवताली वावरत होता. मला त्यांच्याशी भांडावं लागत नसलं, तरी मनात कुठंतरी 'मला वाटतं ते तरी खरं कशावरून?' अशी शंका निर्माण होत असतानाच मी माझ्या उत्साहापोटी ही कादंबरी अनुवादित केली होती.

ही मुकज्जी केवळ सुब्बण्णाच्याच नव्हे, माझ्या मनातल्याही अनेक प्रश्नांना उत्तरं देत होती. माझ्या मनातल्या अनेक शंकांचं इथं निरसन होत होतं.

असंच काहीसं 'तनमनाच्या भोवऱ्यात'च्या वेळीही झालं.

या कादंबरीचा विषय नावावरूनच स्पष्ट होतो. कादंबरीत गणिका हा व्यवसाय करणाऱ्या एकाच घरातल्या चंद्री, भवानी, मंजुळा, शारिका आणि चंद्री या पाच पिढ्यांतील पाच स्त्रियांचा उल्लेख येतो. या वेगवेगळ्या वेळी जगणाऱ्या स्त्रिया. एके काळी दक्षिण कन्नड जिल्ह्यातील बसरूर नावाच्या गावाची ख्याती त्या गावातल्या वेश्या व्यवसायामुळे होती. खाडीवरचं बंदर असल्यामुळे तिथं व्यापाऱ्यांची वर्दळ मोठ्या प्रमाणात होती. त्यामुळे हा व्यवसाय वाढला होता. शिवाजी महाराजांनी पोर्तुगिजांचं वर्चस्व असलेलं हे बंदरही लुटल्याचा इतिहासात उल्लेख आहे. कारंतांनी 'बसरूर' या नावावरही श्लेष केला आहे. कन्नडमध्ये 'बसरू' म्हणजे गरोदरपण.

या पाचही जणी आपल्या व्यवसायाकडे वेगवेगळ्या दृष्टिकोनातून पाहतात. प्रत्येकीचा कालखंड वेगवेगळा असल्यामुळे प्रत्येकीचे अनुभवही वेगवेगळे. कादंबरीत यातल्या पहिल्या चंद्रीचा नुसता उल्लेख आला तरी भवानी, शारी, मंजुळा आणि शारीची मुलगी चंद्री यांच्याविषयी काहीशा विस्तारानं येते.

मंजुळा हेच यातील प्रमुख पात्र म्हणावं लागेल. शारी हे या व्यवसायातील अधोगती दाखवणारं पात्र. नृत्य आणि शास्त्रीय गायन या कलांमध्ये उच्च स्थानावर पोहोचलेल्या मंजुळेची रोजनिशी आज जगणाऱ्या, शारीच्या मुलीच्या, चंद्रीच्या वाचनात येते.

मंजुळेच्या जीवनात एका वेळी एकाच पुरुषाला स्थान आहे. अशा प्रकारे एकापाठोपाठ एक असे पाच-सहा महत्त्वाचे पुरुष तिच्या जीवनात येतात. आई, भवानीनं सांगितलेल्या 'आपण देह विकायचा; मन नाही..' या विधानाचा मंजुळा मनोमन प्रामाणिकपणे अर्थ लावायचा प्रयत्न करतेय. त्या निमित्तानं ती आणखी एका विषयाचाही वेध घ्यायचा प्रयत्न करते. 'मग स्त्री-पुरुष संबंधाचं नेमकं स्वरूप काय?'

या विषयाचा ऊहापोह करण्यासाठी कारंतांनी मंजुळा या गणिकेची निवड केली आहे. तिच्या जीवनात येणारं कुणी केवळ देहाची अपेक्षा करतं, कुणी तिच्या केवळ कलेवर भुललं आहे. एक जण केवळ मनरंजन करणाराही तिच्या जीवनात येतो, पण तो शारीरिकदृष्ट्या कमजोर आहे. अशा प्रकारे तनमनाच्या भोवऱ्यात भिरभिरत असताना ती या संदर्भात काही गंभीर चिंतनही मांडते.

कादंबरीचे रचनेच्या दृष्टीनं सरळ सरळ दोन भाग पडत होते. सुरुवातीला कारंतांनी ज्या गावात- बसरूरमध्ये ही कथा घडते- त्या गावाचं इतिहास-भूगोलासह वर्णन केलं होतं. जसा 'मॅकन्नाज गोल्ड'मध्ये कॅमेरा आधी तिथल्या भूप्रदेशावर फिरतो आणि नंतर कथानकाला सुरुवात होते, तसं. ते आधी इथल्या गावाच्या रचनेविषयी सांगून नंतर कथानकापाशी येतात. तेथील गणिका या व्यवसायाला पूर्वी असलेल्या प्रतिष्ठेविषयी सांगतात, तिथल्या गल्ली-बोळांविषयी सांगतात, गणिकांची वस्ती असलेल्या गल्लीच्या एका टोकाला असलेलं गाव आणि दुसऱ्या टोकाला असलेल्या खाडीतून त्यांच्याकडे येणाऱ्या श्रीमंतांच्या खासगी जीवनाविषयी पाळण्यात येणारी 'विशिष्ट' सभ्यता याविषयीही सांगतात.

या तपशिलाचा अनुवाद करताना अनंत अडचणी येत होत्या. त्यात तांदळाच्या काही प्रकारांची नावं येत. तसंच आंब्याच्याही. तेव्हा मला एक कळत होतं, ही कथा दक्षिण कन्नड जिल्ह्यात घडते आहे. त्यामुळे इथं आंबेमोहोर तांदूळ आणि हापूस-पायरी आंबे असा उल्लेख करण्यात अर्थ नाही. शिवाय मी तो भूभाग कधी पाहिला नव्हता. त्यामुळे त्यात येणारा 'पूर्वेकडचा घाट' हा उल्लेख मला गोंधळात

टाकत होता. जेव्हा मी प्रत्यक्ष तिथं जाऊन आले, तेव्हा माझ्या लक्षात आलं, तिथं राहणाऱ्यांच्या दृष्टीनं आपला 'पश्चिम घाट' हा पूर्वेकडचाच होतो.

या कादंबरीत अनेक वास्तवातल्या व्यक्तींचे आणि नाट्य संस्थांचे संदर्भ आहेत. त्या काळातल्या नाटक कंपन्या, त्यातील महत्त्वाचे कलाकार, गायक यांचा कादंबरीच्या पूर्वार्धात उल्लेख येतो. तसंच त्या परिसरातल्या गावांचेही मुबलक प्रमाणात उल्लेख येतात. त्यामुळे तिथल्या तपशिलात कुठल्याही अर्थानं 'मराठीपण' येणं म्हणजे कादंबरीशी प्रतारणा ठरेल, याची मला जाणीव होती.

पण एकदा मंजुळा या मध्यवर्ती पात्राचं मनोगत सुरू होतं, तिथं तिच्या भावविश्वात शिरणं एवढंच माझं काम होतं. तिथं 'अडचण' अशी येत नव्हती; पण वैचारिक धक्के मात्र बरेच बसत होते. तसंच मनाला अनेक गोष्टींचं भानही येत होतं.

शिवराम कारंत हे कन्नड साहित्यातील 'नवोदय कालखंडा'तील लेखक. ही कादंबरी लिहिली गेली, तेव्हा कर्नाटकात अनंतमूर्तींच्या 'नव्य कालखंडा'चा प्रारंभ झाला होता. याही वेळी कारंतांच्या कादंबऱ्या येत होत्या. 'तनमनाच्या भोवऱ्यात' ही अशा वेळी आलेली कादंबरी. त्यामुळे कादंबरीच्या पूर्वार्धात 'नवोदयकालीन' कारंत प्रबल असल्यामुळे तपशिलाच्या बाबतीत ते विस्तारानं लिहितात. हे नवोदय कालखंडातल्या लेखनाचं वैशिष्ट्य. मंजुळेचं मनोगत लिहिताना त्यांची लेखणी आत्ममग्न होऊन जाते. हे नव्या कालखंडाचं वैशिष्ट्य.

या कादंबरीत त्यांनी काही म्हणी आणि वाक्प्रचार वापरले आहेत. पुढच्या काळातले लेखक भाषेतल्या या शक्यता आजमावत नव्हते. 'चिमणीवर ब्रह्मास्त्र', 'दिग्गज्जापुढे उंदीर', 'बेडकाचं तागडीत वजन करणे' असे काही वाक्प्रयोग त्यांनी कादंबरीत वापरले. मीही त्यांना पर्यायी वाक्प्रचार न शोधता, त्यांचे अनुवाद करून वापरले. एका ठिकाणी मंजुळेला मूल होत नाही, या संदर्भात गावात बोलले जाणारे 'दहा जणांच्या पाऊलवाटेवर गवत उगवत नाही, म्हणतात...' हे वाक्यही अनुवाद करून वापरलं. एका प्रसंगी मंजुळा उळ्ळुरांना 'अय्यो माझ्या देवा..' म्हणते. यातला 'देवा'बरोबरचा 'अय्यो' हा उद्गारही मी जसाचा तसा ठेवला. पुढच्या वाक्यात उळ्ळूर म्हणतात, 'आता मी त्या जागेलाही पोहोचलो काय?'

मी जेव्हा ही कादंबरी अनुवादित करत होते तेव्हा माझ्या लग्नाला दहा वर्षं होऊन गेली होती. सगळ्यांच्याच जीवनात अशा वेळी पती-पत्नीमधलं नातं तपासायचा एक टप्पा येतो, तसा तो माझ्याही जीवनात आला होता. दांपत्य-जीवनाची कृतार्थता अपत्यजन्मात आहे, असं तोवर मी ऐकत-वाचत होते. काही मासिकांतून प्रसिद्ध होणाऱ्या कथांमध्येही 'वांझोटा शृंगार' हा शब्द मला गोंधळात

टाकत होता आणि मनात अपराधीपणाची भावना निर्माण करत होता. अपत्यजन्माची शक्यता तर आमच्या जीवनात धूसर होत चालली होती.

मग या दांपत्यजीवनाचा अर्थ काय? तेव्हा कदाचित माझ्या मनातला नेमका प्रश्नही मला उमजत नव्हता. ही कादंबरी अनुवादित करताना यातील प्रत्येक मुद्द्यावर थबकून मला विचार करावा लागत होता. कितीतरी गृहीत धरलेल्या गोष्टींवर आघात होत होते.

या कादंबरीतल्या एका वाक्यानं माझ्या मनातल्या बाळबोध 'नैतिकते'लाही अनेक प्रश्न विचारले होते.

मंजुळेच्या दारात पम्मा आणि दुग्गी नावाचं एक भिकाऱ्याचं जोडपं नियमितपणे येत असतं आणि त्या दोघांमधला दांपत्यभाव मंजुळेला प्रभावित करत असतो. त्या संदर्भात ती एके ठिकाणी म्हणते, 'मलाही माझ्या आयुष्यात कधीतरी असा पम्मा भेटेल. आमचं काही गरतींसारखं नाही! एकाशीच आयुष्यभर बांधून घ्यायचं आणि निर्बीज बैलासारखं आयुष्यभर जोडीनं फिरत राहायचं बंधन नाही ना!...'

हे वाक्य अनुवादित करताना माझा उडालेला थरकाप अजूनही मला आठवतो. तोवर माझी भावना होती, आम्ही गरतींनी अशा बायकांविषयी अनुकंपा दाखवायची. पण इथं तर एक गणिकाच गरतींविषयी आणि त्यांच्या निष्प्रेम आयुष्याविषयी अनुकंपा दाखवत होती!

या कादंबरीच्याच संदर्भात आणखी एक आकलन मला या अनुवादानंतर सुमारे तीस वर्षांनी झालं! कन्नड कादंबरीचं मुखपृष्ठ नेहमीप्रमाणे स्वतः कारंतांनी काढलं होतं. ते काही साजिरंगोजिरं नव्हतं. तिथला देवही देवासारखा नव्हता. काहीशा घाईगडबडीत काढल्यासारखं ते चित्र होतं.

मैसूरजवळच्या सुत्तूर येथील एका साहित्य अकादमीच्या कार्यशाळेच्या वेळी तिथं माझी जयश्री शानबाग या माजी रेडिओ डायरेक्टरांशी ओळख झाली. त्यांच्याकडून बसरूर या गावातली एक कथा समजली. याच बसरूरमध्ये 'तनमनाच्या भोवऱ्यात'चं कथानक घडतं. हे गाव एके काळी गणिकांसाठी प्रसिद्ध असल्याचं कारंतांनीही कादंबरीत सांगितलंच होतं. रेडिओ डायरेक्टर असताना जयश्री यांनी त्या गावावर फीचर केलं होतं. त्यामुळे त्या गावातली त्यांना समजलेली कथा त्या सांगत होत्या.

ऐतिहासिक काळात शिवाजी महाराजांनी लुटलेलं हे गाव. खाडीकाठी असलेलं हे गाव बंदरालगत असल्यामुळे एके काळी पोर्तुगिजांच्या ताब्यातलं हे गाव अतिशय संपन्न होतं. इथला वेश्याव्यवसायही भरभराटीला आला होता. या वेश्याही अतिशय सुंदर आणि श्रीमंत होत्या. त्या त्यांच्या अंगी असलेल्या संगीत-नृत्य

आणि रसिकतेसाठी प्रसिद्ध होत्या. केवळ कुणी दारात पैशाची थैली वाजवली म्हणून त्या आपल्या घराचा दरवाजा उघडायच्या नाहीत. त्या पुरुषाचे रूप-गुण आणि स्वभाव पटला तरच दार उघडायच्या. कारंत लिहितात, 'केवळ गोत्र आणि पत्रिकेतले गुण जुळले म्हणून केल्या जाणाऱ्या विवाहाइतकं ते सोपं नव्हतं.' त्या गणिका या गावातल्या प्रतिष्ठित नागरिक होत्या.

अशा या बसरूरमधल्या सुंदर-सुंदर गणिकांचा एकापाठोपाठ मृत्यू होऊ लागला. सकाळी पाहिलं तर या गणिका मृतावस्थेत सापडायच्या. हा या गावातला प्रमुख व्यवसाय असल्यामुळे आणि गणिका या गावातल्या 'मान्यवर' व्यक्ती असल्यामुळे सगळा गाव हादरून गेला. काय करावं यावर गावकऱ्यांची बैठक बसली.

गावच्या पंचांनी ठरवलं, गावाच्या वतीनं 'नागमंडल'ची पूजा मांडण्यात यावी. या पूजेच्या वेळी तिथला पुजारी काही ना काही मार्ग नक्की सांगेल. त्याप्रमाणे सगळ्या गावकऱ्यांनी एकत्रितपणे पूजेचं सामान गोळा केलं. पूजेचा महोत्सव सुरू झाला. पुजाऱ्याच्या अंगात 'देवा'चा 'संचार' झाला आणि गावाला छळणाऱ्या प्रश्नाचं उत्तर मिळालं ते असं :

'या गावचं ग्रामदैवत असलेला वीरभद्र या सगळ्या हत्येसाठी कारणीभूत आहे. त्याला दर्शनासाठी येणाऱ्या या सुंदर स्त्रियांचा मोह पडतो. रात्री तो एकेका गणिकेच्या घरी व्यापाऱ्याचं सोंग घेऊन जातो. त्या स्त्रियांना त्याची अतिमानवी शक्ती सहन न झाल्यामुळे त्यांचे मृत्यू घडताहेत.'

पुजाऱ्यानं यावर उपायही सांगितला. तसा उपायही इथल्या देवळात केला आहे. वीरभद्राच्या पायात साखळदंड बांधून ठेवले आहेत आणि त्याच्या नजरेला सतत पडत राहील अशा प्रकारे एक नग्न स्त्रीची मूर्ती कायमची त्याच्या समोर ठेवली आहे! त्यानंतर या गणिका सुरक्षित झाल्या, अशी आख्यायिका सांगितली जाते.

श्रीमती जयश्री शानबाग सांगत होत्या त्या काळात, म्हणजे सुमारे पंचवीसेक वर्षांपूर्वी हे एक स्वतंत्र देऊळ होतं. यातील वीरभद्राची मूर्ती तेव्हा छोटी म्हणजे सुमारे तीन-साडेतीन फुटी होती आणि त्या स्त्रीची मूर्ती तुलनेनं बऱ्यापैकी म्हणजे खऱ्या स्त्रीएवढी मोठी होती. या भागातल्या एका प्रवासात आम्हीही या गावाला आणि या देवळालाही भेट दिली. आम्ही पाहिलं तेव्हा या दोन्ही मूर्ती एका देवीच्या मोठ्या देवळाच्या सभामंडपात ठेवल्या होत्या. दोन्ही मूर्ती जवळजवळ साडेपाच ते सहा फूट उंचीच्या होत्या. आताही वीरभद्राच्या पायात बेडी बांधलेली आहे.

अनुवाद पुरा होत आला तेव्हा माझ्या मनात काय आलं कोण जाणे! त्या वेळी 'महाराष्ट्र टाइम्स'चा चांगलाच दबदबा होता. रविवारच्या पुरवणीत साहित्याच्या संदर्भात काही ना काही छापून यायचं. तिथं पत्र लिहून मी माझ्या अनुवादाविषयी कळवलं. मला त्यांच्याकडून पत्र आलं, 'या अनुभवावर तुम्ही काही लिहून देत असाल तर आम्ही प्रकाशित करू.' तसं एक छोटं टिपण मी लिहून पाठवलं. कारंतांच्या आणि माझ्या फोटोसह त्यांनी त्याला प्रसिद्धी दिली.

छापून आलेलं ते टिपण पाहून मला अतिशय आनंद झाला. 'महाराष्ट्र टाइम्स'मध्ये आपला लेख आणि फोटो छापून आला म्हणजे कादंबरी प्रकाशित व्हायच्या आधीच आपण 'जगप्रसिद्ध' झालो, असंही वाटून मी घराबाहेर चक्करही मारून आले! अर्थात, तसं काही झालं नव्हतं! म्हणून काही मी खट्टू झाले नाही म्हणा! पण आपण कारंतांच्या कादंबरीची अनुवादासाठी निवड केली, याबद्दल मी माझीच पाठ मात्र थोपटून घेतली.

'तन-मनाच्या भोवऱ्यात'चा अनुवाद सुरू होता; प्रकाशनाच्या दृष्टीनं धडपड सुरू होती, पण काहीच घडत नव्हतं. अशा वेळी एक दिवस मी आणि माझी कॉलनीतली मैत्रीण नलिनी घाणेकर दोघी जणी वैतागानं तिच्या टू व्हीलरवरून बाहेर पडलो आणि एस.एन.डी.टी.कॉलेजमध्ये जाऊन एम.ए.साठी नाव नोंदवून आलो. माझ्या वैतागाचं कारण स्पष्ट होतं. सगळं आयुष्य थांबल्यासारखं झालं होतं. आयुष्यात काही घडत नव्हतं आणि पुस्तकाच्या बाबतीतही काही घडत नव्हतं.

नलिनीच्या घरी सासू-सासरे आणि नणंद होती, नणंदेचं लग्न झालं तरी अनेक प्रश्न होते. त्यामुळे पती-पत्नीच्या नात्यामध्ये काहीसं असमाधान सुरू होतं. तिचं पहिलं मूल मृतावस्थेत जन्मलं होतं. त्यानंतर जन्मलेला तिचा अत्यंत देखणा मुलगा नचिकेत मूक-बधिर होता. त्याच्या नॉर्मल शिक्षणासाठी तिची इतकी वर्षं लढाई चालली होती. आता तो नॉर्मल मुलांच्या शाळेत जाऊ लागला होता. त्यामुळे तिला थोडा निवांतपणा मिळाला होता. त्यामुळे तिला विद्यार्थी अवस्थेत शिकत असलेल्या शास्त्रीय संगीताची पुन्हा तीव्रपणे आठवण झाली होती आणि तोच अभ्यास पुढे न्यायची तिची इच्छा होती.

ती एम.ए.साठी संगीत विषयात ॲडमिशन घेणार हे नक्की होतं. त्याप्रमाणे तिनं संगीतात उत्तमप्रकारे एम.ए. केलं, पहिली आली. नंतरही पं. जितेंद्र अभिषेकी, विदुषी अलका देव-मारूलकर यांच्याकडेही संगीत शिकत राहिली. गझल-गायकीही आत्मसात करून काही काळ ती त्यातही रमली.

मला कुठलाही क्लिष्ट विषय घेऊन अभ्यास करायचा नव्हता. कारण बी.ए.

होऊन अकरा वर्षं झाली होती. केलेला अभ्यास डोक्यात राहील याची खात्री वाटत नव्हती आणि तसा रसही नव्हता. एम.ए.-बी.एड.सारखं काही शिकून नोकरी करायचाही विचार नव्हता. त्यामुळे फारसा विचार न करता मी चित्रकला हा विषय घ्यायचं ठरवलं. तशा दोघी ॲडमिशन घेऊन परतलो आणि नंतर घरी येऊन मी ते विरूपाक्षांना सांगितलं.

कॉलेज सुरू झालं. दुपारच्या वेळी कॉलेज असे. केळकर सर प्रत्यक्ष चित्रकला शिकवत आणि भैयासाहेब ओंकार थिअरी शिकवत. डॉ. आगटे मिस यांचाही वावर वर्गात असे. विद्यार्थिनींच्या मर्यादित संख्येमुळे एम.ए.च्या दोन्ही वर्षांचे वर्ग एकत्र चालत. वर्गात सगळ्या जणी नुकत्याच बी.ए. होऊन आलेल्या, म्हणजे विशीच्या होत्या. त्यांच्यामध्ये वावरताना मीच सगळ्यात मोठी असल्यामुळे मला अवघडल्यासारखं वाटे. इतर मुलींपैकी सुचित कुलकर्णी, शुभांगी कुलकर्णी, रेखा मुजुमदार आणि आमच्या घराजवळ राहणारी संध्या कोठडिया या सगळ्या माझ्याशी अत्यंत जवळिकीनं वागत होत्या. मला बरीच मदत करत होत्या. तरीही हे अवघडलेपण कमी होत नसे.

हळूहळू मीही वर्गात सरावत गेले.

तिथं भरपूर आनंद होता. पोर्ट्रेटच्या वेळी तर सगळ्या मुली धमाल करत. कारण सर काही सतत वर्गावर नसत. एकदा मॉडेल बसलं की ते सगळीकडे चक्कर मारून निघून जात. नंतर दिवसातून एखाद्या वेळी त्यांची फेरी असे. बाकीचा सगळा वेळ मुली एकमेकीला सुचतील ते सल्ले देऊन मदत करायचा प्रयत्न करत. डबे आणत, एकत्र खात. कुणाकुणाची फर्माईश चाले, मग दुसरे दिवशी तो पदार्थ डब्यातून मोठ्या प्रमाणात येई.

एकदा पोर्ट्रेटच्या वेळी सुचित हलक्या आवाजात सगळ्यांकडे जाऊन कानात काहीतरी सांगत होती. सगळ्या एकेक करून तिनं दाखवलेलं पोर्ट्रेट बघून हळूच हसत माघारी येत होत्या. मलाही तिनं सांगितलं, 'त्या चित्रातली पायाची बोटं मोजून बघा!' मीही जाऊन पाहिलं. एका मुलीनं चित्र काढायच्या तंद्रीत मॉडेलच्या एका पायाला सहा-सात, अंगठा आणि करंगळीच्या जागेत बसली तेवढी बोटं काढली होती.

एकदा मॉडेल म्हणून एक धुणं-भांडी करणारी, मध्यम वयाची, नाकीडोळी तरतरीत बाई आणण्यात आली. सकाळच्या वेळची कामं उरकून ती बिचारी येऊन बसायची. पण असं निवांत बसायची सवय नसल्यामुळे ती बसल्या-बसल्या पेंगायची आणि हळू-हळू कलायची. आम्हा नवशिक्या चित्रकारांची भंबेरी उडायची. नाक-डोळ्यांची जागा सांभाळताना आमच्या मानाही कलत्या व्हायच्या. मग कुणीतरी

पुन्हा तिला हलकेच हलवून जागं करायचं. पुन्हा सुटकेचा निःश्वास सोडून आमच्याही कललेल्या माना सरळ व्हायच्या.

ऑईलपेपर, ऑईल पेंट, चारकोल, ऑईल, टरपेन्टाईन या वस्तू मी प्रथमच हाताळत होते. पोर्ट्रेटच्या वेळी माझ्या पेन्सिलस्केचमध्ये मॉडेलशी बऱ्यापैकी साम्य उतरत असलं, तरी रंग लावताना गोंधळ उडे. मग विद्यार्थिनींपैकीच कुणीतरी कशात काय मिसळायचं ते सांगे आणि माझं चित्र पुढे सरके.

एकदा एक काळीभोर आणि शुभ्र डोळ्यांची अठरा-एकोणीस वर्षांची, अत्यंत तरतरीत तरुण मुलगी मॉडेल म्हणून आली. बहुधा ती वडार समाजातली असावी. मला तर तिच्या रंगात तारुण्यामुळे उतरलेला लालसर जांभळा रंगही दिसायला लागला. भरपूर गोंधळ उडाला.

उलट, क्रिएटिव्ह लँडस्केप किंवा क्रिएटिव्ह ऑब्जेक्ट ड्रॉइंगमध्ये माझं बरं चाले. तसंच म्युरल पेंटिंगमध्येही मला मजा येई. केळकर सर अधूनमधून उत्तेजन देऊन नवं काहीतरी करायला शिकवत आणि उत्साह जागता ठेवत.

थिअरीमध्ये मला काही फारशी अडचण येत नव्हती. बी.ए.ला असताना सौंदर्यशास्त्रासारखे विषय येऊन गेले होते. त्यावरची फक्त धूळ झटकायची होती. इतिहास हा माझा बी.ए.पर्यंत असलेला विषय होता. आता कलेचा इतिहास वाचतानाही काही-काही भाग परिचयाचा येऊन जात असल्याचा भास होत होता. शिवाय कॉलेजची लायब्ररी इतकी छान होती की पुस्तकं बदलून त्यांचा गठ्ठा हातातून घेऊन जाणं हा एक मोठा सोहळाच वाटायचा. चित्रकलेची आणि इतिहासाची पुस्तकं वाचता वाचता मी एका वेगळ्याच जगात वावरत होते. केळकर सर आणि ओंकार सर त्यासाठी मार्गदर्शन करत होते. तरीही आता सगळं समजत असलं तरी परीक्षेच्या वेळी आठवेल काय, अशी सतत एक धास्ती असायची.

या दोनही वर्षी तिथल्या इतर मुलींबरोबर मीही बालगंधर्वमध्ये भरणाऱ्या चित्रांच्या प्रदर्शनात आणि दिवाळीच्या जवळपास भरणाऱ्या ग्रीटिंग्जच्या प्रदर्शनात भाग घेतला. काही भेटकार्डं विकलीही गेली. दुसऱ्या वर्षीच्या प्रदर्शनात सुचितनं (ती मधल्या अवधीत विवाहबद्ध होऊन कुलकर्णींची 'सुचित तरडे' झाली होती) माती आणि ताजं शेण कागदावर थापून कागदावर टेक्श्चर तयार केलं होतं. नंतर ते झटकून-वाळवून त्या कागदावर भारतीय शैलीचं सुबक चित्र काढलं होतं.

एक जर्मन तरुण आला आणि त्यानं ते चित्र विकत मागितलं. काय किंमत सांगायची, हे न कळून सगळ्यांचीच गडबड उडाली होती. शेवटी अडीचशे की पाचशे अशी मोठ्या धैर्यानं किंमत सांगितली आणि तो तरुण हसत-हसत पैसे देऊन निघून गेला! तसंच रेखा मुजुमदारचंही एक चित्र त्याच तरुणानं विकत घेतलं. हा मोठाच कौतुकाचा विषय झाला होता.

पण, एक महिला कॉलेजमध्ये दाखल झाल्या होत्या. त्यांचे यजमान इन्कमटॅक्स विभागात असल्याचं कुणीतरी सांगत होतं. त्यांचंही एक चित्र विकलं गेलं. तेव्हा मात्र त्यामागे दडलेलं 'कारण' लक्षात येऊन सगळ्या मुलींच्या भुवया उंचावल्या होत्या.

चित्रांमध्ये रमत असतानाही माझं अनुवादाचं काम सुरूच होतं. तेही मनाला ओढून घेणारं असल्यामुळे बसची वाट पाहत उभं असताना 'किती वेळ वाया चाललाय, एवढ्या वेळात निदान एखादा परिच्छेद लिहून झाला असता...' असं वाटल्यावाचून राहायचं नाही.

अखेर परीक्षा झाल्या आणि मी पहिल्या वर्गात एम.ए. पास झाले! नंतर कधीतरी पीएच.डी. करताना एकदा लायब्ररीतून सहज वर्गात फेरी मारली, तेव्हा इतर चित्रांबरोबर माझीही दोन म्यूरल्स तिथल्या भिंतीवर लागलेली पाहिली. मला 'धन्य-धन्य' वाटलं!

याच सुमारास आम्ही घरमालकांची परवानगी घेऊन आमच्या 'शशीप्रभा'त काही अंतर्गत सुधारणा करून घेतल्या. आता पुण्याची हवा पूर्वीसारखी राहिली नव्हती. एप्रिल-मे आणि सप्टेंबर-ऑक्टोबर महिन्यांत भरपूर उकडत असे. लग्नानंतर काही दिवसांत आम्ही पैसे साठवून हौसेनं टेबलफॅन घेतला होता; पण तो क्वचितच वापरला जायचा. पण आता उकाडा एवढा जाणवू लागला होता की माजघर आणि झोपायच्या खोलीत फॅन घ्यावा लागला. तसंच घरात फ्रिजही आवश्यक वाटू लागला, त्यामुळे तोही घरात आला. फॅन आणि फ्रिज या आमच्यासारख्या मध्यमवर्गीयांच्या घरातल्या आवश्यक वस्तू झाल्या.

'मुकज्जीची स्वप्ने', 'तन-मनाच्या भोवऱ्यात' आणि त्यानंतर 'डोंगराएवढा' या तिन्ही कादंबऱ्यांचे अनुवाद सुरू होते. तेव्हा आम्ही दररोज फिरायला गेलो की त्या दिवशी लिहिलेल्या मजकुरावर चर्चा करायचो. चर्चा कादंबरीवर घडत असली, तरी माझ्या मनातल्या कितीतरी अबोध प्रश्नांचं तिथं निराकरण होत होतं. काही प्रश्न विरघळून जात होते. या सर्व बोलण्यातून आमचं दोघांमधलं नातं आणखी मुरत चाललं होतं.

'तन-मनाच्या भोवऱ्यात'चं दोन-तीनदा लेखन केल्यावर आम्ही कारंतांना लेखन संपल्याचं कळवलं आणि त्यांच्या माहितीचे कुणी मराठी प्रकाशक असल्यास कळवायला सांगितलं. त्यांनी 'मुकज्जी'चे प्रकाशक, 'कॉन्टिनेंटल प्रकाशन'च्या अनंतराव कुलकर्णींचं नाव सांगितलं. हस्तलिखित घेऊन आम्ही त्यांच्याकडे गेलो. त्यांनी आठवड्याभरात निर्णय सांगतो असं सांगितलं. त्यांचा चांगुलपणा असा की, खरोखरच आठवड्यानं चौकशी केली तेव्हा त्यांनी पुस्तक प्रकाशित करण्यास असमर्थता दर्शवली.

आता कुठं आम्हाला पुढे किती महत्त्वाचं काम शिल्लक आहे याची कल्पना आली! आम्ही या जगात अगदीच नवखे होतो. कारंतांसारख्या ज्ञानपीठविजेत्या, देशभर मान्यता पावलेल्या लेखकाच्या एवढ्या उत्तम कादंबरीसाठी अशी काही अडचण येईल, हे आम्हाला अपेक्षितच नव्हतं!

या क्षेत्राशी परिचित म्हणजे डॉ. निशिकांत श्रोत्री. एव्हाना त्यांची काही पुस्तकं प्रकाशित झाली होती. शिवाय दिवाळी अंकांमधून त्यांच्या कथाही नियमितपणे प्रसिद्ध होत होत्या. त्या निमित्तानं त्यांच्या काही प्रकाशकांशी ओळखीही होत्या. त्यांच्या मार्गदर्शनाखाली आम्ही प्रकाशकांचा शोध घ्यायला सुरुवात केली.

आणखी काही नकारघंटा ऐकल्या, मग दुःख हलकं करायलाही पुन्हा 'वैशाली'त जाऊन आलो.

एक दिवस श्रोत्री एका प्रकाशकांना आमच्या घरी घेऊन आले. त्यांचं नाव अनंतराव देशपांडे. त्यांचा काही प्रस्थापित झालेला प्रकाशन-व्यवसाय नव्हता; पण त्यांना या व्यवसायात उतरायचं होतं. तेही ललित साहित्याच्या प्रकाशनात. त्यासाठी त्यांना 'तोरणा प्रकाशन' सुरू करायचं होतं. त्यांनी हे हस्तलिखित वाचलं होतं. त्यांना ते भावलंही होतं. ते सारखं म्हणायचे, 'या कादंबरीवर उत्तम संगीत-नाटकही होऊ शकेल.'

प्रकाशकांचा चांगुलपणा असा की, पहिल्याच अनुवादासाठी मला मानधन मिळालं. व्यवहाराचा भाग पूर्ण करताना आम्ही कारंतांकडून त्यांच्या कराराची प्रत मागून घेतली. बाकी व्यवहाराबरोबर कारंतांनी एक अट ठेवली होती, 'यानंतर या कादंबरीच्या आणि अनुवादाच्या संदर्भात प्रसारमाध्यमांसमोर न बोलणं किंवा न लिहिणं दोघांवरही कायद्यानं बंधनकारक राहील.'

पुढेही मी अनेक लेखकांबरोबर करार केले; पण हा मुद्दा कुणीच आणला नाही. तरीही मी मनोमन हे मानत राहिले. अनुवादासाठी एखादं पुस्तक स्वीकारल्यावर लेखक आणि अनुवादक, दोघांचंही त्या पुस्तकाशी नातं जुळून गेल्याचा मला अनुभव येऊ लागला. एकदा अनुवादावरील पुरस्कारासाठी परीक्षक म्हणून काम करताना मी याच मुद्द्यासाठी एका अनुवादावर आक्षेप घेतला होता. कारण त्या अनुवादकानं लेखकाचा मुद्दा खोडून काढून आपला मुद्दा पटवण्यासाठी तो अनुवाद केला होता अनुवादात अनंत तळटीपा देऊन लेखकाचे मुद्दे खोडले होते. लेखकाचे मुद्दे खोडून काढायचा हक्क प्रत्येकाला असला, तरी त्यासाठी अनुवादाचा वापर करावा काय, हा मुद्दा होता.

कारण अनुवादाच्या निमित्तानं अनुवादक त्या पुस्तकाच्या प्रत्येक शब्दाशी

झटत असतो. अनेकदा त्याला लेखनातले ढिले दुवे समजत असतात. त्याचबरोबर त्याही पलीकडचं काहीतरी त्या कलाकृतीतून गवसत असतं आणि त्यासाठी माझ्यासारखी अनुवादिका अनुवाद करत असते. अशा वेळी त्या ढिल्या दुव्यांचं भांडवल अनुवादकानं करायचं काय?

अनंतराव देशपांड्यांनी अत्यंत उत्साहानं कामास सुरुवात केली. सुभाष अवचट यांच्याकडून कव्हरसाठी दोन-दोन रंगीत चित्रं काढून घेतली आणि दोन्ही कादंबऱ्यांसाठी वापरली. या कादंबरीसाठी मी अर्पणपत्रिकाही दिली होती, 'जिथं कन्नड-मराठीचं अद्वैत माझ्या मनात रुजलं त्या बेळगावला!...'

त्यानंतर मी कुठलंही पुस्तक कुणालाही अर्पण केलं नाही. लगोलग भान आलं, हे अनुवादित पुस्तक आहे, कुणालातरी अर्पण करायचा मला काय अधिकार? अनेकदा मी मूळ कलाकृतीच्या अर्पणपत्रिकेचाही अनुवाद करून माझ्या अनुवादात समाविष्ट केला.

याचा प्रभाव माझ्यावर इतका पडला होता की 'केतकर वहिनी' ही माझी स्वतःची कलाकृती असूनही मी ती कुणालाही 'अर्पण' करायच्या फंदात पडले नाही, मला ते सुचलंच नाही!

मी एम.ए.च्या दुसऱ्या वर्षांत शिकत असताना, २ ऑक्टोबर, १९८२ या दिवशी अनंतराव देशपांडेंनी कादंबरीचं प्रकाशन आणि त्यांच्या 'तोरणा प्रकाशन'चा स्थापना दिवस निश्चित केला. कार्यक्रमाचं स्वरूप रिसेप्शनसारखं ठेवलं. त्यासाठी बरीच माणसं जमली होती. बेळगावहून माझी धाकटी भावंडं, राजेंद्र आणि सदानंदही म्हणजे राजू-नंदू- आवर्जून आले होते. आमचे स्नेही आणि अनंतरावांचा मोठा परिवार, ओंकार सरही आले होते. नाही म्हटलं तरी त्यानंतर माझा कॉलेजच्या वर्गातला भाव वधारला!

या सोहळ्यासाठी श्रोत्रींच्या ओळखीनं कवी वि. म. कुलकर्णीही आले होते. त्यांनी मोठ्या कौतुकानं पुस्तक विकत घेतलं आणि आपणहोऊन म्हणाले, ''मी या कादंबरीवर लिहीन.''

पुस्तकाचं स्वरूप देखणं होतं, प्रकाशनाचा कार्यक्रम देखणा आणि हृद्य झाला. प्रकाशकांनी सगळा व्यवहारही उत्तमप्रकारे पुरा केला. पहिल्याच अनुवादित पुस्तकाला मला मानधनही मिळालं! कव्हरवर कारंतांच्या बरोबरीनं माझंही नाव देण्यात आलं! मानधनाच्या रकमेतून घरात पहिला फ्रिज आला.

तरीही पुस्तक उघडून पाहताना माझ्या डोळ्यांत पाणी उभं राहिलं. कारण

पुस्तकात पानोपानी मुद्राराक्षसाच्या अगणित चुका राहिल्या होत्या. अक्षरशः मुद्राराक्षसानं पुस्तकभर धिंगाणा घातला होता! त्यामुळे माझाच इतका रसभंग होत असेल, तर नवा वाचक या पुस्तकाला कसा स्वीकारणार? एकच उदाहरण सांगायचं तर, मी मोठ्या परिश्रमांनी गणिकांकडे जाणाऱ्यासाठी 'विटपुरुष' हा शब्द अनेकांना विचारून, शोधून काढून वापरला होता. त्याचा मुद्राराक्षसानं 'वीरपुरुष' केला होता!

काही का होईना, पुस्तक तर प्रकाशित झालं होतं. आता यावर परीक्षणं यायला हवी असतील तर आपणच काही जणांकडे जाऊन बोलून यावं लागतं, असं मला सांगण्यात आलं. तशी मी कामाला लागले.

सर्वप्रथम साहजिकच डॉ. वि. म. कुलकर्णी यांच्याकडे गेले. त्यांनी माझी नजर चुकवत आपण या कादंबरीवर लिहायला असमर्थ असल्याचं सांगितलं. कदाचित त्यांना कादंबरीचा विषय आवडला नसावा. आता काय करायचं?

तेव्हा आमच्या घरी फोन नसल्यामुळे मी अगदी अडीनडीसाठी शेजारीच राहणाऱ्या श्रीधर दर्पांचा फोननंबर देत असे. दर्पकाका आणि त्यांच्या पत्नी मंगलाताई दोघंही निवृत्त शिक्षक होते. त्यांना माझ्या धडपडीचं कौतुक होतं. त्यामुळे ते दोघंही अत्यंत मनापासून मला या बाबतीत सहकार्य करत असत. शिवाय त्यांची सून ज्योती तर माझी मैत्रीणच. या घरातली तरुण माणसं आमच्या बॅडमिंटनच्या ग्रुपमध्येही होती. हे सगळं कुटुंबच पुस्तकाच्या प्रकाशनासाठीही आलं होतं.

एकदा पुस्तकाविषयी बोलताना श्रीधर दर्पकाकांनी सांगितलं, 'प्रभाकर पाध्येंशी माझा काहीसा परिचय आहे. तुम्ही त्यांना का भेटत नाही?..' आणि मी चाचरत 'बघू... तसंही करता येईल...' असं म्हणत असतानाच त्यांनी लगेच फोन करून 'उमा कुलकर्णी तुम्हाला अमुक दिवशी भेटायला येतील' असं पाध्येंना सांगूनही टाकलं.

'नवयुग'चे संपादक, लेखक, विचारवंत आणि समीक्षक म्हणून ख्यात असलेल्या प्रभाकर पाध्येंचा नुकताच 'शंकराभरण' या तेलुगु सिनेमावरील भारावून लिहिलेला लेख प्रसिद्ध झाला होता. तो वाचलेला असल्यामुळे मलाही हे धैर्य करावंसं वाटलं.

पाध्येंनी फोनवरच सांगितलं, 'मी असे लेख लिहीत नसतो.' तरीही मी त्यांना घरी जाऊन पुस्तक द्यायचं ठरवलं. त्या प्रमाणे द्यायला गेले. घरात कुणी नसल्यामुळे कामवालीला सांगून पुस्तक ठेवून निघून आले.

एक दिवस दर्पांच्या घरी पाध्येंचा फोन आला आणि त्यांनी मला सांगितलं, ''मला कादंबरी आवडली आहे. मी तिच्यावर लिहीन. पण त्याआधी एकदा तुम्ही वेळ ठेवून या. माझ्या मनातल्या काही शंका आहेत. तिचं निरसन झाल्यावरच मी लिहीन.''

त्यावेळी मला प्रभाकर पाध्येंविषयी सगळं माहीत नव्हतं. मी केवळ ललित-साहित्याची वाचक असल्यामुळे त्यांच्या वैचारिक लेखनाविषयी ठाऊक नव्हतं. नंतर हळूहळू मला या जोडप्याचा परिचय होत गेला. लेखनाविषयीही समजत गेलं. कमलताई पाध्यांच्या समाजकार्याविषयीही समजत गेलं.

मी त्यांच्या सांगण्याप्रमाणे एका सकाळी पायी, 'दीप बंगलाचौका'पासून दहा-पंधरा मिनिटांच्या अंतरावर असलेल्या 'कमल बाग'मधल्या त्यांच्या फ्लॅटवर गेले. कामवालीनं दार उघडलं. मी अधीर मनानं हॉलमध्ये एकटीच बसले. मला सारखं वाटत होतं, कुणीतरी माझ्यावर नजर ठेवून आहे. हा कदाचित नवखेपणामुळे चाललेला माझ्याच मनाचा खेळ असावा. नंतरच्या काळात पाध्येंना मी बऱ्यापैकी ओळखू लागले. त्यांच्या स्वभावात असली लपवाछपवी बसण्यासारखी नव्हती. त्यांचा स्वभाव थेट होता.

काही वेळानं पाध्ये आवरून आले. त्यांनी माझी व्यवस्थित चौकशी केली. मला किती वेळ आहे हे विचारलं. नंतर कादंबरीविषयी काही विचारण्यापेक्षा त्यांनी सांगितलं, ''मी मुकज्जीही वाचली आहे. मला या दोन्ही कादंबऱ्यांवर मिळून लिहायचं आहे. सकाळ या वृत्तपत्रात 'आभाळातील अभ्रे' या सदरात मी ते देईन.'' बोलता-बोलता ते म्हणाले, ''मला मुकज्जीपेक्षा तनमनाच्या भोवऱ्यात आवडली.'' आम्हाला 'मुकज्जीची स्वप्ने' अधिक आवडली होती. ते सांगताच त्यांनी ती चर्चा पुढे वाढवली नाही. मुकज्जीच्या संदर्भातच काही प्रश्नोत्तरे झाली. जिथं देवदूत पाऊल टाकायला दबकतात, तिथं मूर्ख बेधडकपणे जातात, असं म्हणतात! तसं माझं चाललं होतं. मला 'प्रभाकर पाध्ये' या नावाचा खरा दबदबा ठाऊक नसल्यामुळे मीही मला जे सांगायचं ते मोकळेपणानं सांगत होते. मुख्य म्हणजे तेही माझं बोलणं लक्ष देऊन ऐकत होते!

त्यांचा सुदीर्घ लेख प्रसिद्ध झाला. त्यात त्यांनी आपलं मत मांडलं होतं. त्यांनी त्यात 'मुकज्जी'ला ज्ञानपीठ पुरस्कार मिळाला असला, तरी तिच्यापेक्षा कुठलाही पुरस्कार न मिळालेली 'तनमनाच्या भोवऱ्यात' ही श्रेष्ठ कादंबरी असल्याचं लिहिलं होतं. मुकज्जीच्या शीर्षकातील 'स्वप्ने' हा शब्द गायब झाल्यामुळे पाध्यांचा 'फोकस' निसटला आणि त्यांचं तसं मत झालं असावं, असं तेव्हा आम्हाला वाटलं.

त्या वेळचा आमचा उत्साह इतका होता की, विरूपाक्षांनी या समीक्षेचा कन्नड अनुवाद केला आणि आम्ही तो कारंतांना पाठवून दिला. त्यात त्यांना लिहिलं, 'या समीक्षेवर तुम्हाला काही म्हणायचे असेल, तर कळवावे. आम्ही त्याचा अनुवाद करून त्याच वृत्तपत्रात प्रकाशित करण्यासाठी देऊ.'

यावर कारंतांनी लिहिलं होतं, '...एखादा प्रश्न मला छळतो तेव्हा न राहवून मी लिहितो. प्रुफं तपासताना काही किरकोळ बदल करतो; पण एकदा कादंबरी प्रकाशित झाली की, माझा तिच्याशी काहीही संबंध नसतो. नंतर माझ्या कलाकृतीची वकिली करत राहण्याच्या मी विरुद्ध आहे. तिच्याविषयी कुणाला काही म्हणायचं असेल, तर ते त्याचं स्वातंत्र्य आहे.'

आम्ही दोघांनी हेही पाध्येंना सांगितलं. तेव्हा त्यांची प्रतिक्रिया 'वा! ग्रेट!' अशी होती.

या लेखामुळे सुरू झालेला पाध्यांबरोबरचा स्नेह पुढेही सुरू राहिला. यांना वेळ असेल तेव्हा आम्ही दोघंही त्यांच्या घरी जाऊ लागलो. तेव्हा कमल पाध्येंची काही बाहेरची कामं चालत. त्यामुळे आमच्याकडे एक स्नेहपूर्ण हसू टाकून आणि जुजबी चौकशी करून त्या आपल्या कामाला निघून जात.

एकदा बोलताना मी पाध्येंना म्हटलं, "मला चिं. त्र्यं. खानोलकरांच्या कादंबऱ्या वाचवत नाहीत आणि ठेववत नाहीत. अंगावर येतात. त्यांची भीती वाटते आणि सोडवत नाहीत." यावर पाध्येंनी आपल्याकडील खानोलकरांची पुस्तकं एक-एक करून वाचायला दिली. नंतर त्यांनी स्वतः लिहिलेलं खानोलकरांवरचं पुस्तकही वाचायला दिलं.

पुढच्या काळात पाध्ये वारल्यानंतर कमलताई पाध्यांशीही स्नेह जुळला. त्या आमच्या घरी येऊ-जाऊ लागल्या. आम्ही सांगली-बेळगाव असे एकत्र प्रवासही केले. त्या बेळगावच्या काँग्रेस विहिरीजवळच्या घरीही राहिल्या. सांगलीत मी त्यांच्याबरोबर डॉ. म. द. हातकणंगलेकरांच्या घरीही राहिले. एकदा तर त्यांच्या घरी मी, पु.लं.च्या पत्नी सुनीताताई आणि त्यांनी मिळून माधवी देसाईंच्या मुलीचं, गीतांजलीचं लग्न ठरल्यानिमित्त एक-एक पदार्थ नेऊन केळवणही केलं होतं. त्या सगळ्या पुढच्या गोष्टी...

आता मला अधूनमधून फोनची गरज लागायला लागली. तेव्हा फोनही सहजासहजी मिळायचे नाहीत. मला फोन करायचा असेल, तर मी तो शेजारच्या पोस्टातून करत असे. पण कुणाला नंबर द्यायचा असेल, तर कुठला द्यायचा? अशा वेळी मला शेजारच्या दर्प कुटुंबानं आपला नंबर द्यायची परवानगी देऊन उपकृत केलं. वेळीअवेळी आमचा फोन आला, तरी एकदाही नाराजी न दाखवता ते मला हाक मारत. श्रीधर दर्पांनीही 'तन-मनाच्या भोवऱ्यात'वर परीक्षण लिहिलं आणि ते प्रकाशितही झालं.

श्रीधर दर्पांचा मुलगा प्रकाश आणि सून ज्योती या दोघांशीही आमची चांगली

मैत्री जुळली. प्रकाश जंगल खात्यात अधिकारी असल्यामुळे त्यांची वेगवेगळ्या गावी बदली व्हायची. त्यांपैकी बहुतेक गावी आम्ही त्यांच्याबरोबर फिरलो. एकदा केरळच्या प्रवासात त्यांनी आम्हाला पत्त्यातल्या 'रशियन रमी' किंवा 'ओपन रमी'ची 'दीक्षा' दिली. आजवर त्या खेळानं आमची पाठराखण केली. तसंच आमच्याकडून इतर अनेकांबरोबर आमच्या अक्का-अण्णांनाही आम्ही हा खेळ शिकवला आणि वृद्धापकाळात तो त्यांचा चांगला विरंगुळा होता!

पहिल्या पुस्तकाचं प्रकाशन, अनुवाद आणि चित्रकलेसारख्या विषयात शिक्षण घ्यायच्या निमित्तानं पुरेपूर उत्साहात डुंबत असताना एक दुःखद घटना घडली.

एक दिवस बेळगावहून शेजारी दर्पांच्या घरी फोन आला. माझ्या सासूबाई- वहिनी- ब्लडप्रेशर वाढल्यामुळे अचानक बेशुद्ध झाल्या होत्या आणि त्यांना हॉस्पिटलमध्ये दाखल करण्यात आलं होतं. आम्ही तातडीनं निघालो.

वहिनी विरूपाक्षांच्या सावत्र आई. दिसायला गोऱ्यापान, देखण्या, लांबसडक केस, नाकी-डोळी नीटस (फक्त दात थोडे पुढे होते). माहेरची गरिबी. त्यात थोरली बहीण लग्न करून माघारी आलेली. पाठची आणखी एक बहीण लग्नाची. दोन शिकणारी भावंडं. वडील प्राथमिक शिक्षक. शेतीवाडी कुळ-कायद्यात अडकलेली. अशा परिस्थितीमुळे त्यांना चार मुलं असलेल्या (त्यातली दोन मरण पावली होती) बिजवराशी विवाह करावा लागला होता. दोघांच्या वयात पंधरापेक्षा जास्त वर्षांचं अंतर होतं. साहजिकच वहिनींनी तेव्हा विरोध केला होता. घरच्या सगळ्यांनी समजूत काढली होती, 'तुला संसारात काही अडचण आली, तर आम्ही तुझ्या मदतीला येऊ.' घरच्यांनी आपला शब्द पाळला.

कालांतरानं भाऊ अरविंदमामा आणि धोंडूमामा मॅट्रिकच्या परीक्षा देण्यासाठी आले. अरविंदमामांना बेळगावातच नोकरी मिळाल्यामुळे ते आणि त्यांचं कुटुंब घरातच राहिलं. योग्य वेळी कलामावशींचंही लग्न झालं. धोंडूमामा, आजी अव्वा आणि अक्कामावशी या सगळ्यांचं वास्तव्य एरवी मामांच्या बदलीच्या गावी असलं, तरी ते सगळे काही ना काही कारणानं वरचेवर घरात असायचे. आम्ही बेळगावला काही कारणानं गेलो असलो, की हे सगळे तिथं बहुतेक वेळी असायचेच.

अठराव्या वर्षी वहिनी लग्न करून आल्या, तेव्हा अण्णा पस्तीस वर्षांचे होते, विरूपाक्ष नऊ आणि सिंधूवन्स पाच वर्षांच्या होत्या. त्या दोघांच्या मधली एक मुलगी जळून वारली होती. तो धक्का विरूपाक्षांच्या आईला, सोनाक्कांना, मोठा होता. शिवाय त्या तेव्हा गरोदर होत्या. बाळंतपणानंतर त्या अशक्तपणा येऊन वारल्या. तान्हं दूधपितं बाळ हनगंडीच्या आजीच्या अंगावर पिऊ लागलं. कारण तेव्हा त्या बाळंत होऊन त्यांचं मूल वारलं होतं. पण ते बाळही फार काळ जगू शकलं नाही.

अशा परिस्थितीत या वहिनी घरात आल्या. त्यांनाही पाच मुलं झाली. सगळ्यात धाकटी मुलगी आणि सिंधूवन्संची थोरली मुलगी वर्षा बरोबरीच्या. पण ती मुलगी जगली नाही. त्यामुळे अंजू सगळ्यात धाकटी. ती आणि तिच्याहून थोरली अनिता या दोघीही विरूपाक्ष नोकरीसाठी घराबाहेर पडल्यानंतर जन्मल्या. प्रमोदच्या पाठीवरचा मुलगा पापण्णा हा मतिमंद होता. तो फार वर्षं जगला नाही. माझ्या लग्नाच्या आधी दोन वर्षं तो बारा-तेरा वर्षांचा होऊन वारला होता. सगळ्यात धाकटी अंजू आणि सगळ्यात थोरले विरूपाक्ष यांच्यात पंचवीस वर्षांचं अंतर.

ही त्या काळातली घरोघरची गोष्ट होती. माझ्या माहेरीही थोरली मीना आणि सगळ्यात धाकटा नंदू यांच्यात अठरा वर्षांचं अंतर होतं.

आमच्यानंतर चार वर्षांनी माझ्या धाकट्या दिराचं लग्न झालं आणि पंत बाळेकुंद्रींच्या घराण्यातली प्रतिमा घरी आली. लग्न होऊन तीन-चार वर्षं झाली तरी तिलाही मूलबाळ झालं नाही. वहिनी अस्वस्थ झाल्या. त्यांनी प्रतिमाला अनेक पूजा, उपवास करायला सांगितले. त्यात काही अमावस्येला करायच्या पूजाही होत्या. तिनं ते सगळं केलं. लग्नानंतर चार वर्षांनी तिला अभिजीत किंवा अमृत हा मुलगा झाला. त्यामुळे नातवंडाला मांडीवर खेळवायची वहिनींची इच्छा पूर्ण झाली होती.

वहिनींनी मला मात्र यातलं काही करायला सांगितलं नाही. अर्थात, त्यांनी सांगितलं असतं तरी मी ते कितपत केलं असतं, कोण जाणे! पण त्यांनी सांगितलं नाही, हेही तितकंच खरं!

वहिनी अत्यवस्थ झाल्या, तेव्हा त्यांचं वय जेमतेम बावन्न होतं! ब्लडप्रेशर होतं. धाकट्या दोन मुली लग्नाच्या होत्या. सासरे तर बारा वर्षांपूर्वी, आमच्या लग्नाच्या वेळी निवृत्त झाले होते. त्यांनी नंतर अर्थार्जनासाठी काहीही केलं नव्हतं. शेतीची आवक बेताची. विरूपाक्ष नोकरी लागल्यापासून जमेल तेवढी आर्थिक मदत करतच होते. वहिनी ज्या भावावर विसंबून होत्या, त्या भावाचं लग्न होऊन त्याला चार मुलं झाल्यामुळे त्याचंही बहिणीवरचं लक्ष ढळलं होतं. प्रमोदनं वेगळं घर केल्यामुळे वहिनींना, अण्णांना आणि दोन्ही धाकट्या मुलींना भावाचं घर सोडून त्याच्याबरोबर त्याच्या घरी राहायला जावं लागलं होतं.

धाकट्या दोन्ही मुलींचं कसं होईल याची फार मोठी काळजी वहिनींना ग्रासून टाकत असावी. कदाचित त्याचंच दडपण त्यांच्यावर आलं असावं. जवळपासचे नातेवाईक ही काळजी त्यांना वरचेवर बोलून दाखवायचे. शिवाय वैधव्यानंतरच्या आयुष्याविषयीही त्यांच्या काही ठाम भावना होत्या. 'भरल्या कपाळानं जाण्याचं' आकर्षणही होतं. नवरा-बायकोमधलं जास्तीचं अंतरही त्यांना अधूनमधून चिंतित करत असे.

तीन दिवस त्या क्षणाक्षणानं मृत्यूच्या मुखात जात होत्या. नळीवाटे काही ना काही त्यांच्या पोटात सारून आम्ही समाधान करून घेत असलो, तरी डॉक्टरांनी आशा संपल्याचं सांगितलं होतं. अखेर तिसऱ्या दिवशी दुपारी त्यांनी अखेरचा श्वास घेतला.

त्यानंतर घरी भेटायला येणाऱ्या लोकांची रीघ सुरू झाली. कुणी भेटायला येऊन वहिनींविषयी बोलायला लागलं की त्याचा त्यांच्या वयस्कर सोवळ्या आई-अव्वा आणि बहिणींना त्रास व्हायचा. वहिनींची धाकटी बहीण कलामावशी तर रोज रडताना आईला म्हणायच्या, 'ती भरल्या संसारातून, दोन लहान पोरींना अनाथ करून निघून गेली! आणि तू अशी कशी अजून जिवंत आहेस?..'

मला हे ऐकताना असह्य व्हायचं! स्वतःच्या धडृयाकट्या, जिवंत आईला असं म्हणणं मला क्रूरपणाचं वाटायचं.

कुणी औपचारिकपणे भेटायला येऊन वरवरचं बोलत असलं तरी धाकट्या दोन्ही मुली, अंजू आणि अनिता; त्यातही १५-१६ वर्षांची अंजू हंबरडा फोडून रडायची! हे हृदय पिळवटून टाकणारं दृश्य असे. आयुष्यात मृत्यूचं इतक्या जवळून दर्शन मी प्रथमच घेत असल्यामुळे मला तर काय करावं हे सुचेनासं होई.

न राहवून मी अव्वांनाच म्हटलं, ''ही कसली पद्धत? इथं सगळे दुःखात बुडून गेले आहेत! दुःखावर थोडी खपली बसायला लागली की कुणीतरी येतं आणि पुन्हा ओरबाडून खपली काढतं!..''

सोवळ्या अव्वांनी त्यांच्या दीर्घ आयुष्यात बरेच मृत्यू बघितले होते आणि पचवलेही होते. त्या म्हणाल्या, ''आता सगळे दुःखात आहोत म्हणून असं म्हणतो आहोत! पण दुःख मागे पडलं की आपणच हिशेब करायला लागू, कोण-कोण आलं होतं आणि कोण-कोण नाही आलं.. म्हणून सगळे येऊन जाताहेत. दुःखाचा एकदाचा निचरा झालेला पुढच्या आयुष्याच्या दृष्टीनं बरा असतो. म्हणून तशी पद्धत आहे!''

वहिनींच्या माघारी सासऱ्यांनी स्थळं शोधून आणली आणि दोन-तीन वर्षांच्या अंतरानं आम्ही दोन भावा-भावजयींनी दोन्ही नणंदांची लग्नं केली. थोरल्या अनिताचं कन्यादान माझी धाकटी जाऊ प्रतिमा आणि दीर प्रमोद यांनी केलं. धाकट्या अंजूच्या लग्नाच्या दिवशी माझ्या पुतण्याची, अमृतची मुंजही ठरल्यामुळे दीर-जाऊ त्यात अडकले आणि अंजूचं कन्यादान आम्ही दोघांनी केलं.

अंजूला सासरी जाताना मी म्हटलं, ''तुझ्या निमित्तानं मला मुलीला सासरी पाठवायचा अनुभव मिळाला! थँक्स!''

त्याआधी घडलेली एक घटना. लग्न ठरल्यावर कुलदैवताला, सौंदत्तीच्या यल्लम्माला जाऊन, परडी भरून यायची घराण्याची पद्धत होती म्हणे. अंजूचं लग्न ठरताच तसं जायचं ठरलं. बाकी स्वयंपाकाबरोबर प्रत्येक परडीत सात-सात पुरणाचे कडबू आवश्यक होते. वहिनींच्या हाताखाली प्रतिमा सतत राहिली होती, त्यामुळे तिला घरात चालणाऱ्या सगळ्या व्रत-वैकल्याची आणि कुलाचारांची बऱ्यापैकी माहिती होती. तिनं सांगितलं, 'नऊ परड्या भरायच्या असतात.'

यल्लम्माच्या डोंगरावर एका दिवसासाठी एक छोटा बंगला भाड्यानं घेतला. एका स्टोव्हवर सोवळ्यानं एवढालं पुरण शिजवलं. प्रत्येकी सात-सात कडबू या प्रमाणे नऊ परड्यांसाठी त्रेसष्ठ आणि आमच्या जेवणासाठी वेगळे असे कडबू केले. जोगतिणींना परड्या दिल्या.

कलामावशी आम्ही सगळं नीट करतो आहोत की नाही यावर करडी नजर ठेवून होत्या. त्यांची मदत न घेता आम्ही जावा-जावांनी हा उद्योग केल्यामुळे तर त्या थोड्या रुष्टही झाल्या होत्या. पुढे लग्नाच्या वेळी भेटल्यावर त्यांनी चौकशी केली, "यल्लम्माला जाऊन आलात काय? काय-काय केलं? नीट परड्या भरल्या काय?"

मी आज्ञाधारकपणे सांगितलं, "नऊ परड्या भरल्या!'

यावर त्या म्हणाल्या, "एवढ्या का भरल्या?"

प्रतिमानं सांगितलं, "कारण वहिनी भरत होत्या!.."

यावर कलामावशी म्हणाल्या, "त्यातल्या तुमच्या फक्त पाच होत्या. बाकीच्या चार आमच्या, अरविंद (मामां)च्या, काही नवसाच्या होत्या!.."

मला मात्र कितीतरी तास पुरण शिजवण्यात घालवल्याचं आणि छोटे-छोटे कडबू करून मोजत बसल्याचं आठवून हसू येत राहिलं. परंपरा कशा निर्माण होत असतील आणि वाढत असतील, याचा तो एक नमुनाच होता!

काही वर्षांनी घडलेली एक घटना आठवते.

मी एकटीच एका कुठल्याशा छोट्या घरगुती कार्यक्रमासाठी बेळगावला निघाले होते. शेजारी अशीच एक अनोळखी बाई येऊन बसली. सात-आठ तासांचा प्रवास असल्यामुळे साहजिकच गप्पा सुरू झाल्या. तिनं सहजच विचारलं, "किती मुलं?"

उत्तर दिलं, "दोन!"

खोटं बोलायला एक कारणही होतं. एका प्रवासात मी अशाच प्रश्नाला "नाही!" असं उत्तर दिलं होतं. नंतर त्या बाईनं बेळगाव येईपर्यंत मूल होण्यासाठी काय-काय करावं, पुण्यात कोण चांगले डॉक्टर आहेत, कोण बुवा आहेत,

कुठलं व्रत केलं तर लगेच मूल होतं, कुठले उपवास करावेत, या बाबतीत कुठला देवर्षी पुढे काय करायचं ते अचूक सांगतो, अशा अनेक विषयांवर अनेक उदाहरणं देऊन इतकं डोकं खाल्लं की कधी नाही ते माझं डोकं ठणकायला लागलं! त्यामुळे मी माझ्या नकळत ही पळवाट शोधून काढली असावी.

घरी आल्यावर मी विरूपाक्षांना घडलेली हकिगत सांगितली. माझ्या 'हुशारी'चं त्यांना अजिबात कौतुक वाटलं नाही. ते म्हणाले, ''त्यापेक्षा तू खरं का सांगितलं नाहीस? तू तिच्या पुढच्या त्रासदायक बोलण्यावर आणखी काही उपाय केला असतास, तर ती बाईही कायमचा काहीतरी धडा शिकली असती. ती सांगत होती तसल्या उपायांवरची तुझी मतं तू स्पष्टपणे सांगून टाकायचीस!''

हे मलाही नंतर पटलं. त्यानंतर मी कधीही या बाबतीत खोटेपणाचा आधार घेतला नाही. त्या प्रश्न विचारणाऱ्या बाईचाही राग मनातून गेला. कारण हा प्रश्न आपल्याकडे अनोळखी व्यक्ती सहजपणे विचारू शकते. अनोळखी माणसाला 'या भाकरी खायला!' म्हणायच्या आपल्या संस्कृतीचा अभिमान बाळगायचा म्हटल्यावर अशा प्रश्नावर रागावून कसं चालेल? सहज गप्पा मारण्यासाठी यासारखे दुसरे 'निरुपद्रवी' प्रश्न तरी कुठले असतात?

एम.ए.च्या दुसऱ्या वर्षात असताना आणखी एक चांगली गोष्ट घडली. शकुंतला पुंडे हिनंही एम.ए.साठी प्रवेश घेतला होता. अतिशय उत्साहानं ती वर्गात वावरत असायची. शकाचे यजमान डॉ. द. दि. पुंडे हे मॉडर्न कॉलेजमध्ये मराठीचे प्राध्यापक होते. एकदा तेही वर्गात आले होते; पण माझं त्यांच्याशी बोलणं झालं नव्हतं. संकोच.

माझं एक पुस्तक प्रकाशित झाल्याचं समजताच शकानं मला सांगितलं, ''माझे मिस्टर प्रकाशन व्यवसायाशी निगडित आहेत. तुला त्या संदर्भात काही मार्गदर्शन हवं असेल, तर ते करतील.''

ही संधी पकडून आम्ही दोघंही त्यांच्या 'भरतकुंज' सोसायटीतल्या भाड्याच्या घरात गेलो. घरभर पुस्तकंच पुस्तकं होती. त्यातही स्वयंपाकघराच्या ओट्याच्या खालच्या शेल्फातही पुस्तकं होती! एवढी पुस्तकं बघून मी तर हरखून गेले!

या जोडप्याशी आमची नाळ जोडली गेली. शका तर माझी मैत्रीण होतीच. पुंडे सरही आमचे जवळचे स्नेही बनले. पुंडे सरांच्या हाताखाली मी कधी थेट शिकले नसले, तरी मी त्यांना सतत गुरूच मानत आले. समोर येणाऱ्या व्यक्तीला निरपेक्ष मनानं मदत करणं, हा सरांचा स्थायिभाव असल्यामुळे लवकरच मलाही त्यांच्या गोतावळ्यात प्रवेश मिळाला. त्या वेळी पुंडे सरांचा 'वाङ्मयेतिहासाची संकल्पना' हा चिंतनाचा विषय असल्यामुळे त्यांना आमच्या अनुवादकार्याविषयी

आस्था वाटत असावी. ती त्यांच्या बोलण्यात-वागण्यात व्यक्त होत असे.

त्यांच्या जवळच्या मित्रांपैकी एक म्हणजे डॉ. सुधाकर देशपांडे. सुधाकर देशपांड्यांनी 'तनमनाच्या भोवऱ्यात'वर एक आस्वादात्मक समीक्षा लिहिली आणि ती मुंबईहून प्रकाशित होणाऱ्या 'आलोचना'मध्ये प्रकाशित केली. प्रा. वसंत दावतर आणि प्रा. दिगंबर पाध्ये यांच्या पुढाकारानं प्रकाशित होणाऱ्या समीक्षेला वाहिलेल्या या त्रै-मासिकात लेखाबरोबर लेखकाचं नाव प्रकाशित होत नसे. मानधन मिळायचा तर प्रश्नच नव्हता. समीक्षा ही केवळ समीक्षेसाठीच असली पाहिजे, मानधन किंवा नावासाठी नसावी, असा त्यामागचा दृष्टिकोन होता.

तो लेख वाचताना माझ्या डोळ्यांत पुन्हा एकदा पाणी उभं राहिलं! पण या खेपेला आनंदानं! कारण एवढ्या सगळ्या मुद्राराक्षसाच्या थैमानानंतरही सुधाकर देशपांडेंनी कादंबरी सुरेख रीतीनं स्वतः समजावून घेतली होती आणि त्यातील सौंदर्य वाचकाला दाखवून दिलं होतं! पहिल्या पुस्तकाचा म्हणून जो काही 'आनंद' असतो, तो या लेखानं मला मिळाला.

पुढे सुधाकर देशपांडेंनी कारंतांच्या मराठीत अनुवादित झालेल्या आठही कादंबऱ्यांवर असेच लेख लिहिले. त्या लेखांच्या अनुवादाचे कन्नड पुस्तक विरूपाक्षांनी तयार केले आणि ९०साली उडपीच्या कर्नाटक संघानं ते 'कारंतांच्या कादंबऱ्या- महाराष्ट्राच्या दृष्टिकोनातून' अशा नावानं प्रकाशित केले. कारंतांनी देशपांडेंना पत्र लिहून 'एवढी सखोल समीक्षा कन्नडमध्येही झाली नाही..' असं पत्र लिहून कळवलं.

या लेखांचे मराठी पुस्तक व्हावे अशी देशपांडेबरोबर आमचीही इच्छा होती; पण देशपांडेंची ही इच्छा त्यांच्या हयातीत अपुरीच राहिली.

प्रा.सुधाकर देशपांडेंच्या कॉलनीत राहणाऱ्या प्रा. मृणालिनी जोगळेकर तेव्हा दूरदर्शनवरच्या 'सुंदर माझं घर' या कार्यक्रमात मुलाखती घ्यायच्या. देशपांडेंकडून आमची माहिती कळल्यावर त्यांनी त्या कार्यक्रमात माझी आणि मीना वांगीकर यांची मुलाखत घेतली.

तेव्हा ही फारच अप्रूपाची गोष्ट होती. आमच्या घरी टीव्ही नव्हता. त्यामुळे त्या दिवशी संध्याकाळी आम्ही श्रोत्रींच्या घरी गेलो. रजूही ससूनमधून धावत-पळत आली. पण त्या दिवशी वीज नसल्यामुळे आमचा फेरा फुकट गेला. शेवटी विरूपाक्षांच्या मुंबईच्या गुरू मिरजी या मित्रानं हा कार्यक्रम नव्यानं घेतलेल्या व्ही.सी.आर.वर हौसेनं रेकॉर्ड केला होता, तेव्हा तो पाहायला मिळाला!

प्रभाकर पाध्ये आणि प्रा.सुधाकर देशपांडे या दोघांनी माझ्या पहिल्याच अनुवादित कादंबरीवर समीक्षात्मक लेख लिहिले, हा तर आम्हाला आमचाच सन्मान झाल्यासारखं

वाटलं! अपरिमित आनंद तर झालाच, त्याचबरोबर जबाबदारीची जाणीवही झाली. 'आपल्या अनुवादामुळे शिवराम कारंतांसारख्या कादंबरीचे मराठीतले प्रभाकर पाध्ये आणि सुधाकर देशपांडेंसारखे समीक्षक मूल्यमापन करणार असतील, तर अनुवाद करणं हे किती महत्त्वाचं काम आहे!' अशी भावना झाली.

त्याच उत्साहात पहिली कादंबरी प्रकाशित होताच आम्ही कारंतांकडून त्यांच्या 'चोमन दुडि', 'अळिदमेले' या कादंबऱ्यांच्या अनुवादाची परवानगी मागितली; पण ती मिळू शकली नाही. ती त्यांनी इतरांना दिली होती. पुढच्या काळात 'चोमन दुडि' 'चोमा महार' या नावानं आणि 'अळिदमेले' ही पहिल्या आवृत्तीत 'मिटल्यानंतर' व दुसऱ्या आवृत्तीत 'मृत्यूनंतर' या नावानं प्रकाशित झाल्या. मग 'बेट्टद जीव' या कादंबरीच्या अनुवादाची परवानगी घेतली आणि कामाला लागलो. दुसरा खर्डा तयार करायचं काम चाललं होतं.

एक दिवस कारंतांचं पत्र आलं. पुणे विद्यापीठात त्यांच्या 'मरळि मण्णिगे' ('अशी धरतीची माया') या कादंबरीवर दिवसभराचं चर्चासत्र चालणार होतं. त्यासाठी ते येणार होते आणि विद्यापीठातल्या व्ही.आय.पी.गेस्टहाऊसमध्ये उतरणार होते. 'तेव्हा आपण भेटूच..' असंही त्यांनी लिहिलं होतं.

कारंतांची प्रत्यक्ष भेट होणार म्हणून आम्ही दोघंही, त्यातही मी, रोमांचित होऊन गेलो होतो. विरूपाक्षांनीही त्यांच्या कादंबऱ्या वाचल्या असल्या तरी प्रत्यक्ष भेट झाली नव्हती. त्यामुळे तेही कारंतांच्या भेटीसाठी उत्सुक होते.

चर्चासत्राच्या आदले दिवशी संध्याकाळी आम्ही आणि पुंडे सर त्यांना विद्यापीठात भेटायला गेलो. कारंतांनीच दरवाजा उघडला. कुणीतरी त्यांना भेटायला आलं होतं. आम्हाला पाहताच आलेले गृहस्थ निघून गेले.

त्या आधी मी कारंतांचे केवळ फोटोच पाहिले होते. त्यांच्याविषयी भरभरून वाचलं होतं. आता प्रत्यक्ष दर्शनाचा योग येत होता. अजिबात न जाणवणारं ब्याऐंशीचं वय, बेताची उंची, भेदक नजर, मानेपर्यंत वाढवलेले केस, दबदबा जाणवेल असं व्यक्तिमत्त्व! त्या भेटीत आम्ही दोघंही इतके भारावलेले होतो, की काय बोलणं झालं ते आठवत नाही. 'आपण कारंतांच्या समोर बसलोय!' हेच आम्हाला फार 'महान' वाटत होतं! त्यांनीच आम्हाला दुसऱ्या दिवशीच्या चर्चासत्रासाठी यायला सांगितलं.

आम्ही दुसऱ्या दिवशी ठरलेल्या वेळी विद्यापीठात उद्घाटनाच्या कार्यक्रमाला गेलो. तिथं असलेल्या साहित्य अकादमीच्या पदाधिकाऱ्यांनी प्रा. गंगाधर गाडगीळ आणि विद्याधर पुंडलिकांनीही आम्हाला दिवसभर थांबायला सांगितलं. त्या दोघांनाही आम्ही प्रथमच पाहत होतो. दिवसभर चर्चा चालली होती.

प्रा. गंगाधर पाटलांनी आदिबंधात्मक पातळीवर या कादंबरीचं विवेचन केलेलं आठवतं. या कादंबरीवर अनुवादक म्हणून रं. शा. लोकापूर आणि वि. ग. कानिटकरांचं नाव होतं. लोकापूर आले नव्हते. वि. ग. कानिटकर आले होते. तीन पिढ्यांवर आधारलेल्या या कादंबरीवरील चर्चेत मराठी शीर्षकाचा विषय निघाला. कुणीतरी म्हटलं, 'अशी धरतीची माया' असं शीर्षक दिलं आहे; पण कादंबरीत धरतीची 'माया' म्हणावं असं काही दिसत नाही.' कारंतही म्हणाले, 'मलाही तशी काही माया-ममता अपेक्षित नाही. जर तिसऱ्या पिढीच्या राम ऐताळला मुंबईत नोकरी मिळाली असती, तर तो गावी परतला नसता. नोकरी मिळाली नाही तेव्हा त्याची जमीनच त्याला जगवते, एवढंच मला म्हणायचं आहे.' कानिटकरांनाही त्यांची बाजू मांडायची संधी मिळाली. 'परत मातीला' असं शुष्क शीर्षक देणं बरं वाटलं नसतं म्हणून आम्ही ती तडजोड केली...' असं त्यांनी सांगितलं.

काही प्रश्नांना कारंत उत्तर देत; पण कुणी अगदीच कोपऱ्यातला बारीक प्रश्न विचारला की ते 'आठवत नाही' म्हणून हात वर करत. मग इतरच त्यावर चर्चा करत.

चर्चा संपत आली तेव्हा कारंतांनी विरूपाक्षांना जवळ बोलावलं. हे त्यांच्या जवळ जाताच त्यांनी विचारलं, "कुलकर्णी, तुझ्या घरी मी रात्री राहायला आलो तर तुला जड होणार आहे का? मला तुझ्या घरी साडेपाच फूट जागा मिळेल काय?"

धक्क्यातून सावरत यांनी सांगितलं, "काही हरकत नाही. अवश्य चला!" जागेवर बसताना यांनी मलाही कानात सांगितलं, "कारंत घरी राहायला येताहेत!" हे ऐकताच माझी गाळण उडाली.

सत्र संपल्यावर आम्ही कारंतांचं सामान आणायला गेस्टहाऊसच्या खोलीवर गेलो. माझा चेहरा पाहून कारंत सहज हसत म्हणाले, "चर्चा ऐकून तुम्ही दमलेल्या दिसता! घरी गेल्यावर मला स्वयंपाकघर दाखवा! मी तुम्हाला स्वयंपाक करून वाढतो!"

साहजिकच मनावरचं दडपण कमी झालं आणि आम्ही सगळे हसलो. कारंत स्वतःची गाडी घेऊन आले होते. त्या गाडीसह सगळे घरी आलो.

त्या संध्याकाळी आम्ही कारंतांबरोबर जेवण्यासाठी पुंडे सरांनाही बोलावलं होतं. बोलता-बोलता पुंडेसरांनी विचारलं, "चर्चेच्या वेळी तुम्ही 'जे पाहिलं ते मी सांगितलं' हे विधान ठामपणे केलं. जर असं असेल, तर क्रिएटिव्ह लेखक आणि पत्रकार यांच्यात काय फरक? पत्रकारही तेच करत असतो ना!"

कारंतांनी उत्तर दिलं, "जमिनीत बी पडतं. जेव्हा त्याचं रोप उगवतं तेव्हा ते त्या जमिनीतला कस घेऊन तरारतं. तिथंच पत्रकार आणि क्रिएटिव्ह लेखकातला फरक व्यक्त होतो."

त्या रात्री कारंतांनी विचारलं, ''तुमच्याकडे फोन आहे?'' आम्ही 'नाही' म्हणून सांगितलं. ''हवं तर शेजाऱ्यांकडून करू शकतो.'' त्यांनी नकार दिला. पुढे म्हणाले, ''लीलाची तब्येत बरी नाही. तिची चौकशी करायची होती.'' लीलाताई म्हणजे त्यांच्या पत्नी.

''काय होतंय?''

''काही नाही! ओल्ड-एज प्रॉब्लेम! वय झालंय ना! कामवाल्या मुलीशीही भांडत राहते!.. पटवून घ्यायला नको! मग त्या मुलीही कंटाळतात ना!..'' त्यांनी सांगितलं.

खरं तर कारंत पत्नीपेक्षा वयानं बरेच मोठे होते. त्यांना कुणी 'प्रकृती काय म्हणतेय?' असा प्रश्न विचारला तर आवडायचा नाही. 'हा असा आहे! मला काय धाड भरलीये?' असा त्यांचा प्रतिप्रश्न असे.

त्यांना आणखी एका कारणासाठी घरी फोन करायचा होता. ते गावाबाहेर पडले तेव्हा त्यांच्या घरावर निषेधाचा मोर्चा आला होता. कारण त्यांनी अनेक दशकांपूर्वी अभ्यासक्रमात एक धडा लिहिला होता. त्या धड्यात कुठल्याशा संदर्भात सोनार जातीचा उल्लेख 'लटपट लोहार' असा केला होता. म्हणून तो समाज आता चिडला होता आणि त्यानं कारंतांचा निषेध करण्यासाठी मोर्चा काढला होता! सुमारे पन्नासपेक्षा जास्त वर्षांपूर्वीचं ते पुस्तक अनेक वर्षं अभ्यासक्रमात होतं.

'चोमन दुडि'सारखी संवेदनशील कादंबरी लिहिणाऱ्या आणि अनेक सामाजिक प्रश्नांसाठी मोर्चात सामील होणाऱ्या कारंतांच्या घरावर जातीय उल्लेखाच्या निमित्तानं निषेध मोर्चा?

पुढच्या काळातही कारंत आपल्याला पटलेल्या सामाजिक चळवळीत भाग घेत. मेधा पाटकर यांच्या धरणग्रस्तांच्या चळवळीच्या संदर्भातल्या मोर्चातही त्यांनी भाग घेतला होता. पर्यावरणाच्या संदर्भात तर त्यांनी जागरूकपणे बरंच काम केलं होतं.

नंतरही अशीच असमाधानाची एक घटना कानांवर आली. कन्नड नवकथांचे पितामह म्हणून ज्यांना ओळखलं जातं, त्या मास्ती व्यंकटेश अय्यंगार यांना जेव्हा त्यांच्या 'चिकवीरराजेंद्र' या कादंबरीसाठी ज्ञानपीठ पुरस्कार जाहीर झाला, तेव्हा ते नव्वदीच्या पुढचे होते. यावरूनही विशिष्ट समाजाच्या लोकांनी आंदोलन केलं. मास्तींना पुरस्कार द्यायला या लोकांची हरकत नव्हती; पण हे पुस्तक विशिष्ट जनसमुदायाच्या भावना दुखावणारं आहे, असं त्यांचं म्हणणं.

त्यानंतर मात्र ज्ञानपीठ पुरस्कार देताना कुठल्याही एका कलाकृतीचा उल्लेख करणं बंद झालं. हा पुरस्कार समग्र साहित्यातील योगदानाचा विचार करून दिला जातो. अर्थात, यामुळे यू. आर. अनंतमूर्ती यांच्यासारखे लेखक टीकेचे बळी ठरलेच.

पुढेही कारंत अनेकदा पुण्यात आले आणि प्रत्येक वेळी आमच्या छोट्याशा 'शशीप्रभा'त उतरले. आम्ही त्यांच्या झोपण्याची व्यवस्था आमच्या माजघरातल्या सोफा-कम-बेडवर करत असू. आमच्या भाड्याच्या घरात हात धुवायला बेसिन नव्हतं, कमोड संडास नव्हता, घरात फोन नव्हता. आमची कार नसल्यामुळे त्याही बाबतीत आम्ही इतरांवर अवलंबून असायचो. एकंदरीतच त्यांची बरीच गैरसोय व्हायची.

कारंतांना आपापल्या बंगल्यावर राहायला घेऊन जायला अनेक संपन्न लोक आनंदानं तयार असायचे. कारण कर्नाटकातील हे फार मोठं प्रस्थ होतं. त्यांच्या शब्दाला कर्नाटकात वजन होतं. त्यांच्या पन्नासहून जास्त कादंबऱ्या तर सर्वमान्य होत्याच, त्याशिवाय त्यांनी लहान मुलांसाठी विज्ञानकोश, पशू-पक्षी कोश तयार केले होते. त्यांचा शब्दकोश तर आम्हीही वापरत होतो. त्यांचे निबंध मुलांच्या शालेय पुस्तकांमध्ये होते. शिवाय त्यांनी दक्षिण कन्नड जिल्ह्यातील 'यक्षगान' या लोककलेवर काम करून त्यात काही सुधारणा केल्या होत्या. यक्षगान ही शेजारचा समुद्र आणि सह्याद्रीच्या उत्तुंग रांगांच्या प्रभावातून निर्माण झालेली जोरकस लोककला! यक्षगानाचे ग्रुप घेऊन त्यांनी जगभर प्रवास केला होता. मंदिर शिल्पकलेवर त्यांचा अभ्यास होता. चालुक्य देवालयावर त्यांनी पुस्तकही लिहिलं होतं. त्यांनी चित्रपटही तयार केला होता. त्यांच्या आत्मचरित्राचं नाव 'वेड्या मनाचे दहा चेहरे'. त्यांच्या या 'दहा-मुखी' प्रतिभेपैकी हे लोक कुठल्या ना कुठल्या मुखानं प्रभावित झालेले असत. कर्नाटकातील राजकारणी लोकही कारंतांना वचकून असत.

अशा बड्या घरांमध्ये कारंतांना स्वतंत्र खोली आणि कारची व्यवस्था करणंही सहज शक्य होतं. ते लोकही मनापासून त्यांना बोलवायचे; पण कारंतांना आमच्या घरी बरं वाटायचं. बोलावणाऱ्या लोकांना ते सांगायचे, "मी तर खाल्लेल्या अन्नासाठी थँक्सही न म्हणणारा माणूस आहे! कशाला मला बोलावता आणि माझा आदरसत्कार करता?" काही वेळा ते विरूपाक्षांना म्हणत, "काय कुलकर्णी! मी तुला जड होतोय का? नाही ना? मग सांग त्या लोकांना मला इथंच राहू दे म्हणून!" एवढं झाल्यावर विरूपाक्षांना तसं सांगण्याखेरीज गत्यंतर नसायचं. याचा परिणाम म्हणून काही जणांनी आमच्यावर 'हे कारंतांना आपली प्रॉपर्टी समजतात!' असाही आरोप केला!

कारंतांनीच धारवाडचे कन्नड महाकवी बेंद्रेंच्या संदर्भात सांगितलेली गोष्ट अशी :

द. रा. बेंद्रे एका गावी कार्यक्रमासाठी गेले होते. त्या गावातील एका धनिकानं त्यांची आपल्या बंगल्यावर राहायची व्यवस्था केली होती. कार्यक्रम संपला. सगळे

बंगल्यावर गेले. पंचपक्वान्नांचा बेत होता. मेजवानी झाली. त्यालाही गावातल्या मान्यवरांची हजेरी होती. बेंद्रेंची एका प्रशस्त खोलीत झोपायची व्यवस्था केली होती.

यजमानांनी सगळी व्यवस्था नीट झाल्याची खात्री करून घेतली. बेंद्रेंचा निरोप घेण्याआधी त्यांनी एक फाइल बेंद्रेंच्या हातात दिली आणि सांगितलं, 'मीही काही कविता करायचा प्रयत्न केलाय. सहज वाटलं तर जरा झोपायच्या आधी चाळून बघितलं तर बरं होईल!..'

दुसरे दिवशी नाश्त्याचाही उत्तम थाट होता. एक-दोन पक्वान्नंही होती. खाणं आणि कॉफी झाल्यावर यजमानांनी विचारलं, "सर, कशा वाटल्या माझ्या कविता?"

बेंद्रे गंभीरपणे म्हणाले, "काही म्हणा! हे अन्नाचं ऋण फार वाईट बघा!"

पुणे विद्यापीठातल्या याच कार्यक्रमात हैदराबादच्या द. पं. जोशींची ओळख झाली. चहापानाच्या वेळी त्यांनी जवळ येऊन 'पंचधारा' या त्रैमासिकाविषयी सांगितलं. महाराष्ट्राला 'द्रविड राष्ट्र' मानल्यामुळे त्या अंकात मराठी लेखनाबरोबरच दक्षिणेकडच्या चार भाषांतील साहित्याचे अनुवाद असायचे. त्या सुमारास त्यांचा कन्नड नाटककार टी.पी. कैलासम् विशेषांक गाजत होता. ते म्हणाले, "आपल्याला एकत्रितपणे बरंच काही करता येणं शक्य आहे; आपण करू!"

त्याप्रमाणे त्यांनी आम्हाला के. पी. पूर्णचंद्र तेजस्वी या कन्नड लेखकाची 'कर्वालो' ही कादंबरी पाठवून दिली आणि 'पंचधारे'साठी तिचा अनुवाद करायला सांगितला. या निमित्तानं एका नव्या, रसरशीत लेखन करणाऱ्या लेखकाशी परिचय झाला. पुढे मी त्यांची 'चिदंबर रहस्य' ही साहित्य अकादमी पुरस्कार विजेती कादंबरी आणि अनेक उत्तमोत्तम कथा अनुवादित केल्या. त्यांचा संग्रहही प्रकाशित झाला. पुढे तेजस्वींशीही ओळख झाली. ते माझ्या महत्त्वाच्या लेखकांपैकी एक झाले.

'पंचधारे'ची छपाई पुण्यात होत असल्यामुळे द. पं. जोशींचं पुण्यात अनेकदा येणं व्हायचं. ते पुण्यात आले की घरी येऊन जायचे. एक सुरेख संवाद त्यांच्याशी सुरू झाला. 'पंचधारे'त त्यांनी 'कर्वालो' ही कादंबरी आणि 'गूढ माणसं' दीर्घ कथा प्रकाशित केल्या आणि नंतर पुस्तकरूपानंही प्रकाशित केल्या.

सुरुवातीलाच बोलता बोलता मी द.पं.ना मनातली खंत व्यक्त करत म्हटलं, "मला कन्नड वाचता येत नाही... आमची अनुवादाची अशी अशी पद्धत आहे."

ते म्हणाले, "अनुवादासाठी केवळ दोन भाषा येणंच पुरेसं आहे, असं नाही. पूर्ण कलाकृतीचं संपूर्ण आकलन होणं महत्त्वाचं आहे. ते नसेल आणि दोन्ही भाषा

जरी येत असल्या, तर अनुवाद फसतात, असा आमचा अनुभव आहे.''

'पंचधारे'च्या निमित्तानं त्यांचा अनुवादाशी बराच संबंध येत असल्यामुळे त्यांच्या म्हणण्यात खरोखरच फार मोठा गर्भितार्थ होता.

अनुवादकाला साहित्याची जाण आवश्यक आहे. ती कशी असावी? अनुवादकाला कलाकृतीचं मर्म किंवा बलस्थान समजणं आवश्यक आहे. त्यामुळे अनुवाद करताना नेमका कशाचा करायचा आणि जर बळी देणं अपरिहार्यच असेल तर कशाचा द्यायचा, याचा निर्णय घेणं सोयीचं जातं. थोडक्यात, समीक्षकापेक्षा अनुवादकाला वेगळ्या प्रकारची साहित्यिक जाण लागते.

पुढे त्यांनी हैदराबादमध्ये मराठीतील अनुवादित कादंबऱ्यांवर तीन दिवसांचं एक चर्चासत्रही घेतलं. त्यात मी अनुवादित केलेल्या 'पर्व' आणि 'कर्वालो' या दोन कादंबऱ्यांचा समावेश होता. त्याआधी नागपूरच्या 'माग्रस'मध्ये आणि इतर लहानमोठ्या संस्थांनी अनुवादित कादंबऱ्यांची दखल घेतली असली तरी माझ्या माहितीप्रमाणे साहित्य अकादमी-नॅशनल बुक ट्रस्ट या संस्थांचा अपवाद वगळता अनुवादित कादंबऱ्यांवरचं ते पहिलं मोठं चर्चासत्र होतं.

माझा गिरीश कार्नाडांच्या लेखनाशी 'अनुवादक' म्हणून संबंध येण्यासही द. पं. जोशीच कारणीभूत झाले.

'पंचधारे'त विरूपाक्षांनी कारंतांची एक मुलाखतही अनुवादित करून दिली होती. त्यातल्या काही प्रश्नांची उत्तरं कारंतांनी तीव्र शब्दांत दिली होती. 'तुमच्या काही कादंबऱ्या उच्च दर्जाच्या आहेत, तर काही नाहीत. असं का बरं?' असा प्रश्नकर्त्यानं प्रश्न उपस्थित केल्यावर त्यांनी खडसावलं, ''हा प्रश्न मला का विचारताय? ज्यांना तसं वाटतं त्यांनी चर्चा करायचा हा प्रश्न आहे! मी नाही...'' असं म्हणून त्यांनी आपल्या कादंबरीनिर्मितीच्या प्रक्रियेविषयी सांगितलं होतं.

'...विविध कारणानं भरपूर भटकंती करत असताना मला एखादा प्रश्न, एखादी समस्या, एखादी व्यक्ती मनाला भिडते. हळूहळू ती माझं सगळं व्यक्तिमत्त्व व्यापून टाकते. पात्रं साकार होऊन नजरेसमोर वावरू लागतात. आणखी काहीही करणं अशक्य व्हावं अशी ही अवस्था असते. निरुपायानं मी लिहायला बसतो. हातानं लिहिणं अशक्य होतं तेव्हा रायटर घेतो. त्यालाही सक्त ताकीद असते, मध्ये माझी तंद्री मोडायची नाही. दररोज एक प्रकरण संपलंच पाहिजे. दुसरे दिवशी दुसरं प्रकरण. कितीतरी वेळा कादंबरी मध्येच थांबते. शेवटापर्यंत जाऊ शकत नाही. ती कादंबरी बाजूला सारायची. फेकून द्यायची. याच प्रक्रियेतून माझी प्रत्येक कादंबरी जात असते. तुम्हाला तिला दोन मार्क द्यायचे असतील किंवा दहा

द्यायचे असतील तर द्या; पण मला सांगायला येऊ नका!...'

आणखी एका आर्थिक शोषणावरच्या प्रश्नाला उत्तर देताना त्यांनी सांगितलं होतं, ''माझ्या दृष्टीनं पूर्ण पगार घेऊन काम न करणं हाही शोषणाचाच प्रकार आहे. सहा तासांचा पगार घेऊन केवळ दोन तास व्याख्यानासाठी देणाऱ्या प्राध्यापकांनीही केलेलं शोषणच.''

जातीयतेवरच्या प्रश्नाला उत्तर देताना त्यांनी सांगितलं होतं, ''मी स्वतः गांधीजींच्या चळवळीत काम केलेला माणूस आहे. तरीही मी पहिल्यांदा जेव्हा हरिजनाचं मूल उचलून घेतलं होतं, तेव्हा माझ्या अंगावर काटा आला होता. जर याचा विसर पडून मी या विषयावर बोलू लागलो, तर ते माझं केवळ व्यासपीठावरून केलेलं व्याख्यान ठरेल. खरा मुद्दाच मला समजणार नाही!''

एका अंकात विरूपाक्षांनी भैरप्पा आणि गिरड्डी गोविंदराज या दोघांमध्ये वाङ्मयचौर्य, प्रभाव आणि स्फूर्ती या विषयावर झालेला वादही संपादित करून दिला होता. या चर्चेत कर्नाटकातील बऱ्याच साहित्यकृती आणि साहित्यिकांचे संदर्भ दिले गेले होते.

माझ्या पहिल्या अनुवादाचं प्रकाशन झाल्यावर विरूपाक्षांनीही मराठीतलं आवडलेलं साहित्य कन्नडमध्ये अनुवादित करायचं ठरवलं. त्याला निमित्त झाले ह्यांच्या फॅक्टरीतले एक ज्येष्ठ स्नेही श्री. होडारकर.

होडारकर हे समाजवादी विचारसरणीचे गृहस्थ. महादेवशास्त्री जोशी यांचे जावई, त्यांच्या सुविद्य मुलीचे यजमान. माझा अनुवाद त्यांनी आस्थेनं वाचला आणि एका रविवारी आवर्जून भेटायला आले. गप्पा मारता मारता त्यांनी सुचवलं, ''तू मराठीतलं कन्नडमध्ये का अनुवादित करत नाहीस?''

हे म्हणाले, ''विचार चांगला आहे. पण काय करू?''

''आणखी एक-दोन वर्षांत स्वातंत्र्यवीर सावरकरांची जन्मशताब्दी येतेय. त्यांचं एखादं पुस्तक का करत नाहीस? 'माझी जन्मठेप'?''

विचार आकर्षक होता. विरूपाक्षांनी सावरकरांची काही पुस्तकं वाचली होती. त्यांचं एक रेकॉर्डेड भाषण ऐकलं होतं. त्यामुळे हा विचार विरूपाक्षांना पटला. त्या प्रमाणे पुस्तक मिळवलं. कॉपीराईट्स बाळाराव सावरकरांकडे असल्याचं समजलं. त्यांच्याशी पत्रव्यवहार सुरू केला. एका व्याख्यानासाठी ते पुण्यात आले असता त्यांची भेटही घेतली. परवानगी मिळाल्यावर अनुवादाला सुरुवात केली.

मधल्या अवधीत विरूपाक्षांना जाणवलं, आपला लिखित कन्नड भाषेशी संपर्क हायस्कूलच्या पातळीवरच सुटला आहे. शिक्षण संपल्या संपल्या ते महाराष्ट्रात आले होते. गरज म्हणून त्यांनी मराठी चांगल्याप्रकारे आत्मसात केलं होतं.

त्यासाठी त्यांनी घरी मराठी वृत्तपत्र लावलं होतं. त्यांचं त्या वेळेचं वाचन मराठी-हिंदी-इंग्लिशमध्ये चालायचं. कन्नड वाचन मोजकंच होई. आता त्यांनी कन्नड पुस्तकं भाषेच्या अंगानं वाचायला सुरुवात केली. मिळेल तिथून कन्नड पुस्तकं आणि मासिकं मागवायचा सपाटा सुरू झाला. प्रत्यक्ष अनुवाद करताना येणाऱ्या अडचणी झेलण्यासाठी त्यांनी स्वतःला तयार केलं.

त्यांना अनुवादासाठी वेळ मिळणं हा एक मोठाच प्रश्न होता. फॅक्टरीतल्या कामाबरोबर यांचा घरातही 'ओव्हरटाईम' सुरू झाला. फॅक्टरीतही मिळणाऱ्या जेवणाच्या तासभरातला अर्धा तास वेळ काढून त्यांनी लेखन सुरू केलं. आता घरात मराठी-कन्नड शब्दकोशही दाखल झाला.

दोन लेखनानंतर अनुवाद पुरा झाला. मुलीला सासर शोधायचा कार्यक्रम सुरू झाला. मुलगी दत्तक असल्यामुळे जबाबदारी जास्तच वाटत होती! पण सावरकरांच्या एवढ्या उत्तम पुस्तकासाठी प्रकाशक मिळण्यास अडचण येईल, असं अजिबात वाटलं नव्हतं.

तेव्हा झेरॉक्सची पद्धत नसल्यामुळे संपूर्ण लेखनाची एक कार्बन कॉपी काढायची आमची पद्धत होती. त्याप्रमाणे कार्बन कॉपी काढून मूळ प्रत प्रकाशकांकडे पाठवू लागलो. अनेक महिने, काही वेळा वर्षं- ठेवून घेऊन प्रत पुन्हा माघारी येऊ लागली. तिच्यावरची बांधलेली दोरीची गाठ सोडायचेही कुणी कष्ट घेतलेले नसत. हे प्रयत्न सुरू असतानाच यांनी पुढील अनुवाद सुरूच ठेवले.

यांचा हा पहिला अनुवाद सातवा-आठवा म्हणून प्रकाशित झाला... असो!

याच सुमारास पुंडे सरांच्या प्रोत्साहनानं विरूपाक्षांनी 'भाषा आणि जीवन' या त्रैमासिकासाठी मोजकेच लेख लिहिले. त्यातला एक 'मराठी शिकताना- एका कन्नडिगाचे अनुभव', हे एक छोटंसं दीड पानी टिपण होतं. त्यात मराठी शिकताना कन्नड माणसाला येणाऱ्या अडचणींविषयी लिहिलं होतं. भाषेच्या आणि व्याकरणाच्या अंगानं हे टिपण लिहिलं होतं. ते प्रसिद्ध झाल्यानंतर म. द. हातकणंगलेकर यांनी या लेखाचा संदर्भ देऊन एके ठिकाणी लिहिलं होतं, '...हे मुद्दे लक्षात घेऊन जी. ए. कुलकर्णींच्या भाषेचा विशेष अभ्यास करता येईल...'

पहिला अनुवाद प्रकाशित झाला तेव्हा मला कुणीतरी सांगितलं, आपल्या पुस्तकावर परीक्षण छापून यायचं असेल तर आपण वृत्तपत्रांच्या ऑफिसात जाऊन एकेक कॉपी देऊन यावी लागते. त्याप्रमाणे मी आमच्या घरी येणाऱ्या वृत्तपत्राच्या- म्हणजे 'तरुण भारत'च्या ऑफिसमध्ये गेले. तिथं मला तिथल्या रविवारची पुरवणी बघणाऱ्या सौ. शशिकला उपाध्ये यांच्याकडे पाठवण्यात आलं.

त्यांच्यासमोर बसून गप्पा मारता मारता मला एक मैत्रीण मिळाल्यासारखं वाटलं. याच गप्पांमध्ये त्यांनी माझ्यापुढे एक प्रस्ताव मांडला. महिन्यातून एकदा 'ओळख भाषाभगिनींची' अशा सदरात एखाद्या कन्नड लेखकाचा परिचय थोडक्यात करून द्यायचा. मी हे प्रपोजल घेऊन मोठ्या उत्साहानं घरी परतले. फॅक्टरीतून आल्यावर ह्यांना सांगितलं. तेव्हा आणखीही एक समजलं, शशिकलाताईंचे यजमानही ह्यांच्या फॅक्टरीत नोकरीला होते.

या सदरासाठी माहिती गोळा करायची आमची धडपड सुरू झाली. कारंतांची माहिती आमच्याकडे होती, त्यामुळे सुरुवात करणं सोपं होतं; पण पुढे काय करायचं? आम्ही काही लेखकांचे पत्ते मिळवले आणि प्रत्येकाची माहिती मागवली.

बऱ्याच जणांनी सहजपणे माहिती पाठवली. त्यांचं काही लेखन ह्यांनी वाचलेलं असे. आम्ही त्या आठवणींना उजाळा देऊन काही भर घालायचो आणि कष्टांनी एक लेख तयार झाला की सुस्कारा सोडायचो. सगळा पत्रव्यवहार हे करायचे. हे फॅक्टरीतून आल्यावर आलेलं टपाल त्यांच्या हाती द्यायचं. वाचून हे मजकूर सांगायचे. ते सगळं टिपून घ्यायचं. नंतर मी माझ्या पद्धतीनं लेख तयार करत असे. लेखानिमित्त मिळणारं मानधन, ही सगळी माहिती मिळवण्यात आणि 'तरुण भारत'च्या ऑफिसमध्ये लेख नेऊन देण्यात संपून जाई.

एका फार मोठ्या लेखकाला यांनी लिहिलं होतं, '...आम्हाला तुमची थोडीफार माहिती आहे; पण तपशिलात चूक होऊ नये म्हणून तुम्ही तुमची माहिती कळवा...'

त्यांनी खोडसाळपणे उलटटपाली कार्ड लिहिलं, 'तुम्हाला थोडीफार म्हणजे किती माहिती आहे हे ठाऊक नसताना मी तुम्हाला काय माहिती कळवू?'

अशा एक-दोन अनुभवानं आमचा उत्साह बऱ्यापैकी मावळत आला होता. आम्हाला आमच्या मर्यादाही समजत होत्या. तरीही आमचे एकंदरीत चौदा लेख प्रकाशित झाले होते. त्यात कारंत, भैरप्पा, बेंद्रे, श्रीरंग, तेजस्वी, कुवेंपु, टी.सुनंदम्मा अशा काही लेखकांविषयी आम्ही माहिती दिली.

एव्हाना आम्हाला आमच्या कुवतीचा आणि मनोवृत्तीचा अंदाज आला होता. त्यामुळे विरूपाक्षांनी एक दिवस निर्णय घेतला- नोकरीच्या दगदगीसह आपल्याला हे सगळे उद्योग करणं शक्य नाही. पुढंही काही ना काही कारणानं मास्ती वेंकटेश अय्यंगार, पूर्णचंद्र तेजस्वी, हेग्गोडुचे के. व्ही. सुब्बण्णा, शिवराम कारंत, भैरप्पा, अनंतमूर्ती, सुधा मूर्ती, चंद्रशेखर कंबार, गिरीश कार्नाड अशा काही लेखकांवर अधूनमधून वृत्तपत्रांमधून लेख लिहिले असले, तरी आपण अनुवादावरच लक्ष केंद्रित करणं शहाणपणाचं आहे, हे त्यांचं म्हणणं मलाही पटलं.

लवकरच अंतर्गत वादविवाद होऊन शशिकलाताई तरुण भारतमधून बाहेर

पडल्या. त्यांनी 'चंद्रकला प्रकाशन' ही प्रकाशन संस्था सुरू केली. कुठल्याशा दिवाळी अंकासाठी अनुवादित केलेल्या कृष्णमूर्ती पुराणिक यांच्या 'मंगलाक्षता' आणि 'वासंती' या दोन सामाजिक कादंबऱ्या मी त्यांना अनुवादित करून दिल्या. त्यांनी त्या एकत्रित प्रकाशित केल्या.

'बेट्टद जीव' या कारंतांच्या कादंबरीच्या अनुवादाची परवानगी मिळवून मी अनुवाद करायला सुरुवात केली. थोडं लेखन झालं होतं; पण कुठंतरी असमाधान होतं. मला सारखं वाटायचं, हे काही आपण बरोबर करत नाही. त्याआधी मी बेडकीहाळ, हुक्केरी, हनगंडी, एकसंबा, देवठाण यांसारखी देशावरची घरं आणि खेडी पाहिली होती. एकमेकाला खेटून घरं असलेली. कारंतांच्या कादंबरीतलं वर्णन त्यापेक्षा बरंच वेगळं होतं. मला कर्नाटकातला या कादंबरीतला परिसर बघणं तर शक्य नाही. काय करावं?

माझी ही भावना गप्पांच्या ओघात एकदा मी शका आणि पुंडे सरांपाशी मांडली. त्या दोघांनी आधी गो. नि. दांडेकरांच्या 'पडघवली', 'माचीवरला बुधा', 'रानभुली' यांसारख्या काही कादंबऱ्या वाचायला दिल्या. नंतर ती म्हणाली, "आमच्या करंबवण्याला चल.."

त्याप्रमाणे आम्ही दोघं त्या दोघांबरोबर त्यांच्या पुढच्या ट्रिपला करंबवण्याला गेलो. कोकणातलं ते आडरस्त्याला असलेलं गाव. तिथलं घर, तो परिसर, घराभोवतालची बाग, जवळच सुरू होणारं जंगल पाहताना मला 'डोंगराएवढा'तला परिसर काही प्रमाणात का होईना, भेटला. राब, साकव, पऱ्ह्या, कळक हे केवळ गो. नि. दांडेकरांच्या कादंबऱ्यांमधले शब्द केवळ शब्द न राहता प्रत्यक्ष सामोरे आले!

कारंतांच्या या कादंबरीत मलेनाडच्या डोंगरातल्या निसर्गाचं बरंच वर्णन होतं. त्याचबरोबर तिथलं जीवनही आलं होतं. यातील प्रमुख पात्र शंकरम्मा या शुद्ध कन्नडऐवजी हव्यकांची 'हैग' भाषा बोलत असल्याचा उल्लेख होता. मुलासाठी त्या 'माणि' म्हणत असल्यातरी मी तिथं 'बाळा..' असं ठेवलं. एका प्रसंगी जे संभाषण होतं त्यात 'मावऽऽ' हा शब्द होता. 'व'चा उच्चार 'अ' आणि 'आ' या दोन्हीच्या मधला. 'मावऽऽ' म्हणजे 'मामा' आणि 'सासरा'. कर्नाटकात मामेबहिणीशी लग्न करणं ही सर्वमान्य गोष्ट आहे. त्यामुळे एका प्रसंगी गोपालय्या म्हणतात, 'मीच त्याचा मामा; पण सासरा नव्हे हं!' मी त्यात थोडी भर घातली, 'मी मुलगी मिळवून दिली, एवढंच!...' अशा प्रकारे मी माझ्या पद्धतीनं अर्थ स्पष्ट होण्यासाठी किरकोळ भर घालत अनुवाद केला.

या कादंबरीत 'शीतोपचार', 'तांबूलसेवन', 'नस्यानुसंधान', 'ग्रामसंचार' या

सारखे शब्द जसेच्या तसे ठेवले. तसंच ‘तुमचा मुलगा भेटणारच नाही असं नाही!’ अशीच वाक्याची रचना ठेवली. ‘अर्धवट शहाणा भेटला तर तुम्ही त्याला शिप्तरात पाणी भरायला लावाल!..’ यासारखी वाक्यं तिथल्या स्थानिक भाषेतला चटपटीतपणा तर दाखवत होतीच, शिवाय ती कारंतांच्या या कादंबरीतल्या भाषेची ‘स्टाईल’ होती.

या कादंबरीत ‘पांज’, ‘पारंबेक्कु’ असे कन्नडच्या वाचकांनाही न समजणारे शब्द होते. मी तिथे संभाषणात निवेदकाच्या तोंडी ‘म्हणजे काय?’ असा प्रश्न टाकून पुढे त्याचा अर्थ दिला. कादंबरीत तळटीपा दिल्यानं वाचकाचा रसभंग होतो, असं मला वाटल्यामुळे मी हा मार्ग स्वीकारला. नंतरही अनुवाद करताना अशा प्रकारची अडचण आली तेव्हा हाच मार्ग अवलंबला.

ही कादंबरी सुमारे तीस-पस्तीस सालची आहे. यात मुंबईची लोकसंख्या बारा लाख असल्याचा उल्लेख येतो. तसंच सोनं १५ रुपये तोळा, शंभर रुपये म्हणजे नऊ खंडी सुपारीचा भाव असेही काही संदर्भ येतात. मराठी अनुवाद शहाऐंशीच्या सुमारास येत असला तरी मी त्या संदर्भांनाही अजिबात हात लावला नाही.

त्या सुमारास जयवंत दळवी यांचं ‘संध्याछाया’ हे नाटक रंगभूमीवर गाजत होतं. आम्हीही ते नाटक पाहिलं आणि मन अस्वस्थ झालं. या नाटकात वृद्ध दांपत्याचा एक मुलगा युद्धात मरतो आणि दुसरा या दोघांना भारतात सोडून परदेशी जायला निघतो. मुलांच्या दूर जाण्याचं दुःख असह्य होऊन हे वृद्ध दांपत्य नाटकाच्या अखेरीस आत्महत्या करतं.

‘बेट्टद जीव’ म्हणजे ‘डोंगराएवढा’ या कादंबरीचं कथानकही याच पद्धतीचं आहे. रानात राहणाऱ्या यातील ब्राह्मण दांपत्याची मुलगी बाळंतपणात मरण पावली आहे आणि शिकलेला मुलगा मुंबई-पुण्यासारख्या शहरात ‘बेपत्ता’ झाला आहे. त्यानं आपल्या आई-वडिलांशी संपर्क ठेवलेला नाही, याचं त्या जोडप्याला अतिशय दुःख आहे. कादंबरीची अखेर मात्र कारंत वेगळी करतात. यातील वृद्ध दांपत्यानं अशा परिस्थितीतही जीवनेच्छा गमावलेली नाही. ना नात्याचा-ना गोत्याचा असा एक मुलगा– नारायण– सांभाळला आहे. मनात मुलाची खंत असली तरी प्रत्यक्षात नारायण, त्याची बायको यांना सांभाळतात, त्याची मुलं यांची नातवंडं होऊन राहतात. हा शेवट मात्र मनाला निराशा न देता उभारी देणारा होता. ‘कारंत-चिंतन’मध्ये लेखक जे अपत्याविषयीचं चिंतन मांडतो, त्याला पुष्टी देणारा होता.

या वेळी करंबवण्यात शकाच्या आई मालतीबाई, म्हणजे केतकर वहिनी यांचा परिचय झाला आणि शकाबरोबरच करंबवणं हे माझंही माहेर झालं! पुढे मी

त्यांच्यावर 'केतकर वहिनी' ही आत्मचरित्रात्मक कादंबरीही लिहिली. ती एक वेगळीच कथा आहे.

याच सुमारास पुण्यातल्या आमच्या घरासमोरच्या मोकळ्या जागेत घरमालकांनी एक आऊटहाऊस आणि एक गॅरेज बांधलं. जागा बरीच गैरसोयीची होती; पण तरीही नवीन लग्न झालेली गरजू जोडपी तिथं मोजक्या काळापुरती भाड्यानं राहायला येऊ लागली.

आधी मासूरकर आले आणि त्यानंतर दिवाडकर कुटुंब तिथं राहायला आलं. दिवाडकर मंगळूरकडचे, पण महाराष्ट्रात वाढल्यामुळे बोलायची तुळू भाषा मागे पडून मराठीच झाले होते. त्यांची पत्नी, म्हणजे दिवाडकर वहिनी; नीलम त्यांचं नाव. त्यांचं माहेर मंडईतलं, मडकईकर.

दिवाडकर वहिनींच्या रूपानं मला एक सख्खी शेजारीण मिळाली. अंबिकेंच्या शीलावहिनी समवयस्क असल्या तरी त्यांचा काहीसा अबोल स्वभाव आणि त्यांच्यावर सासू-सासऱ्यांचं दडपण यामुळे मोकळेपणानं मिसळायच्या नाहीत. गप्पाही मोकळेपणानं मारायच्या नाहीत. शिवाय त्यांच्या मुलीही आता मोठ्या होऊ लागल्या होत्या. एव्हाना शाम मिरजी आणि अलका हे जोडपं नवी नोकरी पकडून मस्कतला निघून गेल्यामुळे वर्षातून एखाद्या वेळीच यायचे. त्यांनी 'शशीप्रभा'मधलं घर अजूनही आपल्या ताब्यात ठेवलं होतं. त्यांचे वयोवृद्ध आई-वडील आणि धाकटी भावंडं तिथं राहायचे.

'डोंगराएवढा'चा अनुवाद पूर्ण झाला. त्यावरून शका आणि पुंडे सरांची नजर फिरली. त्यांनी काही सूचना सुचवल्या. त्याप्रमाणे पुनर्लेखन करून हस्तलिखित तयार झाल्यावर मेहता पब्लिशिंग हाऊसच्या अनिल मेहतांनी तो प्रकाशित करायची जबाबदारी घेतली.

या कादंबरीचा लेखक-अनुवादक-प्रकाशक असा करार व्हायचा होता. त्या प्रमाणे अनुवादक-प्रकाशकाच्या सह्या करून करारपत्र रजिस्टर पोस्टानं कारंतांना पाठवायचं होतं. त्यासाठी मी मॉडेल कॉलनीच्या पोस्टऑफिसमध्ये रांगेत उभी होते. ही साधारण त्र्याऐंशी चौऱ्याऐंशी सालची गोष्ट असावी.

रांगेत माझ्या मागे एक शर्ट-पॅन्ट घातलेली आणि केसाचा बॉबकट केलेली माझ्याच वयाची तरुणी उभी होती. माझ्या हातातल्या पाकिटावरचा शिवराम कारंतांचा पत्ता बघून तिनं माझ्याशी कन्नडमधून बोलायला सुरुवात केली, ''कारंतांच्या या लेटेस्ट पत्त्यावर काहीतरी पत्रव्यवहार करताय, म्हणजे तुमचा कन्नड साहित्याशी जवळचा संबंध दिसतो! कारण कारंत नुकतेच पुत्तूरहून सालीग्रामला राहायला

आले आहेत. कर्नाटकातही ही गोष्ट सगळ्यांना ठाऊक नाही.''

मी सगळा तपशील सांगितला. त्यांनी माझं नाव विचारलं. मीही त्यांना नाव विचारलं. त्यांनी उत्तर दिलं, ''सुधा मूर्ती!''

मी पुढचा टिपिकल बायकी प्रश्न विचारला, ''मिस्टर काय करतात?''

''आमची इन्फोसिस नावाची कंपनी आहे.'' त्यांनी सांगितलं.

त्या वेळी त्या मॉडेल कॉलनीत जगताप लायब्ररीच्या समोरच्या एका फ्लॅटमध्ये राहायच्या. त्यांची मुलगी अक्षता ही वर्षाची असावी. तिला सांभाळायला त्यांनी गावाकडची एक कन्नड मुलगी आणली होती. भाषेमुळे त्या मुलीला करमायचं नाही, तेव्हा ती बाळाला घेऊन आमच्या घरी येऊन बसायची.

तेव्हा सुधाताईंनीही नुकतीच टेल्कोतली नोकरी सोडली असावी. त्या तेव्हा इंजिनिअरच्या वेशात असायच्या. त्याही अधूनमधून पोस्टात आल्या की आमच्या घरी दुपारच्या वेळी यायच्या. तेव्हा रॉबीन नावाच्या एका गावठी कुत्र्यानं आमच्याकडून स्वतःला पाळून घेतलं होतं आणि तो दांडगा कुत्रा सदोदित आमच्या पुढच्या दाराशी बसलेला असायचा. त्यामुळे सुधाताई नेहमी मागच्या दारानं यायच्या.

एकदा गप्पांच्या ओघात त्या स्वतःही 'महाश्वेता' नावाची एक कादंबरी लिहीत असल्याचं त्यांनी सांगितलं. मी मराठीतल्या सुमती क्षेत्रमाडेंच्या याच नावाच्या कादंबरीविषयी सांगितलं. दोन्ही कादंबऱ्यांचा विषयही 'कोड' हाच होता. त्यांनी मराठी कादंबरीचा तपशील विचारला. मी पूर्वी ती कादंबरी वाचली असली, तरी तपशील लक्षात नव्हता. त्यामुळे पुन्हा लायब्ररीतून मी आणून ती वाचली आणि त्यांना तपशील सांगितला. ऐकल्यावर त्या म्हणाल्या, 'माझी नायिका अशी नाही... ती हिच्यापेक्षा सामर्थ्यशाली आहे.'

त्यावेळी सुधाताईंशी काहीशी मैत्री झाली. एकदा गप्पा मारताना त्यांनी त्यांच्या आणि श्री. नारायण मूर्तींच्या लग्नाच्या निमित्तानं प्रख्यात चित्रकार के. के. हेब्बार यांनी लिहिलेलं शुभेच्छापत्र दाखवलं. दळदार हँडमेड पेपरच्या शिरोभागी हेब्बारांनी पेननं सुरेख स्त्री-पुरुषाचा एकात्म चेहरा काढला होता आणि खाली वळणदार अक्षरात इंग्रजीत शुभेच्छा दिल्या होत्या.

एम.ए.च्या अभ्यासक्रमामुळे मला हेब्बारांच्या चित्रकलेविषयी ममत्व निर्माण झालं होतं. ते जाणून सुधाताईंनी ते पत्र माझ्या स्वाधीन केलं! माझ्याकडून घडलेली अक्षम्य चूक म्हणजे ते बहुमोल पत्र दोन-तीनदा घर बदलायच्या गडबडीत गहाळ झालं!

याच सुमारास आमच्या सुहास देशपांडे नावाच्या एका साहित्यप्रेमी नातेवाइकानं मला भैरप्पा आणि त्यांच्या 'वंशवृक्ष' या कादंबरीविषयी सांगितलं. ते सांगताना त्यांनी सांगितलं, ''ही विधवाविवाहावरची कादंबरी आहे.'' साहजिकच माझी प्रतिक्रिया

फारशी अनुकूल झाली नाही. सुधाताईंशी बोलताना मी हे सांगितलं, तेव्हा त्या म्हणाल्या, ''त्यात फक्त तेवढंच नाही. माझ्याकडे कादंबरी आहे. हवं तर वाचून पाहा आणि त्यानंतर काय करायचं ते ठरवा.'' तशी ती वाचून आम्ही तिच्या अनुवादाचा निर्णय घेतला.

या नंतर सुधाताई बेंगळुरूला गेल्या. माझ्याशी त्यांचा असलेला संपर्क तुटला. इन्फोसिसच्या घोडदौडीच्या कथा कानांवर येत होत्या. एकदा त्यांची कन्नड टीव्हीवर मुलाखतही पाहिली. तेव्हा त्यांच्या फाउंडेशनविषयी आणि त्याद्वारे त्या करत असलेल्या सामाजिक कार्याविषयीही समजलं. एस. एन. कृष्णा या तेव्हाच्या कर्नाटकाच्या मुख्यमंत्र्यांच्या पत्नीबरोबर ही मुलाखत चालली होती. त्या साडीत होत्या. केसही मानेवर गुंडाळले होते. त्यांनी कॉलेजमध्ये शिकवायला सुरुवात केली, तेव्हा शिक्षिकेच्या भूमिकेमुळे त्यांचं हे 'वेषांतर' आणि 'रूपांतर' झालं असावं, हे माझ्या लक्षात आलं.

पुढच्या काळात मी त्यांची 'महाश्वेता' अनुवादित केली. त्या निमित्तानं त्यांच्याशी पुन्हा संपर्क आला. त्याचबरोबर 'डॉलर बहू', 'सामान्यातील असामान्य' आणि 'परीघ' या कादंबऱ्याही अनुवादित केल्या. या कादंबऱ्यांच्या प्रकाशनाच्या निमित्तानं त्यांच्या पुनःपुन्हा भेटी होत राहिल्या. त्यांच्या कादंबरीवर आधारित 'पितृऋण' या चित्रपटाच्या खासगी शोसाठी त्यांनी आम्हाला आवर्जून निमंत्रणही दिलं.

त्यांच्या लेखनातला साधेपणा आणि अनुभवाची संपन्नता यामुळे त्या महाराष्ट्रातील फार मोठ्या संख्येच्या वाचकांच्या अतिशय आवडत्या लेखिका आहेत, यात शंका नाही! तरीही कधीतरी मी जुन्या ओळखीचा फायदा घेऊन त्यांच्या कादंबऱ्यांवर काही वेगळं बोलले की त्या मोकळेपणानं म्हणतात, ''उमा, मला जेवढं जमतं तेवढं मी लिहिते. फाउंडेशनच्या कामाचा पसारा इतका आहे की, मी यापलीकडे लेखनाला वेळ देऊ शकत नाही!''

आणि 'फाउंडेशन'चं काम करण्याऐवजी हे करायला सांगण्याइतकी मीही काही वेडी नाही ना!

त्यांची एक-दोन पुस्तकं मराठीत येऊ लागली तेव्हा सुधाताईंना प्रकाशक निवडीचा प्रश्न सामोरा आला होता. तो त्यांनी एका प्रसंगी माझ्यासमोर मांडला. मी माझा अनुभव सांगताच त्यांनी 'मेहता पब्लिशिंग हाऊस' हीच संस्था पक्की केली. त्यांचे पुढचे सगळे अनुवाद 'मेहता पब्लिशिंग हाऊस'कडूनच प्रकाशित झाले आणि त्या 'मेहता पब्लिशिंग हाऊस'च्या महत्त्वाच्या लेखिका ठरल्या.

काही वर्षांनंतर कर्नाटकातील एक समीक्षक भेटले असता मी त्यांना सुधा मूर्तींच्या मराठी अनुवादाच्या यशाविषयी, त्यांना लेखिका म्हणून असलेल्या मान्यतेविषयी

आणि त्यांच्या पुस्तकांच्या निघणाऱ्या अनेक आवृत्त्यांविषयी सांगितलं.

सारं ऐकल्यावर ते गंभीरपणे म्हणाले, "तुमचं ऐकल्यावर मला वाटतं, आम्ही कर्नाटकातील समीक्षकांनी पुन्हा एकदा गंभीरपणे त्यांचं लेखन वाचलं पाहिजे!"

मधल्या अवधीत माझं एम.ए. प्रथम वर्गात पुरं झालं आणि ओंकार सरांनी मला मी पीएच.डी. करावं असं सुचवलं. मला वाचन-लेखनाची सवय असल्यामुळे ते जमू शकेल असं त्यांना वाटलं. त्यांनी विषयही सुचवला, 'भारतीय मंदिर-शिल्पशास्त्रातील द्रविड शैलीची उत्क्रांती, विकास आणि तिची कलात्मक वैशिष्ट्ये.' मी त्या दृष्टीनं वाचन सुरू केलं. अखेर विषय ठरला आणि माझ्या अभ्यासाला सुरुवात झाली.

पीएच.डी. करायचं ठरवत असताना मी अक्का-अण्णांशी बोलले. यावरच्या दोघांच्याही प्रतिक्रिया वेगवेगळ्या होत्या. अण्णा म्हणाले, 'पुढे शिकायचं की नाही याचा विचार कर! कारण संसारात यावरूनच पुढे भांडणं सुरू होतात! नवरा-बायकोत इगोचा प्रश्न उभा राहतो..!' याउलट अक्कानं विचारलं, "बंडोपंत काय म्हणतात?" मी म्हटलं, "त्यांचा पाठिंबा आहे." यावर आक्का म्हणाली, "मग पुढे शीक. बहुतेक वेळा नवराच अशा बाबतीत खोडा घालत असतो! इथं तुझ्या नशिबानं त्यांचाच पाठिंबा आहे! करंटेपणा करून मागे हटू नकोस!"

मी साहजिकच अक्काचं ऐकलं.

पीएच.डी.साठीच्या वाचनामुळे 'मुकज्जीची स्वप्ने'चा अनुवाद करताना कारंत ज्या गोष्टी मांडत होते, त्याचा तपशील समजू लागला. देवालयांची सुरुवात कशी झाली, मुळात देव ही संकल्पना कशी आली, का आली, त्यामागची मानसिकता कोणती, तिच्यात कशा कशी स्थित्यंतरं होत गेली, त्यातून देवालयाची निर्मिती कशी झाली, हे सगळं समजून घेताना माझ्या मनाला पडलेल्या काही प्रश्नांची उत्तरंही आपोआप मिळत गेली, काही उत्तरं कारंतांनी दिली होती, त्याची उजळणी झाली.

मी वाढले त्या घरात वा वातावरणात 'देव' हा कधीच 'प्रॉब्लेम' म्हणून मला जाणवला नव्हता. आक्का जे काही करायची ते स्वतःपुरतं. अण्णा तर 'मी कुणाचं काही वाईट केलं नाही, माझं कशाला कुठला देव वाईट करेल?' अशा गुर्मीत असायचे. त्यामुळे आम्हा मुलांना दररोज देवपूजा वगैरे गोष्टी कधीच अंगावर पडल्या नाहीत. पण लग्नानंतर कर्मकांडांना महत्त्व देणारा एक मोठा समाज मी जवळून पाहत होते. कुणी मला स्पष्टपणे बोलत नसलं तरी आम्हाला मूल न होण्याचा आणि ह्यांच्या वरचेवर ॲनिमिक होऊन आजारी पडण्याचा संदर्भही जवळचे नातेवाईक माझ्या या कर्मकांड न करण्याशी जोडत होते. तसं माझ्या

माघारी, पण माझ्या कानांवर येईल असं बोललंही जात होतं. त्यामुळे मीही अनेकदा गोंधळून जात होते.

तरीही याला शरण जावं असंही वाटत नव्हतं. अशा वेळी 'मुकज्जीची स्वप्ने'चा अनुवाद आणि देव या संकल्पनेच्या संदर्भातलं वाचन माझा आत्मविश्वास वाढवणारं ठरलं.

त्याचबरोबर या निमित्तानं केलेल्या प्रवासाच्या वेळी मला भारतातल्या खेड्यापाड्यातून पसरलेला भारतीय समाज देवळाच्या पार्श्वभूमीवर सामोरा येत राहिला. दक्षिणेतल्या देवळात जायचं ठरवताना आम्ही एका सकाळी किंवा संध्याकाळी केवळ एकाच देवळाला भेट देऊ शकत होतो. एक तर देवळं एवढ्या प्रचंड आकाराची होती आणि दुसरं म्हणजे त्या प्रत्येक देवळात इतके इतर सोपस्कार चालायचे की तेवढा वेळ लागायचाच. मुख्य म्हणजे यामुळे मी वैतागलेली असायची. पण तिथं जमलेल्या इतर भक्तांना याविषयी काहीच गैर वाटत नव्हतं.

विविध देवळांमधून देवाविषयीच्या ज्या कथा सामोऱ्या येत होत्या, त्या ऐकताना त्यातला उथळपणा वाटला तरीही त्यातला साधेपणा जाणवत होता. तमिळनाडूमधील एका देवळाच्या संदर्भात तिथला माणूस एक कथा सांगत होता ती अशी होती :

या देवळातला देव हा तिरुपती बालाजीचा धाकटा भाऊ. हा या गावातल्या एका मुलीच्या प्रेमात पडला. तिच्या वडिलांकडे लग्नासाठी परवानगी मिळवायला गेला. वडिलांनी सांगितलं, 'अरे, माझ्या या मुलीला नीट स्वयंपाकही करता येत नाही. तू तिच्याशी लग्न केलंस तर तुला आयुष्यभर अळणी स्वयंपाक खावा लागेल!' यानं सांगितलं, 'कायम बिनमिठाचा स्वयंपाक खायची माझी तयारी आहे. मी हिच्याशीच लग्न करणार!' त्यामुळे या देवळात या देवाला दररोज बिनमिठाचा अळणी स्वयंपाकाचा नैवेद्य दाखवला जातो!

ही कथा ऐकताना आधी मला हसू आलं. तिरुपतीची कथाही अशाच प्रकारची प्रेमकथा असल्याचं मी ऐकलं होतं. तिरुपती आणि पद्मावती या प्रेमी युगुलाचं लग्न ठरतं. तिरुपती म्हणजे विष्णू. त्याच्यावर रुसलेली लक्ष्मी कोल्हापूरला येऊन बसलेली. नंतर या दोघांचं प्रेम जुळलं. त्यामुळे मर्जी राखण्यासाठी आजही नवरात्रीत, तिरुपती-पद्मावतीच्या लग्नाच्या आधी कोल्हापूरच्या लक्ष्मीला शालू पाठवायची पद्धत तर अगदी अलीकडची. आमच्या लहानपणी 'तिरुपतीची यात्रा कोल्हापूरला गेल्याशिवाय सुफल संपूर्ण होत नाही' असं म्हणायचे. इतकं सगळं साधं! स्त्रीशक्ती असलेल्या लक्ष्मीची कथा भक्तांनी इतकी साधी करून टाकली होती.

अशा इतर कथा ऐकताना वाटलं, अध्यात्माशी गाठ घालून आपणच देवाचा फार बाऊ तर केलेला नाही? अध्यात्माच्या वाटेत कुठंच हा देव येत नाही.

सर्वसामान्य माणसाला त्याच्या श्रद्धेसाठी असाही देव पुरतो! अशा देवापुढे ही माणसं श्रद्धा-भक्तीनं नतमस्तक होतात! गरिबी, आजारपण आणि इतर संसारातली दुःखं पेलण्यासाठी त्यांना हाच देव शक्तीही देतो! एखाद्या दगडालाही देव मानून नतमस्तक होणारं यांचं मन असतं. हे पाहून मला तर काही वेळा एवढी श्रद्धा ठेवू शकणाऱ्यांविषयी चक्क हेवाही वाटला. पुढच्या काळात दक्षिण कन्नड जिल्ह्यातील 'दैवा'विषयीही समजलं.

भारतभरातल्या जुन्या, पुरातन देवळांना भेटी देताना तिथं झुंडीनं येणारी भक्तमंडळी पाहिली. हे भक्त आर्थिकदृष्ट्या सामान्य घरातले असल्याचं आणि अशिक्षित असल्याचं त्यांच्या अवतारावरून समजत असतं. त्यांच्याबरोबर घरातले आबालवृद्ध असतात. हातातली तान्ही मुलं सांभाळत, डोक्यावरचे पदर सारखे करत, वृद्धांना सावरत, त्यांना यात्रा घडवून धन्य-धन्य होणारी ही मंडळी घोळक्यानं घाईघाईनं येतात. तीर्थक्षेत्रीच्या असंख्य गैरसोयींशी त्यांना काहीही देणं-घेणं नसतं. यातली बहुतेक मंडळी अधिक पुण्य कमवायच्या आशेनं कुणा पुजाऱ्याच्या किंवा पंड्याच्या नादाला लागत नाहीत. प्रत्यक्ष देवाच्या मूर्तीचं दर्शन झालं नाही तरी शिखराला हात जोडतात आणि कसलीही खळखळ न करता घाईघाईनं निघून जातात. पुन्हा आपापलं जीवन जगायला!

खरा भारतीय समाज इथं कुठंतरी आहे का? याच समाजाच्या जोरावर भारतानं अनेक आक्रमणांना तोंड देऊन स्वतःचं धार्मिक स्वातंत्र्य अबाधित राखलं नसेल?

दररोज टीव्हीवरच्या धार्मिक चॅनेलवर एखाद्या साधू-संताच्या समोर बसून तत्त्वज्ञानावरची प्रवचनं ऐकणाऱ्या घनगंभीर समूहापेक्षा हा समूह वेगळा असतो, अधिक जिवंत असतो. यांची सुखं-दुःखं या जगाशी निगडित असतात.

विविध लेखकांनी लिहिलेल्या कन्नड साहित्याच्या अनुवादाच्या निमित्तानंही विविध श्रद्धांचं स्वरूपही समोर येतच होतं! त्यामुळे माझी स्वतःची धर्म आणि देवाविषयीची टोकाची मतं बाळगत-कुरवाळत बसण्याऐवजी भारतीय श्रद्धाळू मनाचा आदर राखायलाही मी शिकले.

कारंतांच्या आत्मचरित्रातली ही एक हकिगत मला ठाऊक होती. त्यांच्या घरात एक प्रौढ कामवाली बरीच वर्षं काम करायची. तिची तरुण मुलगी कसलासा आजार होऊन मरण पावली. कालांतरानं त्या मुलीचं भूत त्या प्रौढेला त्रास देऊ लागलं. कारंतांची थोरली मुलगी मालविका कपूर या मनोरोगतज्ज्ञ. बेंगळुरूच्या 'निम्हन्स' या फार मोठ्या मनोरुग्णालयात वरच्या हुद्द्यावर काम करणाऱ्या. त्यांच्याशी सल्लामसलत करून काही तपासण्या केल्यावर समजलं, त्या प्रौढेला आपली मुलगी कुमारी मेली, तिला कसलंही सुख मिळालं नाही याची बोचणी होती.

सगळा विचार करून, प्रत्यक्ष देवालाही 'तू आहेस हे सिद्ध कर!' म्हणून

आव्हान देणाऱ्या कारंतांनी एका मांत्रिकाला घरी बोलावलं आणि घरालगतच्या एका भल्या मोठ्या वृक्षावर वास्तव्य करत असलेल्या ‘ब्रह्मराक्षसा’शी त्या प्रौढेच्या मुलीच्या भुताचं लग्न लावून दिलं! या राक्षस-भुताच्या लग्नाचा परिणाम म्हणून त्या प्रौढेची मानसिक आजारातून मुक्तता झाली!

श्रद्धा आणि विश्वास हे किती निसरडं प्रकरण आहे, याचा मीही माझ्या आयुष्यात अनुभव घेतला होता.

आम्ही दोघांनीही श्रद्धा-अंधश्रद्धांपासून सोडवून घेतल्यानंतरची गोष्ट. घरातल्या सगळ्या देवांची योग्य घरं बघून ‘विल्हेवाट’ लावायच्या प्रयत्नांत मी होते. कुणीतरी दिलेल्या चिदंबरस्वामींच्या चंदनाच्या पादुका आमच्या घरी होत्या. एकदा माझी आतेबहीण कुसुमताई घरी आली. जवळच चाललेल्या चिदंबरस्वामींच्या उत्सवाला जाऊन, तिथला प्रसाद घेऊन ती आली होती. साहजिकच भरपूर गप्पा झाल्या. मी तिच्या मुलांची चौकशी केली. तिचा मुलगा-सून सिंगापूरला होते. लग्नाला चार वर्षं झाली तरी बाळाची चाहूल न लागल्यामुळे कुसुमताई थोडी काळजीत वाटली; पण तो विषय दोघींनीही फारसा वाढवला नाही. मात्र ही संधी साधून मी माझ्याकडच्या चंदनी पादुकांचा विषय काढला. तिनंही त्या अतिशय आनंदानं आणि भक्तिभावानं घरी नेल्या.

लवकरच तिला कॅन्सर झाल्याचं समजलं. मुलगा-सूनही भारतात आले. अधूनमधून मीही तिला भेटायला जात होते. निघताना तिची सून अनुराधा मला आतल्या खोलीत बोलावून कुंकू लावत असे. प्रत्येक वेळी माझं लक्ष न चुकता देवघरात वरच्या बाजूला ठेवलेल्या त्या पादुकांकडे जात असे. पादुकांची छान पूजा केलेली असे; पण माझ्या मात्र मनात येई, मला नको म्हणून मी काय हे लचांड हिच्या मागे लावून दिलं!

कुसुमताई वारली. वयस्कर आत्या हयात असल्यामुळे माझं त्या घरचं जाणं-येणं तसंच होतं. त्या पादुकांचीही व्यवस्थित पूजा केलेली असायची. प्रत्येक वेळी पादुकांकडे न चुकता नजर जात होती. माझ्या मनातली ती टोचणी काही कमी होत नव्हती. मनात येऊन जाई, वयाचा फायदा घेऊन अनूला सांगावं, त्या पादुका काढून टाक घरातून!

वर्षभरानंतर पुन्हा एकदा अनू कुंकू लावत असताना मी त्या पादुकांकडे नजर टाकत म्हटलं, “अजून आहेत होय या पादुका?”

यावर अनू म्हणाली, “तर! अहो, आमच्या घरात या पादुकांना फार मोठं स्थान आहे! या पादुका ज्या दिवशी घरी आल्या, त्या दिवशी माझ्या प्रेग्नन्सीचा पॉझिटिव्ह रिपोर्ट आला होता ना! चैतन्यच्या जन्माच्या वेळची गोष्ट!... त्या फार

वाट पाहत होत्या. उशीरच झाला होता ना!...''

माझ्या मनावरचं केवढंतरी ओझं त्या क्षणी उतरलं. मी तिला म्हटलं, ''अनू, आज तू मला केवढ्या मोठ्या दडपणातून मोकळं केलंस!..''

अनूला माझ्या बोलण्याचा अर्थ कितपत समजला, कोण जाणे! मी सश्रद्ध की अंधश्रद्ध? पण या निमित्तानं माझ्यापुढे मात्र माझ्या मनातला एक अनोखा कप्पा खुला झाला.

अशा मानसिकतेत माझा द्रविड देवालयांचा अभ्यास उत्साहानं सुरू झाला. भारतीय वास्तुकलेत देवळाचे 'नागर', 'वासर' आणि 'द्रविड' असे तीन प्रकार सांगितले आहेत. 'वासर' देवालयाची व्याख्या संदिग्ध असली तरी बहुतेकांनी कर्नाटकातल्या होयसळ आणि उत्तर चालुक्यकालीन देवालयांना 'वासर' म्हटलं आहे. कर्नाटकातील बदामीजवळच्या पट्टदकल्ल येथे 'नागर', 'वासर' आणि 'द्रविड' या तिन्ही प्रकारची देवालयं एका परिसरात बघायला मिळतात. त्यातील 'नागर' हा भारताच्या उत्तरेला विकसित झालेला प्रकार. उंच शिखरं असलेली देवळं. 'द्रविड देवालयं' हा दक्षिण भारतात विकसित झालेला प्रकार. बसक्या, पायऱ्या-पायऱ्यांच्या शिखरांची. एकूणच रचनेत आडव्या रेषांना महत्त्व. या 'द्रविड' देवळांची उत्क्रांती आणि त्यातील विविध टप्प्यांचा मी माझ्या प्रबंधात वेध घेतला होता. यात देवालयाचा तळविन्यास, रचना, खांब, शिल्पकला, सुशोभन, बलीपीठ, ध्वजस्तंभ, गोपुरं या साऱ्यांमधली स्थित्यंतरं दाखवता दाखवता त्यांचा ऐतिहासिक पार्श्वभूमीवरचा प्रवास प्रबंधात दाखवला होता.

त्या निमित्तानं मला दक्षिण भारतात बराच प्रवास करावा लागला. भरपूर फोटोग्राफीही करावी लागत होती. तो डिजिटल फोटोग्राफीचा काळ नसल्यामुळे तोही मोठाच खर्च होता. त्यासाठी मला कुठलंही आर्थिक साहाय्य मिळालं नव्हतं. हा सगळा खर्च विरूपाक्षांनी मनापासून उचलला. रजा मिळाली आणि पैशांची व्यवस्था झाली की, आम्ही एखादा प्रवास ठरवत असू. शिवाय माझ्यासाठी त्यांनी 'फोटोग्राफर'चंही काम केलं.

'डोंगराएवढा' प्रकाशित झाल्यावर झालेला आमचा एक महत्त्वाचा फायदा म्हणजे मुदेनूर संगण्णा यांच्याशी झालेला परिचय.

बळ्ळारी जिल्ह्यातील चिगटेरी या खेड्यात राहणारे संगण्णा व्यवसायानं तंबाखूचे व्यापारी. त्या कामासाठी त्यांचा निपाणीशी संपर्क होता. त्यामुळे मराठीशी थोडा-फार संबंध होता. मराठी साहित्याविषयीही ते बऱ्यापैकी माहिती बाळगून होते. एकदा निपाणीच्या वास्तव्यात त्यांच्या पाहण्यात 'डोंगराएवढा' आलं आणि

त्यांनी प्रकाशकांच्या कोल्हापूरच्या पत्त्यावर एक दीर्घ पत्र लिहिलं. अनिलभाई मेहतांनी ते तत्परतेनं आमच्या पुण्याच्या पत्त्यावर पाठवून दिलं.

संगण्णा हे शिवराम कारंत आणि एकूणच ज्ञानाचे भक्त होते. त्यांचा कन्नड लोककलांचा मोठा अभ्यास होता. त्यांनी कर्नाटकातील कातडी बाहुल्यांच्या खेळावर एक पुस्तकही लिहिलं होतं. 'घाशीराम कोतवाल'चा अनुवाद केला होता. कर्नाटकातील अनेक लेखक-कलाकारांशी त्यांचा जवळचा संबंध होता. बेंगळुरूच्या रंगकर्मी बी.जयश्री यांनी पुण्यात दोन-तीनदा सादर केलेल्या 'लक्षापती राजाची कथा' या लोकनाट्याची कथा हे त्यांचं संशोधन. त्यांच्या लोककलेवरील संशोधनाचा (गैर)फायदा घेऊन एका प्रख्यात लेखकानं आपली पीएच.डी. केली असल्याचंही कर्नाटकात बोललं जात होतं. पुढे त्या लेखकाला त्या जोरावर अनेक प्रतिष्ठित पुरस्कारही मिळाले.

अर्थात, संगण्णांविषयीची ही सगळी माहिती आम्हाला हळूहळू समजत गेली. त्या पहिल्या पत्रातून त्यांनी आमची चौकशी केली. विरूपाक्षांनी उत्तर लिहिताना आम्हा दोघांच्या अनुवादकार्याबरोबरच माझ्या पीएच.डी.विषयीही कळवलं.

संगण्णांनी उलटटपाली कळवलं, 'तुमच्या विषयाला पूरक असे माझ्याकडे काही ग्रंथ आहेत. तुम्हाला पाठवून देऊ शकतो..कसे पाठवू?' खरोखरच त्यांनी बेळगावपर्यंत ते ग्रंथ पोहोचते केले आणि तिथून आम्ही ते पुण्याला आणले.

संगण्णांशी आमचा पत्रव्यवहार सुरू झाला. त्यांनी विरूपाक्षांना मराठीतील पु. य. देशपांडे यांचं 'अनामिकाची चिंतनिका' आणि रत्नाकर मतकरींचं 'लोककथा ७८' कन्नडमध्ये अनुवादित करायला सुचवलं. पण 'लोककथा ७८'चा कच्चा अनुवाद करून ठेवूनही योग्य वेळी लेखकाकडून परवानगी न मिळाल्यानं काहीच होऊ शकलं नाही. तसंच 'अनामिकाची चिंतनिका'चे लेखक हयात नव्हते. या ग्रंथाला 'साहित्य अकादमी'चा पुरस्कार होता. शिवाय कॉपीराईट होल्डरशी संपर्क होऊ शकला नाही. त्यामुळे त्याचंही एक लेखन होऊन विरूपाक्षांचं ते लेखनही पडून राहिलं.

संगण्णांनी पाठवलेले मोठमोठाले चौदा ग्रंथ होते. बाजारभावानं त्यांची किंमत शेकडो नव्हे, हजारोंच्या घरात होती. त्याहूनही विशेष म्हणजे, त्यात हंपीच्या देवळातील संगीत खांबांचं शास्त्रीय विश्लेषण करणारे निबंध होते. त्याचप्रमाणे होयसळ देवालयातील द्वारपालांच्या हातातील मक्याच्या कणसांवरून त्या काळी इथले परदेशाशी कसे व्यापारी संबंध होते, यावर प्रकाश टाकणाराही अभ्यासात्मक लेख होता. शिवाय, 'हिंदू'मध्ये प्रसिद्ध झालेलं श्रीरंगम येथे चौऱ्याऐंशी साली उभारण्यात आलेल्या गोपुराची संपूर्ण माहिती देणारं वृत्तही त्यांनी पाठवून दिलं

होतं. गोपुरासाठी किती खर्च आला इथपासून ते किती सिमेंट वापरलं, लोखंड वापरलं, विटा वापरल्या, किती रंग वापरला यासारखी माहितीही त्यात होती. हे तर फारच अनमोल होतं!

हे सगळं आमची एकमेकांशी ओळखही नसताना.

पुढे आमची बेळगावला भेट झाली. मध्यम उंची, सावळा वर्ण, कारंतांसारखे मागे वळवलेले कानापर्यंत वाढलेले केस, धोतर आणि नेहरू शर्ट. वर शाल. पहिल्या भेटीतच विश्वास वाटावा असं व्यक्तिमत्त्व. माझ्या सासरी आणि माहेरी ते सारख्याच सहजतेनं वावरायचे. घरी येताना फळं, काही मिठाई आणि सुगंधी फुलांचे गजरे आणायची त्यांची पद्धत होती.

त्या भेटीत त्यांना मी म्हटलं, "मी कारंतांच्या कादंबऱ्यांचे अनुवाद करायचं म्हणते. महाराष्ट्रातला कोकण मी थोडा तरी पाहिलाय; पण कर्नाटकातला तो परिसर मी कधीच व्यवस्थित पाहिला नाही." त्यांनीही लगोलग आनंदानं ती जबाबदारी स्वतःच्या अंगावर घेतली आणि लवकरच एक दिवस ठरवला.

ठरलेल्या दिवशी आम्ही आधी बळ्ळारी तालुक्यातल्या चिगटेरीला संगण्णांच्या वाड्यावर गेलो. स्टॅन्डवर आम्हाला न्यायला एक शेतकरी आला होता. ते देशावरच्या कुठल्याही गावासारखं एक गाव होतं. त्या शेतकऱ्यानं आम्हाला एका भल्या मोठ्या वाड्यापाशी आणलं. संगण्णांनी आमचं स्वागत केलं. घरातल्या पत्नी-मुलगा-सून-नातवंडं या सगळ्यांशी ओळख करून दिली. नंतर स्वतःची खोली त्यांनी आम्हाला दिली आणि आपल्या छोट्याशा ट्रान्झिस्टरबरोबर स्वतः मोकळ्या पडवीत झोपायला गेले. पहाटे तीन-चार वाजल्यापासून जगभरची विविध स्टेशनं ऐकायची त्यांना सवय होती!

त्यांच्या भल्या मोठ्या वाड्याचा दिंडीदरवाजा भव्य होता. अनेक ऐतिहासिक कन्नड चित्रपटांत तो वातावरणनिर्मितीसाठी वापरला जायचा. त्यांच्या वाड्याच्या बाहेर रस्ता ओलांडल्यावर असलेल्या मोकळ्या जागेत दोन खोल्यांचं बांधकाम चाललं होतं. त्यात संडासही जोडून होता. कुणा लेखकाला किंवा अभ्यासकाला निवांतपणे अध्ययन किंवा लेखन करायचं असेल तर त्याला तिथं येण्याचं मुक्त निमंत्रण होतं. 'त्याच्या जेवणखाणाची व्यवस्था वाड्यातून केली जाईल. गरज भासल्यास माझं वाचनालय दिमतीला असेल. इच्छा असेल तर चर्चेला मी उपलब्ध असेन. नसेल तर कुणीही लेखन-वाचनाच्या प्रक्रियेत व्यत्यय आणणार नाही, याची हमी!'

ठरल्याप्रमाणे आमचा प्रवास सुरू झाला. संगण्णांच्या गावापासून, चिगटेरीपासून जवळच्या शहरात जायचं होतं. त्यांनी विचारलं, 'ट्रॅक्टर चालेल ना?' आम्ही

होकार दिला. ट्रॅक्टरवर बसून बसस्टॅन्डवर गेलो. तिथून बसनं आगुंबे घाटातून आम्ही मणिपालवरून उडुपीला गेलो.

संगण्णांनी कृ.शि. हरिदास भट यांच्या लोककलासंग्रहाच्या गेस्टहाऊसमध्ये उतरायची व्यवस्था केली होती. त्या दोन दिवसांत आम्ही ती संस्थाही पाहिली. या संस्थेत कित्येक तासांचं लोककलांचं ऑडिओ-व्हिडिओ रेकॉर्डिंग करून संग्रहित केलं होतं. लोकसंगीतात आणि लोकनृत्यात वापरली जाणारी वाद्यं तिथं ठेवली होती. आम्ही तिथं असतानाही या मंडळींचा तिथं वावर होताच. एका कलाकाराचं गायन चाललं होतं. तिथले तंत्रज्ञ काय करायचं, या विवंचनेत होते. माईक वापरला की त्या गाण्यातला जोष नाहीसा होत होता आणि माईक दिला नाही तर आवाजाची रेंज कंट्रोल होत नव्हती.

कृ.शि. हरिदास भट म्हणजे शिवराम कारंतांचे व्याही. कारंतांची क्षमा नावाची सगळ्यात धाकटी मुलगी मणिपुरी नर्तकी, ती हरिदास भटांची सून. हे आम्हालाही ठाऊक होतं. संगण्णांनी पुढे सांगितलं, 'कारंतांनी भटांशी बोलणं टाकलं आहे.'

कारण विचारताच समजलं, हरिदास भटांच्या संस्थेला फोर्ड संस्थेकडून बराच निधी मिळाला होता. या सार्वजनिक निधीचा भटांकडून योग्य विनियोग झाला नाही, तिचा योग्य हिशेब दिला नाही, असा कारंतांचा जाहीर आरोप होता. कारंतांना काही जणांनी समजावलं, 'अहो, तुमची मुलगी त्यांच्या घरात नांदतेय! तुम्ही असे आरोप करू नका!' पण कारंतांनी तिकडे लक्ष दिलं नाही. 'हा वेगळा प्रश्न आहे आणि सार्वजनिक निधीचा प्रश्न वेगळा आहे, त्यात तुम्ही गल्लत करू नका आणि मीही करणार नाही,' असं त्यांचं म्हणणं.

त्या वेळी कारंतांच्याही घरी जाऊन आलो. लीला कारंतांचं निधन झाल्यामुळे 'सुहास' नावाच्या भल्या मोठ्या दुमजली बंगल्यात ते एकटेच राहत होते.

या घराविषयीही मला ऐकून ठाऊक होतं. जेव्हा कारंतांनी पुत्तूरहून आपल्या 'कोट' या जन्मगावाच्या परिसरात येऊन राहायचा निर्णय घेतला, तेव्हा त्या परिसरातले तीन-चार जण पुढे सरसावले. अखेर कारंतांनी 'सालीग्राम' या गावी राहायचा निर्णय घेतला तेव्हा राम ऐताळ नावाच्या एका 'भक्ता'नं हा बंगला बांधून दिला होता. कारंतांच्या 'मरळि मण्णिगे' म्हणजेच 'अशी धरतीची माया' या कादंबरीतील प्रमुख पात्राचे नावही राम ऐताळ. त्यामुळे हे गृहस्थ कारंतांचे भक्त झाले होते.

आम्ही पोहोचलो तेव्हा कारंत मंगळूरचा एक कार्यक्रम संपवून नुकतेच आले होते. नमस्कारचमत्कार होऊन त्यांनी आमच्या खाण्यापिण्याची चौकशी केली. नंतर आम्हाला एक खोली दाखवून विश्रांती घ्यायला सांगून ते संगण्णांशी गप्पा मारत बसले. दुपारची वामकुक्षी न काढता दोघांच्या गप्पा चालल्या होत्या.

स्वारी घुश्शात होती. एका पुस्तकाला साहित्य अकादमीचा पुरस्कार मिळाला होता आणि कारंत म्हणत होते, 'काय चाललंय हे! मी तर त्या पुस्तकाला काठीनंही स्पर्श करणार नाही!... अशा पुस्तकाला एवढा सन्मान?' शिवाय यक्षगानातल्या कुठल्याशा आक्षेपावरूनही ते अस्वस्थ होते. तपशील आणि संबंधित माणसं ठाऊक नसल्यामुळे आम्हाला त्यातलं काही समजलं नाही.

प्रशस्त हॉलमधून एक जिना वर जात होता. तिथं कारंतांची लायब्ररी असल्याचं त्या दोघांच्या बोलण्यातून समजलं. त्या वेळी त्यांच्याकडे वरकामासाठी एक छोटासा मुलगा होता. गोरा पान आणि सरळ नाकाचा. देखणा. गोजिरवाणा. उडुपीचा 'कडगोल-कृष्ण' म्हणजे हातात रवी घेतलेल्या बालकृष्णाची मूर्ती असावी, तसा! दहा-बारा वर्षांचा असेल. वीरप्पननं त्याच्या आई-वडिलांना मारल्यामुळे तो अनाथ झाला होता आणि कुणीतरी त्याला कारंतांच्या घरी कामासाठी आणून सोडलं होतं. त्यानं आम्हाला चिंच-गुळाच्या कोळातले, कच्चे शेंगदाणे घातलेले पोहे करून दिल्याचं आठवतं. कारंतांनी नोकरीवर गेलेल्या मालिनी मल्ल्यंनाही बोलावून घेऊन ओळख करून दिली.

मालिनी मल्ल्य या कारंतांच्या सेक्रेटरी. त्या एल.आय.सी.मध्ये अधिकारी म्हणून नोकरीला होत्या. योग्य वयाला त्यांचा विवाह झाला होता; पण त्या आठच दिवसांत माहेरी निघून आल्या होत्या. पुढे त्यांच्या मानसिक रुग्ण असलेल्या भावानंही आत्महत्या केली. अशा सर्व कठीण प्रसंगी कारंतच त्यांच्या पाठीशी उभे राहिले होते.

पुढच्या कारंतांच्या भेटीत आम्ही त्या गोऱ्यागोमट्या मुलाची चौकशी केली तेव्हा त्यांनी सांगितलं, "त्या मुलाला भेटायला येणारे सगळे वीरप्पनच्या ग्रुपमधले असायचे असं समजलं! म्हणून मी त्या मुलाला पाठवून दिलं."

याच भेटीत संगण्णा आम्हाला तेव्हा उडुपीत राहणाऱ्या वैदेही या कन्नड कथालेखिकेच्या भेटीसाठी घेऊन गेले. आमच्या या प्रवासाचा हेतूही सांगितला. तेव्हा 'मेनोपॉज'च्या अवघड अवस्थेतून जात असलेल्या वैदेहींनी लगोलग आपल्या शिकणाऱ्या पल्लवी आणि नयना या दोन मुलींना हाताशी धरून रात्रीच्या जेवणाचा बेत ठरवला. केळीच्या पानावर गरम-गरम भात, तिळी-सार, फणसाचे भाजलेले पापड आणि बाळकैरीचं लोणचं असा खास तिकडचा बेत केला. केळीच्या पानावर पहिल्या वाफेचा भात, घमघमणाऱ्या सारासोबत बाळकैरीचं लोणचं चोखून खाताना खरोखरच जीव भरून आला!

नंतर वैदेही माझ्या जवळच्या मैत्रीण बनल्या. त्यांच्या दोन सकस कथांचे संग्रह, राजवाडे या कन्नड लेखिकेचं छोटंसं आत्मचरित्रात्मक शब्दांकन आणि एक

बालनाटक मी मराठीत अनुवादित केलं. त्यानंतर कर्नाटकाच्या या भागात गेलं की हे आमचं उतरायचं घर झालं.

या भेटीत मणिपाल येथील शेणॉय यांनी राजा केळकरांकडून प्रेरणा घेऊन बनवलेलं जुन्या लाकडी वस्तूंमधून बनवलेलं अद्‌भुत घर वैदेहींनी दुसऱ्या भेटीत दाखवलं. तसंच अलीकडच्या एका भेटीत, त्या मणिपालला स्वतःच्या बंगल्यात राहायला गेल्यावर, याच शेणॉयनी मणिपालमध्ये १४ एकरांवर वसवलेलं 'हेरिटेज व्हिलेज' हे कर्नाटकातील सर्व भागातल्या संपन्न वाड्यांचं, तेव्हा अपुरं असलेलं प्रदर्शनही दाखवण्याची व्यवस्था केली.

त्यानंतरही बऱ्याच वर्षांनी एकदा आम्ही कारंतांच्या गावी गेलो होतो. बसस्टॅन्डवर उतरल्यावर घराचा रस्ता लक्षात येईना. आम्ही समोरून येणाऱ्या एका माणसाला विचारलं, "कारंत कुठे राहतात?"

त्यानं उत्तर दिलं, "या गावात सगळेच कारंत आहेत! तुम्हाला कुठले कारंत पाहिजेत?"

"लेखक शिवराम कारंत!" वाटलेलं आश्चर्य न दाखवता विरूपाक्षांनी विचारलं.

"हां, तो होय! त्या घरात एक माणूस राहतोय बघा! सारखा काहीतरी लिहीत असतोय खरा!.." म्हणत त्यानं घर दाखवलं.

आम्ही घरात पोहोचलो, तेव्हा कारंत गावातल्या एका लग्नासाठी म्हणून निघाले होते. आम्हाला एका खोलीत एक चटई देऊन त्यांनी विश्रांती घ्यायला सांगितली. आम्हाला अपेक्षा होती, त्यापेक्षा फारच लवकर ते परतले. म्हणाले, "मी माझा कामाचा वेळ बाजूला सारून लग्नासाठी जातो. तेही फक्त अक्षतांसाठी. वेळेवर लग्न लागलं तर अक्षता टाकून परततो. जर नवं जोडपं कपडे बदलणं आणि पार्लरला जाणं यात वेळ काढून वेळेवर लग्नाला येऊन उभं राहणार नसेल, तर मी निघून येतो. जर लग्न करून घेणारेच या बाबतीत इतके बेफिकीर असतील, तर मी कशाला माझा वेळ तिथं वाया घालवू? मला करायला खूप कामं आहेत!"

त्यांनी आंध्र प्रदेशातील एका चालुक्यकालीन देवळाचे फोटो अत्यंत कौतुकानं दाखवले. ते नुकतेच अडीचशे किलोमीटर प्रवास करून त्या देवळाला भेट देऊन आले होते. काही महिन्यांपूर्वी हे जुन्या काळातलं देऊळ भारतीय पुरातत्त्व खात्यानं नव्यानं बांधलं होतं. त्याची पाहणी करायला ते गेले होते.

यालाही एक पार्श्वभूमी होती. कारंतांचा भारतीय मंदिर-शिल्पाचा अभ्यास होता. चालुक्य देवालयांवरील त्यांचं एक पुस्तक कर्नाटकात मान्यता पावलं होतं. तसंच हंपी येथील नरसिंह मूर्तीचं नूतनीकरण शास्त्रशुद्ध पद्धतीनं झालं नाही म्हणून

कारंतांनी कोर्टाकडून 'स्टे' आणला होता.

आंध्र प्रदेशातलंही हे देवळाच्या पाहणीचं कामही त्यांच्यावर कुणी सोपवलं नव्हतं; पण हे मंदिर आणि त्याचं पुनर्निर्माणाचं काम योग्य प्रकारे केलं जातंय की नाही, हे बघायला ते आपणहोऊन गेले होते. काम बघून कारंत अतिशय खूश झाले होते. आम्हालाही ते फोटो दाखवून त्यातले बारकावे दाखवत ते आपलं समाधान व्यक्त करत होते. ए. सुंदर नावाच्या आर्किऑलॉजिकल विभागप्रमुखाच्या अधिकाराखाली ते काम झालं होतं. पीएच.डी. करत असताना कर्नाटकात विविध देवालयांना भेटी देताना, विशेषतः लक्कुंडी येथील देऊळ आणि पुष्करणीचं सुरू असलेलं काम बघताना, ए. सुंदर या व्यक्तीचं नाव कानावर येत होतं.

सुधा मूर्तींकडून भैरप्पांची 'वंशवृक्ष' वाचायला मिळताच आम्ही ती अनुवादित करायचा तातडीनं निर्णय घेतला. मनात भीती एकाच गोष्टीची होती, बासष्ठ साली प्रकाशित झालेली एवढी चांगली कादंबरी माझ्यासाठी कोण शिल्लक ठेवेल? कारण कारंतांच्या 'चोमन दुडि' आणि 'अळिदमेले'चा अनुभव होताच ना! या दोन, त्यातही 'अळिदमेले' हातातून गेल्याचं दुःख अजूनही माझ्या मनात आहे. केशव महागावकर यांनी केलेला अनुवाद उपलब्ध आहे.

मराठीत 'मृत्यूनंतर' या नावानं उपलब्ध असलेल्या या कारंतांच्या कादंबरीतलं प्रमुख पात्र यशवंत हा प्रौढ, कादंबरीच्या सुरुवातीलाच मरण पावतो. त्यानंतर शिवराम कारंत या पात्राला, यशवंतच्या जीवनातल्या काही व्यक्ती भेटत राहतात. त्यांपैकी कुणी यशवंतला देव मानतं, तर कुणी त्याला अत्यंत वाईट माणूस मानतं. अशा परिस्थितीत एखाद्या माणसाच्या जगण्याचं मूल्यमापन कसं करायचं, हा प्रश्न लेखकानं या कादंबरीत हाताळला आहे. त्या निमित्तानं कारंत मृत्यूविषयीचे आपले विचार मांडतात.

पण माझ्या सुदैवानं 'वंशवृक्ष'च्या अनुवादासाठी कुणीही विचारणा केली नव्हती! आणि माझ्या हातात जणू परीसच सापडला!

भैरप्पांवर लेख लिहिताना त्यांचा पत्ता मिळाला होताच. त्यामुळे ती अडचण नव्हती. एवढ्या मोठमोठ्या आकाराच्या कादंबऱ्या लिहिणाऱ्या भैरप्पांची पत्रं मात्र अत्यंत 'अल्पाक्षरी' असायची. अक्षरशः एक किंवा दोन वाक्यांचा त्यात समावेश असायचा. आता तर फोनमुळे तोही प्रश्न येत नाही.

त्यांनीही दोन प्रकरणांचा अनुवाद करून मागितला, पण त्यात आग्रह नव्हता. कारंतांचा कर्नाटकातला दबदबा इतका होता की त्यांनी आपल्या दोन कादंबऱ्यांच्या अनुवादाची परवानगी दिल्यामुळे आम्हाला तिथला प्रवेश सोपा झाला होता! तरीही

आम्ही त्या कादंबरीची दीर्घ प्रस्तावना अनुवादित करून पाठवली.

ही प्रस्तावना मराठी अनुवादात समाविष्ट करण्यात आली नाही; पण तिचा विषय मला आवडला. तो एक स्वतंत्र लेखच होता. त्याचा विषय असा होता :

जेव्हा विशिष्ट जीवनमूल्ये स्थिरावतात, त्याला युग म्हटलं जातं. एखादं युग सुरू असतं, तेव्हा त्या कालखंडावर एखादी कलाकृती लिहिणं हे फारसं आव्हानात्मक नसतं; पण दोन युगांमधला 'मन्वंतर काळ' असतो, तेव्हाच्या समाजाचं चित्रण करणं आव्हानात्मक असतं. कारण या काळातली जीवनमूल्ये स्थिरावलेली नसतात. लेखकाला दूरदृष्टीनं याचा वेध घ्यावा लागतो. त्यासाठी त्या लेखात भैरप्पांनी स्थिर मूल्यांवर आधारित 'रामायण' आणि 'मन्वंतर काळा'तील बदलत्या मूल्यांचा परामर्श घेत लिहिले गेलेले 'महाभारत' यांचा उल्लेख केला होता. या काळातील लेखकाला आपल्या अंतर्दृष्टीनं पुढे कोणती मूल्यं स्थिरावणार आहेत याचा शोध घेऊन तसं लेखन करावं लागतं.' पुढच्या काळात त्यांच्या 'मी का लिहितो?' अशा शीर्षकाच्या कन्नड ग्रंथात त्या लेखाचा समावेश केला आहे. तरुण वयात लेखन व्यवहाराकडे गांभीर्यानं बघणाऱ्या भैरप्पांचा हा परिचय उत्कंठा वाढवणारा होता.

'वंशवृक्ष'चा अनुवाद सुरू झाला आणि मी त्यात फारच रंगून जाऊ लागले. सकाळचा विरूपाक्षांचा डबा, बाकी कामं आटोपली की मी लिहायला बसत असे. दिवसभर हे लेखनाचं काम सुरू असे. काही वेळा कादंबरी इतकी ओढून घेई की रात्रीही लिहायचा मोह सुटत नसे. ही कादंबरी इतकी रसपूर्ण आहे की काही हृद्य प्रसंग लिहिताना मलाही रडू यायचं. असा प्रसंग आला की डोळे पुसत उठायचं, एखादा कप कॉफी किंवा चहा करून घ्यायचा, तो प्रसंग पूर्णपणे मनात साठवायचा आणि पुन्हा लिहायला बसायचं.

'डोंगराएवढा'च्या अनुवादानंही मला आनंद दिला असला तरी 'वंशवृक्ष'चा अनुवाद हा फार वेगळाच अनुभव होता. अनुवादातला आनंद मला पुरेपूर मिळत होता. मी त्यात मनसोक्त डुंबत होते.

मला संपूर्ण कादंबरीचा गोषवारा अनुवाद सुरू करायच्या आधी माहीत असला तरी त्यातला तपशील ठाऊक नसे. तो रेकॉर्डिंगच्या वेळी समजत असे. तो लवकर लवकर संपवून पुढचा तपशील ऐकण्याची ओढ असल्यामुळे कॅसेटमधलं लेखन संपवायची मलाच घाई असे. त्यामुळे मी हातातली कामं टाकून हा अनुवाद करायच्या मागे लागत असे. एकीकडे गॅसवर भाजी फोडणीला टाकायची, तेवढ्या वेळात दोन-तीन ओळी लिहायच्या. भाजी शिजेपर्यंत जेवढा वेळ मिळायचा,

तोही सोडायचा नाही. अशा पद्धतीनं माझा अनुवाद सुरू असायचा. हा सगळा प्रकार थोडा टीव्हीवरच्या अत्यंत आवडत्या सिरिअलसारखा असे!

विरूपाक्षांचं कादंबरीचं रेकॉर्डिंग सुरू असतानाही मी एखादं विणकाम किंवा घरातलं काही निवडणं-शिवणं यासारखं काहीतरी हातात घेऊन त्यांच्या समोर बसत असे. ऐकता-ऐकता हे हातातलं कामही अत्यंत वेगानं होई. नलिनी घाणेकरच्या मुलाला, नचिकेतला याच काळात आम्ही लोकरीची भलीमोठी चादर विणली होती. ऐकत असताना बहुतेक वेळा माझ्या मनातली अनुवादाची प्रक्रिया पूर्णत्वाला जात असे. लिहिताना त्यातले बारकावे आकाराला येत.

अशा प्रकारे मी संपूर्ण दिवसच्या दिवस त्या कादंबरीत डुंबत, अनुवादाच्याच मूडमध्ये असे. दिवसाकाठी सात-आठ तास लेखन चाले. सुरुवातीला एकेका कादंबरीचं दोन-तीन-चारदा लेखन करावं लागे. पुढे पुढे दोनदा लेखन पुरेसं होई.

एव्हाना आमच्या घरी टीव्ही आला होता. याच सुमारास टीव्हीवर 'भारत एक खोज' आणि 'मालगुडी डेज' या मालिका अतिशय लोकप्रिय होत्या. आम्ही दोघंही या मालिका बघत होतो. त्या त्या विशिष्ट भागाची संस्कृती कायम ठेवून केवळ भाषा हिंदी वापरायची या मालिकांची पद्धत माझ्याही मनात ठसली होती. 'मालगुडी डेज'च्या शीर्षकसंगीतासह सगळीकडेच असलेला कन्नड बाज मनाला भावत होता. स्पष्टपणे उच्चार केला नसला, तरी मनात कुठेतरी 'अनुवाद असा असला पाहिजे!..' हे पुनःपुन्हा ठसत असावं.

त्याआधीच्या कालखंडात मीच कॉलनीतल्या गृहिणी-मैत्रिणींना विणकाम-भरतकामातली कुठलीही अडचण घेऊन केव्हाही घरात शिरायची सवय लावून ठेवली होती. आता मला त्यांचा अडसर वाटू लागला. त्यावर माझ्याकडे एक उपाय होता. घराला परसूदार असल्यामुळे बाहेरून कुलूप लावून मागच्या दारानं मी पुन्हा घरात जाऊन लिहायला सुरुवात करायची. हे फक्त घरासमोरच्या आऊट-हाऊसमध्ये राहणाऱ्या दिवाडकर वहिनींना ठाऊक असायचं. आपल्या दुपारच्या चहाबरोबर त्या मलाही चहा करायच्या आणि खिडकीतून दबलेल्या आवाजात 'वहिनी, चहा!...' म्हणून हाक मारायच्या. मीही हलकेच पडदा बाजूला सारून चहाचा कप आत घ्यायचे.

त्या काळात आमच्या घराच्या सतत उघड्या राहणाऱ्या सोप्याला मोठ्या खिडकीची सोय असल्यामुळे काही मांजरं वेळोवेळी स्वतःला पाळून घ्यायची. मग त्यांची घरात बाळंतपणंही चालायची. कादंबरीचा भाग रेकॉर्ड होताना अनेकदा त्यांचे आवाज रेकॉर्ड झालेले असायचे. मी ते ऐकत लिहू लागले की घरातली मांजरीची पिलं आपल्या आईचा आवाज ऐकून धावत यायची, धडपड करत

टेबलावर चढायची आणि 'मॅव मॅव' करत आईला शोधत राहायची. मी पुनःपुन्हा तो आवाज ऐकवला की त्यांचा भ्रमनिरास व्हायचा आणि ती निघून पुन्हा भिंतीतल्या कपाटाच्या तळातल्या खणातील आपल्या घरात परतायची. असाच एकदा मांजरीचा आणि पिलांचा आवाज ऐकून एक बोकाही आला होता.

अशा प्रकारे 'वंशवृक्ष'चा अनुवाद सुरू झाला.

गोऱ्या, उंच, निळ्या डोळ्यांच्या दिवाडकर वहिनी या आमची सख्खी शेजारीण. इथंच त्यांची मुलगी पियू त्यांना झाली. त्यांच्या घराची एकच खोली असल्यामुळे पियू जवळ जवळ दिवसभर आमच्याच घरी वाढली. तिच्यासाठी मऊ भात-तूप-मेतकूट कालवून देणं हा माझाही अपरिमित आनंदाचा भाग होता. ती पहिलं पाऊलही आमच्याच घरात टाकायला शिकली. आमच्या घरातली गरम गरम पोळी तिला अतिशय आवडायची. पोळीचा वास आला की ती धावत यायची.

आईचे धपाटे खायला लागली की ती माझं नाव घेऊन रडायची. शक्यतो त्या माय-लेकींच्या भांडणात मी पडायचे नाही; पण दिवाडकर वहिनींचा संताप फारच वाढला असेल आणि त्या पियूला फारच धपाटे घालायला लागल्या, तर मात्र मी तिला घेऊन आमच्या घरी निघून यायचे. त्यांना सांगायचे, "तुमचा राग कमी झाल्यावर यायचं आणि हिला घेऊन जायचं! तोपर्यंत मी हिला देणार नाही!" त्याही काही वेळानं शांत होऊन यायच्या आणि सांगायच्या, "वहिनी! द्या तिला. आता नाही मारणार!" आणि रडून रडून झोपी गेलेल्या पियूला उचलून घेऊन जायच्या.

एकदा आम्हा दोघींमध्ये काहीतरी मोठी वादावादी झाली. त्या मंडईत वाढलेल्या असल्यामुळे बोलताना त्यांच्या बोलण्यात आडपडदा राहत नसे. टिपिकल मध्यमवर्गीय वातावरणात वाढल्यामुळे मला अशा स्पष्ट बोलण्याची सवय नव्हती. त्यामुळे मीही जरा जास्तच दुखावली जायचे. त्या दिवशी अतिशय दुखावली गेले. त्याही चिडून पियूला घेऊन माहेरी निघून गेल्या. संध्याकाळी फॅक्टरीतून घरी आल्यावर ह्यांनी माझा चेहरा बघून विचारलं, "काय झालं?"

मी सांगायला सुरुवात करणार एवढ्यात दारावरची बेल वाजली. दार उघडलं तर दारात दिवाडकर वहिनी उभ्या. मला काय प्रतिक्रिया द्यावी ते समजेना. त्याच म्हणाल्या, "वहिनी, आपल्या पियूला जॉन्डिस झालाय! मी काही दिवस आईकडे राहायला जाते. तुम्हाला सांगायला म्हणून मुद्दाम आले!.."

माझाही सगळा राग गळून गेला. मी पियूची चौकशी केली. त्या निघून गेल्यावर ह्यांनी विचारलं, "काय झालं ते सांगायचं राहिलंच!"

काय सांगणार? माझा सगळा राग निघून गेला होता. "काही नाही.." म्हणत

मी तो विषय तिथंच सोडून दिला.

दिवाडकर वहिनींना त्यांच्या आई-बहीण-भावांविषयी अतिशय प्रेम. पण सहज बोलतानाही त्या आपल्या वडिलांचा उल्लेख 'माझा बाप' असा करायच्या. मला हे अतिशय खटकायचं. एकदा मी त्यांना स्पष्टच सांगितलं, "वहिनी, निदान माझ्यासमोर तरी वडिलांचा उल्लेख नीट करायचा! नाहीतर करायचा नाही!"

त्या दिवशी त्या काही न बोलता माझ्यासमोरून निघून गेल्या. दुसऱ्या दिवशी त्यांनी सगळी हकिगत सांगितली आणि शेवटी विचारलं, "आमच्या आईनं मोठ्या कष्टांनी आम्हा मुलांना वाढवलं आहे. अनेकदा स्वतः अर्धपोटी राहून. थोरली बहीण नोकरीला लागली तेव्हा आमची परवड थांबली. आपल्या सवतीच्या उकिरड्यावर टाकलेल्या बाळालाही घरी आणून त्या मुलीलाही मोठं केलंय आमच्या आईनं, स्वतःची पाच मुलं असताना! एवढ्या अडचणीत असताना! मला सांगा, घराची कुठलीही जबाबदारी न घेतलेल्या, आम्हा मुलांना कधीही एक चिटाचा फ्रॉकही न शिवलेल्या, कधी एखादं चॉकलेटही आणून न दिलेल्या, फक्त पोरं काढून निघून गेलेल्या या माणसाविषयी मी आदरानं कसं बोलू?"

त्यानंतर मात्र मी त्यांना त्या संदर्भात वायफळ उपदेशाचा एक शब्दही सांगायला गेले नाही. पण हे सगळं ऐकताना माझ्या मनात दिवाडकर वहिनींच्या आईविषयी– सगळे त्यांना पपू म्हणायचे- अपरिमित आदर निर्माण झाला.

पुढच्या काळात मी एम.ए. करत असताना माझी एक वर्गमैत्रीण शुभांगी कुलकर्णी वहिनींच्या मनात भरली. त्यांचा भाऊ विजय लग्नाचा होता. त्याच्याशी तिचं लग्न झालं आणि शुभांगीनं तो सगळा संसार उजळून टाकला! त्या घरातल्या पुढच्या पिढीतल्या सगळ्याच मुलांची ती 'फ्रेंड-फिलॉसॉफर-गाईड' झाली.

दिवाडकरांकडे 'महाराष्ट्र टाइम्स'ही घ्यायचे. त्यामुळे आता रोजची तीन वृत्तपत्रं नियमितपणे माझ्या वाचनात राहायची.

ते डिसेंबरचे दिवस होते. 'वंशवृक्ष'चं पहिलं लेखन झालं होतं. दुपारचे अकरा-साडेअकरा वाजले असतील. दोन माणसं आमच्या घरी माझी चौकशी करत आले. मी दिवाडकरांच्या दारात उभं राहून, उन्हं खात 'महाराष्ट्र टाइम्स' वाचत उभी होते. कोण म्हणून चौकशी केली. त्या दोघांपैकी एक जण विजयालक्ष्मी रेवणकर यांचे पती होते आणि दुसऱ्यांचं नाव समजलं, 'भैरप्पा!'

मी तसाच तिथल्या तिथं हातातला पेपर टाकला आणि घरात आले. नंतर गप्पा मारताना समजलं, विजयालक्ष्मी रेवणकर यांनी भैरप्पांची 'धर्मश्री' नावाची कादंबरी अनुवादित केली होती. त्यांच्याशी पत्रव्यवहार होऊन भैरप्पांनी पुण्याला

यायचं ठरवलं होतं. आता ते त्यांच्याकडे उतरले होते आणि आम्हाला भेटायला आले होते. विरूपाक्ष नोकरीवरून घरी परतल्यावर दोघंही रेवणकरांच्या घरी भैरप्पांना भेटायला येऊ असंही मी सांगून ठेवलं.

ते निघून गेल्यावर मी तातडीनं पोस्टात जाऊन विरूपाक्षांना फोन केला. ह्यांनाही फार आनंद झाला. नेहमीपेक्षा हे लवकर घरी आले. त्या भेटीतच भैरप्पा आमच्या घरी राहायला येणार, असं ठरलं. कारण रेवणकरांच्या घरीही काहीतरी अडचण होती. विरूपाक्षांनी तातडीनं चार दिवसांची रजा टाकली.

या भेटीतच समजलं, भैरप्पांची 'गृहभंग' ही अप्रतिम कादंबरी मराठीत अनुवादित झाली होती. ती काही आमच्या पाहण्यात आली नव्हती. त्याच वेळी भैरप्पांनी आणखीही एक आठवण सांगितली. काही दिवसांपूर्वी त्यांची म. वि. आणि विजया राजाध्यक्षांशी भेट झाली होती. त्यांनाही मराठी 'गृहभंग'विषयी ठाऊक नव्हतं. त्यांनी सांगितलं होतं, "आम्ही मराठी साहित्याशी जवळून निगडित आहोत. जर आम्हालाच ठाऊक नसेल, तर कुणालाच या कादंबरीविषयी ठाऊक नसेल." त्यामुळे भैरप्पांनी आम्हाला सांगितलं, "थोडा त्रास झाला तरी हरकत नाही, 'वंशवृक्ष'साठी खासगीच प्रकाशक शोधा." 'गृहभंग' नॅशनल ट्रस्ट ऑफ इंडिया, दिल्ली या संस्थेनं प्रकाशित केली होती. त्यानंतर प्रकाशित झालेल्या भैरप्पांच्या सगळ्या कादंबऱ्यांच्या दोन-तीनपेक्षा कितीतरी जास्त आवृत्त्या निघाल्या, तरी अजूनही या कादंबरीची दुसरी आवृत्ती निघाली नाही.

पेपरमध्ये दुसऱ्या दिवशी सुरू होणाऱ्या 'सवाई गंधर्व महोत्सवा'ची जाहिरात होती. भैरप्पांनाही शास्त्रीय संगीताची आवड असल्यामुळे लगेच विरूपाक्षांचा आणि त्यांचा महोत्सवाला जायचा विचार ठरला.

तेव्हा महोत्सव तीन रात्री चालायचा. हे दोघं रात्रभर गाणं ऐकून पहाटे चालत घरी परतायचे आणि झोपी जायचे. उशिरा उठायचे. दिवसा आम्ही त्यांना बस आणि रिक्षातून कुठं-कुठं फिरवायचो. घरी असताना कादंबरीविषयी असलेल्या शंका मी भैरप्पांना विचारायचे. आता आठवतं, त्यातल्या बऱ्याचशा बालिश असायच्या. "यानंतर असा प्रसंग कसा घडेल? हे फिल्मी नाही का वाटत?" अशासारखं काहीतरी मी विचारत राहायचे.

तेव्हा भैरप्पा आपली नवी कादंबरी संपवून आले होते. त्यांच्या डोक्यात असेलच तर त्या कादंबरीविषयी असेल. वीस-पंचवीस वर्षांपूर्वीच लिहून संपलेल्या 'वंशवृक्ष'मधल्या किरकोळ कुठल्यातरी संदर्भातला माझा प्रश्न त्यांना कदाचित त्रासदायक वाटत असावा. तरीही ते संयमानं उत्तर द्यायचे.

विरूपाक्ष आणि पुंडे सरांनी हे जाणलं आणि विरूपाक्षांनी मला सौम्यपणे सुनावलं, "ते कादंबरीतून काहीतरी गंभीर सांगू पाहताहेत, ते काय आहे तिकडे

लक्ष द्यायला पाहिजे. तपशिलातलं काहीतरी खुसपट काढून स्वतःचा शहाणपणा शाबित करण्यानं काहीही साधणार नाही.''

विरूपाक्षांना लेखकाला प्रत्यक्ष भेटण्याविषयी कधीच फार आसक्ती वाटली नाही. त्यांच्या मते 'लेखकानं आपल्याला सांगायचं ते त्याच्या कलाकृतीतून उत्तमप्रकारे सांगितलेलं असतं. माणूस म्हणून त्याच्यात काही वैशिष्ट्यपूर्ण असेल, तरच मला त्या माणसाला भेटण्यात रस आहे.'

मला मात्र लेखकांच्या भेटींमध्ये नेहमीच आनंद वाटत आला आहे. पुस्तकातून लेखक जे काही सांगत असतो, त्यात व्यक्त न झालेलं बरंच काही लेखकाच्या भेटीतून समजत असतं, अशी माझी भावना असते. सृजनात्मक लेखकाच्या बाबतीत अनेकदा ते खरंही ठरलं आहे.

पण विरूपाक्षांनी कधीही माझ्या भावनेचा अव्हेर केला नाही. कारंत तर आमच्या घरी उतरायचेच. भैरप्पाही नंतरच्या काळात नियमितपणे आमच्याकडेच उतरू लागले. नोकरीत असताना हे अशा वेळी आवर्जून रजा घेत. त्यांना आवश्यक तो वेळ देत. नव्वद सालानंतर स्वेच्छानिवृत्ती घेतल्यानंतर तर तोही प्रश्न राहिला नाही.

जेव्हा भैरप्पांशी माझ्या कादंबरीच्या संदर्भात गप्पा चालतात, तेव्हा ह्यांना यात फारसा रस नसतो. मग हे भाजी-फळं आणणं यांसारखी कामं काढून घराबाहेर पडतात आणि फेरफटका मारून येतात. इतर विषयावरील गप्पांमध्ये मात्र रस असतो. मग त्या दोघांच्या गप्पा सुरू होतात आणि मी माझ्या घरगुती कामांना लागते.

एका कुठल्याशा तत्त्वज्ञान विभागाच्या संमेलनासाठी भैरप्पांचे पीएच.डी.चे गाईड डॉ. ए. जे. जावडेकर बडोद्याहून आमच्या घरी आले होते. भैरप्पांशी त्यांची आमच्या घरी भेट झाली. त्या वेळी भैरप्पांनी आपल्या गुरूच्या पायांना स्पर्श करून अतिशय विनीत भावानं केलेला नमस्कार आम्ही पाहिला. त्या भेटीनंतर आमचा डॉ. जावडेकरांशीही स्नेह जुळला. भैरप्पांच्या कादंबरीलेखनाला सुरुवातीच्या काळात विरोध करणाऱ्या जावडेकरांनी भैरप्पांच्या 'वंशवृक्ष' आणि 'पर्व'वर परीक्षणेही लिहिली.

भैरप्पा पुण्यात आले की, काही ना काही निमित्तानं पत्रकारांना त्यांची भेट घ्यायची असते. ते पहिल्यांदा 'वंशवृक्ष' प्रकाशित झाल्यावर आले, तेव्हा त्यांचं नाव काही प्रमाणात होतं. बऱ्याच जणांनी त्या काळात दूरदर्शनवर रात्री उशिरा दाखवल्या जाणाऱ्या सिनेमांमध्ये या कादंबरीवर आधारलेला सिनेमा पाहिला होता.

दुसरं आणि त्याहून महत्त्वाचं म्हणजे, तेव्हा पुण्यातले बरेच पत्रकार पुंडे सरांचे विद्यार्थी होते. पुंडे सरांच्या आवाहनाला प्रतिसाद देऊन या पत्रकारांनी

भैरप्पांच्या मुलाखती घेतल्या आणि सकाळ, तरुण भारत आणि केसरीत प्रकाशित केल्या.

त्याच वेळी आम्ही पुढाकार घेऊन साहित्य परिषदेच्या हॉलमध्ये त्यांचं व्याख्यान ठेवलं. शांता शेळके आणि शंकर पाटील हे समारंभाचे अध्यक्ष आणि प्रमुख पाहुणे होते. या कार्यक्रमाला उपस्थिती अगदीच अल्प असेल असे परिषदेच्या लोकांनाही वाटलं होतं; पण प्रत्यक्षात परिषदेचा चिमुकला हॉल तुडुंब भरून वाहू लागला. माडीवरच्या गॅलरीतही काही माणसं उभी राहिली. या कार्यक्रमानंतर शांताबाईंशी आमची चांगली ओळख झाली आणि ती पुढंही टिकली, वाढली.

या भाषणात भैरप्पांनी आपल्या साहित्यप्रवासाविषयी सांगताना आपल्या गरिबीविषयी सांगितलं, लहानपणी पाहिलेल्या अनेक मृत्यूंविषयी सांगितलं. तसेच स्वतःच्या वडिलांचा उल्लेख 'व्हॅगाबॉन्ड' असा केला, तेव्हा मी चकित झाले होते. नंतर त्यांच्याशी गप्पा मारताना आणि त्यांचं आत्मचरित्र 'भित्ती' (मराठी नाव : 'माझं नाव भैरप्पा') वाचताना त्यांच्या वडिलांचं व्यक्तिमत्त्व विस्तारानं सामोरं आलं.

एका भेटीत विरूपाक्षांनी भैरप्पांना विचारलं, ''तुम्ही गांधारीवर कादंबरी लिहिली आहे का?'' भैरप्पांनी सांगितलं, ''नाही. संपूर्ण महाभारतावरची कादंबरी आहे...'' आम्ही मराठीतल्या महाभारतावरच्या कादंबऱ्यांविषयी सांगितलं. चर्चा तशीच वाढली. मला महाभारतावरच्या कादंबरीच्या अनुवादात फारसा रस नव्हता. मराठीत महाभारतावरची 'व्यासपर्व', 'युगांत'सारखी इतर एवढी चांगली पुस्तकं आणि 'मृत्युंजय'सारखी कादंबरी असताना एवढी मोठी अनुवादित कादंबरी कशाला, असंच मला वाटलं होतं. 'पर्व'चा गांधारीविषयीचा भाग विरूपाक्षांनी वाचल्यामुळे हा प्रश्न विचारला होता.

गावी परतल्यावर भैरप्पांनी 'पर्व' पाठवून दिली. विरूपाक्ष त्यातलं एकेक प्रकरण वाचून संध्याकाळी फिरताना मला त्यातला तपशील सांगू लागले. हळूहळू माझं मन बदलत गेलं. विशेषत: एकाही चमत्काराचा आधार न घेता त्यांनी रंगवलेलं कृष्णाविषयीचं प्रकरण ऐकताच मी या कादंबरीचा अनुवाद करायचं पक्कं केलं.

'पर्व'चा अनुवाद मला अतिशय आनंद देऊन गेला. अनुवाद पुरा होईपर्यंत मीही त्या वातावरणात डुंबत राहिले. यातील प्रज्ञाप्रवाहात शिरून त्या पात्रांच्या मनातले विचार व्यक्त करताना मी ते पात्रच होऊन जात होते. विशेषतः कुंती आणि द्रौपदीच्या मनात भैरप्पा इतक्या समर्थपणे शिरले आहेत, की मला तेवढ्या

भागापुरती कारंतांची ‘तनमनाच्या भोवऱ्यात’ आठवली.

मी अतिशय प्रभावित होऊन ‘पर्व’चा अनुवाद करत होते. त्याच वेळी दूरदर्शनवर महाभारत सुरू होतं आणि तमाम मंडळी त्यानं अतिशय प्रभावित झाली होती. सगळीकडे त्याचीच चर्चा सुरू होती. भेटणारे सगळे मला त्याविषयीच सांगायचे. मी तर ‘पर्व’मध्ये गुंतले होते. त्यामुळे त्या प्रत्येक एपिसोडवर माझी काही ना काही तीव्र प्रतिक्रिया असायची; पण पुस्तक अजूनही प्रकाशित न झाल्यामुळे मी काही बोलूही शकत नव्हते.

दोन-तीनदा, काही भागांचं चार-पाचदा लेखन करून झाल्यावर मी त्या कादंबरीच्या अखेरच्या पावसाच्या प्रकरणापाशी आले. महायुद्धानंतरचं हे बावीस-तेवीस पानी प्रकरण भैरप्पांनी एका परिच्छेदात लिहिलं आहे. त्यात एका पाठोपाठ अनेक प्रसंग घडत जातात. अनेक पात्रं आणि अनेक प्रसंग एकातएक मिसळून जातात. मी विचार केला, एवढी मोठी, दमछाक करणारी कादंबरी वाचून बौद्धिकदृष्ट्या दमलेल्या वाचकाला हे प्रकरण पेलवेल का? जर त्यानं हे वाचायची टाळाटाळ केली तर त्याच्या हातून काहीतरी महत्त्वाचं निसटून जाऊ शकेल. त्यामुळे मी त्या प्रकरणाची रचना बदलली. सगळे प्रसंग सुटे-सुटे केले. मधलं दोन्ही परिच्छेदांसाठी समान असलेलं वाक्य मध्ये टाकलं. अशा रीतीनं प्रकरण पुरं केलं.

‘मेहतां’कडून ‘पर्व’ प्रकाशित झाल्यावर काही दिवसांतच श्री. शंकर सारडा घरी आले. या कादंबरीवर बऱ्याच आत्मीयतेनं गप्पा झाल्या. या भेटीत त्यांनी मला साहित्य परिषदेची सभासद व्हायलाही सांगितलं. मीही त्यांच्या सांगण्यानुसार सभासद झाले आणि स्वतःला या प्रवाहात सामील करून घेतलं.

मराठी ‘पर्व’च्या पाच-सहा आवृत्त्या झाल्यानंतर कधीतरी भैरप्पांशी बोलताना मी अखेरच्या प्रकरणाविषयी सांगितलं. तेव्हा भैरप्पांनी सांगितलं, ‘ग्रीसमध्ये मी एक कोरीव खांब बघितला होता. त्या खांबावर तळापासून वरपर्यंत अनेक मूर्ती कोरल्या होत्या. त्यावरून मला तसं एकच प्रकरण करायची कल्पना सुचली होती.’

हे ऐकल्यावरही आम्ही मराठी ‘पर्व’ची रचना काही बदलली नाही.

भैरप्पांनी नंतरच्या काळात ‘पर्व अशी लिहिली’ नावाचा लेख लिहिला होता. तो एक-दोन आवृत्त्यांनंतर यात समाविष्ट करण्यात आला. नंतर त्या काळचा भारताचा नकाशाही टाकू लागलो. नकाशा टाकणं हेही भैरप्पांच्या मनाविरुद्धच होतं. ही कादंबरी वाचकाच्या मनःपटलावरच साकार व्हावी अशी त्यांची अपेक्षा असल्यामुळे त्यांनी कन्नड कादंबरीत हा नकाशा दिला नव्हता.

पण मराठीत नकाशा टाकण्यामागे कारण होतं. कादंबरीची सुरुवात होते-

'इरावती आणि चंद्रभागा यांच्या मधल्या प्रदेशात राहणाऱ्या लोकांना मद्रजन म्हणत. त्यांच्या राजाचं नाव शल्य'....अशी. चंद्रभागेच्या आणि मद्रजनांच्या उल्लेखासरशी मराठी माणसाच्या डोक्यातला भूगोल उलटापालटा होतो, याचा मला वाचकांच्या बोलण्यातून अनुभव आला. मी स्वतःही याच अनुभवातून गेले होते. हा खुलासा सांगताच भैरप्पांनी कसलाही आक्षेप घेतला नाही.

अशा प्रकारचे दोन महत्त्वाचे बदल मी त्यांच्या आत्मचरित्रात आणि 'मंद्र' या कादंबरीत केले.

'भित्ती' या त्यांच्या आत्मचरित्रात प्रवासाचे एक प्रकरण येते. त्यात भैरप्पांनी पहिल्या अमेरिका प्रवासात ज्यांनी भरपूर मदत केली, त्यांचे उल्लेख केले आहेत. कदाचित ती कन्नड पुस्तकातली गरज असावी; पण अनुवादात हे उल्लेख गाळल्यामुळे लेखनाची प्रत कुठल्याही पातळीवर उणावत नाही, हे मला जाणवलं. तसं भैरप्पांशी मोकळेपणानं बोलले. त्यांनीही सांगितलं, "तुम्हाला मराठी वाचकांचा परिचय आहे. त्यामुळे तुम्ही ते करायला हरकत नाही."

तसंच 'मंद्र'मध्ये एका छोट्या प्रकरणात आगे-मागे येणाऱ्या सर्व घटना पुन्हा येतात. दृष्टिकोनातही फरक नाही. एका भेटीत हेही मी भैरप्पांशी बोलले. तेव्हाही त्यांनी मोकळेपणानं हे प्रकरण काढून टाकायची परवानगी दिली.

भैरप्पांच्या कादंबऱ्यांवर पुणे विद्यापीठात चर्चासत्र होतं तेव्हाच्या भेटीच्या वेळी भैरप्पांशी झालेला एक संवाद असा. घरी कुठल्याशा कादंबरीच्या अनुवादाची माझी भैरप्पांशी चर्चा सुरू होती. यात एके ठिकाणी अत्यंत नम्रपणे केलेल्या नमस्काराच्या संदर्भात मूळ कादंबरीत 'चरणस्पर्श' असा शब्द आला होता. भैरप्पांचं म्हणणं, हा तर संस्कृत शब्द आहे, मग तोच ठेवायला काय हरकत आहे?

मी भैरप्पांनी जावडेकरांना अत्यंत भक्तिभावानं केलेला 'चरणस्पर्श' पाहिला होताच. चर्चा झालेल्या दिवशी भैरप्पांना भेटायला मुंबईहून उमा रामराव आणि त्यांच्या बहीण आल्या होत्या आणि एक भैरप्पाप्रेमी मराठी मैत्रीण आली होती. या तिघांनीही त्यांच्याविषयीची भावना व्यक्त करण्यासाठी त्यांना वाकून नमस्कार केला. उमा रामराव आणि त्यांच्या बहिणीनं भैरप्पांच्या पावलांना हात लावून नमस्कार केला आणि मैत्रिणीनं मराठी पद्धतीनं वाकून त्रिवार नमस्कार केला; पण पायांना हात लावला नाही. नंतर हेच उदाहरण देऊन मी म्हटलं, "मराठी अनुवादात 'चरणस्पर्श' हा शब्द आला तरी मराठी वाचकांना तो खटकेल! त्याऐवजी पायांना हात लावून नमस्कार म्हटलं तर चालेल.'

मध्यंतरी कर्नाटकात एक मोठंच वादळ उठलं होतं. भैरप्पांनी एका कुठल्याशा

भाषणात 'नव्य' लेखकांवर आरोप केला, 'हे लेखक परदेशी कलाकृतीचं अनुकरण करून एखादी कलाकृती निर्माण करतात. ज्यांचं पाश्चात्त्य साहित्याचं वाचन आहे त्या सगळ्यांना हे ठाऊक असतं; पण संगनमत करून हे इंग्लिशचे सगळे मास्तर सत्य लपवून ठेवतात आणि ही एक अद्भुत कलाकृती आहे, असं वातावरण निर्माण करतात.' आपल्या मुद्द्याला आधार म्हणून त्यांनी शांतीनाथ देसाई यांच्या 'मुक्ती' नावाच्या कादंबरीचं उदाहरण दिलं होतं. यामुळे धारवाडचे गिरड्डी गोविंदराज हे इंग्लिशचे प्राध्यापक खवळले आणि त्यांनी याला सविस्तर उत्तर देताना 'स्फूर्ती, प्रभाव आणि वाङ्मयचौर्य' या विषयावर बरीच चर्चा केली. अखेर त्यांनी आपला मोर्चा त्या वेळी गाजत असलेल्या 'पर्व'कडे वळवला आणि भैरप्पांवरही वाङ्मयचौर्याचा आरोप केला. हा आरोप करताना त्यांनी मराठीतल्या 'ययाती' (रचनेच्या दृष्टीनं) आणि इरावती कर्वेंच्या 'युगांत' या पुस्तकांचा उल्लेख थोड्या उपरोधानंच केला होता. त्यामुळे प्रकरण आणखी चिघळलं आणि आणखी लेख लिहिले गेले.

विरूपाक्षांनी या सर्व लेखांचा मिळून एक मोठा लेख तयार केला आणि 'पंचधारा'च्या एका अंकात प्रसिद्ध केला.

'पर्व'चं मराठी वाचकांनी मनापासून स्वागत केलं. अरुणा ढेरे यांनी 'भांडारकर इन्स्टिट्यूट'मध्ये 'पर्व'वर दोन तासांचे व्याख्यान दिले. आजही ही कादंबरी विकत घेऊन आपल्या मित्रमंडळींना आणि नातेवाइकांना भेट दिली जाते. सुरुवातीला बरीच पत्रं यायची. आता फोनवर पसंती सांगतात. बहुतेकांचा एकच अभिप्राय असतो, 'नेमकं असंच महाभारत घडलं असणार!' हिंदी साहित्याचे जाणकार डॉ. चंद्रकांत बांदिवडेकरांसारखे तर हिंदी 'पर्व' वाचूनच भैरप्पांचे फॅन झाले होते.

या कादंबरीवर मराठीत अनेक लेख लिहिले गेले. भैरप्पांनी महाभारतातील शाप आणि वर काढून टाकल्याबद्दल काही जणांनी भरपूर टीकाही केली. कमल देसाई या त्यातल्या मुख्य. तसंच हैदराबाद येथे झालेल्या अनुवादित कादंबरीवरील चर्चासत्रातही काहीसा विरोधी सूर लावण्यात आला; पण त्यातल्या एकानंही तिच्यावर मराठी पुस्तकाच्या वाङ्मयचौर्याच्या दृष्टीनं टीका केली नाही.

'पर्व'चा अनुवाद प्रकाशित होण्याआधी 'दाटू'च्या सर्व भाषांमधल्या अनुवादाचं काम सुरू झालं. तेव्हा भैरप्पांनी माझं नाव सुचवलं. अनुवाद पुराही झाला. नाव काय ठेवायचं, कळेना. 'दाटू' म्हणजे ओलांड. हिंदीत 'उल्लंघन' असंही नाव ठरलं होतं. मला कुणीतरी 'जा ओलांडुनी' हे नाव सुचवलं. मी फारसा विचार न करता तेच ठेवलं. नंतर लक्षात आलं, या कादंबरीचं स्वरूप असं काही नाव ठेवण्याइतकं 'काव्यात्मक' नाही. पण एकदा पुस्तक आल्यानंतर माझ्या या वाटण्याला काहीच अर्थ

नाही म्हणा! नंतरही कुणी या नावावरून आक्षेप घेतला नाही; पण मला मात्र आजही ते नाव उच्चारताना ही गोष्ट जाणवल्याशिवाय राहत नाही. कारंतांच्या 'अशी धरतीची माया'वरील चर्चा मी प्रत्यक्ष ऐकली असूनही मी ही चूक केली होती! तसंच 'मुकज्जी' आणि 'डोंगराएवढा' या नावावरून समीक्षकाची दिशाभूल झाल्याचं ठाऊक असूनही.

'जा ओलांडुनी' आणि त्यानंतर अनुवादित केलेल्या भैरप्पांच्या 'परिशोध' (कन्नड नाव 'अन्वेषण')च्या अनुवादाच्या वेळी एक अडचण सामोरी आली. यातील ब्राह्मणेतर पात्रे इतरांशी बोलताना प्रमाणभाषा वापरतात आणि आपसात बोलताना त्यांची विशिष्ट प्रादेशिक भाषा बोलताना दाखवली आहेत. हे दाखवताना त्यांच्या विशिष्ट मानसिकतेकडे लेखकाला वाचकांचं लक्ष वेधायचं आहे. तसंच, 'परिशोध'मध्ये नायकाचा प्रवास दाखवताना लेखकानं मैसूरची, हरिहरची, धारवाड-हुबळीची आणि मुंबईची कन्नड भाषा वापरली आहे.

एकूणच भैरप्पांच्या लेखनात ही भाषेची विविधता काही 'बलस्थान' म्हणून येत नाही. त्या मागची मानसिकता महत्त्वाची असते. त्यामुळे मीही त्या बदल्यात बेळगावची-कोल्हापूरची-कऱ्हाडची-साताऱ्याची-पुण्याची-मुंबईची भाषा वापरत बसले नाही. कारण बेळगावची मराठी म्हणजे काही धारवाडची कन्नड नाही. त्यामुळे मी भाषिक कसरतीपेक्षा पात्रांच्या मानसिकतेवर भर दिला. पात्राची मानसिकता दाखवताना आवश्यकता असेल तिथं थोडासा खुलासा केला, एवढंच.

'वंशवृक्ष'ला चांगलाच वाचक वर्ग मिळाला. अनेकांचं लक्ष या लेखकाकडे आणि या कादंबरीकडे गेलं. गो.नि. दांडेकरांनी पत्र लिहून या लेखकाविषयी आस्था दाखवली. तसंच संजीवनी मराठे या ज्येष्ठ कवयित्रीनंही आवर्जून पत्र लिहून कळवलं. या कादंबरीवर अनेक वृत्तपत्रांमधून चांगल्या प्रतिक्रिया आल्या.

'वंशवृक्ष' प्रकाशित होऊन बरेच दिवस झाले होते. एक दिवस मेहेंदळे नावाचे एक साठीच्या पुढचे गृहस्थ कागदाची भली मोठी सुरळी घेऊन घरी आले. त्यांनी कादंबरी अतिशय बारकाईनं वाचली होती. त्यांनी माझ्यापुढे जमिनीवर ती सुरळी पसरली. तो एक तक्ता होता. त्यात कादंबरीतील प्रमुख घटनांची क्रमवार नोंद केली होती. कादंबरीचं सुरुवातीचं वाक्य आहे, 'चोविस साली कपिलेला पूर आला होता...' ते साल लक्षात घेऊन सगळी कादंबरी क्रमवार पाहिली, तर यातील दुसऱ्या महायुद्धाचा संदर्भ कसा चुकीचा ठरतो, हे त्यांनी मला पटवून सांगितलं.

मला तर त्या गृहस्थांचं कौतुकच वाटलं! नंतर हे भैरप्पांच्या कानांवर

घातलं आणि त्यांना विचारलं, 'आपण पुढच्या आवृत्तीच्या वेळी ही नोंद काढायची का? ती काढली की सगळं व्यवस्थित होईल.' भैरप्पांनाही या गृहस्थांच्या बारकाईनं वाचनाचं कौतुक वाटलं; पण दुरुस्ती करायला त्यांनी नकार दिला. त्यांनी सांगितलं, "नको. त्या चुकीसहीतच ती कादंबरी राहू दे. कन्नडमध्येही या कादंबरीवर बरंच लिहिलं गेलंय; पण ही चूक कुणीच दाखवलेली नाही!"

आता आमचं भैरप्पांच्या घराशीच नातं जुळलं. आम्ही मैसूरला गेलो की त्यांच्या घरी उतरायचं, हेही आपोआप ठरलं.

कुवेंपुनगरमधला मागं-पुढे बऱ्यापैकी अंगण असलेला छोटा दुमजली बंगला म्हणजे त्यांचं घर. एके काळी हा परिसर शांत-निवांत होता. नंतर मात्र घराच्या जवळपास मॉल आणि मोठी दुकानं आली. व्हरांड्यातून आत गेल्यावर एकीकडे हॉल आणि दुसरीकडे स्वयंपाकघर-जेवणाची खोली-झोपायची खोली. माडीवर भैरप्पांची अभ्यासिका आणि विश्रांतीची खोली. तसंच एक मोठी पाहुण्यांसाठीची बेडरूम. घरातल्या बहुतेक सगळ्या मोकळ्या जागा पुरस्कार आणि स्मृतिचिन्हांनी भरलेल्या. बाहेर गॅरेज. बागेत तीन मोठी नारळाची झाडं, इतरही फुलांची झाडं.

पहिल्यांदा गेलो होतो, तेव्हा त्यांनी पत्नीला- सरस्वतींना- आवर्जून पोळ्या करायला सांगितलं होतं. एरवी त्यांच्या घरी नाचणीची उकड काढून तिचे उंडे केलेले असतात. ते खाण्यासाठी वेगळ्या प्रकारचं कौशल्य लागत असल्यामुळे त्यांनी तशी सूचना दिली होती. अर्थात, सरस्वतीही गुजरातेत राहिल्या असल्यामुळे पोळ्या-फुलके करायची सवय असल्यामुळे काहीच अडचण नव्हती. तरीही आम्ही एकदा तरी उकडीचे उंडे खाऊ घालायची फर्माईश केल्यावर त्यांनी भैरप्पांकडे एक तिरपा कटाक्ष टाकत ते आम्हाला वाढले!

शिवाय त्यांनी अनेकदा करून वाढलेल्या 'खसखशीच्या खिरी'ची चव अजूनही आमच्या जिभेवर आहे. संक्रांतीच्या सुमारास भैरप्पा येणार असतील तर त्या आणि त्यांची बेंगळुरूची सून अनुराधा माझ्यासाठी एका डब्यातून एकत्र केलेले सुक्या खोबऱ्याचे तुकडे,भाजलेले दाणे, तीळ, गुळाचे आणि खडीसाखरेचे तुकडे यांचं एक प्रकारचं संक्रांतीचं वाण पाठवून देतात.

कर्नाटकात 'प्रतिगामी लेखक' अशी प्रतिमा असलेल्या भैरप्पांच्या जीवनात कुठल्याही प्रकारच्या पूजा-पोथीपारायण-जप-दैवताची आराधना हे प्रकार इतक्या वर्षांत आम्हाला आढळलेले नाहीत. त्यांच्याबरोबर आम्ही एकत्र प्रवासही बराच केला आहे. त्या गावांमधल्या इतर संस्थांबरोबर ते देवळांना अवश्य भेट देतात, तिथल्या पेटीतही सढळ हातानं मदत करतात. कुठलीही संस्था सुरळीत चालण्यासाठी

तिला आर्थिक मदत आवश्यक आहे, अशी त्यांची भावना असते. अशाच भावनेनं त्यांना पंढरपूर येथे देण्यात आलेल्या पुरस्काराची रक्कम त्यांनी तिथल्याच एका वाचनालयाला दिली.

अर्थात, भैरप्पांचा कर्नाटकातला साहित्यप्रवास तितकासा सुरळीत नव्हता. त्या विषयी त्यांनी त्यांच्या 'भित्ती' (माझं नाव भैरप्पा) या आत्मकथनात विस्तारानं लिहिलं आहे. त्यांच्या 'पर्व' आणि 'दाटू' (जा ओलांडुनी) या कादंबऱ्यांच्या अनुवादानंतर मी प्रत्येक भेटीत त्यांना म्हणायची, 'पुढचं कन्नडला मिळणारं ज्ञानपीठ तुम्हालाच असेल!..' यावर ते मंद हसत म्हणायचे, "मला ते कधीही मिळणार नाही! तुम्हाला तिथलं साहित्यिक राजकारण माहीत नाही!"

त्या वेळी आम्हाला ते पटायचं नाही; पण खरोखरच जेव्हा इतरांना हे पुरस्कार मिळू लागले आणि कर्नाटकातही त्यावर चर्चा होऊ लागली, तेव्हा त्यांच्या म्हणण्याची प्रचिती आली. त्यानंतर आम्ही त्यांच्यासमोर हा विषय काढणं सोडून दिलं. उलट आम्ही त्यांना सांगू लागलो, "मराठी वाचकांनी तर तुम्हाला कधीच ज्ञानपीठ दिलंय! आम्हाला प्रत्येक वेळी सांगावं लागतं, त्यांना अजून मिळायचंय म्हणून!..."

एक वेळ अशी होती की भैरप्पांच्या 'वंशवृक्ष' चा अनुवाद पुरा झाला होता आणि 'पर्व'चा अनुवाद हातात होता. दोन्ही अजूनही प्रकाशित व्हायचे होते. अशा वेळी एकदा भैरप्पांनी सांगितलं, "माझी 'दाटू' ही कादंबरी भारतातल्या सगळ्या भाषांमध्ये अनुवादित व्हायची आहे. मी संबंधितांना सांगितलं, इतर भाषांचे अनुवादक तुम्ही निवडा, पण मराठीचा अनुवाद उमाच करतील."

मला दडपण आलं. मी म्हटलं, "आधी या तर प्रकाशित होऊ देत!"

"तुम्हाला हवा तेवढा वेळ द्यायलाही सांगतो. मग तर झालं?" एकही अनुवाद प्रकाशित झाला नसतानाही भैरप्पांना आमच्याविषयी एवढा विश्वास का वाटला, हे मला आजही न सुटलेलं कोडं आहे!

'वंशवृक्ष'चा अनुवाद पूर्ण झाल्यावर मेहतांकडे दिला. कारण याआधी त्यांनीच 'डोंगराएवढा'ही प्रकाशित केली होती. त्या वेळीही पुंडे सर आणि शका मेहतांकडे संपादनाचं काम करायचे. 'डोंगराएवढा'प्रमाणे 'वंशवृक्ष'ही तपासायला त्यांच्याकडेच गेली. त्या दोघांनीही, विशेषतः शकानं ती अतिशय बारकाईनं तपासली. माझ्या वाक्यरचनेतल्या वारंवार होणाऱ्या चुका तिनं दाखवून दिल्या. माझ्या काही शुद्धलेखनाच्याही चुका व्हायच्या. त्याही तिनं दाखवून दिल्या. सगळं बघून मी 'बरं' म्हटलं. ती म्हणाली, "नुसतं बरं नाही! या चुका फक्त डोक्यानं समजावून घेऊन चालणार नाही. घाईनं लिहिताना नकळत या चुका पुनःपुन्हा केल्या जातील."

"मग काय करू?" मी शरण येऊन विचारलं.

"प्रत्येक शब्द दोन-दोन पानं लिहून काढ. म्हणजे हातून पुन्हा त्या चुका होणार नाहीत!"

खरोखरच मी ते शब्द दोन-दोन पानं लिहून काढले.

या दोन कादंबऱ्यांवर या दांपत्यानं जे काही काम माझ्याकडून करवून घेतलं, तेही सुरुवातीच्या टप्प्यावर, त्याचा फायदा मला आयुष्यभर कुठलंही लेखन करताना झाला. माझी अनेक ठिकाणची अनुवाद करता करता क्लिष्ट झालेली वाक्यरचना त्यांनी दाखवून दिली आणि सुधारून घेतली. काही वाक्यांतील प्रत्येक शब्दाचा अर्थ समजला तरी वाक्याचा अर्थ समजत नसल्याचं दाखवून दिलं. सगळ्या सुधारणांनंतर अनुवाद खऱ्या अर्थानं पूर्ण झाला!

मेहतांकडून व्यावहारिक कारणामुळे 'वंशवृक्ष'चा अनुवाद प्रकाशित होऊ शकला नाही. मग पुंडे सरांनी प्रतिमा प्रकाशनाच्या पारगावकरांकडे हे बाड द्यायला सांगितलं. तेव्हा अरुण पारगावकरांचे वडील ज्येष्ठ लेखक वि. शं. पारगावकर फर्ग्युसन कॉलेजच्या क्वार्टरमध्ये राहत होते. त्यांनी ही कादंबरी पाहिली. त्यांचा मुलगा प्रकाशन व्यवसायात उतरला होता. अखेर प्रतिमा प्रकाशनानं ही कादंबरी मराठीत प्रकाशित केली. नंतर पुढील आवृत्त्यांसाठी ती पुन्हा 'मेहतां'कडे गेली.

'प्रतिमा'कडून 'वंशवृक्ष'ची छपाई सुरू झाली. छपाईचं काम सुरू असताना स्वतः पारगावकर प्रुफं द्यायला घरी यायचे. बहुतेक वेळा ते यायच्या वेळी मी बॅडमिंटन खेळायला गेलेली असायचे. हे ठाऊक असल्यामुळे ते घरासमोर ल्यूना थांबवून वाट बघत थांबायचे आणि प्रुफं देऊन जायचे किंवा घेऊन जायचे.

'वंशवृक्ष' तयार झालं, त्या वेळी मुंबईला 'होरनाडू कन्नड साहित्य संमेलन' म्हणजे कर्नाटकाबाहेरील कन्नडिगांचं साहित्य संमेलन भरणार होतं. या संमेलनासाठी कारंत अध्यक्ष म्हणून येणार होते. मला वाटलं, त्यांच्या हस्ते 'वंशवृक्ष'चं प्रकाशन व्हावं. त्या वेळी ह्यांना रजा नसल्यामुळे येणं शक्य नव्हतं. अखेर मी, त्या वेळी माझ्याकडे शिकायला असणारी माझी भाची स्वाती आणि प्रकाशक पारगावकर मुंबईला गेलो.

तेव्हा कारंत प्रसिद्ध चित्रकार के. के. हेब्बार यांच्याकडे उतरले होते. हे कारंतांचे अगदी जवळचे स्नेही. जवळच्या गावचे. आम्ही कारंतांना भेटायला बांद्र्याच्या कलानगरमध्ये गेलो. घरासमोरच्या पायऱ्या चढून गेल्यावर असलेल्या हेब्बारांच्या स्टुडिओत कारंत बसले होते. त्यांच्याशी थोड्या गप्पा मारल्या. हेब्बारांचं दर्शन घ्यायची इच्छा मात्र पूर्ण झाली नाही. समोर चार-पाच फूट आकाराच्या एका मोठ्या कॅनव्हासवर चाललेलं अपुरं चित्र पाहून तहान भागवली. 'नायट्रोजन बॉम्बमुळे

होणारा संहार' अशा काहीशा विषयावर ते पेंटिंग साकार होत होतं. तसंच त्यांनी मुंबईनगरीवर काढलेलं भव्य पेंटिंग तिथं भिंतीपाशी होतं, असंही आठवतं.

हेब्बारांच्या या घर आणि स्टुडिओवर आता 'मातोश्री'ची दुसरी इमारत होत असल्याची बातमीही कानांवर आली.

संमेलनाच्या जागी प्रचंड गर्दीत कारंतांपर्यंत पोहोचणं शक्यच नव्हतं. कुणीतरी मला एका व्यक्तीकडे बोट दाखवून सांगितलं, ''हे डॉ. श्रीनिवास हावनूर. मुंबई विद्यापीठात कन्नडचे विभागप्रमुख आहेत. त्यांना भेटा. ते काहीतरी सांगतील.''

मुंबई विद्यापीठाबरोबरच कर्नाटकाबाहेरच्या कन्नड वलयातलं डॉ. हावनूर हे एक मोठं नाव. संशोधनातही त्यांचा हात धरणारा कुणी नाही, अशी त्यांची प्रतिमा होती. कर्नाटकाबाहेर राहूनही कन्नडचं काम करणारे हे गृहस्थ होते.

हावनूरांना सगळं सांगताच त्यांनी सांगितलं, ''मी कारंतांना विचारून येतो. जर ते तयार असतील, तर आपण त्यांच्या हस्ते प्रकाशन करू शकतो.''

थोड्या वेळानं ते येऊन सांगू लागले, ''कारंतांनी संमती दिली आहे. आपण प्रकाशन करू शकतो.'' त्याप्रमाणे मुख्य समारंभात पुस्तकाचं प्रकाशन झालं. मी आणि प्रकाशक प्रेक्षकात होतो. त्यामुळे पारगावकर नाराज झाले; पण मला मात्र मराठी 'वंशवृक्ष'ला कारंतांचा हात लागला, याचाच आनंद झाला! या माझ्या प्रतीवर कारंत आणि भैरप्पा या दोघांच्याही सह्या आहेत.

त्या क्षणापासून हावनूरांचा आमच्याबरोबर वागायचा नूरच बदलला. ते माझ्याशी मोकळेपणानं बोलू लागले. आमच्या अनुवादकार्याविषयी त्यांनी जाणून घेतलं. तेव्हा ते निवृत्तीच्या टप्प्यावर होते. निवृत्तीनंतर बेंगळुरूला आपल्या घरी जाण्यापेक्षा आणखी थोडं काम करत राहायचा त्यांचा विचार होता. त्यांनी सांगितलं, ''मी पुण्याला बालभारतीच्या कामासाठी येत असतो. यानंतर तुमची भेट घेईन. आपल्याला बरंच काही करता येण्यासारखं आहे.''

बोलल्याप्रमाणे हावनूरांनी पुण्यात येऊन आमची भेट घेतली. त्या वेळी पुण्यात नव्यानं दाखल झालेले डॉ. अ. रा. तोरो भेटले. त्याआधी बालभारतीचे श्री. कृ. शि. हेगडेही जवळ आले होते. पुंडे सर तर सोबत होतेच. आम्हा सगळ्यांचाच केवळ एका भाषेच्या संदर्भात काम करण्यापेक्षा देवाण-घेवाणीवर जास्त विश्वास होता. त्यामुळे पुण्यात 'कन्नड संघ' आणि 'कर्नाटक संघ' असूनही आम्ही केवळ काही मोजक्याच कार्यक्रमांपुरतेच त्यात हजेरी लावत होतो. आता समविचाराच्या लोकांचा समूह जमला होता. भैरप्पांचा साहित्य परिषदेतला पहिला पुण्यातला कार्यक्रम करताना आम्हा सगळ्यांचाच त्यात सहभाग होता.

हावनूर बालभारतीच्या सभांसाठी पुण्यात आले की त्यांच्याशी आमच्या वरचेवर

भेटी होऊ लागल्या. त्यातूनच हावनूरांकडून एक कल्पना पुढे आली.

सुधाकर देशपांडेंच्या कारंतांच्या आम्ही अनुवादित केलेल्या कादंबरीवरील समीक्षेचा कन्नड अनुवाद करून यांनी कारंतांना पाठवून दिला होता. कारंतांनी त्याविषयी समाधान व्यक्त केलं होतं. देशपांडे यांनी कारंतांच्या मराठीत आलेल्या सगळ्या कादंबऱ्यांवर समीक्षा लिहिली होती. या सर्व लेखांचं कन्नड पुस्तक का करू नये? हावनूरांनी कन्नड पुस्तकासाठी प्रकाशक शोधायचीही तयारी दर्शवली.

आम्ही अनुवादित केलेल्या कादंबऱ्यांवरील समीक्षेचे कन्नड अनुवाद तयार होतेच. आता विरूपाक्षांनी इतर कादंबऱ्यांवरील लेखांचे अनुवाद करायला सुरुवात केली.

डॉ. सुधाकर देशपांडेंनी लेख लिहिताना मराठी अनुवादित पुस्तकातील ओळी संदर्भासहित दिल्या होत्या. हे लेख अनुवादित करून द्यायचे असतील, तर त्या ओळी तर दिल्या पाहिजेत. पण सोबत मराठी पृष्ठसंख्या आणि संदर्भ देऊन काय उपयोग? म्हणून आम्ही मूळ पुस्तकातील संदर्भ शोधायला सुरुवात केली. त्या वेळी जे काही अनुभव आले त्यावर आधारित असा विरूपाक्षांनी एक लेख लिहिला, 'अनुवाद आणि समीक्षा'. या लेखाचा मराठी अनुवाद आधी 'भाषा आणि जीवन'मध्ये प्रकाशित झाला. पुढे मराठी लेख डॉ. कल्याण काळे आणि डॉ. अंजली सोमण संपादित 'भाषांतरमीमांसा' या मराठी ग्रंथातही समाविष्ट करण्यात आला आहे. तोच मूळ लेख त्या कन्नड पुस्तकाला प्रस्तावना म्हणून देण्यात आला.

अनुवादातील काही चुकांमुळे कारंतांवर सुधाकर देशपांडेंनी आक्षेप घेतले होते. शीर्षक वेगळं ठेवल्यामुळे लेखकाचा कादंबरीकडे बघण्याचा 'फोकस'च वेगळा झाल्यामुळेही लेखकाची काही विधाने दिशाभूल करणारी ठरली आहेत. उदाहरणार्थ, आम्ही अनुवादित केलेल्या 'डोंगराएवढा' या शीर्षकावरही घेतलेल्या आक्षेपाचा इथे विरूपाक्षांनी उल्लेख केला होता.

नकळत घडलेल्या या 'अभ्यासा'मुळे अनुवादात कुठे-कुठे गडबड होऊ शकते, याचा आम्हाला एक वस्तुपाठच मिळाला.

नव्वद साली प्रकाशित झालेल्या या पुस्तकाविषयी मला फार अपेक्षा होत्या; पण तसं काही विशेष घडलं नाही. तरीही याची पहिली आवृत्ती दीड वर्षात संपली, पण दुसरी निघाली नाही. स्वतः कारंतांनी देशपांडेंना 'कन्नडमध्येही माझ्या कादंबऱ्यांवर एवढी प्रदीर्घ समीक्षा लिहिली गेली नाही...' असं कळवलं.

भैरप्पांच्या पुण्यातल्या कार्यक्रमाच्या यशानंतर अशाच प्रकारे एखाद्या मराठी

लेखकाला कर्नाटकात नेण्याचा विचार हावनूरांनी मांडला आणि तो सगळ्यांनाच पटला. त्यासाठी 'पु. ल. देशपांडे' हे नावही सगळ्यांनाच पटले. तोरो आणि विरूपाक्षांनी त्याचं संपादन करायचं आणि पु.लं.चं निवडक साहित्य काही अनुवादकांकडून अनुवादित करून घ्यायचं ठरलं. या ग्रंथाच्या प्रकाशनाची जबाबदारी मुंबई विद्यापीठानं घेतली. शिवाय तोरो पु.लं.ची एक दीर्घ मुलाखत घेतील आणि तिचाही अनुवाद या ग्रंथात समाविष्ट करण्यात येईल, असंही ठरलं. या सर्व प्रकारात केवळ तोरोंनी पु.लं.ना भेटायचं, इतर कुणी त्यात ढवळाढवळ करायची नाही, असं ठरलं. त्या प्रमाणे कामाला सुरुवातही झाली.

पु. ल. देशपांडे हे 'महाराष्ट्राचं लाडकं व्यक्तिमत्त्व'! त्यांच्या लेखनाची मी तर फार पूर्वीपासून वाचक होतेच. आम्ही शिकत असताना एखाद्या वेताच्या भल्या मोठ्या खुर्चीतून हसण्याचा आवाज आला की समजायचं, भावंडांपैकी कुणी ना कुणी तिथे पु.लं.चं पुस्तक वाचत आहे! त्यांच्या वाचनाच्या कॅसेट्सही प्रचंड लोकप्रिय होत्या. कुणाच्या घरी सहज भेटायला गेलं तरी त्यांचा संदर्भ कानांवर यायचा. मुंबई-पुण्याकडची वाचकमंडळी 'रावसाहेब'मध्ये संदर्भ असलेल्या 'रिझ' टॉकीजची खोली पाहायला आवर्जून यायची. कधी काळी पु.लं.नी शिकवलेल्या राणी पार्वती देवी कॉलेजमध्ये आपण शिकतोय, याचा अभिमान बाळगणारी मुलंही माझ्या पाहण्यात होती.

पुण्यात आल्यावर, 'आणीबाणी'च्या काळातल्या त्यांच्या प्रचंड सभांमध्ये आम्हीही श्रोते होतो आणि जनता पक्षाला यश मिळाल्यावरच्या सभेतली ती गाजलेली 'अनुपस्थिती'ही आम्ही पाहिली होती. तेव्हाचं त्यांचं लिहिलेलं भाषण ऐकून टाळ्यांचा कडकडाट करण्यात आमचेही हात होते.

पु.लं.ची निवड होताच सगळे अनुवादक उत्साहानं कामाला लागले. आमच्या घरी पु.लं.ची सगळी पुस्तकं येऊन पडली. अनुवादाच्या दृष्टीनं वाचन सुरू झालं.

काही जणांनी उत्साहानं सांगितलं, ''तुम्ही रावसाहेब नक्की घ्या!''

पण ते अवघड वाटू लागलं. कारण रावसाहेबांचं कन्नड व्याकरणासहित बोललं जाणारं मराठी अनेक ठिकाणी, विशेषतः कॅसेट-सीडीमध्ये, हास्यनिर्मिती करत होतं. कन्नडमध्ये अनुवाद करताना त्या जागी कन्नड व्याकरणच वापरलं गेल्यामुळे त्या जागी हास्य निर्माण होण्याचा प्रश्नच नव्हता. त्यामुळे तो विचार सोडून द्यावा लागला. तसंच एका उत्साही अनुवादकानं 'नारायण'चं संपूर्ण रूपांतर करून सगळा लेख बेळगाव-धारवाड येथे घडलेला दाखवला होता. त्यामुळे काही प्रमादही घडले होते. आम्ही प्रामाणिकपणे पु.लं.चा कर्नाटकाला परिचय करून देण्याच्या विचारानं हा सगळा खटाटोप करत असल्यामुळे या रूपांतरालाही समाविष्ट

करून घेता आलं नाही.

'पु.ल. एक साठवण'मधील जयवंत दळवी यांच्या लेखाचा समावेश करायचं ठरलं आणि त्या लेखाच्या अनुवादाची जबाबदारी विरूपाक्षांवर आली. या लेखातील "सरळ वळणाची मुलगी. वळण सरळ कसं असू शकेल?" या वाक्याचा जसाच्या तसा अनुवाद करणं जमलं नाही.

सगळे लेख अनुवादित झाल्यावर छपाईचा प्रश्न सामोरा आला. तेव्हा पुण्यात कन्नड छपाईचं काम होत नसल्यामुळे हे काम बेळगावला पाठवण्यात आलं. तेव्हा कॉम्प्युटरवर छपाई करायचं तंत्र नव्यानं सुरू झाल्यामुळे मुद्रकांना अनंत अडचणींशी मुकाबला करावा लागे. इथं पुण्यात विरूपाक्ष प्रुफं तपासायचं काम करत. तोवर दोन-तीन पुस्तकं प्रकाशित झाली असल्यामुळे विरूपाक्षांनीही उत्साहानं हे करायला सुरुवात केली. पण फार लवकर हे वैतागले. कारण प्रत्येक प्रुफाच्या वेळी जुन्या चुका दुरुस्त होत आणि नव्या चुका झालेल्या असत. त्या दुरुस्त करून पाठवेपर्यंत आणखी ढीगभर चुका! अखेर कशीबशी छपाई पुरी झाली.

हावनूरांचा उत्साह एवढ्यावर थांबला नव्हता. या पुस्तकाचा पुण्यात मोठ्या प्रमाणात समारंभ करायचं त्यांनी मनावर घेतलं. त्यांनी सांगितलं, या कार्यक्रमाचा सगळा खर्च मुंबई विद्यापीठ करणार आहे. आर्थिक जबाबदारी आपल्यावर नाही म्हटल्यावर सगळेच दुप्पट उत्साहानं कामाला लागलो. उत्साहानं प्लॅनिंग सुरू झालं. स्वतः पु.ल. आणि सुनीताताईंनीही रस घेतल्यामुळे आम्हाला काय करावं आणि काय नको असं झालं होतं. हावनूरांचा उत्साह तर अवर्णनीय होता. त्यांना असे कार्यक्रम करायची सवय असावी असं वाटून आम्ही ते सांगतील तसे वागत होतो.

कार्यक्रमात स्वतः पु.ल. तर असणार होतेच. कन्नड पुस्तकाच्या प्रकाशनासाठी गिरीश कार्नाडांना बोलवायचं ठरलं. मुंबई विद्यापीठाचं पुस्तक असल्यामुळे तिथले कुलगुरू येणार म्हटल्यावर पुणे विद्यापीठाच्या कुलगुरूंना का बोलवायला नको, असा एक विचार पुढे आला आणि सगळ्यांनीच तो उचलून धरला. या कन्नड पुस्तकासाठी एखादा चांगला कन्नड साहित्यिक हवा म्हणून हावनूरांनी डॉ. हा. मा. नायक यांना मैसूरहून बोलवायचं ठरवलं. हे गुलबर्गा विद्यापीठाचे माजी कुलगुरू होते.

एवढं सगळं ठरत आल्यावर एक दिवस हावनूरांनी बॉंबगोळा टाकला! त्यांनी सांगितलं, "पुस्तकाची जबाबदारी मुंबई विद्यापीठानं घेतली आहे, पण समारंभाचा खर्च ते करणार नाहीत!"

एव्हाना आम्ही सगळे इतक्या पुढंपर्यंत आलो होतो की, यानंतर माघार घ्यायच्या मनःस्थितीत कुणीही नव्हतं. त्याचबरोबर एवढा मोठा खर्च पेलण्याएवढं

आमच्यापैकी कुणीच आर्थिकदृष्ट्या समर्थही नव्हतं. पैसा उभा करण्याचा एकच मार्ग होता, एखादी स्मरणिका काढणं. पण अशा प्रकारे सार्वजनिक पैसा उभा करण्यासाठी आमची कुठलीही संस्था नव्हती. सार्वजनिक पैसा कसा उभा करणार? म्हणजे पुस्तक प्रकाशित व्हायच्या आधी कार्यक्रम व्हायला पाहिजे, कार्यक्रम करायला पैसा पाहिजे, पैसा उभा करायला संस्था पाहिजे; अशा परिस्थितीत आम्ही सगळे येऊन ठेपलो होतो!

अखेर आम्ही एक संस्था जन्माला घातली. तिचं नाव 'मराठी-कन्नड स्नेहवर्धन केंद्र' असं ठेवण्यात आलं. या सगळ्या उद्योगाला मध्यवर्ती जागा म्हणजे आमचं घर, 'शशीप्रभा'!

पैसे गोळा करताना आम्ही जाहिरातदारांना आणखी एक आमीष दाखवलं. जे हजाराची जाहिरात देतील त्यांना पु.ल., कार्नाड यांच्याबरोबर जेवण देण्यात येईल. या जेवणाचं बिल देण्यासाठी आणखी एक दाता शोधण्यात आला!

आता आमची सगळी धावपळ स्मरणिका तयार करण्यासाठी सुरू झाली.

याच सुमारास आणखी एक आश्चर्यकारक घटना घडली होती. 'तनमनाच्या भोवऱ्यात'च्या प्रकाशनानंतर जवळजवळ 'बेपत्ता' झालेले अनंतराव देशपांडे पुन्हा अवतीर्ण झाले. या संपूर्ण स्मरणिकेच्या आणि लागणाऱ्या संपूर्ण छपाईच्या कामाची जबाबदारी त्यांनी घेतली. पाहुण्यांना नेण्या-आणण्यासाठी लागणाऱ्या गाड्यांची सोय केली. तेही संस्थेचे एक ट्रस्टी झाले.

अनंतराव देशपांडेंनी आमचा एक नवा पैसाही बुडवला नव्हता. 'तनमनाच्या भोवऱ्यात'चं मानधनही व्यवस्थित दिलं होतं; पण त्यांना आमच्या घरी पाहिल्यावर काही जणं 'हा माणूस तुमच्याकडे कसा?' असा प्रश्न करीत. कारण विचारलं, तर तेही सांगत नसत. देशपांडेंचे काही इतर व्यवहार असावेत आणि त्या संदर्भात माणसं तसा उल्लेख करत असावीत अशी समजूत करून घेऊन, आम्ही त्यात फारसं लक्ष न घालता त्यांच्याशी नेहमीसारखे वागत राहिलो.

तरीही त्यांच्याविषयी इतर ट्रस्टी भरभरून उत्तम बोलत असताना आमची मात्र पंचाईत होई. अर्थात, प्रत्येकानं आपापल्या अनुभवानं आपलं मत बनवावं, असं म्हणत आम्ही गप्प राहत असू. काहीही असो, या कार्यक्रमासाठी अनंतराव देशपांडेंनी अक्षरशः 'देवा'सारखं धावून येऊन महत्त्वाचा हातभार लावला, असंच म्हणावं लागेल.

कार्यक्रम जवळ येत चालला, तसं आमच्या घराला एखाद्या कार्यालयाचं स्वरूप आलं. निमंत्रणं पाठवणं आणि इतर पत्रव्यवहार आमच्या घरातून चाले. पुंडे सर स्मरणिकेच्या कामाला रात्रंदिवस जुंपले गेले. हेगडे आणि हावनूर जाहिराती मिळवायच्या मागे लागले. देसाई नावाचे एक चार्टर्ड अकाउंटंट आणि मराठा

चेंबर्स ऑफ कॉमर्सचे डॉ. साबडे यांनी त्या संदर्भात संस्थेला बरीच मदत केली.

कार्यक्रम टिळक स्मारक मंदिरात करायचं योजलं होतं. कार्नाड आणि पु.ल. हे दोन 'स्टार्स' येणार असल्यामुळे गर्दी होणार, हे नक्की होतं. लोकांनाही कार्यक्रमाविषयी बरीच उत्सुकता होती. त्यामुळे आम्ही खुर्च्यांच्या नंबरसह पासेस द्यायची व्यवस्था केली होती. लोकांनीही उत्साहानं पासेस गोळा केले.

अपेक्षेप्रमाणे कार्यक्रमाला भरपूरच गर्दी जमली. सगळेच अननुभवी असल्यामुळे आमची पासेसची व्यवस्था लवकरच कोलमडली आणि माणसं हॉलमध्ये शिरून दोन्ही रांगांच्या मधल्या आणि बाजूच्या मोकळ्या जागेतही बसली. स्टेजवरही बरीच गर्दी जमली. निमंत्रितांबरोबर आवर्जून या कार्यक्रमासाठी सगळीकडून पुण्यात आलेल्या अनुवादकांनाही स्टेजवर जागा करून द्यावी लागली. दुसऱ्या दिवशी कार्यक्रमाची बातमी आली तेव्हा एका वृत्तपत्रानं गर्दीचा उल्लेख करून गमतीनं स्टेजवरच्या गर्दीचा विशेष उल्लेख केला होता!

सगळ्यांची भाषणंही छान झाली. डॉ. हा. मा. नायकांनी आपल्या इंग्रजी भाषणात सीमारेषांचा 'मिलनरेषा' म्हणून उल्लेख केला. नंतर पु.लं.नीही तोच मुद्दा आपल्या भाषणात पुढे नेला. दुसऱ्या दिवशी सगळ्या वृत्तपत्रांनी तो पु.लं.चा मुद्दा म्हणून विशेष उचलून धरला. कार्नाडांनीही सुरेख भाषण केले. आपण पु.लं.ची परवानगी न घेता त्यांचं 'तुझे आहे तुजपाशी' कन्नडमध्ये 'कृष्णा नी बेगने बारो...' या नावानं कसं अनुवादित करून त्यातली श्यामची भूमिका केली होती, हे सांगितलं.

एकूण कार्यक्रम झकासच झाला!

हावनूर आणि तोरोंनी आपल्या भाषणातून 'मराठी-कन्नड स्नेहवर्धन केंद्रा'ची स्थापना झाल्याचं घोषित केलं, त्याचबरोबर पुणे विद्यापीठात 'बेंद्रे चेअर' सुरू करणार असल्याचीही घोषणा केली!

ती ऐकताच मी मनोमन त्या संस्थेमधून अलिप्त झाले. दुसऱ्या दिवशी मी हे हावनूरांना बोलूनही दाखवलं, "या संस्थेत माझ्यालायक काहीच काम दिसत नाही!.. तुम्ही, पुंडे सर आणि तोरोंनीच जे काही करायचं ते केलं पाहिजे!..."

कार्यक्रम झाला. नंतर जेवणाचा कार्यक्रमही ठरल्याप्रमाणे झाला. हजार रुपये दिलेल्यांनाही जेवणाचं निमंत्रण असल्यामुळे संख्या बरीच वाढली होती. त्यांची व्यवस्था व्ही.आय.पीं.च्या जवळपास केली होती. आम्ही काही कार्यकर्ते 'नारायणा'सारखे दमूनभागून एका कडेला जेवायला बसलो होतो.

जेवणं चालली असताना कुणीतरी मला येऊन म्हणालं, "सुनीताताई तुमची चौकशी करताहेत! नंतर जेवा. आधी चला.."

एव्हाना जेवण आटोपून पु.ल. आणि सुनीताताई निघाले होते. मी तिथं जाऊन त्यांच्याशी जुजबी बोलून माघारी वळले.

दुसरे दिवशी सगळ्याच वृत्तपत्रांनी या कार्यक्रमाची चांगल्याप्रकारे दखल घेतली. कुठल्याशा एका वृत्तपत्रानं तर या संदर्भात अग्रलेखही लिहिला. आम्ही सगळे अतिशय आनंदित झालो.

या कार्यक्रमाचं एक गोड फलित घडलं. नितीश कुलकर्णी हा आमच्यातला सगळ्यांत तरुण ट्रस्टी. सुशिक्षित, सुसंस्कृत घरातला, देखणा. हातात चांगली नोकरी असलेला 'लग्नाळू' मुलगा. 'पु.ल.देशपांडे : व्यक्ती मत्तु वाङ्मय' या ग्रंथासाठी अनेक अनुवादकांपैकी अथणीचे ज्येष्ठ अनुवादक आनिखिंडी हे एक होते. या कार्यक्रमासाठी त्यांच्या सगळ्या नातेवाइकांनी उत्साहानं हजेरी लावली होती. त्यात त्यांची सोलापूरची मुलगी, जावई आणि अनघा ही नातही हजर होते. हॉलवर नितीशची धावपळ सुरू असताना त्यानं या नातीला, अनघाला पाहिलं. त्याच्या मनात ती भरली. त्यानं तिची परस्पर सगळी माहिती काढली आणि कार्यक्रम संपल्यावर आमच्या घरी आला. 'मामा..मामी..' करत सगळं प्रकरण आमच्या गळी उतरवलं.

मध्यस्थी करण्यात काहीच कठीण नव्हतं. सांगलीचा नितीश हा विरूपाक्षांच्या अगदी जवळच्या मित्राचा, दामू कुलहळ्ळी यांचा भाचा होता. विरूपाक्षांनी त्याला अंगा-खांद्यावर खेळवलं होतं! घरचं वातावरण सुसंस्कृत असल्याचं ठाऊक होतं. आता नितीश आमच्या शेजारीच, दिवाडकर सोडून गेलेल्या आउटहाऊसमध्ये राहत असल्यामुळे त्याची वागणूकही आम्ही पाहतच होतो.

विरूपाक्षांनी तातडीनं आनिखिंडींना नितीशची माहिती देणारं पत्र लिहिलं. त्याची इच्छाही कळवली. पुढच्या गोष्टी जलद गतीनं हलल्या आणि लवकरच नितीश-अनघा विवाहबद्ध झाले. आता अनघाही माझी शेजारीण झाली. त्यांच्या थोरल्या मुलाचं, ह्त्विकचं बालपणही 'शशीप्रभा'तच गेलं.

कार्यक्रमाच्या दुसऱ्या दिवशी विजापूरहून पुण्यात येऊन स्थायिक झालेले श्री.र.भिडे येऊन भेटले. नंतर तेही आमच्या या समूहात सामील झाले. विजापूरमध्ये मराठीचे प्राध्यापक म्हणून नोकरी करताना तिथं कन्नड पुस्तकांचं दुकान चालवणारे भिडेही समविचारी असल्यामुळे तेही आमच्या संस्थेचे ट्रस्टी झाले.

कार्यक्रमाचे असे अनेक परिणाम एकीकडे घडत असले तरी प्रत्यक्ष पु.लं.च्या पुस्तकानं कन्नड साहित्यात काय भर घातली, हे मात्र समजलं नाही. आज विचार करताना असं वाटतं, आम्ही या प्रकारचा सगळा खटाटोप पु.लं.ना ओळखणाऱ्या पुण्यात करून आमची हौस भागवली असली, तरी पुस्तकाच्या दृष्टीनं काहीच

साधलं नाही. भैरप्पांचा कार्यक्रम महाराष्ट्रात केला, तसा पु.लं.चा कार्यक्रम कर्नाटकात करायला हवा होता. म्हणजे कन्नड वाचकांना या मराठी लेखकाविषयी समजलं असतं आणि त्या कन्नड अनुवादाचा प्रसार झाला असता. पण त्यासाठी कर्नाटकातल्या एखाद्या 'मराठी-कन्नड स्नेहवर्धन'सारख्या संस्थेनं पुढाकार घ्यायला हवा होता. हे त्या वेळी आम्हाला सुचलं नाही. सुचलं असतं तरी शक्य झालं नसतं.

एकदा हावनूर सांगत आले, त्यांच्याकडील पुस्तकाच्या अडीचशे-तीनशे प्रती एका प्रवासात चोरीला गेल्या होत्या. कर्नाटकात त्या चोरानं कुठं-कुठं विकल्या असतील आणि कुणा-कुणा कन्नड वाचकानं वाचल्या असतील कोण जाणे!

तशी त्याआधी माझी सुनीताताईंशी थोडी-फार ओळख झाली होती. पुढच्या काळात काही निमित्तानं ती बरीच वाढली.

'डोंगराएवढा'चा अनुवाद प्रकाशित करताना मी त्यासाठी पत्र लिहून पु.लं.ची प्रस्तावना मागितली होती. तेव्हा पत्र आलं होतं, 'तुम्ही मोठ्या लेखकाचं पुस्तक अनुवादासाठी घेतलं आहे, त्याला प्रस्तावनेची गरज भासू नये...' अशा काहीशा अर्थाचं. भैरप्पांच्या कार्यक्रमाच्या निमित्तानं आमची शांता शेळकेंशी ओळख झाली होती. त्यांच्याशी थोडी जवळीकही वाढली होती. त्यांनी पहिल्या प्रभुणे पुरस्काराचं वितरण आपल्या घरी ठेवलं होतं. तिथं पु.ल. आणि सुनीताताई आल्या होत्या. तिथे मी त्यांना 'डोंगराएवढा'ची प्रत दिल्याचं आठवतं. नंतर बालगंधर्व सभागृहात 'कान्होजी आंग्रे'च्या प्रकाशनाच्या नंतर शांताबाई आमच्याशी बोलत उभ्या होत्या आणि शेजारून "काय शांताबाई..." म्हणत पु.ल. निघून गेले होते. पाध्ये गेले तेव्हा सुनीताताई कमलताईंचा हात हातात धरून कितीतरी वेळ बसून राहिल्याचं दृश्यही आठवतं.

मी सुनीताताईंच्या 'आहे मनोहर तरी...'नं प्रभावित झाले होते. विविध प्रसंगी 'महाराष्ट्र टाइम्स'मध्ये येणारे त्यांचे लेखही आवर्जून वाचत होते. तेही मला भरपूर आवडत होते. एकंदरीत 'महाराष्ट्राचे शंकर-पार्वती' असलेल्या या जोडप्यानं मलाही प्रभावित केलं होतं.

याच सुमारास माझा माधवी देसाई यांच्याशीही संपर्क आला होता.

एकदा मी बेळगावला जायच्या आधी काही कामासाठी अनिल मेहतांना भेटायला गेले होते. त्यांनी मला माधवीताईंचा फोननंबर देऊन फोन करायला सांगितलं. तसा मी केला आणि भेटायला गेले.

नुकताच त्यांचा आणि रणजीत देसाई यांचा घटस्फोट झाला होता. रणजीत देसाई हे मराठीतलं मातब्बर नाव. त्यांची 'स्वामी' ही कादंबरी मला बी.ए.ला तीस

मार्कांसाठी होती. प्रा. अनंत मनोहरसरांनी ती छान शिकवली होती. मी त्या कादंबरीनं एवढी प्रभावित होते की, लग्नानंतर मी ती अख्खी कादंबरी विरूपाक्षांना वाचून दाखवली होती.

बेळगावात असूनही मला कधी रणजीत देसाईंच्या भेटीचा योग आला नव्हता. आमचे एक दूरचे नातेवाईक शंकरूकाका एकसंबेकरांचा त्यांच्यासोबत वावर होता. त्यांच्याकडून कधी-कधी काहीतरी ऐकायला मिळायचं.

त्या वेळी माधवीताई आत्मचरित्रात्मक लेखन करत होत्या. मला त्यांनी ते वाचायला दिलं. ते वाचून मला जे वाटलं ते मी सांगितलं. ती त्यांची पहिलीच प्रतिक्रिया असल्यामुळे जखम भळाभळा वाहत असावी, तसं त्याचं स्वरूप होतं. आणखीही काहीजणांनी त्यांना तीच प्रतिक्रिया दिली होती. नंतर त्यांनी ते पुन्हा लिहून काढलं.

आपलं हे पुस्तक कुणीही छापणार नाही, अशी भीती त्यांना वाटत होती. मी त्यांना सहजपणे 'चंद्रकला प्रकाशना'च्या शशिकला उपाध्येंचं नाव सुचवलं. त्या निमित्तानं माधवीताई पुण्यात आल्या की, माझ्या घरी उतरायच्या. त्यांची आणि शशिकलाताईंची भेट 'गुप्त' असायची.

अशाच एका 'गुप्त'भेटीच्या वेळी काही कारणासाठी त्या वेळी 'रविवार सकाळ'चे काम बघणारे सदा डुम्बरे अचानक आले आणि आमच्यामध्ये गडबड उडाली. डुम्बरेंनी 'या कोण?' असं विचारल्यावर काय उत्तर द्यावं, हे मला सुचेना. शशिकलाताईंनीच 'या माधवी देसाई!' असं स्पष्टपणे सांगितल्यावर माझा जीव भांड्यात पडला.

'नाच गं घुमा' हे माधवीताईंचं आत्मकथन प्रसिद्ध झालं. त्यावर दोन्ही प्रकारच्या प्रतिक्रिया आल्या. काही जणांनी मला खासगीत विचारलं, ''तुम्ही रणजीत देसाईंना ओळखता का?'' मी नकार देताच मला सांगण्यात आलं, ''यात जसं चित्रण आलंय तेवढेच ते नाहीत. त्या पलीकडेही त्यांचं व्यक्तिमत्त्व आहे.''

हे आणि एकूणच लेखकांच्या बायकांची आत्मचरित्रं वाचताना माझ्या मनात मात्र सारखं येतं, लक्ष्मीबाई टिळकांपासून या सगळ्या स्त्रिया आत्मकथनांतून जीव तोडून सर्जनशीलतेविषयी सांगू पाहताहेत ते! 'तुम्ही समजता तसं हे प्रकरण नाही!... ती काहीतरी वेगळी प्रक्रिया आहे!..'

पुढे जेव्हा माधवीताईंची धाकटी मुलगी गीतांजली हिचं लग्न ठरलं, तेव्हा कमल पाध्येंच्या घरी केळवण करण्यात आलं. त्यात मी आणि सुनीताताईही सहभागी झालो होतो. तेव्हा मी सुरळीच्या वड्या करून नेल्याचंही मला आठवतं.

माधवीताई गोव्याला जाऊन स्थायिक झाल्या. एका कार्यक्रमासाठी गेलो असताना आम्ही त्यांच्या घराजवळच्या देवळातल्या खोलीत मुक्काम केला होता. सुनीताताईंच्या मृत्यूची बातमी तिथंच कानांवर आली.

माधवीताईंचा मृत्यू मात्र मनाला हळहळ लावून गेला. त्या जवळजवळ अखेरचे सहा महिने बेळगावला मुलीकडे होत्या. त्या काळात माझं माझ्या वयस्कर आई-वडील म्हणजे आक्का-अण्णांना भेटायच्या निमित्तानं बेळगावला बऱ्याच वेळा जाणं-येणं असायचं. पण त्या बेळगावात असल्याचं ठाऊक नसल्यामुळे भेटायचं राहून गेलं ते गेलंच!

४

पु. ल. देशपांडेंच्या पुस्तकाचा प्रकाशनसोहळा संस्मरणीयच झाला. आम्ही दोघंही त्याच्याच प्रभावाखाली होतो. त्याच वेळी विरूपाक्षांची वरणगावला बदली झाल्याची बातमी आली. दारूगोळा कारखाने भारतभर असल्यामुळे ह्यांची अशी बदली होण्यात जगावेगळं असं काहीच नव्हतं; पण आमच्या दृष्टीनं मात्र ही घटना मोठी होती.

विरूपाक्षांचं शिक्षण इलेक्ट्रिकलमधलं होतं; पण पहिली पाच-सहा वर्षं सोडली तर ह्यांनी इन्स्ट्रुमेंटचं ट्रेनिंग घेतलं आणि 'इन्स्ट्रुमेंटेशन इंजिनिअर' म्हणून काम पाहायला सुरुवात केली होती. स्वतः ट्रेनिंग घेतल्यानंतर इतरांना ट्रेनिंग देऊन त्यांनी 'हाय एक्सप्लोझिव्ह फॅक्टरी'त एक सेक्शनही सुरू केला होता. त्यामुळे फॅक्टरीतलं ह्यांचं स्थान काहीसं 'अढळ' झालं होतं. वेळोवेळी ह्यांच्याही भारतभरात कुठंही बदल्या यायच्या. वरचे अधिकारी विरूपाक्षांना बदलीविषयी सांगायचे. ह्यांनी 'तुम्ही सांगाल तेव्हा बदलीच्या गावी हजर होतो...' असं सांगितलं की ते अधिकारी वरच्या पातळीवरच प्रयत्न करून कॅन्सल करून घ्यायचे.

त्यामुळे आमच्यापर्यंत आधी बातमी यायची, 'बदली झाली.' काही दिवसांनी बातमी यायची, 'बदली कॅन्सल झाली.' बाकीचे सगळे त्याबद्दल विरूपाक्षांचं अभिनंदन करायचे. मी मात्र प्रत्येक वेळी खट्टू व्हायचे.

मला बदलीचा अजिबात अनुभव नव्हता. आमच्या अण्णांनी कधीच नोकरी न केल्यामुळे बदलीचा प्रश्नच नव्हता. लग्नाआधी 'घर नंबर ४२४।४ कॉंग्रेस विहिरीजवळ, ठळकवाडी, बेळगाव' असा पत्ता होता, तो लग्नानंतर 'शशीप्रभा, मॉडेल कॉलनी, पुणे' असा झाला होता. मला आयुष्यात काहीतरी बदल हवा होता. बदली कॅन्सल होऊन पुण्यातच राहायला मिळालं की फॅक्टरीत एखाद्या

अ‍ॅवॉर्डसारखं बघितलं जायचं. पण मी मात्र माझी नाराजी बोलून दाखवायचे. हे नुसतंच हसायचे. सासूबाईंना, वहिनींना वरचेवर बदलीमुळे होणारे हाल ठाऊक असल्यामुळे त्या मला सुरुवातीला 'असं म्हणू नकोस!..' असं म्हणत आपले अनुभव सांगायच्या. बदलीत होणारी सामानाची हेळसांड, वेगवेगळ्या गावांच्या हवामानामुळे नव्या गावी येणारी आजारपणं, भाड्याच्या जागा मिळायला येणाऱ्या अडचणी, पैशाची होणारी हानी असं कितीतरी सांगायच्या. मला मात्र नव्या गावी, नव्या ओळखी, नवे अनुभव, नव्या घराला आणि गावाला 'आपलं' म्हणत राहायची कल्पना अतिशय आकर्षक वाटायची. नवा शेजार, नव्या मैत्रिणी, नवा परिसर...

पण हळूहळू माझ्याही नकळत माझी मुळं पुण्याच्या आणि त्यातही मॉडेल कॉलनीच्या मातीत, 'शशीप्रभा'त खोलवर रुतू लागली होती.

विरूपाक्षांना लहानपणापासून हिंदुस्थानी शास्त्रीय संगीताची अपरिमित आवड. लहानपणापासून ते उत्तम गाणं म्हणायचे. त्यासाठी शालेय आणि हायस्कूलच्या जीवनात त्यांनी अनेक बक्षिसंही मिळवली होती; पण विशिष्ट गुरू करून शिकायला त्यांना कधीच जमलं नव्हतं. त्यामुळे त्यांचा शास्त्रीय संगीत ऐकण्यावर भर होता.

त्यांनी नुकतीच यादवराज फड या तरुणाकडून संगीत शिकायला सुरुवात केली होती. एक हार्मोनिअमही विकत आणला होता. मराठवाड्यातल्या लहानशा गावातून पुण्यात येऊन जवळच्याच एका मंदिरात राहायला आल्यामुळे फडही आवडीनं शिकवायला येत. विरूपाक्षांमुळे त्यांना आणखीही काही शिकवण्या मिळाल्या होत्या. संगीत-क्षेत्रात ते हळूहळू जम बसवू पाहत होते. भीमसेन जोशी यांचेकडे शिकणं ही यादवराज फड यांची आयुष्याची आस होती. त्यासाठी त्यांचे प्रयत्नही सुरू होते. नंतर त्यांना त्या बाबतीत यशही मिळालं.

वरणगावची बदली हा विरूपाक्षांच्या संगीतशिक्षणावरही आघात होता; पण उपाय नव्हता. उपाय एकच होता, तो म्हणजे स्वेच्छानिवृत्ती. विरूपाक्षांची नोकरी एवढी झाली होती की, निवृत्तिवेतन मिळायला काहीच अडचण नव्हती. पण माझी बदलीची हौस त्यांच्या लक्षात होती. त्यामुळे ठरलं, एकदा जाऊन येऊ, नाही पटलं तर नोकरी सोडता येतेच!...

पण दोघांनी मिळून वरणगावला जाण्यामागे एक अडचण होती. माझं पीएच.डी. पुरं व्हायचं होतं. माझी अभ्यासाची सामग्री, लायब्ररी आणि माझे गाईड पुण्यात होते. त्यामुळे सुरुवातीला ह्यांनी एकट्यानंच जायचं ठरलं. थोड्या दिवसांनी मीही जायचं ठरलं.

नेहमीप्रमाणे मी ही बातमीही मोठ्या उत्साहानं घरमालकांच्या घरी जाऊन सांगितली.

ठरल्याप्रमाणे हे एकटेच वरणगावला गेले. क्वार्टर ताब्यात घेतलं. नोकरीवर जेमतेम हजर झाले असतील-नसतील, तोच ह्यांना पुन्हा पुण्याला यावं लागलं. आमच्या घरमालकांनी लगोलग विरूपाक्षांना वकिलामार्फत घर सोडायची नोटीस पाठवली होती!

या नोटिशीत त्यांनी मुख्यत्वेकरून दोन मुद्दे उपस्थित केले होते. एक, वरणगावला नोकरी मिळाल्यामुळे आम्हाला तिथं क्वार्टर मिळालं आहे. दुसरा मुद्दा म्हणजे आम्ही घरात 'पेइंगगेस्ट' ठेवतो.

दुसरा आरोप वाचून मला धक्काच बसला! आमच्या घरात कधीही आम्ही पेइंगगेस्ट ठेवला नव्हता.

पण आमच्या घरी आमच्या नात्यातली बेळगावकडची कुणी ना कुणी मुलं राहायला यायची. बेळगावमध्ये इंजिनिअरिंगचं शिक्षण देणारी अनेक कॉलेजं निघाली होती. त्यामुळे घरोघरी मुलामुलींना इंजिनिअर केलं जात होतं; पण शिक्षण पुरं झाल्यावर कुठल्याही प्रकारच्या नोकरीची शक्यता नसे. आमच्या जवळपासच्या नात्यातली अशी मुलं नोकरी शोधायला पुण्यात यायची. राहायला थारा नसल्यामुळे काही महिने आमच्या घरी राहायची आणि नोकरी शोधायची. सुरुवातीची नोकरी अर्थातच अगदीच किरकोळ पगाराची असायची. त्यामुळे तेवढ्या पैशात खोली घेऊन राहणं परवडायचं नाही. आपल्या पगारावर स्वतंत्रपणे जगता येईल, असा त्यांना आत्मविश्वास वाटायला लागला की ती मुलं आमच्या घराबाहेर पडून स्वतंत्र राहायला लागायची.

अशा प्रकारे अगदी सुरुवातीला माझा थोरला भाऊ विजय काही महिने राहिला. विरूपाक्षांचा आतेभाऊ दत्ता देसाईही प्रकृतीच्या कारणास्तव काही महिने राहिला. माझ्या बहिणीचे, मीनाचे यजमान माधव देशपांडे हे इरिगेशन खात्यात असल्यामुळे ते सतत लहान गावांमध्ये राहायचे. तेव्हा त्यांची थोरली मुलगी स्वाती एका वर्षासाठी माझ्याकडे राहिली. विरूपाक्षांचा मावसभाऊ सतीश हा कुठलासा कोर्स करण्यासाठी वर्षभरासाठी येऊन राहिला. विरूपाक्षांची मामेबहीण कल्पना बी.ई. झाल्यावर नोकरी शोधायला पुण्यात आली, तीही काही वर्षं राहिली. पुढच्या काळात माझा पुतण्या अभिजीत ऊर्फ अमृत हाही इंजिनिअर झाल्यावर नोकरी शोधण्यासाठी पुण्यात आला आणि स्वातीचा मुलगा पियूषही येऊन राहिला.

सुरुवातीला मी या मुलांमध्ये जरा जास्तच गुंतायचे. विरूपाक्ष मात्र गुंतायचे नाहीत. उलट ते मलाही सावध करत म्हणायचे, 'या मुलांना स्टेपिंग स्टोनची गरज असते. तशी ती सगळ्यांनाच असते. ती गरज संपल्यावर ही मुलं आपापलं जीवन जगायला लागणार आहेत. नव्या पिढीचा वेग तर इतका असेल की, त्यांना

स्वतःच्या आई-वडिलांकडे बघायलाही वेळ राहणार नाही. तेव्हा तू यांच्याकडून अपेक्षा ठेवून काही करणार असशील, तर करू नकोस. तसं जमणार नसेल, तर स्पष्ट नकार दे. समाजात राहतोय, आपल्या हातून होईल ती मदत करायची, अशा विचारानं करायला जमलं तर कर. मात्र ते मनापासून कर. एवढी मदत तर घराबाहेर पडणारा प्रत्येक जण घेत असतो. मीही कुणाकुणाकडून घेतली होती!''

कॉलनीतलं आमचं रबडे हे मित्रकुटुंब. त्या वेळी ते स्वतःच्या मालकीच्या अत्यंत छोट्या जागेत राहत होते. एका खोलीत नवरा-बायको आणि शिकणारी तीन मुलं. खोलीच्याही सगळ्या भिंती विटांच्या नव्हत्या. वाढत्या वयाच्या या मुलांना अभ्यासासाठी घरात सोयीची जागा नव्हती. त्यामुळे त्यातलं कुणी ना कुणी अभ्यासासाठी आमच्या घरी यायचं. परीक्षेच्या काळात ही मुलं रात्रीही राहायची. बराच वेळ अभ्यास करायची. पहाटे उठूनही त्यांचा अभ्यास चालायचा. या मुलांचे मामा किंवा मामेभावंडं किंवा कुणी पाहुणेमंडळी आली की त्यांना घरात जागा कमी पडायची. अशा वेळी ही मुलं आमच्याकडे झोपायला यायची. सगळे हॉलमध्ये असायचे.

माझ्या दृष्टीनं हा सगळा 'शेजारधर्मा'चा भाग होता आणि विरूपाक्षांचाही याला काही आक्षेप नव्हता. आम्ही काही स्वत:ची गैरसोय करून हे करत नव्हतो; पण घरमालकांना या सगळ्यांचा वावर आक्षेपार्ह वाटला असावा. पण तसं त्यांनी त्याआधी कधीच बोलून दाखवलं नव्हतं.

कोर्टाची नोटीस आल्यावर पुण्यात येऊन ह्यांनी कॉलनीतल्या अॅडव्होकेट दिलीप कर्णिक यांची भेट घेतली. वकिलाची व्यवस्था करून हे पुन्हा वरणगावला गेले. पुढची काही वर्षं खटल्याचं लचांड मागे लागलं ते लागलंच!

काही दिवसांनी मीही वरणगावला गेले. भुसावळपर्यंत रेल्वेनं जायचं, तिथून वरणगावला बसेस किंवा रिक्षा होत्या. माझी मातृभाषा मराठी असं मी म्हणत असले आणि 'मला मराठी उत्तम कळतं!' असं विरूपाक्ष म्हणत असले तरी इथल्या बसस्टँडवरची उद्घोषणा आम्हा दोघांनाही कळेना. एक-दोनदा गोंधळ उडाल्यावर आम्ही एखादा इस्टेटमधला माणूस हेरायचो आणि तो काय करतो, कुठे उभा राहतो, कुठली बस पकडतो ते पाहायचं आणि अडाण्याप्रमाणे त्याच्या मागे जायचं, असं करू लागलो.

मग अधूनमधून पुण्यात राहून गाईडची भेट घेणं, पुस्तकं बदलून आणणं वगैरे कामं करत राहायचं हे सुरू झालं.

हे खानदेशातलं गाव. वरणगावची फॅक्टरी मूळ गावापासून काही अंतरावर, सुमारे पाचशे एकरावर पसरलेली. तसंच तिथली इस्टेटही उंचसखल जमिनीवर सुमारे पाचशे एकरांवर पसरलेली. थोड्या उंचवट्यावर अधिकाऱ्यांची घरं होती. मधे थोडं अंतर सोडून इतर निम्न अधिकाऱ्यांची घरं होती.

इथल्या दोन घरांमध्ये भरपूर मोकळी जागा होती. या जागेत सात-आठ मुंगसांची मोठमोठी कुटुंबं एकमेकांच्या शेपट्यांना धरून पळत असलेली दिसायची. घरात मोठमोठ्या पाली फिरायच्या. त्याही भिंतीवरून नव्हे, माणसाचा वावर नसलेल्या जमिनीवरून! इथं वाहनांचा आवाज नव्हता. पण दिवसभर फॅक्टरीतून मोरांचं म्याव-म्याव असं केकाटणं ऐकू येत राहायचं आणि त्या ओरडण्याला 'केकारव' का म्हणतात हेही समजायचं.

फॅक्टरीच्या इस्टेटमध्ये राहणं हा आम्हा दोघांनाही एक वेगळा अनुभव होता. आम्ही अगदी मोजक्या सामानानिशी तिथं गेलो होतो. आमच्याकडे गॅस नव्हता. एक इलेक्ट्रिक शेगडी होती. त्यावरच आमचं सगळं चालायचं. काही कारणानं दिवे गेले की आमची चूल बंद! बाहेर खानदेशी कचोरी सोडता काहीही खायला मिळायचं नाही. मग तीन-तीन कचोऱ्या हेच आमचं जेवण असे.

ही कॉलनी वरणगावापासून सहा मैलांवर वसवली होती. फॅक्टरीतल्या हुद्द्यानुसार वेगवेगळ्या टाइपचे क्वार्टर्स होते. आकारही वेगवेगळे होते. सुरुवातीला आमच्या लायक क्वार्टर रिकामं नसल्यामुळे 'टाइप थ्री'च्या लहान क्वार्टरमध्ये आमची व्यवस्था केली होती.

आमच्या पहिल्या क्वार्टरच्या खालच्या मजल्यावर एक सुविद्य आणि सुसंस्कृत नवबौद्ध कुटुंब राहायचं. आम्ही फिरायला बाहेर गेलो की तेवढ्या वेळात त्या वहिनी आपला सामिष स्वयंपाक बनवून ठेवायच्या. आम्हाला त्या स्वयंपाकाच्या वासाचा त्रास होऊ नये म्हणून! त्या घरातली सगळी मुलं उत्तम शिक्षण घेत होती. सहज डोकावलं तर ते घरही अतिशय स्वच्छ असायचं. आंबेडकरांचा फोटो आणि बुद्धाच्या सुबक मूर्तीपुढे व्यवस्थित दिवाबत्ती केलेली असे. समोरासमोर आलं की त्या वहिनी छान चौकशी करायच्या.

ते आमचं क्वार्टर तीन खोल्यांचं होतं. आमच्या बेताच्या सामानासह आम्हाला ते भरपूर मोठं वाटायचं. पुण्यातली आमची जागाही तेवढीच होती. त्यामुळे मी तेवढ्यावर खूश होते. हे मी तिथल्या मैत्रिणींना बोलूनही दाखवायचे; पण त्या म्हणायच्या, ''तसं नाही! आपल्याला आपल्या 'पोस्ट'प्रमाणे मोठं क्वार्टर मिळायला पाहिजे! आपला हक्क आहे तो; तुम्ही नाही म्हणू नका!''

'पोस्ट'चं काही एवढं महत्त्वाचं नव्हतं. पण मोठ्या चार मोठ्या-मोठ्या खोल्यांच्या 'टाइप फोर' क्वार्टरमध्ये राहायला गेल्यावर खरा फायदा तिथला

उन्हाळा सुरू झाल्यावर समजला! कारण चार-पाच खोल्यांमधली किमान एक खोली कमी तापलेली असायची, त्यामुळे राहायला सोयीची असायची.

पुण्यातल्या आमच्या पद्धतीप्रमाणे आम्ही तिथंही हे फॅक्टरीतून घरी आल्यावर चहा पिऊन फिरायला निघायचो. परत येईपर्यंत पराकोटीचे दमून जायचो. रस्त्यात फिरायला येणारी माणसंही दिसायची नाहीत. नंतर आमच्याही लक्षात आलं, इथली माणसं रात्रीचं जेवण झाल्यावर, हवा थोडी थंड झाल्यावर फिरायला घराबाहेर पडतात! त्यानंतर आम्हीही त्यांच्याप्रमाणे शहाण्यासारखे रात्री फिरायला बाहेर पडायला लागलो.

तिथं नरगुंदे, सहस्त्रबुद्धे, खेडलेकर ही मंडळी जवळ आली. आठवड्यातून दोनदा इथं बाजार भरलेला असे. त्याच वेळी भाजीपाला आणि फळं आणून ठेवावी लागत. तेव्हा सौ. नरगुंदे, सौ. सहस्त्रबुद्धे आणि सौ. खेडलेकरांबरोबर मीही जात असे.

इथं येण्याआधी काही महिने मी पुंडे पती-पत्नी, शकाच्या आई-वहिनी आणि इतर कुटुंबाबरोबर कलकत्ता, बेलूर, कामारपुकुर,जयरामबाटी, पुरी, कोणार्क, भुवनेश्वरला गेले होते. बंगालमध्ये फिरताना मी हौसेनं जाड लाल-पांढऱ्या बांगड्या घेतल्या होत्या. त्या माझ्या अजूनही हातात होत्या. सिंदूरबरोबर हा बंगाली महिलांचा सौभाग्यालंकार. त्यामुळे घराबाहेर गप्पा मारत बसलेलं वंग-महिला-मंडळ हाक मारून माझ्याशी बंगाली बोलायला सुरुवात करत असे. मी गोंधळून इकडं-तिकडे बघायला लागले की काहीतरी चुकल्याचं लक्षात येऊन त्याही दुसरीकडे बघायला लागत.

वरणगाव हा खानदेशाचा भाग. इथं आलेल्या पुण्याच्या मंडळींचा वेगळा ग्रुप बनत असे. कोजागरीला या मंडळींनी दुग्धपानाचा कार्यक्रम ठरवला. 'आपण फक्त महाराष्ट्रीयन लोकांचाच कार्यक्रम करू...' असं त्यांचं म्हणणं. प्रत्यक्षात त्यात फक्त पुण्याहून आलेलेच असत! त्यात कन्नड बोलणाऱ्या आमच्यासारख्यांनाही 'पुण्याचे' म्हणून प्रवेश होता. छोट्या-मोठ्या सहली ठरवतानाही असाच विचार केलेला असायचा.

तिथल्या बायकाही पुण्या-मुंबईच्या बायकांचा द्वेष करत. बाजाराला जाताना आम्ही दिसलो की आम्हाला ऐकू येईल अशा प्रकारे मुद्दाम म्हणत, 'इथलं शेवटचं पुण्या-मुंबईचं माणूस निघून गेल्यावर आम्हाला खरा आनंद होणार आहे!'

याव्यतिरिक्तही इथलं जीवन आम्हा दोघांनाही वेगळा अनुभव देत होतं.

कामवाली कमल आली आणि तिनं विचारलं, ''कोणता सेक्शन? फोरमन काय?''

मी चकित झाले. मला माझं अज्ञान तीव्रपणे जाणवलं. लग्न झालं तेव्हा विरूपाक्ष ॲम्युनिशन फॅक्टरीत काम करतात असं मला समजलं होतं. काय म्हणून काम करतात हे ठाऊक नव्हतं. नंतर समजलं, 'ॲम्युनिशन' नाही, हे 'हाय एक्सप्लोझिव्ह फॅक्टरी'त काम करतात आणि या दोन्ही वेगवेगळ्या फॅक्टरीज आहेत. नंतर सेक्शनही समजला. तेव्हा हे ए ग्रेड सुपरव्हायझर होते, काही महिन्यांतच चार्जमन झाले. याचाही अर्थ मला कळायचा नाही. मला तर चार्जमन-फोरमनपेक्षा सुपरव्हायझरच मोठा रुबाबदार वाटायचा! इथं दुसरी कुठली नोकरीची शक्यताच नसल्यामुळे कमलनं नेमका प्रश्न विचारला होता.

कमल कपडे धुऊन वाळत टाकताना अजिबात पिळायची नाही. हे पाहिल्यावर मी तिला नीट पिळायला सांगितलं. माझ्याकडे नवलानं बघत तिनं साडी घट्ट पिळली आणि गॅलरीच्या कठड्यावर वाळत टाकू लागली, तर ती पुन्हा उडून वर येऊ लागली. माझी चूक माझ्या लक्षात आली. भरपूर पाणी असलेला कपडा कठड्याच्या भिंतीला घट्ट पकडून राहायचा आणि वाऱ्यानं उडायचा नाही. त्यानंतर मी 'पुणेरी शहाणपण' पाजळणं सोडून दिलं.

कमलची लहान मुलगी माझ्याकडे अक्षरओळख करून घ्यायला येऊ लागली. ती इतकी चुणचुणीत होती की, तिची शिकायची इच्छा बघून मी माझ्या स्वभावात नसताना तिला बाराखडी आणि शंभरपर्यंतचे आकडे शिकवू लागले. एक दिवस तर तापानं फणफणलेली असतानाही ती एक चादर पांघरून शिकायला आली! मीच तिला जबरदस्तीनं झोपायला सांगितलं. ती लगेच दिलेल्या अंथरुणावर आडवी झाली. ती ग्लानीतच होती. बाराखडी, सगळी अक्षरं आणि सगळे अंक समजल्यावर आपण काहीही, कुठल्याही दुकानावरच्या पाट्या वाचू शकतो, या विचारानंच ती उत्तेजित झाली होती. त्याच उत्साहात तिनं सगळं एक-दोन महिन्यांतच शिकून घेतलं.

तिच्या बोलण्यातला पाऊलवाटेसाठीचा 'पावटी' हा शब्द मला अतिशय आवडला होता. सगळ्या लिखाणात तो कुठंतरी वापरायचं हजार वेळा मनात आलं तरी मी तो वापरू शकले नाही.

लेखनात शब्द वापरायच्या संदर्भात माझं आणि विरूपाक्षांचं मत वेगवेगळं आहे. अनुवादकानं मिळेल तिथून शब्द घेऊन आपला शब्दसंग्रह वाढवला पाहिजे, असं त्यांना वाटतं. त्यासाठी ते शब्दकोशाचाही मुबलक वापर करतात.

मला मात्र वाटतं, जो शब्द माझा नाही, तो केवळ मला माहीत आहे, इतर कुणी वापरतं किंवा शब्दकोशात आहे म्हणून तो मी माझ्या अनुवादात वापरू शकत नाही. तो शब्द वापरून-वापरून आधी माझा झाला पाहिजे. मी ललित

कलाकृतींचे अनुवाद केल्यामुळे माझं मत असं बनलं असावं आणि वैचारिक-संशोधनपर लेखनाच्या अनुवादामुळे त्यांचं तसं मत झालं असावं.

त्या वयाला माझी एक इच्छा असायची. आपल्या नवऱ्यानं झुळझुळीत, टेरिलिनचे थोडे का होईना, रंगीत कपडे घालावेत. विरूपाक्ष म्हणायचे, ''फॅक्टरीत तसं नसतं! आमच्या केमिकल फॅक्टरीत टेरिलीन वापरणं तर अगदीच चुकीचं आहे. एखादा ॲसिडचा थेंब पडला की संपलंच. दुसरं म्हणजे, एखादा अतिशय स्वच्छ आणि झुळझुळीत कपड्यांचा इंजिनिअर दिसला की हा कामचुकार आहे, असं आम्ही समजतो. त्याच्याकडे उपहासानं पाहिलं जातं. त्याला अजिबात मान मिळत नाही! इथं जितक्या खालच्या हुद्द्यावरचा माणूस, तितका तो चांगल्या कपड्यात असतो. कारण त्याला मशिनवर कपडे खराब करून घ्यायचे नसतात! वरचा अधिकारी असला, तरी तोही इंजिनिअरच असतो ना! तोही काही झुळझुळीत कपडे घालत नाही!''मीही म्हणायचे, ''आलं लक्षात! तुमचे जनरल फॅक्टरीला कसे येत असतील याची मला कल्पना आली!...'' यावर आम्ही दोघंही हसायचो.

पण ह्यांच्या बोलण्याचा मथितार्थ माझ्या लक्षात आला होता. वरणगावमध्ये संध्याकाळी गॅलरीत उभं राहिलं की घरी परतणारी माणसं दिसायची, तेव्हा त्याची काही प्रमाणात प्रचितीही यायची! त्यामुळे नंतर मीही हा विषय तिथेच सोडून दिला.

नोकरीच्या दृष्टीनं विरूपाक्षांना वरणगाव अजिबात भावलं नाही. इथं त्यांच्यावर इलेक्ट्रिकल खातं सांभाळायची जबाबदारी होती. इतकी वर्षं इन्स्ट्रुमेन्टेशन विभागाचं काम पाहिल्यानंतर पुन्हा या विभागात काम करताना आपण कामाला न्याय देऊ शकणार नाही, असं त्यांना वाटू लागलं. 'नॉलेज मिळवता येईल, पण इतक्या वर्षांच्या अनुभवाचं काय करू? तो कुठून आणू?' असं त्यांचं म्हणणं. शिवाय इथली हवाही न मानवल्यामुळे त्यांचं वजन कमी होऊ लागलं. स्वेच्छानिवृत्तीचे विचार पुन्हा डोक्यात घोळू लागले.

तिथंही काही प्रमाणात 'साहित्यिक' वातावरण होतं. सुरवाडे नावाचे एक मॅनेजर होते. ते कविता करायचे. हे समजल्यावर एक-दोनदा आम्ही त्यांच्या घरी गेलो होतो. माझ्या दृष्टीनं हे सहजच होतं; पण इथे फॅक्टरीतले हुद्दे फॅक्टरीबाहेर पडल्यावरही पूर्णपणे नाहीसे होत नसत.

सुरवाडेंच्या घरी आमचं व्यवस्थित स्वागत झालं. त्यांचं घर चांगल्या प्रकारे ठेवलं होतं. त्यांच्या देखण्या आणि नेटक्या पत्नीनं पापड आणि पाणी आणून

दिलं. बाकी सरबराई केली; पण मला वाटलं होतं तशा मोकळ्या गप्पा मात्र झाल्या नाहीत. त्यामुळे माझा उत्साह तिथंच मावळला.

आम्ही तिथं असताना सुरवाडेंच्या कवितांचा 'आंबुसलेली तार' हा काव्यसंग्रह प्रकाशित झाला. प्रसिद्ध लेखक आणि विचारवंत गंगाधर पानतावणे यांच्या हस्ते प्रकाशन झालं. त्यांचे विचार ऐकायला फार मोठा समुदाय जमला होता. एवढा मोठा साहित्यिक कार्यक्रम असल्यामुळे आम्हीही अर्थातच गेलो होतो. पानतावणेंचं भाषण ऐकलं. कवितेच्या विशिष्ट विषयामुळे त्यात जातिव्यवस्थेविषयीचे उल्लेख असणं स्वाभाविकच होतं.

कार्यक्रम संपताच मीही पानतावणेंना भेटले. त्या वेळी भैरप्पांच्या 'दाटु'चा 'जा ओलांडुनी' हा मी केलेला अनुवाद प्रकाशित झाला होता. त्यात भैरप्पांनी भारतीय जातिव्यवस्थेचा ऊहापोह केला होता. माझी ओळख सांगत मी त्यांना भैरप्पांच्या कादंबरीविषयी विचारलं. त्यांनी ती वाचली नसल्यामुळे पुढे काही बोलणं होऊ शकलं नाही आणि त्यांचे त्या कादंबरीविषयीचे विचारही समजले नाहीत.

सुरवाडेंना मी त्यांच्या कवितांविषयी विचारलं. त्या अर्थातच दलित समाजाचे अनुभव मांडणाऱ्या कविता होत्या. त्यांच्या बोलण्यातून लक्षात आलं, या कवितांमधले बरेच अनुभव त्यांच्या वाडवडिलांचे आणि इतर बांधवांचे होते. शिक्षण झाल्यामुळे त्यांनी ते अनुभव आपल्या कवितेत मांडले होते.

पुढे आम्ही तिथं असेपर्यंत त्यांनी गप्पा मारण्याचा उत्साह दाखवला नाही. कदाचित कादंबऱ्यांचा अनुवाद करणाऱ्या माझ्यासारखीशी बोलण्यात त्यांना रस वाटला नसेल. तिथल्या विशिष्ट वातावरणात, आमच्यासारख्या खालच्या हुद्द्यावरच्या माणसांनी कामाशिवाय अधिकाऱ्यांशी बोलणं बसण्यासारखं नाही, असं मलाही सगळ्यांकडून सांगण्यात आलं. त्यात मी एका फोरमनची बायको. म्हणजे 'क्लास थ्री'मधल्या कर्मचाऱ्याची बायको. बाईमाणूस!

मी काही दिवस पुण्याला आणि काही दिवस इथं येऊन राहायचे आणि पुन्हा वरणगावला जायचे. तिथल्या वास्तव्यातही माझं अनुवादाचं काम सुरूच होतं; त्या मानानं पीएच.डी. काहीसं मागे पडलं होतं. काळ 'मागच्या पानावरून पुढे चालू' अशा प्रकारे चालला होता. फारच कंटाळा आला तर आम्ही इथून जवळ असलेल्या एदलाबादच्या मुक्ताबाईच्या देवळात, जळगावला, तापी नदीच्या काठावर असलेल्या हतनूर धरणावर अशा अनेक ठिकाणी स्कूटरवरून फिरून येत होतो. अशाच एका प्रवासात आम्हाला शेजारी-शेजारी दोन उपड्या टोपल्या ठेवल्याच्या आकाराचं भलं मोठं दुहेरी इंद्रधनुष्य बघायला मिळालं होतं.

आमच्या इस्टेटजवळच्या शेतात सुमारे दोन-अडीच किलोमीटरवर एक मारुतीचं देऊळ होतं. पुण्याहून आलेल्यांनी त्याला 'परत्या मारुती' असं नाव दिलं होतं. या मारुतीला नवस बोलला तर तो पुन्हा पुण्याला बदली करून परतायला मदत करतो, अशीही कुणीतरी कंडी उठवली होती. पुण्याहून इथं आलेला माणूस बदली होऊन पुन्हा पुण्यालाच जाणं हे अशक्यप्राय असल्याचं सगळ्यांनाच ठाऊक होतं. त्यामुळे फार गंभीरपणे नाही, पण गमतीनं सगळे पुणेकर या परत्या मारुतीला भेट देत.

आमच्या छोट्या क्वार्टरच्या समोर एक भिक्षुकी करणाऱ्यांचं कुटुंब होतं. त्या वहिनी काही वेळा गप्पा मारायला घरी यायच्या. त्यांच्या सासऱ्यांचं देऊळ होतं. त्या सांगायच्या, "माझे सासरे सांगतात, शेतकऱ्याच्या शेतात फक्त धान्य आणि भाजीपाला पिकतो. माझ्या शेतात धान्य-फळं-भाजीपाला-सुकामेवा तर पिकतोच, शिवाय कापडचोपड, सोनं-चांदी-हिरे-मोती, दागदागिने, पैसा-अडकाही पिकतो!"

एकीकडे दक्षिण देवालयांचा अभ्यास करताकरता देवळाकडे 'शेत' म्हणून बघायचा एक सरळ-स्पष्ट, साधा दृष्टिकोनही या निमित्तानं माझ्यासमोर आला!

आम्ही मोठ्या क्वार्टरमध्ये राहायला गेलो तेव्हा आमच्या घरासमोर एक बंगाली कुटुंब राहत होतं. त्या घरातून एका वयस्कर बाईच्या रडण्याचा आवाज ऐकू यायचा, अतिशय अस्वस्थ करून जायचा. चौकशी केल्यावर कुणीतरी सांगितलेली माहिती अशी होती :

या कुटुंबप्रमुखाच्या त्या आई होत्या. बंगालमधल्या छोट्या गावाकडे त्या आणि त्यांची बहीण अशा दोघी राहत होत्या. बहिणीला मूलबाळ नव्हतं. दोघीही विकेशी विधवा होत्या. दोघीही वयस्कर. आजारपणं सुरू झालेली. म्हणून या गृहस्थांनी त्या दोघींनाही इथं आणलं होतं. बहिणीला कुणीच नसल्यामुळे 'ठेविले अनंते' अशा वृत्तीनं, ती तोंड मिटून राहायचा सराव करत होती. पण या गृहस्थांच्या आईला मात्र काहीही करून गावीच राहायचं होतं. जबरदस्तीनं इथे आणल्यामुळे त्या त्रागा करत होत्या. त्यामुळे जवळजवळ रोज संध्याकाळच्या वेळी त्या घरातून काहीतरी अनिष्ट घडल्यासारखा मोठ्यानं रडायचा आवाज ऐकू यायचा.

एक दिवस तर त्या बाई घरातून पळून गेल्या. बसस्टँडवरून काहीतरी करून गावी निघून जायचा त्यांचा विचार असावा. त्या छोट्या गावातल्या मोजक्या रिक्षेवाल्यांपैकी एकानं त्यांना ओळखलं आणि पुन्हा रिक्षात घालून घरी आणून सोडलं. त्या दिवशीचा त्या आजींचा आकांत तर हृदय पिळवटून टाकणारा होता!

मी तिथं असताना एका घरी एका भुरट्या चोरानं चोरीचा प्रयत्न केला होता.

नंतर तो चोर आणखी काही घरीही आला होता, अशा वावड्या उठायच्या. तेव्हा सगळे पहिल्यांदा ज्या घरी चोरी झाली होती त्यांना 'तुमचा चोर आमच्या घरी आला होता...' म्हणून सांगायचे. ते वैतागानं म्हणायचे, 'असं का म्हणता? आम्ही काय त्या चोराला पाळलंय?' हा एक हसायचा विषय झाला होता.

अशा प्रकारचे विषय काढून हसायचं आणि स्वत:ची करमणूक करून घ्यायची, कधीतरी खेडलेकरांच्या घरी व्हिडिओ कॅसेट लावून एखादा सिनेमा बघायचा, असं चाललं होतं. पुण्याची आठवण झाली की आम्हीही त्या बंगाली प्रौढेइतके नसलो तरी बरेच अस्वस्थ व्हायचो. मग दोघं इस्टेटबाहेरच्या महामार्गावर यायचो. तिथल्या एका छोट्या पुलाच्या कठ्ठ्यावर रस्त्याच्या कडेला बसायचो आणि पुण्याच्या गप्पा मारायचो. 'हा रस्ता पुण्याला जातो!..' म्हणत बसायचो. इथं पुण्यासारखं काहीच नव्हतं. ना एखादं नाटकाचं किंवा सिनेमाचं थिएटर, ना एखादं आमच्या 'वैशाली'सारखं रेस्टोराँ. मी जेव्हा लग्न करून पुण्यात आले, तेव्हा कर्नाटकाची बेळगाववरून जाणारी कुठलीही लाल बस दिसली की मला असंच वाटायचं. तेव्हा मनात यायचं, 'ही बस बेळगावला जाणार आहे!... आत्ता यात बसावं आणि बेळगावला निघून जावं!' कारण तेव्हा पुण्यातही काहीच बेळगावसारखं नव्हतं!

हीच भावना घेऊन एकदा रजा घेऊन पहिल्यांदा पुण्यात आलो. तेव्हा जवळ-जवळ रोज 'वैशाली'ला भेट दिली आणि बालगंधर्वला जाऊन तिथल्या वास्तव्यात चालली होती तेवढ्या सगळ्या नाटकांची तिकिटं काढून घेऊन आलो. नंतर लक्षात आलं, त्यातलं कुठलंच नाटक आवर्जून बघावं असं नव्हतं! दुसरं म्हणजे, असं वागायचा आम्हा दोघांचा स्वभावही नव्हता!

वरणगावच्या वास्तव्यात माझं अनुवादाचं काम सुरूच होतं.

एक दिवस सकाळी दरवाजा वाजला. एवढ्या लवकर कोण आलं असेल याचा अंदाज नव्हता. दार उघडलं. दारात एक अनोळखी गृहस्थ उभे होते. परगावहून आल्याचं त्यांच्या हातातल्या बॅगवरून समजत होतं.

ते पंडित नावाचे एक अनुवादक होते. कोल्हापूरपलीकडल्या कागलहून आले होते. त्यांनी रणजीत देसाई यांच्या 'राजा रविवर्मा'चा कन्नड अनुवाद केला होता. मेहतांनी तो विरूपाक्षांना दाखवून घ्यायला सांगितलं होतं. म्हणून ते तिथे आले होते. मेहतांचा तो अनुवाद प्रकाशित करायचा विचार होता.

पंडित दोन दिवस आमच्याकडे राहिले आणि हस्तलिखित बघून विरूपाक्षांनी त्यांना काही सूचना केल्या.

पंडित काहीसे धार्मिक असावेत. सकाळी उठले की मला विचारायचे, 'पूर्व दिशा कुठली?' मी बाहेर जाऊन सूर्य कुठल्या दिशेला आहे ते बघून ती दिशा दाखवायची. मग ते त्या दिशेला हात जोडून नमस्कार करायचे.

हा कन्नड अनुवाद प्रकाशित व्हावा ही अनिल मेहतांची इच्छा होती, असं त्यांनी सांगितलं. मग विरूपाक्षांनीही मनापासून त्या अनुवादावर काम केलं. जवळजवळ सगळा अनुवाद पुन्हा लिहून दिला. पुढे त्याचं काय झालं ते समजलं नाही.

असेच एक दिवस आणखी एक अनुवादक दाखल झाले. त्यांचं नाव नीलगार. ते गोव्याहून आले होते. त्यांनी 'मृत्युंजय'चा अनुवाद केला होता. त्यांना अनुवाद-क्षेत्राची अजिबात माहिती नसावी. कारण अनुवादाची परवानगी मिळवण्यासाठी त्यांनी लेखकाला पंचवीस की चाळीस हजार रुपये दिले होते! बायको-मुलांशी भांडण झालं होतं. कारण त्यांनी पैशाची व्यवस्था करण्यासाठी आपला गोव्यातला एक प्लॉट विकला होता!

इकॉनॉमिक्सचे प्राध्यापक असणाऱ्या नीलगारांना कन्नड भाषाही फारशी अवगत नसावी. त्यांनी अनुवादात अनेक ठिकाणी मराठी शब्द जसेच्या तसे ठेवले होते. काही संस्कृत शब्दांची किरकोळ मोडतोड करून वेगळेच चमत्कारिक शब्द बनवले होते. त्यातून काहीच अर्थबोध होत नव्हता. हा अनुवाद त्यांनी इतक्या भावुकपणे केला होता की, ते स्वतःच्या अनुवादावर आणि कादंबरीवर अतिशय फिदा होते. त्यामुळे ते काहीही ऐकून घ्यायलाच तयार नव्हते! याला कच्चा खर्डा समजून पुन्हा एकदा हे सगळं लिहून काढायला पाहिजे, असं सुचवलं तर ते म्हणाले, "दोन-तीनदा लिहीपर्यंत माझ्या छातीत दुखायला लागलंय! आणखी एकदा लिहून काढायचं म्हटलं तर हार्टअॅटॅक येऊन मी मरून जाईन!"

हे सगळं ऐकून आम्हाला त्यांची आणि कादंबरीची काळजी वाटायला लागली. कारण या अनुवादामागे गांभीर्यापेक्षा केवळ वेडा उत्साह होता. त्यामुळे अनुवाद प्रकाशित झाला तरी याचं पुढे काय होणार, हा प्रश्नच होता!

आमच्या पुढच्या पुण्याच्या भेटीत आम्हाला शिवाजी सावंतांनी फोन करून बोलावून घेतलं आणि सांगितलं, "माझ्यासाठी दक्षिण-दरवाजा किलकिला होत आहे. तो दरवाजा पूर्णपणे उघडा होऊ द्या. तुम्ही त्यात आडकाठी घालू नका!.."

पुढे तो अनुवाद प्रकाशित झाल्याचंही समजलं. पाठोपाठ नीलगार मरण पावल्याचंही समजलं! प्रकाशक कोण होते ते समजलं नाही; पण अखेरपर्यंत नीलगार घरोघर फिरून पुस्तक विकत होते, असंही कळलं.

वरणगावमध्ये असतानाच एक दिवस कर्नाटकातल्या मणिपालहून एक पत्र

आलं. ते 'तरंग' या कन्नडमधील अत्यंत लोकप्रिय साप्ताहिकाचे संपादक संतोषकुमार गुळवाडी यांचं होतं. संतोषकुमार गुळवाडी म्हणजे कन्नडमधील पहिली सामाजिक कादंबरी 'इंदिराबाई' लिहिणाऱ्या गोविंदराय गुळवाडींचे नातू. त्यांना ज्योत्स्ना देवधर यांच्या 'कल्याणी' या कादंबरीचा अनुवाद ठरावीक दिवसांत करून हवा होता. तो त्यांना 'तरंग'मध्ये धारावाही स्वरूपात प्रकाशित करायचा होता. तिथल्या कामाच्या गडबडीत विरूपाक्षांनी तो करून पाठवून दिला; पण तो पोहोचायच्या आत संपादकांचं पत्र आलं, 'आमचा विचार बदलला आहे! आम्ही हा अनुवाद प्रकाशित करणार नाही आहोत. क्षमस्व!'

तसंच सागर-हेग्गोड येथील के.व्ही.सुब्बण्णांच्या 'अक्षर प्रकाशना'तर्फे आपण होऊन श्यामला वनारसेंच्या 'घाशीराम कोतवाल'वरील पुस्तकाचा अनुवाद करवून घेतला. श्यामलाताई त्यांच्या निकटच्या परिवारातल्या. सुब्बण्णा मरण पावले आणि अक्षर प्रकाशनानंही आपला विचार बदलला. हे दोन्ही अनुवाद पुढच्या काळात दक्षिण कन्नड जिल्ह्यातले लेखक ना. मोगसाले यांनी सुचवलेल्या वेगवेगळ्या प्रकाशकांनी प्रकाशित केले.

आमची वरणगावला बदली होण्याआधी पुण्यात असताना एकदा वृत्तपत्रात साहित्य अकादमीच्या दिल्लीमधल्या कार्यालयामधून अनुवादासाठी पुरस्कार देण्यात येणार असल्याची जाहिरात प्रकाशित झाली होती. माझा बासरीवादक भाऊ राजेंद्र तेव्हा अब्दुललाटेत स्टेट बँकेत नोकरीला होता. त्याच्या पाहण्यात ही जाहिरात आली. त्यानं ते कात्रण मला पाठवून दिलं. त्या पत्रात त्यानं लिहिलं होतं, 'मराठीतला पहिलाच अनुवाद-पुरस्कार उमा कुलकर्णी यांना मिळाला तर काय छान होईल!...'

त्यानुसार आम्ही 'वंशवृक्ष' पाठवून दिली होती. त्यानंतर लगेच अकादमीनं पुस्तकं मागवायची पद्धत बंद केली.

स्वातंत्र्योत्तर काळातील सगळ्या अनुवादांचा या वेळी पुरस्कारासाठी विचार करण्यात येणार असल्यामुळे तिथं अनुवादकांची संख्या मुबलक असणं स्वाभाविक होतं. त्यात माझ्यासारखीचा नंबर लागण्याची शक्यताच नव्हती. माझा अनुवाद कितीही सरस असल्याची माझी खात्री असली आणि माझे सहा-सात अनुवाद प्रकाशित झाले असले तरी! शिवाय अनुवाद क्षेत्रात अनेक मोठे 'ऋषी-महर्षी' असल्याचं मला ठाऊक होतं. आम्ही पुस्तक पाठवल्याचं विसरून वरणगावला निघून गेलो होतो.

वरणगावला 'महाराष्ट्र टाइम्स' दुपारनंतर यायचा. एक दिवस वृत्तपत्रात साहित्य अकादमी पुरस्काराची घोषणा झाली. प्रभाकर ऊर्ध्वरेषे यांच्या 'हरवलेले दिवस' नावाच्या पुस्तकाला हा पुरस्कार घोषित झाला होता. मी उत्सुकतेनं अनुवाद-पुरस्कार कुणाला मिळालाय ते पाहिलं; पण त्यात काहीही दिलं नव्हतं.

त्या दिवशी शनिवार होता. हाफ डे असल्यामुळे हे दुपारच्या जेवणासाठी घरी येणार होते. डबा करायचा नव्हता. त्यामुळे सकाळची कामं आणि स्वयंपाक आवरून मी पीएच. डी.ची टिपणं बाहेर काढून बसले होते. तसं वाचन बऱ्यापैकी झालं होतं, टिपणंही बरीच जमली होती. चार-पाच वेळा दक्षिणेकडे जाऊन तिकडची देवळं प्रत्यक्ष पाहूनही टिपणं काढली होती. फोटोही बरेच जमले होते.

पण ते पुरेसं आहे की नाही त्याचा अंदाज येत नव्हता. शिवाय वरणगावात असल्यामुळे ओंकार सरांना भेटून त्याविषयी चर्चाही करता येत नव्हती.

पोस्टमननं बेल वाजवली आणि एक तार माझ्या हातात दिली. तार बेळगावहून वडिलांच्या घरून आली होती! मी गडबडले. काय घडलं असेल या विचारानं घाबरले. उघडून पाहिलं.

ती अभिनंदनाची तार होती! मला दिल्लीचा साहित्य अकादमीचा अनुवाद पुरस्कार मिळाल्याबद्दल अण्णा, अक्का आणि सगळ्या भावंडांनी ती तार केली होती!

हे अनपेक्षित होतं! क्षणभर मला काहीच कळेना. पोस्टमन "काहीतरी बक्षीस आहे वाटतं!" म्हणत बक्षिशीच्या आशेनं थोडा वेळ रेंगाळला आणि माझ्याकडून तशी कोणतीच प्रतिक्रिया न मिळाल्यामुळे निघून गेला.

पण मला तर अकादमीकडून काहीच समजलं नव्हतं! त्यामुळे ही बातमी कितपत खरी आहे, या तारेमुळे आनंद लावून घ्यायचा की कसं, हे मला कळेना.

दुपारी विरूपाक्ष जेवायला घरी आल्यावर मी त्यांना ती तार दाखवली. ह्यांना तर स्वतःलाच पुरस्कार मिळावा तसा भरपूर आनंद झाला. नाहीतरी हा दोघांचाही पुरस्कार होता म्हणा!

मनातली शंका मी बोलून दाखवली, तरी ते अजिबात नाउमेद झाले नाहीत. ते म्हणाले, "तुमच्या अण्णांनी तार पाठवलीय म्हणजे त्यांनी शहानिशा करूनच कळवलं असणार! मनातली शंका काढून टाक! आणि कुठलाही गंड न बाळगता आनंद साजरा कर!"

ही बातमी पोस्टातून त्या लहानशा इस्टेटमध्ये सगळीकडे पसरायला वेळ लागला नाही. सगळे अभिनंदन करू लागले. माझी अवस्था आणखी-आणखी बिकट होऊ लागली. इतका मनस्ताप झाला की, कधी नव्हे ते माझं डोकं दुखायला लागलं. कारण त्याआधी मला- अगदी जन्मल्यापासून कधीही, कुठलाही पुरस्कार मिळाला नव्हता- अगदी बालवाडीतही!

असे तीन दिवस गेले. मंगळवार गेला. बुधवारी पुन्हा पोस्टमन आला आणि एक पाकीट देऊन गेला. ते फोडून पाहिलं, त्यात अकादमीकडून आलेली तार

होती. अकादमीकडे पुण्याचा पत्ता असल्यामुळे ती तार पुण्याच्या पत्त्यावर आली होती. ती पाहून शेजारच्या श्याम मिरजींनी सही करून घेतली आणि एका पाकिटात घालून, सोबत अभिनंदनाचा चिटोरा जोडून पोस्टात टाकली होती. ती यथावकाश येऊन पोहोचली होती.

ती तार पाहताच मनावरचं दडपण नाहीसं होऊन मला एवढ्या मोठ्या पुरस्काराचा खरा, मनापासून आनंद झाला. माझं डोकं दुखणंही थांबलं.

नंतर अण्णांनी सांगितलेली हकिगत अशी : माझ्या पाठचा भाऊ चंदू किंवा जयंत तेव्हा हुबळीतल्या स्टेट बँकेत अधिकारी होता. प्रा. पंडित आवळीकरांचं त्याच्या बँकेत खातं होतं. त्यांना माझं काम माहीत होतं आणि चंदूशी नातंही माहीत होतं. काही दिवसांपूर्वी ते चंदूला भेटून म्हणाले होते, 'तुमच्या बहिणीच्या संदर्भात तुम्हाला एक चांगली बातमी ऐकायला मिळणार आहे.' चंदूला साहित्य क्षेत्राची फारशी माहिती नसल्यामुळे त्यानं हे फक्त ऐकून घेतलं. त्याला वाटलं कदाचित माझं एखादं पुस्तक कॉलेजच्या बी.ए.-एम.ए.च्या वर्गाला लागलं असावं. नंतरच्या भेटीत आवळीकरांनी त्याच्या केबिनमध्ये जाऊन त्याला सांगितलं, 'अभिनंदन! तुमच्या बहिणीला साहित्य अकादमीचा अनुवाद पुरस्कार मिळाला आहे!' चंदूनं समोरचा फोन उचलला आणि ठळकवाडीच्या घरी ही बातमी सांगितली.

बेळगावातल्या प्रसिद्ध हार्मोनिअमवादक विजापुरे मास्तरांच्या क्लासमध्ये संगीत-क्षेत्रातील इतर मंडळींबरोबर पत्ते खेळणं हा एक अण्णांचा विरंगुळा होता. फोन आला तेव्हा ते तिथं पत्ते खेळायला गेले होते. घरात असलेल्या, कॉलेजला जाणाऱ्या सगळ्यात धाकट्या भावानं, नंदूनं म्हणजे सदानंदनं, लगोलग सायकलवरून टांग मारली आणि तो विजापुरेंच्या क्लासमध्ये गेला. तिथं जाऊन मोठ्या आनंदात त्यानं ही बातमी सांगितली.

हे ऐकून अण्णा गडबडले. दिल्लीचं ॲवॉर्ड म्हणजे नॅशनल ॲवॉर्ड! साहित्य क्षेत्राची नसली तरी त्यांना संगीत क्षेत्राची जवळून माहिती होती. त्यामुळे राष्ट्रीय पुरस्काराचं महत्त्व ते जाणत होते. जर ही बातमी खोटी निघाली, तर मित्रांमध्ये आपलं हसू होईल, याचीही त्यांना कल्पना होती. त्यामुळे त्यांनी आधी नंदूला झापलं. नंतर डाव तिथल्या तिथं अर्ध्यावर टाकून उठले, सायकल घेऊन घरी आले. त्यांनी त्याच पावली नंदूला धारवाडला पिटाळलं. नंदू चंदूकडे गेला. दोघं मिळून पंडित आवळीकरांकडे गेले. त्यांनी सांगितलं, "अरे, असं काय करता? मी स्वतः निवड समितीत होतो! आणि 'टाइम्स ऑफ इंडिया'त बातमीही आली आहे!" त्यांनी ते वृत्तपत्रही काढून दिलं. ते घेऊन नंदू घरी आला.

एवढी खात्री करून घेतल्यानंतर अण्णांनी आम्हाला तारेनं ही बातमी दिली होती! विरूपाक्षांना आपल्या सासऱ्यांची चांगलीच पारख होती हे खरं!

एक दिवस सकाळी साडेदहाच्या सुमारास माझे सासरे- अण्णा- वरणगावला येऊन दाखल झाले! तेव्हा त्यांचं वय सत्तरीच्या पुढे होतं. आम्हाला न कळवता ते रेल्वेनं बेळगावहून निघून थेट दाखल झाले होते.

त्यांना आलेलं पाहताच तिथले सगळे आम्हाला बोल लावू लागले, 'इथल्या या पराकोटीच्या उन्हाळ्यात आम्ही आमच्या घरातल्या प्रौढांना दुसऱ्या, चांगली हवा असलेल्या गावी पाठवतो! आणि तुम्ही त्यांना बोलावून घेतलंत? तुम्हाला इथल्या उन्हाची कल्पना नाही. ते इथे येऊन आजारी पडले आणि काही झालं तर?'

पण अण्णांना त्यांच्या बदलीमुळे एका अशाच कडक उन्हाळ्यात विजापूरला राहायची पाळी आली होती. ते त्यांचे दिवस अत्यंत मजेत गेले होते. वरणगावला आल्यावर त्यांना त्या विजापूरमधल्या दिवसांची आठवण झाली. त्यामुळे तिथं असेपर्यंत ते रोज विजापूरच्या कडक उन्हाळ्याची आठवण काढून सुखावत राहिले!

ते तिथं असताना विरूपाक्षांचं 'कारंतर कादंबरीगळु महाराष्ट्रीयर दृष्टियल्लि' हे कारंतांच्या कादंबऱ्यांवरील समीक्षेचं कन्नड पुस्तक आलं. विरूपाक्षांचं पुस्तक येणं ही अप्रुपाची गोष्ट असल्यामुळे साहजिकच आम्हाला फार आनंद झाला. त्यात हे माझ्या दृष्टीनं वैशिष्ट्यपूर्ण पुस्तक होतं. पण अण्णांनी 'अरे, यानंतर तू कथा-कादंबऱ्यांऐवजी आध्यात्मिक पुस्तकांकडे पाहायला पाहिजे!..' असा हितोपदेश करून आमचा आनंद गगनाला भिडणार नाही, आम्ही उतणार-मातणार नाही, याची पूर्णपणे काळजी घेतली! अध्यात्म हा त्यांचा आवडीचा विषय होता.

माझ्या साहित्य अकादमीच्या पुरस्काराचा त्यांनाही आनंद झाला असावा. कदाचित म्हणूनही ते एवढे लांब आले असावेत; पण त्यांनी तसं कधी माझ्यापुढे किंवा विरूपाक्षांकडे एका शब्दानंही व्यक्त केलं नाही.

तिथल्या कडाक्याच्या उन्हाचाही त्यांना अजिबात त्रास झाला नाही. ते महिनाभर अगदी आनंदात राहिले. तिथं चाललेल्या माझ्या सगळ्या सत्कार-समारंभांना त्यांनी हजेरी लावली.

वरणगावात पुरस्काराची बातमी सगळीकडे पसरली. तिथल्या साहित्यप्रेमी मंडळींच्या उमदेपणाचं एक अनोखं दर्शन मला तेव्हा झालं. त्यांनी सगळ्यांनी एकत्र येऊन माझ्या सत्काराचा एक शानदार कार्यक्रम ठरवला. त्यात मला 'मानपत्र' देण्यात आलं. माझे सासरेही या कार्यक्रमाला हजर होते.

या कार्यक्रमानं मी इतकी भारावून गेले होते की, मला यावर काही बोलायलाच सुचलं नाही! त्यामुळे सगळ्यांच्या उत्स्फूर्त भाषणांनंतर माझं भाषण अगदीच त्रोटक झालं! अशा प्रसंगी काय बोलायचं असतं, ते मला तरी कुठं ठाऊक होतं?

त्यानंतरही छोटे-मोठे कार्यक्रम ठरवले गेले. मी भारावून जाऊन ते सत्कार घेत होते. सत्काराला उत्तर देताना काय बोलायचं, हेही तेव्हा मला समजत नव्हतं.

याच वेळी तिथले जनरल मॅनेजर सुंदरम् यांना ऑर्डनन्स डिपार्टमेंटचा एक पाच हजार रुपयांचा पुरस्कार मिळाला होता. जनरल मॅनेजर म्हणजे त्या क्षेत्राचे 'सर्वेसर्वा'! त्यामुळे बहुतेक ठिकाणी त्यांचा सत्कार होत होता, त्यांच्याबरोबर माझा सत्कार होत होता, हे तिथल्या माझ्या मैत्रिणींना फारच 'भारी' वाटत होतं! आमचं आतापर्यंतचं आयुष्य इस्टेटबाहेर गेल्यामुळे मला ही 'उतरंड' समजत नव्हती. त्यामुळे मला त्याचं काही वाटलं नाही. तरी, मैत्रिणींचं हे 'वाटणं' मीही एन्जॉय करत होते.

माझ्या एका भाषणात मी तिथं राहणाऱ्या सर्व प्रांतांतून आलेल्या जनसमुदायामुळे या इस्टेटचा 'मिनी भारत' म्हणून उल्लेख केला. जनरल मॅनेजरना तो मुद्दा इतका आवडला की तेही पुढील सगळ्या भाषणात तसाच उल्लेख करू लागले!

पुरस्काराची बातमी समजल्यानंतर मी एकदा पुण्याला आले. खरं तर मला हा राष्ट्रीय पुरस्कार मिळालाय म्हणजे नेमकं काय घडलंय, हेच कळत नव्हतं. कारण मला माझ्या संपूर्ण आयुष्यात मिळालेला हा पहिला पुरस्कार होता. त्याआधी मला शाळा-कॉलेज, एवढंच काय; बालवाडीतही कधी पुरस्कार मिळाला नव्हता! तोपर्यंत मी असल्या पुरस्कारांच्या बातम्या वृत्तपत्रातून वाचत होते. या बातम्या कोण देतं, कोण आणि का छापतं, याविषयी मला काहीही ठाऊक नव्हतं. अजूनही समजत नाही.

आधी ओळख झालेली असल्यामुळे मी पेढ्यांचा बॉक्स घेऊन पु.लं.च्या घरी गेले व बातमी सांगितली. बातमी ऐकून त्या दोघांच्या चेहऱ्यावर उमटलेलं आश्चर्य आणि अविश्वास माझ्या लक्षात आला. ''हो का? वाचलं नाही कुठं!'' अशी काहीशी सुनीताताईंची प्रतिक्रिया झाली!

तेव्हा पुण्यात साहित्य संमेलन भरलं होतं. घराजवळच, पोलीस ग्राऊंडवर. मी पुन्हा दुग्ध्यात पडले. जावं की जाऊ नये?

एक दिवस दहा-साडेदहाच्या सुमारास बेल वाजली. दारात 'वंशवृक्ष'चे प्रकाशक श्री. पारगावकर आणि आणखी एक तरुण गृहस्थ होते. त्यांचं नाव श्री. रविप्रकाश कुलकर्णी. ते पत्रकार होते. त्यांनीच प्रकाशकांना ओढून आणलं होतं. त्यांच्याशी बोलताना समजलं, इतर कुठल्याही किरकोळ पुरस्काराची बातमी दणक्यात छापणाऱ्या कुठल्याच वृत्तपत्रांनी अनुवाद पुरस्काराची बातमी दिली नव्हती! पारगावकरांनी प्रथम ही बातमी एक पत्र लिहून प्रसिद्धीस दिली. त्यानंतर कुठं-कुठं ही बातमी येऊ लागली.

ही परिस्थिती अजूनही बदललेली दिसत नाही. अजूनही अनुवाद पुरस्काराची

बातमी वृत्तपत्रांतून येईलच याची खात्री नसते. जर पुरस्कार मिळवणाऱ्या व्यक्तीची इतर विषयातील कर्तृत्वाविषयी ख्याती असेल तरच त्या बातमीला सगळीकडे प्रसिद्धी मिळते. केवळ 'अनुवादक' असेल तर हे भाग्य क्वचितच अनुभवायला मिळते. एकूणच प्रसिद्धिमाध्यमांना अनुवादाचं एवढं का वावडं असावं, हे मला आजवर समजलं नाही. कदाचित व्यवसायाचा एक भाग म्हणून त्यांना बऱ्याच वेळा अनुवाद करावे लागत असल्यामुळे त्यांना त्याचं विशेष वाटत नसावं.

'वंशवृक्ष'च्या अनुवादाला राष्ट्रीय पातळीवर प्रतिष्ठा मिळाली तेव्हा हे पुस्तक बाजारात नव्हतं. प्रकाशकांना दुसरी आवृत्ती काढायला सांगितलं. पण, त्यांनी दुसरी आवृत्ती काढायला असमर्थता दर्शवली!

साहित्य अकादमीच्या 'अनुवाद पुरस्कारा'च्या संदर्भात असं का घडलं असावं? आजही का घडत असावं? या संदर्भात वापरल्या जाणाऱ्या 'ॲवॉर्ड' आणि 'प्राईज' या शब्दांमुळे हे घडत असावं का? की एकूणच अनुवादाकडे बघायच्या मनोवृत्तीचा हा परिणाम असेल? की अनेक प्रतिष्ठित साहित्यिक अनुवाद करत असले तरी सगळ्यांनी निःसंशयपणे मानानं उल्लेख करावा अशा ताकदीचा अनुवादकच अजूनही निर्माण झाला नसेल?

पुढच्या काळात हे पुस्तक 'मेहता पब्लिशिंग हाऊस'नं काढलं. त्याआधी अनिलभाईंनी आधीच्या प्रकाशकांना सांगितलं, "काही पुस्तकं प्रेस्टिजची असतात. त्यांच्याकडे केवळ व्यावहारिक दृष्टीनं बघायचं नसतं. अशी पुस्तकं हातातून जाऊ द्यायची नसतात!" पण त्या प्रकाशकांची काही अडचण असल्यामुळे त्यांना ते जमलं नाही.

तरीही या पुरस्कारानं आमच्या आयुष्याला निश्चित दिशा मिळाली. या घटनेनंतर विरूपाक्षांनी स्वेच्छानिवृत्तीचा विचार पुन्हा मनावर घेतला आणि एक दिवस तीन महिन्यांची नोटीस दिली. आता त्यांनाही हलकं हलकं वाटू लागलं.

आधीही मी माझ्या तिथल्या मैत्रिणींना आमच्या या विचाराबद्दल सांगितलं होतं; पण त्यांचा त्यावर विश्वास बसायचा नाही. त्यांना वाटायचं, केंद्र सरकारच्या नोकरीत इतकी वर्षं स्थिरावल्यावर पगार आणि नियमित ओव्हरटाईम देणारी ही नोकरी कोण सोडून देईल? सरकारी नोकरीत इतकी वर्षं कष्ट काढल्यावर प्रमोशन्स मिळायची ही वेळ! कोण हे आयतं लोणी आणि मोठेपणा सोडून जाईल?

त्यात आमचं कुठेच घरही नव्हतं. भाड्याच्या घरावर खटला चाललेला. अशा परिस्थितीत कुठला शहाणा माणूस नोकरी सोडणार? आणि नवरा असला वेडेपणा करत असेल तर बायकोनं तरी त्याला ताळ्यावर आणलं पाहिजे, असं त्यांचं म्हणणं.

व्यावहारिकदृष्ट्या त्यांचं म्हणणं अजिबात चुकीचं नव्हतं. सरकारी नोकरी सोडून आम्ही बऱ्यापैकी रिस्क घेत होतो.

आम्हीही जमेल तेवढा आर्थिक बाबींचाही विचार केला होता. पुरस्कारानं आमचा उत्साह वाढला होता. यानंतरही आपण लेखनाच्या क्षेत्रात काही ना काही करत राहू, असा विश्वास वाटत होता. या वेळेपर्यंत प्रकाशक मिळण्यात अडचणी असल्या, तरी विरूपाक्षांचीही तीन-चार पुस्तकं प्रकाशित झाली होती. नेटानं काम केलं तर त्यांनाही यश मिळायची शक्यता दिसत होती.

शिवाय आम्ही अनुवादाला सुरुवात केली तेव्हापेक्षा अनुवादित साहित्याकडे बघायचा दृष्टिकोन बदलत चालल्याचंही जाणवत होतं. सरकारी नोकरी असल्यामुळे पोटापुरतं पेन्शन मिळणार होतं. आर्थिक गरजा बेताच्या ठेवल्या आणि थोडे फार हात-पाय हलवून महिन्याला काहीतरी करून हजारेक रुपये मिळाले, तर दोघांचं जीवन काही अशक्यप्राय नव्हतं.

विरूपाक्षांनी खरोखरच नोटीस दिल्यावर मात्र सगळ्याच मित्रांना विश्वास ठेवावा लागला.

एका पुण्याच्या भेटीत एक दिवस विरूपाक्षांना पुण्यातल्या फॅक्टरीतून निरोप आला, ''तुम्हाला शेरसिंह साहेबांनी घरी भेटायला बोलावलंय.''

संपूर्ण नोकरीत विरूपाक्षांच्या मनात ज्या अधिकाऱ्यांविषयी आदर आणि ममत्व होतं, त्यात शेरसिंगांचं स्थान वरचं होतं. ते सरदारजी होते. कामाच्या बाबतीत एकदम वाघ असणारा हा माणूस स्वतःवरही विनोद करायचा. उत्तर द्यायला अडचणीचं असं काही कुणी विचारायला आलं की म्हणायचे, ''किस बुद्दू को पूछते हो! वह भी बारा बजे?'' विरूपाक्षांच्या या आधीच्या बदल्या आल्या, त्यातल्या बऱ्याच शेरसिंगांनीच परतवल्या होत्या. माणसाची पारख असणारे आणि मनं जुळणारे जे मोजकेच अधिकारी सरकारी नोकरीत भेटतात, त्यांपैकी शेरसिंग हे एक असल्याचं विरूपाक्षांचं मत होतं.

निरोप मिळताच हे वेळ ठरवून त्यांच्या घरी जाऊन पोहोचले. तेव्हा शेरसिंगांची बदली होऊन ते दुसऱ्या गावी होते. काही कामासाठी ते पुण्यात आले होते आणि आपल्या मुलाकडे उतरले होते.

शेरसिंगांनी ह्यांचं स्वागत केलं, चहा-पाणी झालं. नंतर त्यांनी 'स्वेच्छानिवृत्ती'चा विषय काढला. विरूपाक्षांनी सगळं काही विस्तारानं त्यांना सांगितलं. सारं ऐकल्यावर ते म्हणाले, ''तुम्ही आततायीपणानं नोकरी सोडत नाही आहात, हे पाहायला तुम्हाला बोलावून घेतलं होतं. तुमचं बोलणं ऐकताना लक्षात येतं, तसं काही नाही. तुम्ही सगळा विचार करून निर्णय घेतला आहे! पण एकत्र नोकरी करताना

मला तुमच्या या साहित्यिक बाजूची काहीच कल्पना नव्हती! हा माणूस प्रोफेसर व्हायला लायक आहे, असं मात्र आम्ही म्हणायचो.''

विरूपाक्षांनी सांगितलं, ''मी मुद्दामच या दोन्ही गोष्टी वेगवेगळ्या ठेवल्या होत्या!.. त्या काळात आम्ही घरात फोनही घेतला नव्हता!..''

शेरसिंगही हसून म्हणाले, ''मलाही कळू दिलं नाही ते चांगलं केलंत! नाहीतर मी तुम्हाला त्रासच दिला असता! शेवटी मीही एक सरकारी अधिकारीच आहे ना! हे समजलं असतं, तर बदली कॅन्सल करण्याऐवजी मी स्वतः तुमची लवकरात लवकर बदली होईल, असं पाहिलं असतं!''

पुरस्काराचा समारंभ दिल्लीत १६ ऑगस्ट, ९० रोजी होता. आम्ही वरणगावाहूनच जायचं ठरवलं. विमानानं जायला हरकत नव्हती, कारण साहित्य अकादमी खर्च देणार होती; पण तिथून तशी सोय नसल्यामुळे रेल्वेनंच जायचं ठरलं. दर चार वर्षांनी सरकारी खर्चानं पहिल्या वर्गातून प्रवास करायची आम्हाला सवय होती. मला ते आवडायचंही. त्याप्रमाणे आम्ही भुसावळहून दिल्लीला जायला निघालो.

त्याच सुमारास साहित्य अकादमीची काही मीटिंग असल्यामुळे भैरप्पाही दिल्लीला आले होते. तेव्हा ते रशियाचा प्रवास संपवून परस्पर तिथं आल्याचं आठवतं. तेव्हा दिल्लीत असलेल्या त्यांच्या मुलाकडे, उदयकडे आम्ही त्यांना भेटायला गेलो. अनुराधा या त्यांच्या सुनेशी परिचय झाला. तेव्हा त्यांचं नुकतंच लग्न झालं होतं. अनुराधा ही भीमसेन जोशींच्या एका पुतण्याची मुलगी. भैरप्पांबरोबर ते सगळेही पुरस्कार समारंभाला हजर होते.

पहिल्यांदाच देण्यात येत असलेल्या त्या वेळच्या अनुवाद पुरस्कारप्राप्त लोकांमध्ये सगळेच वयस्कर होते. ऐंशीच्या घरातले काही जण होते. कुणी इतके वयस्कर होते की ते पुरस्कार घेण्यासाठी येऊही शकले नव्हते! त्यांचे कुटुंबीय आले होते. त्या तुलनेत मी त्या सगळ्यांमध्ये लहान, म्हणजे चाळिशीची असल्यामुळे त्यांना माझं कौतुक वाटे. या ग्रुपमध्ये आम्ही चार स्त्रिया होतो. प्रत्येक ग्रुपफोटोच्या वेळी बाकीच्या तिघी मला मोठ्या कौतुकानं हाक मारत. हा पुरस्कार त्या वर्षीच्या ज्ञानपीठविजेत्या उर्दू लेखिका कुर्रतुलऐन हैदर यांच्या अध्यक्षतेखाली अकादमीच्या अध्यक्षांनी प्रदान केला.

अकादमीची पुरस्कार द्यायची पद्धतही छान होती. पुरस्कारकर्त्याला मंचावर बोलावून उत्तम हारानं स्वागत केलं गेलं. एका खुर्चीवर बसवलं गेलं. त्यानंतर सगळी माहिती सांगितली गेली. त्यानंतर पुरस्कार दिला गेला. पण त्या वेळी अनुवादकांना मनोगत व्यक्त करायची संधी दिली गेली नव्हती.

जेवणाच्या वेळी आणखी एक गोष्ट घडली. विरूपाक्षांनी ब्याऐंशी साली अनुवादित करून अजूनही अप्रकाशित राहिलेल्या 'माझी जन्मठेप'च्या अनुवादाचा उल्लेख निघाला. तिथं मराठी आणि कन्नड भाषेचे अधिकारी हजर असल्यामुळे मूळ पुस्तकाचं महत्त्व लक्षात घेऊन हा अनुवाद 'अभिजात' पुस्तकांच्या यादीत प्रकाशित करायला काही हरकत नाही, असं ठरलं. आम्ही दोघंही हुरळून गेलो. माझ्या पुरस्कारापेक्षा 'माझी जन्मठेप'चा कन्नड अनुवाद प्रकाशित होणार, याचाच आम्हाला जास्त आनंद झाला. घरी परतल्यावर हस्तलिखित बेंगळुरूच्या विभागीय कार्यालयात पाठवायचं ठरलं.

एव्हाना हा अनुवाद होऊन दहा वर्षं होत आली होती. विरूपाक्षांनी पुण्याला येताच पुन्हा अनुवाद वाचून नेटका केला. त्यातला बराच भाग पुन्हा लिहावा लागला. पण एकदा हात फिरला हे बरंच झालं. कारण दुसऱ्यांदा पाहताना त्यात काही किरकोळ चुका आढळल्या. त्या दुरुस्त करून हस्तलिखित बेंगळुरूच्या कार्यालयात पाठवून दिलं.

पुरस्कार घेऊन आम्ही पुण्याला आलो, तरी या पुरस्काराची कुठेच फारशी बातमी नव्हती. अकादमीची बातमी येतानाही 'विरूपाक्ष कुलकर्णींना पुरस्कार' असं काही ठिकाणी देण्यात आलं होतं. त्यावर 'महाराष्ट्र टाइम्स'मध्ये कुणीतरी टिप्पणीही केली होती, 'ताटात काय आणि वाटीत काय!...'

काही दिवस पुण्यात राहून आम्ही पुन्हा वरणगावला गेलो. कारण तिथलं सामान परत आणायचं होतं. एक दिवस आम्ही स्कूटरवरून पुण्याला यायचं ठरवलं.

आमच्या 'विजय सुपर'वरून दोघांनीच पुण्याला जाणं आमच्या काही मित्रांना पटलं नसलं, तरी खेडलेकर पती-पत्नी असे एकदा गेले होते. तसं आम्हीही जायचं ठरवलं. याआधीही आम्ही मित्रांबरोबर पुणे-मुंबई आणि पुणे-महाबळेश्वर असे प्रवास केले होते. तरीही सुमारे साडेपाचशे मैलांचा प्रवास, दोघांनीच, तोही अपरिचित भागातून करणं थोडं धारिष्ट्याचं होतं.

ठरवल्याप्रमाणे सकाळी साडेसहा वाजता आम्ही निघालो. स्कूटरवर मिक्सरपासून बरंच सामान बांधलं होतं. वाटेत वेरूळची लेणी पाहिली आणि औरंगाबादला मुक्काम केला. दुसऱ्या दिवशी जरा उशिराच निघालो. रस्ता तितकासा बरा नव्हता. तरीही पुण्याला पोहोचायचा उत्साह भरपूर होता.

आम्ही अहमदनगरपर्यंत पोहोचलो. आता थोडाच प्रवास राहिला होता. नगरमध्ये चहा घेतला आणि पुढचा प्रवास सुरू झाला. आम्ही एखाद-दुसरा किलोमीटर

हायवेवरून गेलो असू-नसू; तेवढ्यात पावसाला सुरुवात झाली. पावसाचे दिवस नसल्यामुळे आम्ही त्या तयारीत नव्हतो. थोडा वेळ रस्त्याकडेच्या एका छोट्याशा हॉटेलच्या दाराशी उभे राहिलो. पाऊस थोडा कमी झाल्यासारखा वाटला, पुन्हा स्कूटर सुरू केली.

पावसाचा जोर अचानक वाढला. त्यातच विजांचा कडकडाटही होऊ लागला. ढगांमुळे इतकं अंधारून आलं होतं की आता थांबण्यात अर्थ नव्हता. तेवढ्यात एक केळींच्या घडांनी भरलेला ट्रक आम्हाला ओलांडून पुढे गेला. त्यातले दोन-तीन घड रस्त्यावर पडले. काय घडलं ते कळण्याआधी आमची स्कूटर त्या घडांवर आदळली आणि आडवी झाली. आम्ही दोघंही रस्त्यावर पडलो. पावसाचा जोर तसाच होता. ट्रक निघून गेला.

आम्ही उठलो. स्कूटर उभी केली. एव्हाना मागोमाग आलेली एक बसही ब्रेक लावून थबकली होती. आम्ही स्कूटर बाजूला घेताच ती निघून गेली. स्कूटरचं वाकडं झालेलं हॅन्डल कसंबसं जमेल तितकं सरळ केलं. पुरतं सरळ होणं शक्यच नव्हतं. बांधलेलं सामान पावसात रस्त्यावर विखुरलं होतं. ते कसंबसं गोळा करून पुन्हा घाईनं बांधलं. मिक्सरही बांधला. मागे वळणं शक्य नव्हतं. विरूपाक्षांनी वाकडं हॅन्डल तसंच धरलं आणि पाण्यानं निथळत आम्ही पुन्हा स्कूटर सुरू केली. सुदैवानं स्कूटर सुरू झाली आणि पुण्याच्या दिशेनं धावू लागली.

पण आता स्कूटरचा वेग कमी झाला होता. पाऊस थांबायचं नावही घेत नव्हता. चांगलाच अंधार पडू लागला होता. पाणी इतकं साठलं होतं की रस्ता कुठला आणि शेतं कुठली हेच समजत नव्हतं. त्यातच विजांचा कडकडाटही वाढला होता. आभाळातून उतरणारी वीज शेजारच्या शेतात मिसळून लुप्त होत होती. आमचीही अवस्था विजेच्या लोळात लुप्त झालेल्या मुक्ताबाईसारखी होणार आणि इथं फक्त आमची 'विजय सुपर' पडलेली दिसणार की काय असंही क्षणभर वाटून गेलं!

एवढ्यात दूरवर आम्हाला ओलांडून गेलेल्या एसटीचे मागचे लाल दिवे दिसले. त्या दिव्याच्या अनुरोधानं रस्त्याचा अंदाज घेत स्कूटर चालवणं सुरू ठेवलं. अखेर जेव्हा पुण्याचे दिवे दिसू लागले तेव्हा जिवात जीव आला! निसर्ग कितीही रम्य असला तरी मानवी वस्तीच मनाला आश्वस्त करते, याचा अनुभव आला.

दिवस मावळला होता. पुण्यात अजिबात पाऊस नव्हता. रस्त्यातल्या लोकांच्या चमत्कारिक नजरा झेलत आम्ही दोघं थंडीनं काकडत आणि पाण्यानं निथळत कसेबसे घरात शिरलो. 'होम! स्वीट होम!' या उक्तीचा अंतःकरणापासून अनुभव घेऊन कृतार्थ झालो!

याच सुमारास श्री. श्रीनिवास काकडे आणि आसावरी काकडेची आमच्याशी ओळख झाली. स्टेट बँकेत नोकरी करणारी आसावरी तेव्हा उत्तम कवयित्री म्हणून नावारूपाला येत होती. पुढे तिनं स्वेच्छानिवृत्ती घेऊन गंभीर लेखनाबरोबरच काव्याच्या आणि अनुवादाच्या क्षेत्रात चांगलंच नाव कमावलं.

त्या काळी टेलिफोन इतक्या सहजासहजी मिळत नव्हता. त्यासाठी अनेक वर्षं प्रतीक्षयादीत वाट पाहावी लागायची. 'लो-प्रोफाईल' राहण्यातले फायदे ठाऊक असल्यामुळे नोकरीत असेपर्यंत विरूपाक्षांनाही घरात फोन नको होता. त्या वेळी काकडे शांता शेळकेंसाठीही फोन मिळावा म्हणून प्रयत्न करत होते. आमच्या घरी फोन नाही हे पाहून काकडे म्हणाले, "तुम्हाला तर राष्ट्रीय पुरस्कार आहे. राष्ट्रीय पुरस्कार मिळालेल्यांची वेगळी यादी असते. त्या यादीनुसार तुम्हाला लवकर फोन मिळेल."

त्यांनीच बाकी सर्व धडपड केली आणि एक दिवस प्रमुख अधिकाऱ्याची अपॉईंटमेंट घेऊन आम्हाला टेलिफोन ऑफिसमध्ये जायला सांगितलं. त्याप्रमाणे पुरस्काराची सुरळी (तेव्हा सुरळीच दिली होती. स्मृतिचिन्ह नाही. आजही माझ्याकडे तीच सुरळी आहे.) आणि इतर कागदपत्रं घेऊन आम्ही बाजीराव रोडवरच्या मुख्य कार्यालयात पोहोचलो.

कुणीतरी अमराठी अधिकारी समोर आले. समोरच्या खुर्चीवर बसून त्यांनी गंभीरपणे सगळ्या कागदपत्रांचं बारकाईनं निरीक्षण केलं आणि विचारलं, "साहित्य अकादमीचा पुरस्कार हा राष्ट्रीय पातळीचा पुरस्कार आहे, हे तुम्ही कसं सिद्ध कराल?"

या प्रश्नानं आम्ही इतके खचलो की, यावर काय बोलावं हेच सुचेना! अवाक्षरही न बोलता आम्ही सगळे कागद गोळा केले आणि पायऱ्या उतरून निघून आलो.

पुढे नेमकं काय घडलं ठाऊक नाही. टेलिफोन खात्यात नोकरी करणारे आमचे मित्र व्ही. टी. कुलकर्णी यांनाही आम्ही ही घटना सांगितली. काकडेंनीही काही परिश्रम घेतले आणि अखेर आमच्या घरी एकदाचा फोन आला.

यानंतरच्या बेळगावच्या फेरीत कृतकृत्य वाटणारी घटनाही घडली.

प्रसिद्ध लेखक आणि माझे राणी पार्वतीदेवी कॉलेजमधले मराठीचे प्राध्यापक अनंत मनोहर यांनी आमच्या कॉलेजमध्ये प्रकट मुलाखत घेतली. तसंच माझ्यावर लेखही लिहिला. त्या लेखात 'बेळगावसारख्या गावात राहून आणि प्रा.भागोजींसारखे कन्नडचे प्राध्यापक सहकारी असून मी कन्नड साहित्याचा परिचय करून घेतला नाही!..' अशी खंतही उमदेपणानं व्यक्त केली! ज्यांच्या हाताखाली आपण 'स्वामी'सारखी आवडती कादंबरी शिकलो, ज्यांच्याविषयी मनात आदर आहे अशा आपल्या

गुरूनं आपल्याविषयी लिहावं, हा अनुभव विलक्षण होता! कुठल्याही पुरस्काराएवढाच तो मोठा होता! तसंच मी ज्या कॉलेजमध्ये शिकले, त्या राणी पार्वतीदेवी कॉलेजमध्ये सरांनी माझी प्रकट मुलाखतही घेतली. जिथं आम्ही भक्तिभावानं सरांची व्याख्यानं ऐकली, त्याच वर्गात मुलाखत झाली. कॉलेजमध्ये असताना सरांशी बोलायचंही धैर्य नसलेल्या माझ्यासारखीच्या दृष्टीनं ही फारच मोठी घटना होती!

ती मुलाखत ऐकायला बसलेली एक विद्यार्थिनी, आता डॉ. शोभा नाईक नावानं ओळखली जाते. मराठी-कन्नड अभ्यासाच्या संदर्भातलं ते एक मातब्बर नाव बनलं आहे! राणी पार्वतीदेवी कॉलेजमध्ये ती मराठीची प्राध्यापिका आहे, ती अनेकदा या मुलाखतीची आठवण काढत असते.

माधुरी शानबागनं माझी मुलाखत घेऊन तरुण भारतमध्ये प्रसिद्ध केली. ते तिचं (बहुधा) पहिलं लेखन असावं. माधुरी शानबाग म्हणजे माहेरची शोभा प्रभुआजगावकर. तिची मोठी बहीण भारती ही माझी मैत्रीण.

थोडक्यात, बेळगावच्या 'तरुण भारत'नं पुरस्काराची बातमी उचलून धरली.

कन्नड वृत्तपत्रांनीही या संदर्भात एक छोटीशी बातमी दिली होती. गंमत म्हणजे त्यात मी 'नेसर्गी' गावच्या कुलकर्ण्यांची सून असल्याचा उल्लेख केला होता! ज्या गावाचं मला दर्शनही झालं नव्हतं किंवा घेऊ दिलं नव्हतं, त्या गावकऱ्यांनाच माझी मी त्या गावची सून असल्याची आठवण झाली होती. हे वाचताना मला 'आसुरी' की काय म्हणतात, तसा आनंद झाला होता!

'वंशवृक्ष'च्या निर्मितीत पुंडे सर आणि शकाचा मोठाच सहभाग होता. त्यामुळे त्यांनीही आनंद व्यक्त केला. मला त्या निमित्त शकानं भेटवस्तूही दिली. नंतरही प्रत्येक पुरस्कारानंतर आम्ही त्यांना भेटायला आणि आशीर्वाद घ्यायला जायचो, तेव्हा शका काही ना काही माझ्या हातावर ठेवायची.

पुरस्काराची बातमी फारशी कुठं आली नसली, तरी मला अधूनमधून कार्यक्रमासाठी बोलावण्यात येऊ लागलं.

पुरस्काराआधीच बेळगावच्या 'मंथन' या संस्थेतर्फे भरणाऱ्या महिला साहित्य-संमेलनात मला अध्यक्ष म्हणून बोलावण्यात आलं. माधवी देसाईंचा यात पुढाकार होता. त्या वेळी मी माझं पहिलं जाहीर भाषण 'अध्यक्ष' म्हणून केलं. सवय नसल्यामुळे अर्थातच सुरुवातीला थोडी भंबेरी उडाली; पण माझ्या विषयापाशी आल्यावर गाडी सुरळीत सुरू झाली.

तसंच प्रख्यात साहित्यिक प्रा. विजया राजाध्यक्ष यांनी मुंबईच्या एस.एन.डी.टी.त व्याख्यानासाठी बोलावलं होतं. मला मुंबईची काहीच माहिती नसल्यामुळे त्या स्वतः मला घेऊन जाण्यासाठी स्टेशनवर आल्या होत्या!

आधुनिक स्त्रीजीवनावरच्या कथा विश्वातलं आणि समीक्षेच्या क्षेत्रातलं मातब्बर नाव. पुढच्या काळात त्या साहित्य संमेलनाच्या अध्यक्षाही झाल्या. तेव्हा त्यांनी भैरप्पांच्या कादंबऱ्यांच्या प्रकाशनात आस्था दाखवून 'पर्व'मधील कर्णाच्या जीवनावरील काही भाग एका दिवाळी अंकात छापून येईल, असंही केलं होतं.

आजही त्यांची ती प्लॅटफॉर्मवरची आकृती माझ्या डोळ्यांसमोर आहे!

कार्यक्रम होत गेले तसा माझा विषयही माझ्यासमोर हळूहळू स्पष्ट होत गेला. अनुवादाविषयीचे मुद्दे सामोरे येऊ लागले आणि बोलणं सुलभ होऊ लागलं. हे आवश्यक होतं. कारण त्याआधी मी अनुवाद करत चालले होते; पण त्या प्रक्रियेकडे कधीच डोळसपणे पाहत नव्हते. भाषणांच्या निमित्तानं मी या प्रक्रियेकडे अलिप्तपणे पाहू लागले.

या कार्यक्रमांचा महत्त्वाचा फायदा म्हणजे माझा वाचक या निमित्तानं मला दिसू लागला. आपण केलेलं काम नेमकं कुणासाठी, याचंही भान येऊ लागलं. तेव्हा कार्यक्रमांमधून बोलताना माझा रोख मुख्यत्वेकरून अनुवाद करताना येणाऱ्या अडचणींवर असायचा.

सुरुवातीला बोलताना वेळेत आवरतं घेता न आल्यामुळे काही महत्त्वाचे मुद्दे राहून जायचे. घरी आल्यावर मी विरूपाक्षांपुढे त्याबद्दलचं असमाधान आणि हळहळ व्यक्त करत राहायचे. ते म्हणायचे, ''राहिलं असं तुला वाटतं! समोरच्या श्रोत्यांना वाटतं का? त्यांना कुठं ठाऊक आहे? पण पुढच्या वेळेस तुला ज्या गोष्टी नक्की श्रोत्यांपर्यंत पोहोचवायच्या आहेत, तिकडे अधिक लक्ष दे. त्या पोहोचतील आणि इतर तपशील मागे राहिला तरी चालेल, अशी मांडणी कर.''

त्यांना स्वतःला भाषणाचा फारसा अनुभव नसला, तरी त्यांनी पुण्यात आल्यापासून मोठमोठ्या वक्त्यांची खूप चांगली व्याख्यानं ऐकली होती.

तसंच, प्रा. रेखा साने-इनामदार यांनी माझी मुलाखत घेतली आणि शांता गोखले यांनी ती इंग्लिशमध्ये लिहून मोठ्या फोटोबरोबर एका इंग्रजी वृत्तपत्रात प्रकाशित केली. त्या लेखात 'एवढ्याशा छोट्या फ्लॅटमध्ये एवढं 'महान' काम चाललंय...' अशा काहीशा शब्दांत आमच्या कामाचं तोंडभरून कौतुकही केलं होतं! पण माझं त्या कौतुकाकडे फारसं लक्ष गेलं नाही. आमच्या 'शशीप्रभा'मधल्या वन बीएचके जागेला 'छोटं' म्हटल्यामुळे मी थोडी रुसले! कारण ती जागा आम्हाला कधीच अपुरी किंवा लहान वाटली नव्हती!

तसंच श्रीमती स्वप्ना गुहा यांनीही आमची मुलाखत घेऊन एका इंग्लिश वृत्तपत्रात छापली. इतरही अनेकांनी आपण होऊन पुढाकार घेऊन आमच्या कार्याविषयी छापलं.

पुण्यात स्थिरावल्यावर आम्हा दोघांची अनुवादाची कामं नियमितपणे सुरू झाली. इथे आल्या-आल्या लवकरच विरूपाक्षांनी सकाळच्या नाश्त्याची जबाबदारी आपल्याकडे घेतली. मेनू ठरवण्यापासून सगळंच त्यांनी ताब्यात घेतलं. विविध प्रकारचे पोहे, रव्याचं-शेवयाचं-ब्रेडचं उप्पीट, दोसा, इडली, गुंडपांगळे म्हणजे आप्पे, साबूदाण्याची खिचडी यांसारखे विविध पदार्थ ते बनवत असल्यामुळे नाश्त्यात वैविध्य आलं. दोसा-इडली-आप्पे करताना डाळ-तांदूळ भिजत टाकण्यापासून सोबतची चटणी-सांबारही तेच करत असल्यामुळे मला नाश्ता या प्रकाराचा विचारही करायची गरज भासेनाशी झाली.

त्यामुळे मी सकाळी उठल्यावर पेपर वाचून झाला की लिहायला बसू लागले. नाश्त्यानंतर हे लिहायला बसले की स्वयंपाकाची जबाबदारी माझी. फारशी चर्चा न करता आणखीही एक ठरवलं. ज्याचं काम मोठं आणि वेळेत संपवायचं असेल, त्याला दुसऱ्यानं सहकार्य करायचं. काही वेळा ह्यांचं वेळेत पुरं करून द्यायचं एखाद्या जाहिरातीचं काम असे. मोठं काम म्हणजे 'हाय वे ड्रायव्हिंग'. अशा वेळी दुसऱ्यानं घरातल्या सगळ्याच कामाचा ताबा घ्यायचा. भाजी आणणे, बँकेची कामं, नाश्ता-स्वयंपाक बनवणं वगैरे.

नाश्ता करण्याच्या निमित्तानं स्वयंपाकघरात वावरणं हे काही विरूपाक्षांना पूर्णपणे नवं नव्हतं. हनगंडी आजोळच्या घरी असताना आणि नंतर बेळगावच्या घरी शेताच्या शेंगा फोडायला आणि गुळाची ढेप फोडायला मदत करणं हे त्यांच्या सवयीचं होतं. महिन्याचे तीन दिवस वहिनी बाहेरच्या बसल्या की वडिलांच्या मदतीनं झुणका-भात करणं ते शिकले होते. पुण्यात घर केल्यावर काही दिवस सगळे मित्र मिळून संध्याकाळचा स्वयंपाक करायचे, तेव्हाही बरीच मदार विरूपाक्षांवरच असायची. पोळ्या वगळता सगळा स्वयंपाक त्यांना जमू लागला होता. अर्थात, आमच्या लग्नानंतर सुमारे वीस वर्षं ते सकाळचा चहा वगळता स्वयंपाकघरात येत नव्हते. निवृत्तीनंतर त्यांनी पुन्हा नाश्त्याच्या निमित्तानं स्वयंपाकघराशी जवळीक साधली आणि त्यामुळे मला सकाळचा उत्साही वेळ लेखनासाठी मिळू लागला.

एका संध्याकाळी पुण्यातील एका इंग्रजी वृत्तपत्राचे परिचित वार्ताहर घरी आले आणि विरूपाक्षांना विचारू लागले, 'तुमचा भीमसेन जोशींशी परिचय आहे का? त्यांचं घर माहीत आहे का? त्यांना भेटायचं आहे. तुम्ही माझ्याबरोबर याल का?'

कारण विचारलं तेव्हा त्यांनी सांगितलं, ''त्यांना महाराष्ट्र गौरव पुरस्कार जाहीर झाला आहे. त्या निमित्त त्यांचं अभिनंदन करायचं आहे... म्हणून...''

मला आठवलं, त्याच दिवशी सकाळी वृत्तपत्रात लता मंगेशकर, कुसुमाग्रज, पु. ल. देशपांडे, मंगेश पाडगावकर, दुर्गा भागवत, किशोरी आमोणकर, भीमसेन जोशी, गो. नि. दांडेकर, रा. चिं. ढेरे, रणजीत देसाई अशा अनेकांना महाराष्ट्र सरकार लाख-लाख रुपयांचे पुरस्कार देणार असल्याची बातमी होती. वेगवेगळ्या वृत्तपत्रांत वेगवेगळी नावं होती. सगळी मोठमोठी नावंच होती. वेगवेगळ्या क्षेत्रांतल्या दिग्गज मंडळींची नावं होती. त्यात लेखक, गायक, वादक, खेळाडू, चित्रपट-नाटक क्षेत्रातील कलाकारांची नावं होती.

नंतर त्या पत्रकारानं माझंही अभिनंदन केलं! तेव्हा मात्र आम्ही गोंधळलो.

त्यानं सांगितलं, "का? तुम्हाला ठाऊक नाही? तुम्हालाही पुरस्कार आहे! आमच्याकडे यादी आली आहे! एकूण तीनशेच्या वर लोकांना पुरस्कार आहेत. त्यात चव्वेचाळीस लेखकांना पुरस्कार आहे. त्यात तुम्हीही आहात!..."

आनंदापेक्षा अविश्वास वाटला. आम्हाला काहीच ठाऊक नव्हतं. विरूपाक्ष लगेच तयार होत म्हणाले, "मी तुमच्याबरोबर भीमसेन जोशींच्या घरी येतो; पण त्याआधी मला ती यादी दाखवा."

तसे हे गेले आणि यादीतलं नाव पाहिलं. खरोखरच होतं! नंतर तपशीलही समजला. ज्यांनी देशाच्या पातळीवर महाराष्ट्राचं नाव उंचावलं होतं, त्या सगळ्यांना हा पुरस्कार होता. यादीत वेगवेगळ्या क्षेत्रांत साहित्य अकादमी, संगीत नाटक अकादमी यांसारख्या राष्ट्रीय पातळीवरचे पुरस्कार मिळवलेल्यांचा समावेश होता. इतर लेखकांबरोबर मी आणि मुंबईत राहणाऱ्या अडवानी नावाच्या एका मराठी-सिंधी अनुवादकाचाही समावेश होता. अडवानी यांनी गो.नि. दांडेकरांच्या पुस्तकाचा अनुवाद केला होता. त्यांची दिल्लीत पुरस्काराच्या वेळीही भेट झाली होती. व्यासराय बल्लाळ आणि यशवंत चित्ताल या कन्नड लेखकांचाही ते मुंबईत राहत असल्यामुळे समावेश होता.

कार्यक्रम एक डिसेंबरला मुंबईत होता. अडचण एकच होती. तीस नोव्हेंबर हा विरूपाक्षांचा नोकरीतला शेवटचा दिवस होता. म्हणजे तीस नोव्हेंबरला वरणगावला असणं अत्यावश्यक होतं आणि लगोलग दुसऱ्या दिवशी मुंबईत असणंही. त्यामुळे भरपूर धांदल होणार होती.

नंतर समजलं, मी वरणगावमध्ये असल्यामुळे तिथल्या कलेक्टरकडून आमच्या तिथल्या घरी निरोप गेला होता. आम्ही तिथं नसल्यामुळे मला पुरस्काराची बातमी समजण्यात गोंधळ झाला होता. म्हणजे साहित्य अकादमी पुरस्काराच्या वेळी घडलं होतं, त्याच्या उलट!

वृत्तपत्रांमधून या पुरस्कारावर बरीच टीकाही होऊ लागली होती. विशेषतः

दुर्गाबाई भागवतांनी टीकेची तोफ डागली होती. मुख्यमंत्री शरद पवार यांचा पन्नासावा वाढदिवस असल्यामुळे 'रमणा' वाटण्यात येत आहे, असा त्यांच्या टीकेचा रोख होता. दुर्गाबाईंच्या नावाचा दबदबा होता. त्यांचं लेखन आणि त्यांनी आणीबाणीत दाखवलेल्या धैर्यामुळेही त्यांच्या शब्दाला महाराष्ट्रात मान होता. त्यामुळे इतर लेखकांनाही सुरुवातीला काय करावं ते सुचेना. काहीसं गोंधळाचं वातावरण निर्माण झालं होतं.

पण कितीतरी लेखकांना हे मान्य नव्हतं. 'आम्ही काही मागायला गेलो नव्हतो. आयुष्यभर लेखनाला वाहून घेताना आम्ही बरंच आर्थिक नुकसान सहन केलं आहे. आता चार पैसे आमच्या हाती पडणार असतील तर काय बिघडलं?' असा त्यांचा सूर होता.

सरकारी नोकरी सोडण्याच्या टप्प्यावर आम्ही दरमहा हजार रुपयाचा खड्डा कसा बुजवायचा या विवंचनेत असताना हा पुरस्कार म्हणजे आम्हालाही मोठाच शुभशकुन वाटला!

आम्ही एका दिवसासाठी वरणगावला जाऊन तिथल्या फॉरमॅलिटीज संपवल्या. संध्याकाळच्या रेल्वेनं निघून पहाटे पुण्यात आलो आणि लगेच संध्याकाळच्या कार्यक्रमासाठी मुंबईला रवाना झालो.

कुसुमाग्रज-पु.लं.यांसारखे दिग्गज जरी या कार्यक्रमाला मुद्दाम अनुपस्थित राहिले असले, तरी तिथलं 'तारांगण' पाहून माझे डोळे तर पार दिपून गेले! कारण त्याआधी मी ज्यांच्या 'दर्शना'ची अपेक्षाही केली नव्हती असे तारे तिथं खचाखच भरले होते! लता मंगेशकर, रा. चिं. ढेरे, रणजीत देसाई, माणिक वर्मा, त्यांच्याबरोबर त्यांच्या दोन मुली वंदना गुप्ते आणि भारती आचरेकर, नासिरुद्दीन शहा, त्यांच्याबरोबर रत्ना पाठक, भक्ती बर्वे, त्यांच्याबरोबर शफी इनामदार, शिवाय संगीत क्षेत्रातले भास्कर चंदावरकर, तबलानवाज झाकिर हुसेन, त्यांचे वडील अल्लारखाँ... ते आपल्या मुलाला या क्षेत्रातील दिग्गजांना वाकून नमस्कार करायला सांगत होते आणि झाकिर हुसेन तसे नम्रपणे नमस्कार करत होते. थोडक्यात, ज्यांच्याविषयी माझ्या मनात नितांत आदर होता, असे सर्वच क्षेत्रांतले बरेच दिग्गज त्या मांडवात होते.

याच पुरस्काराची आणखी एक तीव्र प्रतिक्रिया नंतर बेळगावात उमटली. नुकताच इंदिरा संतांनाही त्या वर्षीचा साहित्य अकादमीचा पुरस्कार मिळाला होता. पण मुंबईतल्या कन्नड लेखकांना पुरस्कार मिळाला असला तरी इंदिरा संत बेळगावात, कर्नाटकात असल्यामुळे त्यांना हा पुरस्कार मिळू शकला नव्हता. नंतर त्यांना बेळगावात जाऊन हा पुरस्कार देण्यात आला.

नव्वद साली हा लाखभराचा पुरस्कार मिळताच माझ्या मैत्रिणी मला सुचवू लागल्या, 'कार घे किंवा अमेरिकेची ट्रिप करून या..' पण विरूपाक्षांनी म्हटलं, "बघ, विचार कर. सगळे पैसे एकाच वेळी संपवून टाकण्यापेक्षा जर बँकेत ठेवलेस, तर महिन्याला बऱ्यापैकी व्याज मिळेल आणि दरमहा हजार रुपये कमवायचं टेन्शन कमी होईल!" तेव्हा व्याजाचे दर बऱ्यापैकी असल्यामुळे मलाही हे पटलं. त्यामुळे पैसे खर्च करायचा विचार मी सोडून दिला.

निवृत्तीनंतर लगोलग आम्ही चार-धाम यात्रा केली. माझी कॉलनीतली मैत्रीण नलिनी घाणेकर आणि तिचे मानलेले मामा या दोघांनी मिळून सगळं प्लॅनिंग केलं. तिचे मामा त्याआधी कैलास-मानस यात्रा करून आल्यामुळे त्यांना हिमालय-प्रवासाचा अनुभव होता. आम्हा दोघांना मात्र आपण कशाला 'हो' म्हटलंय हे ठाऊक नसल्यामुळे सगळीकडे आमच्यासाठी भरपूर 'आश्चर्य' वाढून ठेवलं होतं. आम्हाला चालायची भरपूर सवय असल्यामुळे आम्ही बाकी फारसा विचार केलाच नाही.

दिल्लीहून बसनं हृषीकेशला गेल्यावर तिथून आम्ही एक कार ठरवली होती. ती पुढचे आठ-दहा दिवस आमच्याबरोबर होती. यमुनोत्री, गंगोत्री-गोमुख, बद्री, केदार, व्हॅली ऑफ फ्लॉवर्स अशा जागी जायचं ठरलं होतं. बद्रिनाथ वगळता बाकी सर्व ठिकाणी भरपूर चालणं होतं. काही ठिकाणी घोडा आणि बहुतेक ठिकाणी पायी असा प्रवास झाला.

यमुनोत्रीला हनुमानचट्टीला उतरल्यावर पहिल्यांदा चालणं सुरू झालं. पहिलाच चढ लागला. मला इतकी धाप लागायला लागली की मी सुरुवातीलाच घोडा केला. पण लवकरच लक्षात आलं, मामा सांगत होते ते ऐकलं असतं आणि घाई न करता जरा हळूहळू पहिला चढ चढले असते, तर पुढचं चालणं तितकंसं कठीण नव्हतं!

आम्ही गंगोत्रीहून गोमुखला गेलो. भोजवासाहून पुढे जाताना एक क्षण असा आला की सोबतचे तिघंही पुढे गेले आणि मी एकटी एका जागी बसले. सभोवताली बर्फानं आच्छादलेले डोंगर. नजर जाईल तिथपर्यंत फक्त बर्फाची पांढरी चादर. एकही गवताच्या पात्यासारखीही सजीव म्हणावी अशी वस्तू नजरेला पडत नव्हती. तिथल्या नीरव शांततेला अस्तित्व देणारा फक्त वाऱ्याचा आवाज आणि आपल्याच हृदयाची जाणवणारी धडधड. अविस्मरणीय क्षण.

तिथून पुन्हा गंगोत्रीला परतलो. रात्री दमून झोपी गेलो. बऱ्याच उशिरा शेजारच्या खोलीतला एक नव्यानं लग्न झालेला, बायकोसह आलेला तरुण घाबऱ्या-घाबऱ्या दार वाजवू लागला. उंच भूप्रदेशात आल्यामुळे त्याच्या बायकोला जुलाब सुरू

झाले होते. आमच्यासोबत असलेल्या मामांनी परिस्थिती ओळखून औषध दिल्यावर तिला बरं वाटलं आणि त्या नव्या नवऱ्याचा जीव ताळ्यावर आला!

हिमालयाच्या सान्निध्यामुळे रात्री झोपताना कितीही दमलेले असलो तरी सकाळी पुन्हा उत्साहानं पुढचा प्रवास सुरू व्हायचा! नुकताच माझ्या हातून 'पर्व'चा अनुवाद झाल्यामुळे हिमालयात फिरताना कादंबरीतल्या 'देवलोका'चा मीही अनुभव घेत होते.

अशा मनःस्थितीत असतानाच एक अनपेक्षितपणे आश्चर्यकारक घटना घडली! आम्ही केदारनाथला गौरीकुंडाहून चढत असताना वाटेत आम्हाला चक्क भैरप्पा भेटले! ते तेव्हा डोलीतून खाली उतरत होते.

नोकरीत असताना दर चार वर्षांनी आम्हाला भारतात कुठंही पहिल्या वर्गानं जाऊन येण्याची सवलत होती. त्यामुळे आम्ही एका वर्षी उत्तर भारताचा आणि एका वर्षी दक्षिण भारताचा प्रवास केला होता. प्रत्येक प्रवास तीन-तीन आठवड्यांचा असल्यामुळे बऱ्यापैकी निवांत होता. माझ्या पीएच.डी.च्या अभ्यासासाठी म्हणून चार-पाचदा दक्षिण भारतात फिरून आलो. कर्नाटकात फिरायची कुठलीही संधी आम्ही अजूनही सोडत नाही. पुढच्या काळात माझी नणंद नीता मेघालयात शिलाँगला असल्यामुळे महिनाभरासाठी तिथंही जाऊन राहिलो आणि त्या प्रदेशात फिरून आलो.

आमच्या उत्तर आणि दक्षिण भारताच्या प्रवासात आमच्यासोबत विरूपाक्षांचे ज्येष्ठ स्नेही दत्ता वैद्य हे होते. अविवाहित. ते राष्ट्रीय स्वयंसेवक संघाचे पूर्ण वेळ कार्यकर्ते असून, त्यांनी नगर-हवेलीच्या मुक्तिसंग्रामात प्रत्यक्ष सहभाग घेतला होता. या प्रवासात त्यांच्याकडून त्या मोहिमेविषयी सविस्तरपणे ऐकायला मिळालं.

उत्तर भारताच्या प्रवासाच्या वेळचा एक क्षण आजही जसाच्या तसा, स्पष्टपणे आठवतो. आम्ही आग्र्याला ताजमहालासमोरच्या बाकावर अवाक्षर न बोलता, ताजमहाल नजरेत साठवत स्तब्ध बसलो होतो. त्या वेळी इतकी गर्दीही नव्हती. बाहेर एक फकीर गात होता, '...मुठ्ठी बांध के आया है तू, हात फैलाके जायेगा...'

महाराष्ट्रातही आम्ही बरेच फिरलो. मीनाचे आणि आतेबहीण कुसुमताईचे यजमान इरिगेशनमध्ये असल्यामुळे, ते असतील त्या गावी जाऊन त्यांच्या ताब्यात असलेल्या सरकारी जीपनं भोवतालची प्रेक्षणीय स्थळं पाहून यायचो. तसंच आमचे शेजारी प्रकाश दर्प वन विभागात असल्यामुळे त्यांच्याबरोबरही बरेच फिरलो.

प्रकाश दर्प नगरला असताना तिथल्या वन खात्याला बिबट्याची तीन पिल्लं सापडली होती. त्या पिल्लांना बघण्यासाठी तर आम्ही जवळ जवळ दर महिन्याला

जाऊन यायचो. मांजराशी साम्य असलेल्या त्या पिल्लांना उचलताच त्यांचं वजन जाणवायचं, शिवाय त्यांची अणकुचीदार आणि रुंद नखं. मांजराच्या पिल्लाप्रमाणेच त्या पिल्लांनी घाबरून आधार घ्यायला हातात नखं रोवली तरी हाताला भला मोठा ओरखडा निघायचा! एका खेपेला शका आणि दत्ताभाऊ पुंडेही आले होते. राजेंद्रचं कुटुंबही आलं होतं. त्यांनीही बिबट्यांच्या पिल्लांसोबत आणि पिल्लांना हातात घेऊन फोटो काढले.

अखेर ती पिल्लं इतकी मोठी झाली की त्यांना एका बंदिस्त खोलीत ठेवण्यात आलं! त्यानंतर आम्ही जाणं थांबवलं.

पहिल्यापासून आमच्या घरी वावर असलेल्या अनेक तरुण मुलांपैकी एक म्हणजे विरूपाक्षांची बऱ्याच लांबच्या नात्यातली नीता देशपांडे. हे देशस्थी नातं इतकं लांबचं की त्यात मावस, चुलत आणि सावत्र ही सगळी नाती मिसळली होती. नीता कधीच आमच्या घरी कायम अशी राहिली नाही; पण, जिच्याशी वादावादी होऊनही चांगलं नातं राहू शकलं अशी विरूपाक्षांची लाडकी बहीण आणि माझी खास नणंद!

चार बहिणी आणि दोन मोठ्या भावांपैकी सगळ्यात धाकटी बहीण. वडील जमीनदार. अनेक कारणांमुळे थोरल्या बहिणींची लग्नं लांबणीवर पडत चालली होती. हिला शिक्षणाची ओढ असल्यामुळे डिग्री मिळवताच ती पुढच्या शिक्षणासाठी जवळच्या कोल्हापूरला गेली. तिथं एम. कॉम., एल.एल.बी. केलं. नोकरी करत असताना दुसरीकडे एम.बी.ए.करत असताना कुठल्याशा कामासाठी पहिल्यांदा पुण्यात आली आणि आम्हाला चिकटली. नंतर तिनं नोकरीही पुण्यातली घेतल्यामुळे तिचं येणं-जाणं बरंच वाढलं.

मोठ्या दोन बहिणींची लग्नं झाल्यावर घरच्यांनी नीतासाठीही मुलं बघायला सुरुवात केली; पण कुठं काही जमेना. आम्हीही दोनेक ठिकाणी तिच्यासाठी मुलगे बघायला गेलो. कधी कधी नीता विरूपाक्षांशी यावरून वाद घाले. हे तिला म्हणत, ''तू इतकी शिकलीस, आता तुझे अर्धशिक्षित वडील आणि जेमतेम डिग्री मिळवलेले आम्ही तुझे भाऊ तुझ्यासाठी साजेसा मुलगा कसा निवडू शकू? तुझा जोडीदार तूच निवडायला पाहिजे!''

यावर तर तिला प्रचंड राग येई. ती म्हणे, ''तुम्ही आम्हाला वाढवताना तशा पद्धतीनं वाढवलेलं नाही! तेव्हा आमच्यावर सगळी बंधनं घातली! आता तुमच्या हातून लग्न ठरवता येईनासं झाल्यावर तुझं तू जमव, म्हणताय काय?''

अर्थातच, तिला वाढवण्याशी आमचा दोघांचा कसलाच संबंध नव्हता म्हणा! पण तिच्या या आरोपामुळे बदलत चाललेल्या भोवतालच्या परिस्थितीची मला

तीव्रपणे जाणीव झाली! शेवटी तिनं स्वतःचं लग्न स्वतःच ठरवायचा निर्णय घेतला. इंग्रजी वृत्तपत्रात जाहिरात दिली. आपणच मुलांना भेटली. एका अमेरिकेत राहणाऱ्या मराठी मुलाविषयीही समजलं होतं; पण त्याऐवजी सगळी फॅमिली पुण्यात असलेल्या जयंत बपोरीकर नावाच्या, बी.ई. झालेल्या एका एअरफोर्समधल्या अधिकाऱ्याशी भेटून, त्याच्या घरच्या मंडळींना भेटून तिनं लग्न ठरवलं आणि एक दिवस 'दादा-वैनी, माझं लग्न ठरलं!' असं म्हणून आम्हाला वर्दी दिली.

लग्नाची बातमी तिनं भावंडांना आणि आई-वडिलांनाही सांगितली. त्यांपैकी कुणीच काहीही उत्साह न दाखवल्यामुळे तिनं लग्न नोंदणी पद्धतीनं करायचं असंही ठरवलं. आम्ही थोडाफार रस दाखवताच तिनं आम्हालाही गप्प बसवलं. तिनं सांगितलं, "मी तुम्हाला लग्नालाही बोलवणार नाही. नंतर जयंतना घेऊन घरी येईन. कारण आता तुम्ही पुढे झालात, तर माझे सासरचे तुमच्याशी माझ्या माहेरचे समजून कदाचित वेडंवाकडं वागतील! ते मला चालणार नाही!"

पण जयंत पुण्याला आल्यावर दृश्य तसं राहिलं नाही. ते आमच्या घरी आले. त्यांनी सांगितलं, "नीताला काहीही म्हणू दे, तुम्हाला आमच्या लग्नाला आलं पाहिजे!" तसे आम्ही गेलो.

लग्नाचं रजिस्ट्रेशन झाल्यावर जयंतरावांनी एका चांगल्या हॉटेलमध्ये जेवण दिलं. ते उरकून आम्ही परतत असताना आमची विजय सुपर स्कूटर सुरू होईना. विरूपाक्षांना स्कूटरची 'प्रकृती' ठाऊक असल्यामुळे ते खटपट करू लागले; पण जयंतरावांनी लगोलग स्कूटरचा ताबा घेतला आणि स्पार्क प्लग साफ करून स्कूटर सुरू करून दिली. या 'इंजिनिअर' फौजी मेहुण्याच्या या वागण्यामुळे जयंतरावांनी विरूपाक्षांचं मन जिंकलं, ते कायमचं!

आजही लग्नाचा विषय निघाला की नीता सांगते, "माझं लग्न साडेसत्तावीस रुपयांत झालंय." कारण तिनं रजिस्ट्रारला द्यायच्या पैशातले निम्मे पैसे दिले होते. काही कारणानं जयंतशी वाद झाला तर ती तितक्याच जोरात सांगते, 'मी तर दादा-वैनीलाही लग्नाला बोलावलं नव्हतं! जो काही खर्च वाढलाय तो तुमच्यामुळे वाढला!'

निवृत्तीनंतर आम्ही पुन्हा 'मराठी-कन्नड स्नेहवर्धन' केंद्राच्या कामकाजात लक्ष घालू लागलो. निवृत्तीनंतर डॉ. हावनूरही पुण्यात स्थायिक झाले होते. मराठी-कन्नड स्नेहवर्धन केंद्राच्या वतीनं मध्ययुगीन कन्नड संत बसवेश्वरांच्या निवडक वचनांचा मराठी अनुवाद प्रकाशित करावा, असं डॉ. हावनूर यांनी मनावर घेतलं. त्या दृष्टीनं एक संपादित पुस्तकही निवडलं. अनुवाद तेवढ्याच तोलामोलाचा व्हावा म्हणून अनुवादाची जबाबदारी शांता शेळके यांच्यावर सोपवण्यात आली.

कवयित्री आणि गीतकार म्हणून शांताबाई शेळकेंचं नाव वादातीत होतं. शिवाय त्यांनी कवितेचे अनुवादही केले होते. त्यांनी केलेला 'मेघदूत'चा अनुवाद तर प्रसिद्धच होता. त्यांनी लिहिलेली 'मी डोलकर..', 'माझ्या सारंगा..' तर सतत कुठल्या ना कुठल्या कार्यक्रमात कर्ण्यावरून कानांवर येत असत. रेडिओ लावला तरी त्यावर लागणाऱ्या गाण्यांमध्येही त्यांनी लिहिलेली गाणी मोठ्या संख्येनं असत.

अनुवादाचं काम सुरू झालं. त्या आमच्या घरी यायच्या. विरूपाक्ष आणि मी त्यांना त्या वचनांचा अर्थ सांगायचो. त्या बघता-बघता त्याला मराठी कवितेचं रूप द्यायच्या. अशा प्रकारे हस्तलिखित तयार झालं; पण कर्नाटकात कुणालातरी तपासायला दिल्यावर प्रतिकूल अभिप्राय आला. वचनांमध्ये व्यक्त होणाऱ्या तत्त्वज्ञानाच्या संदर्भात आक्षेप होता. त्यामुळे तो अनुवाद प्रकाशित झाला नाही.

आम्ही वरणगावला जायच्या आधी 'मराठी-कन्नड स्नेहवर्धन' केंद्राच्या पु.लं.च्या मोठ्या कार्यक्रमाच्या दुसऱ्या दिवशीच सकाळच्या वेळी प्रा. श्री. रं. भिडे घरी आले होते. त्यांनी रामायण-महाभारताच्या संदर्भात विविध ग्रंथ लिहायला सुरुवात केली होती. रामायण-महाभारतातील शाप आणि वर, त्यातील आत्महत्या, त्यातील अनैसर्गिक जन्म असे विषय घेऊन त्यांनी ग्रंथ लिहिले होते. लवकरच आमचा त्यांच्याशी आणि त्यांच्या पत्नीशी चांगला स्नेह जुळला.

प्रसंगी भिडे आपले ग्रंथ स्वतःच प्रकाशित करत आणि धावपळ करून विक्रीही करत. व्याख्यानासाठी जाताना पिशवीतून पुस्तकं घेऊन जात. एकीकडे प्राध्यापक म्हणून नोकरी करताना विजापूरमध्ये त्यांनी कन्नड पुस्तकांचं दुकान चालवलं होतं. ते चालवण्यासाठी हे पती-पत्नी आवश्यकतेपुरतं कन्नड शिकले होते. त्यांच्या ग्रंथांचे तेलुगू भाषेतही अनुवाद होऊन ते प्रकाशित झाले होते. आपल्या पुस्तकांचे कन्नड अनुवाद व्हावेत अशी त्यांची इच्छा होती.

मराठी ते कन्नड अनुवादाच्या संदर्भात प्रकाशक मिळणे ही मोठी अडचण असल्याचं आमच्या लक्षात येऊ लागलं होतं. या अनुभवांमुळे एव्हाना आमचा कन्नड अनुवादाचा उत्साह मात्र काहीसा थंडावला होता. त्यामुळे कुणी कन्नड अनुवाद करा म्हटलं की विरूपाक्ष सांगू लागले, 'जर तुम्ही कन्नड प्रकाशक मिळवायची जबाबदारी घेणार असाल तरच मी अनुवाद करून देईन.'

भिडेंनाही ह्यांनी हेच सांगितलं. पण भिडे अजिबात डगमगले नाहीत. त्यांनी कन्नड प्रकाशकांची पुस्तकं विकून दिल्यामुळे त्यांचे प्रकाशकांशी चांगले संबंध होते. तसंच तिरुपती संस्थानाकडून मिळणाऱ्या अनुदानाचीही त्यांना माहिती होती. तिथं त्यांचा एक विद्यार्थी असल्यामुळे तिथल्या सर्व अटींचीही त्यांना कल्पना होती

आणि हे सगळं करायचा अपरिमित उत्साहही होता! त्यांनी उत्साहानं आपल्या सर्व पुस्तकांचे ह्यांच्याकडून अनुवाद करून घेतले, अनुवादकांचे ठरलेले पैसे दिले आणि कन्नड अनुवाद प्रकाशितही करून घेतले. काही ग्रंथांच्या पुढच्या आवृत्त्याही निघाल्या. एक ग्रंथ तर त्यांच्या निधनानंतरही प्रकाशित झाला.

याच सुमारास एका घरगुती कार्यक्रमात विश्वनाथ खैरे आणि त्यांच्या पत्नी उमा खैरे यांची ओळख झाली. लवकरच त्यांचा दोघांचा आमच्याशी स्नेह जुळला आणि वरचेवर भेटी होत राहिल्या. गप्पांमधून त्यांच्याविषयी अधिकाधिक माहिती होत गेली.

खैरेंशी ओळख होण्याआधी मी 'संमत'विषयी ऐकलं होतं. संस्कृत-मराठी-तमीळ- अशा संदर्भात त्यांचं लेखन असल्याचं ऐकिवात असलं तरी नीट माहिती नव्हती. 'द्रविड महाराष्ट्र' आणि 'अडगुलं-मडगुलं' वाचताच त्यांच्या विचाराची दिशा लक्षात आली. संस्कृतच्या संदर्भातले, 'अपभ्रंश'ऐवजी 'उद्‌भ्रंश'विषयीचे त्यांचे विचार तर फारच प्रभावित करणारे आणि पटणारे होते! अर्थात, त्यांनी मराठीचा तमीळशी जो संबंध जोडला होता, त्या संदर्भात रं. श्री. लोकापूर आणि शं.बा.जोशींचा जुन्या कन्नडशी संबंध जोडणं अधिक पटण्यासारखं वाटतं. कारण जुन्या कन्नडमध्ये आणि तमीळमध्ये अनेक शब्द सारखे निघतात, असं कन्नड विद्वानांचं मत आहे. त्यामुळे मराठीचा तमीळशी असलेला संबंध 'व्हाया हळेगन्नड म्हणजे जुनं कन्नड' असा असला पाहिजे.

खैरेंच्या 'भारतीय मिथ्याचा मागोवा' या महत्त्वपूर्ण पुस्तकाचा कन्नडमध्ये अनुवाद व्हावा अशी त्यांची इच्छा होती. अर्थात, प्रकाशकाचा प्रश्न होताच. तरीही विरूपाक्षांनी हा अनुवाद केला. याचं प्रकाशन करण्यात स्वतः खैरेंनाही रस होता; पण अनेक कारणांमुळे तेव्हा हा अनुवाद प्रकाशित झाला नाही. ना. मोगसाले यांच्या मदतीनं सुमारे पंधरा-वीस वर्षांनंतर तो प्रकाशित झाला.

आम्ही पुन्हा पुण्यात आलो तेव्हा कॉलनीचं रूप बदलत चाललं होतं. हा बदल काही फक्त दीड वर्षातला नव्हता. या बदलाची सुरुवात आम्ही वरणगावला गेलो तेव्हाच झाली होती. छोट्या छोट्या बंगल्यांचे मालक कॉलनीतून बाहेर पडत होते आणि त्यांच्या बंगल्यांच्या जागी तीन मजली अपार्टमेंट्‌स बनू लागली होती. आम्ही परतलो तेव्हा त्यांतली बरीच बांधकामं पुरी झाली होती.

घरमालकांच्या दृष्टीनंही हे अपरिहार्य होत चाललं होतं. कारण सुमारे साठ-सत्तर वर्षांपूर्वी बांधलेल्या इथल्या सगळ्या लोड-बेअरिंगवाल्या घरांमध्ये काही ना काही दुरुस्ती निघत होती. कॉलनीच्या मागच्या बाजूनं एक कालवा गेल्यामुळे

इथल्या जमिनीत भरपूर पाणी होतं. त्यामुळे पावसाळ्यात भिंतींना ओल येणं, पाऊस थांबला की भिंतींना बुरशी येणं, तिथल्या छिद्रांत बारीक काळे किडे होणं हे अनुभव तर आम्हीही घेत होतो. त्यामुळे काही जणं नाइलाजानं, काही जणं घरातल्या पुढच्या पिढीला वाटल्यामुळे, तर काही जणं मॉडेल कॉलनीतल्या जमिनींचं मोल वारेमाप वाढल्यामुळे बंगले पाडून अपार्टमेंट्स करायला लागले होते.

पोस्टाच्या समोरचा टायपिंगचा क्लास चालवणाऱ्या गोऱ्यांच्या घराच्या जागीही एक अपार्टमेंट होऊन मूळचे बेळगावचे आणि नंतर मुंबईचे चित्रकार रवी परांजपे तिथं राहायला आले होते. त्यांना बरेच जण ओळखायचे. त्यामुळे आम्ही आमच्या घराचा पत्ता सांगताना पोस्टाबरोबरच त्यांच्या नावाचा उपयोग करू लागलो. त्यांच्या पत्नी स्मिताताई आणि बहीण रजनीआत्या यांच्याशीही माझा स्नेह जुळला. आत्यांना वाचनाची आवड असल्यामुळे आमच्यात पुस्तकांची देवाण-घेवाणही होऊ लागली.

तरीही काही मोजक्या लोकांनी मॉडेल कॉलनी शाबूत ठेवल्यामुळे अजूनही हॉल होता. त्यामुळे मध्यंतरी खंड पडला तरी माझं बॅडमिंटन सुरू राहिलं.

आम्ही पुण्यात येऊन स्थिरावत असताना एक दिवस नंदिनी आत्मसिद्ध घरी आल्या. त्या वेळी त्या काही काळापुरत्या 'सकाळ'मध्ये होत्या. शाळांना सुट्ट्या सुरू होणार होत्या. त्यामुळे शनिवार-रविवार वगळता दररोज 'सुट्टीचं पान' नावाची पुरवणी प्रकाशित होणार होती. त्यात दररोज एका कन्नड कवितेचा अनुवाद त्यांना हवा होता.

मी लगोलग 'बालभारती'त असणाऱ्या आणि मराठी-कन्नड स्नेहवर्धन केंद्रामुळे मित्र बनलेल्या कृ. शि. हेगडेंशी संपर्क साधला आणि कवितांच्या निवडीसाठी आणि परवानगीसाठी ते मदत करणार असतील, तर मी हे काम घेणार असल्याचं सांगितलं. कबूल केल्याप्रमाणे त्यांनी खरोखरच मदत केली आणि मी दररोज कवितांचा अनुवाद करून देऊ लागले. तेव्हा मॉडेल कॉलनीतच राहणाऱ्या नंदिनीताई घरी येऊन अनुवादित कविता घेऊन जात आणि दुसऱ्या दिवशी ती कविता प्रकाशित होत असे.

या कवितांमध्ये ज्ञानपीठ पुरस्कार विजेते कवी के. व्ही. पुट्टप्पा, डॉ. द. रा. बेंद्रे,व्ही. के. गोकाक, चंद्रशेखर कंबार या तिघांच्याही कविता होत्या. शिवाय वैदेही, चन्नवीर कणवि, एच. एस. वेंकटेशमूर्ती, पु. ति. नरसिंहाचार्य, व्ही. सीतारामय्या, जी. एस. शिवरुद्रप्पा, गोपालकृष्ण अडिग, रं. श्री. मुगळी, बेटगेरी कृष्णशर्मा, दिनकर देसाई, कृ. शि. हेगडे, आनंद झुंझुरवाड या कवींच्या कविता होत्या. शिवाय कनकदास, बसवेश्वर यांच्या रचना होत्या. काही जानपद रचना

होत्या. तसंच सिद्धलिंगय्या यांसारख्या दलित लेखकाचीही रचना होती. शिवाय, कर्नाटकात ज्या रचनांना 'भगवद्गीते'चा मान आहे, त्या जी. बी. गुंडप्पा यांच्या 'मंकुतिम्मन कग्ग'मधीलही काही रचना होत्या.

या सर्व कविता दररोज प्रकाशित होत होत्या. साहजिकच मी खुशीत होते. पंधरा-वीस कविता प्रकाशित झाल्यावर एक दिवस माझी एक साहित्य क्षेत्राशी निगडित मैत्रीण भेटली. ती म्हणाली, "अगं उमा! काय चालवलंयस तू हे! या काय कविता आहेत?" हे ऐकताच मी चमकले, गंभीर झाले आणि माझा कविता अनुवादित करायचा उत्साह आवरता घेतला.

पुढच्या काळात कार्नाडांच्या 'नागमंडल'मधील एक गीत अनुवादित केलं (याच गीताच्या कॉपीराईटच्या संदर्भात एक कवी कार्नाडांविरुद्ध कोर्टात गेला होता. पुढे ते प्रकरण मिटलं.) तसंच 'तलेदंड'मधील वचनांचाही अनुवाद केला. यातील कवितांसाठी मी आसावरी काकडेची मदत घेतली. दोन्ही नाटकांत तशी नोंदही केली. तसंच मल्लिकार्जुन मन्सुरांच्या 'माझी रसयात्रा' या आत्मचरित्राचा अनुवाद करताना मात्र त्यातील बसवेश्वरांच्या वचनांचा अनुवाद माझा मीच केला. भैरप्पांच्या 'पारखा' या कादंबरीतलं गायीचं गाणंही मीच अनुवादित केलं.

माधव कुलकर्णी यांच्या कथा अनुवादित करत असताना एका कथेत एक लोकगीत आणि एक शिशुनाळ शरीफ या अलीकडच्या ग्रामीण संतकवीचं पद कथेचा भाग म्हणून आलं होतं. मी त्यांचाही अनुवाद केला. कुलकर्णींनी आवर्जून फोन करून सांगितलं, "माझ्या मराठी मित्रांनी तुमच्या अनुवादाचा गौरवानं उल्लेख केला, त्यातही दोन्ही गाण्यांच्या अनुवादाचा! आणि तुम्ही तर सांगता, मी कवितेचा अनुवाद करत नाही म्हणून!"

जी कविता केवळ अर्थ आणि भाव व्यक्त करते, तिच्या अनुवादाविषयी माझं काही म्हणणं नाही. पण ज्या कवितेत दोन मराठी शब्दांमध्ये अव्यक्त अर्थ असतो, त्या कविता अनुवादित करणं मला शक्य नाही, असं माझं म्हणणं. तसा माझा अनुभवही होता.

द. रा. बेंद्रेंची जन्मशताब्दी आली. आमच्या 'मराठी-कन्नड स्नेहवर्धन' केंद्राच्या वतीनंही ती करायची होती. त्याच काळात वामन बेंद्रे पुण्यात आले होते. 'तुम्ही फक्त कारंत-भैरप्पा म्हणता! माझ्या वडिलांसाठी तुम्ही काहीच का करत नाही?' असा त्यांनी वाद घातला. आम्ही सगळ्यांनी ठरवलं, बेंद्रेंच्या काही कविता मराठीत अनुवादित करायच्या आणि एखाद्या गायक संचाकडून त्या चाली लावून म्हणवून घ्याव्यात. त्याप्रमाणे आमच्या घरी बेंद्रेंचे सगळे काव्यसंग्रह येऊन पडले. अनुवादाच्या दृष्टीनं आम्ही त्याचं श्रवण-वाचन सुरू केलं.

ऐकता ऐकता मी काही कवितांची नोंद करू लागले. बेंद्रेंच्या उत्तम कवितांपैकी काही जवळजवळ लोकगीतांच्या पद्धतीच्या प्रेमकविता आहेत आणि काही आध्यात्मिक अनुभवावर आधारलेल्या आहेत. त्यांच्या सगळ्याच कविता अर्थाबरोबरच शब्दांशी खेळ करत लिहिल्या आहेत. लोकगीतांच्या पद्धतीच्या कवितांमधली कन्नड शब्दांची लय पकडणं शक्य नव्हतं. उदाहरणार्थ, 'इन्नु याकं बरलिल्लव्वा हुब्बळ्ळियावां, वारदागं मूर सरते बंद होगावां..' याचा मी 'अजुनी का गं नाही आला तो हुबळीवाला, आठवड्यातून तीन वेळा येऊन जाणारा!..' असा करू शकेन. पण या शृंगाररसप्रधान गाण्यातील 'हुब्बळ्ळीयावा'मधला व्यक्त होणारा अर्थ माझ्या अनुवादातून पोहोचला असं मला वाटत नाही. उलट उदाहरण द्यायचं झालं तर 'या रावजी, बसा भावजी!' मधला 'भावजी'चा नेमका अनुवाद कन्नडमध्ये करणं शक्य नाही. तो उत्तर भारतात शक्य आहे. कारण तिथं बायकोच्या बहिणीला 'आधी घरवाली' म्हणायची पद्धत आहे. कर्नाटकात 'मामा'मध्ये याची थोडीतरी छटा येऊ शकेल. कारण मामाशी लग्न करायची या भागात परंपरा आहे.

अध्यात्माचा अनुभव सांगणाऱ्या कविता ऐकायला छान वाटल्या तरी त्या अनुभवापर्यंत पोहोचणं मला शक्य नव्हतं. ती माझी मर्यादा मला ठाऊक होती.

या चाळणीतून राहिलेल्या कविता पुन्हा वाचताना लक्षात येऊ लागलं, मला ज्या कवितांचा अनुवाद करावासा वाटतोय, तो होणं शक्य नाही आणि ज्या कवितांचा अनुवाद होणं शक्य आहे, त्या तुलनेनं साध्या कविता आहेत!

याच सुमारास मराठी वाचकांमध्ये अशी एक वावडी उठली होती, 'कन्नडला इतके ज्ञानपीठ पुरस्कार मिळतात, याचाच अर्थ तिथे वशिला आहे!' मला वाटलं, जर मी इतक्या साध्या-साध्या कवितांचे सुलभ अनुवाद केले तरी बेंद्रेंमधल्या 'महाकवी'चं दर्शन घडवू शकणार नाही. त्यामुळे मराठी वाचकांच्या 'वशिल्या'च्या मताला खतपाणी मिळेल! मी माझ्याकडून असमर्थता दर्शवली आणि बेंद्रेंच्या चिरंजिवांचा रोष ओढवून घेतला.

तरीही, नाही नाही म्हणता माझ्या हातून ४५ ते ५० गाणी किंवा कवितांचा अनुवाद गेला असला, तरी अजूनही मी कवितेचा अनुवाद हा माझा प्रांत समजत नाही.

ब्याण्णव-त्र्याण्णवच्या सुमारास एक दिवस बातमी आली, हैदराबादच्या 'आंध्र प्रदेश मराठी साहित्य परिषदे'च्या वतीनं एक चर्चासत्र आयोजित करण्यात येणार आहे. या चर्चासत्रात स्वातंत्र्योत्तर काळात मराठीत आलेल्या महत्त्वाच्या दहा अनुवादांवर चर्चा होणार होती! त्यात मी केलेल्या दोन अनुवादांचा समावेश करण्यात आला होता. भैरप्पांची 'पर्व' आणि पूर्णचंद्र तेजस्वींची 'कर्वालो'. शिवाय

यात समाविष्ट करण्यात आलेल्या इतर अनुवादांची नावं अशी : 'तमस' (हिंदी), 'आग का दर्या' (उर्दू), 'शेजारी' (मल्याळम), क्षुद्रदेवता' (तेलुगु) वगैरे.

निमंत्रण असूनही त्या वेळी घरगुती कारणामुळे मला त्या चर्चासत्रास हजर राहता आलं नाही. पण तिथं वाचले गेलेले सर्व निबंध आणि चर्चा पुढील दोन 'पंचधारा'च्या अंकांत विस्तारानं प्रकाशित केल्यामुळे मला वाचायला मिळाले.

'पर्व'च्या संदर्भात काहीसा प्रतिकूल सूर लावण्यात आला होता. त्यातही काही आरोप स्वतंत्रपणे केलेले नसून, कर्नाटकात झालेल्या टीकेवर आधारलेले होते. या टीकेतही भैरप्पांनी महाभारतातील काही 'आदरणीय' पात्रांचं 'चारित्र्यहनन' केलं असून 'अशी कादंबरी इतर भाषांत अनुवादित करावी का?' असा सूर लावला गेला. हा एक विरोधाभासच म्हणावा लागेल! कारण कर्नाटकात भैरप्पांवर 'प्रतिगामी'चा शिक्का मारण्यात आला आहे! पुढील चर्चेत काही जणांनी दुसरी बाजूही मांडली.

पण 'कर्वालो'वरील चर्चा अतिशय चांगली झाली असावी. मुळात निबंध आणि अध्यक्षांचं भाषण कादंबरी आणि अनुवादाच्या दृष्टीनं उत्साहवर्धक होतं.

याच वर्षी गुलबर्ग्याच्या कर्नाटक मराठी संघाचं मराठी साहित्य संमेलन कर्नाटकातील गदग इथं, 'तोंटदारिय मठ' इथं भरणार असं ठरलं. इंदिरा संत या त्याच्या अध्यक्ष होत्या. डॉ. द. दि. पुंडे, साहित्याचे सापेक्षी समीक्षक-अभ्यासक गो. म. कुलकर्णी, श्री. रं. भिडे आणि इतर अनेकांचा सहवास या निमित्तानं मिळाला.

तिथं सहज बोलताना मी गो.मं.ना विचारलं, "कर्नाटकातल्या काही मंडळींना महाराष्ट्रातल्या 'वंशवृक्ष'च्या यशाचं आश्चर्य वाटतं. ते म्हणतात, महाराष्ट्रात संघाचं प्राबल्य आहे, म्हणून हे घडलं असेल. पण माझा अनुभव तसं सांगत नाही. काय कारण असेल असं तुम्हाला वाटतं?" ते म्हणाले, "आमच्याकडे शंकरमामंजींना व्हिलन म्हणून चित्रित करण्यात आलं होतं. 'वंशवृक्ष'मध्ये लेखकानं श्रोत्रींची बाजूही व्यवस्थित मांडली आहे.." त्यांच्या बोलण्याला 'पण लक्षात कोण घेतो?' या कादंबरीचा संदर्भ होता.

तसंच मी म्हटलं, "चोमन दुडीसारखी दलित कुटुंबावरची कादंबरी कारंतांनी तीस-बत्तीसच्या सुमारास लिहिली. ती जर तेव्हाच मराठीत अनुवादित झाली असती तर मराठीतल्या दलित साहित्याचं स्वरूप वेगळं झालं असतं, असं मला वाटतं!"

त्यांनी सांगितलं, "तुम्ही भाबडेपणानं विचार करता! असं काही होत नसतं! साहित्यनिर्मिती हा वेगळाच प्रकार आहे."

गो. म. कुलकर्णींना आमच्या अनुवाद कार्याविषयी आस्था होती. त्यांनीही विजापूरमध्ये मराठीचे प्राध्यापक म्हणून नोकरी केली होती. एकदा त्यांनी बोलता बोलता खंत व्यक्त केली, ''मी आयुष्य कर्नाटकात काढलं. तेव्हा मराठीचं काम म्हणजे आपल्याजवळची मराठी राखणं, एवढीच माझी भावना होती. त्यापेक्षा काही वेगळं करता येऊ शकेल, असं कधी लक्षातच आलं नाही.''

याच सुमारास आम्हाला कर्नाटकातील एका हृद्य समारंभात हजर राहायची संधी मिळाली. आमचे कर्नाटकातील मित्र मुदेनूर संगण्णा यांच्याकडून त्यांच्या घरी होणाऱ्या दिवसभराच्या स्नेहसंमेलनाला हजर राहण्याचं निमंत्रण मिळालं. त्यांनी कळवलं होतं, 'आपले मित्र सागर- हेग्गोडूचे रंगकर्मी के. व्ही. सुब्बण्णा यांना 'मॅगेसेसे पुरस्कार' जाहीर झाला आहे आणि दुसरे मित्र डॉ. चंद्रशेखर कंबार यांना साहित्य अकादमीचा पुरस्कार जाहीर झाला आहे, त्यानिमित्त एकत्र जमून त्यांच्याशी गप्पा मारण्याचा कार्यक्रम करायचा आहे.'

याच सुमारास बेळगावात माझ्या धाकट्या भावाचा- नंदूचा साखरपुडाही होता. या दोन्ही कार्यक्रमांना हजेरी लावण्यासाठी आम्ही बेळगावला जायला निघालो.

ठरल्याप्रमाणे त्यांच्या गावी- बळ्ळारी जिल्ह्यातील चिगटेरी येथे जाऊन पोहोचलो. तिथं कर्नाटकातील कलेच्या सर्व क्षेत्रांतील माणसं जमली होती. त्यांच्या मोठ्या वाड्यातल्या वेगवेगळ्या भागात ते सगळे परस्परांना भेटून आपापल्या विषयांवर गप्पा मारत होते, चर्चा करत होते. कुणी पीएच.डी. करणारा विद्यार्थी आपल्या विषयावर अधिक माहिती गोळा करत होता. एका लिंगायत मठाचे मठाधीशही आले होते आणि त्यांच्याशीही सगळ्यांचा संवाद सुरू होता. एकमेकांच्या पत्त्यांची आणि टेलिफोन नंबरांची देवाणघेवाण होत होती. काही कुटुंबांनी आवर्जून आपल्या मुलांनाही त्यांच्यावरही कला आणि साहित्याचे काही ना काही संस्कार व्हावेत आणि काहीतरी त्यांच्या कानांवर पडावं म्हणून आणलं होतं. सुमारे दीड-दोनशे माणसं संगण्णांच्या वाड्यात मोकळेपणानं वावरत होती.

संध्याकाळी एका कार्यक्रमात या कार्यक्रमासाठी मुद्दाम आलेल्या, संगीत नाटकात काम करणाऱ्या सुभद्रम्मा किंवा सुनंदम्मा नावाच्या व्यावसायिक प्रौढ गायिकेच्या गाण्याचं सादरीकरण झालं. ते ऐकायला गावकरीही सहभागी झाले होते. 'गावकऱ्यांच्या कानांवरही जरा वेगळं काहीतरी पडावं म्हणून' हा कार्यक्रम ठेवल्याचं संगण्णा सांगत होते. त्याचबरोबर गावकऱ्यांकडूनही त्यांनी एक तिथल्या लोकगीतांचा कार्यक्रम बसवला होता.

के. व्ही. सुब्बण्णा आणि कंबार दिवसभर आलेल्या-गेलेल्यांबरोबर गप्पा मारत होते. काही नव्या ओळखी होत होत्या आणि काही जुन्या ओळखींना नवा

उजाळा मिळत होता. आमचीही सुब्बण्णा आणि कंबारांशी ओळख झाली. सुब्बण्णांचं नाट्य आणि चित्रपट जगताशी जवळचं नातं असल्यामुळे त्यांच्या भोवताली बोलणाऱ्यांची बरीच गर्दी होती.

स्वयंपाकाची व्यवस्था तर चोख होती. चार दिवसांपासून लिंगायत समाजाचं वैशिष्ट्य असणाऱ्या कडक भाकऱ्या करून ठेवण्यात आल्या होत्या. गोडधोडाबरोबरच भाज्या आणि उसळींची आणि दुभत्याची रेलचेल होती. सुब्बण्णांबरोबर मणिपालहून आवर्जून आलेल्या वैदेहींनी त्यांचं खास उडुपीकडचं 'तिळी सार' बनवलं होतं!

संगण्णांनी आणि त्यांच्या बरोबरीनं सगळ्या कुटुंबानं भरवलेलं हे साहित्य-कला-संगीत संमेलन हा एक अविस्मरणीय अनुभव होता हे नक्की!

स्वेच्छानिवृत्ती घेऊन आम्ही कायमचे पुण्याला आलो. एकीकडे घराचा खटला सुरू होता आणि दुसरीकडे आमची इतर अनुवादाची कामं.

एक दिवस अंजली सोमण आणि कुमार सप्तर्षी घरी आले. अंजलीताईंची पुंडेसरांमुळे तोंडओळख होतीच. एक मासिक सुरू करायच्या विचारात ते होते. त्या प्रमाणे त्यांनी 'सत्याग्रही विचारधारा' हे मासिक सुरूही केलं. त्या प्रसंगाला आम्हीही हजर होतो. पहिल्या अंकाचं प्रकाशन त्यांनी माझ्या हस्ते केलं. पुढंही प्रत्येक दिवाळी अंकात त्यांनी माझी अनुवादित कथा आवर्जून प्रकाशित केली.

दिवाळी अंकांसाठी अनुवादित कथांची मागणी येऊ लागली, तसा मला त्या संदर्भात वेगळा विचार करावा लागला. दर वर्षी अनेक कथांचे अनुवाद मासिकांतून येत होते आणि लगोलग ते रद्दीतही जात असल्याचं मीही पाहत होते. मी स्वतःची एक पद्धत ठरवली.

कादंबरीच्या दृष्टीनं पाहता कथेचा अनुवाद हे माझ्या दृष्टीनं फारच हलकंफुलकं काम होतं. पण एकेका कथेसाठी परवानगी मिळवणं जिकिरीचं काम असायचं. त्यामुळे मी ज्या कथा लेखकाच्या किमान दहा-बारा कथा अनुवाद करण्यासारख्या असतील, त्याची अनुवादासाठी परवानगी घेऊन ठेवायचे. दोन-तीन वर्षं मागणी असेल तेव्हा त्या लेखकाची कथा अनुवादित करून द्यायचे. अशा तेरा-चौदा कथा तयार झाल्या की कथासंग्रह करायचा. असे केल्यामुळे वाचकांसाठी कथा एकत्रितपणे उपलब्ध होत होत्या. अशाच प्रकारे पुढच्या काळात सुमारे सात-आठ कथासंग्रह प्रकाशित होऊ शकले. मी अनुवादित केलेल्या कथांपैकी फारफार तर तीन-चार कथा मासिकातून प्रकाशित होऊन रद्दीत विलीन झाल्या असतील.

एव्हाना माझ्या पीएच.डी.चं काम मागे पडल्याची तक्रार ओंकार सरांकडून होत असल्याचं माझ्याही कानांवर येऊ लागलं. त्यामुळे मी माझी अनुवादाची कामं

मागे ठेवून आधी हे संपवायचं ठरवलं. एव्हाना माझ्याकडे बऱ्याच ग्रंथांतल्या नोट्सच्या वह्या जमल्या होत्या. दक्षिणेकडच्या कर्नाटक, तमिळनाडू, केरळ आणि आंध्र प्रदेश या चारही प्रांतांतील जुनी देवळं बघून मी माझी काही निरीक्षणंही नोंदवली होती.

एका प्रवासाच्या वेळी तेव्हा नोकरीत असणाऱ्या विरूपाक्षांची रजा आयत्या वेळी कॅन्सल झाली. तेव्हा सरस्वती कुलकर्णी नावाच्या एका मैत्रिणीच्या आणि तिच्या चेन्नईत राहणाऱ्या भावाच्या मदतीनं प्रवास करून तमिळनाडूमधील आडरस्त्यावरची देवळंही पाहून टिपणं काढली होती. फोटोही भरपूर काढले होते. सरस्वतीताईंच्या भावजयीला तमीळ येत असल्यामुळे आम्हाला प्रवासातल्या अडचणींवर मात करता आली.

तेव्हा डिजिटल कॅमेरा नसल्यामुळे, पुण्याहून नेलेले माझ्याकडचे सहाही रोल संपले. मी तिथं एका बऱ्या दिसणाऱ्या दुकानातून रोल घेतला; पण तो खराब लागला. त्यातला एकही फोटो आला नाही. परिणामी इतर काही चांगल्या-चांगल्या फोटोंबरोबर खेडेगावात रस्त्याच्या कडेला असलेल्या शेकडो नाग-युगुलांच्या विविध प्रकारच्या शिल्पांचा माझा आवडता फोटोही त्यात गेला.

पण जमलेलं साहित्य पुरेसं आहे की नाही याचा मला अंदाज येत नव्हता. ओंकार सरांनीच सुचवलं, 'जमलंय ते मुद्देसूदपणे लिहून काढा. नंतर काय कमी पडतंय ते बघू या.' तशा प्रकारे लिहीत गेले आणि प्रबंध पुरा करून सादर केला. माझी मैत्रीण उमा गोरे यांनी सुबकपणे टायपिंग करून दिलं. त्या जवळच राहत असल्यामुळे दोघींनाही हे सारं हसत-खेळत पार पाडता आलं.

ब्याण्णव साली प्रबंध सादर केल्यानंतर दीड वर्ष त्या दिशेला सामसूम होती. मला काही जण सुचवायचे, 'असं गप्प बसलं तर पीएच.डी. मिळायला आणखी उशीर होईल. अधूनमधून पुण्याची बाकरवडी-आंबाबर्फी खिलवावी लागते!...' वगैरे. पण मी काही तिकडे लक्ष दिलं नाही. नाहीतरी माझा हा सगळा खटाटोप 'स्वांतसुखाय' या सदरातला होता. माझं कुठलं प्रमोशन त्यावर अवलंबून नव्हतं. या निमित्तानं वाचन आणि प्रवास करताना मला जे मिळायचं ते मिळून गेलं होतं. त्यामुळे केव्हाही डिग्री मिळाली तरी मला काहीच फरक पडणार नव्हता.

दोन वर्षं काहीच घडलं नाही. नंतर एक दिवस व्हायवासाठी बोलावण्यात आलं. दुपारची वेळ दिली होती. आम्ही सकाळी साडेसहा वाजताच पुण्याहून मुंबईला जायला निघालो. प्रकृतिअस्वास्थ्यामुळे ओंकार सरांचं सोबत येणं रहित झालं.

तेव्हा मुंबईला जुन्याच रस्त्यानं जावं लागे. साधारण नऊ वाजेपर्यंत आमचा प्रवास सुरळीत चालला. जेमतेम घाटात पोहोचलो असू, वाटेत ट्रॅफिकमुळे रस्ता

जाम होता. बघता बघता आमच्या बसच्या मागेही मोठीच वाहनांची रांग लागली. हताशपणे बघत बसण्याशिवाय आमच्या हातात काहीच नव्हतं. दीडेक तास उशिरा आमची बस दादरला पोहोचली.

मी इतकी हवालदिल झाले होते की ताबडतोब एस.एन.डी.टी. विद्यापीठाकडे जायची घाई करू लागले; पण विरूपाक्ष शांत होते. त्यांनी मला बळेच एका हॉटेलमध्ये नेऊन खाऊ घातलं. 'नाहीतरी आपल्याला उशीर होणारच आहे, तिथं उत्तरं द्यायला तरी तू फ्रेश नकोस का?' असं त्यांचं म्हणणं.

ठरलेल्या वेळेपेक्षा मला तासभर उशीर झाला होता; पण तिथल्या सगळ्याच मंडळींनी समजून घेतलं. त्यांचे काही प्रश्न होते. काही मुद्दे त्यांना प्रबंधात समाविष्ट करून हवे होते. त्यांचं समाधान झाल्यावर मला डिग्री मिळाली.

डॉक्टरेट मिळाली तेव्हा माझी लांबची नणंद नीतानं मला विचारलं, "वैनी! कसं वाटतंय डॉक्टर झाल्यावर?"

मी सांगितलं, "मला काहीच फरक पडलेला नाही; पण लोकांचा दृष्टिकोन बदलला आहे! पूर्वी लोक मला बावळट म्हणायचे, आता किती साधी आहे म्हणायला लागलेत!..."

'पंचधारे'त वेळोवेळी कन्नडमधील काही ना काही अनुवादित करून देणं सुरूच होतं. एकदा द. पं. जोशींना कार्नाडांच्या एका भाषणाचा अनुवाद त्यांच्या एका अंकात छापायचा होता. त्याबरोबर नुकत्याच प्रकाशित झालेल्या 'नागमंडल' या नाटकाचा थोडा भागही त्याच अंकात प्रकाशित करायचा त्यांचा मनोदय होता. त्या दृष्टीनं त्यांचं कार्नाडांशी बोलणं झालं होतं. मला नाटकही मिळालं. त्यातल्या एका अंकाचा अनुवाद करायचं ठरलं.

गिरीश कार्नाड हे साहित्य क्षेत्रातलं मोठंच नाव. त्याला नाट्य आणि चित्रपट-क्षेत्रातल्या ग्लॅमरची जोड लाभलेली. ते फिल्म इन्स्टिट्यूटमध्ये डायरेक्टर असतानाच्या बातम्या आम्ही वृत्तपत्रात वाचल्या होत्या. त्यांच्या 'उंबरठा' आणि 'स्वामी'मधील भूमिका आम्हाला आवडल्या होत्या. 'उंबरठा'मधली भूमिका तर एवढी आवडली होती की, काही वेळा आमच्यासारख्यांची सहानुभूती स्मिता पाटीलऐवजी कार्नाडांकडेच झुकायची! त्यांची 'ययाति', 'तुघलक' आणि 'हयवदन' ही नाटकं भारतभर गाजत होती. त्यांचे मराठी प्रयोगही आम्ही पाहिले होते. त्यातही विजया मेहतांनी दिग्दर्शित केलेलं 'हयवदन' पाहून आम्ही प्रभावितही झालो होतो. अशा कार्नाडांचं नाटक आपसूक अनुवादासाठी माझ्याकडे येणं ही मला मोठीच आनंदाची बाब वाटली होती.

मी अनुवादाला सुरुवात करणारच होते, तेवढ्यात स्वतः कार्नाडांचं पत्र आलं. त्यात त्यांनी मी अनुवाद करत असल्याबद्दल आनंद आणि आभार व्यक्त

करून पुढे लिहिलं होतं, '...थोडंफार मराठी येत असल्यामुळे आपण केलेला अनुवाद मला पाठवून द्यावा. मला काही सूचना करायच्या असतील तर मी करेन..'

हा अनुभव मला सर्वस्वी नवा होता! याआधी मी अनुवाद केलेल्या कुठल्याही लेखकाला मराठी येत नसल्यामुळे अशी मागणीही कुणी करायचा प्रश्न नव्हता. मुळात एखाद्या लेखकानं एवढा पुढाकार घेणं आणि कार्नाडांसारख्या प्रसिद्ध व्यक्तीनं आपणहोऊन पत्रव्यवहार करणं, हे दोन्हीही मला अनपेक्षित होतं. मनात कुठंतरी अनुवादाचं ओझंही दोघांमध्ये विभागल्यासारखं वाटलं.

त्यांच्या सूचनेप्रमाणे पहिला खर्डा तयार झाल्यावर मी तो पाठवून दिला. तेव्हा त्यांचं कुठंतरी परगावी शूटिंग सुरू होतं. तिथं खर्डा पोहोचताच त्यांनी तत्परतेनं तो तपासून पाठवून दिला.

त्यात त्यांनी पहिली दुरुस्ती त्यांच्या नावातच केली होती. मराठी लोकांप्रमाणे मी 'कर्नाड' असं लिहिलं होतं. त्यांनी कळवलं, 'मी माझ्या नावाचं स्पेलिंग कार्नाड असं करतो!..' तसंच मी कादंबरीलेखनाप्रमाणे उद्‌गारवाचक चिन्हांचा मुबलक प्रयोग केला होता. तीही त्यांनी खोडली होती. माझ्याकडून मी त्याचा अर्थ असा घेतला, कदाचित ही चिन्हं वापरून मी दिग्दर्शक आणि कलाकारांच्या क्षेत्रात हस्तक्षेप करत होते!

अशा प्रकारे दोन-तीनदा देवाणघेवाण झाल्यावर खर्डा पक्का झाला. एक अंक 'पंचधारे'त प्रकाशित झाला तरी मी सगळ्या नाटकाचा अनुवाद पुरा केला.

हे नाटक दोन लोककथांवर आधारलेलं आहे. कुठल्याही प्रकारची वेषभूषा करून हे नाटक सादर करता येतं. राजस्थानी आणि कर्नाटकी वेषात मी या नाटकाचे प्रयोग पाहिले आहेत. जगभरच्या कुठल्याही भाषेत हे नाटक तेवढंच रंगेल, याची मला खात्री वाटते.

पहिल्या अंकातील ज्योतींचे प्रसंग मला अक्षरशः रोमांचित करून गेले. जेव्हा घरातले सगळे दिवे मालवले जातात, तेव्हा त्या सगळ्या ज्योती गावाबाहेरच्या पडक्या देवळात जमून आपापल्या घरात घडलेल्या घटनांवर गप्पा मारतात. त्यातच एक 'कथा' तरुण मुलीचं रूप घेते आणि 'गाणं' तिच्या आकर्षक वस्त्राचं रूप घेऊन त्या देवळात येतं. ही कथा म्हणजे नाटकाचं मुख्य कथानक.

राणी आणि अप्पण्णा हे या कथेतलं प्रमुख जोडपं. अप्पण्णा बाहेरख्याली असल्यामुळे त्याचं राणीकडे लक्ष नाही. आंधळी म्हातारी तिला यावर काही उपाय सुचवते. त्यात गोंधळ झाल्यामुळे एका इच्छाधारी नागाचा नाटकात प्रवेश होतो. त्याच्यापासून राणीला दिवस जातात. आता मात्र अप्पण्णा भडकतो आणि संपूर्ण गावासमोर बायकोचा 'बदफैलीपणा' मांडतो.

मला या नाटकाचा लवचिक शेवट अतिशय आवडला! स्वतः लेखकानं या नाटकाला दोन शेवट दिले आहेत. नंतर मला समजलं, या नाटकाचा शेवट प्रत्येक दिग्दर्शक आपापल्या वैचारिकतेप्रमाणे करतो! बेंगळुरूच्या प्रसिद्ध नाट्यकर्मी बी. जयश्री स्त्रीवादी पद्धतीनं हा शेवट सादर करतात! पुन्हा एकदा मला वाटलं, कार्नाड स्वतः अभिनेता आणि दिग्दर्शक असल्यामुळे, त्यांना लेखकाबरोबरच इतर दोघांचं सामर्थ्यही ठाऊक असल्यामुळेच ते इतकं लवचिक नाटक लिहू शकले असावेत.

कार्नाड लेखनासाठी धारवाडकडची 'गंड भाषा' म्हणजे 'पुरुषी भाषा' वापरतात. बेळगावची कन्नड भाषाही अशाच प्रकारची काहीशी 'ओबडधोबड' असल्यामुळे मला ती समजण्यास काही अवघड नव्हतं. मैसूरची भाषा 'बायकी' म्हटली जाते.

नाटकाच्या अनुवादाची प्रक्रिया संपून हे नाटक मेहता पब्लिशिंग हाऊसकडे प्रकाशनासाठी दिलं होतं. अजून हे नाटक प्रकाशित व्हायचं होतं. प्रकाशक शोधतानाही मी कार्नाडांशी संपर्क साधूनच होते. तेवढ्यात एक दिवस मुंबईच्या वृत्तपत्रात एक छोटी बातमी प्रकाशित झाली- दिलीप आणि नीना कुलकर्णी त्यांच्या संस्थेच्या वतीनं हे नाटक बसवत आहेत, प्रॅक्टिस सुरू झाली आहे. मी गडबडले. तातडीनं कार्नाडांना पत्र लिहिलं. त्यांनी सुरुवातीला 'असं कसं झालं?' अशा अर्थाचं पत्र पाठवलं. प्रॅक्टिससाठी परवानगी देताना त्यांना वाटलं होतं, माझ्याच अनुवादावर हे सुरू आहे. नंतर पुरती चौकशी केल्यावर दिलगिरी व्यक्त करून कळवलं, "सॉरी! आता त्यांची प्रॅक्टिस सुरू झाली आहे, काही करता येणार नाही. पण पुस्तक मात्र तुमच्याच अनुवादाचं प्रकाशित होईल...."

पुस्तक प्रकाशित झालं. पुढच्या काळात वेगवेगळ्या संस्थांनी विविध स्पर्धांसाठी हे नाटक बसवताना माझ्या अनुवादाचा उपयोग केला. मी कुलकर्णी दांपत्यानं बसवलेला प्रयोगही आवर्जून पाहिला; पण सुरुवातीचा ज्योतींचा अंक पाहतानाच माझी काहीशी निराशा झाली. त्या लोककथेची लवचिकता आणि गाभाच हरवला होता.

त्यामुळे, कधीतरी कार्नाड म्हणाले होते, "माझी नाटकं बघायला जाताना मला नेहमीच धडकी भरते!.." त्याचा अर्थही समजला! आपल्या मनातलं नाटक प्रत्यक्ष समोर दिसणं अशक्य असतं, हेही समजलं. अनेकदा ते आपल्या कल्पनेपेक्षा कमी पातळीवर असतं, तर क्वचित वेळा आपल्या कल्पनेपेक्षा उत्तमही घडलेलं पाहायला मिळतं! थोडक्यात, स्वतःला त्या कृतीपासून सुटं करून ती कलाकृती पाहणं शक्य असेल, तर ते नाटक पाहावं. जोपर्यंत हे जमत नाही, तोपर्यंत तर पाहायला जाऊ नये, असा माझा ग्रह झाला!..

याच सुमारास त्यांचंच 'तलेदंड' हे बसवेश्वराच्या जीवनावरचं नाटक माझ्याकडे अनुवादासाठी आलं. 'सुगावा प्रकाशन'चे विलास आणि उषा वाघ ते प्रकाशित करणार होते. 'जा ओलांडुनी'ची छपाई त्यांनीच करून दिली होती. शिवाय विरूपाक्षांकडून त्यांनी रावसाहेब कसब्यांच्या 'आंबेडकरवाद- तत्त्व आणि व्यवहार' या पुस्तकाचा कन्नड अनुवाद करून घेऊन प्रकाशित केला होता. त्या निमित्तानं बरंच जाणं-येणं होतं. जवळचा परिचय होता.

याही नाटकाच्या वेळी मी खर्डा कार्नाडांकडे पाठवत होते आणि ते तो पाहून परत पाठवत होते.

कर्नाटकात बाराव्या शतकात घडलेल्या रक्तक्रांतीचा हा विषय अनेक कन्नड साहित्यिकांना आव्हान देत आला आहे. जातिविरहित समाजव्यवस्था हे बसवण्णांचं मोठंच स्वप्न होतं. त्याच्या कार्याला राजसत्तेचा आशीर्वाद होता, हातात राजाचा खजिना होता, त्याला शरणांचं मोठ्या संख्येनं पाठबळ होतं. त्याची रोटी-व्यवहार करण्यात ही चळवळ बऱ्याच प्रमाणात यशस्वीही झाली; पण एका ब्राह्मण मुलीचं चांभार मुलाशी लग्न करण्यात येतं, तेव्हा मात्र सनातन समाज या 'बेटी-व्यवहारा'वर खवळून उठतो आणि प्रचंड प्रमाणात रक्तपात होतो. बसवण्णाही विषण्ण मनानं देहत्याग करतो किंवा जलसमाधी घेतो, अशी ही शोकांतिका.

या नाटकाचा अनुवाद हे एक वेगळ्या प्रकारचं आव्हान होतं. नाटक बाराव्या शतकात घडत असल्यामुळे एकूणच मराठी भाषेत अनाहूतपणे शिरलेल्या इंग्लिश शब्दांपासून सावध राहणं स्वाभाविकच होतं. त्याचबरोबर, बसवण्णाच्या या चळवळीनं संस्कृतला जाणीवपूर्वक विरोध करून केवळ कन्नड भाषेचा वापर केल्याचं मला ऐकून ठाऊक होतं. त्यामुळे भाषेचा जुना 'फील' ठेवण्यासाठी संस्कृतकडे वळायची सोय नव्हती. शिवाय हे 'नाटक' असल्यामुळे कादंबरीच्या अनुवादाच्या वेळी उपलब्ध असलेला भाषेचा 'सैलपणा' इथं उपलब्ध नव्हता. इथलं प्रत्येक वाक्य कुणीतरी प्रत्यक्ष बोलणं अपेक्षित असल्यामुळे वाक्यातला तो 'गुणधर्म' जागरूकपणे ठेवणं अपेक्षित होतं.

ही सारी कसरत करून मी अनुवाद पुरा केला. कार्नाडांनीही तो पाहिला, तपासला आणि प्रकाशनासाठी दिला. यथावकाश पुस्तकही आलं.

मध्यंतरीच्या काळात एक दिवस धारवाड येथील प्राध्यापक डॉ. पंडित आवळीकर घरी आले. सीमा भागातल्या साहित्य क्षेत्रात त्यांचा बराच दबदबा होता. साहित्य अकादमीशीही ते निगडित होते. त्यांचा मुलगा पुण्यात असल्यामुळे त्यांचं वरचेवर पुण्यात येणं होत असल्यामुळे भेटी होत गेल्या. 'तलेदंड'चा अनुवाद प्रकाशित झाल्यावर पुढच्या भेटीत मी तो त्यांना दिला. कार्नाडांचेही ते शिक्षक असल्यामुळे त्यांनीही रस दाखवला.

आवळीकरांनी पुढच्या पुणे भेटीत मूळ नाटक आणि अनुवादाच्या संदर्भात एक विस्तृत टिपण लिहून आणलं. त्यात त्यांनी अनुवादाच्या संदर्भातले त्यांचे काही आक्षेप उदाहरणासहित नोंदले होते. त्यात त्यांनी प्रामुख्यानं नोंद केली होती ती मी वापरलेल्या काही शब्दांविषयी. संस्कृत आणि इंग्लिशपासून यशस्वीपणे सुटका करून घेता-घेता मी मराठीत बेमालूमपणे शिरलेले आणि मिसळून गेलेले उर्दू आणि फारसी शब्द वापरले होते, जे त्या काळी वापरात नव्हते! पण मूळ नाटकातही त्यातले काही शब्द वापरले होते.

त्यांच्या निरीक्षणात काही चुकीचं नव्हतं; पण पुस्तक प्रकाशित होऊन गेलं होतं. काय करावं हे मला सुचेना. मी कार्नाडांना फोन केला आणि जे घडलं होतं ते सांगितलं. काही आक्षेप कार्नाडांवरही होते, तेही सांगितले. सगळं ऐकून कार्नाडांनी हसून ते काही मनावर न घेण्याविषयी सांगितलं. मी त्यातला मथितार्थ असा समजून घेतला, शेवटी हे नाटक म्हणजे नाट्य कलाकारांचं रॉ-मटेरियल आहे, भाषिक अचूकतेपेक्षा तिचं सादरीकरण महत्त्वाचं आहे. म्हणजेच कलाकृतीचं बलस्थान लक्षात घेऊनच तिच्याकडे पाहावं लागेल, तिचा अनुवाद करतानाही तेच महत्त्वाचं ठरलं.

डॉ. आवळीकरांच्या मनाचा मोठेपणा असा की, त्यांनी त्यांचं टिपण मात्र कुठंच प्रसिद्धीसाठी दिलं नाही.

'तलेदंड'चा अनुवाद पुरा होत असतानाच आणखी एक घटना घडली.

आमच्या घरमालकांनी घातलेला खटला सुरूच होता. आमचे शेजारी श्याम मिरजी मस्कतला नोकरीसाठी गेले होते. त्यांची पत्नी अलका एकटीच पुण्यातच राहत होती. तिच्या वाढदिवसानिमित्त अंबिकेकाकूंनी तिला आग्रहानं घरी बोलावून पुरणपोळीचं जेवण घातलं. दुसऱ्याच दिवशी सकाळी सकाळी ती घाबरी होऊन माझ्याकडे आली. घरमालकांनी कायदेशीर हालचाली करून त्यांच्याविरुद्ध घर रिकामं करायचा फतवा कोर्टाकडून आणला होता. त्याची अंमलबजावणी करण्यासाठी त्यांच्या दाराशी कोर्टाची माणसं आली होती. घरातलं सगळं सामान घराबाहेर काढून त्यांना घराबाहेर उभं करण्यात आलं होतं.

ते दृश्य पाहून मीही हादरून गेले होते. आमच्यावर अशी परिस्थिती आली तर काय करायचं?

मध्ये एखादा आठवडा गेला असेल. त्यामुळे मी घरात एकटीच होते. खिडकीपाशी बसून माझं लेखन चाललं होतं. खिडकीपाशी एका अनोळखी माणसाची चाहूल लागली. आदल्या आठवड्यातली घटना आठवून मी थोडं घाबऱ्याघाबऱ्या पण ओरडून विचारलं, "कोण? कोण आहे?"

त्या माणसानं हातातला पत्ता पाहत विचारलं, "उमा कुलकर्णी?"

चेहरा दिसताच मला ओळख पटायला क्षणही लागला नाही! ते प्रसिद्ध सिनेकलावंत आणि नाट्यकर्मी अमोल पालेकर होते! स्वतःला सावरून मी दार उघडलं. 'तलेदंड'च्या संदर्भात कार्नाडांनी त्यांना माझा पत्ता दिला होता. तेव्हा त्यांची सासुरवाडी आमच्या कॉलनीतच असल्यामुळे ते भेटायला आले होते.

तसाच त्याच सुमारास विजया मेहतांशीही कार्नाडांच्या सांगण्यावरून पत्रव्यवहार झाला होता.

या नाटकाचे व्यावसायिक रंगभूमीवर प्रयोग झाले नाहीत. कारण ठाऊक नाही. नाटकाचा विषय गंभीर होता. शेवटही शोकांतिकेकडे झुकणारा. कदाचित यातील विषय मराठी प्रेक्षकांना भावणार नाही, अशी त्या क्षेत्रातील संबंधितांची भावना असेल. कदाचित कर्नाटकातला विशिष्ट कालखंड उभा करणं त्यांना आव्हानात्मक वाटलं असेल. प्रेक्षक त्या वातावरणाशी संबंध प्रस्थापित करू शकेल की काय, याविषयीही कदाचित शंका वाटली असेल. पण या नाटकाचेही राज्य नाट्य-स्पर्धांमध्ये प्रयोग होत राहिले आणि पुरस्कार मिळवत राहिले.

पु.लं.च्या पुस्तकानंतर आमचा त्या दोघांशीही बराच जवळचा संबंध येऊ लागला. मला सुनीताताईंचं 'आहे मनोहर तरी..' आवडलं होतं. दोन वेगवेगळ्या स्वभावाची माणसं एका छताखाली राहून संसार करू शकतात, त्यासाठी कुणीही स्वतःच्या व्यक्तिमत्त्वाचा त्याग करायची गरज नाही, हा माझा अनुभव योग्य असल्याचं या पुस्तकातून मला जाणवत होतं.

माझ्या आग्रहावरून विरूपाक्षांनी ते वाचून पाहिलं आणि सुनीताताईंची परवानगी घेऊन अनुवाद करायला सुरुवात केली.

'तरंग' या कन्नड साप्ताहिकासाठी पु.लं.ची मुलाखत घ्यायची जबाबदारी विरूपाक्षांवर होती म्हणून पु.लं.च्या घरी गेलो. जाताना टेपरेकॉर्डर नेला असला तरी वायर अपुरी होती! आम्ही खजील झालो; पण सुनीताताईंनी असमाधान न दाखवता मोठी वायर दिली आणि मुलाखत पुरी केली. पुढे ती प्रसिद्धही झाली.

'आहे मनोहर तरी..'चा अनुवाद पुरा झाला. मुंबईमध्ये या पुस्तकावर झालेल्या परिसंवादात आम्ही दोघांनीही गौरी देशपांडे, रेखा देशपांडे यांसारख्या अनुवादकांसमवेत भाग घेतला होता. त्या वेळी गौरी देशपांडे यांनी 'कुठली इंग्लिश भाषा वापरायची? भारतीय इंग्लिश की पाश्चात्त्य?' यावर लेखिकेशी चर्चा झाल्याचं सांगितलं. तसंच रेखा देशपांडे यांनी हिंदी अनुवादाच्या वेळी नवऱ्याला 'भाई' म्हणण्यामुळे अनुवाद करताना झालेल्या अवघड परिस्थितीचा अनुभव सांगितला. शांता गोखलेंनीही या वेळी टिपण सादर केल्याचं आठवतं.

पण या पुस्तकाचा कन्नड अनुवाद प्रकाशित होणं ही काही साधी गोष्ट नव्हती. आम्ही काही प्रकाशकांशी संपर्क साधला तेव्हा कुणी म्हणालं, ''आम्हाला तुमचे पु. ल. देशपांडेच माहीत नाहीत. मग त्यांच्या बायकोचं चरित्र कोण वाचणार?''

आम्ही या पुस्तकाचं स्त्रीवादी साहित्याच्या दृष्टीनं महत्त्व सांगायचा प्रयत्न केला; पण काहीही उपयोग झाला नाही.

त्या वेळी माझ्याकडे धारवाडच्या महिला साहित्य संस्थेच्या डॉ. हनुमाक्षी गोगी या काही कारणानं आल्या होत्या. त्यांनाही हे सांगितलं. त्या म्हणाल्या, ''आम्ही हे पुस्तक प्रकाशित करू. पण ते विरूपाक्षांच्या नावानं होणार नाही. तुमच्या नावानं होईल. आम्ही पुरुषांचं काहीही प्रकाशित करत नाही!''

मी म्हटलं, ''जर एका स्त्रीचं आत्मकथन एखादा पुरुष अनुवादित करत असेल तर ते तुमच्या महिला चळवळीचं यशच नाही का?''

पण त्यांनी निक्षून सांगितलं, ''आमची विशिष्ट पॉलिसी ठरलेली आहे. त्यात आम्ही बदल करू शकत नाही.'' आम्ही गप्प बसलो.

काही कारणांनी याच काळात अनंतमूर्ती आणि नंतर गिरीश कार्नाड पुण्यात आले होते. पु.ल. आणि सुनीताताईंशी त्यांची भेट झाली. त्यांच्याशीही बोलणं झालं. त्या दोघांनीही प्रकाशक शोधण्याचं, आपापल्या प्रकाशकांना सांगायचं कबूल केलं; पण काहीही झालं नाही.

कार्नाडांच्या धारवाडमधल्या प्रकाशकांशी भेट तर आम्ही घेतली होती. तेव्हा त्यांनी सांगून टाकलं, ''आम्ही कन्नडमधल्या तिसऱ्या किंवा चौथ्या दर्जाच्या लेखकाचं लेखन प्रकाशित करू; पण दुसऱ्या भाषेतल्या पहिल्या दर्जाच्या लेखकाचं अनुवादित साहित्य प्रकाशित करणार नाही!..''

त्यांच्या या टोकाच्या दृष्टिकोनाचा अर्थ मला कळला नाही. कारण त्यांनीही बरेच अनुवाद प्रकाशित केले होते. अजूनही करताहेत. पुढच्या काळात भैरप्पांचं आत्मचरित्र 'माझं नाव भैरप्पा' अनुवादित करत असताना त्यातले काही तिढे सुटले! भैरप्पांशी त्यांचे मतभेद होते. आम्ही भैरप्पांच्या कादंबऱ्या अनुवादित करत असल्यामुळे त्यांचा आमच्यावर राग असावा. इतर अनेक अनुवादित साहित्य प्रकाशित करणाऱ्या या प्रकाशकानं या कारणामुळे ही भूमिका घेतली असावी.

याच कारणासाठी कर्नाटकातील अनेक प्रकाशकांचा आमच्यावर राग होता. भैरप्पा नवोदित असताना मागे कधीतरी त्यांच्यामध्ये वाद झाले होते. शिवाय आता भैरप्पा त्यांना आपलं साहित्य प्रकाशनासाठी देत नव्हते, म्हणूनही काही प्रकाशकांचा त्यांच्यावर राग होता! भैरप्पांचे प्रकाशक आर्थिकदृष्ट्या मध्यम वकुबाचे असून भैरप्पांचंच साहित्य पुनर्मुद्रित करता-करता एवढे थकून जात होते की, इतर काही छापायची त्यांची कुवत कुठून राहणार?

हा अनुवाद करताना शीर्षकासाठी विरूपाक्षांनी 'आहे मनोहर तरी गमते उदास...' या संपूर्ण ओळीचा पद्यमय अनुवाद करून घेतला आणि त्याचा एक तुकडा शीर्षकासाठी वापरला. तसंच

पळसखेडच्या दिशेनं येणाऱ्या पक्ष्यांचा उल्लेख आला तिथंही कवी महानोरांच्या नावाचा खुलासा केला.

अनुवाद पुरा झाल्यावरही काही दिवस बाहेरून सामान आणताना विरूपाक्ष माझ्या हातातली सामानाची पिशवी काढून घेत आणि म्हणत, "उद्या तू तुझ्या आत्मचरित्रात लिहिशील!" कधी कधी ते म्हणत, "नाही येत काही पुरुषांच्या हे लक्षात! अशा वेळी सरळ शब्दांत 'ही पिशवी घे' असं सांगायला काय झालं?" अशी काही ठिकाणी त्यांची मल्लिनाथी चालू असली तरी हा अनुवाद करताना तेही खुशीत होते.

भाषेतील काव्यात्मकता आणि वैचारिकता सांभाळत केलेला हा अनुवाद कालांतरानं प्रकाशित झाला. तेव्हा कर्नाटकात 'बेस्टसेलर' म्हणून प्रसिद्ध झालेल्या दहा पुस्तकांत या अनुवादाचाही समावेश झाला होता.

हा अनुवाद प्रकाशित होण्याआधी डॉ. हावनूर यांनी कर्नाटकातल्या एका वृत्तपत्रात या आत्मकथनावर एक टिपण दिलं होतं. त्यात, शीर्षकातलं 'मनोहर' हे विशेषण लेखिका आपल्या पतीला म्हणजे पु.लं.ना उद्देशून वापरते, असं लिहिलं होतं! म्हणजे 'हा मनोहर दिसतो, पण मला उदास वाटतं...' अशा अर्थानं! पुस्तकात स्वतः सुनीताताईंनी पु.लं.च्या दिसण्याविषयी स्पष्ट टिप्पणी करूनही!

२०१२ साली केरळमधील कासरगोड येथील गव्हर्न्मेंट कॉलेजमध्ये मी व्याख्यानासाठी गेले असता, तिथंही या पुस्तकाविषयी आस्था असणाऱ्या आणि कन्नड लेखिकांच्या आत्मचरित्रावर पीएच.डी. केलेल्या एक विदुषी भेटल्या आणि खूप आत्मीयतेनं बोलल्या. त्यांना हे पुस्तक फारच आवडलं होतं. त्याचबरोबर, आपल्या मित्राविषयीच्या आकर्षणाविषयी स्पष्टपणे लिहून, पुन्हा सुनीताताई पु.लं.बरोबर राहत होत्या, हे वाचून त्यांना फारच 'ग्रेट' वाटलं होतं! कर्नाटकातील स्त्री-साहित्यावरील बहुतेक सगळ्या चर्चासत्रांमध्ये या मुद्द्यावर बरीच चर्चा झाल्याचंही त्यांनी सांगितलं.

विविध कारणं एका पाठोपाठ निघत गेल्यामुळे आम्ही बऱ्याच वेळा पुलंच्या घरी गेलो. तेव्हा ते 'रूपाली'त राहत होते. पहिल्यांदा त्या घरी जातानाची माझी अवस्था कारंतांना भेटताना जशी होती, तशीच होती. एकाच वेळी त्यांचं लेखन, महाराष्ट्राला हसवणारे त्यांचे एकपात्री प्रयोग, त्यांचं 'महाराष्ट्राचं लाडकं व्यक्तिमत्त्व'

हे बिरुद डोळ्यांसमोरून तरळून गेलं. पुढंही माझ्यावरचं पुलंविषयीचं दडपण तसंच होतं, तसं सुनीताताईंविषयी नव्हतं. मी असं सांगते, तेव्हा अनेकांना याचं आश्चर्य वाटतं.

एकदा विरूपाक्षांनी त्यांच्या तब्येतीची चौकशी करताना विचारलं, "डॉक्टर काय म्हणतात?"

यावर पु.ल. गंभीर मुद्रेनं उत्तरले, "काय म्हणणार? ते बिचारे आयुष्यभर 'प्रॅक्टिस'च करत असतात!...."

आम्हाला हसू अनावर झालं तेव्हा पुलंनी मिस्कीलपणे आणखी एक पुस्ती जोडली, "आणि नाटकवालेही सतत 'प्रयोग'च करत असतात!..."

'काठ'च्या प्रकाशन समारंभासाठी भैरप्पा पुण्यात आले होते. त्यातल्या एके दिवशी सकाळी त्यांच्या भेटीसाठी पु.ल. आणि सुनीताताई आमच्या घरी येणार असं ठरलं. त्याच दिवशी पहाटे माझे सासरे आणि चुलत सासरे रामूकाका काशीयात्रा करून परतले होते. तीन दिवसांचा रेल्वेचा प्रवास करून ते थकले होते. प्रवासानं दोघंही दमले असले, तरी यात्रा करून खुलले होते. याच रामूकाकांनी सुमारे तेवीस वर्षांपूर्वी आमच्या लग्नाच्या वाटाघाटीत सक्रिय भाग घेतला होता. आता ते तेव्हाची आठवण काढून, रंगात येऊन सांगू लागले, "...काही म्हण, या खेळात तुमचे अण्णा (म्हणजे माझे वडील) भलतेच मुरलेले खेळाडू आहेत!..."

माझं माहेरचं प्रेम थोडं जास्तच आहे हे मान्य असलं, तरी घरात भैरप्पा पाहुणे आणि त्यांच्या भेटीला महाराष्ट्राचं दैवत भेटायला येणार असताना मी या विषयात कशी रमणार? नऊ वाजता महाराष्ट्राचे 'शंकर-पार्वती' येऊन पोहोचायच्या आत मला या तीन दिवसांच्या रेल्वेप्रवासात दमून-भागून आलेल्या दोन सासऱ्यांचं सगळं मार्गी लावायचं होतं. त्यात माझ्या इडलीचा फज्जा उडाला होता. आयत्या वेळी काय करायचं हा प्रश्न आ वासून समोर उभा होता.

मी तो विषय कसाबसा आवरता घेतला आणि दोन्ही सासऱ्यांना पटकन आवरून घ्यायला सांगितलं.

ठरलेल्या वेळी सुनीताताई आणि पु.ल. आले. तिघांच्या गप्पा सुरू झाल्या. आमच्या घरी ही दुर्मीळ घटना घडत असल्यामुळे आम्ही दोघंही साक्षीभावानं सगळं पाहत राहिलो होतो.

ही संधी साधून 'सकाळ'चे एक ज्येष्ठ पत्रकारही आले होते. त्यांनी पु.ल. आणि सुनीताताईंसाठी वाहन व्यवस्थाही केली होती. दुसऱ्या दिवशी 'सकाळ'मध्ये या भेटीचा पानभर विस्तृत वृत्तान्त प्रसिद्ध झाला. तो पाहून आम्ही अधिकच खुललो.

पण त्या वृत्तांतात ही भेट कुठे घडली याविषयी एक ओळही दिली गेली नव्हती, हे आमच्या लक्षातही आलं नव्हतं. पण सुनीताताई इतक्या जागरूक होत्या की, त्यांनी त्या पत्रकाराशी संपर्क साधून त्याची या संदर्भात चांगलीच कानउघाडणी केल्याचं नंतर आम्हाला समजलं!

'काठ'च्या प्रकाशनासाठी वसंत कानिटकर आणि आनंद यादव व्यासपीठावर उपस्थित होते. प्रेक्षकांची बरीच गर्दी होती. त्यात पु.ल., सुनीताताई, ज्योत्स्ना देवधर आणि इतर कितीतरी मान्यवर हजर होते. प्रकाशन सोहळा देखणा झाला. सगळ्यांचीच भाषणं बहारदार झाली.

प्रकाशन समारंभानंतर शशिकला उपाध्येंनी भैरप्पांबरोबर एका हॉटेलमध्ये जेवायचा कार्यक्रम ठेवला होता. जेवणानंतर फोटो काढायचा कार्यक्रम चालला होता. त्याच वेळी तिथं माधव हरिहर हे ह्यांचे मित्र आले. माधव हरिहर हे त्या वेळी पुण्याचे सिटी इंजिनिअर होते आणि पुण्याच्या 'कर्नाटक संघा'शी त्यांचे जवळचे संबंध असल्यामुळे ते भैरप्पांना भेटायला जवळ आले. विरूपाक्षांनी त्यांची भैरप्पांशी ओळख करून दिली. हे बेळगावचे माधव हरिहर म्हणजे पु.लं.च्या 'रावसाहेबां'चे सख्खे नातू.

जुजबी गप्पा झाल्या आणि हरिहर जायला निघाले. मध्येच ते मागे वळून आले आणि त्यांनी विरूपाक्षांना विचारलं, "तुमचं घर स्वतःचं आहे की भाड्याचं?"

"भाड्याचं..."

"तर मग एक अर्ज करा ना! कलावंत आणि लेखकांना स्वस्तात घर मिळायची योजना असते. तुम्हालाही सहजच मिळून जाईल! तुम्ही फक्त अर्ज द्या!"

ते एवढं सांगून निघून गेले. आम्ही हे बोलणं विसरूनही गेलो होतो. पण घरी परतल्यावर भैरप्पांनी आठवणीनं तोच मुद्दा काढला आणि काळजीनं विचारलं, "का नाही अर्ज देत? या घराचाही खटला चाललाय ना?"

यावर काहीही उत्तर न देता आम्ही दोघांनी एकमेकांकडे पाहिलं. कारण त्या वेळी 'स्वस्तात' घर मिळालं, तरी वरचे भरायला आमच्याकडे पैसे कुठं होते? जवळचे पैसे दिले, तर आमचं सगळं आर्थिक गणित बिघडलं असतं.

घराचा खटला सुरूच होता. कॉलनीतल्या ॲड. दिलीप कर्णिकांकडे आम्ही वकीलपत्र दिलं होतं. त्यांनी सुरुवातीलाच सांगितलं होतं, "तुम्ही ६४ सालापासून भाडेकरू आहात, तुमच्याकडे तेव्हापासूनच्या पावत्या आहेत. सरकारी क्वार्टर ही काही कायमची वास्तू होऊ शकत नाही. आता तर तुम्ही नोकरीतही नाही. तुमची आणखी कुठंही वास्तू नाही. त्यामुळे घाबरायचं कारण नाही. तुम्हाला कुणीही हात

लावू शकत नाही!''

घरमालक अंबिकेकाकांना मात्र या खटल्याचा मनस्ताप होत असावा. त्यांच्याशी विरूपाक्षांचं सुरुवातीपासून फार चांगलं नातं होतं. ह्यांचा स्वभाव पटल्यामुळे काकांनी हा ब्लॉक रिकामा होताच ह्यांना बोलावून घर भाड्यानं घ्यायला सांगितलं होतं. तेव्हा पागडी द्यायला विरूपाक्षांकडे पैसे नव्हते. 'थोडे-थोडे जमेल तसे द्या..' असंही त्यांनी सांगितलं होतं. काका-काकू काशीयात्रेला निघाले तेव्हाही त्यांनी घरातल्या नवविवाहित मुलगा आणि सुनेची जबाबदारी ह्यांच्यावरच टाकली होती. नंतर एका टप्प्यावर त्यांचा तो तरुण मुलगा गंभीर आजारी पडला आणि कोमात गेला. त्या वेळी हॉस्पिटलमध्ये जातानाही विरूपाक्षांनी आणि दिवाडकर या दुसऱ्या भाडेकरूंनी वेळा ठरवून घेतल्या होत्या. खर्च वाढले तेव्हा काकांनी घरी येऊन अडचण सांगितली आणि भाडं वाढवायला सांगितलं. विशेष म्हणजे, अखेर मुलगा वारला तेव्हा काकांनीच घरी येऊन 'आता पूर्ववत भाडं द्या' असंही सांगितलं होतं!

खटला सुरू झाल्यानंतर विरूपाक्षांचं एरवीचं मनमोकळं गाणं बंदच होऊन गेलं होतं. एक दिवस काका विचारत आले, ''काय बंडोपंत! (तेव्हा विरूपाक्षांना जवळचे सगळे बंडू याच नावानं ओळखत) हल्ली तुमचं गाणं ऐकू येत नाही! असं का बरं? आम्हाला बरं वाटत नाही!..'' पण डोक्यावरचं छप्पर केव्हाही जाईल, याची टांगती तलवार असल्यामुळे ह्यांना खरोखरच गाणं सुचत नव्हतं.

दुसऱ्या दिवशी निकाल लागण्याची शक्यता होती. साक्षीसाठी आम्ही दोघंही कोर्टात गेलो होतो. आयत्या वेळी जज्जसाहेबांनी माझी साक्ष नको असं सांगितलं. त्यांनी असं का केलं हे न कळून आम्ही दोघंही गोंधळून गेलो. काहीही न सुचून तिथल्या एका कट्ट्यावर बसलो होतो.

तेवढ्यात साधे धुतलेले कपडे, डोक्यावर पांढरी टोपी घातलेला, सुशिक्षित वाटणारा तरुण जवळ आला. तो आमच्या वकिलांच्या ऑफिसमध्येही लुडबुड करताना दिसायचा. तो म्हणाला, ''खटल्याचा निकाल तुमच्या बाजूने लागायला हवा असेल तर इथं जज्जसाहेबांना पैसे द्यावे लागतात! अहो, इथे फक्त फार्स चालतो! खरे निकाल तर टेबलाखालूनच लागतात! जर तुम्ही मला अमूक रुपये दिलेत तर निकाल तुमच्या बाजूनं लागेल असं करतो!''

आम्ही लगेच सावध झालो. निकाल काहीही लागला तरी हरकत नाही, पण असल्या लफड्यात अडकायचं नाही, हे आपसात न बोलता ठरलं आणि आम्ही त्या माणसाला तिथून हाकललं. आम्हीही घरी निघून आलो. पुढे त्या माणसाला कर्णिकांच्या ऑफिसमधून काढल्याचं समजलं.

हा निकाल काहीही लागला तरी वरच्या कोर्टात जाता येतं हे ठाऊक असलं, तरी मिरजींचं सामान घराबाहेर काढल्याचा प्रसंग डोळ्यांसमोर होता. त्यामुळे मीनाच्या घरी जाऊन त्यांना सांगितलं, "घर सोडावं लागलं तर सामान तुमच्या घरी ठेवू आणि आम्ही दुसरी व्यवस्था होईपर्यंत हॉटेलमध्ये राहू!' रात्रभर 'उद्या घर सोडावं लागलं तर काय करायचं?' याचाच विचार करत राहिलो.

खटल्याचा निकाल आमच्या बाजूनं लागला. अर्थात, घरमालक अपिलात गेले. ती नोटीस येताच मी या क्षेत्रातले दर्दी आणि आमचे बॅडमिंटनमित्र श्री. ताम्हनकर यांच्याकडे गेले. जुन्या पोटभाडेकरूंना कायद्याच्या मार्गानं बाहेर काढण्याचा 'पराक्रम' त्यांनी केला होता. त्यामुळे या बाबतीत कॉलनीत त्यांचा दबदबा होता. त्यांना घरमालक-भाडेकरू या बाबतीतल्या कायद्याची भरपूर माहिती होती. त्यांनीच आम्हाला ॲड. कर्णिकांचं नाव सुचवलं होतं.

नोटीस वाचून त्यांनी सांगितलं, 'जर तुमचा कुठे फ्लॅट बुक करायचा विचार असेल, तर कॅन्सल करा! तुमची सरशी होणार हे नक्की!' मी कारण विचारताच त्यांनी नोटिशीतले ठिसूळ मुद्दे सांगितले. मी विचारलं, "तुम्ही घरमालकांच्या जागी असता तर कुठला मुद्दा पुढे केला असता?"याचंही त्यांनी नीट पटेल असं उत्तर दिलं. ते ऐकताच माझ्या मनावरचं दडपण काहीसं कमी झालं.

नीता एलएल.बी.ही झाली असल्यामुळे तिला कायद्याचं ज्ञान होतं. या संपूर्ण काळात मनातल्या या संदर्भातल्या बारीकसारीक शंकांचं निरसन तिच्याकडून होत होतं. त्यामुळे तिचा मोठाच आधार आम्हाला होता. ती आम्हाला नेहमी सांगायची, "खटला कसाही चालला तरी वस्तुस्थिती नावाची एक गोष्ट असतेच ना! तुम्ही इथं प्रत्यक्ष राहताहात; हे तर खोटं नाही ना!"

याच सुमारास पु.ल. आणि सुनीताताईंचे जवळचे मित्र प्रख्यात हिंदुस्थानी गायक मल्लिकार्जुन मन्सूर यांचं वर्षश्राद्ध आलं. त्यानिमित्त त्यांच्यावर आधारित एक पुस्तक प्रकाशित करावं, असं या दोघांनी ठरवलं. डॉ. वि. भा. देशपांडे हे या पुस्तकाचं संपादन करणार होते. मन्सूरांच्या कन्नडमध्ये असलेल्या 'नन्न रसयात्रे' या जीवनचरित्राचा मी अनुवाद करावा, असं ठरलं. 'पृथ्वी प्रकाशना'च्या स्मिता इनामदार या पुस्तकाच्या प्रकाशनासाठी तयार होत्या.

या पुस्तकानिमित्त आमच्या भेटी होऊ लागल्या. आमचं घर खालच्या मजल्यावर असल्यामुळे पायऱ्या चढायचा प्रश्न नसायचा. त्यामुळे बहुतेक मीटिंग्ज् आमच्या 'शशीप्रभा'त व्हायच्या. त्यानिमित्तानं पु.ल., सुनीताताई आणि वि. भा. देशपांडे सहजपणे आमच्या घरी यायचे.

एकदा याच संदर्भात पु.लं.च्या घरी मीटिंग सुरू असताना दरवाजा वाजला.

पु.लं.ना भेटायला कुणीतरी नागपूरहून आलं होतं. एवढ्या लांबून आल्यामुळे आपल्याला भेट मिळावी, असा त्यांचा आग्रह होता. सुनीताताईंनी दरवाजा उघडला आणि त्यांना नम्र, पण ठामपणे सांगितलं, ''त्यांची कामाची मीटिंग चालली आहे. ती माणसं अपॉईंटमेंट घेऊन आली आहेत. तुम्ही पुन्हा पुण्याला याल, तेव्हा आधी एक पोस्टकार्ड टाकून या. तेव्हा तुम्हाला त्यांच्याशी भरपूर गप्पा मारता येतील.''

या पुस्तकासाठी पु.ल. आणि सुनीताताईंचेही लेख घेण्यात आले. मल्लिकार्जुनांचे चिरंजीव राजशेखर यांची मुलाखत घ्यायला मी आणि स्मिता इनामदार धारवाडलाही जाऊन आलो. अखेर पुस्तक तयार झालं. 'गानयोगी' या नावानं पुस्तक तयार झालं. पुस्तकाचा प्रकाशन समारंभही पुण्यात थाटात साजरा झाला. पु.लं.च्या बरोबरीनं आपल्याला कधी काळी एका व्यासपीठावर बसता येईल, असं मी स्वप्नही कधी पाहिलं नव्हतं! पण अनुवादामुळे तेही घडलं!

पुस्तक प्रकाशनाच्या दिवशी पुस्तकातले काही अंश महाराष्ट्रातल्या सर्व वृत्तपत्रांत येतील, याची काळजी घेतली होती. 'महाराष्ट्र टाइम्स'मध्ये मी केलेल्या अनुवादाचा काही अंश प्रकाशित झाला. पुस्तकाशी संबंधित सगळे जणच आनंद आणि समाधानानं भरून गेले होते. मला पु.ल.आणि सुनीताताईंच्या मन्सूरांबरोबरच्या मैत्रीच्या संदर्भातला एक अनमोल गुण जवळून पाहता आला होता!

अशा मूडमध्ये असताना माझ्या नकळत मला एक शत्रू तयार झाला होता.

एक दिवस बेळगावच्या 'तरुण भारत'चा एक रविवारचा अंक आमच्या घरी आला आणि मी उडालेच! त्यातल्या पुरवणीत माझा भला मोठा फोटो होता आणि माझ्या मन्सूरांच्या आत्मचरित्राच्या अनुवादावर टीका करणारा एक मोठा लेख प्रकाशित झाला होता! पत्राच्या स्वरूपात असलेल्या त्या लेखाची सुरुवातीची भाषा होती, '...तुम्हाला माझी कदाचित आठवण नसेल. आपण गदगच्या साहित्य संमेलनात भेटलो होतो, पण तेव्हा तुम्हाला समोरची माणसं दिसत नव्हती..' वगैरे.. आठवलं. त्या सुमारास बेळगावच्या प्रकाशन संस्थेनं एक कादंबरी प्रकाशित केली होती आणि ती जी. ए. कुलकर्णी यांच्या जीवनावर आधारित होती. बेळगावच्या वास्तव्यात कुणीतरी मला त्या कादंबरीविषयी माझं खासगीत मत विचारलं होतं. मी म्हटलं होतं, ''कुणाच्या खासगी जीवनाविषयी मला काहीच म्हणायचं नाही. पण मी जे जी.एं.चं वाचलंय त्यावरून मला वाटतं, त्यांचं एखादं प्रेमप्रकरण असलंच तरी ते या पातळीचं नसणार. मुख्य म्हणजे माझा काही सर्जनशील लेखकांशी थोडाफार परिचय आहे. त्या संदर्भात माझं त्यांच्याशी बोलणंही होत असतं. सर्जनशीलतेकडे बघायचा या कादंबरीतला दृष्टिकोन मला पटला नाही.'' हे संभाषण

अगदी खासगीत झालं होतं.

या लेखिका मला गदगला भेटल्या होत्या. तेव्हा मी बरीच बुजरी होते. तेव्हा मला 'साहित्य अकादमी'आणि 'महाराष्ट्र गौरव' हे दोन पुरस्कार मिळालेले असल्यामुळे, तो माझा बुजरेपणा काही जणांना 'मस्तवालपणा'ही वाटला असेल.

त्याच दिवशी मी काही कामासाठी पु.लं.च्या घरी गेले. तरुण भारत त्यांच्याकडेही पोहोचेल याचीही व्यवस्था करण्यात आली होती. मी जेव्हा या लेखाला उत्तर द्यायचा विचार करत असल्याचं सांगितलं, तेव्हा सुनीताताई म्हणाल्या, "उमा, आम्ही या बाईला ओळखतो आणि तुलाही ओळखतो! तू याला उत्तर देत बसलीस, तर ही आणखी लिहीत राहील. आणि तू त्याला पुरी पडली नाहीस, तर ती आपण जिंकल्याच्या आवेशात चेकाळली जाईल. तू यावर काहीही उत्तर देऊ नकोस!"

आतल्या खोलीतून पु.ल. आले आणि म्हणाले, "उमाताई, दगड यायला लागले की समजावं, आंबे पिकायला लागलेत!"

या एका वाक्यानं माझ्या मनावरचं मळभ नाहीसं झालं आणि अहंकार सुखावून हसू फुटलं!

त्यानंतरही त्याच व्यक्तीनं आणखी लेख लिहिले. हे सगळं माझ्या बेळगावमध्ये, माझ्या माहेरच्या गावी घडत असल्यामुळे मी प्रत्येक लेखाच्या वेळी विद्ध होत होते.

त्या दिवशी संध्याकाळी फिरायला गेलो असता मी जवळजवळ रडकुंडीला आले होते. तेव्हा विरूपाक्षांनी सांगितलं, "एक लक्षात ठेव; माणूस प्रत्यक्ष त्याच्यावर आघात झाला तर जितका विद्ध होतो, त्यापेक्षा कितीतरी पटीनं विद्ध केव्हा होतो ठाऊक आहे? त्याच्या प्रतिमेवर आघात झाला की! आधी तू स्वतः आणि तुझी प्रतिमा यांतला फरक लक्षात घे. नंतर शांतपणाने ते सगळे लेख वाचून पाहा. व्यक्तिगत आकसापोटी जे लिहिलं असेल, तिकडे तू लक्ष द्यायची गरज नाही. पण त्यातले जे आरोप खरे असतील, त्यांच्यावर विचार कर. पुन्हा त्या चुका होणार नाहीत तिकडे लक्ष दे. तू यानंतरही अनुवाद करत राहून या टीकेला उत्तर देऊ शकशील!..."

हे मला पूर्णपणे पटलं. त्यानंतरही 'मी' आणि 'माझी प्रतिमा' यात गल्लत करायची चूक मी कधीच केली नाही.

नंतर प्रा. एस. बी. कुलकर्णी नावाच्या व्यक्तीनं त्या लेखाला तितकंच खरमरीत उत्तरही दिलं. पुढच्या काळात ग. प्र. प्रधान सरांशी ओळख झाली, तेव्हा त्या व्यक्तीचा विषय काढून ते हसत म्हणायचे, 'आपल्या दोघांनाही नावं ठेवणारी

ती व्यक्ती ना?...' डॉ. म. द. हातकणंगलेकरांनीही असंच काहीसं पत्र लिहून कळवलं. माधवी देसाईही अशाच एका अनुभवातून होरपळल्या होत्या, त्यांचंही पहिल्याच लेखानंतर गोव्याहून आवर्जून पत्र आलं. त्यांनीही 'यानंतरही असेच काही लेख येणार आहेत. मी या व्यक्तीला ओळखते. तू उत्तर देऊ नकोस...' असंच लिहिलं होतं.

विविध प्रकारे सार्वजनिक जीवनात वावरणाऱ्या प्रत्येकाच्या जीवनात असा एखादा तरी प्रसंग असतोच, हे मला पु.ल.-सुनीताताई, अनिल अवचट, पुंडे सर आणि इतर अनेकांच्या अनुभवांतून समजलं. शिवाय माझ्यावरचा हा प्रहार एक 'सॉफ्ट टारगेट' म्हणून झाल्याचं पुढच्या काळात स्वतः त्याच व्यक्तीनं 'ललित'मध्ये लिहिलेल्या एका लेखातूनही सामोरं आलं. काही कारणानं त्या व्यक्तीचा सुनीताताई आणि पु.लं.वर राग होता; पण त्यांच्यावर थेट हल्ला करायची ताकद नव्हती! त्यामुळे तिनं तो असा व्यक्त केला होता.

हे लेख प्रकाशित होत होते तेव्हा एक दिवस सुनील मेहता घरी आले. तेव्हा त्यांनी नुकतीच 'मेहता पब्लिशिंग हाउस'ची धुरा अंगावर घेतली होती. खरं तर हे पुस्तक त्यांनी प्रकाशित केलं नव्हतं. तरीही ते आवर्जून चौकशी करायला आले होते.

या टीकेमुळे त्या व्यक्तीच्या अपेक्षेप्रमाणे माझा अनुवादाचा प्रवास थांबला नाही. पु.ल.-सुनीताताईंचा तर केसही वाकडा झाला नाही. मात्र मोठ्या उत्साहानं आणि उमेदीनं प्रकाशन व्यवसायात उतरलेल्या, या कशातही नसलेल्या स्मिता इनामदारांना मात्र याचा फार मोठा फटका बसला!

काही महिने गेले असतील. एक दिवस सुनीताताईंचा फोन आला. स्मिता इनामदारांच्या तरुण पतीचं पुणे-मुंबई हायवेवर अपघाती निधन झालं होतं. हा फारच मोठा धक्का होता! कारण 'गानयोगी'च्या निर्मितीत त्यांचेही बरेच परिश्रम होते. स्मिताताई आणि मी धारवाडला राजशेखर यांना भेटायलाही जाऊन आलो होतो. तेव्हाही आम्ही दोघी बऱ्याच जवळ आलो होतो. त्यामुळे मलाही स्मितातार्इंना भेटायचंच होतं.

पु.ल. आणि सुनीताताई दोघंही स्मिताताईंना भेटायला जाणार होते. त्यांचा भाचा त्यांना घेऊन जाणार होता. सुनीताताईंनी मलाही विशिष्ट दिवशी चार वाजता त्यांच्या घरी यायला सांगितलं.

तशी मी त्यांच्या घरी गेले. कामावर गेलेला त्यांचा भाचा ट्रॅफिकमध्ये अडकल्यामुळे

त्याला यायला उशीर होऊ लागला. सुनीताताई अस्वस्थ होऊ लागल्या. अखेर त्यांनी रिक्षातून जायचा निर्णय घेतला.

त्याप्रमाणे मी कोपऱ्यापर्यंत जाऊन रिक्षा आणली आणि आम्ही तिघं त्या रिक्षातून कोथरूडला, 'कमिन्स'च्या मागच्या बाजूला असलेल्या स्मिताताईंच्या नातेवाइकांच्या घरी जायला निघालो!

तिथं जाऊन पोहोचलो. स्मिताताईंशी घडलेल्या घटनेविषयी थोडं सांत्वनपर बोलणं होईपर्यंत सुनीताताईंचा भाचा तिथं येऊन पोहोचला आणि त्याच्याबरोबर आम्ही कारमधून त्यांच्या घरी परतलो.

तरीही, दुःखद घटनेच्या निमित्तानं का होईना, या दोघांबरोबर रिक्षानं प्रवास करून काही क्षणांपुरती मी त्यांची रिक्षामध्ये 'सहप्रवासी' झाले होते!

आमच्या 'मराठी-कन्नड स्नेहवर्धन केंद्रा'चे कार्यक्रम अधूनमधून सुरूच होते. आम्ही वरणगावला असताना हावनूर यांनी पुढाकार घेऊन एक कन्नड चित्रपट-महोत्सव आयोजित केला होता. त्यासाठीही पु.लं.नी हजेरी लावली होती. कर्नाटकातून लक्ष्मीनारायण आणि गिरीश कासरवळ्ळी यांच्यासारखे दिग्गज दिग्दर्शक आले होते; पण प्रेक्षकांपर्यंत पोहोचण्यात अपेक्षेइतकं यश मिळालं नव्हतं.

आम्ही पुण्यात परतल्यावर एक कन्नड नाट्य महोत्सव करायचं ठरवलं. हेग्गोडूच्या के. व्ही. सुब्बण्णांच्या 'नीनासं तिरूगाट' या रेपर्टरी ग्रुपचा मुंबई दौरा ठरला होता. त्यामुळे तुलनेनं थोड्या कमी खर्चात पुण्यात तीन नाटकं करणं त्यांना परवडणारं होतं. तरीही पंचवीस कलाकारांचा चार दिवस राहणं, जेवणखाण याचा खर्चही काही कमी नव्हता. मुख्य म्हणजे या क्षेत्राचा आमच्यापैकी कुणालाच अनुभव नव्हता.

दिवाळीच्या जवळपासच्या तारखा ठरल्या. 'हू हुडगी' हे 'पिग्मॅलियन'वर आधारित, 'तलेदंड' हे गिरीश कार्नाडांचं तेव्हाचं ताजं नाटक आणि 'संग्या-बाळ्या' हे लोककलेवर आधारित अशी तीन नाटकं ठरली.

कुलकर्णी बंधू नाटकाच्या बाबतीत सगळी व्यवस्था पाहतात असं समजलं. त्यांच्या विजय टॉकीजमधल्या ऑफिसमध्ये भेटायला गेलो. त्यांनी सुरुवातीलाच स्पष्ट शब्दांत सांगितलं, "तुम्ही दिवाळीच्या जवळपासच्या तारखा ठरवल्या आहेत! याचा अर्थ तुम्हाला जितके प्रेक्षक अपेक्षित आहेत, त्यातले निम्मेच येतील हे तुम्ही गृहीत धरा!..."

तरीही आम्हाला आशा होती, हेग्गोडूशी संबंधित मराठी प्रेक्षक आणि पुण्यात कन्नड नाटकं बघायला मिळताहेत, या आनंदानं कन्नड प्रेक्षकही येतील.

सगळ्या कलाकारांच्या पोटापाण्याची जबाबदारी 'वैशाली'च्या जगन्नाथ शेट्टींनी

उचलली; पण इतरही अनेक खर्च होते. के. व्ही. सुब्बण्णांना ओळखणारे नाट्य क्षेत्रातले पुणेकर आणि 'थिएटर अकादमी'च्या पदाधिकाऱ्यांसारखे काही जण घरापर्यंत येऊन 'कशाप्रकारची मदत पाहिजे?' असं विचारून गेले. त्यांनाही आम्ही सांगितलं, 'तिकिटं काढून नाटकाला या!' तसे ते आलेही. यापलीकडे त्यांच्याकडून काही मदत मागावी, असं आम्हाला सुचलंही नाही आणि ठाऊकही नव्हतं.

प्रेक्षकांची एवढी कमी उपस्थिती पाहून नाट्य क्षेत्रातल्या अनुभवी लोकांना काही अवघड वाटलेलं दिसत नव्हतं; पण आम्ही सगळे संयोजक मात्र चेहरे पाडून बसलो होतो! आमच्या नजरेसमोर पु.लं.च्या पुस्तकाच्या प्रकाशन समारंभाची गर्दी होती.

सतीश बहाद्दूर, भास्कर चंदावरकर, सतीश आळेकर, श्यामला वनारसे यांसारख्या नाट्य आणि सिने क्षेत्रातील बुजुर्गांनी तिन्ही दिवशी या उपक्रमात सक्रिय सहभागही घेतला. त्यांना पाहून नाट्य कलाकारही खूश होते. हेग्गोडू येथे ही मंडळी जवळजवळ दर वर्षी विविध कारणानं उपस्थिती लावायची. त्यामुळे बहुतेक सगळे एकमेकांना ओळखत होते. त्यांच्या उपस्थितीनं आम्हाला त्यातल्या त्यात बरं वाटत होतं. पु.ल.-सुनीताताई, ग. प्र. प्रधान सर हे तिघंही आवर्जून आले होते आणि नाटकाचा पुरेपूर आनंद घेत होते. त्यातही 'संग्या-बाळ्या' या नाटकात निर्माण केलेला जत्रेचा माहोल, जत्रेतील कापडाचं दुकान, फिरते विक्रेते, त्यांचा गोंधळ, लहान मुलांचं रडणं, त्यातच ऐकू येणारं वसंतराव देशपांडेंचं 'घेई छंद मकरंद...' सगळी धमाल पाहता पाहता आम्हालाही आर्थिक नुकसानीचा विसर पडला.

'संग्या-बाळ्या' हा उत्तर कर्नाटकातला लोकनाट्याचा प्रकार. एकोणिसाव्या शतकात बैलहोंगलच्या कुणा पत्तार मास्तरानं हे नाटक रचलं आणि त्याचे प्रयोग होऊ लागले. नाटक लिखित स्वरूपात नसल्यामुळे ते दिवसेंदिवस भ्रष्ट होत चाललं. विरूपाक्षांचं बालपण या परिसरातच गेलं होतं. ते लहान असताना तरुण मुलगा 'संग्या-बाळ्या' बघायला गेला म्हणजे बिघडल्याचं लक्षण मानायचे. कारण यात विवाहबाह्य संबंधाची कथा होती. यातले संवाद हीन दर्जाचे, द्व्यर्थी होते.

संग्या आणि बाळ्या हे दोन मित्र असतात. एक श्रीमंत आणि दुसरा गरीब. श्रीमंत मित्र गरीब मित्राच्या सगळ्या अडीनडी आणि हौस पुरवत असतो. श्रीमंत मित्राचा गावातल्या गंगा नावाच्या विवाहितेवर डोळा जातो. तिचा पती परगावी असताना अनेक हिकमती करून, एका म्हातारीला हाताशी धरून तो तिला वश करून घेतो. तीही वश होते. नवरा परततो. त्याला वस्तुस्थिती समजते. त्याच्याच गरीब मित्राला हाताशी धरून तो श्रीमंत मित्राचा काटा काढतो. गरीब मित्र आपल्या मित्रानं केलेले सगळे उपकार विसरून मारेकऱ्याला या कामात मदत करतो.

पुढच्या काळात चंद्रशेखर कंबारांनी या नाटकाचं परिष्करण केलं होतं. त्यात कंबारांनी मानवी स्वभावाचे कंगोरे दाखवून मानवी संबंधाच्या अनेक शक्यता दाखवून दिल्या होत्या. याच संहितेचा पुण्यात प्रयोग झाला होता.

मराठी-कन्नड स्नेहवर्धन केंद्राला या नाट्य महोत्सवाचा आर्थिक खड्डा भरून निघायला बरीच वर्षं लागली.

चौऱ्याण्णव-पंच्याण्णव साल असावं. पुंडे सरांच्या मध्यस्थीनं सरोजिनी वैद्यांकडून एक प्रस्ताव आमच्यापर्यंत आला. त्यांच्या 'राज्य मराठी संस्थे'च्या वतीनं आणि गुलबर्ग्याच्या 'कर्नाटक मराठी साहित्य परिषदे'च्या सहकार्यानं गुलबर्ग्यात एक द्विभाषा साहित्य संमेलन भरवायचा त्यांचा मानस होता. 'मराठी आणि कन्नड साहित्याचा स्वातंत्र्योत्तर काळातील प्रवास' असा विषय घेऊन साहित्याच्या प्रत्येक क्षेत्रातील वाटचालीचा दोन्ही भाषांचा परामर्श घेणारे निबंध वाचायचे, नंतर मराठी लेखांच्या कन्नड अनुवादाचं आणि कन्नड लेखाच्या मराठी अनुवादाचं पुस्तक तयार करायचं, असंही ठरलं. हे दोन्ही अनुवाद आम्ही दोघांनी करायचं असंही ठरलं. यातील कन्नडशी संबंधित कामाची जबाबदारी साहजिकच आमच्यावर आली. मराठीचं काम पुंडे सर बघणार होते.

त्याप्रमाणे निबंधलेखकांना आव्हान करण्यात आलं. आम्हाला उत्तर कर्नाटकातील निबंधलेखकांची माहिती असल्यामुळे त्यांच्या भेटीसाठी आम्ही दोघंही मुद्दाम धारवाड-हुबळीत फिरून तिथल्या प्रत्येक निबंधलेखकांना व्यक्तिशः विनंती करून आलो. तेव्हा सगळ्यांनीच एकमुखानं या विचाराचं स्वागत केलं. पुस्तक प्रकाशित होणार, याचं सगळ्यांनाच अप्रूप वाटलं होतं. 'असे उपक्रम स्वतंत्र भारतात होत राहिले पाहिजेत!' असंही सगळ्यांनी सांगितलं आणि सहकार्य देण्याचं कबूल केलं.

मराठी निबंधलेखकांनी आपापले लेख आवर्जून वेळेच्या आधी पाठवून दिले. विरूपाक्ष त्यांचे कन्नडमध्ये अनुवाद करायच्या कामाला लागले.

पण प्रत्यक्षात कर्नाटकातील एकाही निबंधलेखकानं आपला लेख पाठवून दिला नाही. त्यामुळे मी कशाचा अनुवाद करणार?

ठरल्याप्रमाणे गुलबर्ग्याला तीन दिवसांचं संमेलन झालं. मराठी बाजू भक्कम होती. कन्नड निबंधलेखकांपैकी कर्नाटकातले फक्त गिरड्डी गोविंदराज हे तेवढे धारवाडहून आले आणि त्यांनी आपल्या विषयावर भाषण केलं. निबंध दिला नाही. बाकीची कन्नडची बाजू गुलबर्ग्यातल्याच काही स्थानिक मंडळींनी सावरून घेतली. आम्हाला मात्र कानकोंड्यासारखं झालं.

समारोपाच्या वेळी विरूपाक्षांनी धारवाड-हुबळीच्या कन्नड निबंधलेखकांच्या असहकार्याबद्दल संयोजकांची माफी मागितली. त्यांचा सूर मात्र थोडा तीव्र लागला.

ही बातमी कर्नाटकात गेली आणि 'कोण हे विरूपाक्ष कुलकर्णी? या विरूपाक्षांना धारवाड-हुबळीत पाऊल टाकू देणार नाही! तंगडं मोडू!..' असं काही लेखक बोलत असल्याची बातमीही आमच्या कानांवर आली! पण प्रत्यक्षात मात्र तसं काही घडलं नाही.

विरूपाक्षांचे मराठी निबंधांचे कन्नड अनुवाद तयार असले तरी कन्नड निबंधांच्या मराठी अनुवादाची बाजू लंगडी पडल्यामुळे या निबंधांचं पुस्तक काढायचा विचार मात्र सोडावा लागला. विरूपाक्षांनी केलेल्या अनुवादाचे कागद मात्र अजूनही आम्ही जपून ठेवले आहेत. घर आवरत असताना माळ्यावर पडलेलं ते कागदांचं पुडकं अधूनमधून हाती लागतं.

आम्हा दोघांची अनुवादाची कामं वाढत चालली होती. त्यात आम्ही अडकत चाललो. शिवाय 'मराठी-कन्नड स्नेहवर्धन' केंद्राच्या प्रत्येक कार्यक्रमावर आणि त्याच्या सादरीकरणाबाबत आमच्या मनात प्रतिक्रिया उमटू लागल्या. त्यामुळे एक गोष्ट आमच्या लक्षात आली, आपण अशा सगळ्यांना सोबत घेऊन जाणाऱ्या संस्थेत काम करून तिथं न्याय देऊ शकणार नाही. हे लक्षात येताच आम्ही संस्थेतून हळूहळू अलगद बाजूला झालो.

कालांतरानं तोरो कोल्हापूरला गेले, हावनूर बेंगळुरूला, अनंतराव देशपांडे पुन्हा अंतर्धान पावले, वयामुळे श्री. र. भिडे येईनासे झाले. इतर कामात पुंडे आणि डॉ. वष्ट गुंतले गेले. आम्ही सगळेच या संस्थेचे हितचिंतक राहून विशिष्ट अंतरावरून संस्थेला आवश्यक ती मदत करू लागलो. कृ. शि. हेगडे यांनी संस्थेची धुरा सांभाळायला सुरुवात केली आणि सौ. मोरे मॅडम त्यांना मदत करू लागल्या.

एक दिवस बेळगावहून फोन आला आणि राजेंद्रला दुसरी मुलगी- शाल्मली- झाल्याची बातमी समजली. त्या मूडमध्ये असतानाच मुंबईहून काही तासांतच आणखी एक फोन आला. मुंबईच्या कर्नाटक संघानं कन्नड-मराठीच्या संदर्भात कार्य करणाऱ्यांना 'वरदराज पुरस्कार' द्यायची परंपरा ठेवली होती. त्या वर्षी तो पुरस्कार मला जाहीर झाला होता. त्याआधी मराठी संस्थांनी बरेच पुरस्कार देऊन सत्कार केले असले तरी एखाद्या कन्नड संस्थेनं माझ्या कार्याची दखल घेणं, हे प्रथमच घडत होतं.

हा पुरस्कार कन्नड नाट्य आणि चित्रपटाच्या क्षेत्रात मोठी कामगिरी केलेल्या बी. व्ही. कारंतांच्या हस्ते देण्यात येणार होता. त्या दिवशीच्या भाषणात कारंतांनी एक लक्षवेधी मुद्दा मांडला- 'प्रत्येक बोलीभाषेला स्वतःची अशी एक लय असते. आणि त्या त्या भाषेतील जानपद संगीतानं ती लय पकडलेली असते.' हे आपलं

मत सिद्ध करण्यासाठी त्यांनी पंजाबी, कन्नड आणि मराठी भाषेची उदाहरणं दिली होती. मराठीसाठी त्यांनी वारकरी वापरतात तो ताल कसा मराठी भाषेलाही चपखल बसतो, हे दाखवून दिलं होतं.

याच सुमारास राजेंद्रची अब्दुललाटेहून पुण्यातल्या स्टेट बँकेत बदली झाली आणि त्याचं कुटुंब पुण्यात राहायला आलं. अगदी सुरुवातीलाच आकाशवाणीचा 'बी हाय ग्रेड'चा वादक असून देशा-परदेशात बासरीचे कार्यक्रम करणाऱ्या राजेंद्रनं कधीच कुठल्याही स्पर्धेत भाग घेतला नव्हता. पण स्टेट बँकेच्या संगीताच्या स्पर्धांमध्ये त्याच्या बासरीवादनाचा प्रथम क्रमांक आल्यामुळे त्याची अब्दुललाटहून पुण्यासारख्या गावात बदली होणं शक्य झालं होतं. आमच्या घराचा खटला सुरू होता आणि त्यातच घरमालकांनी पोटभाडेकरूचा मुद्दा आणल्यामुळे त्याला आमच्या घरी राहणं शक्य नव्हतं. कॉलनीतच वेगळं छोटं घर पाहिलं.

तीन-चार वर्षं वेगवेगळ्या घरांत राहून झाल्यावर त्यानं सिंहगडरोडवर स्वतःचं घर घेतलं. त्यानंतर त्याची बासरी आणखी आणखी खुलू लागली. तो आकाशवाणीचा ए ग्रेड आर्टिस्ट झालाच होता. त्याचे विद्यार्थिदशेपासून सुरू असलेले देश-परदेशात अनेक प्रवास पुन्हा होऊ लागले. तो सर्वार्थानं 'पुणेकर' झाला. त्याआधी मीनाही पुण्यात बंगला बांधून स्थायिक झाली होती. आम्हा सात भावंडांपैकी आम्ही तिघं पुण्यात स्थायिक झालो.

स्टेट बँकेत स्केल सहापर्यंत पोहोचलेला चंदू म्हणजे जयंत बेंगळुरू-हुबळी करत कर्नाटकात स्थायिक झाला. संजूनं सुमारे पंचवीस वर्षं शेती केली; पण शेतीत दर खेपेला काही ना काही अडचणी येत गेल्या. एक दिवस त्यानं अण्णांना स्पष्टपणेच सांगितलं, "एवढी वर्षं मी हमाली केली असती, तरी आज आयुष्यात प्रगती करून काहीतरी कमावलं असतं; पण शेतीत मी काहीही करू शकलेलो नाही. जिथं पंचवीस वर्षांपूर्वी होतो, तिथून कणभरही पुढे गेलो नाही. कारण इथे काहीच माझ्या हातात नाही. दुष्काळ, मोटर जळणं, कधी ऊस जळणं, सगळं व्यवस्थित असेल तर दर पडणं, तोही ठीक असेल तर कारखान्यांकडून अडवणूक!... यानंतर मी शेती करणार नाही! शेतीचं काय करायचं याचा तुम्ही निर्णय घ्या...."

मग अण्णांनीही निर्णय घेतला आणि बेडकीहाळची शेतीवाडी विकून भावंडांच्या वाटण्या केल्या. संजूनं लवकरच आम्हा सगळ्यांचं लाडकं काँग्रेस विहिरीजवळचं घर सोडलं आणि अक्का-अण्णा आणि आपल्या दोन्ही मुलींसह तो चिदंबरनगरला स्वतःच्या घरात राहायला गेला.

हे नवं घर भरपूर प्रशस्त. पाच बेडरूम्स, तीन टॉयलेट्स! त्यानं आणि त्याच्या बायकोनं- सीमानं त्यातील दोन खोल्यांमध्ये 'सीमावहिनी यांचे मसाले'

असा व्यवसाय सुरू केला. अक्काचं त्यांना डोळस मार्गदर्शन होतं. अण्णा घरबसल्या त्याचा हिशेब पाहू लागले. व्यवसायाच्या सुरुवातीच्या टप्प्यावर अक्कानं आयुष्यभर बेळगावकरांना खाऊ घातलेलं 'गुडविल'ही व्यवसायाच्या सुरुवातीच्या टप्प्यावर त्यांच्या मदतीला आलं.

त्याआधीच बेळगावच्या के.एल.ई.च्या इंजिनिअरिंग कॉलेजमध्ये हेड ऑफ सेक्शन म्हणून स्थिरावलेल्या सगळ्यात धाकट्या नंदूनं, म्हणजे एस. बी. कुलकर्णीनं तर चिदंबरनगर भागात बंगला बांधला होता आणि त्याच्या दोन मुलांसह आणि डॉक्टर बायकोसह तो तिथं राहायला गेला होता. अशा प्रकारे अक्का-अण्णांची सगळी मुलं स्थिरावली.

बेडकीहाळचा वाडा सिद्धेश्वरच्या देवस्थानाला देण्यात आला आणि इकडे सगळ्या भावंडांची स्वतःची घरं झाली. कधीतरी अण्णांना वाटायचं, 'बेडकीहाळचं मी सगळं गमावलं!' तेव्हा मी म्हणायचे, "पण बदल्यात तुमची सगळी मुलं स्वतःच्या वास्तूत गुण्यागोविंदानं स्थिरावली ना! तेही परस्परांशी उत्तम संबंध ठेवून! जर तुम्ही फक्त बेडकीहाळची जमीन आणि वाडा राखायचा प्रयत्न केला असता, तर आज तुमची सगळी मुलं त्याच वाड्यातल्या एकेका खोलीसाठी आणि जमिनीच्या एकेका तुकड्यासाठी एकमेकांशी कचाकचा भांडत राहिली असती!"

हे मात्र अण्णांना पटायचं!

बेडकीहाळच्या जमिनी विकल्या आणि वाडा दिला, या संदर्भात मी अण्णांची समजूत काढली असली, तरी जुनं भाड्याचं घर सोडल्याचं मात्र मला आणि मीनाला वाईट वाटायचं. त्यामुळे आम्ही दोघींनी बेळगावला गेल्यावर काँग्रेस विहिरीजवळच्या जुन्या घराकडे फेरफटका मारायचा पायंडा कायम ठेवला!

मला अक्काचं मात्र आश्चर्य वाटायचं. एकदा नव्या घरी आल्यावर तिनं कधीही जुन्या घराकडे जायची इच्छा व्यक्त केली नाही. ज्या घरात तिची सगळी मुलं जन्माला आली, सगळी नातवंडं जन्मली, त्या वास्तूविषयीची ममता बाजूला सारून ती सहजच निघून आली. कधी मी आणि मीना तसं म्हणायचो आणि तिलाही आमच्याबरोबर बोलवायचो. तेव्हा ती म्हणायची, "सगळे जण इथं असताना तिकडे जाऊन काय बघायचं?"

पहिला कोर्टाचा निकाल आमच्या बाजूनं लागल्यापासूनच घरमालकांच्या मुलांच्या बिल्डरबरोबर चर्चा चालल्याचं आमच्या कानांवर येऊ लागलं. आम्ही आणखी सावध झालो. कारण त्याच वेळी मुंबईच्या एका भाडेकरूचा अलका टॉकीजमध्ये खून झाल्याची बातमीही वृत्तपत्रात गाजत होती. त्या प्रकरणात काही राजकारणीही गुंतल्याचं बोललं जात होतं.

वरचेवर घरी येणाऱ्या अनिल अवचटांपुढे ही भीती बोलून दाखवताच त्यांनी एक-दोन पोलीसअधिकाऱ्यांशी बोलून त्यांचे मोबाईलनंबर आम्हाला देऊन ठेवले होते.

एका बिल्डरबरोबर प्राथमिक बोलणी होऊन घरमालक दुसरीकडे राहायला निघून गेले. बिल्डरनी आमच्याशीही बोलणी केली होती. इतर काही फॉरमॅलिटीज व्हायच्या होत्या. हे बिल्डर बऱ्यापैकी वाचक असल्यामुळे आमचा त्यांच्याशी बऱ्यापैकी संवाद होता.

आता संपूर्ण 'शशीप्रभा'मध्ये आम्ही दोघंच राहत होतो. मागच्या बाजूला मिरजी राहत असलेला ब्लॉक मालकांनी जबरदस्तीनं रिकामा करायला लावला होता. दिवाडकर कुटुंब याआधीच स्वतःचं घर घेऊन निघून गेल्यामुळे समोरचं आऊटहाऊस, गॅरेज आणि माडीवरचं अंबिकेचं घर पूर्णपणे रिकामं होतं. घराभोवती भरपूर झाडं होती. त्यांचा पालापाचोळा भरपूर पडायचा. दिवसातून दोन-तीनदा कचरा काढला नाही, तर इतका साठायचा की त्यातून कुणी चालत यायला लागलं तर रहस्यपटातलं कुणीतरी पात्र येत आहे असं वाटायचं. सगळ्या प्लॉटला 'अभयारण्या'ची कळा आली होती.

घर केव्हाही पडू शकेल अशा अवस्थेत असल्यामुळे घराला रंगरंगोटी करायचा प्रश्नच नव्हता. मिरजी राहत होते त्या बाजूच्या भिंतीतून झाडं उगवायला लागली होती. कॉलनीतल्या माझ्या मैत्रिणी काळजीनं म्हणायच्या, 'तुमच्यातिथून जाताना संध्याकाळी आम्हाला रस्त्यावरही भीती वाटते! तुम्ही दोघेच कसे काय राहता कोण जाणे!..' आम्हाला मात्र तिथं राहताना कधीच भीती वाटली नाही.

आम्ही असे राहत असताना शहाण्णव सालचं आळंदीचं साहित्य संमेलन आलं. शांता शेळके अध्यक्ष होत्या. त्या संमेलनात भारतभरच्या सगळ्या ज्ञानपीठ विजेत्या लेखकांचा सत्कार करायचं ठरलं. त्या सगळ्यांनी सरकारी गेस्टहाऊसमध्ये राहायचं ठरलं होतं आणि सरकारतर्फे गावात फिरण्यासाठी गाड्याही देण्यात येणार होत्या.

एक दिवस सालीग्रामहून मालिनी मल्य या शिवराम कारंतांच्या पी.एं.चा फोन आला. कारंत संमेलनासाठी येणार होते. पंच्चाण्णव वर्षांच्या कारंतांनी गेस्ट-हाऊसवर न राहता आमच्या घरी राहावं, अशी अपेक्षा त्यांनी व्यक्त केली. विरूपाक्षांनी त्यांना आनंदानं 'जरूर येऊ द्या..' म्हणून सांगितलं.

पण फोन ठेवल्यावर आम्ही विचारात पडलो. कारंत आले की त्यांना भेटायला व्ही.आय.पी. माणसं येणार, मीडियाचे लोक येणार. आपलं घर आहे त्या परिस्थितीत यासाठी सिद्ध नाही. लगोलग विचार करून विरूपाक्ष कामाला लागले. बाजारात

जाऊन त्यांनी डिस्टेंपर रंग आणि घर रंगवायचा ब्रश आणला. माजघरात कारंतांच्या झोपण्याची आणि बसण्याची व्यवस्था केली जायची. त्यामुळे भेटायला येणारी मंडळी तिथंच बसणार. त्यामुळे निदान त्या एका खोलीचं रंगरूप बदलण्याचं आम्ही ठरवलं. एका पातेल्यात रंग मिसळून यांनी दिवसभरात त्या खोलीला जमेल तेवढ्या भागाला रंगाचे दोन हात दिले आणि खोलीचं रूप बदललं. तेवढ्या अवधीत मी घराभोवतीच्या झाडांची छाटाछाटी करून परिसराची स्वच्छता केली. आता 'शशीप्रभा'त येणाऱ्यांना 'अभयारण्या'त जातोय असं भय वाटणार नाही, असं वातावरण निर्माण झालं.

ठरल्याप्रमाणे कारंत आले. त्यांच्या हातात एवढ्या दिवसांत न दिसलेली काठी दिसत होती; पण बाकी व्यक्तिमत्त्व जसंच्या तसं होतं. वयाचा प्रभाव कुठंच जाणवत नव्हता.

आल्या-आल्या त्यांनी विचारलं, "काय, ताजे-ताजे ज्ञानपीठवाले काय म्हणताहेत? आले का?" ते अनंतमूर्तींविषयी बोलताहेत हे आमच्या लक्षात आलं! कर्नाटकातील काही घटनांमुळे तापट स्वभावाच्या कारंतांचा त्यांच्यावर राग असल्याचंही आम्हाला ठाऊक होतं. विरूपाक्षांनी सांगितलं, "नाही. ते येणार नाहीत म्हणून समजलंय."

कारंत गुरकावले, "येणारच नाही तो! मी इथं येणार आहे असं समजल्यावर तो इथून कोसभरच्या परिघात फिरकणार नाही!"

नंतर त्यांनी विचारलं, "या संमेलनाचं उद्घाटन कुणीतरी गाणारी मुलगी करणार आहे असं समजलं! कोण ती?"

लता मंगेशकर हा माझ्या मनाचा हळवा कोपरा असल्यामुळे मी त्यांची बाजू घेऊन सांगितलं, "पण लता मंगेशकर म्हणजे महाराष्ट्राचा अभिमान आहे. त्यांच्यामुळे मराठीतल्या कितीतरी उत्तम कविता आमच्यासारख्या, कविता न वाचणाऱ्यांनाही तोंडपाठ असतात! त्या दृष्टीनं त्यांची साहित्यसेवा अपार आहे..."

"पण त्यांनी काही लिहिलंय का?" कारंतांचा पुढचा प्रश्न.

मी गुळमुळीतपणे उत्तर दिलं, "मला नक्की... कल्पना नाही... कदाचित वडिलांच्या आठवणी लिहिल्या असाव्यात असं मला वाटतं..."

"तुम्ही म्हणता त्याप्रमाणे त्यांचं कार्य असेल, तर त्यांचाही सन्मान व्हायला हरकत नाही, एखाद्या सांस्कृतिक कार्यक्रमात! त्यासाठी अखिल भारतीय पातळीवरचं साहित्य संमेलन हे व्यासपीठ नाही! कुणीतरी लिहिलेले शब्द आणि कुणीतरी दिलेली चाल यातून तयार झालेलं गाणं म्हणणाऱ्या मुलीचे साहित्यिक विचार तुमचे मराठी साहित्यिक कसे काय ऐकून घेतात?"

कारंतांच्या या सवालावर निरुत्तर होण्याव्यतिरिक्त मी काहीच करू शकले नाही!

संमेलनाच्या आधी एका टीव्हीसाठी मुलाखत घ्यायला डॉ. चंद्रकांत बांदिवडेकरांसह सगळा चमू दाखल झाला होता. हिंदीचे प्राध्यापक असलेले बांदिवडेकर हे 'कंपॅरेटिव्ह लिटरेचर'च्या क्षेत्रातलं मोठं नाव. त्यांनी कारंतांना विचारण्यासाठी काही प्रश्न काढून आणले होते. कर्नाटकातील संतांविषयीचे ते प्रश्न होते आणि कारंत त्यांना सांगत होते, "सांगणार नाही. मी केवळ माझ्याच अनुभवावर बोलतो. त्याविषयी काही विचारायचं असेल तर विचारा." बांदिवडेकर हातातले सगळे प्रश्न बाजूला सारून गप्प बसले. शेवटी कारंत जे काही बोलले तेच रेकॉर्ड करून सगळे निघून गेले.

नंतर कारंत मला आळंदी आणि ज्ञानेश्वरांविषयी विचारू लागले. ज्ञानेश्वर हाही माझ्या श्रद्धेचा विषय असल्यामुळे मी कथेतले सगळे प्रचलित चमत्कार काढून त्यांच्या 'ज्ञानेश्वरी', 'चांगदेव पासष्ठी'विषयी, सोप्या भाषेतल्या अभंगांविषयी आणि त्यांच्या जिवंत समाधीविषयी जमेल तेवढं सांगितलं. सगळं ऐकल्यावर त्यांनी विचारलं, "हे सगळं किती वर्षांपूर्वी घडलं?"

"साधारण सातशे वर्षांपूर्वी."

यावर ते उद्गारले, "ओह!"

त्यातून व्यक्त होणारा अविश्वास लक्षात येऊन मी खट्टू झाले. हे लक्षात येऊन त्यांनी सांगितलं, "माझ्या एवढ्या प्रदीर्घ, पण एकाच शतकातल्या आयुष्यात खऱ्याचं खोटं आणि खोट्याचं खरं होताना मी भरपूर पाहिलं आहे. म्हणून म्हटलं मी!..."

नंतर त्यांनी त्यांच्याहून लहान असलेल्या आणि नंतर शंभर-सव्वाशे वर्षं वय सांगून मठाधीश म्हणून मान्यता पावलेल्या एका मित्राविषयी सांगितलं. जेव्हा हे कारंतांना समजलं, तेव्हा ते मुद्दाम खात्री करून घेण्यासाठी त्याच्या मठात गेले. मठाधीशांनी त्यांना आपल्या जन्माविषयी वाच्यता न करण्याविषयी विनंती केली. हे मठाधीश गणिकेच्या घरातले होते आणि त्याच घरातल्या दोन-तीन मुलींची लग्नं लावून त्यांना संसाराला लावायचं कार्य कारंतांनी केलं होतं. या मठाकडून समाजाच्या दृष्टीनं अनेक चांगल्या गोष्टीही घडत असलेल्या कारंतांनी पाहिल्या. गावी परतल्यावर त्यांनी मठाधीशांना पत्र लिहिलं, 'एवढ्या सगळ्या चांगल्या गोष्टी करताय, त्याला खोट्याचा आधार कशाला हवाय? तुम्ही आपण होऊन सत्य समाजापुढे मांडा, मी तुमच्या पाठीशी असेन. पण जर तुम्ही हे आपणहोऊन केलं नाही, तर मी त्या विषयी लिहीन!'

मठाधीशांनी हे गंभीरपणे घेतलं नाही. कारंतांनी त्यांच्या 'हुच्च मनसिन हत्तु मुखगळु' (वेड्या मनाचे दहा चेहरे) या आत्मचरित्राच्या पुढच्या आवृत्तीत याविषयी विस्तारानं लिहिलं आहे.

कारंतांसाठी गाडी दिली असली, तरी तिथल्या गर्दीत त्यांना घेऊन जाणं हे महाकठीण होतं. त्यामुळे आम्ही माझ्या पुण्यात राहायला आलेल्या बासरीवादक भावाला, राजेंद्रलाही सोबत घेतलं. तिथं जाऊन पोहोचलो, तर तिथल्या स्वयंसेवकांनी सांगितलं, ''गाडी नदीच्या पलीकडे ठेवा आणि चालत जा!''

त्या गर्दीतून पंचाण्णव वर्षांच्या कारंतांना नेणं शक्यच नव्हतं. शिवाय आमच्यापैकी कुणालाच त्यांच्यासोबत जाण्यासाठी पासेस दिले नव्हते. तिथले स्वयंसेवक तर आम्हाला पाऊल पुढे टाकू देत नव्हते.

विरूपाक्षांनी सांगितलं, ''जर तुम्ही तिथपर्यंत गाडी न्यायला देणार नसाल, तर आम्ही पाहुण्यांना घेऊन माघारी जाऊ!'' ही मात्रा लागू पडली आणि आम्ही कसेबसे कारंतांना त्यांच्या खुर्चीवर नेऊन बसवण्यात यशस्वी झालो.

उद्घाटनाचा कार्यक्रम संपताच लता मंगेशकर तिथून जायला निघाल्या आणि एकच गोंधळ उडाला. आता आम्हाला कारंतांची काळजी वाटू लागली. त्या गर्दीतून वाट काढत आम्ही कसेबसे तिथं जाऊन पोहोचलो. बरीच मंडळी निघून गेली होती; पण कारंत आपल्या खुर्चीवरून हलले नव्हते आणि त्यांच्या शेजारच्या खुर्चीवर आमच्या मॉडेल कॉलनीतच राहणारे ज्येष्ठ संशोधक डॉ. वसंतराव गोवारीकरही बसून होते! आम्ही कारंतांचा ताबा घेतल्यानंतर वसंतराव काही न बोलता आपल्या खुर्चीवरून उठले!

एका सत्रात कारंत आणि इतर ज्ञानपीठविजेत्यांची भाषणं झाली. कारंतांनी आपल्या भाषणात सांगितलं, ''...आपल्या मातृभाषेवरचं प्रेम केवळ अभिनिवेशावर आधारित असता कामा नये. आपली मातृभाषा ही ज्ञानभाषा व्हावी म्हणून आपल्या सृजनात्मक लेखनामधून वेळ काढून किमान एका तरी वैचारिक ग्रंथाचा आपल्या भाषेत अनुवाद करणं आवश्यक आहे! नाहीतर तुमचं तथाकथित सृजनात्मक लेखन वाचायला तुमच्या भाषेत वाचकच राहणार नाहीत!...''

नंतरही संमेलन संपेपर्यंत कारंत पुण्यात राहिले. ''त्यांनी मला बोलावून घेतलं आहे, त्यामुळे संमेलन संपेपर्यंत मी स्वतःला त्यांच्यासाठी उपलब्ध ठेवणं हे माझं कर्तव्य आहे...'' अशी भावना त्यांनी व्यक्त केली. त्याचा परिणाम म्हणून आम्हाला कारंतांचा भरपूर सहवास मिळाला. त्यांच्याशी बोलताना आता पूर्वीसारखं दडपण राहिलं नव्हतं.

याच भेटीत एका संध्याकाळी एका हिंदी वृत्तपत्राची एक नवतरुण वार्ताहर मुलगी कारंतांची मुलाखत घ्यायला आली. तिला कारंतांची काहीच माहिती नसल्यामुळे ती त्यांना बाळबोध प्रश्न विचारत होती. शिवाय भाषेचा प्रश्न होता. तिचा हिंदी प्रश्न काहीसा सौम्य करून इंग्लिशमध्ये अनुवादित करून कारंतांना विचारायचं आणि त्यांच्या तिखट उत्तराचा हिंदी अनुवादही तसाच सौम्य करून तिला सांगायचा,

अशी विरूपाक्षांची कसरत चालली होती. तिच्या प्रश्नामुळे कारंतांचा अपमान होणार नाही अशा प्रकारे रूपांतर करून विरूपाक्ष सांगत होते. ह्यांची ही कसरत कारंतांच्या नजरेतून सुटली नव्हती.

त्यातच त्या मुलीनं प्रश्न विचारला, ''देशातली सद्य परिस्थिती पाहून तुम्हाला काय वाटतं?''

त्यावर कारंतांचा संयम संपला आणि त्यांनी उत्तर दिलं, ''तुमच्यासारख्यांना बघून मला देशाची जास्त काळजी वाटते!'' आणि विरूपाक्षांना म्हणाले, ''याचं जसंच्या तसं भाषांतर करून तिच्यापर्यंत पोहोचू दे!..''

आता मात्र मला हसू अनावर झालं आणि मी स्वयंपाकघरात निघून गेले.

एकदा मी त्यांना विचारलं, ''तुमची अशी कुठली कादंबरी आहे का, जी मराठीत यावी असं तुम्हाला वाटेल?'' यावर ते म्हणाले, ''कादंबरीबिदंबरी सोडून दे; माझं 'बाळ्वेये बेळकु' हे पुस्तक अनुवादित कर. त्यात मला आयुष्यभर मार्गदर्शक ठरलेलं सगळं जीवनविषयक तत्त्वज्ञान आहे.'' पुढच्या काळात तो 'कारंत-चिंतन' नावानं प्रकाशित झाला.

तसंच मी एकदा म्हटलं, ''मला कन्नड वाचता येत नाही, लोकांना दहा-दहा भाषा येतात. ते दहा भाषांमधून इकडून तिकडे आणि तिकडून इकडे अनुवाद करत असतात..''

यावर ते म्हणाले, ''मराठी न येता मीही 'पण लक्षात कोण घेतो'चा अनुवाद केला ना! लीलानं, माझ्या बायकोनं आधी लिहून दिलं. पण ते जे होतं, त्याला कादंबरी म्हणणं शक्यच नव्हतं. त्यामुळे नंतर मी ते पुन्हा लिहून काढलं... आणि तुम्ही सांगता, त्या इकडून तिकडे आणि तिकडून इकडे आणायच्या प्रकारात त्या दहा-दहा कलाकृतींची काय अवस्था झाली असेल कोण जाणे!''

गप्पा मारताना एकदा ते मराठीत जास्त काय वाचलं जातं, याची चौकशी करत होते. मी सांगितलं, ''ऐतिहासिक किंवा पौराणिक कादंबऱ्या खूप वाचल्या जातात.'' यावर ते काहीशा उपरोधानं म्हणाले, ''हं! बरोबर आहे; या सुशिक्षितांना देवळात जाऊन पुराण ऐकणं मागासलेपणाचं वाटत असणार! म्हणून असल्या कादंबऱ्या वाचून जीव रमवतात बिचारे!''

हातात सरकारनं दिलेली गाडी होती म्हटल्यावर आम्ही एक दिवस सिंहगडावर गेलो. तिथं पार्किंगमध्ये एका ठिकाणी बसल्यावर ते विचारत होते, ''गड आला पण सिंह गेला (हे त्यांनी मराठीत म्हटलं) मधला हाच सिंहगड काय?'' मी

होकार देताच ते समाधानानं म्हणाले, "चला! या खेपेच्या पुण्याला येण्याचं सार्थक झालं! मी लहान असताना या नावाच्या नाटकात काम केलंय!" बोलता बोलता त्यांनी सह्याद्रीच्या खडकाविषयीही शास्त्रीय माहिती सांगितली.

रात्री आम्हाला गाढ झोप लागली असता कारंतांची हाक ऐकू आली, "कुलकर्णी... कुलकर्णी..."

मी जागी झाले. विरूपाक्षांनाही हलवून जागं केलं. बाहेरच्या खोलीत गेल्यावर कारंतांनी सांगितलं, "काही नाही, मला मीठ घातलेलं ग्लासभर पाणी द्या.."

तसं दिलं. ते प्यायल्यावर त्यांनी सांगितलं, "मला कधीतरी हा त्रास होतो. लघवीला आल्याची भावना होते, पण होत नाही. आता थोड्या वेळानं होईल आणि बरं वाटेल... तुम्ही झोपा जा!.."

पण पुढे रात्रभर मला झोप आली नाही. मन काळजीनं भरून गेलं.

अखेर त्यांचा गावी जायचा दिवस ठरला. पुढे आठवडाभरातच 'थिएटर अकादमी'च्या एका कार्यक्रमासाठी ते पुन्हा पुण्याला येणार होते. त्यामुळे त्यांनी हसत सांगितलं, "माझं धोतर आणि पंचा इथंच ठेवून जातो. असे कपडे राहिले की पुन्हा लवकर यायचा योग येतो असा आमच्याकडे विश्वास आहे! मी नाहीतरी येणारच आहे!.."

पण पुण्याहून गावी गेल्यावर मधल्या अवधीत त्यांची प्रकृती बिघडली. त्यामुळे ते येऊ शकले नाहीत. नाही म्हटलं तरी आम्ही खट्टू झालो; पण इलाज नव्हता. 'थिएटर अकादमी'च्या महोत्सवासाठी त्यांच्या 'यक्षगान'च्या ग्रुपमधलं कुणीतरी आलं होतं. त्यांच्याबरोबर आम्ही कारंतांचं धोतर आणि पंचा पाठवून दिला.

या महोत्सवात कारंतांकडून आलेल्या माणसाची प्रख्यात संगीतकार भास्कर चंदावरकर यांनी प्रात्यक्षिकासोबत मुलाखत घेतल्याचंही आठवतं. त्यानं कारंतांनी केलेले बदल दाखवले तेव्हा चंदावरकरांना त्यातला 'लोककले'चा गंध कमी झाल्याचं जाणवलं असावं, अशी माझी भावना झाली.

'यक्षगान' ही एकीकडे समुद्र आणि दुसरीकडे सह्याद्रीच्या कराल रांगांमध्ये जन्मलेली, या मातीतली जोरकस लोककला. संगीत, नृत्य, नाट्य, रंगकला या साऱ्याच्या मिश्रणातून जन्मलेली. यातील हे कलाकार आधी पारंपरिक पद्धतीनं गुडघ्यावर वेगानं गिरक्या घ्यायचे. शिवाय त्यांची डोक्यावर घालायची आभूषणंही वजनदार असायची.

याचा दुष्परिणाम त्या कलाकारांच्या गुडघ्यावर व्हायचा. या प्रकारात काही कलाकार तरुण वयातच जायबंदी झाल्याचं कारंतांनी पाहिलं होतं. नंतर या कलाकारांवर आयुष्यभर उपासमारीची वेळ यायची. त्यामुळे कारंतांनी त्याऐवजी वेगळ्या स्टेप्स शिकवल्या होत्या. त्यांच्या आत्मचरित्रात हा खुलासा आहे. कारंत केवळ 'कलाकार' नसून त्यांच्या मनात समाजातील गरिबांविषयी कळवळा असल्यामुळे त्यांनी ही सूचना केली होती.

त्या ऑक्टोबरच्या दहा तारखेला कारंतांचा वाढदिवस त्यांच्या मूळ गावी कोटमध्ये होणार असल्याचं निमंत्रणपत्रिकेवरून समजलं. आमच्या घरून गेल्यावर ते आजारी पडले अशी मनात हुरहूर असल्यामुळे आम्ही या वाढदिवशी जायचं ठरवलं. उडुपीच्या अलीकडे सालीग्राम, सालीग्रामच्या अलीकडे कोट हे गाव आहे. त्या अलीकडे कुंदापूर. आम्ही ठरल्याप्रमाणे कुंदापूरला गेलो आणि एका हॉटेलात उतरलो.

वाढदिवसाच्या निमित्तानं तिथल्या शाळेत कारंतांच्या साहित्यावर परिसंवाद आयोजित करण्यात आला होता. या भागातले कन्नड साहित्याचे श्रेष्ठ समीक्षक टी. पी. अशोक तिथं उपस्थित होते. कॉलेजच्या तरुण मुलांनी कारंतांच्या कादंबऱ्यांवर लेख सादर केले होते. टी. पी. अशोक त्या मुलांचे एकेक लेख घेऊन त्यांना मार्गदर्शन करत होते.

या वेळी कॉलेजमध्ये शिकणाऱ्या एका तरुणानं 'मै मनगळ सुळियल्लि' म्हणजेच 'तनमनाच्या भोवऱ्यात'च्या संदर्भात म्हटलं, 'कारंतांसारख्या नवोदय कालखंडातल्या लेखकांनी आम्हाला स्त्री-पुरुष नात्यातलं गांभीर्य दाखवून दिलं. यांच्या कादंबऱ्यांमध्ये पुरुषानं वेश्येबरोबर ठेवलेल्या नात्यातही नवरा-बायकोच्या नात्याचं गांभीर्य आहे! अलीकडचे 'नव्य' कालखंडातले लेखक नवरा-बायकोचं नातंही वेश्या आणि तिच्याकडे येणारा विटपुरुष यांच्यासारखं दाखवतात!'

संध्याकाळी कारंत आले. प्रत्यक्ष सत्काराच्या कार्यक्रमाआधी ते बाहेर बसले होते. आम्ही त्यांच्यापाशी गेलो आणि आमची ओळख सांगितली. त्यांच्या चेहऱ्यावर आनंद पसरला! ''पुण्याहून आलात?'' त्यांनी आस्थेनं विचारलं. आम्ही होकार दिला. वाढदिवसासाठी म्हणून आल्याचंही सांगितलं. तेवढ्यात कार्यक्रमाची वेळ झाली आणि ते व्यासपीठावर गेले.

सत्काराचा कार्यक्रम थाटात झाला. दोन स्त्रिया यक्षगानातल्या गाण्याच्या चालीवर गाणं म्हणत होत्या आणि त्यातल्या अर्थानुसार काही पाहुणे कारंतांना तिथल्या पारंपरिक पद्धतीनं कुंकू, अत्तर-गुलाबपाणी, चांदीच्या पेल्यातून दूध... अशा एकेक गोष्टी अर्पण करत होते. या कार्यक्रमासाठी कन्नडचे मोठे लेखक

व्यासराय बल्लाळ आवर्जून आले होते; हावनूर होते. साहित्य क्षेत्रातली इतरही बरीच मंडळी होती.

कार्यक्रम झाला. कार्यक्रमासाठी जवळच्या मणिपालहून वैदेहीसुद्धा आल्या होत्या. त्यांचं मणिपालमधलं घर पुरं झाल्यामुळे त्या उडुपी सोडून मणिपालला राहायला गेल्या होत्या. एव्हाना मी त्यांच्या कथा अनुवादित करायला सुरुवात केल्यामुळे त्यांच्याबरोबरचा स्नेहही वाढला होता. कुणीतरी बेंगळुरूची एक बाई त्यांची पाठ सोडायला तयार नव्हती. मी भेटताच त्यांनी माझं निमित्त करून तिच्यापासून सुटका करून घेतली.

कारंतांचं उत्स्फूर्त कन्नड भाषण- म्हणजे श्रोत्यांशी गप्पाच- ऐकलं. पहिल्यांदाच. त्याआधीची त्यांची सगळी भाषणं इंग्लिशमधली ऐकली होती.

कार्यक्रम संपताच कारंतांनी संयोजकांना काहीतरी सांगितलं आणि ते निघून गेले. संयोजकानं उद्घोषणा केली, "पुण्याहून आलेल्या उमा कुलकर्णी आणि विरूपाक्ष कुलकर्णी यांनी सभागृहाबाहेरील कारंतांच्या पी.ए. मालिनी मल्य यांना भेटून जावे!..."

आम्ही आधी वैदेहींशी बोलून दुसऱ्या दिवशी त्यांच्या घरी जायचा कार्यक्रम पक्का केला. वैदेहींनाच विचारलं, "मालिनी मल्य कोण?" त्यांनी दाखवलेल्या जवळजवळ माझ्याच वयाच्या एका महिलेकडे आम्ही गेलो आणि आमची ओळख सांगितली. त्याआधीही आम्ही त्यांना पाहिलं असलं, तरी आता गर्दीत ओळख पटली नव्हती. मालिनी म्हणाल्या, "तुम्हालाच शोधत होते. कारंतांनी उद्या तुम्हाला घरी जेवायला बोलावलं आहे."

आम्ही संकोचानं म्हणालो, "नको! त्याची गरज नाही. आम्ही नुसते भेटायला येऊन जातो."

"कारंतांनी सांगितलंय म्हटल्यावर काहीही अपील नाही! तुम्ही आलात म्हणून कळल्यापासून त्यांनी माझा पिच्छा पुरवलाय. तुम्हाला आलंच पाहिजे. मी नोकरीला जाणार आहे; पण सगळी तयारी करून जेवायच्या वेळेला परत येईन."

कारंतांना त्यांच्या ओळखीचं कुणीतरी जेवणाचा डबा करून देत होतं. ते स्वतःच जेवणासाठी दुसऱ्या कुणावर तरी अवलंबून असताना आपल्या जेवणाचा भार त्यांच्यावर टाकायला आम्हाला अवघड वाटत असलं, तरी काहीही उपाय नव्हता.

दुसऱ्या दिवशी सकाळी दहाच्या सुमारास आम्ही त्यांच्या घरी गेलो. गेल्या काही महिन्यांतच कारंत ऐताळांनी दिलेल्या घरातलं वास्तव्य सोडून मालिनी मल्यांच्या घराला लागून बांधलेल्या नव्या घरात राहत होते.

याआधी दोन-तीन वेळा आम्ही त्या 'सुहास' नावाच्या प्रशस्त बंगल्यावर गेलो होतो. राम ऐताळ नावाच्या एका कारंतभक्तानं त्यांना हा बंगला बांधून दिला

होता. ऐताळांच्या दोन पिढ्या सरल्या. त्या ऐताळांच्या नातवाला हॉटेल व्यवसायात खोट आली. नातवानं यातलं काहीच सांगितलं नसलं, तरी हे कारंतांच्या कानांवर आलं. त्यांनी आपणहोऊन ती जागा ऐताळांच्या कुटुंबीयांना दिली आणि ते नुकतेच या नव्या जागेत राहायला आले. दिनक्रमातला किरकोळ बदलही ज्या वयात त्रासदायक वाटतो, त्या वयात, वयाच्या शहाण्णवाव्या वर्षी त्यांनी हा निर्णय घेतला होता.

आम्ही पोहोचलो तेव्हा हॉलमध्ये कारंत आलेल्या पत्रांना उत्तरं देत बसले होते. ते सांगत होते, "महिन्याला किमान हजार रुपयांचं तरी मला पोस्टेज लागतं! आलेल्या प्रत्येक पत्राला उत्तर पाठवणं, ही मी माझी नैतिकता मानतो!"

मालिनींनी ऑफिसला जाताना एका थर्मासमध्ये कॉफी करून ठेवली होती. कारंतांनी ती घ्यायला सांगितलं. कोपऱ्यात प्लॅस्टिकच्या खुर्च्यांची चवड रचून ठेवली होती. बोलताना त्यांनी सांगितलं, "हा नॅशनल हायवे आहे. या रस्त्यानं प्रवास करणाऱ्यांच्या लक्षात येतं, हे सालीग्राम गाव आहे! इथं कारंत राहतो. ते भेटायला, अंहं; दर्शनाला येतात. त्यांचं काही काम नसतं. मी त्यांनाच खुर्च्या मांडून घ्यायला सांगतो. घटकाभर थांबून जायला निघतात, तेव्हा पुन्हा रचून ठेवून जायला सांगतो."

नंतर म्हणाले, "गाडी आणि ड्रायव्हर आहे. त्याच्याबरोबर जाऊन तुम्ही 'मरळि मण्णिगे' ('अशी धरतीची माया') मधला समुद्र बघून या!..' कारंतांनी मालिनींची एक आठ-दहा वर्षांची छोटी भाची आमच्याबरोबर पाठवून दिली. तीही पटकन परकर-पोलकं घालून तयार झाली. कारंत तिला म्हणाले, 'तिथे गेल्यावर समुद्रात उडी मारायची नाही हं!"

आम्ही फिरून आलो. तो खवळलेला समुद्र आणि जवळपासच्या बागांमध्ये, नारळी-पोफळीमध्ये दडलेली मत्स्य उद्योग करणाऱ्यांची मोठी घरं बघून आलो. सोबत त्या चिमुरडीची अखंड बडबड होतीच. ती तिच्या आज्जांच्या, म्हणजे कारंतांच्या गमतीजमती सांगत होती. म्हणत होती, "आता घरी गेल्यावर आज्जा विचारतील, समुद्रात उडी नाही ना मारली?"

आम्ही घरी आलो त्या वेळेपर्यंत मालिनी मल्यही आल्या होत्या. लवकरच जेवणाचा डबाही आला. मालिनींनी टेबलावर ताटल्या मांडल्या आणि डबा उघडून आम्हा तिघांनाही जेवायला वाढलं. जेवताना मालिनी सांगत होत्या, "कारंत म्हणतात, पुण्यात तुम्ही त्यांची चांगली देखभाल केली म्हणे!" हे ऐकून आम्हाला संकोच वाटला.

लगेच कारंत म्हणाले, "मी थोडंसं खातो म्हणून चांगली देखभाल केली असेल! जर मी भरपूर खात असतो, तर काय केलं असतं कोण जाणे!" यावर

आम्ही सगळेच मोकळेपणानं हसलो. त्यात आमचा संकोचही निघून गेला.

या सगळ्या अनुभवामुळे मी इतकी भारावून गेले होते की, आम्ही काय जेवलो हे मला अजिबात आठवत नाही.

या घटनेनंतर महिन्याभरातच टीव्हीवर कारंत अत्यवस्थ असल्याच्या बातम्या येऊ लागल्या. ते हॉस्पिटलमध्ये बेशुद्धावस्थेत झोपले असता अनंतमूर्तींनी भेट दिल्याचंही टीव्हीवर दाखवलं. बातम्या येत होत्या, बेशुद्ध व्हायच्या क्षणापर्यंत कारंत एका यक्षगानासाठी लेखन करत होते. शुद्ध हरपली तेव्हाच ते थांबले.

एक दिवस त्यांच्या मृत्यूची बातमीही आली. आपल्या मृत्युपत्रात 'माझ्या मृत्यूनंतर कुठलेही सोपस्कार करू नयेत' असं त्यांनी स्पष्ट शब्दांत लिहून ठेवलं असलं तरी तिकडे लक्ष न देता सरकारी इतमामानं त्यांचे अंत्यसंस्कार करण्यात आले.

त्यांच्या मृत्यूनंतर त्यांच्यावर अनेक लेख लिहिण्यात आले. त्यांतील निवडक लेखांचा 'कारंत युगान्त' नावानं एक ग्रंथ प्रकाशित करण्यात आला आणि कर्नाटकाच्या कानाकोपऱ्यात त्याचं एकाच दिवशी प्रकाशन करण्यात आलं. बेंगळुरूचा कार्यक्रम पूर्णचंद्र तेजस्वींच्या हस्ते झाला. उत्तर कर्नाटकात एकसंब्याच्या कार्यक्रमासाठी मला बोलावण्यात आलं होतं. त्या निमित्तानं मला कारंतांविषयीची भावना कन्नडमध्ये व्यक्त करायची संधी मिळाली.

द. पं. जोशीमुळे मी पूर्णचंद्र तेजस्वी यांची 'कर्वालो' ही कादंबरी आणि 'गूढ माणसं' ही दीर्घकथा अनुवादित केली आणि माझ्या हाती एक अफलातून लेखक लागला. नंतर त्यांच्या समग्र कथांचा एक संग्रह माझ्या हाती लागला. दिवाळी अंकांसाठी मी त्यातल्या कथा अनुवादित करू लागले.

तेजस्वी हे कर्नाटकातील पहिले ज्ञानपीठ पुरस्कार लेखक-कवी के.व्ही.पुट्टप्पा यांचे चिरंजीव. मैसूरसारख्या शहरात त्यांचं बालपण गेलं होतं. तरुण वयात प्रेमविवाह करून ते घरातल्या मतभेदामुळे वेगळे झाले. त्या वेळच्या अनेक सामाजिक चळवळींमध्ये त्यांचा सहभाग असायचा. अखेर मूडीगेरे येथे वीस एकर जंगल विकत घेऊन त्यांनी खेड्यात राहून आपली इस्टेट 'डेव्हलप' केली आणि त्या जमिनीवर कॉफी, वेलदोडे आणि व्हॅनिला पिकवू लागले. या खेड्यात येत असलेल्या अनुभवांवर आधारित त्यांनी कथालेखन केलं. काही इंग्लिश ग्रंथांचे त्यांनी कन्नड अनुवाद केले. त्या परिसरातल्या पक्ष्यांचा सचित्र कोश तयार केला. मला तर मनोमन वाटायचं, अनुभव आणि विज्ञानाचा आधार घेऊन निसर्गाचा वेध घेत सर्जनशील लेखन करणारा हा लेखक कारंतांचा वारसा पुढे नेणारा आहे.

त्यांच्या 'चिदंबर रहस्य' या कादंबरीला दिल्लीच्या साहित्य अकादमीचा पुरस्कारही मिळाला, तेव्हा मी त्यांच्यावर सकाळच्या रविवारच्या पुरवणीसाठी एक लेखही लिहिला. तो त्या वेळी तेजस्वींना पाठवूनही दिला होता. या कादंबरीचा मी आधीच अनुवाद केला होता.

एका गावातील वेलदोड्याचे पीक कमी झाल्यामुळे सरकारने पाठवलेला एक अधिकारी त्या गावात येतो आणि त्याच्या समोर एक सडलेलं गावच येतं! जातीयवादानं गावाला घेरलंय आणि गावाभोवतालच्या जंगलाला 'लंटान'नं घेरून टाकलं आहे. अखेर लंटानला आग लागून त्या धूर आणि आगीत गावाची राखरांगोळी होते! अखेर रफी आणि जयंती हे ज्युनियर कॉलेजमध्ये शिकणारं प्रेमी युगुल तेवढं वाचतं.

या कादंबरीत वेलदोड्याचं पीक हाच महत्त्वाचा विषय होता. कादंबरीत त्याच्या रोपाचं बऱ्यापैकी वर्णन असलं तरी आम्ही प्रत्यक्ष डोळ्यांनी ते पाहिलं नव्हतं. पुण्यात एक-दोन ठिकाणी ते बघायला मिळेल असं समजलं. बरीच धावपळ केल्यावर अखेर कृषी विद्यालयात (निदान) जंगली वेलदोडा पाहायला मिळाला. भेटणाऱ्या अनेकांना मी याविषयी विचारायचे. तेव्हा एका मैत्रिणीनं वेलदोड्याचे वेलीवर घोस लटकलेले पाहिल्याचं सांगितलं, कुणी काय तर कुणी आणखी काय! प्रत्यक्षात ते केळीच्या जातीचं रोप असल्यामुळे यावर कलम करता येत नाही, असं वर्णन कादंबरीत होतं. पण वेलदोडे नेमके कुठे लागतात, याची मला उत्सुकता होती. ही सारी धडपड, तेव्हा दक्षिण भारतात फिरून आलेल्या मैत्रिणींचे अनुभव, या सगळ्यावर मी एका चर्चासत्राच्या वेळी टिपण लिहून पाठवलं होतं. (कारण दुसऱ्या कार्यक्रमामुळे मला तिथं जाणं शक्य नव्हतं.) या चर्चासत्राच्या वेळी हजर असलेल्या अशोक जैनांनी तेव्हा ते 'महाराष्ट्र टाइम्स'मध्ये लिहीत असलेल्या 'कानोकानी'मध्ये यावर गमतीशीर टिपण लिहिलं.

तेजस्वींची 'कर्वालो' ही लघुकादंबरीही भरपूर गाजली. पश्चिम घाटात क्वचित आढळणाऱ्या उडत्या सरड्याची कर्वालो या संशोधकानं केलेली शोधयात्रा हा या कादंबरीचा विषय आहे. तेजस्वींच्या सर्वच साहित्यात आढळणारा चिकमंगळूर भागातला संपन्न निसर्ग या कादंबरीत महत्त्वाचं पात्र म्हणून येतो.

तेजस्वींचं साहित्य अनुवादित करताना फारशा अडचणी आल्या नाहीत. त्यांच्या भाषेतला नर्मविनोदी लहेजा तर मला इतका आवडला होता की तो सहजच पकडता आला. त्या लेखनाला खेड्यांचा आणि जंगलाचा मोठा आधार असला तरी लिहिण्याचा रोख शहरातल्या संवेदनशील माणसानं खेड्याविषयी लिहावं तसा होता. मला किरकोळ गोष्टींचा विचार करावा लागला. कर्नाटकात

खेड्यातली माणसं 'सर..' फारवेळा म्हणतात. त्याचा उच्चार 'सा...र..' असा असतो. महाराष्ट्रात त्याऐवजी 'साहेब' म्हटलं जातं. हिंदी प्रदेशात 'साब'. कर्नाटकातील हे वैशिष्ट्य राहावं म्हणून मी 'सर'च ठेवलं. फक्त प्रमाण कमी केलं.

विजय तेंडुलकर पुण्यात आलेले असताना चित्रकार रवी परांजपे यांच्या घरी त्यांची भेट झाली. तेव्हा मी तेजस्वींची दोन पुस्तकं त्यांना दिली. त्यांनाही हा लेखक आवडला. त्यांच्या पद्धतीप्रमाणे त्यांनी तेजस्वींच्या संदर्भात मला तीन पत्रं लिहिली. त्यांतल्या एका पत्रात एका ठिकाणी माझ्या अनुवादाच्या संदर्भातही त्यांनी चांगले उद्गार काढले.

तेजस्वींच्या एका दीर्घकथेच्या अनुवादाच्या वेळी मला शीर्षकातच अडचण आली. ती एका हत्तीवरची गोष्ट होती. सुरुवात करताना मीही शीर्षक लिहिलं, 'कृष्णेगौडाचा हत्ती'. मी अनुवाद करत गेले आणि अगदी अखेरच्या प्रकरणाची सुरुवात करताना लेखकानं खुलासा केला, 'ते हत्ती मादी होतं!..'

कन्नडमध्ये फक्त माणसांमध्येच स्त्रीलिंग आणि पुल्लिंग वापरतात. प्राण्यांचा उल्लेख नपुसकलिंगी केला जातो. जेव्हा हा आवर्जून उल्लेख करायचा असतो, तेव्हा 'ते हत्ती मादी होतं..' असा उल्लेख करतात. तसा तेजस्वींनी केला होता. मला सगळी कथा भाषेचा हा बदल करत पुन्हा लिहून काढावी लागली आणि शीर्षकही बदललं, 'कृष्णेगौडाची हत्तीण.'

पौराणिक संदर्भातील अनुवाद करताना ऐरावतासारखा उल्लेख येतो, तेव्हा तर या संदर्भात धमाल घडते! श्री. रं. भिडेंच्या रामायणावरच्या एका ग्रंथाच्या अनुवादाचं परिष्करण करायचं काम विरूपाक्षांकडे आलं, तेव्हा अशा अनेक गमती नजरेला आल्या.

तेजस्वींची आणखी एक कथा 'किरगुरिन गैय्याळिगळू' ही कथा अनुवादित करताना मला आलेली अडचण वेगळ्या प्रकारची होती. 'ही एक प्रखर स्त्रीवादी कथा आहे', असं मराठीतल्या स्त्रीवादी समाजसेविका, संगमनेरच्या ॲडव्होकेट निशा शिवूरकर यांनी म्हटलं आहे. या कथेच्या शीर्षकातच 'गैय्याळी' ही शिवी येण्यामागे कारणही आहे. किरिगूर या गावातल्या स्त्रिया इतक्या सबल आहेत आणि पुरुष व्यसनाधीन झाल्यामुळे इतके 'निक्कम्मे' आहेत की बायकांवर काबू ठेवणं पुरुषांना शक्य नाही. शेजारच्या गावातले पुरुषही या स्त्रियांसमोर हतबल होतात. अशा वेळी या स्त्रियांना अपमानित करण्यासाठी त्यांचा उल्लेख 'किरिगूरच्या गैय्याळी' असा करतात.

हा तपशील कथेत असल्यामुळे शीर्षकातली ती शिवी अत्यावश्यक होती. मला 'गैय्याळी' या शिवीला पर्यायी शिवी सुचत नव्हती. अखेर दक्षिण महाराष्ट्रातल्या एका लेखकाशी मी बोलले. त्यांनी सांगितलं, दक्षिण महाराष्ट्रात 'गतकाळी' अशी

बाईला शिवी दिली जाते. अखेर मी 'किरिगूरच्या गतकाळ्या' असं नाव त्या कथेला दिलं.

शिव्यांच्या बाबतीत असाच अनुभव गिरीश कार्नाडांच्या 'तलेदंड' या नाटकाच्या वेळीही आला होता. यातील बिज्जळाच्या आणि त्याचा मुलगा सोविदेव या दोघांच्या तोंडी शिव्या आहेत. कार्नाडांनी माझ्या 'नालायक' या शिवीखाली लाल रेष ओढून 'स्ट्राँग शिवी पाहिजे!..' असं सुचवलं होतं, तेव्हाही मला हाच खटाटोप करावा लागला होता.

तेजस्वींचं लेखन वाचून मारुती चितमपल्ली यांनीही पत्राद्वारा संपर्क साधून म्हटलं होतं, 'या माणसाचा एक तर अनुभव दांडगा असला पाहिजे, नाहीतर याचा जंगलाचा अभ्यास भरपूर असला पाहिजे! त्याशिवाय जंगलाच्या संदर्भात इतकं बिनचूक लेखन करता येणं शक्य नाही.'

१९९९ साली आम्ही मैसूरला स्टेट बँकेत अधिकारी असलेल्या चंदूकडे गेलो असता, तेजस्वींच्या श्रीराम या प्रकाशकांना भेटलो. तेजस्वींचा त्यांच्याशी फोन होऊन तेजस्वींनी आम्हाला मूडिगेरेला घेऊन यायला सांगितलं. तसा कार्यक्रम ठरला. हे अनपेक्षित होतं! तेजस्वींना प्रत्यक्ष भेटायचं; तेही त्यांच्या परिसरात, या विचारानं माझा तर आनंद गगनात मावेना!

मैसूरहून चार-पाच तासांचा प्रवास करून आम्ही मूडिगेरेला तेजस्वींच्या घरी पोहोचलो. सुमारे बावीस एकराच्या इस्टेटीच्या मध्यभागी त्यांचं घर. गेटमधून आत फर्लांगभर गेल्यावर घराची इमारत. बाहेरच्या हॉलला मोठमोठ्या काचेच्या खिडक्या असल्यामुळे निसर्ग घराला खेटूनच होता. प्यायच्या पाण्यासाठी एका बारा महिने वाहणाऱ्या झऱ्यातून 'पाइपलाइन' घेतली होती. हॉलला लागूनच एक आधुनिक सुखसोयींनी सज्ज गेस्टहाऊस होतं. त्यामुळे घराची 'प्रायव्हसी' राखली जात होती.

दोन्ही मुलींची लग्नं झाल्यामुळे घरात ते आणि त्यांच्या पत्नी राजेश्वरी होत्या. त्यांनी आमच्यासाठी स्वयंपाक केला होता. तेजस्वींना पुण्याला येण्याविषयी म्हटलं तर ते म्हणाले, "अय्यो! हल्ली मैसूरमधली गर्दी किती वाढली आहे! पुण्याला आणखी गर्दी असेल ना?" आमची बोलतीच बंद झाली!

त्यांच्या फोटोग्राफी आणि चित्रकलेविषयी आम्हाला माहीत होतं. तिथं गेल्यावर त्यांच्या सतारीच्या वेडाविषयी आणि बोटं रक्तबंबाळ होईपर्यंत वाजवत राहायच्या 'अतिरेका'विषयी राजेश्वरींकडून समजलं. आम्ही परतत असताना राजेश्वरींनी बरीच कॉफीची पूड आणि अर्धाएक किलो वेलदोडे देऊ करून विचारलं, "हे दिलं तर घेऊन जाल ना?"

मी म्हटलं, "तुमच्या शेतावर पिकलेलं जे काही असेल, ते दिलं तर घेऊन जाईन!"

राजेश्वरींनी लगेच माझ्या बोलण्यावर हसत हसत दुरुस्ती केली, "शेत किंवा मळा म्हणायचं नाही; इस्टेट म्हणायचं! इथं काम करणाऱ्यांनाही जर शेतावर किंवा बागेत किंवा मळ्यावर कामाला चाललास का असं विचारलं, तर तो अपमान समजला जातो!"

मी म्हटलं, "किती छान जगता तुम्ही!"

यावर त्या म्हणाल्या, "या परिसरातलं हे आमचं घर सगळ्यात साधं आहे. बाकी घरं पाहिलीत तर अवाक् व्हाल!"

स्वतः तेजस्वींनी अनेक इंग्लिश पुस्तकांचा अनुवाद केल्यामुळे त्यांना अनुवाद म्हणजे काय याचा अनुभव होता. ते म्हणाले, "माझं लेखन म्हणजे काही वेदवाक्य नाही! तुम्ही तेजस्वी काय म्हणतो ते मराठी वाचकांना सांगा म्हणजे खूप झालं!.."

जेवणात राजेश्वरींनी 'कायिहुळी' नावाचा पदार्थ केला होता. कर्नाटकातली मी खात असलेली ही दुसरी 'कायिहुळी'. याआधी भैरप्पांच्या घरीही मी ती खाल्ली होती आणि कारंतांच्या 'डोंगराएवढा'मध्येही 'कायिहुळी'चं वर्णन केलं होतं. कारंतांची म्हणजे समुद्रकिनाऱ्यालगतच्या कर्नाटकातली 'कायिहुळी' सोलकढीशी साम्य सांगणारी होती (आमसोल वगळून). भैरप्पांच्या घरातली (मैसूरकडची) 'कायिहुळी' आपल्या भाज्या आणि नारळ घालून केलेल्या कायरसाशी साम्य दाखवत होती आणि इथं, डोंगराच्या वरच्या बाजूला असलेल्या मलेनाडमधल्या 'कायिहुळी'त नारळाचा मुबलक चव होता आणि त्यात पिकलेले छोटे-छोटे आंबे किंचित फोडून सोडले होते.

मी सावध झाले. एखाद्या कन्नड तोंडीलावण्याचा आपल्याकडच्या एखाद्या पदार्थाशी साम्य कल्पून अनुवादात वापर करण्यातला धोका माझ्या लक्षात आला. कारंतांच्या कायिहुळीसाठी मला 'सोलकढी' हा शब्द वापरावा लागला असता, भैरप्पांच्या कायिहुळीसाठी 'कायरस' आणि तेजस्वींच्या घरातल्या कायिहुळीसाठी आणखी एखादा शब्द वापरावा लागला असता, हे मी प्रत्यक्ष पाहत होते.

त्या दोघांनीही आणखी एक सांगितलं. त्यांच्या दोन्ही मुली सॉफ्टवेअर इंजिनिअर होत्या. एका मुलीचे सासरचे लोक कर्नाटकातले मराठी भाषक होते. त्यांना तेजस्वींच्या लेखनाविषयी कसं आणि काय सांगायचं, हा प्रश्न होता. त्या वेळी त्यांना मी त्यांच्यावर लिहिलेला लेख उपयोगाला आला होता म्हणे!

याच भेटीत मी तेजस्वींना विचारलं, "मला तुमच्या वडिलांच्या, कु.वें.पु. यांच्या एखाद्या कादंबरीचा अनुवाद करायचा आहे. कॉपीराईट्स तुमच्याकडे आहेत

ना?'' यावर ते म्हणाले, ''अय्यो! त्यांचं गद्य लेखन म्हणजे काव्य आहे! तुम्ही नका त्या फंदात पडू!''

निघताना राजेश्वरी मला म्हणत होत्या, ''मी काही दुर्मीळ वृक्षांची रोपं तयार केली आहेत. त्यातली रोपं तुम्हाला देऊ का?''

मी तिकडे दुर्लक्ष केलं.

त्यांनी हे दोन-तीनदा म्हटल्यावर मी म्हटलं, ''तुम्ही वृक्षांची रोपं द्याल! पण आम्ही फ्लॅटमध्ये राहतो! मी जमीन कुठून आणू?''

माझं उत्तर तेजस्वींना अस्वस्थ करून गेलं असावं. कारण आम्ही तिथून बाहेर पडेपर्यंत ते पत्नीला म्हणत होते, ''पाहिलंस राजेश्वरी! तू दुर्मीळ झाडं देतेस; पण त्यांच्याकडे झाडं लावायला जमीनच नाहीये!...''

इथंच, श्रीराम यांच्या घरालगत असलेल्या प्रकाशन संस्थेत घडलेल्या प्रसंगाविषयी सांगायला पाहिजे.

श्रीराम यांच्या सुविद्य पत्नी फिजिक्सच्या प्राध्यापिका. आम्हाला भेटायला त्यांनाही त्यांच्या घराशेजारी असलेल्या ऑफिसमध्ये बोलावण्यात आलं. त्याही हसतमुखानं आल्या. मराठीचा संदर्भ निघताच त्यांनी सांगितलं, ''मराठी! शामन तायी! ('श्यामची आई'चा अनुवाद) आम्ही भावंडं आणि मैत्रिणी लहान असताना ते पुस्तक वाचून इतके रडायचो!..'' नंतर त्यांनी विचारलं, ''मराठी कशी लिहितात?'' आम्ही सांगितलं, ''देवनागरी लिपी वापरतो. हिंदी आणि संस्कृतसाठी वापरतात, ती लिपी..''

''ओ! म्हणजे तुम्हाला तुमची स्वतःची अशी लिपी नाही?''

थोडक्यात, आपल्या प्रदेशाबाहेर गेल्यावर आपल्याविषयी आणि आपल्या भाषेविषयीही वेगळं भान येतं, याचा मला अनुभव आला. दुसरं म्हणजे, ज्या सुविद्य स्त्रीला मराठी कशी लिहितात तेही ठाऊक नाही, तिला मराठीतली 'श्यामची आई' ही कादंबरी ठाऊक आहे! हे अनुवादाचं सामर्थ्य!

तेजस्वींच्या कथा दीर्घ असल्यामुळे त्या दिवाळी अंकातच देणं शक्य होतं. सुरुवातीच्या कथा मी बेळगावहून प्रकाशित होणाऱ्या 'बेळगाव समाचार'च्या दिवाळी अंकात देत राहिले. पुढे 'साप्ताहिक सकाळ'च्या सदा डुम्बरेंकडून विचारणा होऊ लागताच त्यांना देऊ लागले.

तेजस्वींच्या बऱ्याच कथा अनुवादित केल्यावर त्यांचा एक कथासंग्रह करायचा विचार मनात येऊ लागला. संगीत नाटक अकादमीच्या एका कार्यक्रमासाठी कार्नाड अध्यक्ष या नात्यानं पुण्यात आले होते. त्यांना मी हा विचार सांगितला

आणि म्हटलं, ''आपण त्याचा प्रकाशन समारंभ करू या. त्यासाठी तुम्हाला आलं पाहिजे! याल ना?'' त्याआधी मी तेजस्वींची 'कर्वालो' कादंबरी त्यांना पाठवून दिली होती. कार्नाडांनी पत्रानं 'तुम्हाला पूचंतेची स्टाईल पकडण्यात यश आलंय...' असं लिहून माझा उत्साह वाढवला होता.

माझा प्रश्न ऐकून कार्नाड सावकाश माझ्याकडे वळले आणि म्हणाले, ''जर पूचंते (पूर्णचंद्र तेजस्वींना कर्नाटकात याच नावानं ओळखतात) येणार असेल तर मला कळवा! मी माझी सगळी कामं बाजूला ठेवून येईन!...'' कार्नाड आपल्या मित्राला- तेजस्वींना माझ्याहून जास्त चांगलं ओळखत असल्यामुळे ते तसं म्हणाले असावेत, हे नंतर माझ्या लक्षात आलं!

कर्नाटकातील महत्त्वाच्या लेखकांच्या समग्र कथा पाच-सहाशे पानी ग्रंथात एकत्र प्रकाशित करायच्या पद्धतीमुळे, मला तेजस्वींच्या सगळ्या कथा एकत्र मिळाल्या. त्यामुळे निवड करायला आणि शोधाशोध करायला फारशी धडपड करावी लागली नाही. अनंतमूर्ती, माधव कुलकर्णी, वैदेही, कटपाडी यांसारख्या सर्व कथालेखकांच्या कथांचे असेच समग्र संग्रह मिळाल्यामुळे त्यांच्या कथा एकत्रितपणे मिळाल्या आणि माझ्यासारख्या अनुवादिकेची मोठीच सोय झाली!

तेजस्वींमुळे आमची मारुती चितमपल्ली यांच्याशी ओळख झाली. मी जेव्हा शिवराम कारंतांची 'कुडियर कुसू' ही कादंबरी अनुवादासाठी घेतली, तेव्हा जंगलातल्या झाडाझुडपांचे आणि वन्य प्राण्यांचे बरेच संदर्भ त्यात येऊ लागले. कच्चा खर्डा तयार होताच आम्ही अडलेल्या सर्व शब्दांची एक यादी बनवून कारंतांकडे पाठवली. कारंतांनी त्या शब्दांचे इंग्लिश शब्द कळवले, पण कादंबरीत वापरायच्या दृष्टीनं आम्हाला त्यांचा काहीच उपयोग नव्हता.

आम्ही तीच यादी चितमपल्लींना पाठवली आणि पर्यायी बोली शब्द कळवायची विनंती केली. त्याप्रमाणे त्यांनी कळवले आणि माझा 'कुडीय' हा अनुवाद पुरा झाला.

अमेरिकेतल्या 'महाराष्ट्र फाऊंडेशन'नं मराठी साहित्यातील मान्यवरांना पुरस्कार द्यायला सुरुवात केली आणि मराठी साहित्य क्षेत्रात चैतन्य आलं. पुण्यातल्या पुरस्कार समारंभासाठी आम्ही आवर्जून गेलो होतो, कारण तिथं आम्हाला आमचे आवडते लेखक प्रकाश संत बघायला मिळणार होते!

प्रकाश संतांचं सगळंच लेखन मी विशेष अगत्यानं वाचत होते. कारण यातील 'लंपन' ही व्यक्तिरेखा आणि त्या संपूर्ण साहित्यातून व्यक्त होणारं

बेळगावचं चित्रण! ते ज्या परिसराचं चित्रण करत होते, जवळ जवळ त्याच परिसरात माझंही बालपण गेलं असल्यामुळे त्यातील प्रत्येक पात्राशी आणि प्रत्येक भूप्रदेशाशी माझं विशेष नातं होतं! प्रत्येक प्रसंग कुठं घडला असेल, याचा विचार करायचा चाळाच लागला होता. त्यांच्या 'वनवास' या पुस्तकाचाही सन्मान होणार असल्यामुळे आम्ही आवर्जून गेलो होतो.

कार्यक्रम बाकी चांगला झाला असला तरी आमची निराशाच झाली. कारण आम्हाला प्रकाश संत केवळ पुरस्कार घेण्यासाठी जेवढे दिसले, तेवढेच क्षणभर दिसले. वाटलं, जेव्हा त्यांची सगळी माहिती सांगितली जात होती, तेव्हा त्यांना तेवढे क्षण समोर एखाद्या खुर्चीवर का बसवलं नाही?

पुढील वर्षी अनुवादासाठीही 'विशेष पुरस्कार' देण्याची त्याच व्यासपीठावरून घोषणा झाली आणि तो पुरस्कार मला जाहीर झाला.

या पुरस्काराच्या निमित्तानं काढलेल्या स्मरणिकेसाठी मला गुरुस्थानी असलेल्या डॉ. पुंडेंनी माझ्या अनुवाद कार्याचा आढावा घेणारा लेख लिहिला. हाही एक माझा एखाद्या पुरस्काराहून मोठा गौरवच!

त्या लेखातील एक विधान विशेष महत्त्वाचं होतं. एकूण भारतातील अनुवाद कार्याची पार्श्वभूमी, अनुवाद करणाऱ्यांची तेव्हाची मानसिकता यांचा पुंडे सरांनी या लेखात परखडपणे परामर्श घेत म्हटलं होतं, "परवा परवापर्यंत साहित्य क्षेत्रात अनुवादाला बटीक मानलं जायचं. अगदी अलीकडच्या काळापर्यंतही अनुवादक आपण काहीतरी गौण कार्य करत आहोत, या मानसिकतेनं अनुवाद करायचे. अलीकडच्या अनुवादकांनी तो न्यूनगंड टाकून देऊन आत्मविश्वासानं अनुवाद करायला सुरुवात केली आहे. उमा कुलकर्णी या अशा मानसिकतेनं अनुवाद करणाऱ्यांपैकी एक आहेत!..."

पुंडे सरांनी सुरुवातीला व्यक्त केलेल्या मानसिकतेचे अनुवादक आम्हीही पाहत होतो. अनुवादासाठी मिळालेले पुरस्कार आणि सन्मान घेतानाही ते हसतमुखानं घेण्याऐवजी आपल्या 'ओरिजनल' लेखनाला हीच मान्यता न मिळाल्याची खंत व्यक्त करत असायचे.

पुंडे सरांनी आमच्या अनुवाद प्रक्रियेलाही माझ्या अनुवादातल्या 'सरसपणा'साठी श्रेय दिलं. 'कानासारखा आणखी एक जिवंत अवयव वापरला गेल्यामुळे उमाताईंचे अनुवाद रसपूर्ण होतात,' असंही त्यांनी म्हटलं.

द. पं. जोशींनी प्रकाशित केलेल्या 'कर्वालो आणि गूढ माणसं' या पुस्तकानं

आम्हाला दोन चांगले मित्र मिळवून दिले- ते म्हणजे अनिल अवचट आणि कमल देसाई.

आमच्या एका अगदी जवळच्या नातेवाइकांना दारूचा 'त्रास' होता. त्यामुळे मी आणि माझी आई अक्का, सुनीताताईंच्या सांगण्यावरून 'मुक्तांगण व्यसनमुक्ती केंद्रा'त गेलो. तेव्हा ते येरवड्याच्या मेंटल हॉस्पिटलमधील आवारात होतं. तिथं सुनंदा अवचट यांना भेटलो. विषयासंबंधी बोलून झाल्यावर मी त्यांना विचारलं, ''सुनीताताईंनी सुनंदा अवचट असं नाव सांगितलं होतं; इथं पाटी अनिता अवचट आहे.''

त्यांनी हसत हसत सांगितलं, ''माझं नाव सुनंदाच आहे. माझ्या सासूबाईंना अनिता हे नाव फार आवडतं, त्यामुळे ते त्यांनी आवडीनं ठेवलं. आम्ही इतकं सारं त्यांच्या मनाविरुद्ध केलंय; म्हटलं, नाव तरी त्यांच्या आवडीचं राहू दे.''

ही १९९३ची घटना आहे. पुण्यात एक कन्नड ज्ञानपीठ विजेत्यांचा परिचय करून देणारा कार्यक्रम केल्यावर मराठी-कन्नड स्नेहवर्धन केंद्रानं बेंगळुरूला मराठी ज्ञानपीठ विजेत्या लेखकांचा परिचय करून देणारा कार्यक्रम ठरवला होता. त्यासाठी कारंत येणार होते आणि वीरप्पा मोईली हे कवी आणि मंत्री प्रमुख पाहुणे म्हणून येणार होते. वि.स. खांडेकर तर हयात नव्हते.

आम्ही दोघांनी कमल पाध्येंना सोबत घेऊन नाशिकला जाऊन कुसुमाग्रजांना निमंत्रण दिलं होतं. तिथं कुसुमाग्रजांना भेटायला आलेल्यांचा 'दरबार' भरला होता. त्या गर्दीतही कुसुमाग्रजांनी आमचं छान स्वागत केलं. आवर्जून केलेले लाडू खाऊ घातले; पण प्रकृतीच्या तक्रारीमुळे त्यांनी बेंगळुरूला येण्यास मात्र असमर्थता दाखवली. आम्ही त्यांच्या आवाजात म्हटल्या गेलेल्या कवितांची कॅसेट मागितली. नंतर त्यांनी ती पोस्टानं पाठवली; पण त्यात त्यांच्या आवाजातल्या कविता नव्हत्या. कुणा उस्तादांचं गायन होतं. हे कळवताच त्यांनीही लिहिलं, 'माझ्या कॅसेटमध्ये हे उस्ताद कसे जाऊन बसले बुवा! तेही वर माझं नाव असताना?'

ती कॅसेट वापरण्यात काहीच अर्थ नव्हता. त्यामुळे दोन-तीन वक्त्यांनी या दोघांवर भाषण करायचं, एवढंच आम्ही ठरवू शकलो होतो.

या कार्यक्रमासाठी विरूपाक्ष आणि इतर ट्रस्टी बेंगळुरूला रवाना झाले होते. घरात मी आणि अक्का होतो. माझं खिडकीतून बाहेर लक्ष गेलं. अनिल अवचट आमच्या घराकडे आले होते. मी त्याआधी एका टीव्हीवरच्या कार्यक्रमात त्यांना पाहिल्यामुळे त्यांना ओळखू शकले.

दिवाळी अंकांतले अनिल अवचटांचे लेख नियमितपणे वाचणाऱ्या अनेक वाचकांपैकी मी तर होतेच, शिवाय मी ते विरूपाक्षांनाही वाचून दाखवायचे.

पु.लं.च्या आशीर्वादानं सुरू झालेल्या 'मुक्तांगण' या व्यसनमुक्ती केंद्राविषयीही भरपूर वाचत होते. 'माणसं' या पुस्तकानं तर मी बऱ्यापैकी प्रभावित होऊन विविध क्षेत्रांतल्या काही वयोवृद्ध व्यक्तींच्या भेटी घेऊन टिपणंही काढली होती. त्यामुळे अशा खुद्द 'अनिल अवचटां'ना बघून मी भारावले नसते तरच नवल!

पहिल्याच भेटीत त्यांनी सांगितलं,की त्यांनी 'कर्वालो आणि गूढ माणसं' वाचलं होत. त्यांना ते इतकं आवडलं होतं की त्यांनी ते अनेकांना भेट म्हणूनही दिलं होतं. (त्याची स्वस्त किंमत हेही एक कारण होतं, असंही त्यांनी पुढे मैत्री झाल्यावर मोकळेपणानं सांगितलं!)

विरूपाक्ष गावाहून आल्यावर मी त्यांना 'घरी कोण आलं होतं!...' म्हणत अवचट येऊन गेल्याची बातमी सांगितली. पुढे ओळख झाल्यावर अवचटांनीही सांगितलं, 'मुक्तांगणा'त मला भेटून घरी गेल्यावर सुनंदाताईंनीही त्याच उत्साहात, 'आज कोण आलं होतं..' म्हणत मी भेटल्याची घटना सांगितली होती म्हणे!

या भेटीनंतर अवचट वरचेवर आमच्या घरी येऊ लागले. सुरुवातीला काही वर्षं अवचट आठ-पंधरा दिवसांतून एकदा सकाळच्या वेळी घराकडे फेरी मारायचे. याची इतकी सवय झाली होती की, आठवडा झाला की आम्हीही त्यांची वाट पाहत असू. एरवी आम्ही सेनापती बापट रोड या तेव्हाच्या निवांत रस्त्यावरून फिरायला जायचो, तेव्हा हे जोडपं विद्यापीठातून फिरून येताना भेटायचं. क्वचित संध्याकाळी ते घरीही यायचे.

सुरुवातीला माझं सुनंदाताईंच्या मस्तकावरच्या विरळ केसांकडे फारसं लक्ष जायचं नाही. आमच्या कॉलनीतच राहणारे प्रसिद्ध कथालेखक शरच्चंद्र चिरमुले यांचा प्रभाकर पाध्येंच्या घरी परिचय झाला होता. त्यांच्या पत्नी एकदा बोलता बोलता म्हणाल्या, "कॅन्सरसारखा आजार असला तरी ही बाई काय धीराची आहे! हे जोडपंच विलक्षण आहे!"

हे ऐकून मात्र मी दचकलेच.

लग्नाआधी मी माझी कोल्हापूरची आत्या आणि अण्णांचे जिवलग मित्र आबाकाका यांचा कॅन्सर आणि त्यातच त्यांचा झालेला मृत्यू प्रत्यक्ष पाहिला नसला, तरी जवळून अनुभवला होता. या आजाराच्या नावानंच गर्भगळित झालेल्या आमच्या अण्णांनाही पाहिलं होतं. त्या तुलनेत हे खरोखरच 'अद्‌भुत' होतं!

पुढे एकदा मी (चुकून, कारण अवचट परिवारानं हा विषय काढायलाच मनाई केली होती, तरीही खरंच चुकून) सुनंदाताईंना म्हटलं, "आता कसं वाटतंय?"

यावर त्या म्हणाल्या, "जेव्हा या आजाराचं समजलं, तेव्हा मी म्हटलं होतं, 'मुक्तांगण' मार्गी लावण्यासाठी मला किमान एक वर्ष मिळायला पाहिजे. त्यावर मला साडेसहा वर्षं मिळाली! आणखी किती मागायचं?"

पहिल्यांदा आम्ही दोघं त्यांच्या घरी गेलो होतो, तेव्हा सुनंदाताईंनी धारदार चाकूनं कुठल्याशा फळाच्या अगदी पातळ फोडी चिरून दिल्या होत्या. कधी कधी ते दोघंही संध्याकाळच्या वेळी घरी यायचे. कधी सुनंदाताईंची 'केमो' सुरू असायची, तेव्हा त्यांना हॉस्पिटलमध्ये ॲडमिट करून अवचट आमच्या घरी यायचे; पण आम्हाला त्याची ते कल्पनाही द्यायचे नाहीत!

नंतर कळलं, काही जणांनी सुनंदाताईंना विश्रांती घ्यायचा सल्ला दिला होता; हवं तर एखादा परदेशप्रवास करून यायचा सल्लाही दिला होता. पण त्यांना मिळेल तेवढा वेळ 'मुक्तांगण'साठी देऊन या संस्थेचा पाया भक्कम करून ठेवायचा होता. त्यामुळे त्यांनी स्वतःला आणखी आणखी संस्थेच्या कामात गुंतवून घेतलं.

अवचटांची ओळख झाल्यावर काही काळातच त्यांच्या मुलींची- मुक्ता आणि यशोची लग्नं झाली. 'मुली स्वतःच्या खर्चानं लग्न करणार आहेत. त्यांनी आम्हाला पाच पत्रिका दिल्या आहेत आणि तेवढ्याच मित्रांना बोलवायला सांगितलं आहे. म्हणून तुम्हाला बोलवत आहे..' असं म्हणत अवचटांनी आम्हाला निमंत्रण दिलं. त्याप्रमाणे आम्ही हजेरी लावली.

पुढच्या काळात आमच्या दूरच्या एका नातेवाइकानं गप्पांच्या ओघात 'समाजकार्याचा मोठा आव आणणाऱ्या अवचटांनी आपल्या मुलीच्या लग्नात प्रचंड खर्च केला!..' असा आरोप केला, तेव्हा त्यांना आम्ही लग्नाला हजेरी लावल्याचं सांगितलं आणि त्यांचं तोंड बंद केलं.

ओळख झाल्यापासून अवचट आपले लेख वाचून दाखवायला येऊ लागले.

सुरुवातीला अवचट स्कूटरवरून यायचे. नंतर 'मुक्तांगण'कडून त्यांना जिप्सी मिळाली तरी ते एकटे फिरताना स्कूटरवरूनच यायचे. सुनंदाताईंना कुठं घेऊन जायचं असेल तर जिप्सीचा वापर व्हायचा. कधी आमच्या घरी शिवराम कारंत-भैरप्पांसारखे मोठे लेखक आले तर गरजेनुसार अवचट त्यांचे 'सारथी' व्हायला आनंदानं तयार व्हायचे आणि आमचं काम हलकं करायचे.

हळूहळू आम्हाला त्यांच्या येण्याची सवय होऊन गेली. आमच्या घरी येणारे इतरही खिडकीतलं एखादं ओरिगामीचं मॉडेल बघून 'अवचट येऊन गेले वाटतं!' असं विचारू लागले. आजूबाजूचेही त्यांच्या स्कूटरवर लक्ष ठेवून असत. संध्याकाळी भेटल्यावर, 'दिसली अवचटांची स्कूटर तुमच्या दारात!' असं सांगू लागले.

अशा प्रकारे अवचट आमच्या कुटुंबाचाच एक भाग होऊन गेले. आजकालच्या दिवसांत फोन केल्याशिवाय घरी येणारी जी मोजकी माणसं आहेत, त्यांपैकी एक होऊन गेले.

अवचटांशी आमची ओळख झाल्यावर दहा-पंधरा दिवसांतच एक दिवस फोन आला. पलीकडून आवाज आला, ''मी कमल देसाई बोलतेय! अनिलकडून तुमचा फोन नंबर मिळाला! कर्वालो फारच सुंदर कादंबरी आहे... हा लेखकच अफलातून आहे..''

मागे दत्ता देसाईनं कमाआत्तेची ओळख करून देतो म्हटलं होतं तेव्हाची मी आणि हा फोन आला तेव्हाची मी, यात बराच फरक पडला होता. नाही म्हटलं तरी शिवराम कारंत, भैरप्पा, प्रभाकर पाध्ये, माधवी देसाई, अवचट अशा अनेक लेखकांशी ओळखी झाल्यामुळे लेखक पाहून बावचळणं किंवा दडपण येणं कमी झालं होतं.

कमलताईंचा फोन होताच आम्ही त्यांच्या रास्ता पेठेतल्या खोलीवर गेलो. मोकळ्या गप्पा झाल्या. कमी तेलाचा चिवडा आणि बेसनाचे लाडू खाल्ले. त्यानंतर एकदा त्या आमच्या घरी आल्या. घरात प्रवेश केल्यावर एकवार त्यांनी सगळीकडे नजर टाकली आणि म्हटलं, ''तुमच्या घरानंही मला स्वीकारलं हं!''

हे काही मला समजलं नाही! आमच्या घरात राहणारी आम्ही माणसं इन-मीन दोन. आम्ही एकदा स्वीकारल्यावर पुन्हा आमच्या घरानं स्वीकारणं हा काय प्रकार आहे?

तो प्रश्न मनात ठेवूनच आमच्या भेटीगाठी सुरू झाल्या.

आमची त्यांच्याशी ओळख झाली तेव्हा त्यांचं लेखन जवळजवळ थांबलं होतं आणि त्या 'विचारवंत' या स्थानावर पोहोचल्या होत्या. बेताच्या उंचीच्या, केस कापलेले, सलवार-कमीज अशा वेशातल्या कमलताईंचा एकदा जुना, साडीतला फोटो पाहिला तेव्हा मजाच वाटली!

कधी आम्ही त्यांच्या रास्ता पेठेतल्या खोलीत जायचो. तिला कमलताईंची 'मठी' म्हटलं जायचं. एका फ्लॅटमधली ती खोली होती. फ्लॅटच्या इतर खोल्या बंद असायच्या. अंधाऱ्या पॅसेजमधून आत गेल्यावर त्यांची खोली होती. एक कॉट, गॅस आणि स्वयंपाकाचं सगळं सामान असलेलं 'किचनटेबल', एक छोटं लोखंडी कपाट, आणखी एक शेल्फ. कॉटवर एक (बहुधा इंग्रजी) जाडजूड पुस्तक अर्धवट वाचलेल्या अवस्थेत पालथं ठेवलेलं, एक घडीची खुर्ची. कधीही गेलं तरी त्यांच्या घरात कमी तिखट आणि कमी तेलाचा चिवडा आणि लाडू असायचे. खिडकी आणि शेजारीच असलेल्या गॅलरीची दारं नेहमी बंद असायची. आम्हाला या बंदिस्तपणाची सवय नव्हती. त्यामुळे त्यासंबंधी विचारलं, तर त्या कबूतरांच्या त्रासाविषयी सांगायच्या. तिथल्या एका भिंतीतल्या शेल्फवर अनेक गणपतींची चित्रं असलेला पडदा टांगलेला असायचा.

कधी आम्ही गेलो असता त्या पोह्यांसारखे खाद्य पदार्थ करायच्या. त्या वेळी त्यांच्या शेजारी उभं राहिलं, तर माझ्यासारख्या टिपिकल 'गृहिणी'ला धडकीच भरायची. असा हा खाद्य पदार्थ कसा बनेल, याची काळजीही वाटायची. पण प्रत्यक्षात कधीही त्यांनी बनवलेला पदार्थ बिघडला नाही. तो वेगळा, पण रुचकरच व्हायचा.

त्याही आमच्या घरी राहायला यायच्या. कधी कधी त्या दोन दिवस राहण्याच्या तयारीनं तेवढीच औषधं घेऊन यायच्या; पण ह्यांच्याशी त्यांच्या गप्पा सुरू झाल्या की, त्या तेवढ्या दोन दिवसांत आटोपायच्या नाहीत! मग दुकानात जाऊन पुन्हा औषधं आणायची आणि गप्पा मागील दिवसावरून पुढे चालू राहायच्या. अशा वेळी अवचटही मुद्दाम आमच्या गप्पांमध्ये सामील व्हायला यायचे.

त्या राहायला येणार म्हटल्यावर मला सर्वप्रथम लोणच्याची व्यवस्था करायला लागायची. तूप-भात-लोणचं असलं की बाईसाहेब खूश असायच्या. वर ताकाची वाटी मात्र कंपल्सरी!

बहुतेक वेळा कमलताईंना काही तात्त्विक प्रश्न पडलेले असायचे. त्यांचा फोन यायचा, "बिरुदा, दोन प्रश्न आहेत. येऊ का?" ओळख झाल्यावर लवकरच त्यांनी विरूपाक्षांचं 'बिरुदा' असं नामकरण केलं होतं.

सुरुवातीला 'का जगायचं?' हा प्रश्न बराच तीव्र असायचा. हा काही त्यांना व्यक्तिगत पातळीवर पडलेला प्रश्न नसायचा. हा प्रश्न तात्त्विक असे. हे त्यांना त्यावर काही सांगायचे. त्या अनेक उपप्रश्न विचारत राहायच्या. त्यातून विषय वाढत जायचा. शेवटी त्यांचं समाधान व्हायचं आणि त्या म्हणायच्या, "कळ्ळंच!" हा त्यांचा विशिष्ट उच्चार होता! यातलं 'ळ' आणि 'ल' एकत्रपणे ऐकताना तो शब्द 'कळ्ळंच!' असा ऐकू येऊन मजा यायची. हळूहळू हा प्रश्न विचारायचं प्रमाण लांबत गेलं आणि नंतर त्या हा प्रश्न विचारेनाशा झाल्या.

एकदा त्यांनी 'मी हा समाज नाकारते...' असा सूर लावला. तेव्हाही, समाजानं आपल्याला काय काय दिलंय, समाज नसेल तर आपण आता राहतो तसे निर्धास्त राहू शकणार नाही, जंगलात राहिल्यासारखी आपली अवस्था राहिली असती, हे दिवे नसते, चहा हवा म्हणून पटकन पेटवायला गॅस दाराशी आला नसता, किंबहुना समाज आहे म्हणून आपण आता जगतोय तसे जगू शकतो, अशा दृष्टिकोनातून विरूपाक्ष त्यांना सांगत राहिले.

प्रत्येक वेळी विरूपाक्षांच्या बोलण्यानं त्यांचं समाधान होई की नाही, कोण जाणे! पण अशा मनमुराद गप्पा झाल्या की त्या मनापासून म्हणायच्या, "बिरुदा, पाटणकर आणि मे. पु. रेगेंनंतर अशा गप्पा मारायला तूच भेटलास बघ!"

त्यांच्या या कौतुकानं मात्र आम्ही दोघंही अजिबात हुरळून जायचो नाही. विरूपाक्ष तर अधिकच सावध व्हायचे. पाटणकर आणि रेगेंशी आमचा कधी

जवळून संबंध आला नसला, तरी पाटणकरांचं कमलताईंच्या कथांवरचं पुस्तक आम्ही पाहिलं होतं आणि रेगेंची बौद्ध धर्मावरची अभ्यासपूर्ण व्याख्यानं आम्ही ऐकली होती. त्यामुळे त्यांच्या या अभिप्रायाकडे 'भा-पो' म्हणजे 'भावना पोहोचली' एवढ्याच अर्थानं आम्ही पाहायचो. विरूपाक्षही सांगायचे, "अहो कमलताई, त्यांनी नीट अभ्यास करून आपली मतं बनवली असतील! माझं तसं नाही. मी आपला सगळ्या क्षेत्रातलं थोडं थोडं वाचत राहतो, ऐकत राहतो. त्यातलं माझ्या विचारांशी सुसंगत असेल ते मेंदूच्या कप्प्यात साठवून ठेवतो. मला पडलेल्या प्रश्नांची माझी अशी उत्तरं शोधत राहतो."

त्या म्हणायच्या, "तू बोलतोस ते सगळं तू लिहून ठेवायला पाहिजेस!"

हेही विरूपाक्षांना पटायचं नाही. विचार ही विस्तार पावत जाणारी प्रक्रिया आहे, असं वाटत असल्यामुळे ते सांगायचे, "आज लिहून ठेवलं आणि उद्या मला काही वेगळं वाटलं तर? मी कशाला स्वतःला सुखासुखी एका पुस्तकात बांधून ठेवू? का माझ्याच पुस्तकाच्या बंधनात अडकू?"

शेवटी त्या म्हणायच्या, "हे बघ, बिरुदा, मी म्हातारी जिवंत आहे तोपर्यंत तुला सांगत राहणार!.."

एकदा कमलताई मुक्कामाला आल्या होत्या. सकाळी नेहमीप्रमाणे विरूपाक्ष चहा करत होते. दुधाच्या पिशवीचं टोक कापून यांनी थोडं दूध काढून घेतलं होतं. बाकी पिशवी भिंतीला टेकून उभी करून ठेवली होती. आत आलेल्या कमलताई म्हणाल्या, "अरे-अरे! दूध सांडेल!"

त्यावर हे म्हणाले, "नाही सांडणार! अहो, माझ्या या पिशवीतलं दूध सांडू नये म्हणून ही पृथ्वी स्वतःभोवती फिरते आहे, सूर्याभोवती फिरते आहे, सूर्य आपली सगळी ग्रहमाला घेऊन आकाशगंगेतल्या कुठल्याशा ताऱ्याभोवती फिरतोय! सगळी आकाशगंगा आणखी कुठंतरी चालली आहे...." वगैरे...

झालं! कमलताईंना कौतुकानं धो धो हसायला एक संधीच मिळाली.

एकदा कमलताईंना सगळ्याच गोष्टींचा प्रचंड कंटाळा आला होता. त्यामुळे त्या दिवशी 'कंटाळा' हाच त्या दोघांच्या बोलण्यातला महत्त्वाचा विषय होता. हे म्हणाले, "कमलताई, कंटाळ्याला घाबरून कसं चालेल? तुम्हाला ठाऊक आहे का, या विश्वाच्या निर्मितीच्या मुळाशी कंटाळाच आहे!"

"ते कसं काय?"

"विष्णू शेषावर पहुडले होते. लक्ष्मी त्यांचे पाय चेपत होती.."

ह्यांनी एक पॉज घेतला आणि कमलताईंच्या चेहऱ्यावर काहीतरी गमतीचं

ऐकायला मिळणार, याची अपेक्षा दिसू लागली.

"तेव्हा झोपून झोपून विष्णूला आला भयंकर कंटाळा आणि लक्ष्मीलाही त्याची लागण झाली. मग विष्णू आळस देत उठला आणि त्यानं कंटाळा घालवण्यासाठी या सृष्टीची रचना करायला ब्रह्मदेवाला सांगितलं! मग कंटाळा घालवण्यासाठी लक्ष्मीही कामाला लागली. ज्या विश्वाच्या निर्मितीच्या मुळाशीच इतका कंटाळा भरला असेल, तर तो आपल्या भोवतालीही असणारच ना"

यावरही त्या मनमुराद हसल्या. नंतर मनापासून म्हणाल्या, 'बिरुदा! तू अस्तित्ववाद आपल्या परंपरेशी किती छान जोडून घेतलास रे!'

कमलताई हसत सुटल्या की त्या हसण्याचं वर्णन करणं कठीण आहे. त्यांचं ते निर्मळ हसू सुमित्रा भावे आणि सुनील सुखटणकर यांनी 'एक कप चाय' या चित्रपटात त्यांना एका हसऱ्या आजीची भूमिका देऊन चिरंतन राहील असं करून ठेवलंय.

जेवणानंतर आम्हा दोघांची पत्त्याचे दोन डाव टाकायची अनेक वर्षांपासूनची सवय आहे. समोर टीव्हीवरच्या दुपारच्या बातम्या ऐकत ऐकत दर्प यांनी शिकवलेल्या 'ओपन रमी'चे दोन डाव होईपर्यंत छान झोप येते, असा आमचा अनुभव आहे! त्यामुळे त्या वेळी जे कुणी घरात असेल, त्यांनाही सहभागी करून घेऊन खेळायची आमची पद्धत. कमलताई त्यात सहभागी झाल्या, तरी फारशा रमायच्या नाहीत. पण त्यांना आमचं खेळणं आवडायचं. 'एखादं रिच्युअल असल्यासारखे तुम्ही खेळता!..' असं त्या म्हणायच्या. आम्ही या पत्त्याच्या खेळाला दिलेलं 'राष्ट्रीय कर्तव्य' हे नावही त्यांना आवडायचं. या नावाचं स्फूर्तिस्थान मात्र 'सूर्याची पिल्लं' हे नाटक!

सकाळी उठल्या उठल्या विरूपाक्षांनी केलेला चहा पिऊन आम्ही दोघंही लिहायला बसायचो. त्या जाग्या होऊन त्या खोलीत यायच्या आणि म्हणायच्या, "कित्ती छान आहे हे!"

एकदा काहीतरी गप्पा मारताना शिवराम कारंतांचा विषय निघाला. हा विषय आम्हा दोघांच्या अत्यंत जिव्हाळ्याचा! त्या म्हणाल्या, "तुमच्या लेखकांविषयी किती आदर ठेवता तुम्ही! मला तुमच्या लेखकांचा हेवा वाटतो."

त्यांना कारंतांविषयी आदर होता, तेजस्वी आवडायचे, यू.आर. अनंतमूर्तींना त्या 'आमचा लेखक' म्हणायच्या. आमच्या एकूण अनुवाद कार्याविषयी त्यांना अपरिमित कौतुकही होतं. 'तुम्ही किती काम करता! मी आळशी आहे बघ!' असंही म्हणायच्या.

पण त्यांना भैरप्पांविषयी मात्र राग होता. एकदा त्या भैरप्पांच्या 'पर्व' या

महाभारतावर आधारित कादंबरीवर तुटून पडल्या. 'तुझ्या भैरप्पाला महाभारत कळलंच नाही..' असं म्हणाल्या. कादंबरीत भैरप्पांनी सगळे चमत्कार काढून टाकले, यामुळे त्या खवळल्या होत्या! "महाभारताचे ते सगळे दागिने होते! भरजरी वस्त्रं होती. ती काढून यानं महाभारताला उघडंवाघडं करून टाकलंय." असं त्यांचं म्हणणं.

हे सगळं ऐकून मी फारच अस्वस्थ झाले. जवळजवळ रडकुंडीला आले. कारण मी मुळातच माझ्या सगळ्या अनुवादांमध्ये पराकोटीची गुंतलेली असते. तेव्हा तर फारच गुंतायची. मला 'पर्व'च्या अनुवादानं तर अपरिमित आनंद दिला होता. 'पर्व'चा अनुवाद आजही माझा आवडता अनुवाद आहे.

यानंतर मी काही कामासाठी पु.लं.च्या घरी गेले होते. नाव न घेता (कारण कमलताईही आमच्या लाडक्याच!) मी ही प्रतिक्रिया त्यांना सांगितली. ते म्हणाले, "आपण तिकडे लक्ष द्यायचं नसतं! कारण गांधींना भारत समजलाच नाही, असं म्हणणारेही आपल्याकडे असतात."

कमलताईंबरोबरच्या या अनुभवानं माझ्यात मात्र एक फरक झाला. त्या वेळेपर्यंत माझ्या अनुवादित पुस्तकात मी इतकी गुंतलेली असे, की कुणी त्याविरुद्ध काही म्हटलं की माझा पारा चढायचा, वाईटही वाटायचं. पण कमलताईंना आमच्याविषयी वाटणारी आस्था पदोपदी जाणवत होती आणि विषय निघेल तेव्हा 'पर्व'वरचा रागही! त्यांची ओळख झाल्यानंतरही मी भैरप्पांच्या कादंबऱ्या मराठीत आणत राहिले, तेही तितक्याच मनापासून! तरीही त्यावरून कमलताई उगाच कधी वाकड्यात शिरल्या नाहीत किंवा भांडल्याही नाहीत. आणि त्यांनी आपलं 'पर्व'विषयीचं मतही बदललं नाही.

त्यानंतरही अनुवाद करताना मी पूर्वीसारखीच गुंतलेली असले, तरी वाचकांची मतंही माझ्यासारखीच असली पाहिजेत, या अट्टाहासातून मोकळी झाले. माझं मत काहीही असलं तरी इतरांची मतं वेगळी असू शकतात, हे मान्य करायला शिकले.

मिथकं आणि त्याविषयी कमलताईंना असणारी आस्था लवकरच मला समजत गेली. लोककथांविषयीही त्यांना ममत्व होतं. आपल्या काही कथांमध्येही त्यांनी काही मिथकं तयार केल्याचं माझ्याही वाचनात आलं. त्यांना भुताच्या गोष्टींचीही भरपूर आवड. त्यात एखाद्या कथेतलं छान भूत असेल तर त्यांना प्रेमाचं भरतंच येई!

एकदा त्यांनी आम्ही दोघं आणि अवचटांसमोर आमच्या विनंतीवरून 'अस्तित्ववादा'वर व्याख्यान दिलं होतं. तसंच एकदा सौंदर्यशास्त्रावरही फार छान

बोलल्या होत्या. एकदा इंग्लिश साहित्यातल्या महाकाव्यांचे दाखले देत त्यांनी समाजात नैतिकतेच्या कल्पना कशा बदलत गेल्या, हेही सांगितलं होतं. तसंच एकदा त्यांनी त्यांच्या 'काळा सूर्य आणि हॅट घालणारी मुलगी' या दोन्ही कादंबऱ्या स्वतः वाचून दाखवल्या होत्या!

त्यांच्या तोंडून 'हॅट घालणारी बाई' ऐकताना मला एका प्रश्नाचं उत्तर मिळालं. त्यातल्या अष्टकोनी हॉलचं वर्णन ऐकताना, आमच्या घरी पहिल्यांदा आल्या तेव्हा 'तुमच्या घरानं मला स्वीकारलं,' असं का म्हणाल्या असतील, हे माझ्या लक्षात आलं.

त्यांचे हे उपक्रम इतके अचानक सुरू होत की आम्ही ते का टेप करून ठेवलं नाही, याची आम्हाला नेहमीच हळहळ वाटत राहायची. पुन्हा त्याच विषयावर बोला म्हणून सांगितलं, तर ते त्यांना जमायचं नाही आणि त्यांच्या बोलण्यातला शब्द न् शब्द टिपून ठेवण्यात आम्हीही कमी पडलो.

विरूपाक्ष झोपल्यावर कमलताईंच्या आणि माझ्या वेगळ्या गप्पा व्हायच्या. त्यात बऱ्याच वेळा घरगुती विषय असायचे. त्यांच्या बोलण्यातून त्यांचे त्यांच्या भावांबद्दलचे आणि भाचरांबद्दलचे गाढ संबंध समजायचे. वेड्या मुलाचं दुःख भोगणाऱ्या बहिणीविषयीचं पिळवटून जाणं समोर यायचं. सांगलीत घडलेल्या एका घटनेमुळे त्या अतिशय घाबऱ्या असायच्या. हळूहळू त्यांच्यात मुरलेली ती भीती विरत गेली.

त्या आमच्या घरी आलेल्या असताना एकदा मी त्यांच्याशी अनुवाद या विषयावर बोलू लागले. दुसऱ्या दिवशी माझं अनुवादाच्या संदर्भात एक व्याख्यान होतं. म्हणून मी अनुवादाचा विषय काढला. त्या दिवशीचा त्यांचा मूड वेगळाच होता. त्या म्हणाल्या, "योग्य अनुवाद करणं तर दूरच राहिलं, लेखकाला तरी प्रत्येक वेळी आपल्या मनातलं सगळं जसंच्या तसं मांडता येतं का, हाच एक मोठा प्रश्न आहे!.. भाषा हेच अनेकदा माणसाच्या अनेक संकटांचं मूळ असतं."

अनुवादावर बोलायचं असल्यामुळे त्या दिवशी मला या विषयाच्या इतक्या मुळाशी जाणं परवडणारं नव्हतं; पण कमलताईंच्या या मुद्द्यामुळे भाषा आणि त्यातून 'व्यक्त' होणं या प्रक्रियेतल्या भाषेच्या मर्यादांची मला तीव्रपणे जाणीव झाली. त्याचबरोबर अनुवादाविषयीचा 'भाबडेपणा'ही ओसरला.

त्या अनेकदा 'काळ' या संकल्पनेवरही बोलायच्या. उदाहरणार्थ, दोन वस्तू ठेवल्या की त्यामध्ये स्पेस तयार होते. त्या दोन वस्तू नसतील तर स्पेस या शब्दालाच अर्थ नाही. त्या दोन वस्तू दोन ग्रहही असू शकतील. तसंच एखादा

सजीव माणूस काही वर्षांपूर्वी असतो, परवा असतो, काल असतो, आजही असतो. हा भेद समजण्यासाठी काळाची मदत घ्यावी लागते. जर मानव असेल तर पृथ्वी स्वतःभोवती फिरते, सूर्याभोवती फिरते आणि त्यातून क्षण, मिनिट, तास, दिवस, महिना, वर्ष, संवत्सर बनतं, त्यानं बनवलेलं वाळूचं घड्याळ, लंबकाचं घड्याळ किंवा डिजिटल घड्याळ्यालाही काही अर्थ असतो. माणूस आहे म्हणून त्यानं स्वतःभोवती फिरणाऱ्या पृथ्वीच्या फेरीला दिवस म्हटलं, सूर्याभोवतीच्या फेऱ्याला वर्ष म्हटलं आणि आकाशगंगेतल्या ताऱ्यांमधल्या अंतराच्या मापनासाठी म्हणून प्रकाशवर्ष काढलं; पण त्या पलीकडे अवकाशात गेल्यावर कसला आलाय काळ?

माझ्यासारखीला तर त्या पलीकडच्या काळाची कल्पना करणंही शक्य नाही.

त्या दृष्टीनं बघायचं झालं तर मी जन्मले, मी अमूक वर्षी लिहायला सुरुवात केली, अमूक वर्षी अनुवादाला सुरुवात केली, अमूक-अमूक झालं या म्हणण्याला तरी काय अर्थ आहे? मग या लेखनाचा खटाटोप कशासाठी? कमलताईंना तर माझं हे लिहिणं 'खुळेपणा'च वाटला असता! त्यांनी मला 'खुळी' हीच पदवी दिली असती.

जुन्या घटना आठवताना मला तर तिथं, त्या प्रसंगी पोहोचल्यासारखं वाटतं. स्मृतीची ही किमयाही अद्‌भुत आहे. जे. कृष्णमूर्तींचे तत्त्वज्ञानावरचे अनेक विचार एकीकडे ऐकताना स्वतःही वर्तमान काळात राहण्याचं प्रतिपादन करायचं! दुसरीकडे जुनंपानं आठवत लिहीत राहायचं! ही विसंगती नाही का?

कदाचित अशा अनेक विसंगतीनं भरलेल्या आयुष्यालाच जीवन म्हणत असावेत. या विसंगती दूर करणं, हेही आयुष्यभराचंच काम असतं ना! कदाचित या लेखनामागंही तसाच एखादा हेतू नसेल? एक अनुवादिका म्हणून साहित्य क्षेत्रात वावरताना, वयाच्या प्रौढत्वाबरोबर अनुवादानंही मला काही शिकवलंय का, याचा वेध घेण्याचा हा एक प्रयत्नही असेल; की हा सारा भूतकाळापासून सुटका करून घ्यायचा प्रकार असेल?

अनुवादाच्या संदर्भात एकदा कमलताई त्यांचा अनुभव सांगत होत्या. त्यांच्या एका कथेचा अनुवाद करण्यासाठी अमेरिकेतून एक विद्यार्थी आला होता. त्याला त्यासाठी एवढी शिष्यवृत्ती मिळाली होती की त्यात त्यानं पुण्यातल्या भांडारकर रोडवर एक फ्लॅट भाड्यानं घेतला होता आणि तो दररोज रास्ता पेठेत राहणाऱ्या कमलताईंना भेटून, त्यांच्याशी चर्चा करून आपला अनुवाद पुढे नेत होता!

मला त्या अनुवादकाचा पराकोटीचा हेवा वाटल्याशिवाय राहिला नाही! सृजनात्मक लेखन करणाऱ्या लेखकाच्या प्रत्यक्ष भेटीतून कलाकृतीच्या आकलनात अनाकलनीय भर पडते आणि ती अनुवादकाच्या दृष्टीनं अत्यंत अनमोल असते, हे त्या विद्यापीठानं

जाणून घेतलं! अनुवादकाच्या असल्या अनवट अडचणी जाणणारं कुणीतरी असतं तर!

अनंतमूर्तींच्या 'अवस्था' या कादंबरीचा अनुवाद पुरा झाला आणि त्यांच्या रास्ता पेठेतल्या मठीत त्याचं वाचन करायचं ठरलं. दोन दिवस ते चाललं होतं. आम्ही दोघं आणि अवचट असे तिघंही त्यांच्या घरी जायचो. (आम्हा चौघांची ही 'चौकडी' जमली होती, पण ती 'चांडाळ चौकडी' नव्हती!) अनंतमूर्ती हा कमलताईंचा लाडका लेखक असल्यामुळे त्या अगदी मन लावून दोन्ही दिवशी ऐकत बसल्या होत्या.

तसंच पूर्णचंद्र तेजस्वींच्या 'चिदंबर रहस्य'चं वाचन संपलं. त्यात अखेरीस प्रणयी जोडपं वाचतं आणि पाटील हा संशोधक गावाला लागलेल्या आगीत गुदमरून-होरपळून मरून जातो. हे ऐकून कमलताईंना अश्रू आवरेनात. त्या कळवळून म्हणाल्या, ''प्रत्येक वेळी प्रणयी युगुलच का जगावं? एखाद्या वेळी तरी पाटलांसारखा संवेदनशील शास्त्रज्ञ वाचलेला का दाखवू नये? प्रत्येक वेळीच भावनेपुढे बुद्धीचा पराभवच का?''

अनंतमूर्तींच्या 'भारतीपूर' या अत्यंत गाजलेल्या कादंबरीचा अनुवाद करून झाल्यावर एकदा मीही त्यांना विचारलं, ''तुमचे अनंतमूर्ती असं का लिहितात? कादंबरीच्या सुरुवातीला काही घडतं. त्याचा संदर्भ कादंबरीत पुढं कुठंतरी यायला नको का? असे कसे ते धागे मध्येच सोडून देतात?''

यावर त्या म्हणाल्या, ''म्हणूनच मी त्याला आमचा लेखक म्हणते! एकदा एखाद्याविषयी विशिष्ट विचार सांगून झाले की त्याचं प्रयोजन संपलं! पुन्हा तेच-तेच कशाला सांगायचं? पाल्हाळपणा लावायचा?''

एकीकडे वैचारिक पातळीवर एवढ्या प्रगल्भ आणि गंभीर प्रकृतीच्या कमलताई हिंदी सिनेमे आणि मराठी सिरिअल्स फार मनापासून बघायच्या. त्या रास्ता पेठेत राहत असताना त्यांच्या घराजवळच 'अपोलो' हे सिनेमाचं थिएटर होतं. तिथं येणारे मॅटिनीचे जवळ जवळ सगळे सिनेमे त्या न चुकता पाहायच्या. अमिताभ बच्चन हा त्यांचा आवडता कलाकार होता. त्या त्याचे सगळे मारामारीवाले, न चाललेले चित्रपटही समरसून बघायच्या.

तसंच मराठी टीव्हीवरच्या सिरिअल्सही. त्यातही नायिका संकटात असताना एखादी देवी प्रसन्न होऊन सदेह अवतरली की त्यांच्या आनंदाला पारावार राहायचा नाही. तसंच एखादी भुताची सिरिअल पाहतानाही! अशा वेळी आडव्या होऊन

सिरिअल बघणाऱ्या कमलताई उत्साहानं उठून बसायच्या. त्या आमच्याकडे राहायला आल्या की संध्याकाळी फिरायला न येता सातपासून ओळीनं सगळ्या सिरिअल्स बघण्यात गुंतून जायच्या.

मी त्यांच्याबरोबर अमोल पालेकरांचा 'अनाहत' हा सिनेमा बघायला गेले होते. काल्पनिक ऐतिहासिक पार्श्वभूमी असलेलं कथानक होतं. राजाला वारस पाहिजे आणि राजा त्या दृष्टीनं वयस्कर, म्हणून असमर्थ असल्यामुळे राज्यात दवंडी पिटून पुत्रोत्पत्तीसाठी प्रजेतील एक सशक्त तरुण निवडून राणीला त्याच्याकडे पाठवलं जातं. त्याच्याबरोबर रात्र घालवून, रात्र संपताच राणी मागच्या दरवाज्यानं राजवाड्यात परतते, असं दाखवलं होतं. कमलताईंनी आक्षेप घेतला, ''एवढा देशभर डांगोरा पिटून सगळं ठरवलं होतं ना? उत्तम वळू शोधावा तसा तरुण शोधला होतात; मग आता मागच्या दारानं तिनं का यावं? पुढच्या दारानं का नाही यायचं?''

अनंतमूर्तींच्या कथा अनुवादित करायचं काम अधूनमधून सुरूच होतं. कथा अनुवादित झाली की कमलताईंना मी ती वाचून दाखवत होते.

मुळात अनुवादासाठी मला कथांपेक्षा कादंबरी आवडत असली, तरी अनंतमूर्तींच्या कादंबरीपेक्षा कथा मला अतिशय आवडत होत्या. त्या अनुवादित करताना काही विशेष अडचणीही येत नव्हत्या. तरीही काही फळांची आणि फुलांची नावं अडचणीत आणायची. एका कथेत 'सपोटेहण्णू' असा एका फळाचा उल्लेख आला. कोशात उत्तर दिलं होतं, 'एक प्रकारचं फळ'. मी कथेत तसंच लिहिलं. नंतर कळलं, सपोटेहण्णू म्हणजे चिक्कू. तसंच एका कथेत 'रंजद हू' असा एका फुलाचा उल्लेख आला. नेहमीप्रमाणे कोशाचा उपयोग झाला नाही. चुकीचा अनुवाद करण्यापेक्षा मी तिथं 'रंजाचं फूल' असाच उल्लेख ठेवला. पुढे कधीतरी जयश्री शानबाग नावाच्या एका कोकणी मैत्रिणीशी ओळख झाली. तिनं सांगितलं, 'म्हणजे बकुळीचं फूल.' हे समजताच अनंतमूर्तींची कथा इतकी खुलली की विचारता सोय नाही! या दोन्ही चुका संग्रहाच्या वेळी सुधारायची संधी मिळाली. पण ही संधी नेहमी मिळेलच असंही नसतं. तेव्हा मात्र मनोमन हळहळणं तेवढंच आपल्या हातात राहतं.

घराच्या संदर्भात घरमालकांचं बिल्डरबरोबरचं बोलणं फिस्कटलं. कॉलनीतच दुसरीकडे राहायला गेलेले अंबिके काका-काकू आणि शीलावहिनी पुन्हा 'शशीप्रभा'त राहायला आले. माडीवर आपल्या घरी पाऊल टाकायच्या आधी वयोवृद्ध अंबिकेकाका आधी आमच्या घरी आले आणि डोळ्यांत पाणी आणून म्हणाले, ''बंडोपंत, तुम्ही

इथं राहिलात म्हणून आम्हाला आमचं घर मिळालं; नाहीतर आम्ही इथून गेल्यावर बिल्डरनी घर जमीनदोस्त केलं असतं! मग काय केलं असतं आम्ही?''

यातही तसा तथ्यांश नव्हता. तरीही काकांची ती भावनाही तितकीच खरी होती.

नंतर दुसरे बिल्डर आले. एव्हाना अपिलातही केस आमच्या बाजूचीच झाली होती. त्यामुळे आम्ही ॲड. दिलीप कर्णिकांनाच सगळी बोलणी करायचा हक्क दिला. सगळी बोलणी झाली.

बांधकाम होईपर्यंत मिळणाऱ्या बदली घराच्या बाबतीत माझी एकच अट होती. या अवधीतही मला बॅडमिंटन खेळायला जाता यायला हवं, एवढ्या अंतरावरचं घर आम्हाला चालणार होतं. त्याप्रमाणे व्यवहार ठरला आणि अगदी जवळचं घर मिळालं नसलं तरी आम्ही कांचनबनमध्ये काही महिन्यांसाठी राहायला जायचं ठरलं.

दिवसेंदिवस सुनंदाताईंची प्रकृती अधिकच गंभीर होत चालली होती. तरीही त्यांची जमेल तशी 'मुक्तांगण'ची कामं चालूच होती. कुटुंबात येणाऱ्या इतर अडचणींचा बाऊ न करता ते कुटुंब वास्तवाला सामोरं जात होतं. अखेर त्यांना इन्लॅक हॉस्पिटलला ॲडमिट करण्यात आलं. आम्ही भेटायला गेलो होतो, त्याच वेळी त्या निधन पावल्या.

ज्यांना त्या दांपत्यातील नात्याची जाणीव होती, त्या अवचटांच्या अगदी जवळच्या मित्रांना त्यांची काळजी वाटू लागली- 'हा धक्का अनिल कसा पेलू शकेल?'

अवचटांचा एकूणच गोतावळा मोठा. माणूस सार्वजनिक जीवनातला. त्यामुळे भेटायला येणाऱ्यांचा ओघ फार मोठा होता; पण कधी कधी कुणीच नसायचं. विरूपाक्ष भेटायला गेले आणि परिस्थिती लक्षात येताच जवळजवळ रोजच जाऊ लागले. चार-सहा दिवस झाले असतील. अवचटांचा जीव घुसमटल्यासारखा होऊ लागला. तेव्हा ते दोघं विद्यापीठात मोकळ्या हवेत जाऊन आले. अवचट विरूपाक्षांना पत्नीविषयी भरभरून सांगत होते.

लवकरच अवचटांनी मोठ्या प्रयत्नांनी आपल्या दिनक्रमाला आकार दिला. दिवसभर ते कुठं ना कुठं जायचे. त्यांना कुणी भेटायला यायचं. त्यामुळे दिवस कसातरी जायचा; पण संध्याकाळच्या फिरण्याचं काही जमत नव्हतं. ती वेळ सुनंदाताईंबरोबर फिरायला जायची होती. त्यामुळे घरी बसलं तर रितेपणा खायला येई.

आमचीही रोजची फिरायला जायची वेळ तीच असे. सुनंदाताई असतानाही आमची चौघांची वाटेत अनेकदा भेट आणि गप्पा व्हायच्या. आता अवचट आणि आम्ही दोघं रोज संध्याकाळी फिरायला जाऊ लागलो. ते त्यांची जिप्सी घेऊन

आमच्या घरी यायचे आणि आम्ही तिघं विद्यापीठात फिरायला जायचो. तिथल्या ग्राऊंडवर काही फेऱ्या मारायचो आणि तिथल्या कट्ट्यावर बसून भरपूर गप्पाही मारायचो. अवचटांनी विरूपाक्षांना 'दादा' म्हणायला सुरुवात केली आणि मी त्यांची 'उमाताई'.

आम्ही दोघं घरात बसून काम करणारे आणि अवचट सतत बाहेर फिरणारे. त्यामुळे आम्हाला त्यांच्याकडून सतत काही ना काही नवं ऐकायला मिळायचं. त्यांच्या लेखनाचा जो विषय असेल, त्या ठिकाणी ते भेटी देऊन आलेले असत. तो तपशीलही ते सांगत. विरूपाक्षांकडून कर्नाटकातलं काही ना काही ऐकायला मिळे. त्यामुळे विषयांना कमतरता नसायची. मी अवचटांना म्हणे, "मला तुमच्यात आणि तेजस्वींमध्ये खूप साम्य वाटतं. तुम्ही कधी कथा-कादंबऱ्या लिहिल्यात तर त्या तेजस्वींच्यासारख्या असतील!"

हे ऐकून अवचट सुखावत. कारण तेजस्वी हा त्यांच्याही आवडीचा लेखक. तेजस्वींच्या कथासंग्रहाला पुढच्या काळात त्यांनी आपणहोऊन 'प्रस्तावना'ही लिहून दिली.

पण घरी आल्यावर विरूपाक्ष मात्र म्हणत, "हा तुझा भाबडेपणा आहे. मला तसं वाटत नाही." पुढे जेव्हा अवचट कविता आणि बाल-कुमार साहित्य लिहू लागले, तेव्हा मला विरूपाक्षांचं म्हणणं मान्य करावंच लागलं. अवचटांची सर्जनशीलता वेगळ्याच प्रकारे व्यक्त होऊ लागली होती!

फिरणं होऊन आम्ही कट्ट्यावर बसेपर्यंत तिथं फुटबॉल खेळणारे खेळाडू निघून गेलेले असत आणि सगळं ग्राऊंड रिकामं असे. कधी आकाशात विविध आकाराचे आणि रंगांचे ढग, कधी चांदणं असे तर कधी केवळ चांदण्यांचा प्रकाश. मग आमच्यातले गायक कार्यरत होत आणि गाणी म्हणणं सुरू होई. भेटायला येणाऱ्यांनाही तिथंच बोलावत असू. अनेकदा मुक्ता, यशू आणि अवचटांच्या आई इंदूताईही येत. आमच्या घरी गावाहून आलेल्यांनाही सोबत घेऊन जात असू. त्यामुळे अवचट आमच्या सर्वच परिवाराच्या चांगल्या ओळखीचे झाले. ते काही कारणानं बेळगावला गेले की आमच्या दोन्ही परिवारांना भेटून येऊ लागले.

अनेकदा आम्ही विद्यापीठात काही खाद्य पदार्थ घेऊन जात असू. मुक्ताला ईशानच्या वेळी दिवस राहिले तेव्हा आम्ही सगळ्यांनी मिळून तिथं तिचं डोहाळजेवणही केलं. खाणं झाल्यावर भरपूर गाणी म्हटली.

पावसाळ्यात ग्राऊंडवर काही ठिकाणी चिखल झालेला असे. त्यामुळे पुढे जावं की नाही या विषयी मनात शंका असे. अशा वेळी आम्ही कुणीतरी 'डुक्कर' पुढे दिसतं का हे बघून त्याप्रमाणे आमचा फिरायचा मार्ग ठरवत असू!

'डुक्कर' हा त्यावेळी वाचलेल्या 'पॅपिलॉन'मधला शब्द! पॅपिलॉन दलदलीतून

जातानाचा मार्ग शोधण्यासाठी डुक्कर पुढे सोडत असे. दलदलीतून निर्धोक मार्ग शोधायचं काम हे डुक्कर करत असे. डुकरामागोमाग गेल्यावर त्यालाही व्यवस्थित पाय ठेवायला जागा मिळत असे.

एकदा आम्हा दोघांची मुलाखत अवचटांनी घेतली. शेवटी सभेतल्या कुणीतरी विरूपाक्षांना विचारलं, "तुमच्याविषयीचं अवचटांचं मत आम्हाला त्यांच्या बोलण्यातून समजलं. तुम्हाला त्यांच्याविषयी काय वाटतं?"

विरूपाक्षांनी उत्तर दिलं, "त्यांच्याशी आमची ओळख झाली तेव्हा मी बावन्न वर्षांचा होतो. अशा वयात एखाद्याशी मैत्री होणं कठीण असतं! अवचटांमुळे आमची मैत्री झाली.."

आणि लगेच अवचटांनी पुस्ती जोडली, "पण ती मैत्री दादांमुळे टिकली!"

थोडक्यात, संध्याकाळचं आम्हा तिघांचं विद्यापीठातलं फिरणं हा पुढील कितीतरी वर्षं जीवनाचा भागच झाला. त्यानंतर हळूहळू अवचटांचं संध्याकाळी येणं कमी होत गेलं आणि पुन्हा आम्ही दोघं फिरायला जाऊ लागलो. एव्हाना रस्त्यावरची वाहनं इतकी वाढली होती की आम्ही घरालगतच्या 'चित्तरंजन वाटिके'चा फिरण्यासाठी आधार घ्यायला सुरुवात केली. अवचट सकाळच्या वेळी घराकडे चक्कर मारू लागले.

चित्तरंजन वाटिका हा आमच्या जीवनाचा अविभाज्य भाग बनला आहे. घरापासून जेमतेम सहा-सात मिनिटांच्या पायी चालत जायच्या अंतरावर असलेलं हे 'वनउद्यान' आहे. यातले मोठाले वृक्ष हजारो पक्ष्यांचं निवासस्थान आहेत. संध्याकाळी त्या पक्ष्यांचा केवळ किलबिलाट नाहीतर कलकलाट चालतो. इतका की आपसातलं बोलणंही ऐकू येऊ नये. काही वेळातच ते शांत होतात आणि त्यानंतर शांतता पसरते. इथल्या फिरण्यात काही ओळखीचे चेहरे नियमितपणे दिसतात, पण कुणी एकमेकाला फारसं डिस्टर्ब करत नाही.

अवचटांचे लेख तयार झाले की त्यांचा फोन येई, आजही येतो. लगोलग वेळ ठरवून आमच्या घरी त्याचं वाचन होई. कधी गप्पांच्या वेळी त्यांनीच पूर्वी सांगितलेल्या तपशिलाची आम्ही आठवण करून देत असू. त्यातल्या पटतील तेवढ्या सूचनांचा अवचटही स्वीकार करत; पण त्याविषयी कुणाचाच आग्रह नसे. कमलताईही या वाचनात सामील असत. काही वेळा अवचटांच्या मित्रपरिवारातलंही कुणी येत असे.

वाचनाची ही पद्धत अजूनही सुरू आहे. आता त्यात आमचे डॉक्टर मित्र अलका आणि विलास बापटही असतात.

या काळात अवचटांकडे कुणी त्यांचे खास पाहुणे येणार असतील तर त्यांना आमच्याकडे बोलावू लागलो. तेही त्यांना घेऊन यायचे. त्यामुळे 'शोधग्राम'चे अभय बंग, चित्रकार वसंत सरवटे, पर्यावरणाचे अरुण देशपांडे, मनोरुग्णतज्ज्ञ डॉ. आनंद नाडकर्णी अशा अनेकांचे पाय आमच्या घराला लागले.

कृषितज्ज्ञ धोंडे सर तर फारच जवळ आले. ते आणि वहिनी एरवीही कधीतरी घरी चक्कर मारू लागले. एकदा त्यांच्याकडे मोठ्या हौसेनं जमवलेल्या नव्या-जुन्या चित्रपटांच्या व्हिडिओ कॅसेट्स त्यांनी आम्हाला दिल्या. त्यांची पुस्तकंही ते आवर्जून द्यायचे. मी अनुवादित केलेली पुस्तकं वाचून अभिप्रायही द्यायचे. 'मुक्तांगण'च्या कार्यक्रमाला आमची न चुकता भेट व्हायची आणि कार्यक्रमानंतर चौघांनी एखाद्या हॉटेलात जाऊन गप्पा-खाणं असा केवळ आमचा 'वाढता' कार्यक्रमही असायचा!

अभय बंग आणि सदाशिव अमरापूरकर यांचा फिरायला जातानाचा सहभागही आमच्यासाठी चिरस्मरणीय ठरायचा. बंग आणि अवचटांच्या गप्पांमधून बंगांच्या नव्या-नव्या प्रोजेक्टविषयी समजायचं. एकदा अशाच गप्पांच्या वेळी ते तिथल्या मलेरियाचा बंदोबस्त मच्छरदाणी विशिष्ट रसायनात बुडवून वापरायला देऊन कसा करतात, या विषयी विस्तारानं सांगितल्याचं आठवतं.

आमच्या फिरण्यात सामील होणारे आणि नंतरच्या काळात आमचेही चांगले मित्र झालेले अवचटांचे खास मित्र म्हणजे नाट्य-चित्रपट कलावंत सदाशिव अमरापूरकर. आमच्याशी चांगली ओळख झाल्यावर, अवचट गावात नसले की ते एकटेही आमच्या घरी यायचे.

अमरापूरकर विद्यापीठातल्या फिरण्यात आमच्याबरोबर सहभागी व्हायचे तेव्हा धमाल यायची! सुरुवातीला फुटबॉल खेळणारे आपल्यातच दंग असत. कधीतरी टोकाला उभ्या असलेल्या गोलीचं आधी त्यांच्याकडे लक्ष जायचं. मग हळूहळू त्याचं खेळण्यातलं लक्ष नाहीसं होऊन त्यांच्याकडे बघण्यात त्याचा वेळ जाई. मग गडबडून तो इतरांचंही त्यांच्याकडे लक्ष वेधे. त्यातला कुणी धीट तरुण त्यांच्याशी सरळ संवाद साधून चार शब्द बोलून आनंद व्यक्त करे; बाकीचे मात्र लांबूनच पाहत राहत.

याचा प्रभाव नंतरही काही दिवस राहत असे. आमच्याबरोबर आणखी कुणी फिरायला असलं की हे खेळाडू थांबून लक्ष देऊन काही क्षण पाहत, तसं कुणी फार महत्त्वाचं नाही हे पाहून, नंतर पुन्हा खेळ सुरू करत.

नंतरच्या काळात आमचा अमरापूरकरांच्या संपूर्ण कुटुंबाशीच स्नेह जुळला.

त्यांच्या पत्नी नंदाताई आणि धाकटी मुलगी रीमाशी तर विशेष मैत्री जुळली. नंदाताई तर आमच्या अनुवाद क्षेत्रात शिरल्या. त्या इंग्लिश ग्रंथांचे मराठी अनुवाद करू लागल्या. त्यांच्या सुरुवातीच्या अनुवादांचं वाचनही आमच्या घरी झालं. बारा-तेरा अनुवाद प्रकाशित झाल्यानंतर पुढच्या काळात त्यांना राज्य पुरस्कारही मिळाला.

रीमा सुरुवातीला अवचट आणि अमरापूरकरांबरोबर यायची. 'आरं आरं बाबा,..' या चित्रपटाच्या दिग्दर्शनाबरोबरच निर्मितीही तिचीच होती. त्या चित्रपटाच्या प्रमोशनच्या काळातली वैतागलेली, थकलेली आणि रडकुंडीला आलेली रीमा लवकरच आत्मविश्वासपूर्ण रीतीनं या क्षेत्रात वावरू लागली. तिचा 'जननी' हा लघुपट देशा-विदेशात भरपूर गाजला. पुढच्या काळात तिच्या 'गोपाळ कृष्ण गोखले' या डॉक्युमेंटरीसाठी मी लेखनही केलं. शिवाय आम्ही इतरही पटकथांवर एकत्र काम केलं.

याच काळात अवचटांच्या जीवनात मुग्धा यार्दी, जाई, वंदना कुलकर्णी, प्राजक्ता-शिबानी अशा अनेक तरुण मुलींनी प्रवेश केला होता. एकदा अमृता सुभाष आणि संदेश कुलकर्णीही घरी येऊन गेले. नव्या 'मुली'शी ओळख झाली की अवचट तिला आमच्या 'पायावर घालायला' घेऊन यायचे. त्यातल्या काहींचा आमच्याशीही स्नेह जुळला. हॉलंडची अंजू मराठे आणि प्रसिद्ध लेखिका सानिया या त्यांच्या मैत्रिणी. त्यांच्याशीही आमची मैत्री झाली. तसेच, डॉ. माधवी मेहेंदळे ही पुढे लेखिका झाली आणि ती आपल्या लेखनात आम्हालाही सामावून घेऊ लागली.

त्या निमित्तानं नवी मुलं कसा विचार करतात याचंही आम्हाला दर्शन होऊ लागलं. मुग्धाची भावना होती, आम्ही अनुवाद या विषयाला पूर्णपणे वाहून घेतल्यामुळे मूल होऊ दिलेलं नाही! हे ऐकून मला तर पराकोटीचं आश्चर्य वाटलं होतं. जाईनं माझ्यासारखंच एस.एन.डी.टी.मधून एम.ए. केल्यामुळे मला तिच्याशी वेगळ्या प्रकारची जवळीक वाटली. ती हळूहळू आमचीही 'मुलगी'च झाली. ती पुढच्या काळात अमितशी लग्न करून 'पुणतांबेकर' आणि मुक्ताची जाऊ झाली. ते संपूर्ण कुटुंबच जवळ आलं. ती बेंगळुरूच्या जे. कृष्णमूर्तींच्या संस्थेच्या शाळेत कलाशिक्षिका म्हणून कामाला लागली. बेंगळुरूचं तिचं संपूर्ण घर, तिची मुलं आणि तो सगळा परिसर हे आमचंही घर होऊन गेलं.

पण तेव्हा अवचटांच्या आयुष्यात नवी मुलगी आली की आधीच्या मुली विव्हळ होत. त्यांना अवचटांच्या जीवनातली आपली जागा गेल्यासारखं वाटून अतिशय दुःख होई. या काळापुरत्या त्या मुली आमच्या अधिकच जवळ येत आणि मनातली नाराजी व्यक्त करत. अवचटांच्या स्वभावाचा अधिकाधिक परिचय

होत गेला की सगळं सुरळीत होई. पुन्हा हळूहळू सगळीच नाती स्थिरावत! त्यानंतर बहुतेकींचं आमच्याकडे येणंही कमी होई.

व्याजाचे दर जसे कमी होऊ लागले, तसं कमलताईंना एकटं पुण्यात राहणं परवडेनासं होऊ लागलं. त्यातच वयानुसार प्रकृतीच्या तक्रारीही सुरू झाल्या होत्या. त्यामुळे त्या रास्ता पेठेतली आपली 'मठी' सोडून प्रभात रोडवरच्या भाच्याच्या घरी राहायला आल्या. त्यांचे भाऊ-भावजय राहिले नव्हते: पण कमलताईंना त्यांच्या भाचरांनी चांगलं सांभाळलं. पुण्यातले दिलीप आणि नंदूताई असोत वा सांगलीतल्या वसंतरावांचं कुटुंब असो, सगळेच त्यांना छान सांभाळत. त्यांच्या तब्येतीची काळजी घेत. अनेकदा आमच्याकडे येताना त्या औषधं आणायला विसरल्या तर त्यांची नातसून नंदूताई स्वतः नोकरीवर जाताना घाईघाईत आणून द्यायच्या.

तरीही तो आयुष्यभर एकटा राहिलेला जीव असल्यामुळे, भाचरांच्या संसारात कराव्या लागणाऱ्या किरकोळ तडजोडींशी जुळवून घेताना त्यांना स्वतःलाच बऱ्याच वेळा मानसिक त्रास व्हायचा. आमच्यासारख्या 'संसारी' मित्रांना दोघांचीही बाजू समजायची. कमलताईंचं वाढतं वय आणि तब्येतीच्या तक्रारी लक्षात घेता, यावर काहीही उपाय नाही, हेही समजायचं.

आम्हीही एका मध्यस्थांच्या मदतीनं त्यांना पेन्शन मिळवून देता येईल का, यासाठी खटपट केली. पण त्यांनी नोकरीच्या अखेरीस राजीनामा दिल्यामुळे त्यांना पेन्शन मिळणार नाही, असं समजत होतं. त्यांनी अतिशय सकस पण अतिशय अल्प लेखन केलं होतं. 'काळा सूर्य' आणि 'हॅट घालणारी बाई' या एकाच कव्हरमध्ये प्रकाशित झालेल्या दोन कादंबऱ्या, 'रात्रंदिन आम्हा युद्धाचा प्रसंग..' ही छोटी कादंबरी, 'रंग' आणि 'रंग२' हे दोन कथासंग्रह. या मोजक्या कलाकृतींमुळे साहित्य क्षेत्रात त्यांच्या नावाचा दबदबा होता. साहित्याच्या इतिहासात त्यांचं नाव मोठ्या आदरानं घेतलं जायचं; पण त्या काही लोकप्रिय लेखिका असं लेबल लागलेल्या लेखिका नव्हत्या. त्यामुळे लेखनातूनही काही उत्पन्न मिळण्याची शक्यता नव्हती.

तरीही एका विशिष्ट वाचक वर्गाला त्यांच्या लेखनानं आणि अस्तित्वानं जगण्यासाठी बरंच सामर्थ्य दिलं होतं. तो गोतावळा त्यांच्या भोवताली सतत असे. महिन्यातून एकदा चालणाऱ्या त्यांच्या वैचारिक गप्पांमध्ये त्या सामील होत. वैचारिक भूक असणारे पुण्यात आवर्जून त्यांना जाऊन भेटत. त्यामुळे त्यांना पुण्यात बौद्धिक साहचर्य मनमुराद मिळे.

सांगलीच्या त्यांच्या भाच्याच्या वाड्यात त्यांच्यासाठी त्यांना हवी तशी एक

स्वतंत्र खोली काढण्यात आली होती. कमलताई पुण्यात असल्यातरी त्यांची सांगलीची ती खोली त्यांच्यासाठी रिकामीच ठेवलेली असे. सांगलीतही त्यांच्या परिचयाची आणि स्नेहाची बरीच मंडळी होती.

त्यामुळे त्या काही दिवस सांगलीत आणि काही दिवस पुण्यात दिलीपच्या घरात राहू लागल्या. पुण्यातल्या त्यांच्या आमच्यासारख्या आणि श्याम मनोहर यांच्यासारख्या मित्रांना, संजय आर्वीकर, त्यांच्या साहित्यावर पीएच.डी. करणारी प्रिया जामकर, त्यांची लाडकी मैत्रीण सुधी (सुधा नावकल), पुण्यात मुंबईहून वरचेवर येऊन जाणारे चित्रकार प्रभाकर कोलते आणि अनेकांना त्यांची पुण्यातली अनुपस्थिती जाणवत असली तरी सांगलीतल्या तारा भवाळकर, डॉ. मडके, गौतमीपुत्र हा मुलगा असा बराच गोतावळा त्यांच्या भोवताली जमला.

पुढच्या काळात ताराबाईंशी आमचंही नातं जुळलं. सांगलीतलं ताराबाईंचं घर 'आमचं' झालं. त्यांनी आम्हा दोघांची सांगलीच्या रेडिओसाठी घेतलेली आणि विरूपाक्षांच्या पंचाहत्तरीनिमित्त 'साधना'साठी घेतलेली मुलाखत बरीच गाजली. ती वाचून अमोल पालेकर-अरुण खोपकर यांच्यासारख्यांचे आवर्जून फोन आले. एका पुस्तकातही ती समाविष्ट करून ताराबाईंनी आमचा सन्मान वाढवला.

एकदा काही घरगुती कारणासाठी आम्ही दोघं सांगलीत गेलो असता कमलताईंना आवर्जून भेटायला गेलो. कमलताई घरात नव्हत्या. भाच्याच्या घरी चौकशी करताच समजलं, कुठल्याशा कार्यक्रमात अध्यक्ष म्हणून बोलावल्यावरून त्या गेल्या आहेत. एकीकडे त्या अपेक्षेप्रमाणे न भेटल्यानं मन खट्टू झालं तरी त्याच वेळी वाटलं, हरकत नाही; कमलताई पुन्हा आपल्या फॉर्ममध्ये आलेल्या दिसतात!

सांगलीच्या मित्रपरिवारानं कमलताईंचा पंचाहत्तरीचा कार्यक्रम करायचं ठरवलं. हिंसा या विषयावर छोटा परिसंवाद, स्नेहभोजन आणि संध्याकाळी कमलताईंचा डॉ. म. द. हातकणंगलेकर यांच्या हस्ते सत्कार असा कार्यक्रम ठरला. त्यासाठी मुंबईहून त्यांचे जुने स्नेही अशोक शहाणे, पुष्पा भावे, बेळगावहून अशोक याळगी आणि परिवार, विद्या बाळ, सुमित्रा भावे-सुनील सुखटणकर असे त्यांचे कितीतरी सुहृद आवर्जून हजर राहिले होते. आम्ही दोघं आणि अवचटही गेलो होतो. अवचटांनी काढलेले कमलताईंचे सुरेख फोटो तिथं मांडण्यात आले होते. सुमित्राताई-सुनील सुखटणकर यांनी शूट केलेली विद्या बाळ आणि पुष्पा भावे यांनी घेतलेली कमलताईंची नितांतसुंदर मुलाखत दाखवण्यात आली. यात मुलाखत घेणाऱ्या दोघीही अजिबात दिसल्या नव्हत्या. फक्त कमलताईंच्याच विविध भावमुद्रा टिपण्यात आल्या होत्या.

सन्मानानंतर कमलताईंना दोन शब्द बोलायला विनंती करण्यात आली. तेव्हा त्यांनी बोलायचं नाकारलं. फार आग्रह झाला तेव्हा त्या एकच वाक्य बोलल्या,

''सगळं बोलूनच दाखवायला पाहिजे काय? सगळं बोलून दाखवता येतं का?'' त्या काहीशा भावविवशही झाल्या असाव्यात. एकूणच सगळा कार्यक्रम सांगलीकरांनी अतिशय हृद्यपणे साजरा केला.

त्यानंतर त्या अधूनमधून पुण्याला यायच्या. आल्या की चार-सहा महिने थांबायच्या. त्या अवधीत पुन्हा भेटीगाठी होत, चर्चा झडत, गप्पा होत. एकीकडे त्यांना साहित्यातली सामाजिकता हा विषय निघाला की त्यांच्या मस्तकात तिडीक जाई. साहित्याचं मूल्यमापन करणाऱ्या या मुद्द्यामुळे मराठी साहित्याचं पराकोटीचं नुकसान झालंय; इथं क्रिएटिव्ह असं निर्माण होण्यावर मर्यादा येताहेत, असं त्या पोटतिडकीनं सांगत. दुसरीकडे अवचटांविषयी म्हणत, ''नाही बाई अनिलवर मला रागावता येत!''

सांगलीत गेल्यावर काही प्रमाणात त्यांनी पुन्हा लेखन क्षेत्रात यायचा प्रयत्न केला. वंदना शिवा यांच्या पर्यावरणविषयक पुस्तकाचा अनुवादही मनापासून केला. पण तो अनुभव त्यांच्या दृष्टीनं काही फारसा आनंददायक नसावा. नंतरही त्यांनी गिरीश कार्नाडांचं 'अग्नी आणि पाऊस' अनुवादित करण्यात रस दाखवला होता. पण काही कारणानं तेही होऊ शकलं नाही.

तेजस्वींचा सदा डुम्बरेंनाही कथांमुळे परिचय झाला होता. साप्ताहिक सकाळच्या दिवाळी अंकात त्यांनी त्यांच्या बऱ्याच कथा प्रकाशित केल्या होत्या. एका वर्षी त्यांनी मला बोलावून बोळुवार कुंजी या मुसलमान लेखकाची बाबरी मशिदीच्या पार्श्वभूमीवरची कथा दिवाळी अंकासाठी अनुवादित करायला सांगितली. ती करून देतानाच मी तेजस्वींची 'कृष्णेगौडाची हत्तीण' ही कथाही दिली. त्यांना तीही इतकी आवडली की त्यांनी तिचाही त्याच दिवाळी अंकात समावेश केला.

काही वर्षांनी डुम्बरे खासगी कारणासाठी बेंगळुरूला गेले असता तिथं तेजस्वींच्या फोटोंच्या प्रदर्शनाविषयी त्यांना समजलं. ते तत्परतेनं तिथं गेले. ते सगळे जंगलातले फोटो होते. फोटो पाहून झाल्यावर त्यांनी उत्सुकतेनं तेजस्वींची चौकशी केली; पण भेट झाली नाही.

'साप्ताहिक सकाळ'मध्ये प्रकाशित झालेली तेजस्वींची 'किरिगूरच्या गतकाळ्या' ही अनुवादित कथा वाचून संगमनेरच्या प्रसिद्ध स्त्रीवादी समाजसेविका ॲडव्होकेट निशा शिवूरकर यांनी प्रतिक्रिया दिली, ''एवढी प्रखर स्त्रीवादी कथा मी मराठीत वाचली नाही!''

तसंच, अनंतमूर्ती यांची 'सूर्याचा घोडा' कथा वाचून एका वाचकानं आवर्जून

कळवलं होतं, ‘याच कथेचा हिंदी अनुवाद वाचला होता; पण त्यातला मलेनाडमधल्या अंघोळीचा अनुभव पूर्णपणे हरवला होता.’

एका वर्षी मी विचारलं, ‘‘मी अनंतमूर्ती यांची ‘अवस्थे’ नावाची कादंबरी अनुवादित करणार आहे. तुम्हाला देऊ का? साप्ताहिक सकाळच्या दिवाळी अंकाची अनुवादित कादंबरी द्यायची परंपरा नाही म्हणून विचारतेय..’’ त्यांनी कादंबरीचं काम सुरू झाल्यावर पहिली काही पानं पाठवून द्यायला सांगितलं.

त्या आधी मी अनुवादित केलेल्या तेजस्वींच्या कथांचा संग्रह प्रकाशित झाला होता. त्याची प्रत मी गिरीश कार्नाडांना दिली होती. अनुवाद वाचून कार्नाडांनी आवर्जून त्या अनुवादाविषयी, त्यातही ‘जमलेल्या’ तेजस्वींच्या स्टाईलच्या अनुवादाविषयी चांगले उद्‌गार काढले होते. अर्थातच हे वाचून मी भलतीच फुशारून गेले होते. त्याच मूडमध्ये मी ठरवलं, आपण इतकी वर्षं अनुवाद करतो आहोत, या नंतर लेखकाच्या शैलीचाही अनुवाद करायचा!..’ त्यानंतर मी हातात घेतलेली कादंबरी ‘अवस्थे’.

त्याला कारण असं झालं होतं, साहित्य अकादमीच्या एका कार्यक्रमासाठी अनंतमूर्ती अध्यक्ष या नात्यानं पुण्यात आले होते. कार्यक्रमाला आम्हीही गेलो होतो. घरी यायला सांगून आम्ही परतलो. दुसरे दिवशी अनंतमूर्ती आणि अकादमीचे सेक्रेटरी प्रा. इंद्रनाथ चौधरी असे दोघेही ‘शशीप्रभा’त आले. मी त्यांच्यापुढे अनुवादित केलेल्या भैरप्पांच्या सगळ्या मोठमोठ्या कादंबऱ्या ठेवल्या (मला त्या वेळी त्या दोघांमधल्या वादविवादाच्या गांभीर्याची अजिबात कल्पना नव्हती!) आणि त्यांची ‘भारतीपूर’ ही कादंबरी अनुवादित करण्यासाठी परवानगी मागितली.

यावर त्यांनी थोडा विचार करून सांगितलं, ‘‘त्या आधी माझी ‘अवस्थे’ ही कादंबरी करा. कुणीतरी त्याचा मराठी अनुवाद केला आहे पण तो वाईट झालाय असं माझ्या मराठी मित्रांनी सांगितलंय. नंतर ‘भारतीपूर’चं बघू.’’ तसंच, त्यांनी मला तिथल्या तिथं त्यांच्या कथा आणि ‘अवस्थे’च्या अनुवादाचं संमतिपत्र लिहून दिलं.

डुम्बरेंशी बोलणं झाल्यावर मी ‘अवस्थे’चा अनुवाद मूळ लेखकाच्या शैलीनुसार करायला सुरुवात केली. काही पानं अनुवादित होताच ठरल्याप्रमाणे सदा डुम्बरेंकडे पाठवली. काही दिवसांतच त्यांच्याकडून फोन आला, ‘‘मी आणि संध्या टांकसाळे भेटायला येतो.’’

घरी येताच ते म्हणाले, ‘‘उमाताई, तुम्ही या कादंबरीवर नेहमीप्रमाणे काम केलेलं नाही.’’

मी काय केलं होतं ते माझं मलाच माहीत असल्यामुळे मी शांतपणे विचारलं, ‘‘का? काय झालं?’’

ते म्हणाले, "तुम्ही अनुवादाचा पहिलाच ड्राफ्ट पाठवलाय!"

मी शांतपणे ती पानं काढून ठेवली आणि माझ्या पद्धतीनं तो ड्राफ्ट समोर ठेवून पुनर्लेखन केलं. ते वाचून मात्र डुम्बरेंनी समाधान व्यक्त केलं. पुढे ती कादंबरी 'अवस्था' या नावानं, पुस्तकरूपानंही प्रकाशित झाली.

याचाच अर्थ, शैलीचा अनुवाद 'जसाच्या तसा' होऊ शकत नाही. तसं केलं तर तो अनुवाद फसतो. तरीही, अनुवादक एकच असतो आणि लेखक वेगवेगळे असतात. कलाकृतीही वेगवेगळ्या असतात. प्रत्येक कलाकृती अनुवादकाकडून त्या कलाकृतीसाठी आपली शैली बनवून घेत असते. म्हणूनच माझी एक साहित्यप्रेमी मैत्रीण म्हणते, "तुमचा प्रत्येक अनुवाद वाचताना लेखक वेगळा आहे हे जाणवत असतं! त्यात तुमची केतकर वहिनी वाचल्यानंतर तर हा फरक आम्हाला चांगलाच समजतो."

अनंतमूर्तींच्या कथा मी मनापासून अनुवादित केल्या. दोन कादंबऱ्याही मराठीत आणल्या. 'मौज'नं प्रकाशित केलेल्या 'अनंतमूर्ती यांच्या कथा' या संग्रहाला दोन-तीन पुरस्कारही मिळाले.

१९९८-९९च्या सुमारास माझ्याकडे नॅशनल बुक ट्रस्ट ऑफ इंडियाकडून एक पुस्तक अनुवादासाठी आलं. पुस्तकाचं नाव होतं 'माडिदुण्णो महाराय'. ही कन्नडमधली पहिली सामाजिक कादंबरी होती.

तशी १८९९ साली प्रकाशित झालेली 'इंदिराबायि' ही कन्नडमधली पहिली सामाजिक कादंबरी. या कादंबरीचं कथानक मराठीतल्या सुरुवातीच्या कादंबऱ्यांसारखं होतं. एक उच्चवर्णीय घरातली बालविधवा. घरातल्या पुरोगामी वातावरणामुळे ती साताऱ्याच्या मुलींच्या हॉस्टेलमध्ये राहून शिकते. नंतर एक 'फॉरेन'(?) नावाच्या देशात राहून बी.ए. झालेला तरुण तिच्याशी पुनर्विवाह करतो आणि तिचं जीवन मार्गी लागतं. ही कादंबरी उडुपी येथे राहणाऱ्या वेंकटराय गुळवाडी यांनी लिहिली होती.

पण पुढच्या काळातले कन्नड साहित्याचे अभ्यासक हिला 'महाराष्ट्राकडे तोंड करून असलेली कादंबरी' मानतात. ही कादंबरी कन्नड समाज आणि मानसिकतेविषयी काहीही बोलत नाही, हा कदाचित एखाद्या तत्कालीन मराठी कादंबरीचा स्वैर अनुवाद असावा, असं काही कन्नड अभ्यासकांचं एक मत आहे.

त्यामुळे १९१५ साली प्रकाशित झालेल्या 'माडिदुण्णो महाराय' या कादंबरीलाच पहिली 'कन्नड क्लासिक' कादंबरी मानतात. म्हणूनच एन.बी.टी. (नॅशनल बुक

ट्रस्ट ऑफ इंडिया) नं तिचा अनुवाद करायचा घाट घातला.

या कादंबरीची पृष्ठसंख्या बेताची असली तरी भरपूर 'पसारा' आहे. यातील कथानक मैसूर राज्यात घडतं. त्यात मैसूरचा राजदरबार, कर्मठ ब्राह्मण कुटुंब, गरिबी, नोकरदार माणसं, एवढंच नव्हे, तर सती जाण्याचा प्रसंगही विस्तारानं दिला आहे. शिवाय एक चोरी करण्याचा व्यवसाय असली गुन्हेगारी वस्ती, माणसं आणि त्यांच्या मानसिकतेविषयीही विस्तारानं आलं आहे. हे कुठल्या दिवसांत चोरीसाठी बाहेर पडतात, त्या आधी चोरीत यश मिळण्यासाठी आपल्या दैवताची कशी पूजा करतात, त्यांच्या पूजेचे विधी कोणते, चोरी करायला जाताना कसे केस काढतात, कमीत कमी कपडे अंगावर ठेवतात, अंगाला कसं भरपूर तेल चोपडतात.. या साऱ्याचं वर्णन या कादंबरीत येतं. यात 'आरे' म्हणजे मराठी मातृभाषा असणाऱ्या, गणितात पारंगत असणाऱ्या एका मारकुट्या शिक्षकाचंही वर्णन आहे. तसंच कोल्हापूरच्या अंबाबाईच्या नथीची चोरी करून चोर ज्या ज्या गावी गेला, त्या त्या गावात पटकीचा कसा प्रादुर्भाव होत गेला, याचंही वर्णन आकर्षक पद्धतीनं येतं.

या कादंबरीची पृष्ठसंख्या मर्यादित असूनही ही दीर्घकथा नाही; कादंबरी आहे, याची जाणीव वाचनाच्या वेळी होते. कारण तिचं कथानक सरळसोट जात नाही. तिला अनेक शाखा-उपशाखा फुटलेल्या आहेत. तिची रचना मराठीतल्या जुन्या कादंबऱ्यांची आठवण करून देणारी आहे. तपशील सलगपणे परिच्छेदामध्ये आणि संवाद नाटकाप्रमाणे एकाखाली एक याप्रमाणे आहेत.

या कादंबरीचा अनुवाद करताना माझ्यासमोर काही प्रश्न होते. कादंबरी १९१५ साली प्रकाशित झालेली आणि मी ती अनुवादित करत होते ते २००२ नंतरच्या मराठी वाचकांसाठी. सुमारे ९० वर्षांपूर्वी प्रकाशित झालेल्या या कादंबरीची वैशिष्ट्ये तर दिसली पाहिजेत, त्याचबरोबर आजच्या मराठी वाचकांपर्यंत ही वैशिष्ट्ये पोहोचली पाहिजेत. त्यामुळे मी भाषा नेहमीचीच ठेवली आणि कादंबरीची रचना मात्र जुन्या कादंबरीसारखी ठेवली. परिच्छेद नेहमीसारखे ठेवले आणि संवाद नाटकातल्यासारखे ठेवले.

तसंच या कादंबरीतली जुनी संस्कृती मैसूरजवळची आहे. त्यामुळेही काही अडचणी सामोऱ्या आल्या. अशा अडचणींचं निवारण त्याच लेखकाकडून करून घ्यायची आमची पद्धत. इथं लेखकाला जाऊन अनेक वर्षं लोटली होती!

एकदा बोलता बोलता मी माझी अडचण भैरप्पांच्या कानांवर घातली. त्यांनी तत्परतेनं या कादंबरीवर पीएच.डी. करणाऱ्या एच.एस. सुजाता यांचा पत्ता मला दिला आणि मला मार्ग मिळाला. त्यांना पत्रानं आम्ही आमच्या अडचणी विचारल्या. त्यांनीही मोठ्या आनंदानं आणि आस्थेनं माझ्या प्रश्नांना उत्तरं दिली. तसंच या

कादंबरीसाठी त्यांच्याकडून नॅशनल बुक ट्रस्ट ऑफ इंडियानं सविस्तर प्रस्तावनाही लिहून घेतली.

या कादंबरीच्या निमित्तानं मला कन्नडमधील अगदी सुरुवातीच्या टप्प्यापासून अगदी अलीकडच्या कादंबऱ्या, कन्नड कादंबरीच्या इतिहासातील प्रत्येक टप्प्यावरील कादंबरी अनुवादित करायची संधी मिळाली.

असंच माझ्याकडे डॉ. चंद्रशेखर कंबार यांच्या 'जोकुमारस्वामी' या नाटकाच्या अनुवादाचं काम आलं. संगीत नाटक अकादमीनं तरुण दिग्दर्शकांसाठी एक स्पर्धा ठेवली होती आणि योगेश सोमण या तरुण दिग्दर्शकाला हे नाटक मराठीत बसवायचं होतं. ते त्यांनी माझ्याकडे अनुवादासाठी दिलं. 'कसेल त्याची जमीन आणि नांदेल त्याची बायको' अशा काहीशा विचारावर आधारलेलं हे नाटक. 'ग्रामीण' पार्श्वभूमीवरचं हे नाटक कर्नाटकात अत्यंत गाजलेलं.

कर्नाटकात 'जोकुमार' किंवा दक्षिण महाराष्ट्रात 'जखुमार' या नावानं प्रसिद्ध असलेला हा देव म्हणजे शंकराचा दुसरा मुलगा. आपण याला कार्तिकेय म्हणून ओळखतो आणि स्त्रियांनी त्याचं दर्शन घ्यायचं नसतं, असं म्हटलं जातं; पण कर्नाटकात हा देव काहीसा बदनामही आहे. केवळ पोषाखीपणा आणि नटवेपणा करत फिरणाऱ्या तरुणाला उत्तर कर्नाटकातल्या गावांमध्ये 'जोकुमारासारखा भटकतोय!' असं म्हणायची पद्धत आहे.

या नाटकात या देवाच्या पूजेचा विधीही दिला आहे. टोपलीत पडवळ ठेवून त्याची 'जोकुमार' म्हणून पूजा करायची. नंतर या पडवळाची भाजी करून आपल्या प्रेमपात्राला खाऊ घातली, तर त्याचं आपल्यावरचं प्रेम कधीही कमी होत नाही, अशी श्रद्धा!

गावचा नपुंसक पाटील आणि त्याचा एक तरणाबांड रयत. पाटलिणीकडून ही पडवळाची भाजी चुकून रयताला खाऊ घातली जाते आणि नंतर तिचे त्या रयताशी शारीरिक संबंध येतात. अखेर त्या रयताला पाटलाची माणसं मारतात... असं काहीसं कथानक. नाटकात कथानकाचं पोषण करण्यासाठी गाण्यांचा वापर केलेला.

नाटकाची भाषा ग्रामीण. यात वापरलेल्या प्रतिमाही गावातल्या. सगळा बाज ग्रामीणच राहिला तरच नाटकाची मजा! अनुवादातही हा तोल सांभाळणं आवश्यक होतं. मी हे भान ठेवून हा अनुवाद केला. या नाटकाचा प्रयोगही जिवंत संगीतासह झाला तरच लेखकाला अभिप्रेत असलेला त्यातला शृंगार आणि हिंसा प्रभावी ठरणार! नाहीतर नाटक फसायला वेळ लागणार नाही, अशी निसरडी संहिता!

या नाटकाचेही काही प्रयोग झाले, काही ठीक झाले आणि बरेचसे फसलेही.. पण या नाटकाच्या संहितेवर 'नवभारत' या वाईहून निघालेल्या वैचारिक मासिकात

तीन-चार लेख प्रकाशित झाले. त्यासाठी माझा अनुवाद आधाराला घेण्यात आला.

विरूपाक्षांचा आत्तेभाऊ दत्ता देसाई एव्हाना 'भारत ज्ञान-विज्ञान समुदाया'च्या कामात पुरेपूर बुडाला होता. तो आणि त्याची बायको कुंदा यांच्या सांगण्यावरून आम्ही दोघंही अधूनमधून त्यांच्या मीटिंगलाही हजेरी लावत होतो.

एकदा या संस्थेतर्फे धारवाडच्या कर्नाटक कॉलेजमध्ये एक कार्यशाळा घ्यायचं आयोजित करण्यात आलं. प्रौढ साक्षरांसाठी पुस्तिका तयार करायचं काम होतं. त्यासाठी त्यांनी आम्हा दोघांनाही यायचा आग्रह केला. आम्ही त्यांच्याबरोबर गेलो. तिथं दोन दिवस कार्यशाळा चालली. तिथं कुंदाशी चर्चा केल्यावर मी त्यांना दोन छोट्या पुस्तिका लिहून दिल्या. 'एका वेगळ्या लग्नाची गोष्ट' आणि 'मावशीबाईचा सल्ला.' त्या प्रकाशितही झाल्या.

यातील 'मावशीबाईचा सल्ला'मधली एक स्त्री म्हणजे माझ्याकडे अनेक वर्षं काम करणारी विमल. समोरच्या गॅरेजमध्ये खेड्यातून आलेली विवाहित तरुण मुलगी. तिची वरचेवर होणारी गर्भारपणं आणि गर्भपात या चक्रात सापडलेल्या त्या मुलीशी विमलनं तिच्या भाषेत संवाद साधला आणि त्या तरुणीला समजावलं; तिचं ऑपरेशन करवून घेतलं होतं, हे मला ठाऊक होतं. त्याच घटनेवर मी ती पुस्तिका लिहिली होती. काही का असेना, या दोन पिटुकल्या माझ्या 'स्वतंत्र' कलाकृती होत्या!

एकदा नरसिंह मळगी कन्नड नावाचे एक गृहस्थ एक हस्तलिखित घेऊन आपल्या जावयाबरोबर आमच्या घरी आले. हे जावई विरूपाक्षांच्या फॅक्टरीत होते. सुमारे बाराशे पानं भरतील एवढं ते बाड होतं. विषय विचारताच त्यांनी सांगितला. एका मृत तरुणीच्या आत्म्याची म्हणजेच भुताची ती कथा होती. आम्ही याविषयी संशय व्यक्त करताच त्यांनी प्रांजळपणे सांगितलं, "मी काही सिद्ध करू शकत नाही, पण हा माझा अनुभव आहे. तुम्ही हे वाचून पाहा!" ते लेखन कन्नडमध्येही प्रकाशित झालं नव्हतं आणि त्यांना ते मराठीत प्रकाशित व्हावं असं वाटत होतं. आमचं काहीही न ऐकता बाड ठेवून ते निघून गेले.

त्यांना लेखनाची माहिती नसल्यामुळे तेही विस्कळीत होतं. शिवाय त्यातील हिंदी संवादांबरोबर त्यांनी त्याचे कन्नड अनुवाद दिल्यामुळेही पानं वाढली होती. विरूपाक्षांनी ते वाचायला घेतलं. सगळं वाचून झाल्यावर मला म्हणाले, "काही म्हण, त्यात काहीतरी मजा आहे!"

मळगींना बोलावून घेऊन विरूपाक्षांनी त्यांना बरंच समजावून सांगितलं आणि ते लेखन लहान करायला सांगितलं. तसं त्यांनी ते सात-आठशे पानांपर्यंत केलं.

तरीही त्यात बरीच पुनरुक्ती होती. पण आणखी कमी करायला मळगींनी असमर्थता दाखवली आणि ती जबाबदारी आमच्यावर टाकून ते लेखन मराठीत न्यायचा आग्रह धरला.

'फ्लॉरिस्टन बंगला' नावाची ती कथा होती. स्वातंत्र्यपूर्व काळात, दुसऱ्या महायुद्धाच्या पार्श्वभूमीवर उत्तर भारतात घडलेली. मळगी 'हा सगळा माझा प्रत्यक्ष अनुभव आहे!..' असं छातीठोकपणे सांगत होते. त्यासाठी त्यांच्या परीनं काही पुरावेही दाखवत होते. त्यावर आमचा विश्वास बसत नव्हता.

अश्रफ नावाचा एक तरुण पठाण, राव या तरुणाचा सहकारी असतो. अश्रफच्या शरीरात त्याची मृत प्रेयसी नसीम येत असते. अश्रफची अशारीर नसीमशी भेट घडवून आणायला राव कारणीभूत होतो; पण ती अश्रफला दिसली तरी रावला दिसू शकत नसते. पण ती रावला भाऊ मानत असल्यामुळे काही कठीण प्रसंगातून त्याची सुटकाही करते. अशा या अदृश्य बहीण-भाऊ आणि प्रियकर-अदृश्य प्रेयसीच्या अनोख्या प्रेमाची ही विलक्षण कथा!

हे सगळं प्रकरण माझ्यासारखीला पटणं कठीणच होतं. तरीही त्यात एक मजा होती! 'मधुमती'सारखे चित्रपट बघताना जसं भुतावर विश्वास नसतानाही एक प्रकारची मजा वाटायची, तसा काहीसा अनुभव ही कलाकृती देत होती. कुणीही प्रेमात पडावं असं हे अत्यंत खोडकर आणि प्रेमळ भूत होतं. त्यामुळे मीही त्या भुताच्या प्रेमात पडून हे काम अंगावर घेतलं. सगळं लेखन दोन-सव्वादोनशे पानांत बसेल असं केलं.

ही कादंबरी शका पुंडे, शकाची बहीण चतुरा आणि वहिनी उषाताई, सदाशिव अमरापूरकर आणि इतर कितीतरी वाचकांना आवडलीही! अवचटही म्हणाले, "या कादंबरीवर मनोविश्लेषणात्मक दृष्टीनंही बोलता येईल!" एकंदरीत, या लेखनानं आम्हाला संपादन आणि अनुवाद असा दुहेरी अनुभव दिला!

एकदाची बदललेल्या बिल्डरशी आमच्या वकिलाची बोलणी झाली, आवश्यक त्या कागदपत्रांवर सह्या झाल्या आणि घराचं बांधकाम पुरं होईपर्यंत आमच्यासाठी राहण्याच्या घराची शोधाशोध सुरू झाली. मध्यस्थांनी आम्हाला या जागेवरचा हक्क सोडून थोड्या लांबवर तीन बेडरूम आणि टेरेसची जागा कायमची देऊ केली; पण आम्ही नकार दिला. राहण्यासाठीही मॉडेल कॉलनीतच जागा शोधणं सुरू होतं, कारण मला तेवढ्या अवधीसाठीही माझा बॅडमिंटनचा खेळ सोडायचा नव्हता. एव्हाना मी पन्नाशीला पोहोचले होते. एकदा खंड पडला तर माझ्या वाढत्या वयामुळे पुन्हा खेळ सुरू करणं सोपं जाणार नाही, हे मला समजत होतं.

पण अगदी हॉलच्या जवळ काही हवं तसं घर मिळालं नाही. अखेर सेनापती

बापट रस्त्यावर वेताळ चौकात असलेल्या 'कांचन बन'मध्ये जागा मिळाली आणि आमचं तिथं जायचं ठरलं. तसा दिवस ठरला.

'शशीप्रभा' सोडून जाणं ही काही साधी गोष्ट नव्हती. इमारतीची रया पूर्वीसारखी राहिली नसली तरी कायमचं घर सोडून जाणं जिवावर येत होतं. एक दिवस अवचट आले आणि त्यांनी 'शशीप्रभा'चे सगळ्या बाजूनं फोटो काढले. अखेर जड मनानं आम्ही घराला निरोप दिला. आता 'कांचनबन'मधला औटघटकेचा संसार सुरू झाला.

तिथून बाहेर पडताना जवळजवळ दीड पोतं स्टीलची जास्तीची भांडी-डबे असल्याचं लक्षात आलं. त्याच सुमारास अवचटांच्या ओळखीनं एक गरजू तरुण भेटला. व्यसनामुळे घराबाहेर फेकला गेलेला तो तरुण आता सुधारला होता आणि लग्न करणार होता. ही संधी पकडून सगळी जास्तीची भांडी त्याला देऊन आम्ही थोडे हलके झालो.

'कांचनबन'च्या वेताळ चौकाकडच्या टोकाला आमचा फ्लॅट होता. जवळच वरच्या मजल्यावर मृणालिनी गडकरी या बंगालीच्या अनुवादिका राहायच्या. त्यांच्याशी ओळख झाली. तसंच समोरच्या भिंतीपलीकडे 'वरदा प्रकाशन'च्या भावेंचं घर आणि प्रकाशन होतं. त्यांचीही ओळख झाली. भावे वहिनींची ओळख झाली. अगदी शेजारी एक कुटुंब होतं त्या मायलेकी शास्त्रीय गाणं शिकायच्या. आमची विमल तिथंही कामासाठी यायची. ती या मायलेकींचा उल्लेख 'आवाज काढायला शिकणाऱ्या' असा करायची, तर टुकीनं संसार करणाऱ्यांच्या बाबतीत ती 'पिठातलं मीठ वेचून संसार करणाऱ्या' असा करायची.

आम्ही वरणगावला जायच्याही आधी सुमारे बारा-पंधरा वर्षांपासून विमल माझ्याकडे काम करते.

मी लग्न करून पुण्यात आले तेव्हा लक्ष्मीबाई काम करायच्या. ठसठशीत, मोठं कुंकू, मध्यम उंची, पण आडव्या बांध्यामुळे थोड्या बुटक्या वाटायच्या. नऊवारी लुगडं, डोक्यावरचा पदर कमरेला खोचलेला असायचा. कामाच्या घाईतही तो कधी ढळायचा नाही. चेहऱ्यावर एवढी खानदानी कळा, की माझ्यासारखीला त्यांना कधीच काम सांगायचं धैर्य व्हायचं नाही! त्या स्वत:चा आब राखून राहायच्या. डावखुऱ्या, कामाच्या बाबतीतही अतिशय चोख. भांडी लखलखीत. बेळगावला गेल्यावर आमचे रोज वापरायचे कपडे तिथल्या सगळ्या कपड्यांत स्वच्छ उठून दिसायचे!

लक्ष्मीबाईंना काम होईना, तेव्हा त्यांनी येऊन सांगितलं, 'माझ्याकडून कामाला जोर पुरेनासा झालाय. भांडी-कपडे पहिल्यासारखे निघत नाहीत. मळ राहतो, खरकटंही निघत नाही. तुम्ही दुसरी बाई बघा.' त्यानंतर एक-दोघी झाल्या.

त्यातली एक खेड्यातून आलेली नवी नवरी होती. ती दररोज नाकात नथ घालूनच कामाला यायची. तिला कामाची सवय नसावी. त्यामुळे काहीच शिस्त नव्हती. न सांगता मधूनच चार-चार दिवस सुट्टी घ्यायची. हे फारच वरचेवर चाललं. त्यामुळे एकदा मी भडकले होते. ती कामावर येताच मी संतापून तिला दारातच उभं करून रागवायला सुरुवात केली. माझं ओरडणं संपेपर्यंत ती काही न बोलता, मुरकत दाराला टेकून उभी होती.

माझा आरडाओरडा थांबल्यावर तिनं हळूच नवं मंगळसूत्र पदराबाहेर काढून दाखवलं आणि म्हणाली, "हेंनी नवं आनलंय बगा!' मीही सगळा राग गिळून कौतुकानं तिचा नवा दागिना, तिचं लाजणं-मुरकणं आणि तिच्या चेहऱ्यावरचा आनंद बघत राहिले!

नंतर विमल आली ती कायमचीच. तेव्हा तिची तिन्ही मुलं लहान होती. धाकटी अनिता तर काखेतली होती. तिला एका मोठ्या कापडी थैलीत झोपवून विमल एका घरातून दुसऱ्या घराकडे कामासाठी धावायची. आता तिच्या तिन्ही मुलांची लग्नं झाली आहेत, त्यांची मुलं, म्हणजे विमलच्या नातवंडांचीही लग्नं झाली आहेत.

मुलं वयात यायला लागली तशा विमलच्या मुलांच्या काही ना काही भानगडी होऊ लागल्या. विमल त्या घेऊन आमच्याकडे निवाडा करायला यायची. एक-दोनदा पोलिसांची मदत घेऊनही संकटातून सोडवायची पाळी आली होती. आता तिच्या मुली आपल्या मुलांच्या आणि नवऱ्याच्या तशाच प्रकारच्या तक्रारी घेऊन आमच्याकडे येतात.

मुलांची लग्नं असोत वा इतर काही कौटुंबिक आर्थिक अडचणी, माझ्याकडून उसने पैसे घेऊन जाणं आणि कबूल केल्याप्रमाणे वेळच्या वेळी परत करणं हा विमलचा हातखंडा. त्यामुळेच मी तरी नकार कशाला देऊ?

काही बाबतीत तिचं तर्कशास्त्र अनाकलनीय आहे. मोठ्या आर्थिक अडचणीतून जातानाही ती माझ्याकडचे पैसे उसने घेऊन वर्षातून एकदा काळूबाईच्या जत्रेला जाते. कितीही समजावलं तरी तिला ते पटत नाही! उलट माझं 'अज्ञान' दूर करत तीच मला पटवते, 'तुम्हाला ठाऊक नाही वैनी! देवीला जाऊन आलं की माझं वर्ष बरोबर जातं! गेलं नाही तर फटका बसतो. आजारपण मागे लागतं. मग कामाचे खाडे होतात, फार पैसे बुडतात. फार नुकसान होतं! गेल्या वर्षी तसंच झालं. एकदा काळूबाईच्या जत्रेला जाऊन आले की तुमचा पैसा कसा भरभर

फिटतोय बघा!''

तसंच तिचा आणखी एका गोष्टीवरही अपरंपार विश्वास आहे. ती म्हणते, ''वैनी, तुमचा पैसा हलका आहे; भराभरा फिटतो! अमक्यांच्या कडून पैसा काढला की कितीतरी वर्षं झाली तरी पैसा फिटत नाही. इतकी वर्षं बघतेय की मी!''

चिंचवडला असलेलं नवऱ्याचं परंपरागत घर सोडून वडारवाडीत तिनं स्वतःच्या बळावर घर घेतलंय. हौसेनं छोटा रंगीत टीव्ही, केबल घेतली. दोन मुली आणि मुलाचं लग्न करतानाही भरपूर हौस केली.

मुलीच्या लग्नात जावयाबरोबर नवऱ्यासाठीही तिनं घड्याळ घेतलं. ''एवढा खर्च डोक्यावर असताना हा का खर्च करतेयस, तो कुठे कामाला जाणाराय,'' म्हणून विचारलं तर म्हणाली, ''जावयाच्या हातात घड्याळ आणि याच्या हातात नसेल तर याला वाईट वाटणार नाही काय, वैनी? आणि वैनी, त्याची तरी हौस माझ्याशिवाय आणखी कोण करणार?''

तसंच, एकदा ती कामाला आली असताना माझं वाण्याकडून महिन्याचं सामान आलं. ते बघून ती म्हणाली, ''वैनी! नशीबवान आहात! महिनाभराचं सामान येऊन पडल्यावर काही चिंताच नाही!..''

मी बघतेय तशी विमल शिडशिडीतच राहिली आहे. सुरुवातीला ती नीटनेटकी यायची. सणाच्या दिवशी वेणीत आवर्जून गजरा असायचा आणि अंगावर ठेवणीतली साडी असायची. आता मात्र तिचं तिकडे लक्ष नसतं. तेलपाणी वेळच्या वेळी न झाल्यामुळे केस पिंजारलेले असतात. अपरिचित माणसं तिला बघून घाबरी होतात. मला विचारतात, ''ही? ही तुमच्याकडे काम करते? तुम्हाला कशी चालते ही?''

माझ्याकडे येणाऱ्या सगळ्या नातेवाइकांशी तिची ओळख. 'चांगल्या दिवशी चांगली माणसं भेटली बघा!' म्हणत आपल्या परीनं त्यांचं स्वागत करते. अवचटांना तर तिचा नमस्कार कधीच चुकत नाही. अगदी भैरप्पा आणि कारंत आले तरी ही त्यांना नमस्कार करून मराठीतून त्यांची 'बरे आहात की नाही?' अशी चौकशी करणार! काही समजलं नाही तरी तेही उगाच मान हलवून 'हं-हं' म्हणतात! पाहुण्यात कुणी लहान मुलं असतील तर माझ्याकडचेच पैसे घेऊन त्यांच्या हातात खाऊसाठी दहा रुपये ठेवते. पगारातून कापून घ्यायला सांगते. त्यात कुणी अगदीच अनोळखी असलं, तर ती अतिशय अस्वस्थ होते. 'आपण यांना ओळखत नाही..' हा जणू काही तिला स्वतःचा कमीपणा वाटतो. कुणीही आलेलं असलं की ती त्यांना पाय धरून नमस्कार करते, हातावर साखरेची चिमूट देते.

तिचा आमच्या घरावर एक प्रकारचा हक्क आहे. मी कधी एखाद्या वेळी भांडी घासून घेतली तर म्हणते, ''वैनी, माझ्या राज्यात तुम्ही चमचाही धुवायचा नाही!'' तसंच आम्हा दोघांच्यापैकी कुणाच्याही हातून कप किंवा काचेचं काही फुटलं तर

ती यायच्या आत आम्ही गुपचूप सगळ्या काचा तिच्या नजरेआड करतो. नाहीतर ती आल्या आल्या जोरात विचारते, ''कुणी फोडला कप?''

न चुकता ती आणखी एक करते. विरूपाक्षांनी उदबत्ती लावल्यामुळे जी राख जमलेली असते, त्यातली चिमूट ती स्वतः लावून घेते आणि माझ्या नाकालाही लावून जाते. मीही मुकाट्यानं ती लावू देते आणि तिची पाठ वळताच पुसून टाकते.

प्रामाणिकपणा आणि अजिबात खाडा नाही हे दोन गुण असले, तरी विमलबरोबर जुळवून घेणं ही काही साधी गोष्ट नाही! तिचा आणि माझा कधी कधी वादही होत असतो. ती म्हणते, ''मी तुमची सगळी कामं करते म्हणून तुम्ही दोन शब्द लिवता!''

यावर मी तिला गमतीनं म्हणते, ''मी लिहिते म्हणून मला सगळीकडे उगाच लक्ष घालायला सवड नसते. म्हणूनच माझ्याकडे तू टिकलीस! आणखी कुणाकडे तू टिकणं शक्य नाही!'' यावर ती नुसतीच मनापासून हसते.

सुरुवातीला ती सकाळी कामाला येऊन जायची. दुपारीही यायची. हळूहळू तिचं येणं फक्त दुपारवर गेलं आणि ती एकदाच येऊ लागली. नंतर रात्री यायला लागली. या मुद्द्यावरून तिच्याशी कितीही वाद घातला, बोललं तर तेवढ्यापुरती थोडी लवकर येते; पण पुन्हा ये रे माझ्या मागल्या! तिचं उशिरा येणं सुरूच राहतं. त्यातल्या एका कामावर तर ती माझ्याकडचं काम झाल्यावर जायची. रात्री साडेअकरा-बाराला घरी परतायची.

ती उशिरा रात्री कामावर येऊ लागली, तशी ती कशीही राहू लागली. कामावर मिळालेली मळकट विटलेली पाचवारी साडी सतत वर खोचलेली, खांद्यावर अडकवलेली भली मोठी मळकट पिशवी, केसांना कधी तेल लागलेलं असतं कोण जाणे! तेही न विंचरलेले. संशयी नवऱ्याच्या बोलण्यापासून बचाव करून घेण्यासाठी म्हणून तिचा हा अवतार! कामं करताना एखादं जुनं गाणं किंवा जुना अमिताभ बच्चनचा सिनेमा लागला की हातातलं काम टाकून टीव्हीपुढे घटकाभर थांबून ते गाणं किंवा तो प्रसंग संपला की पुन्हा कामाला लागणार! अशा वेळी टीव्ही बंद केला की तिला त्याचा फार मोठा अपमान वाटतो. काहीतरी मोठी अपघाताची दुर्घटना घडली असेल, तर पेपरमधली सगळी बातमी तिला वाचून दाखवायची जबाबदारी माझी. मग डोळे पुसत ती हळहळत राहणार.

तिची आई वारल्यानंतरचा तिचा एक नवाच उद्योग सुरू झाला. आईच्या वयाची कुणी गरीब म्हातारी दिसली की ही तिला पैसे खर्च करून गाडीवरचा चहा घेऊन द्यायची. तिला भूक लागली असेल तर काहीतरी खायला घेऊन द्यायची. पिशवीत पैसे नसतील तर कुणाकडे मिळालेलं काही शिळंपाकं खाऊ घालायची.

तिचा तिच्या सुनेशी बेबनाव झाला आणि सून आपल्या दोन मुलांना घेऊन

माहेरी निघून गेली. विमल त्या नातवंडांत इतकी गुंतली होती की तिनं जवळजवळ हाय खाल्ली. मला सारखं म्हणू लागली, "तुमच्याकडे ते मोठे साहेब येतात (म्हणजे अनिल अवचट) त्यांना सांगून मला एक अनाथ मूल आणून द्यायला सांगा!" हे अशक्य असल्याचं मला दिसतच होतं. मग तिनं रस्त्यावर नियमितपणे भेटणाऱ्या दोन मुलांना जीव लावला. त्यांना खाऊ देऊ लागली. एक-दोन रुपये देऊ लागली. त्या मुलांना आई-वडील नव्हते. आजी सांभाळ करायची.

एक दिवस ती बरीच अस्वस्थ दिसत होती. विचारलं तर म्हणाली, "दोन दिवस जेवले नाही." कारण विचारलं तर डोळे पुसत म्हणाली, "त्या भावांपैकी थोरला गेला. पोटात गाठ झाली होती म्हणे. आता धाकटाही जवळ येईना बघा! काही म्हणा वैनी, आईवेगळी मुलं मोठी होणं फार कठीण; मला ठाऊक झालं असतं तर मी केलं असतं त्याचं औषद-पाणी!"

एकदा मी तिला उशिरा रात्री कामावर आल्याबद्दल भरपूर बोलल्यावर म्हणाली, "संध्याकाळी घरी जाऊन निवांत बसून टीव्हीवर जुने सिनेमा नाहीतर जुनी गाणी बघत बसायला मलापण लै आवडतंय, वैनी! जुने पिक्चर बघून रडायला किती छान वाटतंय. तेवढ्यासाठी कर्ज काढून रंगीत टीव्ही घेतलाय ना! पण काय करू; बाप-लेक पिऊन दंगा करतात. मी दिसले की जास्तच कटकट करतात. ते पिऊन निपचिप पडल्यावर मी घरी जाते..."

त्यानंतर उशीर झाला म्हणून मी तिच्याशी भांडण करणं सोडून दिलं.

'कांचनबन'मध्ये आम्ही चौदा महिने राहिलो. लेखन नेहमीप्रमाणे सुरूच होतं. मृणालिनी गडकरींशी ओळख झाली होती. आता कधी कधी भेटही होऊ लागली. इतरही सगळे मित्र तिथंही यायचे. अवचटांबरोबरचं विद्यापीठातलं फिरणंही सुरू होतं. इथं असताना पहिल्यांदा अमरापूरकर नंदाताईंना घरी घेऊन आले. नंतर त्या माझी जवळची मैत्रीण झाल्या.

२००० सालचं साहित्य संमेलन बेळगावला ठरलं. या संमेलनात अनिल अवचटांची मुलाखत ठरली होती. ती घेण्यासाठी आमचे प्राध्यापक अनंत मनोहर सरांबरोबर माझंही नाव योजण्यात आलं होतं. त्याआधी मी कुणाची मुलाखत घेतली नव्हती. अवचट रोजच्या भेटीतले होते. त्यांची ओळख होण्याआधीपासून मी त्यांचं लेखन वाचत होते. तरीही समग्रपणे वाचलं नव्हतं. त्यामुळे मी गंभीरपणे अवचटांची सगळी पुस्तकं वाचायला सुरुवात केली आणि 'लेखक' अवचटांची पुन्हा नव्यानं ओळख झाली!

मला वाटलं होतं तसं अवचटांची सगळी पुस्तकं एकापाठोपाठ एक वाचणं

अशक्य होतं. त्यातील प्रत्येक लेख अस्वस्थ करत होता. त्यामुळे मुलाखत घेण्याची तयारी वेगळीच राहिली आणि ते लेख वाचून अस्वस्थ वाटू लागलं. पुस्तकं हातातून सोडवतही नव्हती! तसेच 'मोर'मधले ललित लेख मी प्रथमच वाचत होते. त्यातलेही लेख मनाला भावत होते.

मुलाखतीस सुरुवात कशी करावी हे मला कळेनासं झालं. विरूपाक्षांनी सुचवलं, "तुझी त्यांच्याशी कशी ओळख झाली आहे, तशीच सुरुवात कर आणि ते कसे तुझ्यासमोर उलगडत गेले, तसाच क्रम ठेव." ही सूचना मलाही पटली. संमेलनातली मुलाखत सुमारे अडीच तास चालली. अवचटांना जास्तीत जास्त प्रश्न मीच विचारले. तसंच ठरलं होतं.

अजूनही अवचटांकडे सांगण्यासारखं बरंच होतं; पण वेळेची मर्यादा संयोजकांनी जाणवून दिल्यामुळे मुलाखत आटोपती घ्यावी लागली. हे काही जणांना खटकलंही. त्यानंतर अवचटांच्या अनेक ठिकाणी अनेक मुलाखती झाल्या असल्या तरी अशा प्रकारची विस्तृत अशी अवचटांची ती पहिलीच मुलाखत होती. मुलाखत अर्थातच खूप रंगली.

'कांचनबन'मध्ये असताना आमचा आणखी एक अविस्मरणीय प्रवास घडला. तो म्हणजे आमटेंच्या 'आनंदवन'च्या प्रवासाचा.

त्याला निमित्तही तसंच घडलं होतं. 'आनंदवन'चे एक अभिमानी श्री. गोखले यांनी एकदा आमच्याशी संपर्क साधला. त्या भेटीतून डॉ. भ. ग. बापटांनी लिहिलेलं 'बाबा आमटे' हे पुस्तक कन्नडमध्ये अनुवादित करायचा प्रस्ताव पुढे आला. विरूपाक्षांनी अनुवाद पुरा केला. विशेष म्हणजे हा अनुवाद अपेक्षेपेक्षा फारच लवकर प्रकाशित झाला. ते कन्नड पुस्तक हातात आलं. गोखलेंनी या पुस्तकाचा प्रकाशन समारंभ बाबा आमटेंच्या उपस्थितीत करायचं ठरवलं. त्या निमित्तानं आमचाही 'आनंदवन'ला भेट देण्याचा योग आला.

आम्ही बसनं नागपूर आणि तिथून 'आनंदवन'ला जाऊन पोहोचलो. तिथं आमची राहायची छान व्यवस्था केली होती. सगळ्यांबरोबर जेवायचीही व्यवस्था होती. आम्ही तो सगळा परिसर फिरून पाहिला. सुट्टीच्या दिवशी शेजारच्या गावांमधून मोठ्या प्रमाणात शाळांची मुलंही यायची. शिवाय मुंबई-पुण्याचीही काही मंडळीही मुद्दाम ही संस्था बघायला म्हणून येत होती. तिथल्या मध्यवर्ती ठिकाणी एका चौथऱ्यावर शेड घातली होती. त्याच्या छपरावरून वेलीही सोडल्या होत्या. तिथं बसून विकास आमटे आलेल्यांशी गप्पा मारत होते.

आमच्याबरोबर चित्रलेखा पुरंदरेही होत्या. त्यांनी तेव्हा विकास आमटे यांच्यावर एक पुस्तक लिहिलं होतं. त्यामुळे त्यांचा या कुटुंबाशी बऱ्यापैकी जवळचा

परिचय होता. आम्ही मात्र या परिसराशी आणि व्यक्तींशी अनभिज्ञ होतो; पण भारतीताईंशी परिचय होताच आमचा संकोच नाहीसा झाला. हळूहळू आम्हीही इतके मोकळे झालो की त्यांच्याशी हास्यविनोद होऊ लागले. त्यांनी जवळजवळ आमचा ताबाच घेतला. मी आणि चित्रलेखा त्यांच्या मागे मागे फिरू लागलो तेव्हा त्याही आम्हाला गमतीनं 'करवल्या' म्हणू लागल्या!

आमची सारी व्यवस्था त्यांनीच केली. त्या वाचक असल्याचं आधीच समजलं होतं. त्यामुळे गोखलेंच्या सांगण्यावरून मी 'आनंदवन'साठी माझी सगळी अनुवादित पुस्तकं घेतली होती. ती भारतीताईंच्या हाती सुपूर्त केली.

माषळ येथे एका प्रोजेक्टची सुरुवात होणार होती. त्या समारंभात साधनाताईंच्या हस्ते या पुस्तकाचं प्रकाशन करायचं ठरलं आणि तिथल्या प्रचंड गर्दीत झालंही. तिथं बाबाही होते. बाबा किंवा साधनाताईंशी फारसं बोलणं झालं नाही. कारण तेव्हा बाबांची प्रकृती फारशी बरी नव्हती आणि ते तेव्हा नर्मदेच्या तीरावर राहून मेधाताईंच्या चळवळीत भाग घेऊन आले होते. ते 'आनंदवना'त आले तेव्हाही त्यांना भेटायला अनेक माणसं होती. भारतीताईंशी मात्र या दोन-तीन दिवसांत भरपूर मनमोकळ्या गप्पा झाल्या. तेव्हा त्यांचं बालपण, त्यांचं लग्न, 'आनंदवना'तलं जीवन याविषयीही त्या मोकळेपणानं बोलल्या.

याच सुमारास भारती-विकास यांच्या मुलीचा- शीतलचा वाढदिवस आला होता. त्यानिमित्त तिच्या मैत्रिणी नागपूरच्या त्यांच्या घरी येणार होत्या. बहुधा हा शीतलच्या विद्यार्थिजीवनात फारच क्वचित येणारा प्रसंग असावा. त्यामुळे ती अतिशय उत्तेजित झाली होती.

पुढं, शीतल अवचटांकडे येऊ लागली तेव्हा तेव्हा ती आमच्या घरीही येऊ लागली. तिच्याशी अधिक जवळीक निर्माण झाली. फोटोग्राफीतला तिचा रस आणि गती हाही आम्हा दोघींतला दुवा होता. एकदा तिनं आणि मी आमच्या कॉलनीतल्या सुमनताई किर्लोस्करांच्या बंगल्यात जाऊन तिथल्या झाडा-फुलांची बरीच फोटोग्राफीही केली.

पुस्तक प्रकाशनाचा कार्यक्रम उरकल्यावर भारतीताईंनी आम्हाला एक गाडी करून दिली. गोखलेंची सोबत देऊन प्रकाश आमटेंचं हेमलकसा, भामरागड, सोमनाथ आणि अभय बंगांचं 'शोधग्राम'ही दाखवायची व्यवस्था केली. सोमनाथला भेट देऊन आम्ही पुढे निघालो. यातील प्रकाश आमटेंचं हेमलकसा आणि अभय बंगांच्या 'शोधग्राम'ला भेट देणं हाही एक अद्‌भुत अनुभव होता!

हेमलकसाला आम्ही संध्याकाळी उशिराच जाऊन पोहोचलो. जंगलातून सतत प्रवास सुरू होता. वाटेत फारशी गावंही लागत नव्हती. जी लागत होती, त्यांची

नावंही अपरिचित. त्यामुळे आपण नेमके कुठं आलोय हे आम्हाला समजलं नव्हतं.

आम्ही तिथं पोहोचताच आम्हाला पहिल्या मजल्यावरच्या एका मोठ्या हॉलमध्ये राहायला जागा देण्यात आली. तिन्ही संध्याकाळी प्रकाश-मंदाताईंबरोबर आम्ही तिथल्या तीन नद्यांच्या संगमावरही जाऊन आलो. तिथून पलीकडे नक्षलवाद्यांचा परिसर सुरू होत असल्याचंही समजलं.

प्रवासानं थकल्यामुळे काय करायचं ते सुचत नव्हतं. आडवे झालो. घंटा वाजल्याचा आवाज झाला. थोड्या वेळात मंदाताई जेवायला बोलवायला आल्या. त्यांनी विचारलं, ''घंटा ऐकू नाही का आली?'' ऐकू आली तरी ती ऐकल्यावर जेवायला जायचं असतं हे कुठे ठाऊक होतं? मंदाताईंबरोबर समोरच्या बाजूला असलेल्या हॉलमध्ये जेवायला गेलो. तिथं सगळेच हजर होते. आमच्यासाठी खोळंबले होते. हे पाहून आम्हाला ओशाळवाणं वाटलं.

रात्री प्रकाश आमटेंबरोबर त्यांच्या झाडांखाली झोपलेल्या पेशंट्सना भेटायला फेरी मारून आलो. शेजारीच हॉस्पिटलची इमारत असली तरी सगळे पेशंट्स अंगणात मोकळ्या जागेत झोपले होते. तिथंच त्यांची शुश्रूषा चालली होती. शाळेचा परिसरही पाहिला. प्रकाशना भेटायला कुणीतरी पत्रकार आले होते. रात्री शेकोटीभोवती रंगलेल्या त्या दोघांच्या गप्पा ऐकत बसून राहिलो.

सकाळी उठल्यावर त्यांच्या इतर 'वनवासी कुटुंबीयां'ना भेटलो. रात्री ज्याची डरकाळी ऐकली होती, त्या सिंहाला, त्याच्या लगतच राहणाऱ्या बिबट्याला, प्रकाशांच्या हातांवर निवांत बसणाऱ्या गरुडाला, गळ्यात विसावणाऱ्या अजगराला, हरणं-मोर अशा सगळ्या परिवाराला भेटलो. तिथं काम करणारे सगळेच भेटले. त्यात 'नेगल'चे लेखक मनोहरही होते. सगळेच अर्धी चड्डी आणि बनियन घालून आपापल्या कामात मग्न होते. ते पाहणं हाही एक 'अनुभव'च होता!

आम्ही 'शोधग्राम'ला पोहोचलो तेव्हाही अंधार झाला होता. बंगांच्या मुलाची तब्येत बरी नसल्यामुळे ते आणि राणी बंग त्याच्या दिमतीला होते.

त्यांनी आमची तिथल्या एका सुरेख खोलीत व्यवस्था केली होती. तिथं विसावलो. अभय येऊन भेटून गेले. त्यांच्या मुलाला टायफॉईड झाल्याचं त्यांनी सांगितलं. दुसऱ्या दिवशी सकाळी लवकरच उठून आम्ही त्यांच्याबरोबर त्यांच्या कुत्र्यांबरोबरच्या 'प्रभातफेरी'त सामील झालो. त्यानंतर त्यांच्याबरोबर तो परिसरही फिरून पाहिला. तिथलं आवारातलं देवीचं नव्यानं बांधलेलं छोटंसं देऊळही पाहिलं. तसंच त्यांचं ऑफिसही पाहिलं. तिथं चालणाऱ्या संशोधन कार्याविषयीही थोडंफार जाणून घेतलं. आधी अवचटांमुळे आणि त्यांनी बंगांवर लिहिलेल्या लेखामुळे ओळख झाली असल्यामुळे बोलायला बरेच विषय होते.

या सर्वच ठिकाणी एक गोष्ट तीव्रपणे जाणवत होती. या काही अशा धावपळ करत पाहायच्या जागा नव्हेत. बंगांचं तर खरं काम चाललं होतं ते केवळ तिथल्या ऑफिसमध्ये नाही. ऑफिसमध्ये तर केवळ आकड्यांच्या नोंदी होत्या. खरं काम चाललं होतं ते आजूबाजूच्या खेड्यांमध्ये! ते पाहायचं तर त्या समूहाबरोबर दिवसभर फिरायला हवं! तेवढा वेळ नव्हता.

तरीही जेवढं पदरी पडलं, त्यानं पवित्र झाल्याची भावना मनात भरून राहिली. अखेर अभय बंगांशी गप्पा, त्यानंतर आलू परोठ्याचा भक्कम नाश्ता करून आणि भरपूर परोठे बांधून घेऊन आम्ही त्यांचा निरोप घेतला. बंगांनी वाटेत असलेल्या 'मार्कंडेश्वर' या पुरातन देवळाला जाता जाता भेट द्यायला सांगितली. तसं तिथं जाऊन वैनगंगेच्या काठावरच्या अप्रतिम वास्तुशिल्पाचा आस्वाद घेऊन आम्ही आनंदवनला परतलो.

या संपूर्ण प्रवासात एक अनुभव येत होता. काळेभोर उत्तम रस्ते आणि दोन्ही बाजूला घनदाट जंगल. आजूबाजूला अजिबात मानवी वस्ती नाही. याआधी आम्ही भारतात बराच प्रवास केला असला तरी जंगल आणि डोंगराचा अतूट संबंध आहे अशी भावना मनात होती. जमीन सपाट असेल तर तिथं मानवाची वस्ती असणं अभिप्रेतच होतं. पण इथं जाणवत होतं, दोन्ही बाजूला सपाट अगणित मैलांचा भूप्रदेश आणि त्यावर जंगल. आपण त्या जंगलाचाच तर भाग नाही ना? कधी संपणार हे जंगल?....

५

आधीचे बिल्डर मागे पडले आणि नवे बिल्डर आले. पुन्हा नव्या बैठका, चर्चा... पण आमच्या दृष्टीनं एक बरं झालं. कोर्टाचे दोन्ही निकाल आमच्या बाजूनं लागल्यामुळे सुरुवातीची भीती नाहीशी झाली आणि आम्हाला आमच्या हक्काची नेमकी जाणीव झाली होती. दुसऱ्या बिल्डरशी बोलणी करताना आम्ही आणखी एका खोलीची मागणी केली. या जास्तीच्या खोलीची बाजारभावानं होईल ती किंमत द्यायला आमची तयारी होती. नव्या बिल्डरनं सांगितलं, 'मी तर घर विकायलाच बसलोय! तुम्हाला हवी तेवढी जागा विकत घ्या.' त्याप्रमाणे आमची एक खोली वाढणारा फ्लॅटचा नकाशा आम्हाला दाखवण्यात आला. दोन खोल्या लहान वाटल्या तरी फारशी हुज्जत न घालता विरूपाक्षांनी कागदपत्रांवर सही केली.

बिल्डर बदलला. आधीचा वॉचमन बसू आणि त्याची बायको महानंदा इथून जाणं अपेक्षित होतं; पण या जोडप्याच्या कामसूपणा आणि वागण्या-बोलण्यातला व्यवस्थितपणा पाहून शेजारच्या बंगल्यातल्या जालनापूरकरांनी त्यांना हेरलं आणि आपल्या आऊटहाऊसमध्ये राहायला जागा दिली. त्यामुळे हे जोडपं 'मॉडेल कॉलनी'वासी झालं.

घरमालक निघून गेले होते. आमचं अजून बदलीची जागा पक्की होऊन कुठं राहायला जायचं ते ठरत नव्हतं. आम्ही दोघंच 'शशीप्रभा'त राहत होतो. एक दिवस सकाळी-सकाळी माडीवरचं बांधकाम पाडायला सुरुवात केल्याचे आवाज ऐकू आले. सगळं घर हादरत होतं. खिडकीबाहेर पाहिलं तर वरून माती पडत होती!

सुरुवातीला नेमकं काय घडतंय हे कळेना. चौकशी केल्यावर समजलं, घरमालकांनी घराची तावदानं, दारं खिडक्या कपाटं यांचं लाकूड काढून घ्यायचं काम कुणावर तरी सोपवलं होतं. ती माणसं आम्ही तिथे राहत असतानाच

खिडकीच्या आणि दाराच्या चौकटी काढून घ्यायच्या प्रयत्नांत ही पाडापाडी करत होती. बाहेर डोकावायची सोय नव्हती. सतत काही ना काही धडाधडा पडत होतं. त्यात प्लॅस्टर आणि विटांचे तुकडेही होते. वरचा एखादा भिंतीचा तुकडा आमचा कपाळमोक्ष करायला पुरेसा होता.

आम्ही कसेबसे घराबाहेर आलो. सगळा प्रकार पाहून तातडीनं नव्या बिल्डरला फोन केला. तेही घाबरे होऊन लगोलग आले. मालकांबरोबरच्या सह्या झालेल्या असल्यामुळे आता आम्ही त्या बिल्डरचे भाडेकरू होतो. आमच्या नखालाही धक्का लागला असता तर ती त्यांची जबाबदारी होती. त्यांनी संबंधितांना दम भरला. त्यानंतर मात्र पाडापाड करणारी सगळी मंडळी क्षमा मागून निघून गेली.

अखेर एक दिवस ठरला आणि आम्ही 'शशीप्रभा'चा कायमचा निरोप घेऊन 'कांचनबन'मध्ये राहायला गेलो. आपल्या पीएच.डी.च्या कामासाठी माऊंट अबूहून आलेली नीता आमच्यासाठी परोठे घेऊन आली होती. मीनाचं आणि राजेंद्रचं कुटुंबही मदतीला आलं आणि आमचं सगळं सामान नव्या घरी जाऊन पडलं.

'कांचनबन'मध्ये असताना मी दररोज न चुकता दुपारी अकरा ते बारा मॉडेल कॉलनीत बॅडमिंटनसाठी जात होते. कधी चालत, कधी रिक्षानं.

'शशीप्रभा'वर घाव घालून तिला भुईसपाट होताना तो आवाज ऐकणं आणि बघणं हे काही सुखद नव्हतं. तिथं आमच्या मालकीचं घर उभं राहणार असलं तरीही! बघता बघता सगळी इमारत जमीनदोस्त झाली. पाया खणणं सुरू झालं. नंतर हळूहळू इमारत उभी राहू लागली. त्याच जागी तीन मजली इमारत उभी राहिली.

आता तिथं वेगळ्या माणसांचा वावर सुरू झाला. तिथं राहायला येणारे नवे चेहरे अधूनमधून दिसू लागले. आमच्याकडे ते अपरिचिताकडे बघावं तसं बघू लागले.

अवचट या रस्त्यावरून जाता-येता आत डोकावून यायचे आणि आम्हाला 'आता अमूक-अमूक चाललंय..' असं सांगायचे. बॅडमिंटन खेळून परतताना मीही कुठपर्यंत आलंय बांधकाम, हे पाहून यायचे.

बांधकाम सुरू असतानाच एक दिवस अंबिकेकाका वारल्याची बातमी आली. आम्हाला चटका बसला. दीपबंगला चौकालगत राहणाऱ्या काकूंचा पत्ता मिळवून आम्ही त्यांना भेटून आलो. हडपसरमध्ये काकांचे अखेरचे दिवस फारसे सुखाचे गेले नव्हते. तो तपशील ऐकून हळहळ वाटली.

२००० जूनच्या सहा तारखेला नव्या घरी जायचं ठरलं. ठरल्याप्रमाणे आम्ही राहायला आलो, पण अंबिके कुटुंब आलं नाही! आली ती अंबिकेकाकूही वारल्याची बातमी!

'शशीप्रभा' सोडून बाहेर पडलेल्या अंबिके काका-काकूंनी अखेरपर्यंत नव्या 'पार्थ हेरिटेज'मध्ये पाऊलही ठेवलं नाही!

'शशीप्रभा' या नावातल्या 'शशी' म्हणजे अंबिकेकाकू आणि 'प्रभा' हे त्यांच्या थोरल्या सुनेचं नाव. या दोघींच्या नावातून 'शशीप्रभा' हे नाव बनलं होतं.

माझा त्या वास्तूत इतका जीव गुंतला होता की मी एकदा बिल्डरनाही म्हटलं होतं, ''नव्या बिल्डिंगचं नाव शशीप्रभाच राहू दे ना! कशाला बदलता?'' पण आम्हा भाडेकरूंचं कोण ऐकणार? त्यांच्या मुलांनी आग्रह धरला असता तर तेच नाव राहू शकलं असतं की काय कोण जाणे! कारण कॉलनीतल्या काही इमारतींच्या बाबतीत तसं घडलेलं आम्ही पाहत होतो. बिल्डरना आपल्या कंपनीशी संलग्न असं नाव ठेवायचं होतं. त्यामुळे त्यांनी 'पार्थ हेरिटेज' असं नाव ठेवलं.

तरीही आमच्या घराच्या पत्त्याशी अजूनही 'शशीप्रभा' संलग्न राहिलंय. अनेकदा सगळ्यांना 'शशीप्रभा'चं 'पार्थ हेरिटेज' करा असं कळवूनही ते 'शशीप्रभा'च लिहितात! जिथं नव्यानं पत्ता द्यायची वेळ येते, तिथंही इमारतीचं नवं नाव सांगते; पण तिकडे लक्ष न देता प्रकाशन व्यवसायाशी निगडित असलेल्या 'प्रकाशन-डायरी'त बघून नवे लोकही पुन्हा 'शशीप्रभा'च लिहितात. त्यातल्या आमच्या पत्त्यात अनेकदा सांगूनही, लेखी देऊनही बदल झालेला नाही. उलट तिला 'बढती' देऊन कुणीतरी तिची 'शशीप्रभा सोसायटी' केली आहे!

शेजारच्या पोस्टातून येणाऱ्या टपालाला यानं काही फरक पडत नाही. चौसष्ठ सालापासून विरूपाक्ष इथं राहत आहेत. पोस्टातली माणसं वेळोवेळी बदलत गेली तरी ते आम्हाला व्यक्तिशः ओळखतात. मध्यंतरी बरीच वर्षं उन्हाळ्यात सरबत करण्यासाठी पोस्टातली माणसं आमच्याकडून फ्रिजमधलं थंड पाणी न्यायचे. आमचा फोन येईपर्यंत मीही नियमितपणे तिथं फोन करायला जायचे; पण कुरियरवाले मात्र या नावाची सोसायटी या परिसरात शोधत फिरतात, ती न सापडल्यामुळे अनेकदा वैतागतात आणि आलेलं टपाल परत जातं.

आम्ही 'पार्थ हेरिटेज'मध्ये राहायला आलो तेव्हा 'मॉडेल कॉलनी'ही पूर्णतया बदलून गेली होती. जोशी अक्का, रबडे आणि इतर अनेक घरांच्या जागची अपार्टमेंटची कामं 'पार्थ हेरिटेज'बरोबर किंवा मागे-पुढे पुरी झाली होती. आता आम्हीही 'ब्लॉकवासी'चे 'फ्लॅटवासी' होऊन कॉलनीत परतत होतो.

आम्ही दुसऱ्या दिवशी राहायला येणार आहोत असं सांगताच, तिथं बांधकामाच्या

जागी राहत असलेल्या वॉचमन अश्रफच्या छोट्या मुलांनी उत्साहानं म्हटलं, ''उद्या तुम्ही आमच्या घरी राहायला येणार?'' कारण ते कुटुंब तोपर्यंत आमच्या फ्लॅटमध्ये राहत होतं.

'पार्थ हेरिटेज'मध्ये स्वतःच्या मालकीच्या वास्तूत प्रवेश करतानाही भाड्याची 'शशीप्रभा'मधली जागाच आठवत राहिली. सतत 'या जागी पूर्वी काय होतं?' याचाच विचार येत राही. नकळत अनेकदा हात जुन्या लाइटच्या बटणांच्या दिशेनं जायचा. जुन्या आठवणी येत राहायच्या.

एकदा कारंत 'शशीप्रभा'च्या दारात उभं राहून म्हणाले होते, ''किती शांत आहे इथं!'' कारण त्यांच्या छोट्या सालीग्राम गावातल्या घराच्या शेजारून राष्ट्रीय महामार्ग जात असल्यामुळे तिथं सतत वाहनांची वर्दळ असे; ती इथं नव्हती. पु.लं.च्या पत्नी सुनीताताई या घराच्या व्हरांड्यामुळे झालेल्या रचनेमुळे म्हणायच्या, ''स्टेजसारखं आहे तुमचं घर! तुम्ही कुठल्याही दारातून जाता आणि कुठल्याही दारातून येता!'' कारण आम्ही व्हरांड्याचा वापर करून बऱ्याचदा दुसऱ्याच दारातून आत यायचो.

घराची कुठल्याही प्रकारची पूजा न करता आम्ही गृहप्रवेश करायचं ठरवलं; पण हे न पटून मीना आणि तिचा नवरा, आबानं एक मुहूर्त शोधला. राजेंद्र आणि त्याची बायको मंजू यांनी आणि त्यांच्या मुलींनी त्या दोघांबरोबर येऊन घराला तोरण बांधलं. 'भावाच्या घराला बहिणीचं तोरण' म्हणतात, त्याप्रमाणे मंजूनं विरूपाक्षांच्या बहिणीची भूमिका केली. दारापुढे स्टिकरची रांगोळी चिकटवली आणि एका खोलीत पूजा केली. घर बदलायच्या दिवशी राजेंद्रच्या आणि मीनाच्या कुटुंबाला बोलावलं. सगळ्यांच्या मदतीनं सामान लावलं. बाहेरचं जेवण आणून एकत्र जेवलो. संध्याकाळी राजेंद्रनं कुठल्याही साथीशिवाय अप्रतिम मनसोक्त बासरी वाजवली आणि आमची 'वास्तू' शांत झाली!

संध्याकाळी अवचट आले आणि त्यांनी घर भरून राहील अशी एक भेटवस्तू दिली. ती म्हणजे इलेक्ट्रॉनिक तंबोरा! हा तंबोरा अजूनही दररोज सकाळच्या वेळी झंकारून आमची वास्तू 'शांत' करत असतो!

त्याच सुमारास अवचटांनी नवा डिजिटल कॅमेरा घेतला आणि त्यांचा आधीचा लाडका, भारी कॅननचा कॅमेरा मला दिला. एवढा भारी कॅमेरा घेताना थोडं अवघड गेलं. पण ते म्हणाले, ''नवा कॅमेरा आल्यावर हा कॅमेरा पडून राहील आणि ठेवून-ठेवून खराब होऊन जाईल. तुम्ही बिनधास्तपणे वापरा! तुम्ही कधी नवा कॅमेरा घेतला की हा अशाच आणखी कुणा होतकरू फोटोग्राफरला द्या!''

हे मला पटलं. माझा आधीचा छोटा कॅमेरा मी असाच कुणालातरी दिला.

मग मात्र मी सुटलेच! फोटो काढताना माझ्या हातातला हा भारी कॅमेरा, तोही वापरलेला, बघून आजूबाजूचे व्यावसायिक फोटोग्राफरही माझ्याकडे आदरानं बघायचे. तरीही कितीतरी दिवस मी त्या कॅमेराचा उल्लेख 'अवचटांचा कॅमेरा' असाच करायचे. प्रत्येक वेळी ते दुरुस्ती करायचे, 'उमाताई! तो माझा होता; आता तो तुमचा झालाय!..' हळूहळू मी सरावले. इतकी की त्यांनी पुढचा कॅमेरा बदलला, तेव्हा तर मी त्यांचा पहिला कॅमेरा चक्क मागूनच घेतला! आणि त्यांच्या सूचनेप्रमाणे माझा कॅमेरा आणखी कुणाला तरी दिला.

अवचटांच्या नादानं मी ओरिगामीही करायला लागले.

सुरुवातीपासूनच अवचट घरी येऊन गेले की त्यांनी बनवलेली काही ओरिगामीची मॉडेल्स त्या घरात दिसायची. पु.लं.च्या घरीही ती व्यवस्थित मांडून ठेवलेली दिसायची. त्यातलं कमळ मला आवडलं. ते मी शिकले. नंतर कॉलनीतल्या माझ्या ज्येष्ठ मैत्रीण आणि बॅडमिंटनच्या सहखेळाडू सौ. प्रभा ताम्हनकरांनाही ओरिगामीची 'लागण' झाली. मग आम्ही अवचटांकडून समोर बसून ओरिगामीच्या काही सुरुवातीच्या स्टेप्स शिकलो. अगदी सुरुवातीचा 'बर्ड बेस' करतानाच आम्हा दोघींना घाम फुटला. पण एकदा ते टेक्निक समजल्यावर पाठोपाठ अनेक मॉडेल्स बनवली. अवचटांकडून त्यांच्याकडे असलेल्या ओरिगामीच्या पुस्तकांची पानं झेरॉक्स काढून संग्रही ठेवली. अवचटांच्या बरोबर आम्ही दोघीही त्यांचे चिनी गुरुजी, ज्येष्ठ ओरिगामी पंडित कासे यांच्या कार्यशाळेलाही जाऊन आलो.

सुरुवातीला मी घरातले जाहिरातीचे किंवा वृत्तपत्राचे कागद ओरिगामीसाठी वापरायचे. हे अवचटांना मुळीच आवडायचं नाही. लहान कागदही चालायचा नाही. मग ते आपल्या खांद्यावरच्या पिशवीतून चांगले, मोठे, नीट कापलेले कागद काढून शिकवत आणि पुढे प्रॅक्टिससाठी आणखी एक-दोन कागद ठेवून जात. नंतर माझ्याही लक्षात आलं चाळीस-पन्नास रुपयांचे कागद एकदा विकत आणले की कितीतरी दिवस चालतात. नको तिथं 'काटकसर' करायची अजिबात गरज नाही.

अवचटांकडून एखादं मॉडेल एका टप्प्यापर्यंत शिकायचं. ते पुढच्या खेपेला येतील त्या वेळेपर्यंत घरात त्याच मॉडेलचे अर्धवट केलेले अगणित नमुने एखाद्या कोपऱ्यात करून ठेवलेले असत. मग अवचट पुढचा भाग शिकवणार. त्यामुळे त्या मॉडेलची विविध आकारांच्या कागदांपासून बनवलेली रूपं एकदम साकार होत. मग तो घराचा कोपरा कधी विविध आकाराच्या हत्तींच्या कळपानं भरून जाई, कधी मोरांनी, तर कधी एखाद्या पक्ष्याच्या नमुन्यांनी.

बेडूक, फ्लॉवरपॉट, दोन-तीन प्रकारचे मोर, कबूतर, पोपट, गरुड, हत्ती,

दोन प्रकारचे घोडे, घोडेस्वार आणि घोडा, कुत्रा, हरीण, दोन प्रकारची फुलं, कमळ असं बरंच बनवल्यानंतर अवचट बनवत असलेला 'पादरा किडा' बनवणं हे माझं त्यातलं अंतिम ध्येय होतं. तो बनवायला यायला लागल्यानंतर मात्र माझा उत्साह काहीसा थंडावला. प्रभाताई ताम्हनकरांची मात्र सुरसुरी तशीच राहिली. त्यात त्यांची धाकटी नात शर्वरीच्या इंटरनेटवरून काहीतरी भन्नाट ओरिगामी करायची भर पडली.

'ब्लॉकवासी'चे 'फ्लॅटवासी' झाल्यावर आमच्या जीवनातही एक महत्त्वाचा फरक पडला. कॉलनीशी आणि शेजारपाजारच्या लोकांशी सहजासहजी असलेलं नातं पूर्वीसारखं राहिलं नाही. दार बंद केल्यावर बाकीच्या बाहेरच्या जगाशी काहीच संबंध राहिनासा झाला. अंगणात कट्ट्यावर बसल्यावर रस्त्यावरून जाणारी मंडळी सहज दोन शब्द बोलायची, तेवढाही वेळ नसेल तर हसून पुढे जायची, हे थांबलं. दारावरची बेल दाबून जे कुणी घरात येत, त्यांच्याशीच बोलणं होई. कॉलनीतलं कुणी मरण पावलं, कुणाला मूल झालं यांसारख्या बातम्याही बऱ्याच दिवसांनी कुणीतरी सांगितल्यावरच समजू लागल्या.

'पार्थ हेरिटेज'मध्ये राहायला आल्या आल्या चारच दिवसांत पु.ल. देशपांडे गेल्याची बातमी आली. त्या दिवशी अवचट आमच्या नव्या घरी आवर्जून राहायला आले होते. पु.लं.शी आम्हा तिघांचंही जवळचं नातं होतं. सकाळी बातमी समजताच आम्ही तिघंही अंत्यदर्शनाला जाऊन आलो. घरी सुनीताताई आणि त्यांचा भाचा दिनेश ठाकूर यांचीही भेट झाली.

त्याआधी काही वर्षं काही कॉमन प्रोजेक्ट न राहिल्यामुळे आमचा या जोडप्याशी फारसा संबंध राहिला नव्हता. उगाच सहज जाऊन भेटणं, गप्पा मारणं हे आमच्याही स्वभावात नव्हतं आणि फुटकळ गप्पांसाठी त्यांचा वेळ घेणं योग्यही नव्हतं.

या संदर्भात एकदा माझं सुनीताताईंशी बोलणं झालं होतं. एकदा मी त्यांना बोलता बोलता म्हटलं होतं, 'वेळोवेळी आमच्या जीवनात काही मित्रांचं प्राबल्य असतं. हे प्राबल्य काही वर्षं टिकतं. पुढे त्या व्यक्तीशी भांडण किंवा मतभेद होत नाहीत; पण हळूहळू ती जागा दुसरं कुणीतरी घेतं! पहिलं नातं कळत-नकळत मागे पडतं.'

त्यांनाही हे मान्य होतं. त्या म्हणाल्या, ''तुम्ही काही वर्षांनी हा बदल होतो म्हणता; मला तर दर वर्षी डायरी बदलावी लागते. काही नंबर मागे जातात आणि नवे नंबर पुढे येतात. मला वाटतं, हे सगळ्यांचंच होत असतं. जसे आपल्या जीवनात अनेक प्रवाह मिसळतात, तसेच त्यांच्याही जीवनात बदल घडत असतात.

प्रत्येकाची प्रायॉरिटी बदलते. एकमेकांकडून भावनिक देवाणघेवाण थांबते. त्यामुळे असं होत असेल. जीवन प्रवाही आहे ना! त्यामुळे हे अपरिहार्यच नाही का?''

सुनीताताई आमच्याच अनुभवांना शब्दरूप देत होत्या.

'पार्थ हेरिटेज'मधली पहिली सार्वजनिक मीटिंग आमच्या घरी ठरली. आता इमारतीत वेगवेगळे चेहरे दिसू लागले होते. शीलावहिनींच्या दोन्ही मुलींची लग्नं झाली होती. त्या आपल्या नातीबरोबर राहायला आल्या होत्या. हडपसरच्या डॉ. अंबिकेंचा मुलगा डॉ. अभिजीत आपल्या बायको-मुलांसह आला होता. मुंबईच्या अंबिकेंनी आपली जागा भाड्यानं दिली होती. गीता ब्रह्मभट, सुनील येवले, भोगले आणि लुनावत हे नवे चेहरे होते.

पहिल्या मीटिंगच्या वेळी जमलेले सगळेच आपापले 'इगो' सोबत घेऊन आले होते. जुन्या घरमालकांनी आमच्या घरी मीटिंग घ्यायला नकार दिला. कोर्टकचेरीमुळे अनेकदा समोरासमोर ठाकायची वेळ आली होती आणि काही कडवट प्रसंगही घडले होते! तिचा विसर पडेपर्यंत हा प्रॉब्लेम जाणवणार होता. इतरांनी आमच्या घरीच मीटिंग घ्यावी असा हट्ट धरला. अखेर विरूपाक्षांनी मध्यम मार्ग काढला. 'पार्थ हेरिटेज'च्या पार्किंग प्लेसमध्ये मीटिंग ठरली. तशी झालीही. कालांतरानं वातावरण निवळत गेलं आणि मीटिंगसाठी कुणाचं घर हा मुद्दा गौण ठरून तिथं चर्चिले जाणारे मुद्दे महत्त्वाचे ठरू लागले. सगळेच घरमालक आहेत याचं सगळ्यांनाच भान आलं.

सुरुवातीला वॉचमन ठेवायचा असं ठरलं. काही मतभेद होऊन तडजोडी झाल्या. अखेर वॉचमन ठेवण्यातही आला. एक-दोन बदलले. त्यानंतर एक जण आला. आश्चर्य म्हणजे तो चक्क मराठीचा बऱ्यापैकी 'वाचक' होता. हे पाहून मला तर भरतंच आलं! रात्री जागं राहण्यासाठी तो माझ्याकडची पुस्तकं वाचायला न्यायचा.

एकदा त्यानं माझ्याकडचं 'नौशाद' हे सौ. शशिकला उपाध्ये यांनी मोठ्या आस्थेनं दिलेलं, नौशादांची सही असलेलं पुस्तक वाचायला नेलं. वाचनात रमल्यामुळे त्या रात्री उशिरा आलेल्या एका 'मालका'ला सलाम करायला तो विसरला. अशा प्रकारे वाचनात गुंगून आपल्या कामावर दुर्लक्ष करणाऱ्या वॉचमनला कामावर कसं ठेवायचं? त्या मालकांनी त्याच्यावर आरडाओरडा करत 'हा वाचत बसतो, त्याचं कुठंच लक्ष नसतं... कोण आला, कोण गेला हे पाहत नाही...' अशी तक्रार करत ते पुस्तक काढून घेतलं. त्याला नोकरीवरूनही काढून टाकण्यात आलं! ही घटना रात्री घडल्यामुळे आम्हाला समजली नाही.

दुसऱ्या दिवशी तो वॉचमन माझ्यापाशी आला आणि त्यानं घडलेली घटना सांगितली. पुस्तक काढून घेतल्याचं सांगून त्यानं त्या पुस्तकाच्या किमतीएवढी रक्कम देऊ केली. मी ती घेतली नाही. नंतर संबंधित करोडपती मालकांकडे त्या पुस्तकाची चौकशी केली, तेव्हा त्यांनी हात झटकले आणि आपण कुठलंही पुस्तक घेतलं नसल्याचं सांगितलं!

थोडक्यात, तो बिचारा वॉचमन 'वाचनसंस्कृती'चा बळी ठरला!

दोन-तीन महिन्यांतच गणेश चतुर्थी आली. एक-दोन दिवस गेले असतील; विरूपाक्षांच्या वडिलांची, अण्णांची तब्येत बिघडल्याचा रात्री निरोप आला. ८६वर्षांच्या अण्णांना गेले काही दिवस बरं नसल्याच्या बातम्या समजायच्या. वय झालं होतं. त्यामुळे यावर काही उपाय नव्हता. एक-दोन वेळा काही दिवसांसाठी हॉस्पिटलमध्येही ठेवण्यात आलं होतं, तेव्हा आम्ही जाऊन आलो होतो; पण या खेपेला परिस्थिती अधिकच गंभीर असल्याचं समजलं.

आम्ही सकाळची पहिली बस पकडून निघालो. संध्याकाळी बेळगावला घरी पोहोचलो. घरात शांतता होती. माणसांची वर्दळ शांतपणे सुरू होती. काय घडलं असेल याचा आम्हाला अंदाज आला. आम्हाला त्यांचं अंत्यदर्शन झालं नाही. प्रमोदनं पुण्याला आमच्याकडे फोन केला तेव्हा आम्ही घराबाहेर पडलो होतो. प्रमोदनं गावातल्या बहिणींना निरोप दिले. त्या आल्या होत्या. त्या दिवशी गौरीचं जेवण होतं. फार मोठा सण. त्यामुळे जमलेल्या मंडळींची खोटी होऊ नये असा विचार करून विरूपाक्षांच्या धाकट्या भावानं- प्रमोदनंच अग्नी दिला होता.

या वेळी मी, मला सर्वस्वी अपरिचित असलेल्या, तिथल्या 'धर्मसंकटा'त कधी नव्हे ते सापडले.

घरात गणपती बसला होता. सासरे गेल्यामुळे घरात सुतक सुरू झालं. आता या गणपतीला कसं आणि केव्हा पोहोचवायचं असा एक गहन धर्मप्रश्न उभा ठाकला. जर त्याला वेळेवर पोहोचवलं नाही, तर तो पुढचं वर्षभर राहील, असंही कुणीतरी म्हणालं. म्हणजे वर्षभर त्याचं सोवळंओवळं सांभाळणं आलं. शिवाय ती मातीची मूर्ती. वर्षभरात भिंतीत ओल येऊन तिला काही झालं तर नस्ता अपशकुन! अखेर प्रमोदनं भटजींना विचारून यावर मार्ग शोधून काढला आणि त्या भटजींच्याच हस्ते गणपतीचं ठरलेल्या दिवशी परसातल्या विहिरीत विसर्जन करण्यात आलं.

गौरीचं जेवण हा घरातला मोठाच सण. सुगडांवर कावेचा लेप लावून त्यावर पिवडी आणि चुन्यानं गौर लिहायची. लहान सुगड मोठ्या सुगडावर पालथं ठेवायचं. लहान सुगडाचा चेहरा रंगवायचा. एक श्रावणात बसवायची आणि दुसरी गणपती

आल्यानंतर एक दिवस बसवायची. दुसऱ्या दिवशी तिचं जेवण. त्याच दिवशी गणपती आणि गौरीचं विसर्जन. गौरीच्या पोटात ठेवलेले हळदीत बुडवलेले दोरे बाहेर काढून त्याला गौरीचं निर्माल्य बांधायचं आणि घरच्या सवाष्णीनं ते दोरे गळ्यात बांधायचे आणि नवरात्रीपर्यंत ठेवायचे. दसऱ्याच्या आदल्या दिवशी त्या दोऱ्यांचं विसर्जन करायचं.

सासूबाई– वहिनी- हयात असेपर्यंत त्या भल्या पहाटे तीनला उठून स्वयंपाकाला लागायच्या आणि चकल्या-करंज्या-मांडे-लाडूपासून सगळं सोवळ्यानं करायच्या. मांड्यांचा मांडव करून त्याला करंजी-चकली-अंबोडीचे तोरण बांधायचं. त्यांच्या माघारी, दर वर्षी माझी धाकटी जाऊ प्रतिमाच हा सगळा उपद्व्याप करून माझ्या नावे काढून ठेवलेले दोरे मला पोस्टानं पाठवायची. तिनं आवर्जून पाठवलेले दोरे मीही गळ्यात घालायचे.

त्या वर्षीही दर वर्षीप्रमाणे प्रतिमानं गौरीच्या जेवणाची सगळी तयारी करून ठेवली होती. आधी दोन दिवस खपून दुधात रव्याचे लाडू, मांडे, बेसनाचे लाडू यासारखे अनेक फराळाचे पदार्थ करून ठेवले होते. पहाटे लवकर उठून तिनं पुरणा-वरणाचा स्वयंपाक केला होता, अंबोडी तळून काढली. पहाटेपासून तिची स्वयंपाकघरात गडबड चालली होती, प्रमोद तिच्या हाताखाली सोवळं नेसून मदत करत होता. त्यामुळे त्यांचं बाहेर लक्ष नव्हतं. मोकळा झाल्यावर प्रमोदनं बाहेरच्या खोलीत जाऊन पाहिलं तेव्हा अण्णा गेल्याचं लक्षात आलं होतं.

आता घरात सुतक सुरू झाल्यामुळे या सगळ्या खाद्य पदार्थांचं काय करायचं हा मोठाच प्रश्न मी तिथे पोहोचताच आमच्यासमोर उभा ठाकला होता.

सुरुवातीला मला यावरचं उत्तर अतिशय सोपं वाटलं होतं. दारात मोठ्या संख्येनं येणाऱ्या भिकाऱ्यांना सगळं अन्न देऊन टाकणं. म्हणजे महागा-मोलाचं अन्न वाया जाणार नाही. कुणाच्या तरी मुखात पडेल.

पण मी समजत होते तितकं ते सोपं नव्हतं! कारण भीक मागायला येणाऱ्यांनाही घरात मयत झाल्याचं ठाऊक असायचं. त्यांना मयत व्यक्तीचे कपडे आणि इतर वस्तूंमध्ये रस असला, तरी खाद्य पदार्थ दिले की 'सुतक हाय? मग नको!' असं सांगून आम्ही देत असलेले साजुक तुपातले फराळाचे पदार्थ नाकारून निघून जात होते. काही जण बिचारे तयार झाले, तरी इतर भिकारी त्यांच्यावर पाळत ठेवून होते. ते यांनाही घेऊ देत नव्हते! घरात तर कुणी हे पदार्थ खाणं शक्य नव्हतं. भेटायला येणाऱ्याला तरी यातलं कसं नि काय देणार? यापैकी काही केलं तरी 'सासरे वारले तरी ही घरची मंडळी गोडधोड खात होती' अशी बदनामी आयुष्यभर होणार! अखेर नाइलाजानं खराब होत चाललेले अन्नपदार्थ उकिरड्यावर फेकून

द्यावे लागले. एव्हाना मी बरीच वर्षं पुण्यात राहून पक्की पुणेकर झाल्यामुळे मला हे सगळं फार क्लेशदायक वाटलं.

वहिनी गेल्या तेव्हा विरूपाक्षांनीही प्रमोदच्या बरोबरीनं सगळे विधी केले होते. मुंडनही केलं होतं. वरणगावला गेल्यापासून त्यांनी आपल्या आईचं श्राद्ध करायचं सोडून दिलं होतं. वडील गेले तोपर्यंत त्यांचा बराच मानसिक प्रवास झाला होता. त्यांनी प्रमोदला सांगितलं, "तू अग्नी दिला आहेस. पुढचं सगळंही तूच कर."

विरूपाक्षांचं त्यांच्या वडिलांबरोबर 'लव-हेट' नातं होतं. सावत्र आईकडून ह्यांच्या काही अपेक्षा नसल्या तरी वडिलांकडून खचितच होत्या. 'आईच्या माघारी बाप परका!' या म्हणीप्रमाणे न होऊ देता, दुसरं लग्न केलं तरी, घरात आपल्या पहिल्या बायकोपासून झालेल्या मुलावर अन्याय होत नाही ना, हे बघणं आणि होत असेल, तर त्यावर उपाय करणं आणि मुलाच्या पाठीशी उभं राहणं, हे वडिलांचं कर्तव्य आहे अशी ह्यांची भावना होती. तसं न घडल्यामुळे वडिलांच्या दुसऱ्या लग्नानंतर एखाद्या वर्षातच, म्हणजे वयाच्या बाराव्या वर्षी हे एकदा घरातून पळून गेले होते. तेव्हाही नेमकं काय घडलं हे न विचारता, वडिलांनी विरूपाक्षांना चोप दिला होता.

घरात असलेल्या दुसऱ्या आईच्या नातेवाइकांमुळे, ऐपत असतानाही आपल्यावर शिक्षणाच्या बाबतीत अन्याय केला गेला, अशीही भावना विरूपाक्षांच्या मनात खोलवर रुजली होती. तेव्हा बेळगावात इंजिनिअरिंगचं कॉलेज नव्हतं. शिक्षणासाठी हुबळीला ठेवावं लागे. वडिलांचा पगार आणि शेताचं उत्पन्न असताना आपल्याला परगावी ठेवून इंजिनिअरिंग शिकवायला काय हरकत आहे, अशी त्यांची भावना होती. या विषयावरून बाप-लेकात अनेकदा वाद होत. बेळगावातच राहून विरूपाक्षांनी डिप्लोमा केला. तेव्हाही ते कॉलेजला पहिले आले. त्यामुळे तर त्यांच्या मनातली 'माझी कुवत असताना मला शिक्षण मिळालं नाही... माझ्यावर अन्याय झाला... तो माझ्या वडिलांनी केला...' ही भावना अधिकच दृढ होत गेली.

तरीही नोकरीनंतर ते शक्य तितकी वर्षं दरमहा आणि अडीनडीला पैसे पाठवून आपलं कर्तव्य पार पाडत होते. माझं लग्न झालं तेव्हा एकदा सासूबाईंना- वहिनींनी - मला हातातल्या पाटल्या दाखवून 'या बंडानं केल्या..' असं सांगितलं होतं.

वहिनींच्या माघारी बेळगावच्या घरात काही असमाधानाचे प्रसंग घडले की सासरे- अण्णा- बहुतेक वेळा गावातल्या मुलीकडे- सिंधूवन्संकडे जात. एकदा ते असेच घरातून रागावून निंबाळ या गावी, गुरुदेव रानडेंच्या आश्रमात पळून गेले होते. बातमी समजताच आम्ही तातडीनं बेळगावला गेलो. तिथून विरूपाक्ष त्या

गावी गेले आणि अण्णांची समजूत काढून माघारी घेऊन आले.

तसेच एकदा ते पुण्यालाही आले होते. सुरुवातीला ते छानच राहिले. सकाळी-संध्याकाळी चित्तरंजन वाटिकेत फिरायला जाऊन येत. तिथं त्यांनी मित्र-परिवारही जमवला होता. कधी त्यांच्यापैकीही कुणाला घेऊन घरी येत. घरी येणाऱ्या अवचटांशी गप्पा मारत. आमच्याबरोबर विद्यापीठातही कधीकधी फिरायला येत.

बागेत किंवा इतर कुठल्याही ठिकाणी ते शेजारी बसलेल्या माणसाला 'तुमची जात कुठली?' असं विचारत. आम्ही तिथे असलो तर परिस्थिती अवघड होई. घरी आल्यावर विरूपाक्ष समजावत, 'असं विचारणं बरं नव्हे!' पण 'काय बिघडलं विचारलं तर? नाहीतर आपण कुणाशी बोलतोय हे कसं समजणार? नोकरीत असताना तर आम्हाला समोरच्या माणसाला समजून घ्यायला तेच उपयोगी पडायचं!' असा त्यांचा प्रतिप्रश्न असे. त्यांनी ब्रिटिश सरकारमध्येही काम केल्यामुळे ते त्यांना सोयीचं वाटे.

प्रकृती बरी होताच त्यांनी बेळगावला जायचा निश्चय सांगितला. राहायचा आग्रह केल्यावर म्हणाले, "तुमच्या घरी ना मूल, ना बाळ! माझा इथं वेळ जात नाही. तुमचं घर म्हणजे मठ असल्यासारखं आहे! दोघंही सकाळी उठल्यापासून संध्याकाळपर्यंत लिहीत बसता! तुमच्याकडे येणारी माणसंही तसलीच. कुणीतरी येतं, काहीतरी खायला देऊन जातं! कुणीतरी येतं, ते खाऊन जातं!"

आम्ही बेळगावला गेलो असताना बाप-लेकात खडाजंगीही बऱ्याच वेळा होई. बहुतेक वेळा विषय विरूपाक्षांचं शिक्षण हाच असे. अशा भांडणांचा समारोप म्हणून एखाद्या सिनेमाला जायचं ठरे, येताना बाहेर जेवून यायचाही कार्यक्रम ठरे! सगळं वातावरण पहिल्यासारखं होई.

वडिलांच्या मृत्यूनंतर विरूपाक्षांच्या मनातला त्यांच्याविषयीचा रागही नाहीसा झाला. एखाद्या व्यक्तीचं कायमचं जाणं आजूबाजूच्या माणसांच्या मनावरही कसा परिणाम करतं, हे मी पाहत होते.

अण्णांचं दिवसकार्य आटोपून आम्ही गावी परतलो. थोडे स्थिरस्थावर होत होतो. बेळगावच्या वास्तव्यात विरूपाक्षांच्या गळ्यापाशी एक गाठ आली होती. तिकडे लक्ष द्यायला वेळच झाला नव्हता. पुण्यात आल्यावर एक दिवस ती फुटली आणि त्यातून रक्त वाहू लागलं. चांगलं वाटीभर रक्त गेलं असेल. हे काहीतरी वेगळंच होतं. आम्ही गडबडलो. संध्याकाळी अवचट भेटले. त्यांनी पाहिलं. त्यांच्या सूचनेप्रमाणे 'मुक्तांगणा'त नियमित येणारे डॉक्टर जॉन यांना दाखवलं. सर्व तपासण्या होऊन टी.बी. असल्याचं सिद्ध झालं.

नाव ऐकताच मी रडायला लागले. याच आजाराची 'राजयक्ष्मा' वगैरे नावंही

ठाऊक होती; पण डॉक्टर शांत होते. त्यांनी समजावलं, ''यावर उपाय आहेत. एवढं हातपाय गाळायचं कारण नाही.''

दीर्घ डॉक्टरी उपचार सुरू झाले. आहारात बदल सुरू केले. काही दिवस दररोज इंजेक्शनं द्यायची होती. त्यातली काही अवचटांनीही दिली. त्या वेळचा मी एक फोटोही मुद्दाम काढून ठेवला! गंमत म्हणून!

औषधपाण्याचं मार्गी लागल्यावर आमची पुन्हा अनुवादाची कामं सुरू झाली.

याच सुमारास कर्नाटकातील हंपी विद्यापीठाचे माजी कुलगुरू डॉ. एम. एम. कलबुर्गी नुकतेच निवृत्त होऊन पुण्यात मुलाकडे आले होते. ते श्री. रं. भिडेंचे कॉलेजमधले विद्यार्थी. आपण एकूणच 'शिस्त'– ती जीवनातली असो वा संशोधनातली– भिडेंकडून घेतल्याचं ते प्रांजळपणे कबूल करत होते.

तेव्हा पुण्यात कलबुर्गींच्या 'महाराष्ट्रातील कन्नड शिलालेख' या पुस्तकाच्या मराठी अनुवादाच्या निर्मितीचं काम सुरू होतं. 'पद्मगंधा प्रकाशना'कडून ते प्रकाशित होणार होतं. अनुवादाच्या संदर्भात कलबुर्गींच्या मनात काही असमाधान होतं. त्या संदर्भात आमच्या भेटी होत होत्या.

कलबुर्गी यांचे कन्नडप्रेम विशेष होते; पण त्याची जातकुळी केवळ अभिनिवेशाची नव्हती. इतर भाषांमध्ये जे संशोधन चाललं आहे त्याचा कन्नड भाषकांना उपयोग व्हावा अशी कळकळ त्यात होती. पुरातन वीरशैव आणि बाराव्या शतकातला लिंगायत या मधला फरक आणि त्यांचं त्यावरील संशोधन याविषयीही ते तेव्हा भरपूर बोलायचे.

त्यांच्याशी बोलताना डॉ. रा.चिं. ढेरे यांच्या संशोधन कार्याचा उल्लेख निघाला. त्यांनीही सीमा भागातील अनेक संशोधकांकडून ढेरेंचं नाव आणि त्यांच्या संशोधन कार्याविषयी ऐकलं होतं. त्या वेळी मी 'लज्जागौरी' आणि 'श्रीविठ्ठल- एक महासमन्वय' वाचून प्रभावित झाले होते. सीमाभागातही ढेरेंचे वाचक असल्याचं आम्हाला ठाऊक होतं. कलबुर्गी हे स्वतःही संशोधक असल्यामुळे त्यांना यात रस वाटला. या सर्व पुस्तकांचे कन्नडमध्ये अनुवाद झाले पाहिजेत, असं मत त्यांनी व्यक्त केलं. त्यांच्या इच्छेप्रमाणे त्यांची आणि डॉ. ढेरेंची आमच्या घरी भेट ठरवण्यात आली.

पुंडे सरांमुळे आमचा एकदा ढेरेंशी परिचय झाला होता. तसंच, 'महाराष्ट्र गौरव पुरस्कारा'च्या वेळी आमची मुंबईत ढेरेंशी भेट झाली होती. डॉ. कलबुर्गींच्या भेटीसाठी ढेरेंची कन्या- लेखिका आणि कवयित्री डॉ. अरुणा त्यांना आमच्या घरी घेऊन आली.

त्या दिवशी मी सहजच खाण्यासाठी वाटली डाळ केली होती. ढेरेंच्या अत्यंत आवडीचा तो पदार्थ असल्याचं आणि त्याच्याशी भावनिक नातं असल्याचं

त्यांच्या बोलण्यातून समजलं! ढेरेंची वाटल्या डाळीची आठवण लहानपणीच मरण पावलेल्या त्यांच्या आईच्या आठवणीशी निगडित- हृद्य होती.

या भेटीनंतर कलबुर्गींनी पुढाकार घेऊन ढेरेंचे दहा-बारा महत्त्वाचे संशोधन ग्रंथ वेगवेगळ्या अनुवादकांकडून कन्नडमध्ये अनुवादित करून घेतले आणि ते लगोलग प्रकाशित होतील, असंही पाहिलं. त्यासाठी त्यांनी स्वतःच्या ओळखीतून विविध लिंगायत मठांकडून आवश्यक तेवढा पैसाही उभा केला. 'रॅशनल' कलबुर्गींचे कर्नाटकातील सर्व धनाढ्य, प्रगतिशील लिंगायत मठांशी आणि मठाधीशांशी जवळचे संबंध होते. अशा लोकोपयोगी कामांसाठी ते या मठाधीशांचं मन वळवून या मठांकडून हक्कानं आर्थिक मदत घ्यायचे.

बघता बघता रा. चिं. ढेरे कर्नाटकातील संशोधन क्षेत्रात मान्यता पावले. त्यांचा काही मठांकडून आणि संस्थांकडून त्यांच्या संशोधनानिमित्त सत्कारही झाला.

विशेष म्हणजे कलबुर्गींचे ढेरेंशी संशोधनाच्या संदर्भात काही बाबतीत मतभेद होते. 'कुठलंही संशोधन हा पूर्णविराम नसतो, तो स्वल्पविराम असतो..' असं त्यांचं म्हणणं होतं. हे मानणाऱ्या कलबुर्गींना ढेरेंचं सारं संशोधन कन्नड भाषेत आणणं, हे आपलं कर्तव्य वाटलं.

या वेळच्या गप्पांमध्ये एकदा कलबुर्गी म्हणाले, ''माणूस जेव्हा शिकार करायचा, तेव्हा त्यानं खंडोबा हा देव केला. खंडोबाचा घोडा आणि कुत्रा हे त्याच्यासाठीही उपयुक्त प्राणी होते. जेव्हा तो शेती करू लागला तेव्हा त्यानं शंकराला देव केला. नंदी म्हणजे बैल हा त्याच्यासाठी उपयुक्त प्राणी होता. जेव्हा माणसांचे समूह बनू लागले, समूहप्रमुख-राजे निर्माण झाले, तेव्हा विष्णू हा त्यांचा देव पुढे आला. राजाचा सगळा थाट, राजवाडा, दागदागिने, मिष्टान्नाचा नैवेद्य हे सगळं त्या देवासाठीही सुरू झालं. आज समाज लोकशाही आणि विज्ञानाच्या मार्गानं पुढे चालला आहे. आजचा समाज आपला देव विज्ञानातून निर्माण करणार आहे की लोकशाहीतून, हे पुढच्या काळात पाहिलं पाहिजे!''

त्यांच्या मुलाची पुण्याहून बदली झाली आणि त्यांचं पुण्याला येणं कमी झालं. ते धारवाडला गेल्यावरही आमचा त्यांच्याशी फोनद्वारा संपर्क राहिला. अमेरिकन संशोधक डॉ. डी. एन. लॉरेन्जेन यांनी लिहिलेला एक इंग्रजी संशोधन ग्रंथ त्यांना कन्नडमध्ये अनुवादित करून हवा होता. डॉ. लॉरेन्जेन यांनी आपल्या प्रबंधासाठी भारतातील 'काळामुख' आणि 'कापालीक' या दोन शैव संप्रदायांची निवड केली होती. हा एक महत्त्वाचा संशोधन ग्रंथ आहे, असं डॉ. ढेरे यांनीही म्हटलं होतं. कलबुर्गींनी अनेक अनुवादकांकडे ती जबाबदारी सोपवूनही काम झालं नव्हतं.

ती जबाबदारी कलबुर्गींनी विरूपाक्षांवर टाकली होती. सतत श्रमून विरूपाक्षांनी तो अनुवाद पुरा केला. हे प्रकरण इतका वेळ आणि श्रम घेणारं होतं की एखाद्या संपूर्ण दिवसात एखादा परिच्छेद पुरा होई आणि हे आनंदित होत!

त्यात त्या इंग्रजी लेखकानं काही जुन्या कन्नड भाषेतल्या ओळींचे अनुवाद दिले होते. इंग्लिशचा भाग पुन्हा कन्नडमध्ये अनुवादित करण्यात अर्थ नव्हता. त्या जागी मूळ कन्नड ओळी घालणं आवश्यक होतं. तसं सांगताच कलबुर्गींनी स्वतः लक्ष घालून हे होईल, असं पाहिलं.

या अनुवादासाठी विरूपाक्षांनीही बरेच कष्ट घेतले. सुमारे अडीच-तीनशे पानी पुस्तकाच्या अनुवादाचं काम दोन वर्षं चाललं होतं. या अनुवादासाठी त्यांनी स्वतःपुरता एक छोटासा मोजक्या पानांचा चोपडीसारखा कोश तयार केला होता. कारण ही विरूपाक्षांची नेहमीच्या वापरातली भाषा नव्हती. त्यामुळे सुरुवातीपासून अखेरपर्यंत विशिष्ट शब्द एकाच प्रकारे येईल, असं पाहणं आवश्यक होतं.

पुरा झालेला अनुवाद कलबुर्गींकडे दबकतच पाठवून दिला. तो समाधानकारक असल्याचा कलबुर्गींकडून फोन येताच प्रचंड आनंद झाला; इतका की आम्ही लगोलग आईस्क्रीम खाऊन आनंद साजरा केला! हा ग्रंथ कर्नाटकातील 'पुस्तक प्राधिकार, बेंगळुरू,' या संस्थेच्या वतीनं प्रकाशित होईल असं कलबुर्गींनी केलं.

अजूनही कर्नाटकातून येणारे हंपी विद्यापीठातले, डॉ. रहिमत तरिकेरींसारखे संशोधक पुण्यात घरी येऊन आवर्जून भेट घेतात आणि आपल्या संशोधनात या ग्रंथाचा उपयोग झाला, इतरांनाही होत आहे, असं सांगतात तेव्हा खरं समाधान होत असतं!

एकदा बोलताना मला कन्नड लोककथांमध्ये रस असल्याचं सांगताच कलबुर्गींनी मला आपल्या संग्रहातली कन्नड लोककथेविषयीची तीन-चार पुस्तकंही काढून ठेवली होती. त्याच वेळी आम्ही कर्नाटकात प्रवासासाठी चाललो होतो. जाता-जाता त्यांच्या 'सौजन्य' या घरी जाऊन ती पुस्तकं आम्ही ताब्यात घेतली.

सतत संशोधनात गढलेल्या कलबुर्गी यांनी निवृत्तीनंतर लिहिलेलं 'खरं-खरं संग्या-बाळ्या' हे नाटकही एका प्रकारे संशोधनाचाच प्रकार आहे.

डॉ. चंद्रशेखर कंबारांनी अलीकडे या नाटकाचं संपादन करून त्याचं एक स्वरूप सादर केलं. त्याचाच प्रयोग पुण्यात झाला होता. कलबुर्गींना हे संपादन पटलं नाही. निवृत्तीनंतर त्यांनी मूळ नाटकाचा शोध घेतला आणि आधुनिक दृष्टिकोन लादून गंगीचं जे चारित्र्यहनन केलं आहे, ते खोडून काढणारं 'खरं-खरं संग्या-बाळ्या' हे नाटक लिहिलं. या नाटकाचा डॉ. अमृत यार्दी यांनी मराठीत

अनुवाद केला आहे. या नाटकातली गंगी ही पत्तार म्हणजे सोनाराला भुलत नाही. लेखनविद्या अवगत असणारा पत्तार तिचं चारित्र्यहनन करणारं नाटक लिहितो आणि पंचक्रोशीत त्याचे प्रयोग होतील असं करून तिला बदनाम करतो. लेखणीचा अत्यंत वाईट वापर करतो. अशा प्रकारे, कलबुर्गी यांनी लेखणीचा गैरवापर करून बदनामी करण्याच्या वृत्तीवर प्रकाश टाकला. 'लेखणी मानिनी बिघडवू नका; विषारी लेखणी पिण्याच्या पाण्यात बुडवू नका; कुणाच्या संसारात विष कालवू नका..' अशा प्रकारचा संदेश हे नाटक देतं.

या नाटकाचा मराठीत अनुवाद झाला आणि धारवाड-हुबळी परिसरात त्याचे काही प्रयोग झाले.

डॉ. द. दि. पुंडे नोकरीतून निवृत्त झाले तेव्हा त्यांच्या सर्व विद्यार्थी-विद्यार्थिनींनी त्यांच्या सन्मानार्थ एक कार्यक्रम, मेजवानी किंवा गौरवग्रंथ प्रकाशित करायचं ठरवलं; पण पुंडे सरांनी त्यांच्या उत्साहाला आवर घालत त्यांना त्यांचा अभ्यास आणि संशोधन कार्य तसंच पुढे सुरू ठेवायला सांगितलं. त्यानुसार 'गुरुकुल' अशी संस्था स्थापन करून तिच्या वतीनं काही गंभीर अभ्यासपूर्ण चर्चेचे कार्यक्रम केले जाऊ लागले.

त्या वेळी मराठीत भैरप्पांची नऊ-दहा पुस्तकं अनुवादित झाली होती. एखाद्या मराठी लेखकाप्रमाणे मराठीत त्यांच्या कादंबऱ्यांवर उलटसुलट चर्चाही होऊ लागली होती. एका बैठकीत भैरप्पांच्या साहित्यावर एखादं चर्चासत्र का घेऊ नये, असाही विचार पुढे आला. सगळ्यांनीच याला पाठिंबा दिला. डॉ. विद्यागौरी टिळक आणि डॉ. मृणालिनी शहा या दोघींच्या प्रयत्नांमुळे पुणे विद्यापीठाचाही या चर्चासत्रात सहभाग असेल, असं ठरलं.

पुणे विद्यापीठ आणि पुंडे सरांच्या नावामुळे या चर्चासत्राला सगळीकडूनच फार मोठा सहभाग मिळाला. सगळ्या निबंधलेखकांनी अतिशय चांगल्या प्रकारे सहकार्य दिलं. स्वतः भैरप्पा चर्चासत्रासाठी तीनही दिवस हजर होते. डॉ. सुधा जोशी, डॉ. पुष्पा भावे, डॉ. दिगंबर पाध्ये, डॉ. सुधाकर देशपांडे, डॉ. स्वाती कर्वे, डॉ. सुषमा करोगल, डॉ. मृणाल कामत, श्री. पंडित, डॉ. अनंत देशमुख, डॉ. अरुणा दुभाषी, श्री. बुर्डे, प्रा. लता जाधव, अंजली जोशी (पुणे), विजया देव आणि नीलिमा पालवणकर असे कितीतरी जण हजर होते. ही सगळी मंडळी पुणे, मुंबई, बडोदा आणि इतर ठिकाणांहून आवर्जून आली होती.

मुंबई विद्यापीठातील 'कंपॅरेटिव्ह लिटरेचर' विभागाचे प्राध्यापक डॉ. चंद्रकांत बांदिवडेकरांनी बीजभाषण करून 'भारतीय साहित्यातील भैरप्पांच्या कादंबऱ्यांचे स्थान' या विषयावर विवेचन केलं. चर्चासत्र तीन दिवस चाललं. दररोज चांगली

उपस्थिती होती. कुलगुरूंच्या हस्ते उद्‌घाटन झालं. डॉ. नागनाथ कोत्तापल्ले सरांनीही हजेरी लावली होती. निबंधवाचकांबरोबर काही विद्यार्थ्यांनीही हजेरी लावली होती. चर्चेत सहभागही घेतला होता. प्रत्येक चर्चेनंतर काही प्रश्न लेखकांसाठीही उपस्थित होत होते. सगळी चर्चा मराठीत चालली होती. विरूपाक्ष भैरप्पांच्या शेजारी बसले होते. विषय त्यांच्याच कादंबऱ्यांचा असल्यामुळे जे काही चाललं होतं, त्यातलं साठ टक्क्यांपर्यंत भैरप्पांना समजत होतं. जर उपस्थित केलेला प्रश्न भैरप्पांना समजला नाही तर हे त्यांना कन्नडमध्ये सांगत होते. मग भैरप्पा इंग्रजीत उत्तरं देत होते.

सगळी चर्चा चांगल्या प्रकारे पार पडली. भैरप्पांनी त्यांच्यावर घेतल्या गेलेल्या आक्षेपांना उत्तरं तर दिलीच, तसंच त्यांनी भावना व्यक्त केली, ''अनेकदा कन्नड वाचक-रसिकांनी अशा प्रकारची चर्चासत्रं घेतली असली तरी, कर्नाटकातील एकाही विद्यापीठानं असं चर्चासत्र घेतलं नाही.'' तसंच संपूर्ण चर्चासत्रासाठी पुढाकार घेणाऱ्या आणि निबंधवाचन करणाऱ्या मराठी महिलांचा गौरव करताना ते म्हणाले, ''मी इथं पाहतोय, मराठी महिला ही कुठल्याही चळवळीच्या पुढे गेली आहे!.. अधिक प्रगल्भ झाली आहे. माझ्या कादंबऱ्यांवर कर्नाटकातल्या महिला-समीक्षक ज्या प्रकारचे आक्षेप घेतात, तसे इथं कुठल्याही महिला निबंधवाचकानं घेतले नाहीत! फक्त एखाद्या साहित्यकृतीचे विश्लेषण करावं तसं त्या सगळ्या बोलत होत्या... त्यांनी घेतलेले आक्षेपही त्या प्रकारचे होते...''

एका दृष्टीनं हे चर्चासत्र म्हणजे भैरप्पांच्या समोर माझ्या अनुवादाचीही एका प्रकारे परीक्षाच होती! कारण इथं चर्चेसाठी घेण्यात आलेल्या भैरप्पांच्या कादंबऱ्यांपैकी दोन वगळता बाकी सगळ्या कादंबऱ्या मी अनुवादित केल्या होत्या. एखाद्या निबंधलेखकानं लेखकावर आक्षेप घेतला असता आणि जर भैरप्पांनी एखाद्या क्षणी जरी 'हा आरोप मला मान्य नाही, कारण मी माझ्या कादंबरीत असं लिहिलंच नाही!..' अशा प्रकारचं एखादं जरी विधान केलं असतं, तरी माझी काही खैर नव्हती! पण तसं काहीही घडलं नाही!

सगळे जण पुंडे सरांविषयी आदराची भावना व्यक्त करत होते; पण प्रकृती-अस्वास्थ्यामुळे पुंडे सर तिन्ही दिवशी हजर राहू शकले नव्हते. त्यामुळे मन खट्टू झालं असलं, तरी त्यांच्या विद्यार्थिनींनी हे चर्चासत्र समर्थपणे पेललं. तिन्ही दिवस संपल्यावर भैरप्पांनी आजारी पुंडे सरांना भेटायची इच्छा व्यक्त केली. तसे त्यांच्यासह आम्ही दोघं पुंडे सरांच्या घरी जाऊन त्यांना भेटून आलो.

चर्चासत्राच्या दुसऱ्या दिवशी 'चंद्रकला प्रकाशन'च्या सौ. शशिकला उपाध्ये घरी आल्या आणि त्यांनी या चर्चासत्रात वाचल्या गेलेल्या निबंधांचा संग्रह प्रकाशित

करायची अनुमती मागितली. त्यानुसार डॉ. मृणालिनी शहा आणि डॉ. विद्यागौरी टिळक यांनी या निबंधांचं संपादन करायचं ठरलं. त्यानुसार तो निबंधसंग्रह 'भैरप्पांचं कादंबरी विश्व' या नावानं प्रकाशित झाला.

'पार्थ हेरिटेज'मध्ये राहायला आल्यावर भैरप्पांना स्वतंत्र खोली देणं आम्हाला शक्य होऊ लागलं. 'शशीप्रभा'मध्ये तसं व्हायचं नाही. कारंतांची सोय माजघरात केली तरी भैरप्पांच्या पाठीच्या दुखण्यामुळे त्यांना 'हार्ड बेड' लागायचा. त्यामुळे शिवराम कारंत झोपायचे तो आमचा माजघरातला सोफा कम बेड त्यांना चालायचा नाही. म्हणून त्यांच्यासाठी आमची बेडरूम रिकामी करून, तिथली गादी गुंडाळून ठेवून, ती खोली त्यांना देत असू. हे त्यांनाही अवघड वाटे. आता मात्र त्यांची स्वतंत्र खोलीमध्ये व्यवस्था करताना आम्हालाही बरं वाटायचं आणि तेही मोकळेपणानं राहायला लागले.

भैरप्पांना पहाटे लवकर उठायची सवय. सकाळचे व्यायाम-योग वगैरे आटोपून ते पहाटे फिरायला जायचेही. घराच्या चाव्या ठेवायची जागा ठाऊक असल्यामुळे, आम्हाला न उठवता ते चावी घेऊन घराबाहेर पडणं शक्य होऊ लागलं. साडेसातच्या सुमारास घरी परतल्यावर आपल्याकडच्या चावीनं कुलूप उघडून घरात यायचे, अंघोळ वगैरे आटोपून आठ-साडेआठ वाजता डायनिंग टेबलवर. घरात येणारा कन्नड आणि त्यांनी फिरून येताना आणलेला इंग्लिश पेपर वाचला की ते नाश्त्यासाठी सज्ज.

सकाळी चहा-कॉफी घ्यायची त्यांची सवय नसल्यामुळे वेळेवर नाश्ता तयार ठेवणं हे आमचं कर्तव्यच. सोबत आणलेला इंग्लिश पेपर वाचत नाश्ता केला की भैरप्पा माझ्याशी गप्पा मारायला मोकळे. एकीकडे स्वयंपाकपाणी करता करता माझ्या त्यांच्याशी गप्पा होत असतानाच कुणी भेटायला येणार असेल तरी हीच वेळ.

नाश्ता आणि जेवणावरच भर असल्यामुळे भैरप्पांची जेवणात दोन भाज्या-कोशिंबीर किंवा सॅलेड-डाळ-भात-पोळी ही गरजच म्हणावी लागेल. कुणी हौसेनं जेवायला बोलावून सुक्या बटाट्याच्या भाजीबरोबर पोळी वाढली असेल, तर घरी आल्या आल्या त्यांची सूचना ठरलेली, ''संध्याकाळला भरपूर भाज्या करा हं!'' श्रीखंड-आम्रखंड आवडीनं चमचाभर खात असले, तरी स्वयंपाकात गोडाचा विषय काढला की त्यांचं म्हणणं, 'मी गावी गेल्यावर तुम्ही करून खा!'

दिवसभरात आमच्या चहाच्या वेळी त्यांच्यापुढे फळं किंवा इतर काही खाद्य पदार्थ ठेवायचे. पदार्थात असलेल्या चरबीविषयी ते जागरूक असल्यामुळे तसेच पदार्थ समोर ठेवायचे. एखाद्या वेळी दूध चाललं तरी या सगळ्या ऐच्छिक गोष्टी. नाश्ता आणि दोन जेवणांवर त्यांची नितांत श्रद्धा. अगदीच गप्पांच्या वेळी झोप

यायची लक्षणं असतील तर कधीतरी चहा घेतला, तरी पण कॉफी मात्र अजिबात वर्ज्य.

एकदा परगावहून एक कार्यक्रम संपवून आम्ही तिघं खास गाडीनं पुण्याला येत होतो. दोन-तीन दिवस भैरप्पांच्या सान्निध्यात मजेत गेले होते. संयोजकांनी भैरप्पांबरोबर आम्हा दोघांची चांगली बडदास्त ठेवली होती. प्रवासात जेवणाची वेळ टळून चालली तेव्हा एका हॉटेलात जेवायला गेलो. जेवण झाल्यावर ह्यांनी बिल दिलं. भैरप्पाही पुढं सरसावले, तेव्हा मी म्हटलं, "असू द्या! तुमच्यामुळे आमची दोन-तीन दिवस भरपूर चैन झालीय!..."

भैरप्पा लगेच म्हणाले, "तुम्ही दोघं नसता तर महाराष्ट्रात मला कुणी विचारलं असतं?"

कन्नड भाषेतील एका म्हणीप्रमाणे 'मी चटईखाली गेले तर भैरप्पा रांगोळीखाली गेले!' (एकमेकांपुढे लीन झालो)

कारंत आणि भैरप्पा या दोन लेखकांशिवाय आणखी कुणाशीही एवढा मोकळेपणा येऊ शकला नाही. बावीस एकरच्या फार्महाऊसमध्ये राहणारे पूर्णचंद्र तेजस्वी गर्दीला घाबरून कधीच पुण्यात आले नाहीत. कार्नाड आणि अनंतमूर्ती हेही माझे महत्त्वाचे लेखक; पण ते जेव्हा पुण्यात यायचे तेव्हा ते कुठल्या ना कुठल्या उच्च अधिकारानं यायचे. त्यामुळे त्यांची एखाद्या 'तारांकित' हॉटेलमध्ये व्यवस्था असायची. त्यांच्या भरगच्च कार्यक्रमातून जेमतेम एखादा तास बोलायला मिळायचं. त्यामुळे तो वेळ त्या वेळी सुरू असलेल्या अनुवादाच्या संदर्भात बोलण्यासाठीच खर्च होई. त्यामुळे इतर बाबतीत मोकळेपणानं गप्पा मारायला वेळच नसायचा.

अनंतमूर्ती 'शशीप्रभा' आणि 'पार्थ हेरिटेज'मध्ये दोन-तीनदा येऊन गेले. एकदा ते साहित्य अकादमीचे अध्यक्ष होते तेव्हा आले होते. एकदा ते पुण्याच्या 'फिल्म आणि टेलीव्हिजन इन्स्टिट्यूट'मध्ये डायरेक्टर असतानाही आले होते. पण त्यांच्याबरोबर कुणीतरी पदाधिकारी किंवा आणखी कुणीतरी असायचं. त्यामुळे हे नातं लेखक-अनुवादकापुरतंच मर्यादित राहिलं. त्यात मनातले प्रश्न विचारावेत, एवढा मोकळेपणा आला नाही. तेही त्याहून जास्त कधी बोलले नाहीत.

तरीही या वेळेपर्यंत फोनचा सुळसुळाट झालेला असल्यामुळे मला काही अडचण आली की मोकळेपणानं त्यांना फोन करत असे. तसंच त्यांनी अनुवादासाठी सतत मला प्राधान्य दिलं होतं. अनेकांनी त्यांच्या साहित्याचा अनुवाद करण्यासाठी परवानगी मागितली; पण त्यांना अनंतमूर्तींनी सांगितलं, "उमा करताहेत ना! राहू दे!..." अनुवादक मला फोन करायचे, तेव्हा हे कळायचं.

कार्नाड फिल्म ॲन्ड टेलीव्हिजन इन्स्टिट्यूटमध्ये अधिकारी असताना सलगपणे

पुण्यात राहिले होते. शिवाय सिने-नाट्यक्षेत्रामुळे त्यांचा पुण्यातला मित्रपरिवारही मोठा. पुण्यातला वेळ त्यांचा त्यांनाही अपुरा पडणं स्वाभाविकच होतं. त्यामुळे ते कधी घरी आले नाहीत, पण ते उतरलेल्या हॉटेलवर आम्ही दोघं त्यांची भेट घेत असू. तेव्हा ते आम्हाला व्यवस्थित वेळ देत असल्यामुळे बऱ्याच गप्पा होत. शिवाय फोनवरही मोकळेपणानं बोलणं होई.

एकदा त्यांच्याशी बोलताना मी म्हटलं होतं, ''मराठीत महानगरी संवेदना व्यक्त करणारं उत्तम साहित्य आढळतं, तसं कन्नडमध्ये आढळत नाही, असं मला वाटतं. तुमचा काय अनुभव आहे?'' यावर ते म्हणाले, ''कर्नाटकात महानगर कुठं आहे? परवा-परवापर्यंत बेंगळुरूही केवळ मोठं गाव होतं. अलीकडे त्याला आपण नगर म्हणू शकतो. यानंतर कदाचित तशा प्रकारचं लेखन येऊ शकेल.''

माझ्या मालिकालेखनामुळे आणि त्यांच्या प्रकाशकांच्या प्रकाशनाच्या ठरलेल्या तारखेमुळे मी त्यांच्या नाटकांच्या अनुवादासाठी माझी असमर्थता सांगितली होती; पण याचा कुठल्याही प्रकारचा राग त्यांनी मानला नाही. त्यांच्या 'खेळता खेळता आयुष्य' या आत्मकथनाचं काम माझ्याकडे आलं.

त्यांच्या 'उणे-पुरे शहर एक' या नाटकाचा प्रयोग आम्ही त्यांच्या शेजारी बसून पाहिला.

असंच काहीसं सुधा मूर्तींच्या संदर्भातही झालं. त्या मॉडेल कॉलनीत राहायच्या आणि त्यांच्याकडे भरपूर वेळ होता, तेव्हा त्यांच्याशी मैत्री झाली होती. हळूहळू 'इन्फोसिस फाउंडेशन'बरोबरच त्या लेखिका म्हणून महाराष्ट्रात नावारूपास येऊ लागल्या. एक दिवस त्यांचा फोन आला, ''उमा, माझ्या 'डॉलरबहू' या कादंबरीचा मराठी अनुवाद करायचा आहे; तू तो करावास, अशी माझी इच्छा आहे.'' मी ही संधी सोडली नाही. त्यानंतर त्यांच्याशीही माझा लेखिका-अनुवादिका म्हणून संबंध येऊ लागला.

एकदा त्या आवर्जून घरीही- 'पार्थ हेरिटेज'मध्ये येऊन गेल्या. तेव्हा जुन्या 'शशीप्रभा'च्या आठवणी निघाल्या. पण नंतर, त्या पुण्यात जेव्हा येत तेव्हा काही ना काही कामासाठी किंवा कार्यक्रमासाठी म्हणूनच येत असल्यामुळे त्यांच्या भेटीही कामापुरत्याच होऊ लागल्या. त्यांच्या भरगच्च जीवनक्रमातून गप्पा मारण्यासाठी त्या वेळ कसा काढणार?

तरीही प्रत्यक्ष भेटींच्या वेळी त्यांच्या बोलण्यात जुना जिव्हाळा कायम असल्याचा अनुभव येतो. फोनवर बोलतानाही आपण जुन्या मैत्रिणीशी बोलत असल्याचा मोकळेपणा असतो. मालिकेच्या कामाच्या दडपणामुळे मला त्यांच्या एका कादंबरीच्या

अनुवादाचं काम नाकारावं लागलं होतं. तो 'इगो'चा प्रश्न न करता त्यांनी त्यांच्या 'पितृऋण' या कादंबरीवर आधारित चित्रपटाच्या खासगी 'शो'साठी आम्हा दोघांना खास निमंत्रण दिलं होतं. त्यांच्या इन्फोसिस फाउंडेशनच्या नंबरवर फोन केला, तर त्यांच्याशी संवाद मोकळेपणानं होऊ शकतो. त्या नसतील तर त्यांची पी.ए. त्यांना निरोप देते आणि त्यांच्या सोयीनं त्यांचा आपणहोऊन फोन येतो.

नंतरच्या काळात वैदेही या कन्नड कवयित्री-लेखिका यांच्याबरोबर मात्र बराच मोकळेपणा आला. कारण पुण्यात त्या आमच्या घरी उतरतात आणि आम्ही त्या भागात गेलो, तर त्यांच्या घरीच उतरतो. शिवाय दोघीही गृहिणी असल्यामुळे कन्नड-मराठी साहित्याबरोबरच बोलायला इतरही स्वयंपाक, स्वयंपाकातले पटकन होणारे पदार्थ, कर्नाटकातील साहित्य क्षेत्र आणि अनेक विषय असतात. त्यांचीही सहजपणे देवाण-घेवाण होते.

२०१६च्या पिंपरी-चिंचवड येथे भरलेल्या 'अखिल भारतीय मराठी साहित्य संमेलना'त बहुभाषा कविसंमेलन ठेवण्यात आलं होतं. तेव्हा विरूपाक्षांनी 'पसायदाना'चा कन्नड अनुवाद अत्यंत प्रभावीपणे म्हटला. तसंच वैदेही यासाठी हजर राहिल्या. त्यांनी त्यांच्या दोन कविता सादर केल्या आणि त्यांच्या एकेका कडव्यापाठोपाठ मी त्यांचा अनुवाद सादर केला.

या वेळी त्यांना आम्ही देहू-आळंदीची भेट घडवली. संतश्रेष्ठ तुकारामांनी स्वर्गारोहण केल्याची जागा दाखवतात, तिथं काही खेड्यातल्या बायका घसरफुगडी खेळत होत्या. ती संधी पकडून मी आणि वैदेहींनीही तिथं साधी फुगडी खेळून घेतली! तुकारामांचं नाव घेताच त्या म्हणाल्या, "तुकारामांची बायको ही महाराष्ट्रातली पहिली स्त्रीवादी महिला म्हणावी लागेल, ना?"

'डोंगराएवढा'च्या अनुवादाच्या वेळी मी शका पुंडेबरोबर तिच्या माहेरी, चिपळूणजवळच्या करंबवणे या गावी गेले होते. एकदा आम्ही वरणगावला असताना शकानं पत्रातून भर उन्हाळ्यातल्या कोकणातल्या 'दुःखा'विषयी लिहिलं होतं, 'घरभर आंबे पिकत असतात, त्यांचा वास. एकीकडे त्याचा रस रटरटत असतो, त्याचा वास घरभर फिरत असतो. त्यातच फणस पिकायला लागतात, मधूनच अननस... सोलांवर पुटं चढवून ती वाळवायचं काम एकीकडे सुरू असतं... त्यात पराकोटीचा उकाडा!...' यावर मी लिहिलं होतं, 'तुमचं कोकणातलं हे 'दुःख' अनुभवायला एकदा यायलाच पाहिजे!' देशावर आयुष्य गेलेल्या मला बाकी शेताचा अनुभव असला तरी हे 'दुःख' अतिशय आकर्षक वाटलं.

त्यामुळे एका आंब्याच्या सीझनलाही ठरवून करंबवण्याला गेलो होतो. तिथे

त्या संपूर्ण कुटुंबाशीच माझी चांगली ओळख झाली. आमच्यासारखे त्या घरी आणखीही कुणी पाहुणे आले होते. त्यांनाही कसवातले म्हणजे भोवतालच्या बागेतले पिकलेले आंबे गोळा करून त्याचा रस आटवून घेऊन जायची मुभा होती.

तिथं जाण्याआधी मी शकाकडून तिच्या माहेराविषयी ऐकत होते. तिच्या आठ सुशिक्षित आत्यांविषयी तर माझ्या मनात आदरभाव निर्माण झाला होता. त्यांनी शिक्षण घेतलं होतं तो काळ फारच वेगळा होता. तिची सगळ्यात थोरली आत्या म्हणजे गोदावरी केतकर. भरतमुनींच्या नाट्यशास्त्राचा मराठी अनुवाद करणाऱ्या विदुषी. यांचा जन्म १९०० सालचा. सगळ्या त्यांच्या पाठोपाठ दोन-दोन वर्षांचं अंतर असलेल्या. शिवाय त्यांचं जन्मगाव करंबवणे तर मीही पाहतच होते. तिथली भौगोलिक परिस्थिती परवा-परवापर्यंत अत्यंत प्रतिकूल. अशा परिस्थितीत एवढं शिक्षण घेणाऱ्या त्या बहिणीही धन्य आणि त्यांना एवढं शिक्षण घेऊ देणारे त्यांचे माता-पिताही धन्य, अशीच माझी भावना झाली होती.

मला शकाच्या वडिलांच्या खुनाविषयीही तिच्याकडून ऐकून ठाऊक होतं. थोडीफार पार्श्वभूमीही ठाऊक होती. कूळकायद्याच्या संदर्भात चाललेल्या खटल्यांमुळे बिथरलेल्या तेरा गावकऱ्यांनी एकत्रितपणे त्यांना ठार मारलं होतं, पण गुन्हा सिद्ध होऊ न शकल्यामुळे सगळे खुनी 'निरपराध' म्हणून सुटले होते. अशा गावात शकाच्या आई, केतकर वहिनी अनेक वर्ष एकट्या राहत होत्या.

१९९९ साली जेव्हा शकाच्या आईला- केतकर वहिनींना पारखेंचा 'आदर्श माता पुरस्कार' देण्यासाठी शका आणि पुंडे सरांची धडपड चालली होती. पुरस्कार जाहीर झाला. त्या समारंभात वहिनींविषयी मी थोडं बोलावं असं त्यांच्या सगळ्याच कुटुंबीयांचं मत पडलं. तेव्हा पुंडे सरांनी लिहिलेला केतकर वहिनींचा संपूर्ण जीवनसंघर्ष सामोरा आला. त्यानं मी इतकी प्रभावित झाले की वाटलं, इतक्या प्रतिकूल परिस्थितीत आणि वातावरणात जगणाऱ्या वहिनींवर आपण एखादा लेख लिहावा. तिथल्या फोटोंसहित एखाद्या उत्तम दिवाळी अंकात प्रसिद्धीसाठी द्यावा आणि त्यांचा जीवनसंघर्ष सर्वसामान्य वाचकांच्या समोर मांडावा.

मी तर करंबवण्याला जमेल तेव्हा जातच राहिले. वहिनींशी माझे स्वतंत्रपणेही सूर जुळले होते. त्यामुळे पुण्यात आल्या की त्या आमच्या घरीही चार-दोन दिवस राहायला यायच्या. शका-पुंडेसर, चतुराताई-चंदूभाऊ आणि वहिनींबरोबर मला कलकत्ता, कामारपुकुर-जयरामबाटी या श्री रामकृष्ण परमहंसांच्या आणि शारदामातांच्या जीवनाशी निगडित गावी आणि पुरी, कोणार्क, भुवनेश्वर असा प्रवास करायला मिळाला. त्या प्रवासात मला वहिनींचा बराच सहवास मिळाला आणि त्यांच्या व्यक्तिमत्त्वाची आणखी-आणखी ओळख होत गेली.

वहिनींचं सांगणंही अत्यंत रसाळ आणि भरपूर आत्मविश्वासपूर्ण असायचं.

सगळं चित्र डोळ्यांसमोर उभं करायच्या. त्यात कुठंही स्वतःचा पराक्रम सांगत असल्याचा भाव नसायचा. खटल्यांविषयी सांगतानाही एखाद्या खेळातल्या डावपेचाविषयी सांगावं तशा त्या रंगून जायच्या. जुने प्रसंग सांगतानाही त्या अत्यंत संयमानं सांगत.

वर्षानुवर्षं त्या हे आपल्या मुलींना, जावयांना आणि जवळच्या नातेवाइकांना सांगत असल्यामुळे त्यांना ते जवळजवळ तोंडपाठ झालं असावं. त्यामुळे पुनःपुन्हा सांगतानाही त्यात विसंगती नसायची. माझ्या उलटसुलट शंकांचीही त्या न चिडता, न रागावता व्यवस्थित सुसंगत उत्तरं द्यायच्या. भावना, विचार आणि तपशील सांगताना त्या कुठंही अनावश्यक उत्तेजित व्हायच्या नाहीत. अपवाद फक्त माधवरावांच्या मृत्यूच्या प्रसंगाचा.

तरीही हे लिहायला घेण्याच्या आधी माझ्या मनात एक किंतू होता. वहिनींचा सगळा लढा खोत विरुद्ध गरीब कुळं असा होता. वहिनी खोतांच्या प्रतिनिधी होत्या. वहिनींशी बोलताना माझ्या या संदर्भातल्या सगळ्या प्रश्नांची उत्तरं मिळत गेली आणि माझ्या मनातला किंतूही निघून गेला. एक तर यातलं काहीही त्यांनी सुरू केलं नव्हतं. त्या एक साध्या, सर्वसामान्य स्त्री होत्या. नियतीनं एक जीवन त्यांच्या सामोरं आणलं होतं. ते जीवन ही स्त्री किती निष्ठेनं जगली, त्या जीवनाचं आव्हान तिनं कसं पेललं, हे पेलत असताना तिनं माणुसकी आणि सामाजिक न्यायाला कसं अग्रभागी ठेवलं, हे माझ्यासमोर येत गेलं.

शिवाय खुनाच्या संदर्भात त्यांना तरी कुठं न्याय मिळाला होता? माधवरावांच्या खुन्यांना कुठलीही शिक्षा झाली नव्हती. त्या अर्थानं त्या स्वतःही न्याय व्यवस्थेच्या बळी होत्या.

मी जेव्हा प्रत्यक्ष लिहायला बसले तेव्हा माझ्या लक्षात आलं की, माझ्याकडे जमलेला ऐवज केवळ लेखाइतकाच मर्यादित नाही. तेव्हा प्रश्न पडला, हे सगळं काय म्हणून लिहायचं? केवळ माहितीपर? मग मला ती व्यक्ती समजली आहे, तिचं मन समजलं आहे, भावलं आहे, त्याचं काय करायचं? ते कसं मांडायचं?

एकदा पंधरवड्यासाठी करंबवण्यात गेलो असताना काही पानं लिहून झाल्यावर पुंडे सरांशी बोलले तेव्हा त्यांनी विचारलं, "म्हणजे तुम्ही कादंबरी लिहायचा विचार करताय की काय?"

मी काही उत्तर दिलं नाही. तसं माझं काहीच ठरलं नव्हतं. तरीही माझ्या हातून अनुवादाच्या निमित्तानं अनेक कादंबऱ्या लिहिल्या गेलेल्या असल्यामुळे कदाचित त्या लेखनाला कादंबरीसारखं काहीसं रूप आलं असावं.

मी लिहायला सुरुवात केली. वहिनींबरोबर माझ्या इतक्या मोकळ्या गप्पा झाल्या होत्या की, आता त्यांनी एखादा प्रसंग सांगायला सुरुवात केली की तो प्रसंग माझ्या डोळ्यांसमोर साकार व्हायला सुरुवात होई. त्यामुळे मी निवेदक न ठेवता स्वतः वहिनीच सांगताहेत, असा फॉर्म ठेवला. यामुळे मला त्यांच्या मनात शिरायची संधी मिळत गेली. वहिनींनी सांगितलेलं सगळं जर मी लिहायचं ठरवलं असतं, तर बारा-पंधराशे पानी बाड सहज तयार झालं असतं.

तरीही बघता बघता एका लेखाच्या ऐवजी दोनशे पानांचं हस्तलिखित तयार झालं. घटनांची निवड करत मी पहिला खर्डा लिहून संपवला आणि पुंडे सरांना वाचायला दिला.

शका आणि पुंडे सरांनी हस्तलिखित बारकाईनं वाचलं. प्रकाशकांबरोबर त्यांनी काम केलेलं असल्यामुळे त्यांच्या पद्धतीप्रमाणे परखड आणि मुद्देसूद लेखी अभिप्राय दिला. त्यात त्यांनी म्हटलं होतं, '...या लेखनातून वहिनीच्या जीवनातलं एकटेपण आणि तिचं कर्तृत्व समोर येत नाही. अशा प्रकारच्या लेखनातून काहीच साधत नाही. अशा प्रकारचं पुस्तक आलं काय किंवा नाही आलं काय!...'

हा अभिप्राय वाचून मी हताश झाले. त्या वेळी मी एका अनुवादात गुंतले असल्यामुळे पुंडे सरांचा अभिप्राय बाजूला सारून दिला. तरी मनात कुठेतरी तो विचार आणि ती हताशा ठसठसत होती.

पुंडे सरांच्या म्हणण्यानुसार मला सगळंच पुन्हा एकदा लिहायला हवं होतं. अनुवादाच्या निमित्तानं मला भरपूर लिहायची सवय होती. पण काय लिहायचं, कसं लिहायचं हा प्रश्न काही सुटत नव्हता. माझ्यापुढे काही प्रश्न होते आणि त्याची उत्तरं माझी मलाच शोधायची होती. एकदा वहिनींनाच निवेदक केल्यावर त्या स्वतःविषयीच्या कर्तृत्वाविषयी कसं लिहितील? ते त्यांच्या स्वभावात बसण्यासारखं नव्हतं. शिवाय ते थिल्लर दिसलं असतं. त्यांच्यासारख्या मानी स्त्रीला 'चिल्लर' करून दाखवायचा मला काहीच अधिकार नव्हता.

ज्या वहिनी '...काही नाही गं, अंगणात वाघ आला होता!' असं फोनवर सांगत होत्या, त्या तिथं आलेल्या अडचणींकडेही तशाच बघायच्या! त्यांना त्या अडचणींविषयी विचारलं तर त्या म्हणायच्या, 'शहरात रस्त्यावर दररोज अपघात होत असतात. म्हणून तिथं जगताना तुम्ही त्याला किती महत्त्व देता? रस्त्यानं फिरायचं सोडता का? तसंच आहे आमचं!..'

काही दिवसांनंतर एक दिवस मी पुन्हा शांतपणे पुंडेसरांचा अभिप्राय वाचून पाहिला. डोकं शांत असल्यामुळे ते काय म्हणताहेत ते पुन्हा एकदा पाहिलं. नंतर विचार करू लागले, यावर काय करता येईल?

एक दिवस आठवलं, गिरीश कासरवल्लींनी कुठल्याशा कन्नड चित्रपटाच्या निर्मितीच्या वेळी कुठंतरी बोलताना सांगितलं होतं, "मूळ कथेत लहान मुलाचं पात्र नाही, पण मी ते चित्रपटात आणलं. कारण आठ-दहा वर्षांची खेड्यातली मुलं कुठूनही कुठंही धावत जातात. त्याच्या आधारानं मला माझा कॅमेराही हवा तसा फिरवता आला." मला त्याचा मथितार्थ समजला. हेच गिरीश कार्नाडांनी 'काडू' या कन्नड चित्रपटातही केलं होतं. त्या मुलाच्या नजरेतून दोन गावांतल्या नागरिकांमध्ये अखेरच्या झालेल्या रक्तरंजित मारामारीचा प्रभाव प्रत्यक्ष कादंबरीपेक्षा कितीतरी गडद करण्यात त्यांना यश मिळालं होतं.

कथेचा आशय अधिक प्रभावीपणे प्रेक्षकांपर्यंत पोहोचवण्यासाठी दिग्दर्शकानं ही युक्ती केली होती. इथं मी काय करू शकेन, याचा विचार करू लागले. मला जो काही मार्ग शोधायचा तो वहिनींच्याच आयुष्यातून शोधायला हवा होता.

मला शकानं सांगितलेले एक-दोन प्रसंग आठवले. ठकू आत्तेला रात्री काहीतरी चावतं आणि ती आणि शका घाबरतात, तो प्रसंग. दुसरा प्रसंग म्हणजे एकदा शका एकटी तिथं राहिली होती, तेव्हाची तिची भावना.

तसंच वहिनींचं कर्तृत्व गावकऱ्यांच्याही दृष्टीनं समजून घेणं आणि मांडणं आवश्यक होतं. त्यासाठी मी 'उमा' हे एक पात्र घातलं आणि गावातला एक कार्यकर्ता आणि वहिनींचा मानसपुत्र रमेश लाड याचंही पात्र घातलं. त्याच्या तोंडून मी जे काही ऐकलं होतं, ते सगळं मला तिथं वापरता आलं.

अशा प्रकारे वहिनींच्या व्यक्तिमत्त्वाला कमीपणा न आणता मी त्यांचं कर्तृत्व दाखवण्यात यशस्वी झाले.

लेखन पुरं झालं. पुंडेसरांनी समाधान व्यक्त केलं. 'केतकर वहिनी' या नावानं पुस्तक प्रसिद्ध झालं. त्याच्या कव्हरवर वहिनींचा दाखवायच्या वेळी काढलेला फोटो दिला आणि मलपृष्ठावर मी काढलेला फोटो. ही कल्पना पुंडे सरांचीच. माझी बरीच पुस्तकं ज्यांनी प्रकाशित केली, त्या मेहता पब्लिशिंग हाऊसनं पुस्तक प्रकाशित केलं.

वहिनींनी पुस्तक पाहिलं, वाचलं. त्यांनी मला एक पत्र लिहून कृतज्ञता व्यक्त केली. त्यात लिहिलं होतं, '...सावरकरांसारख्यांच्या जन्मठेपेविषयी लिहिलं गेलं. आमच्यासारख्यांची जन्मठेप कुणाला कशी समजणार, असं वाटायचं. तू ते केलंस!...'

फेब्रुवारीत पुस्तक प्रकाशित झालं आणि एप्रिलमध्ये त्या वारल्या. मनात संमिश्र भावना दाटल्या. मला वाईट वाटलं, त्याचबरोबर पुस्तक त्यांच्या हयातीत निघाल्याचं समाधानही वाटलं. या पुस्तकानं हे सारं कुटुंबच आमच्या जवळ आलं. पुस्तक पाहून पुंडे सरांनीही समाधान व्यक्त केलं. आनंद झाला तरी मी

संकोचानं म्हटलं, ''सगळं वहिनींनीच सांगितलं होतं!''

पुंडे सर म्हणाले, ''यातला सगळा तपशील घरातल्या आम्हा प्रत्येकालाच ठाऊक आहे. कदाचित आणखीही तपशिलासह! वहिनींनी सगळ्यांनाच इतक्या रसाळपणे सांगितलं आहे; पण आम्ही कुणी हे नाही करू शकलो! तुम्ही केलंत!'' वहिनींचा अमेरिकेतला नातूही म्हणाला, ''आता आम्ही पुढच्या पिढीला दाखवू शकतो, आमची आजी कशी होती ते! तुम्ही आमच्यासाठी फार मोठं काम केलंय!'' उषा वहिनी तर 'केतकर वहिनी'च झाल्या.

सगळ्या कुटुंबीयांच्या भावना प्रामाणिक होत्या. त्याचबरोबर या लेखनानं मलाही काही कमी आनंद दिला नव्हता!

पुस्तक प्रकाशित होताच अनेकांनी समाधान व्यक्त केलं.

त्यातल्या एक म्हणजे ॲड. नीलिमा मैसूर. त्यांनी वहिनींना भेटायची इच्छा व्यक्त केली; पण वहिनी तेव्हा राहिल्या नव्हत्या. नीलिमाताईंना अतिशय हळहळ वाटली. वहिनींची कायद्याविषयीची जागरुकता पाहून त्या अत्यंत प्रभावित झाल्या होत्या. त्यांना तर वाटत होतं, आज शिकलेल्या आणि स्वतःला आधुनिक 'स्त्रीवादी' म्हणवणाऱ्या स्त्रियाही कायद्याविषयी एवढी जागरुकता दाखवत नाहीत, अशा सावध राहत नाहीत.' असा त्यांचा अनुभव असल्यामुळे त्यांना वहिनींचं अतिशय कौतुक वाटलं होतं. 'वहिनींना वकिलांकडूनही श्रद्धांजली वाहिली गेली पाहिजे!' अशी भावनाही त्यांनी व्यक्त केली.

'केतकर वहिनी' वाचताच आमचे जवळचे ज्येष्ठ स्नेही प्रा. ग. प्र. प्रधानांचंही पत्र आलं, 'मला कादंबरी आवडली; पण यात खोतीचे समर्थन आहे, त्याला माझा विरोध आहे...'

एकंदरीत या पुस्तकाचं वाचकांकडून चांगलं स्वागत झालं. त्याच्या आणखी आवृत्त्या निघाल्या. महाराष्ट्रातल्या जवळजवळ सगळ्या वृत्तपत्रांमधून याची दखल घेतली गेली. हे पुस्तक वाचल्यामुळे वहिनींच्या जागेत सुरू झालेल्या 'विश्व हिंदू परिषदे'च्या विद्यार्थिगृहासाठी कार्य करण्यासाठी माणसं येऊ लागली. जवळपासच्या शाळांनी हे घर म्हणजे सहलीचं ठिकाणही केलं. काही जणांना या विषयावर चित्रपट किंवा धारावाही होऊ शकेल असं वाटून तशी चर्चा होऊ लागली. गौरी लागूंनी आकाशवाणीसाठी नऊ भागांत श्राव्य मालिकाही तयार केली.

हे पुस्तक प्रकाशित होताच माझी एक वाचक मैत्रीण म्हणाली, ''तुमची स्वतःची शैली आम्हाला समजली. तुम्ही अनुवादित करत असलेल्या प्रत्येक लेखकाबरोबर तुमची शैली बदलते, हे आता उदाहरणासहित दाखवून देता येईल.''

तरीही चिपळूणच्या जवळपासहून एखादा फोन किंवा पत्र आलं की माझ्या पोटात गोळा येई! कुणी काही अपसूर तर काढणार नाही ना? 'तुम्ही लिहिलंय... पण खऱ्या वहिनींची अमूक बाजू तुम्हाला कुठं माहीत होती?...' असं तर नाही ना म्हणणार?

पण तसं काही घडलं नाही. उलट, 'आम्हीही वहिनींना जवळून ओळखत होतो...' असं म्हणणाऱ्यांचे अनेक अभिप्राय आले. त्यांनीही 'पुन्हा वहिनींना भेटल्यासारखं वाटलं...' , 'तुम्ही वहिनींना न्याय दिलात!' अशाच अर्थाची भावना व्यक्त केली.

फक्त एक अभिप्राय असा आला, 'वहिनींचं सगळं तुम्ही बरोबरच लिहिलंय, पण त्यांचे सासरे काही तुम्ही म्हणता तेवढे 'गोड' नव्हते! त्यांच्या 'कर्तृत्वा'च्या कितीतरी 'कहाण्या' आम्हाला माहीत आहेत!..'

हे ऐकताच मला मी या लेखनासाठी प्रथमपुरुषी निवेदन स्वीकारल्याचं समाधान वाटलं!

भैरप्पांच्या कादंबऱ्यांवरील चर्चासत्रात नीलिमा पालवणकरशी ओळख होऊन नंतर तिचं रूपांतर मैत्रीत झालं होतं. ठाण्यात राहणाऱ्या नीलिमाच्या पुढाकारानं माझा तिथं एक कार्यक्रम ठरला. त्या वेळी गेले असता तिनं राम पटवर्धनांच्या घरी नेऊन आमची त्यांच्याशी ओळख करून दिली.

त्या आधी पुण्यात भरलेल्या 'केल्याने भाषांतर'च्या मोठ्या चर्चासत्रात पटवर्धन आणि मी एका व्यासपीठावर होतो. माझ्या भाषणानंतर त्यांनी अत्यंत मोकळेपणानं माझ्या भाषणावर 'उत्तम बोललात!' असा अभिप्राय दिला होता. प्रत्यक्ष ओळख नसली तरी त्यांचं नाव आणि साहित्य संपादनातल्या त्यांच्या दबदब्याविषयी ऐकून असल्यामुळे मला धन्य-धन्य वाटलं होतं.

ठाण्याच्या एका भेटीत मी त्यांना 'केतकर वहिनी'ची प्रत दिली आणि विनंती केली, "या पुस्तकाचं आता काही व्हायचं राहिलेलं नाही. तरीही मला यावरचं तुमचं परखड मत जाणून घ्यायचंय!... घाई नाही. तुमच्या सवडीनं, तुम्हाला वाटेल तेव्हा तुम्ही हे बघून ठेवा."

त्यांनी विचारलं, "ॲकॅडेमिक इंटरेस्ट म्हणून?"

"होय..." मीही सांगितलं.

काही महिन्यांनंतर पुन्हा पटवर्धनांना भेटायचा योग आला, तेव्हा त्यांनी सुरुवातीलाच सांगितलं, "या लेखनाला आत्मचरित्रात्मक कादंबरी म्हणता येईल. आता ही चांगली कलाकृती झाली आहे, पण यावर योग्य वेळी आणखी काम झालं असतं तर ही उत्तम कलाकृती होऊ शकली असती."

हे ऐकताच माझ्या अंगावर शहारे आले! एक माहितीपर लेख लिहिता

लिहिता माझ्या हातून एक ललित कलाकृती लिहून झाली होती!

रामभाऊंनी त्यांच्याकडील 'केतकर वहिनी'च्या प्रतीवर भरपूर काम केलं होतं. बऱ्याच ठिकाणी खुणा केल्या होत्या. भरपूर वाचल्यामुळे ती प्रत खिळखिळी झाली होती. ती प्रत मी तशीच ठेवली आहे.

त्यांनी सुरुवातीलाच सांगितलं, ''तुम्ही प्रमुख पात्रालाच निवेदक केलंत आणि स्वतःवर अनेक बंधनं घालून घेतलीत! जर तुम्ही निवेदक वेगळा ठेवला असता, तर तुम्हाला इतर पात्रांची बाजू आणखी चांगल्या प्रकारे मांडता आली असती.''

मी खरोखरच तसा विचार करून पाहिला; पण मला तेव्हा तसं वाटलं नाही. शिवाय माझी काही फार 'महान' कादंबरी लिहायची महत्त्वाकांक्षाही नव्हती. मला तर ती कादंबरीही करायची नव्हती, एक लेख लिहायचा होता. त्याचं एक पुस्तक झालं, याचाच मला आनंद होता. शिवाय वहिनींच्या सासऱ्यांविषयीचे अभिप्राय ऐकल्यावर तर मी निवेदकाची भूमिका घेतली नाही, याबद्दल मला बरंच वाटलं होतं.

पण काही महिन्यांनंतर प्रभाकर पेंढारकर यांचं 'रारंगढांग' माझ्या वाचनात आलं आणि सगळा उलगडा झाला. त्या संदर्भातही असंच घडलं होतं; पण लेखकाला संपादकाची सूचना नीट पकडता आली होती! जर माझ्या वाचनात आधी 'रारंगढांग' आली असती आणि राम पटवर्धन भेटले असते, तर 'केतकर वहिनी' हे पुस्तक आता आहे त्यापेक्षा वेगळं झालं असतं, हे मात्र खरं!

एकदा धारवाडच्या हेमा पट्टणशेट्टी यांना मी हे पुस्तक दाखवून त्यासंबंधी सांगत होते. त्या कन्नडमधील लेखिका, कवयित्री आणि प्रकाशिकाही आहेत. त्या माझ्याशी वाद घालत होत्या, ''पण तुम्हीच हे सगळं का सांगत बसलात? कव्हरला आणि पाठीमागे त्याच बाईचे फोटो का दिलेत?''

मी सांगितलं, ''कारण मला ते तसंच सांगायचं होतं! बरं, माझं जाऊ दे! तुम्ही सांगा. तुम्ही माझ्या जागी असतात तर तुम्ही काय केलं असतं?''

यावर त्या म्हणाल्या, ''मी असं केलं असतं; माझ्या प्रस्तावनेत मी मला प्रभावित करणाऱ्या त्या बाईंचं नाव दिलं असतं. नंतर अधिक मोकळेपणानं माझी सर्जनशीलता वापरून सगळं लेखन केलं असतं. कादंबरीतली नावंही बदलली असती. कव्हरलाही या बाईंच्या फोटोऐवजी दुसरं एखादं आधुनिक चित्र दिलं असतं. नंतर एखाद्या समीक्षकानं शोध लावून हे अमूक बाईच्या जीवनावर कसं आधारित आहे, हे सांगणारा असा एखादा लेख लिहिला असता! आता तुम्ही

समीक्षकांसाठी काही कामच ठेवलं नाही!''

करुणा ही अशीच आमच्या नात्यातली मुलगी बी.ई. झाल्यावर बेळगावहून पुण्यात येऊन आमच्याकडे राहिली. काही वर्षांनी बऱ्यापैकी पगाराची नोकरी मिळताच ती आमच्या घरातून बाहेर पडली. आधी एका घरी पेईंग गेस्ट म्हणून आणि त्यानंतर एक स्वतंत्र फ्लॅट भाड्यानं घेऊन ती राहू लागली. अधूनमधून तिचे पालकही तिच्याकडे येऊन राहू लागले. आमच्याशीही तिचं नातं स्नेहपूर्ण राहिलं. घरातली जागा रिकामी होताच आमचा पुतण्या अमृत ऊर्फ अभिजीत आमच्या घरी राहायला आला. तोही नुकताच बी.ई. झाला होता.

एक दिवस करुणा एका तरुणाबरोबर घरी आली आणि तिनं त्याच्याशी आपलं लग्न ठरल्याचं सांगितलं. त्या तरुणाचं आडनाव शर्मा-वर्मा असं काहीसं होतं. त्यांचं लग्न इंटरनेटवरून ठरलं होतं. त्यानं त्याच्या शिक्षणाच्या अनेक डिग्र्या सांगितल्या होत्या. तसंच आपले आई-वडील, काका-काकू मिलिटरीत असल्याचं सांगितलं. एकाहत्तरच्या युद्धात वडील वारले, आई डॉक्टर-कर्नल होती, तिलाही कॅन्सर झाला आणि ती गेली, असं सांगितलं. काका-काकू जम्मूजवळ सीमेवर असल्याचं सांगितलं होतं. त्यामुळे त्याच्याव्यतिरिक्त त्याच्या नात्यातलं इतर कुणीच भेटलं नव्हतं. अधूनमधून त्याचे काका फोनवरून करुणाशी बोलायचे. भेटायची उत्सुकता असल्याचं सांगायचे.

तो मुलगा बेळगावला करुणाच्या घरीही जाऊन आला होता. करुणाच्या आई-वडिलांनीही मुलाला पसंत केलं होतं.

विरूपाक्ष मात्र करुणाच्या आई-वडिलांना सांगायचे, 'अरे, मुलगी देताय! मुलाचे आई-वडील तर नाहीच आहेत; पण एकदा तुम्ही दोघं त्याच्या काका-काकूलातरी जाऊन भेटून या.' पण प्रकृतीच्या तक्रारींमुळे आणि जम्मू-बेळगाव या अंतरामुळे त्यांना ते जमलं नाही.

अखेर लग्नाची तारीख ठरली. पुण्यातल्या कँप भागातील एका हॉलमध्ये हे लग्न अमूक तारखेला करायचं ठरलं. बेळगावहून सात-आठ जणं येणार होते. नंतर बेळगावमध्ये रिसेप्शन ठरवण्यात आलं. मुलाचे काका-काकू आणि मुलगा दोन दिवस आधी येणार होते.

मी आणि करुणा तुळशीबागेत गेलो. हिरव्या बांगड्या, मेंदी आणि इतर लग्नाची थोडीफार खरेदी केली. मी करुणाला आमच्या घरीच राहायला बोलावलं. तशी ती आली. थोड्या उशिरा का होईना, लग्न ठरल्याच्या आनंदात ती न्हात होती.

आमच्याबरोबरच, नेहमी घरी येणाऱ्या अनिल अवचटांनाही करुणानं लग्नाला यायला सांगितलं.

लग्नाच्या तारखेच्या आधी चार-पाच दिवस अवचट काही कामासाठी कँपमध्ये गेले होते. तेव्हा त्यांनी लग्नाच्या हॉलची चौकशी केली. तिथल्या दोन्ही हॉलमध्ये चौकशी करताच तिथं कुणीही शर्मा किंवा वर्मा नावानं त्या विशिष्ट दिवशी बुकिंग केलेलं नसल्याचं समजलं. दोनपैकी एक हॉल त्या दिवशी रिकामा होता आणि दुसऱ्या हॉलमध्ये 'कपूर' किंवा 'मेहता' नावाच्या कुणाचं तरी लग्न होतं. ही माहिती अवचटांनी लगेच फोनवरून कळवली.

त्याच क्षणी आमच्या मनात शंकेची पाल चुकचुकली. लगेच विरूपाक्ष आणि करुणाही कँपमध्ये जाऊन आले. अवचटांनी दिलेली माहिती खरी होती.

घरी आल्यावर मात्र विरूपाक्षांनी करुणाला जवळ बोलावलं आणि स्पष्टच विचारलं, "समज, लग्नासाठी तो मुलगा एकटाच आला, काका-काकू का आले नाहीत याविषयी त्यानं कितीही कारणं सांगितली, तरी तू त्याच्याशी लग्न करणार आहेस काय?"

हॉलचं प्रकरण समोरच असल्यामुळे अस्वस्थ असलेली करुणा लगेच उत्तरली, "नाही!"

"तुझ्या आई-वडिलांनी कितीही दडपण आणलं तरी?"

"हो. नाही करणार!"

करुणानं मोबाइलवरून त्या मुलाला यासंबंधी विचारलं. त्यानं काहीतरी उडवाउडवीचं उत्तर दिलं. आपण काका-काकूंना घेऊन पुण्याला यायला निघाल्याचं सांगितलं. नंतर लग्नाच्या तारखेच्या दोन दिवस आधी त्यानं मुंबईहून निघाल्याचं मोबाईलवरून सांगितलं. "आता आम्ही पुण्यापासून पंचेचाळीस किलोमीटरवर आहोत, लोणावळा सोडलंय..." असा त्याचा फोन आला.

त्यानंतर त्याचा फोन लागेनासा झाला. करुणा फोन करून करून हैराण झाली. रडकुंडीला आली.

इकडे बेळगावहून येणारी माणसं कऱ्हाड ओलांडून पुढे आली होती. त्यांचाही वाटेतून फोन आला. परिस्थितीची कल्पना आलेली असल्यामुळे करुणानं वडिलांना फोनवरच ताडकन सांगितलं, 'हे लग्न होणार नाही...' मी तिच्या हातातून फोन घेऊन तिच्या वडिलांना परिस्थितीची कल्पना दिली आणि पुढे काय करायचं याचा विचार करायला सांगितलं.

करुणा आई-वडिलांबरोबर निघून गेली. बेळगावातलं रिसेप्शन रहित करण्यात आलं. काही दिवस बेळगावात राहून ती पुन्हा पुण्यात आली. ती आपल्या फ्लॅटवर न जाता आमच्या घरीच उतरली, राहिली.

एक दिवस जेवून दुपारी ती आणि मी आडव्या पडून गप्पा मारताना ती

उद्वेगानं म्हणाली, ''खूपच नुकसान झालं माझं! खूप पैसे लुटले त्यानं!''

मी ताडकन उठून बसले. माझ्या मनातल्या अव्यक्त शंकांचं उत्तर मिळायचा क्षण आल्याचं माझ्या लक्षात आलं. करुणा तिशी उलटलेली प्रौढ तरुणी होती. दिसायलाही चारचौघींसारखी होती. अत्यंत शिस्तीचं मध्यमवर्गीय आयुष्य जगणारी होती, याचा अनुभव मीही काही वर्षं घेतला होता. तरीही या माणसाला हा सगळा उद्योग का करावासा वाटला असेल? त्याला हिच्याकडून काय पाहिजे असेल? नेमका काय डाव असेल त्याचा?

तिच्या बोलण्यातून मला माझ्या प्रश्नाचं उत्तर सापडत गेलं.

काही वर्षं नोकरी झाल्यामुळे करुणाची बँकेत काही शिल्लक पडली होती. तरुणानं सुरुवातीच्या दोन-तीन भेटींमध्ये तिच्याकडून 'मोबाईल हरवला... क्रेडिट कार्ड हरवलं... माझी सगळी बॅगच हरवली... तुझ्यासाठी खरेदी करायची आहे... तुझ्याबरोबर माझ्यासाठीही काही घ्यायचं आहे' अशी काही ना काही कारणं सांगून सत्तर-ऐंशी हजार रुपये उकळले होते! 'ज्याच्याबरोबर सगळं आयुष्य काढायचं आहे, त्याच्याबरोबर वागताना 'तुझा पैसा-माझा पैसा' कसं करायचं? अशा वागण्यामुळेच कितीतरी संसार मोडतात!' हा विचार करुणा सभोवतालच्या माणसांकडून सतत ऐकत वाढली होती. त्यामुळे ती तो सांगेल तसा पैसा खर्च करत राहिली होती.

सगळं ऐकताच मी उठले. आमच्या घरातील फोनच्या 'कॉलर आयडी'वरचे जुने नंबर आम्ही तपासून पाहिले. तिनं आमचाही फोन नंबर दिल्यामुळे त्याच्या काकांचे 'जम्मू'हून आलेले सुरुवातीचे फोन तिच्याबरोबरच आमच्याही फोनवर आले होते. ते मुंबईहून आल्याचंही स्पष्ट झालं. सगळाच मामला फसवेगिरीचा असल्याचं स्पष्ट झालं.

या सगळ्या फसवणुकीच्या मागे आर्थिक कारण आहे हा खुलासा झाल्यावर आम्ही अवचटांच्या ओळखीनं एका खाजगी गुप्तहेराच्या मार्गदर्शनाखाली या प्रकरणाचा छडा लावायचा प्रयत्न केला, तेव्हा आणखीही काही गोष्टी समजल्या.

त्या तरुणाचा शेवटचा 'लोणावळ्याहून' आलेला फोन हैदराबादच्या विमानतळावरून आला होता. त्याच तरुणानं पुण्यातल्या अशाच एका प्रौढ वयाच्या घटस्फोटित तरुणीलाही पन्नास-साठ हजारांना फसवलं होतं. शिवाय हैदराबादच्याही एका आयटीत नोकरी करणाऱ्या प्रौढ कुमारिकेचे सव्वा ते दीड लाख लुटले होते.

पण त्या तरुणाला शिक्षा होण्याच्या दृष्टीनं या दोघीही सहकार्य द्यायला तयार नव्हत्या, कारण एव्हाना हैदराबादच्या मुलीचं लग्न ठरलं होतं आणि पुण्यातल्या घटस्फोटित तरुणीची मुलगी मोठी व्हायला लागल्यामुळे तिचीही हे प्रकरण उकरून काढून आजचं आयुष्य संकटात टाकायची तयारी नव्हती. करुणाचे आई-

वडीलही या तपासासाठी वेळ द्यायला तयार नव्हते. त्यांनाही करुणाचं लग्न होऊन ती मार्गी लागणं हे अधिक महत्त्वाचं वाटत होतं.

मात्र, या प्रकरणाचा करुणानं इतका धसका घेतला होता की, तिनं काही वर्षं लग्नाचा विचारच सोडून दिला. पुढच्या काळात एक तरुण भेटला तेव्हा मागच्या अनुभवामुळे तिनं भरपूर उलटसुलट तपासण्या करून लग्नाला होकार दिला. अनेक वर्षं रखडलेलं तिचं आयुष्य सुरळीत सुरू झालं.

करुणाचा नवरा मूळचा तमिळनाडूमधला कन्नड माणूस होता. त्यामुळे लग्न तमिळनाडूमधल्या त्रिचिनापल्लीजवळच्या एका छोट्या गावी असलेल्या त्यांच्या घराण्याच्या देवस्थानात करायचं ठरलं होतं. करुणानं आम्हा दोघांसाठी विमानाची तिकिटं काढून देऊन लग्नाला आलंच पाहिजे, असं सांगितलं आणि ती पुढे निघून गेली.

आम्ही दोघं जायला निघालो. हा आमचा पहिलाच विमानप्रवास होता. आपापल्या बॅगा घेऊन आम्ही एका रिक्षाला हात केला. रिक्षा थांबली. आम्हा दोघांकडे एक नजर टाकून रिक्षावाल्यानं विचारलं, "शिवाजीनगर?"

"नाही. विमानतळ!"

आमचं उत्तर ऐकताच तो इतका ओशाळा झाला की त्यानं आपण येऊ शकत नसल्याचं सांगितलं. शिवाय त्यानं आम्हाला एका वेगळ्या रिक्षामध्ये बसवून दिलं आणि त्याचे पैसे घेतले नाहीत.

करुणाचं आयुष्य छान सुरू झालं. कदाचित फसल्या गेलेल्या त्या दोन तरुणीही आपापल्या संसारात सुखानं राहत असतील. पण तो तथाकथित 'शर्मा' आणखी किती खोटी नावं सांगून आणखी किती कमावत्या प्रौढ तरुणींना लग्नाची आशा लावून आर्थिक लुबाडणूक करत आहे कोण जाणे!

अवचटांचा साठावा वाढदिवस त्यांच्या परिवारानं एक हॉल घेऊन थाटात करायचं ठरवलं. अवचटांना वाढदिवसाची भेट म्हणून सगळ्या मित्र-परिवाराकडून पत्रं हवी होती. सगळ्यांबरोबर आम्ही दोघांनीही त्यांना वेगवेगळी पत्रं लिहिली. माझ्या पत्रात मी लिहिलं होतं, '...कर्नाटकात किन्नर-जोगी नावाचे लोककलावंत असतात. सकाळच्या वेळी ते गाणी म्हणत येतात, थोडं गातात, थोडं नाचतात, वाद्य वाजवतात... सगळं वातावरण आनंदित करतात आणि घटकाभरानं निघून जातात. तसे तुम्हीही सकाळच्या वेळी येता; एखादी ओरिगामी दाखवता, काढलेली चित्रं दाखवता, नवे फोटो दाखवता, गाणी म्हणता... काही वेळ घर उत्साहानं

आणि आनंदानं भारून टाकता. घटकाभर थांबून निघून जाता आणि आम्ही दोघंही पुन्हा आपापल्या खोल्यांमध्ये जाऊन पुढच्या कामाला लागतो...''

एकदा पुण्याच्या आकाशवाणीच्या गौरी लागू यांचा फोन आला. नंतर त्या भेटायलाही आल्या. त्यांच्या मनात एक अभिनव विचार आला होता. जशा दूरदर्शनवर मालिका असतात तशी 'वंशवृक्ष' या भैरप्पांच्या कादंबरीवर त्यांना आकाशवाणीसाठी बारा-तेरा भागांची मालिका करायची होती. त्यासाठी भैरप्पांकडून परवानगी मिळवून द्यायच्या कामाबरोबरच त्याच्या लेखनाचं कामही मीच करावं, अशी त्यांची अपेक्षा होती. मला अशा प्रकारच्या कामाची काहीच माहिती नव्हती; पण करून बघायची इच्छा मात्र होती.

या सुमारास माझी स्त्रीरोगतज्ज्ञ बहीण डॉ. रजू ऊर्फ अपर्णा श्रोत्रीनं मला एकदा तब्येतीची तपासणी करून घ्यायला सांगितली. एव्हाना तीही ससूनमधून निवृत्त झाली होती आणि 'नारी'त काम करत होती. तिची आई गर्भाशयाच्या कॅन्सरनं गेली होती. त्यामुळे आम्हा सगळ्या पन्नाशीच्या जवळपास आलेल्या बहिणींची तपासणी करून घेणं, ही ती आपली जबाबदारी समजत होती.

सोनोग्राफी आणि इतर तपासण्यांमधून माझं गर्भाशयाचं ऑपरेशन तातडीनं करून घ्यायचा तिनं आग्रह धरला आणि तिचा एक विद्यार्थी, डॉ. शैलेश पुणतांबेकर यांची त्या दृष्टीनं अपॉईंटमेंटही घेतली. ती स्वतःही सगळं ऑपरेशन होईपर्यंत ऑपरेशन थिएटरमध्ये उभी राहिली. तिसऱ्या दिवशी मीना मला तिच्या घरी घेऊन गेली.

तेव्हा मी 'वंशवृक्ष'च्या नभोनाट्य रूपांतराचं लेखन सुरू केलं होतं. त्यामुळे लिहायचे कागद हॉस्पिटलमध्येही नेले होतेच. तसेच ते मीनाच्या घरीही घेऊन गेले. तिथंही बरं वाटेल तेव्हा लिखाण पुढे नेलं. मीनाच्या घरात चार दिवस विश्रांती घेऊन घरी आले आणि पुन्हा पुढचं लेखन करत राहिले. डॉक्टरांनी वाकायला आणि धावपळ करायला काही दिवसांसाठी बंदी केली होती. टेबलापाशी बसून लिहिणं सहज शक्य होतं. त्यामुळे मी ऑपरेशननंतरची विश्रांती आणि टेबलापाशी बसून लेखन बरोबरीनंच संपवलं. एकूण चौदा भागांची ही मालिका झाली.

लेखन संपल्यावर गौरीताई घरी येऊन लेखनाची प्रत घेऊन गेल्या. एकीकडे त्यांचं कलाकारांशी बोलणं सुरू झालं. श्रोत्रींच्या भूमिकेसाठी त्यांना श्रीराम लागू हवे होते. त्यांनी आधी कादंबरी वाचायला मागितली. नंतर संमती कळवली. कात्यायनीच्या भूमिकेसाठी अमृता सुभाष, लक्ष्मीच्या भूमिकेसाठी ज्योती सुभाष, नागलक्ष्मीच्या भूमिकेसाठी मानसी मागीकर असे सगळे कलाकार ठरले.

एक दिवस गौरीताई घरी येऊन म्हणाल्या, "मी सगळं स्क्रिप्ट वाचलं. काही वर्षांपूर्वी जेव्हा पहिल्यांदा 'वंशवृक्ष' वाचली होती, तेव्हा मला कात्यायनीचं दुःख भिडलं होतं. आता हे स्क्रिप्ट वाचताना त्यातली करुणारत्नेची वेदना अधिक झोंबतेय! असं का व्हावं? एक नक्की, आपल्याला हे लेखन कात्यायनीच्या दुःखाला हायलाईट करणारं करायचंय."

मलाही प्रश्न पडला, असं का व्हावं? अनुवाद करतानाची मी आणि हे लेखन करणारी मी एकच होते. मग मधे वाहून गेलेल्या वीसेक वर्षांत पुलाखालून जे पाणी वाहून गेलं त्याचा हा परिणाम असेल का? की ऑपरेशनच्या काळातल्या माझ्या बदललेल्या मानसिकतेचा हा परिणाम असेल?

मी पुन्हा हातात पेन घेतलं आणि करुणारत्नेचे प्रसंग कमी करत गेले आणि कात्यायनीच्या प्रसंगांना उठाव देत गेले. अखेर गौरीताईंचं समाधान होईल असं स्क्रिप्ट तयार झालं.

सगळ्याच कलाकारांनी उत्तम सादरीकरण केलं. त्यामुळे मालिका रंगत गेली. चौदा भागांत ही दर सोमवारी रात्री आणि शनिवारी दुपारी ऐकवली गेली. नंतरही अनेकदा तिचं सादरीकरण झालं. महाराष्ट्राच्या अनेक रेडिओ स्टेशन्सवरून ती ऐकवली गेली. मी भाषणासाठी वेगवेगळ्या भागात गेले की तिथं ही मालिका ऐकणारे दोघं-तिघं तरी भेटत. एका वयस्कर आणि डोळ्यांनी अधू असलेल्या एका गृहस्थांचा फोन आला. प्रत्यक्ष वाचन करणं अशक्य झाल्यामुळे हा श्रुतिकेचा अनुभव त्यांना अतिशय भावला होता.

या मालिकेचं ब्रॉडकास्टिंग सुरू असताना एकदा भैरप्पा पुण्यात होते. त्यांना मराठी समजायचा प्रश्न नव्हता. त्यांचा चित्रपट-नाट्यसृष्टीशी विशेष संबंध नसल्यामुळे त्यांना श्रीराम लागूंविषयीही माहिती नव्हती. मी प्रत्येक आवाज कुठल्या पात्राचा, हे सांगत होते. श्रोत्रींचा आवाज ऐकताच ते म्हणाले, "हे इतके दरडावून का बोलतात? श्रोत्रींनी आपलं म्हणणं सौम्यपणे सांगायला पाहिजे."

मी रेडिओ बंद केला.

प्रधान सरांचे मी किंवा विरूपाक्ष कधीच प्रत्यक्ष विद्यार्थी नव्हतो. विरूपाक्षांनी पूर्वी त्यांची निवडणुकीच्या वेळची भाषणं ऐकली होती. प्रभाकर पाध्येंच्या घरी त्यांच्याशी झालेली ओझरती भेट मलाही आठवते. आमच्या 'मराठी-कन्नड स्नेहवर्धन'केंद्राशी त्यांचे जवळचे संबंध होते. आमच्या अनुवाद कार्याचं 'साने गुरुजींचं आंतरभारतीचं काम' म्हणून प्रधान सरांना विशेष कौतुक होतं. मला केंद्र साहित्य अकादमीचा अनुवाद पुरस्कार मिळाल्यावर 'मराठी-कन्नड स्नेहवर्धन'केंद्रानं

एक सत्कार समारंभ त्यांच्या हस्ते आयोजित केला होता, तेव्हा ते आणि शांता शेळके आवर्जून आले होते. नंतरही ते आमच्या भागात आले की फोन करून आवर्जून घरी यायचे. 'मराठी-कन्नड स्नेहवर्धन'केंद्राच्या वतीनं त्यांच्या पंचाहत्तरीनिमित्त आमच्या घरी एक घरगुती कार्यक्रम केला होता. जवळीक होताच आम्ही त्यांना 'प्रधान सर'ऐवजी नुसते 'सर' म्हणू लागलो.

पत्नीच्या देहावसानानंतर ते हडपसरच्या वैद्यकीय संस्थेतल्या खोलीत कायमचे राहायला गेल्यावरही फोनद्वारा त्यांच्याशी आमचा संपर्क होता. त्यांनाही कधी आम्हाला भेटावंसं वाटलं, तर ते फोन करत आणि आम्ही त्यांना भेटायला जात असू. आम्हीही त्या रस्त्यानं येणार असू, तर सहज डोकावत असू.

त्या वेळी त्यांचं 'टॉलस्टॉयला पत्रे' लिहायचं चाललं होतं. तसंच जीवनाच्या या टप्प्यावर संतसाहित्य कसा मोह घालतं, या विषयीही ते प्रामाणिकपणे आणि मोकळेपणानं बोलत.

ते पुस्तक पूर्ण झाल्यावर त्याच्या कन्नड अनुवादाचा विचार पुढे आला. त्याच सुमारास बेळगावच्या प्रा. चौगुलेंशी संबंध आला होता आणि 'तुमचे काही अनुवाद असतील तर माझ्या ओळखीच्या काही प्रकाशकांना हवे आहेत...' असं चौगुलेंनी सांगितलं होतं. त्यामुळे विरूपाक्षांनी त्या अनुवादाचं काम मनावर घेतलं, लवकरच पुरं केलं आणि ते पुस्तकही अपेक्षेपेक्षा लवकर प्रकाशित झालं.

त्या पुस्तकाच्या लेखनानंतर त्यांनी असाच शिवराम कारंतांशी पत्रसंवाद करायचा विचार बोलून दाखवला होता; पण प्रकृतिअस्वास्थ्यामुळे ते जमलं नाही.

प्रा. चौगुले हे मराठी नाटकांचे कन्नड अनुवाद करणारे गृहस्थ. चित्रकार आणि कन्नड कथालेखकही. हे मूळचे बेडकीहाळचे. त्यांचं घर आमच्या बहुतेक काळ बंद असणाऱ्या वाड्याच्या मागे होतं. ते एकदा सांगत होते, ''तुमच्या सतत बंद असणाऱ्या वाड्यानं मला कितीतरी कथाविषय दिलेत!''

चौगुलेंनी आम्हाला 'एदेगारिके' नावाची लघुकादंबरी दिली. अग्नी श्रीधर नावाच्या बेंगळुरूच्या लेखकाची ही कादंबरी. कॉलेजमध्ये असताना एका मारामारीमध्ये श्रीधरांच्या हातून काही गुन्हे घडले. त्यामुळे त्यांना पोलिसांपासून वाचण्यासाठी भूमिगत व्हावं लागलं. हळूहळू ते एका गुन्हेगारी टोळीचे प्रमुख बनले. त्यांच्या नावावर खुनापासून काही गुन्हे होते. काही काळ त्या दुनियेत वावरून ते तिथून बाहेर पडले. आता ते 'अग्नी' नावाचं मासिक चालवतात, लेखन करतात, बिल्डरही आहेत आणि चित्रपटही काढतात. त्यांच्या 'दादागिरीय दिनगळू' (दादागिरीचे दिवस) या जाडजूड पुस्तकात त्यांनी त्या अनुभवांविषयी लिहिलं आहे.

'एदेगारिके' या कादंबरीत गुन्हेगारी जग आणि तिथली मानसिकता यांचं

चित्रण आहे. वास्तवाचं भान असल्यामुळे या लेखनालाही एक प्रकारचं गांभीर्य प्राप्त झालं आहे. गुन्हेगारी जगातले दोन तरुण. एकाला किडनॅप करून ठार करायचं काम दुसऱ्याकडे दिलं आहे. हा 'वरून' कुणाकडून तरी आलेला आदेश आहे. प्रत्यक्षात या दोघांमध्ये काहीही शत्रुत्व नाही. अशा परिस्थितीत थंडपणे एखाद्याला ठार करणं मुळात सोपी गोष्ट नाही! त्यातच, काही कारणामुळे त्या व्यक्तीबरोबर दोन-तीन दिवस एकत्र राहावं लागल्यामुळे त्या दोघांमध्ये निर्माण झालेले भावबंध. तरीही अपरिहार्य शेवट! कादंबरी चटका लावणारी होती. शिवाय तिला वास्तवाचं 'अस्तर' होतं.

या कादंबरीवर कन्नड सिनेमा काढायचं श्रीधर यांनी ठरवलं. त्यात मराठी-हिंदी चित्रपट कलावंत अतुल कुलकर्णी दोघांपैकी एक प्रमुख भूमिका करणार होते. श्रीधरांकडून मिळालेल्या सूचनेवरून अनुवादित कादंबरीचं हस्तलिखित घेण्यासाठी एक दिवस ते माझ्या घरी आले.

तेव्हा आमच्याकडे कमलताई होत्या. दोघंही मूळचे यमकनमर्डीचे असल्यामुळे त्यांच्यात खास 'गावाकडच्या' गप्पाही झाल्या.

कन्नड चित्रपट बनला आणि गाजलाही. अतुल कुलकर्णींना त्यातील कामासाठी फिल्मफेअरचे बक्षीसही मिळालं. कादंबरीचा मराठी अनुवाद 'साप्ताहिक सकाळ'च्या दिवाळी अंकात प्रकाशित झाला. नंतर त्याचं 'जिगर' नावाचं पुस्तकही आलं.

काही कारणानं मी गौरी लागूंशी बोलत असताना त्यांनी 'केतकर वहिनी'वरही आकाशवाणीसाठी श्राव्य-मालिका करायचा विचार बोलून दाखवला. 'वंशवृक्ष'चा अनुभव गाठीशी असल्यामुळे हे तर मला सहजच शक्य होतं. मी लगोलग कामाला लागले आणि नऊ भागांची श्रुतिका लिहून दिली. यातील मुख्य भूमिकेसाठी मानसी मागीकर यांची निवड अगदी योग्य होती. त्यांनी ती व्यवस्थित निभावली.

मला प्रश्न पडला होता, दृश्य माध्यमात वयाचा बदल दाखवायचा असेल, तर मेकअप मदतीला येऊ शकतो; पण आवाजाचं काय करणार? पण गौरीताईंनी तरुण वहिनी आणि वयस्कर वहिनींचं रेकॉर्डिंग वेगवेगळ्या दिवशी ठरवलं होतं. तसं केल्यामुळे आवाजाचे वेगवेगळे टोन सापडतात, असा गौरीताईंचा अनुभव होता. त्यामुळे केतकर वहिनींच्या तरुण आणि प्रौढ वयाचा प्रश्न मिटला.

मी वहिनींच्या सर्व नातेवाइकांना या श्रुतिकेविषयी सांगितलं आणि आवर्जून ऐकायला सांगितलं. सगळ्यांना ते अतिशय आवडलं. वहिनींची मुलगी शोभा काळे हिलाही; पण श्रुतिकेच्या सुरुवातीलाच खेड्याचं वातावरण निर्माण करण्यासाठी कोंबड्याची बांग ऐकवली होती. ती ऐकताच शोभा म्हणाली, "कोकणातल्या आमच्या घराच्या जवळपास कोंबड्यांच्या आवाजाची आम्ही कल्पनाही करू शकत

नाही. कोकणात घराच्या जवळपास कोंबड्यांसाठी उकिरडा हे सेफ्टीच्या दृष्टीनं अशक्य आहे. कारण पाठोपाठ सापांचा सुळसुळाटही होणार!... पण बाकी सगळ्या कलाकारांनी कामं सुरेखच केलीत.. छान वाटलं!''

गिरीश कार्नाडांच्या सगळ्या नाटकांच्या अनुवादाचे हक्क 'पॉप्युलर प्रकाशना'नं घेतले. अनुवाद कार्याविषयी विशेष आस्था बाळगणाऱ्या या प्रकाशकांनी कार्नाडांची सगळी नाटकं प्रकाशित करायचा घाट घातला. अनुवादाचं काम मी आणि सरोज देशपांडे यांच्याकडे विभागून देण्यात आलं. 'टिपू सुलतानाचं स्वप्न' हे नाटक माझ्याकडे आलं. मी त्याचा अनुवादही करून दिला. 'नागमंडल' आणि 'तलेदंड'चे अनुवाद आधीच झाले होते. त्याचे हक्क आधीच्या प्रकाशकांकडून घ्यायचे होते, तेवढंच. त्यानंतर मी एका मालिकेच्या कामात गुंतल्यामुळे आणि ही नाटकं विशिष्ट कालखंडातच प्रकाशित करायची प्रकाशकांची योजना असल्यामुळे, मला माझी अडचण सांगून काही नाटकांच्या अनुवादाचं काम सोडावं लागलं.

पण प्रकाशनाचा कालावधी पुढे गेला, तेव्हा 'ययाति'चा अनुवाद करायची मला पुन्हा संधी मिळाली. पूर्वी अनुवादित झालेल्या या नाटकाच्या दोन आवृत्त्या प्रकाशित झाल्या होत्या. हा अनुवाद आमचे ज्येष्ठ मित्र श्री. र. भिडे यांनी केला होता. ते आम्हाला नेहमी म्हणायचे, ''माझी भाषा जड आहे. ललितलेखनासाठी ती योग्य नाही, हे मला कळतंय!'' तो आणि चिं. त्र्य. खानोलकरांनी केलेला 'हयवदन'चा अनुवाद लेखकाला न पटल्यामुळे हे अनुवाद पुन्हा केले गेले. 'हयवदन'चा अनुवाद मूळ कलाकृतीपासून खूपच दूर गेलाय, असं लेखकाचं म्हणणं.

मी अनुवादित केलेल्या त्या आधीच्या आणि नंतरच्या पुस्तकांच्या वेळी कधीही मुखपृष्ठावर अनुवादकाचं नाव देण्याचा उल्लेख करायचा प्रश्नच उद्‌भवला नव्हता. अगदी ब्याऐंशी साली प्रकाशित झालेल्या पहिल्या अनुवादापासून सगळ्याच प्रकाशकांनी आवर्जून अनुवादकाचं नाव कव्हरवर छापलं होतं. उलट एखाद्या वेळी पुस्तकावर मूळ लेखकाचं नाव न छापण्याचा प्रमाद घडला होता. त्यावर लिहून आलेल्या समीक्षा लेखामध्ये आवर्जून आक्षेप घेण्यात आला होता आणि तो योग्यच होता.

पण कार्नाडांच्या सर्वच नाटकांवर अनुवादकाचं नाव छापणं टाळण्यात आलं होतं. (अपवाद : विजय तेंडुलकरांनी केलेल्या 'तुघलख'च्या अनुवादाचा!) त्यामुळे, अनुवादाला सुरुवात केल्यापासून पाव शतकानंतर 'अनुवादकांना कव्हरपेजवर अनुल्लेखानं मारण्याचा' हा 'अनुभव' माझ्याही वाट्याला प्रथमच आला! अनुवादकांवर

असाही 'अन्याय' होतो हेही मला समजलं आणि मीही 'अनुभवसंपन्न' झाले.

त्यानंतर कार्नाडांच्या आत्मकथनाचा मी अनुवाद केला. 'राजहंस'नं तो प्रकाशित केला. तेव्हा मात्र त्यांनी माझं नाव कव्हरवर दिलं.

हिंदी-मराठीचे मोठे अनुवादक डॉ. दामोदर खडसे यांच्याशी बोलताना त्यांनी सांगितलं, 'काही मोजक्या प्रकाशकांचा अपवाद वगळता हिंदीचे प्रकाशक नेहमीच अनुवादकाचं नाव देणं टाळतात.' महाराष्ट्रात मात्र हा अनुभव फक्त एकाच प्रकाशकानं दिला, ही त्यातल्या त्यात बरी गोष्ट!

२००१च्या सुमारास धारवाड येथे साहित्य अकादमीचा एक कार्यक्रम आयोजित करण्यात आला होता. स्वातंत्र्योत्तर काळातील कन्नड-मराठी लेखिकांचं लेखन असा काहीसा विषय होता. त्यासाठी हजर राहण्याचं निमंत्रण मलाही मिळालं होतं. कन्नड साहित्याचे निबंधवाचक कन्नड लेखिकांच्या लेखनाविषयी चिंता व्यक्त करत होते. कन्नड लेखिका पुरुषांनीच रुळवलेली भाषा वापरतात, असंही त्यांनी मत मांडलं. मला जेव्हा मत मांडायला सांगितलं तेव्हा मी कन्नडमधल्या वैदेहींनी जाणीवपूर्वक राखलेल्या स्वतःच्या विशिष्ट 'बायकी' भाषेविषयी बोलले आणि सांगितलं, ''मराठी साहित्यातही काही काळापूर्वी स्त्रियांचं लेखन ही चिंतेची परिस्थिती असली तरी आता ती स्थिती बदलली असून, येथील स्त्रियांचं लेखन हा 'चिंते'चा नसून 'चिंतना'चा विषय बनला आहे. येथील लेखकांच्या बायकांच्या आत्मचरित्रांच्या मोठ्या दालनाचा वेगळ्या अंगानं विचार केला तर सर्जनशीलतेच्या संदर्भातल्या काही गोष्टींवर उजेड पडू शकतो. या सगळ्या बायका 'नेति-नेति' पद्धतीनं सर्जनशीलतेविषयीच काहीतरी सांगताहेत; पण तिकडे लक्ष न देता समीक्षकांकडून त्यातल्या इतर गोष्टींनाच अधिक महत्त्व दिलं जातंय!.....''

या चर्चासत्राच्या वेळी आमच्या दृष्टीनंही एक अत्यंत महत्त्वाची घटना घडली!

एव्हाना विरूपाक्षांचे सात-आठ अनुवाद प्रकाशित झाले होते. पण साहित्य अकादमीनं मला मिळालेल्या पुरस्काराच्या वेळी म्हणजे दहा वर्षांपूर्वी कबूल केलं असलं, तरी अजूनही विरूपाक्षांचा पहिला 'माझी जन्मठेप'चा कन्नड अनुवाद प्रकाशित झाला नव्हता. त्याचे पैसे पूर्वीच मिळाले होते; पण पुस्तक येईपर्यंत आम्हाला- त्यातही मला कुठलं चैन पडायला?

मी चौकशी केली, तेव्हा बेंगळुरूचे साहित्य अकादमीचे सेक्रेटरी अग्रहार कृष्णमूर्ती तिथं आल्याचं समजलं. मी लगेच त्यांना गाठलं. त्यांच्याकडे चौकशी करताच समजलं, 'माझी जन्मठेप'च्या कन्नड हस्तलिखिताच्या दोन्ही प्रती बेंगळुरूच्या ऑफिसची जागा बदलत असताना त्यांच्याकडून हरवल्या होत्या. त्यामुळे खरं तर

त्यांचीही पंचाईत झाली होती! विरूपाक्षांचं पेमेंट करून झालं होतं. तो हिशेब कसा दाखवायचा या संकटात ते होते.

मी म्हटलं, "अहो, तसं असेल तर आम्हाला कळवायचं; आम्ही तिसरी कॉपी पाठवली असती!"

हे ऐकून अग्रहार कृष्णमूर्तींना अतिशयच आनंद झाला! "कृपा करून तेवढं करा, मॅडम! ती मिळाली की लगेच पुस्तक छापतो," असं त्यांनी मनापासून सांगितलं. मी ताबडतोब ही बातमी फोन करून विरूपाक्षांना सांगितली. मी पुण्याला येईपर्यंत ह्यांनी माळ्यावरची तिसरी कार्बनकॉपी बाहेर काढली होती; पण त्यावरचं अक्षर इतकं पुसट झालं होतं की ते वाचणं अशक्य व्हावं! कारण दुसरं लेखन होऊनही दहा-अकरा वर्षं झाली होती. ह्यांची तिसऱ्यांदा 'माझी जन्मठेप' सुरू झाली आणि त्यांनी पुन्हा सगळा अनुवाद नव्यानं लिहून काढला.

मग मात्र साहित्य अकादमीनं वेळ न घालवता पुस्तक छापलं. आमच्या विनंतीवरून त्याच्या काही प्रतीही तत्परतेनं पाठवून दिल्या. त्याच सुमारास सुधा मूर्तींचा आमच्या 'मराठी-कन्नड स्नेहवर्धन'केंद्रात एक कार्यक्रम होता. त्याच कार्यक्रमात सुधा मूर्तींच्या उपस्थितीत या पुस्तकाचं प्रकाशन करण्यात आलं.

एकंदरीत सावरकरांच्या पुस्तकाच्या या अनुवादाचीही 'जन्मठेप' संपली! १९८३ मध्ये केलेला अनुवाद २००२ मध्ये प्रकाशित झाला!

कार्यक्रम होताच मी साहित्य अकादमीच्या बेंगळुरूच्या ऑफिसमध्ये सहकार्याबद्दल आभार मानण्यासाठी सेक्रेटरींना फोन केला. मला उत्तर मिळालं, 'साहेब एका पुस्तकाच्या प्रकाशनासाठी पुण्याला गेलेत. तुम्ही पुढच्या आठवड्यात ते येतील तेव्हा फोन करा.'

अशा प्रकारे विरूपाक्षांचा पहिला अनुवाद त्यांचं सातवं-आठवं पुस्तक म्हणून प्रकाशित झाला. त्या वेळी माझा पुतण्या अमृत आपलं बी.ई. पुरं करून नोकरी शोधायला पुण्यात आला होता. आमची चाललेली अनुवादाची कामं तो पाहतच होता. आमचा आनंद बघून त्यानं नवलानं विरूपाक्षांना विचारलं, "काका, तू केव्हा हा अनुवाद केला होतास?"

विरूपाक्षांनी उत्तर दिलं, "तू दीड वर्षांचा असताना!.."

अशाच प्रकारे विरूपाक्षांच्या आणखी एका पुस्तकाचंही नशीब उघडलं; पण विपरीत रीतीनं! तो अनुवाद विरूपाक्षांच्या नव्हे, तर माझ्या नावानं प्रकाशित झाला!

अनुवाद पुरा होऊन दहा वर्षं होऊन गेली असली, तरी अजूनही सुनीताताईंच्या कन्नड 'आहे मनोहर तरी...'ला प्रकाशक मिळत नव्हता. स्वतः सुनीताताई आणि

पु.लं.नी अनंतमूर्ती आणि गिरीश कार्नाडांसारख्या दिग्गजांकडे शब्द टाकूनही कुठे डाळ शिजत नव्हती. डॉ. एम. एम. कलबुर्गींची ओळख होताच आम्ही त्यांच्याकडेही हा विषय काढला.

ते म्हणाले, ''यात काय कठीण आहे? आमच्या धारवाडच्या 'महिला साहित्य'च्या हनुमाक्षी गोगींना सांगितलं, तर त्या नक्की काढतील! पण एक आहे, ते पुस्तक उमा कुलकर्णी या नावानं प्रकाशित होईल इतकंच!''

मागे एकदा हा प्रस्ताव स्वतः हनुमाक्षी गोगींनीही मांडला होता; पण तेव्हा आम्ही 'बाणेदारपणे' त्याला नकार वगैरे दिला होता! हा फक्त विरूपाक्षांचा प्रश्न नव्हता. पुस्तक येणार असेल, तर माझ्या नावावर यायला त्यांची काहीच हरकत नव्हती. स्वतःच्या नावावर इतके अनुवाद असताना, प्रत्येक लेखात-भाषणात-मुलाखतीत कन्नड येत नाही असं सांगत असताना, एक अख्खं पुस्तक आपल्या नावावर घेणं हीही सोपी गोष्ट नव्हती. पण या निमित्तानं विरूपाक्षांची मेहनत वाया जाणार नाही असं वाटल्यानं माझीही तयारी झाली होती. पण सुनीताताईंनी याला मान्यता द्यायला हवी होती. कलबुर्गी म्हणाले, ''जर तुम्ही म्हणता एवढं महत्त्वाचं पुस्तक असेल, तर तुम्ही सगळ्यांनीच या तडजोडीला तयार व्हायला पाहिजे!''

एव्हाना पु.ल. राहिले नव्हते. आम्ही हा प्रस्ताव सुनीताताईंच्या पुढे मांडला. त्यांनीही बराच विचार करून याला लेखी मान्यता दिली. मी त्यासाठी एक प्रस्तावना लिहिली. त्यात, मला कन्नड येत नसल्यामुळे विरूपाक्षांनी अनुवादाचा फायनल ड्राफ्ट तयार करताना आणि प्रुफं तपासताना किती मदत केली हे विस्तारानं लिहिलं! अखेर २००४ मध्ये हा अनुवाद माझ्या नावानं प्रकाशित झाला.

माझ्या अकादमी पुरस्कारानंतर पुन्हा एकदा 'ताटात काय अन वाटीत काय' म्हणतात, तसा हा प्रकार झाला! हे पुस्तक माझ्या नावावर असलं, तरी आम्ही त्याचा उल्लेख विरूपाक्षांच्या पुस्तकांच्या यादीत करतो. तरीही विरूपाक्षांच्या काही मित्रांनी 'तुमच्या घरातच वाङ्मयचौर्य होतंय हं! सावधान!' असं म्हणायची संधी सोडली नाही!

प्रत्येक पुस्तकाचा अनुभव निराळा, प्रत्येक पुस्तकाचं प्राक्तन वेगळं! कुठल्याशा धार्मिक संस्थेतले मान्यवर एकदा घरी आले. त्यांच्या गुरूंनी 'ज्ञानेश्वरी'चा सुलभ मराठीत अनुवाद केला होता, ते बाडे देऊन म्हणाले, याचा पद्यात अनुवाद करा. आमची संस्था ते प्रकाशित करेल. विरुपाक्षांनी अनुवाद सुरू केला. जवळ जवळ निम्मा, म्हणजे सुमारे २५०-३०० पानी अनुवाद तयार झाला तेव्हा त्यांनी कळवलं, (तेही आम्ही चौकशी केल्यावर) 'आमचा तो विचार रहीत झाला आहे!'

तसेच एका संस्थेनं आपल्या गुरूंच्या वैचारिक प्रवचनांचा अनुवाद करून

घेतला. संबंधितांना कन्नड लिपी येत नव्हती. अखेर पुस्तक आलं. त्यावरील अनुवादकाचं नाव नाहीसं झालं होतं. बहुतेक हे अज्ञानातून किंवा नजरचुकीनं झालं असावं.

अनुवादकाचे नाव देणे अनेक दृष्टीनं आवश्यक आहे. कारण तो दुसऱ्या भाषेत मूळ लेखकाबरोबर 'सहलेखक' असतो. त्याला जसं श्रेय मिळतं, तशीच जबाबदारीही घ्यावी लागते. अनुवादकाचं नावच नसेल तर तोही केवळ मेहनतीचे पैसे घेईल आणि जबाबदारी टाळेल.

'गुरुदत्त तीन अंकी शोकांतिका' या अरुण खोपकर यांच्या अनुवादावेळचा अनुभव दुसऱ्या टोकाचा होता. खोपकरांनी जातीनं आणि आग्रहानं अनुवादकांची नावं आणि परिचय योग्य प्रकारे येईल असं पाहिलं. तसेच बेंगळूर येथील आंतरराष्ट्रीय चित्रपट महोत्सवात झालेल्या प्रकाशन सोहळ्यात अनुवादकांनाही मानानं निमंत्रण येईल हे पाहिलं.

म्हणजेच, या सगळ्या प्रकारांकडे 'अनुवादाची हेळसांड' म्हणून न बघता, 'संबंधितांचा वकूब' म्हणून पाहायचं का?

अमृतही इतर बेळगावच्या मुलांसारखा पुण्यात आमच्या घरी आला. 'पार्थ हेरिटेज'मधल्या घरात एक खोली स्वतंत्र असल्यामुळे आम्ही ती त्याच्यासाठी देऊ केली. आधी त्याला एक किरकोळ नोकरी होती. नंतर जरा बरी नोकरी मिळाली आणि त्याचं व्यवस्थित रूटीन सुरू झालं.

अमृतची आई प्रतिमा ही मराठी. बेळगावजवळच्या पंतबाळेकुंद्री इथल्या पंतांच्या घराण्यातली. वडील प्रमोद विरूपाक्षांचे धाकटे भाऊ. अर्थात मातृभाषा कन्नड. अमृतचं बालपण बेळगावातल्या शहापूर आणि वडगाव इथं गेलं. अमृत बोलायला शिकला तोच मुळी कन्नड आणि मराठी या दोन्ही भाषा एकदम. सुरुवातीपासूनच तो आईशी आणि तिच्या नातेवाइकांशी मराठीत आणि वडिलांशी, आजोबा, आत्या या सगळ्यांशी कन्नडमध्ये बोलायचा. गंमत म्हणजे माझ्याशीही कन्नडमध्येच बोलायचा. माझी मातृभाषा मराठी असली तरी त्यानं मला जन्मल्यापासून 'कन्नड' म्हणूनच स्वीकारलं होतं.

पुण्यात येताच त्याची नोकरी सुरू झाली. त्याच्या कंपनीत बरीच माणसं पुण्यातली होती आणि जवळजवळ तेवढेच तरुण नागपूर-विदर्भाकडचे होते. एकदा गप्पा मारताना विरूपाक्ष, कन्नड माणसाला मराठी शिकताना लिंगभेदाची कशी मोठ्या प्रमाणात अडचण येते, हे त्याला आपल्या अनुभवाचे दाखले देऊन सांगत होते. कितीही प्रयत्न केला तरी हा घोळ सुटत नाही आणि तशा चुका होतच राहतात, हे सांगताना बऱ्याच जुन्या-नव्या आठवणी निघत होत्या.

अत्यंत ऋजू स्वभावाचा अमृत सगळं बराच वेळ मुकाट्यानं ऐकत होता. नंतर तो म्हणाला, ''काका, उगाच एवढे कष्ट घेतलेस तू! इथं आल्यापासून एक गोष्ट माझ्या लक्षात आली आहे- कन्नड माणसं नपुंसकलिंग वापरतात आणि अडचणीत येतात! त्यापेक्षा मी काय करतो ठाऊकाहे? मी प्रत्येक शब्दाला स्त्रीलिंग किंवा पुल्लिंग लावतोच! यावर कुणी आक्षेप घेतला तर जोरात सांगतो, आम्ही असंच म्हणतो! आमच्या फॅक्टरीत पुण्याचे आणि नागपूरचे मित्र असा वाद नेहमीच घालत असतात; त्यात हा वाद खपून जातो.''

हे ऐकताच आमची हसूनहसून मुरकुंडी वळली.

अमृत किंवा अशी जवळ जवळ सात-आठ तरुण मुलं विविध काळांत आमच्या घरी राहिल्यामुळे त्यांच्या मर्जीनुसार कधीतरी घरात पिझ्झा आला. सुट्टीच्या दिवशी अमृत सकाळी सकाळीच पेपर बघताना थिएटरवर जाऊन सिनेमा बघायचा कार्यक्रम ठरवायचा. मल्टिप्लेक्स सुरू झाल्यापासून थिएटरला जाऊन सिनेमा बघायचं तर आम्ही सोडूनच दिलं होतं. अमृतमुळे आम्ही मल्टिप्लेक्स प्रथम पाहिलं. तसंच त्याच्यामुळे आणि कल्पनामुळे आम्ही पिझ्झा आणि बर्गर घरी मागवून खाल्ले.

मी आमच्या घरी राहून जाणाऱ्या मुलांना नेहमीच सांगत असे, 'आयुष्यात कधीही आमच्या घरी राहिल्याच्या उपकारांचं ओझं डोक्यावर वाहू नका! तुम्ही आमच्या घरी काही काळ राहिल्यामुळे आमचा बराच फायदा झाला आहे. हा आमचा काळ आनंदात गेला आहे!' तरुण मुलं कशी वागतात, त्यांची विचार करायची पद्धत कशी असते, त्यांचं पोषण कसं होत असतं वगैरे कितीतरी आम्हालाही समजत गेलं असतं. नाहीतर आम्हाला हे कधीच समजलं नसतं!

काही जण माझं बोलणं तंतोतंत पाळतात. काही जणांनी मात्र ती कृतज्ञता अजूनही बाळगली असून, अजूनही संपर्क साधून आहेत. एक मात्र खरं, त्यांच्या धावपळीच्या जगात आमच्याशी प्रत्यक्ष भेट होताच ही सगळीच मुलं अत्यंत प्रेमानं आणि कृतज्ञतेनं आमच्या घरानं आणि पुण्यानं आपल्याला बरंच काही दिल्याची भावना व्यक्त करतात.

एकदा अमृतशी सिनेमावरून गप्पा सुरू झाल्या. मला तेव्हा गाजत असलेला 'लगान' आवडल्याचं मी सांगताच, त्यानं 'दिल चाहता है' आवडल्याचं सांगितलं. मी उत्सुकतेनं विचारलं, 'का?' यावर तो उत्तरला, 'तो आमच्या जनरेशनचा पिक्चर आहे!'

या उत्तरानं मी सावध झाले. आम्ही त्याच दिवशी संध्याकाळी स्कूटर बाहेर काढली आणि तोही चित्रपट पाहून या पिढीची भावना समजून घ्यायचा प्रयत्न केला.

अमृत घरी राहायला आल्या आल्या विरूपाक्षांनी आपली स्कूटर त्याला वापरायला दिली. दुसऱ्याच्या हातचं वाहन वापरणं पटत नसल्यामुळे त्यानंतर ह्यांनी स्कूटर चालवणं सोडून दिलं. अर्थात, रहदारी वाढल्यामुळे मलाही मागे बसायची भीती वाटायला लागली, हेही एक कारण होतंच म्हणा! कॉलनीतले एक पंचाहत्तरीचे गृहस्थ स्कूटरवरून पडले, तेव्हा त्यांना कुणाकडूनही सहानुभूती मिळाली नाही, हेही आम्ही पाहत होतोच. आजही हा विषय निघाला की विरूपाक्ष मला दोष देत म्हणतात, ''तुझ्यामुळे मी स्कूटर चालवायची सोडली!'' मीही विषय न वाढवता गप्प बसते. रस्त्यावरची गर्दी पाहता हेच उत्तम होतं. 'कुणाच्या का कोंबड्यानं उगवेना... झालं ते चांगलंच म्हणावं लागेल,' असं मनात म्हणते; पण फक्त मनातच.

अमृतचा बऱ्यापैकी पगार सुरू होताच त्याचा खरेदीचा उत्साह उसळून आला. आमच्या घरच्यासाठी उत्तम क्रॉकरी आणि कपडे घेण्याचा त्याचा उत्साह अपरिमित होता. त्यानंच माझ्यासाठी पहिला मोबाईल आणला आणि वापरायला शिकवला.

तो सतत आम्हाला कॉम्प्युटर घ्यायचा आग्रह करत होता. मी म्हणायचे, 'आम्हाला काय उपयोग?' तेव्हा अनुवादकांसाठी तो किती उपयुक्त आहे, हे तोच पटवून सांगायचा.

एकदा मी मध्यमवर्गीय बायकीपणानं म्हटलं, ''अरे, पण आमचं अनुवादाचं किती वर्षं चालेल हे ठाऊक नाही. त्यानंतर एवढे पैसे देऊन घेतलेली वस्तू निरुपयोगी होऊन पडेल ना!''

''किती विचार करता काकू? लोक केवळ गेम्स खेळण्यासाठीही कॉम्प्युटर घेतात; तुम्हाला तर लगेच त्यावर काम सुरू करता येईल!''

त्याचं ऐकून आम्ही एकदाचा कॉम्प्युटर घेतला.

अशा प्रकारे अमृतनं आम्हाला मोबाईल आणि कॉम्प्युटरद्वारा आजच्या जगात आणलं. हे त्याचं ऋण आम्ही कधीही फेडू शकणार नाही.

लवकरच त्यानं भाड्याचं घर घेतलं आणि आपल्या आई-वडिलांना तो बेळगावहून पुण्याला घेऊन आला. तसाच त्यानं स्वतःचा फ्लॅटही विकत घेतला. योग्य वेळी त्याचं लग्न झालं. त्याची बायको कीर्ती गरोदर राहिल्याची बातमी कानावर येत असतानाच त्याच्या मोठ्या आजाराची बातमीही समजली! यथावकाश त्याला मुलगी झाली. त्यानं हौसेनं तिचं नाव गितिशा ठेवलं आणि आम्हाला आनंदानं म्हणाला, ''आता ही जी. ए. कुलकर्णी झाली बघा!'' तो काही मराठीचा वाचक नव्हता. आमच्याकडूनच त्यानं ते नाव ऐकलं होतं.

अनेक उपचार केले तरी त्याचा आजार हटला नाही. अखेर आम्हाला आधुनिक जगात आणणारा आणि उतारवयात पुन्हा 'तरुण' बनवणारा अमृत आपले प्रौढ

आई-वडील आणि तरुण बायको कीर्ती आणि तान्ही मुलगी गितिशा यांना या जगात सोडून अगदी तरुण वयात हे जग सोडून निघून गेला! ब्रेन कॅन्सर झाला होता त्याला!

आमच्या घरातली तो वापरत असलेली खोली, कपाट, टेबल अजूनही अमृतचं म्हणूनच ओळखलं जातं.

माझ्या बेंगळुरूच्या भावानं- चंदूनं- माझ्या एका वाढदिवशी मला लॅपटॉप आणून दिला. मग एका खोलीत विरूपाक्षांचं मराठीतून कन्नडमधल्या अनुवादाचं आणि दुसऱ्या खोलीत लॅपटॉपवर माझं कन्नडचं मराठीत अनुवादाचं काम सुरू झालं. नाहीतरी घरात एकच कॉम्प्युटर असल्यामुळे दोघांपैकी एकाला नुसतंच दुसऱ्याचं तोंड बघत बसून राहावं लागत होतं; ते आता राहिलं नाही!

आम्ही दोघंही साठी-सत्तरीतही अशा आधुनिक साधनांसह कार्यमग्न असल्याचं बघून काही तरुणांनाही आश्चर्य वाटतं. अवचट आणि कमलताई तर हे फार वेळा बोलून दाखवायच्या; पण आम्हाला आजच्या काळात खेचून आणायचं काम या तरुण पिढीनंच केलंय.

अनुवादाच्या दृष्टीनं या आधुनिक उपकरणांचा आम्हाला फायदाच झाला आहे. आता आम्हाला पुनःपुन्हा लेखन करावं लागत नाही. जेवढी दुरुस्ती असेल तेवढाच भाग पुन्हा लिहिला की पुरेसं असतं. परिणामी बरीच मेहनत कमी झाली. माझ्या अनुवादासाठी आता आमच्या टेपरेकॉर्डरची जागा 'व्हॉईस रेकॉर्डर'नं घेतली आहे. त्यामुळे माझा टेबलावरचा पसारा कमी झाला आहे. एके काळी माझ्या लेखनाच्या टेबलावर मूळ कन्नड कादंबरी, टेपरेकॉर्डर, कच्च्या-पक्क्या लिखाणाच्या कागदांची चवड, पांढऱ्या कागदांचा गठ्ठा... असा पसारा असायचा. आता मांडीवर एक लॅपटॉप आणि शेजारी मूळ कन्नड पुस्तक असलं, की माझं काम सुरू होतं. विरूपाक्षांच्या टेबलावर मात्र काही शब्दकोशही असतात.

अशा प्रकारे अनुवाद करता करता विरूपाक्षांच्याही अनुवादित पुस्तकांनी पंचविशी ओलांडली आणि माझ्या पुस्तकांनी पन्नाशी.

एकदा भैरप्पा एका सवाई गंधर्व समारंभासाठी पुण्यात आले होते. त्यांच्या 'मंद्र' या कादंबरीचं कन्नडमधलं प्रकाशन झालं होतं. तिचा मराठी अनुवाद होऊन प्रकाशकांकडे गेला होता. अशा वेळी राम कोल्हटकर, श्रीराम पुजारी यांना घेऊन भैरप्पांच्या भेटीला आले. तिघांच्याही हिंदुस्थानी शास्त्रीय संगीत कलाकार आणि मैफलींविषयी गप्पा सुरू झाल्या. विषय आवडीचा असल्यामुळे पुजारीही गप्पांमध्ये रंगून गेले. बोलता बोलता त्यांनी भैरप्पांना विचारलं, "तुमचं कुमार गंधर्वांविषयी

काय मत आहे?''

भैरप्पा म्हणाले, ''ते प्रतिभावान आहेतच; पण फार वैचारिक गातात! त्यामुळे ते समजून घेण्याकडेच लक्ष राहतं. गाण्यातला रसास्वाद घेण्यात त्यामुळे अडथळा येतो!''

हे ऐकताच श्रीराम पुजारी संतापले. ते गायक म्हणून कुमारांचा मोठेपणा सांगत राहिले. भैरप्पांनी ते कधीच नाकारलं नव्हतं; पण एकदा सांगून भैरप्पा त्यांच्या स्वभावाप्रमाणे गप्प राहिले. पुजारी मात्र आपलं म्हणणं पुनःपुन्हा सांगत राहिले. ते दोघं निघून गेल्यावर मी भैरप्पांना म्हटलं, ''मंद्र ही कादंबरी तयार होईपर्यंत तुम्हाला असे अनेक अनुभव आले असतील ना?''

''भरपूर! एखाद्या गायकाचा 'भक्त' भेटला की तो आपल्या दैवताच्या संदर्भात कौतुकाव्यतिरिक्त वेगळं एक अक्षरही ऐकून घ्यायला तयार नसतो!'' त्यांनी हसत सांगितलं.

राम कोल्हटकरांची भैरप्पांशी ओळख झाल्यावर ते गरजेनुसार भैरप्पांची 'वाहन व्यवस्था' पाहू लागले. शिवाय सवाई गंधर्व महोत्सवाची योग्य तिकिटं मिळवून द्यायलाही त्यांची मदत होऊ लागली. एकदा त्यांनी आपल्या घरी भैरप्पांशी गप्पांचा खासगी कार्यक्रमही आयोजित केला. तसेच, भैरप्पांना दीनानाथ मंगेशकर पुरस्कार मिळाला तेव्हाही ते आवर्जून सपत्नीक मुंबईला आले.

मला भाषणासाठी अधूनमधून निमंत्रणं येत असतात; पण हातून इतके अनुवाद झाल्यामुळे मला सुरुवातीच्या टप्प्यावर 'अनुवाद करताना येणाऱ्या अडचणी' आता फारशा येत नाहीत. आल्या तरी त्यातून आपोआप मार्ग काढला जातो. ती एक प्रतिक्षिप्त क्रिया झाली आहे.

सचिन तेंडुलकरच्या भावानं- अजित तेंडुलकर यांनी एका मुलाखतीत सांगितलं होतं, ''सुरुवातीला सचिनला भोवतालचे फिल्डर्स दिसतात. नंतर त्याला ते दिसत नाहीत, मधली रिकामी जागा दिसत राहते. त्या जागेचा वेध घेत तो रन्स जमवतो.'' माझंही तसंच झालं होतं. मला आता अडचणीत आणणारे शब्द दिसत नव्हते; त्या शब्दांमधला अर्थ दिसत होता. त्यामुळे मी माझ्या बोलण्यात बदल केला आणि माझे लेखकांबरोबरचे अनुभव यावर बोलायला सुरुवात केली.

मला आणखीही एका गोष्टीचं भान होतं. अनुवादकाला एक वेगळ्या प्रकारची साहित्यिक दृष्टी असणं आवश्यक आहे. ही दृष्टी समीक्षकापेक्षा वेगळी असली पाहिजे. त्यात कलाकृतीविषयीचं ममत्व अत्यावश्यक आहे. ते नसेल, तर ती कलाकृती अनुवादासाठी न घेणं चांगलं!

मीनाचे पती माधवराव आतेभाऊ असल्यामुळे आम्ही सगळेच त्याला आबा म्हणत होतो. तरुण वयापासून तो कविता करायचा. तो कवितांचा उत्तम वाचकही होता. त्यामुळे स्वतःच्या कवितांविषयी तो फार सावध होता. त्याच्या संग्रही अनेक कवितासंग्रह होते. त्यांची तो पुनःपुन्हा पारायणं करायचा. त्यानं आयुष्यात आपली एकही कविता प्रसिद्धीसाठी दिली नाही.

त्याला साहित्याविषयीची भरपूर आस्था होती. माझं प्रकाशित झालेलं पुस्तक द्यायला गेले किंवा मला एखादा पुरस्कार मिळाला, की तो मला काही ना काही भेट द्यायचा.

अखेरच्या काळात त्याला कॅन्सरनं ग्रासलं. एकदा त्या भागात गेले असता मी आणि कविता महाजन त्याच्या घरी गेलो होतो. मीनानं आबाच्या एक-दोन कविता वाचून दाखवल्या. कवितानं त्यातील सौंदर्यस्थळं दाखवून त्याचं कौतुक केलं. ते ऐकून आबाला बरं वाटलं. मग आम्ही आग्रहाचा रेटा तसाच लावून धरला आणि त्याचा 'ये कविते ये' हा काव्यसंग्रह प्रकाशित केला.

त्याचं प्रकाशन घरगुती स्वरूपात १५-१६ जणांच्या उपस्थितीत करायचं ठरवलं. त्यासाठी डॉ. अरुणा ढेरे यायला तयार झाली. तिचं सुरेख हृदयस्पर्शी बोलणं ऐकून आबाच्या डोळ्यांना धारा लागल्या. फारच हृद्य प्रसंग होता तो!

ग्रेस हे आबाचे अत्यंत आवडते कवी. त्याची इच्छा ओळखून आम्ही त्यांनाही या कवितासंग्रहाची एक प्रत पाठवायचं ठरवलं. त्यासाठी मी त्यांचा फोन नंबर शोधून नागपूरला फोन केला.

मी माझं नाव सांगताच त्यांनी विचारलं, "उमा कुलकर्णी म्हणजे... त्या... पराभूतांच्या झाशीच्या राणी?"

मी अवाक् झाले. ग्रेस मला ओळखत असल्याचा आनंद होत असतानाच त्यांच्या पुढच्या बोलण्यातून त्यांनी माझा गौरव केला की अपमान, हे न कळून मी गडबडले. तरीही नेटानं पुढे बोलत राहिले. पुढंही माझ्या डोक्यातला तो किडा तसाच वळवळत राहिला.

सांगलीला एक अनुवादावरची कार्यशाळा ठरली होती. पुण्याहून मी, अनघा भट, डॉ. गजानन चव्हाण, डॉ. दामोदर खडसे आणि भालचंद्र नेमाडे असे सगळे जण जाणार होतो. नेमाडेंचं बीजभाषण असणार होतं. सगळ्यांना घेऊन जायची जबाबदारी माझी होती. सोबत असलेल्या सांगलीच्या बलवंत जेऊरकर या तरुण अनुवादकाच्या मदतीनं सगळ्यांच्या घरी जाऊन त्यांना घेतलं आणि सांगलीच्या दिशेनं प्रवास सुरू झाला.

एवढे अनुवादक एकत्र असल्यामुळे गप्पांचा विषय बराच वेळ अनुवादावरच रेंगाळला. आफ्रिकन कादंबरीतील शिव्यांचा विषय निघाला. तिथल्या शिव्यांना इथल्या कोकणातल्या शिव्या पर्यायी ठरू शकत नाहीत, असं मत व्यक्त झालं. कारण शिव्यांनाही अर्थ असतो. संदर्भही असतो.

तसंच अनघा भट नेमाडे यांना विचारत होत्या, ''बुरी नजरवाले तेरा मुँह काला' याचा इंग्लिशचा अनुवाद काय होऊ शकेल?'' नेमाडे नेहमीच्या सहजतेनं म्हणाले, ''हॉर्न ओके प्लीज!''यावर हास्याचा कल्लोळ उडाला!

याच कार्यशाळेत एका वक्त्यानं भारतीय साहित्यात अनुवादाविषयी कोण काय म्हणतं, यावर निबंध मांडला. त्यात त्यांनी ग्रेस यांचं एक विधान सांगितलं : 'जर कुणी माझ्या कवितांचा अनुवाद करायला गेलं, तर त्याच्या वाट्याला पराभूताशिवाय दुसरं काय येणार?' हे ऐकताच मला माझा ग्रेस यांच्याशी झालेला संवाद आणि त्यांनी मला 'पराभूतांची झाशीची राणी' म्हटल्याचं आठवलं!

नेमाडेंचं बीजभाषण मन लावून ऐकत असताना बहुतेक ठिकाणी ते मला पटत गेलं. अनुवादकानं आपापल्या मातृभाषेत अनुवाद करावेत, हेच आमचंही मत असल्यामुळे मी मराठीत आणि विरूपाक्ष कन्नडमध्ये अनुवाद करत होतो ना! मी त्यांच्या भाषणानंतर त्यांना म्हटलं, ''तुमचं भाषण ऐकून छान वाटलं. आपण अनुवादाच्या बाबतीत जो विचार करतोय, तो नीट मार्गावर आहे, असं जाणवलं!''

हे ऐकून बहुतेक नेमाड्यांना त्रास झाला असावा. ते म्हणाले, ''तुम्ही अजून दुसऱ्याच्या विचारांकडे का बघता? तुम्ही तुमचे विचार मांडायचे दिवस आले!''

मी त्या दृष्टीनं विचार करून पाहिला.

मी अनुवादाकडे वळले तो अनुभव वेगळा होता. मी अनुवादाविषयी विचार करते, ती पद्धतही वेगळी आहे. अशा प्रकारच्या कार्यशाळा-चर्चासत्रं आणि अनुवादावरील ग्रंथांमधून अनुवादाविषयी जे सांगितलेलं असतं ते वाचायला लागलं, की माझ्या मनातला न्यूनगंड जागा होतो. मग वाटतं, मला तर यातलं काहीच माहीत नाही! तरीही मी इतकी वर्षं इतक्या पुस्तकांचे अनुवाद करत आहे.

आणि जर मी त्यात व्यक्त होणाऱ्या विचारांकडे जास्त लक्ष द्यायला लागले की, माझी अवस्था एखाद्या मिलिटरी अधिकाऱ्यानं शंभर पायांच्या गोमेला शिस्तीत 'मार्चिंग' करायची आज्ञा दिल्यावर जशी होईल, तशी होऊ लागते. ती जशी अडखळून पडेल, तसंच मला ही थिअरी ऐकून अनुवाद करणं अशक्य होईल!

अनुवाद हे प्रकरण असं आहे की एका कलाकृतीचे विविध काळी उत्तम असे कितीही अनुवाद होऊ शकतात. माझा अनुभव सांगतो, मी आज कारंतांच्या

'तनमनाच्या भोवऱ्यात'चा अनुवाद केला तर वेगळा होईल. अशा वेळी अनुवादाच्या संदर्भात एक 'थिअरी' मांडणं कसं शक्य आहे? इथं तर प्रत्येक कलाकृती, प्रत्येक कलाप्रकार, प्रत्येक लेखक वेगवेगळं आव्हान घेऊन सामोरा येतो आणि तसा आला की मागची थिअरी बाजूला सारून वेगळा विचार करावा लागतो. मग मी माझे अनुवादाविषयीचे विचार कसे मांडणार?

मनात आलं, अनुवादाविषयी लिहायचं असेल तर माझ्या सगळ्याच अनुभवांविषयी लिहावं लागेल.

एक दिवस हैदराबादच्या ईटीव्हीच्या ऑफिसमधून एक फोन आला, 'ईटीव्हीला कन्नडमधील 'मूडलमने' नावाची सिरिअल मराठीत करायची आहे. तुम्ही त्यासाठी लिहायचं काम कराल का?'

अशा प्रकारचं काही काम माझं घर शोधत येईल, हे मला अनपेक्षित होतं!

ती मालिका मला ठाऊक होती. आम्हीही ती अधूनमधून पाहत होतो. कर्नाटकातल्या आमच्या सगळ्या नातेवाइकांचा त्यात जीव गुंतला होता. त्यांच्यापैकी कुणाच्या घरी गेलं तरी विशिष्ट वेळी ही मालिका टीव्हीवर लावलेली असे. उत्तर कर्नाटकाची असलेली पार्श्वभूमी, बेळगाव-धारवाडकडच्या लोकांना जवळची वाटायची. त्यातली उत्तर कर्नाटकातली नऊवारी साडी, नाकातली नथ या गोष्टी दक्षिण कर्नाटकातही आकर्षक वाटल्या. त्यामुळे ही मालिका तेव्हा संपूर्ण कर्नाटकभर अतिशय गाजत होती. 'मूडलमने' म्हणजे 'पूर्वेकडचं घर.'

याआधी या क्षेत्रातला माझा अनुभव म्हणजे आकाशवाणीसाठी लिहिलेल्या दोन मालिका. त्यामुळे मला खात्रीनं काही सांगता येईना. ईटीव्हीनं विचार बदलला आणि एका प्रोड्युसरला हे काम देण्यात आलं. नंतर 'प्रो-व्हिडिओ' या कंपनीच्या मालकांचा- श्री. वेणुगोपाल यांचा फोन आला. त्यांनी कन्नड सिरिअलच्या सीडी पाठवून देत असल्याचं सांगितलं. मीही शेवटी म्हटलं, ''मी पाच एपिसोड लिहून पाहीन. ते जमलं तर नक्की काय ते सांगेन.'' तसं पाच एपिसोडचं लेखन करून दिलं.

मालिकेचे दिग्दर्शक हेमंत देवधर यांच्याशीही भेट झाली. माझं लेखन बघून त्यांनी सांगितलं, ''काही हरकत नाही; तुम्ही एवढं लिहून दिलंत तरी आम्हाला पुरेसं आहे.''

मी आणखीही सांगितलं, ''मी ऐकलंय, सेटवर बसून लिहून द्यावं लागतं! लेखनात आयत्या वेळी कुणी-कुणी बदल सांगतात. मी तसं काहीही करणार नाही. घरीच बसून लिहून देईन.'' हेही त्यांनी मान्य केलं आणि म्हणाले, ''जर तुम्ही एकाच वेळी महिन्याभराचं लेखन करून देणार असाल, तर त्याची काहीही

गरज लागणार नाही. आणि जे काही किरकोळ बदल लागतील, ते फोनवर बोलून ठरवू.'' हे मलाही पटलं.

त्यानंतर आमचं व्यवस्थित काम सुरू झालं. मला चाळीस-पन्नास भागांच्या सीडी पोहोचवल्या जायच्या. महिन्याभरात मी तीस भागांचं लेखन करून द्यायचे. माझ्याकडून ते कागद नेले की पुढचे दहा-पंधरा दिवस त्यावर असिस्टंट दिग्दर्शकांचं काम व्हायचं. पुढचे वीस दिवस शूटिंग व्हायचं आणि त्यानंतर ते ईटीव्हीवर दाखवलं जायचं. म्हणजे मी जे लिहून द्यायचे ते सुमारे तीन-साडेतीन महिन्यांनंतर छोट्या पडद्यावर दिसायचं!

एका खेड्यातलं देसाई कुटुंब. त्यांना तीन मुलं आणि एक मुलगी. घरात एक सोवळी बहीण. मुलांची आत्या. थोरली सून शकू अतिशय समजूतदार, या वाड्यात चांगली मुरलेली. तिचा एक मुलगा. मधल्या मुलाचं लग्न ठरतं. त्या मुलीवर गावगुंडांकडून अत्याचार होतो. तसंच लग्न होतं. तिच्यावरच्या अत्याचाराची कथा तिनं नवऱ्याला सांगितलेली असते. त्या बलात्कारातून सुनेला मुलगा होतो. ती बाळंतपणात मरते. या मुलाचा देसाई कुटुंबानं समाजापुढे केलेला स्वीकार हा या मालिकेचा विषय होता. त्यामुळे त्याची मुंज आणि त्या वेळी चारचौघांत तो आपला असल्याचं वडील धार्मिक विधीच्या वेळी आपलं गोत्र त्याला देऊन मान्य करतात, सगळं कुटुंबही हे मान्य करतं.

पहिल्या तीन महिन्यांत मी काय लिहितेय आणि त्याचं पर्यवसान कशात होणार आहे, याची मला काहीच कल्पना नव्हती. मालिकेचं नाव 'सोनियाचा उंबरा' असं ठेवण्यात आलं. कवी दासू वैद्य यांनी त्याचं शीर्षकगीत लिहिलं आणि एका चांगल्या कवीची ओळख झाली. भोरच्या गेस्टहाऊसमध्ये शूटिंगचा नारळ फुटला तेव्हा आम्ही दोघंही आवर्जून गेलो होतो. नारळ विरूपाक्षांच्या हस्ते फोडण्यात आला. मालिकेत काम करणाऱ्या कलाकारांची ओळख झाली. एक शॉट घेण्यात आला. सगळे कलाकार त्या त्या पात्राच्या वेषात उभे असल्यामुळे कोण कुठली भूमिका करणार आहे याची मला काहीशी कल्पना आली असली, तरी आपण जे लिहून दिलंय ते पडद्यावर कसं दिसणार आहे, याची काहीच कल्पना येत नव्हती.

तरीही मी लिहीत राहिले.

लिहिताना मला आणखी एक अडचण जाणवत होती. इतके दिवस अनुवाद करताना 'मूळ लेखनापासून अजिबात हलायचं नाही' हा माझा महत्त्वाचा लेखनविशेष झाला होता. या लेखनात मात्र तसं अपेक्षित नव्हतं. उलट ते त्यांना अजिबात नको होतं. कन्नड मालिकेचा थोडासा आधार घ्यायचा. लेखनात 'मोकळेपणा' अपेक्षित होता. तो मला सावधपणे आणायचा होता. म्हणजे इथं 'क्रिएटिव्ह

ट्रान्सलेशन' अपेक्षित होतं आणि तसा माझा प्रयत्नही चालू होता; पण चाललंय ते योग्य चाललंय किंवा कसं, हे समजत नव्हतं.

दिग्दर्शक हेमंत देवधर आणि कलाकार मात्र खूश असल्याचंही जाणवत होतं. पुढचं सगळं शूटिंग भोरच्या राजवाड्यात सुरू झालं.

अजून मालिका दाखवायला सुरुवात झाली नव्हती. एक दिवस हेमंतचा भोरहून फोन आला, ''उमाताई, एक घोटाळा झालाय! सोवळ्या आत्याच्या आणि वकील भाच्याच्या संवादात भाचा आत्याला खाद्य पदार्थ कुटण्यासाठी चांदीचा खलबत्ता आणून देईन असं म्हणतो; पण आपल्या आत्याबाई सुहासिनी देशपांडे आहेत आणि त्यांना व्यवस्थित दात आहेत! त्यामुळे तो संवाद काढावा लागेल. काढू?'' मी लगेच 'काढा..' म्हटलं आणि त्या जागी दुसरं एक वाक्य सांगितलं.

जेव्हा मालिका पडद्यावर दिसू लागली तेव्हा मला खरी मजा येऊ लागली. माझं लेखन कसं 'दिसतं' ते मला समजू लागलं. मी जिथं फक्त 'स्वयंपाकघर' असं लिहिलेलं असायचं, ते स्वयंपाकघर साकार करण्यासाठी एक अख्खी टीम काम करत असायची. तिथली जुन्या काळची भांडी, चूल-वैल, भिंतीवरची कासवाच्या आकाराची पितळी किसणी, परात, वेळणी, सतेलं, गंज, मुसळ, पहार-उखळ... खेड्यातही अदृश्य होत चाललेलं स्वयंपाकघरच तिथं साकार होत होतं. विशिष्ट पात्र सादर करणारे कलाकार कसे बोलतात, कशी देहबोली वापरतात हेही दिसू लागलं.

त्याचा परिणाम म्हणून मला लिहिताना आणखी मजा येऊ लागली. मला ते अधिक सोपं वाटू लागलं.

सुमारे दीड वर्ष हे लेखन सुरू होतं. तेव्हा त्यासाठी वेळ मात्र बराच द्यावा लागे. दिवसाला किमान दोन भागांचं लेखन पुरं करायचंच, असा मी माझ्यापुरता दंडक घालून घेतला होता. काही कारणानं गावाला जायचं असेल, तर मी पहाटे उठून त्या दिवसाचं लेखन पुरं करत असे. शिल्लक राहिलं, तर रात्री घरी परतल्यावर बसून पुरं करायचं.

हेमंत देवधरांनी नंतरच्या भेटीत सांगितलं, की ते मराठी साहित्याचे वाचक असल्यामुळे त्यांना माझ्या अनुवादांची माहिती होती. त्यामुळे जेव्हा त्यांच्याकडे या मालिकेचा प्रस्ताव आला, तेव्हा त्यांनी माझं नाव सुचवलं होतं.

या मालिकेचे चारशे भाग प्रसारित झाले. सगळं शूटिंग भोरच्या राजवाड्याजवळच्या एका हॉटेलात कलाकारांना उतरवण्यात आलं होतं. पुण्यात राहणाऱ्या कलाकारांना अधूनमधून न्यायला-पोहोचवायला गाडी फिरत असे. महिन्यातून एखाद्या वेळी मीही काही जणांना बरोबर घेऊन भोरला जात असे. एका लग्नाच्या प्रसंगी बऱ्याच मैत्रिणींना घेऊन गेले. एकदा आमच्या बॅडमिंटनच्या ग्रुपला घेऊन गेले होते. एकदा आई-वडील-बहीण-भाऊ-भाचरं अशा सगळ्या नातेवाइकांना घेऊन गेले.

एकदा बेळगावहून येताना सगळ्यांसाठी मांडे घेऊन आले. थोडक्यात, या मालिकेच्या निमित्तानं बरीच मजा केली.

तिथं गेल्यावर थोड्या टिवल्याबावल्या केल्यावर बहुतेक वेळा माझी जागा हेमंत देवधरच्या शेजारी, मॉनिटरसमोर असायची. त्यात बघून सगळ्यांना सूचना जायच्या. साऊंडवालेही आपल्या सूचना त्यात मिसळायचे.

तिकडे सगळं काम इतक्या झपाट्यानं चाललेलं असायचं, एकीकडे शूटिंग सुरू असायचं, त्याच वेळी दुसरीकडे दुसरा शॉट लागलेला असायचा. एका दिवसात किमान दीड भागाचं शूटिंग पुरं करायचं दिग्दर्शकाचं ध्येय असायचं. तरच वीस दिवसांत महिन्याचं शूटिंग पुरं व्हायचं. म्हणजे जवळ-जवळ एका आठवड्याला एक सिनेमा!

बहुतेक कलाकारांना माझी साधी, मध्ये अजिबात इंग्लिश शब्द नसलेली भाषा बोलताना थोडी अडचणीची वाटायची! पण ती त्या मालिकेत असलेल्या काळाची आणि परिसराची गरजही होती. त्यामुळे त्या बाबतीत हेमंत अजिबात तडजोड करत नव्हते. बोलता बोलता एखादा जरी इंग्लिश शब्द आला की पुन्हा सगळं शूटिंग होई. एका मोठ्या शॉटच्या वेळी अखेरीस प्रमुख कलावंत माधव अभ्यंकर खुशीत येऊन 'फर्स्टक्लास' म्हणाले. खेड्यातल्या प्रौढ वयाच्या, पारंपरिक वेषातल्या देसाईंच्या तोंडून इंग्लिश शब्द येताच सगळे हसू लागले. पुन्हा सगळा शॉट घ्यावा लागला.

शूटिंगच्या वेळी काही अडचण आली तर हेमंत फोनवरून संपर्क साधत असे. एका दृश्यात गावचा देव बैलगाडीतून येतो, सासू-मोठी सून त्या देवाची पूजा करतात... धाकटी सून मागून येते... देव निघून गेलेले असतात... तिला राग येतो... असा काहीसा प्रसंग होता. हेमंतचा फोन आला, 'उमाताई, बैलगाडी नाही! पालखी चालेल?'' मीही 'चालेल..' म्हटलं, कारण त्यामुळे काही विशेष बिघडणार नव्हतं.

दिग्दर्शक एवढा संवेदनशील असल्यावर काम करायला मजा आल्याशिवाय कशी राहील?

मालिकेचे शंभरच्या जवळपास भाग दाखवले गेले होते. मालिकेनं आपली जागा निर्माण केली होती. याचं शीर्षकगीत अनेकांच्या फोनच्या रिंगटोनवर ऐकू येऊ लागलं होतं. कार्यक्रमासाठी कुठं गेले की अनुवादासाठी मिळालेल्या साहित्य अकादमी पुरस्काराबरोबर 'सोनियाचा उंबरा'च्या लेखिका' म्हणून ओळख करून दिली जायची, तेव्हा श्रोत्यांच्या जास्त टाळ्या पडायच्या!

मुख्य म्हणजे आमची विमल मला दररोज येऊन म्हणायची, ''वैनी! तुम्हाला ठाऊक नाही, तुम्ही किती मोठ्या आहात ते!' कारण माझं नाव सांगून ती इतर

कामाच्या ठिकाणी भरपूर भाव खायची. काही का असेना, जगाबरोबरच घरच्या कामवालीला आपलं महत्त्व कळणंही तितकंच आवश्यक असतं ना!

अल्पावधीची असली तरी, या दृश्य माध्यमाची लोकप्रियता म्हणजे काय प्रकरण असतं, ते हळूहळू माझ्या सामोरं येऊ लागलं.

काही वाचकांचेही एखादा भाग आवडला की आवर्जून फोन यायचे आणि ते त्या भागाविषयी भरपूर बोलायचे. काही पुस्तकांचे वाचकही आवर्जून ही मालिका बघायचे आणि पुस्तकावरील अभिप्रायाप्रमाणेच लांबलचक पत्रं लिहून आनंद व्यक्त करायचे. हे वाचक न चुकता विचारायचे, ही मालिका कुठल्या कादंबरीवर आधारित आहे? वृत्तपत्रांमधून या मालिकेविषयी चांगलं लिहून यायचं. काही जण या मालिकेचं रेकॉर्डिंग करून आपल्या परदेस्थ मुलांना पाठवून द्यायचे.

अशाच वेळी एकदा मी भोरला गेले होते. नेहमीप्रमाणे काही कलाकार जवळ येऊन भेटून गेले. इतरांनीही मंद हास्य करून आनंद व्यक्त केला.

यात बऱ्यापैकी मुख्य भूमिका करणारी एक कलाकार माझ्या शेजारी येऊन बसली. माझ्या लेखनाचं आणि संवादाचं तिनं तोंडभरून कौतुक केलं. ते म्हणताना कशी मजा येते, यावरही ती बोलली. नंतर बोलायच्या ओघात विचारावं तसं तिनं मला विचारलं, "उमाताई, आम्हाला उत्सुकता आहे, पुढे काय होतं?"

पुढचे एपिसोड लिहून झालेले असल्यामुळे मी उत्साहानं पुढचं कथानक सांगायला सुरुवात करणार, एवढ्यात प्रॉडक्शनचे एक सीनिअर गृहस्थ फोन घेऊन जवळ आले आणि म्हणाले, "उमाताई, प्रॉडक्शन हाऊसकडून तुम्हाला फोन आहे!.."

हे अपेक्षित नसल्यानं मी नवलानं उठले. ते गृहस्थ मला काही अंतरावर घेऊन गेले आणि म्हणाले, "नका सांगू! अहो, सिरिअल चांगली चालायला लागली की हे कलाकार तारखा द्यायला त्रास द्यायला लागतात. तेव्हा आम्ही त्यांना दमानं घ्यायला सांगतो. तुमचं पुढे काय करायचंय याविषयी उमाताईंशी आमच्या मीटिंग्ज् सुरू आहेत. तुम्हाला मारायचं, अपघात घडवून प्लॅस्टिक सर्जरी करायची, की काय करायचं, ते अजून ठरतंय! अहो, असं काही केलं नाही तर हे कलाकार फारच माजोर्डेपणा करून आमची अडवणूक करतात!"

म.टा. पुरस्कारात आमच्या मालिकेनं दणदणाट केला! मला लेखनाचा, हेमंत देवधरांना दिग्दर्शनाचा, सुहासिनी देशपांडेंना सहायक अभिनेत्रीचा, दासू वैद्यांना शीर्षकगीताचा, फोटोग्राफीचा, उत्तम मालिकेचा असे एकूण सात पुरस्कार मिळाले. आणखीही काही पुरस्कार आम्हाला अपेक्षित होते; तिथं मात्र निराशा झाली. त्या निमित्त 'प्रो-व्हिडिओ'च्या वेणुगोपालांनी पुण्यात एक कार्यक्रम आयोजित

केला. त्यासाठी ईटीव्हीचे अधिकारी श्री. मानवी आले होते. ते कन्नड असल्यामुळे त्यांच्याशी आमचा आधीही संवाद होता. त्यांनी कबूल केलं, 'मूडलमने'चं मराठीत इतकं चांगलं काहीतरी होईल असं वाटलं नव्हतं!...'

मूळ मालिकेचे हजारपेक्षा जास्त भाग झाले असले, तरी आम्ही त्यातला चांगला ऐवज घेऊन मराठी मालिकेचे चारशेहून जास्त भाग केले. कथानक बलात्कारातून जन्मलेल्या मुलाच्या मुंजीच्या सोहळ्यापर्यंत आलं. समाजापुढे देसाई कुटुंबानं त्या बालकाला आपल्या कुटुंबाचा, वंशाचा, घराण्याचा एक भाग असल्याचं जाहीर केलं. मुंजीनिमित्त मालिकेतले सगळे कलाकार हजर होते. त्या सगळ्यांच्या ग्रुपफोटोबरोबर मालिका संपली.

नंतर कितीतरी वर्षं रसिक भेटतील तिथं विचारत राहिले, ''का संपवलीत मालिका? त्या मुलाच्या लग्नापर्यंत सुरू ठेवायची होती.''

मीही गमतीनं सांगायची, ''तुम्ही 'कधी संपवणार' असं विचारू नये म्हणून!'' कारण त्याआधीपासून सुरू असलेल्या 'चार दिवस सासूचे' आणि 'या गोजिरवाण्या घरात...' (लोक 'लाजिरवाण्या घरात' म्हणायला लागले होते!) या मालिकांची अशीच गत चालली होती!

सिरिअलचं लेखन सुरू असताना मी काही काळ अनुवादाचं काम बाजूला सारलं होतं. वेळेचीच कमतरता असल्यामुळे वेग साहजिकच कमी झाला. वेळ कमी पडू लागला तेव्हा पोळ्या करायला शेजारीच राहणाऱ्या महानंदाला सांगितलं. त्या निमित्तानं मला गुणवत्तेची आस असणारी एक चांगली मदतनीस कायमची मिळाली.

'शशीप्रभा'च्या पहिल्या व्यवहारानंतर बिल्डरनं बसू हा वॉचमन समोरच्या आऊटहाऊसमध्ये आणून ठेवला. महानंदा ही त्याची लहानशी बायको. दीड वर्षाच्या निलूला घेऊन ती आली. आधी ती बिल्डिंगच्या कामावर बिगारी काम करायची. मॉडेल कॉलनीत आल्यावर सुरुवातीला तर ती आणि तिच्या घरचे पाहुणे समोरच्या झाडाखाली निवांत बसायचे. सिमेंटच्या घरात त्यांना फार उकडायचं. इथंच तिला मुलगाही झाला.

जेव्हा घरमालकांचा या बिल्डरबरोबरचा व्यवहार ताणला गेला, तेव्हा या जोडप्याच्या मुलाचं बारसं ठरलं होतं आणि घरमालकांनी लाईट कनेक्शन द्यायला नकार दिला. त्यांच्या बारशाच्या कार्यक्रमावर विरजण पडलं. तेव्हा आम्ही आमच्या घरातून कनेक्शन दिलं होतं. बारशासाठी गावाकडून आलेल्या तिच्या नातेवाईक बायकांकडून बरीच कन्नड जानपद गाणीही ऐकली.

व्यवहार पूर्णपणे तुटल्यावर त्यांच्यावर लगोलग घर सोडायची पाळी आली; पण शेजारच्या घरातल्या जालनापूरकरांनी या जोडप्याची गुणवत्ता बघून लगेच

आपल्या आऊटहाऊसमध्ये राहायला जागा दिली. त्यानंतर नंदा मॉडेल कॉलनीचीच होऊन गेली.

नंदामधील बदल मी चकित होऊन बघत राहिले. कॉलनीत राहायला येण्याआधी ती बांधकामावर विटा-सिमेंट वाहायचं काम करायची. सुरुवातीला ती कॉलनीतल्या काही घरांत धुणं-भांड्याची कामं करायची. हळूहळू ती पोळ्यांची कामं करू लागली आणि तिनं तिची जुनी कामं सोडली. तिचं करणं अत्यंत नेटकं. तिनं पुरणपोळ्या करून द्यायला सुरुवात केली. सुरुवातीला ती तेलाच्या पोळ्या करत होती, पण लोकांना ते पटेना. तिनं लगेच पीठ लावून पुरणपोळ्या करायला सुरुवात केली. बघता बघता तिचा त्यावर इतका हात बसला की, कॉलनीतल्या टिपिकल पुणेरी कोकणस्थी बायकाही तिला उत्तम पुरणपोळ्यांचं सर्टिफिकेट देऊ लागल्या. मग तिनं ओल्या नारळाच्या करंज्या आणि उकडीचे मोदक करून द्यायला सुरुवात केली. त्यासाठीही कॉलनीकरांनी तिला वाखाणायला सुरुवात केली. तिला नवे काही पदार्थ करून दे म्हटलं तर ती म्हणते, 'पैसे घेऊन देण्याइतके चांगले येत नाहीत; मग कशाला लोकांचे पैसे वाया घालवायचे?''

त्यातच तिनं शिलाई करायला सुरुवात केली. लिहा-वाचायला येत नसलं तरी तिचं माप बरोबर होऊ लागलं. तिच्या मुलीचं, निलूचं डिग्रीपर्यंतचं शिक्षण झाल्यामुळे तिची त्या बाबतीत तिला मदत होऊ लागली. साहजिकच नंदानं पोळीची कामंही कमी केली. ज्यांनी तिला कठीण प्रसंगी मदत केली आहे, तेवढीच कामं तिनं ठेवली आहेत.

तिला केवळ पैशाची अपेक्षा नसते; पण एखादा पदार्थ कसा झालाय, तो आवडला की नाही, याची तिला जास्त काळजी असते. गावाकडे शेती-वाडी आहे. विजापूरकडच्या भागातून हे कन्नड कुटुंब पोटापाण्यासाठी पुण्याला आलं असलं, तरी त्या सगळ्यांच्याच वागण्यात एक प्रकारचं खानदानी गांभीर्य आहे.

माझं लेखन सुकर होण्यासाठी विमलप्रमाणेच नंदाचाही मला मोठा आधार आहे.

पोळ्यांची कामं करताना तिला अनेक घरातल्या कथा माहीत असत. तिचा नातेवाइकांचा गोतावळाही भरपूर मोठा. मुलं मोठी होत असताना एक दिवस गांजलेली नंदा म्हणाली, ''वैनी, काही म्हणा! सगळ्या मनस्तापाचं कारण मुलंच असतात! तुम्ही दोघं नशीबवान आहात बघा!''

मी तिला उलट म्हटलं, ''वा गं वा! गोट्याच्या जन्माच्या वेळी मुलगा झाला म्हणून किती दणक्यात बारसं केलं होतंस! मीही आले होते की घुगऱ्या खायला. तुझ्या नणंदेनं किती छान गाणी म्हटली होती.'

''होय! तेव्हा अक्कल कुठं होती? केला वेडेपणा!..''

''उद्या म्हातारपणी मुलगा-सून-नातवंडांत रमलीस, तर हे आताचं बोलणं

विसरून जाशील!''

''वैनी, मुलगा-सुनांच्या राज्यात सुख भोगायला मिळेल म्हणायला, मी काही वेडी नाही! उलट चार पैसे दिले, तर आमच्यासारखं कुणीही तुमचं करेल!..''

''असंच काही नाही! तुम्ही कमावलेलं मिळेल या आशेनं मुलं तुम्हालाही करतील की!''

''कसली करतात? उलट आई-बापाच्या माघारी सगळं आपल्यालाच मिळणार याची खात्री असते त्यांना! त्यामुळे आई-बाप मरायची वाट बघत बसतील.. जगात सगळीकडे हेच चाललंय!..'' नंदा उत्तरली.

एरवी मुला-बाळात रमणाऱ्या नंदाचं बोलणं ऐकून त्या दिवशी मीही चकित झाले.

मालिका लेखनाला लागणाऱ्या वेळेमुळे याच काळात मी माझे परगावचे प्रवास टॅक्सीनं करू लागले. कॉलनीतल्या ऋचा जगतापच्या 'रूट्स अॅन्ड विंग्स' या कंपनीची मला त्यासाठी मदत होऊ लागली. त्यातच मला रवींद्र मेहेंदळेंच्या गाडीवरच्या संदीपची ओळख झाली.

वडील पोलीस खात्यातले आणि आई डॉक्टर, अशा दांपत्याचा हा मुलगा. दोघेही वारल्यामुळे संदीपच्या हातात शिक्षण सोडून गाडीचं चक्र आलं होतं. त्याच्या आईबरोबरच्या आठवणी छान होत्या. त्या सांगताना तो भावुक व्हायचा. त्याच्यावर तिच्या आईची- म्हणजे आजीची जबाबदारी होती.

संदीपचा स्वभाव पटल्यामुळे आम्ही त्याच्याबरोबर भरपूर प्रवास केला. पुढच्या काळात त्यानं स्वतःची गाडी घेतली. त्यानंतर तर परभणी, गोवा, दक्षिण कर्नाटक, केरळ, बेंगळुरू असे मोठमोठे प्रवास त्याच्याबरोबर होऊ लागले. त्याला माझे सगळे नातेवाईक व्यक्तिशः ओळखू लागले. माझ्याबरोबर संदीप आहे म्हटलं की, अक्का-अण्णांनाही माझी काळजी वाटत नसे.

यथावकाश त्याचं लग्न झालं, मुलगा झाला. संदीप संसाराला लागला.

पण कालांतरानं देशात सर्वत्र टॅक्सीच्या मोठमोठ्या कंपन्या आल्या आणि मॉल्सनी किरकोळ किराणा मालाची दुकानं गिळंकृत करावी, तसा संदीपसारख्या लहान टॅक्सीवाल्यांच्या धंद्यावर परिणाम झाला. त्याला पर्यायी व्यवसायाचा विचार करणं भाग पडलं.

एखादी कलाकृती जास्तीत जास्त लोकांपर्यंत पोहोचायला टीव्ही हे माध्यम अतिशय चांगलं असल्याचा मला अनुभव आला होता. याच सुमारास कन्नड ईटीव्हीवर भैरप्पांच्या 'गृहभंग' या कादंबरीवर गिरीश कासरवळ्ळींनी बहात्तर भागांची केलेली मालिका पाहताना टीव्ही मालिका कलाकृतीला कशी न्याय देऊ शकते,

तेही आम्ही पाहत होतो. कादंबरीवर आधारित सिनेमा कसा त्रोटक आणि अयशस्वी होतो, त्याचीही अनंत उदाहरणं समोर होती.

'सोनियाचा उंबरा'नंतर माझ्याकडे या क्षेत्रातली इतरही माणसं येऊ लागली. मी त्यांना चांगल्या-चांगल्या कादंबऱ्या सुचवू लागले. हे सगळ्यांनाच पटत होतं, पण टीव्ही चॅनेलकडून संमती मिळत नव्हती. त्यामुळे या क्षेत्रात आपल्या मर्जीनं काही करणं कठीण असल्याचा अनुभवही येत होता.

यानंतर माझ्याकडे 'मंथन' या मालिकेच्या लेखनाचं काम आलं. हीही मुळातली कन्नड मालिका होती. गौतम कोळी हे त्याचे दिग्दर्शक होते. या मालिकेच्या सुमारे दीड-पावणेदोनशे भागांचं मी लेखन केलं.

या मालिकेचा विषयही चांगला होता. याच नावाच्या कन्नड मालिकेचं लेखन एका इन्कमटॅक्स ऑफिसर असलेल्या नाटककारानं केलं असल्यामुळे त्याला एक प्रकारची विश्वासार्हता होती.

एक वेगानं विकसित होत असलेलं गाव. त्यात बदलून आलेली तरुण इन्कमटॅक्स ऑफिसर महिला. समाजातील राजकारण, अर्थकारण, धर्म आणि आरोग्य आपल्या मुठीत ठेवू इच्छिणाऱ्या चार-पाच समाजकंटकांना, ती आपल्याकडे असलेल्या कायद्याच्या अधिकाराचा वापर करून सरळ करते. हे समाजकंटक तिच्या लाचखोर नवऱ्याचा, भावनाशील बहिणीचा, बहिणीच्या व्यसनी नवऱ्याचा, तिच्या आईचा आणि अगदी जवळच्या नातेवाइकांचा तिच्या विरोधात वापर करून तिला अडचणीत आणायचा प्रयत्न करतात. ती या नातेवाइकांना भावनेचं बळ देते, पण स्वतःचं बळ कमी होऊ देत नाही. प्रसंगी नवऱ्याचंही शत्रुत्व स्वीकारते. सगळे समाजकंटक आपापल्या गावातून केवळ एका लोट्याबरोबर आणि अंगावरच्या कपड्यानिशी आलेले असतात, ते पुन्हा कफल्लक होऊन गावी जाऊन शेती करायला लागतील, असं ती करते.

या मालिकेत कायद्याचा सुयोग्य वापर करणारी सुविद्य अधिकारी तरुणी होती. तिच्या बहिणीचं अतिशय अडचणींनी गुरफटलेलं कुटुंब होतं. तिची आई करारी होती. या मालिकेचं शूटिंग मुंबईत चालायचं. त्यामुळे माझा दिग्दर्शक-कलाकार या कुणाशीच फारसा संबंध आला नाही.

दीडेकशे भाग होता होता माझ्या लक्षात येऊ लागलं, मला जे मांडायचंय, तशी ती मालिका पुढे जात नाही. तिनं वेगळीच वाट धरली आहे! मला माझ्या वाचकांचे फोन येऊ लागले, ''उमाताई, काय चाललंय हे! हे तुम्ही लिहिणं शक्य नाही!'' एक-दोन भरपूर टीका करणारी पत्रंही मला आली.

एव्हाना मलाही तिथल्या वातावरणाविषयी समजू लागलं होतं. एका मालिकेवर बऱ्याच जणांचं जीवन अवलंबून असायचं. चॅनेलचाही एकदा स्थिरावलेली मालिका हलवायला विरोध असायचा. त्यामुळे मालिका बंद करणं कुणालाच नको असायचं. अखेर मी माघार घेतली आणि दीडेकशे भाग झाल्यावर लेखक म्हणून माझं नाव देऊ नये असंही सुचवलं. तरीही म.टा. पुरस्काराच्या वेळी लेखिका म्हणून माझं नॉमिनेशन झालं होतं. पुरस्कार मिळणं शक्यच नव्हतं; कारण मी मालिकेचं लेखनच सोडून दिलं होतं.

पुढे जेव्हा 'या वळणावर'चं काम आलं तेव्हा मी आणखी सावध होते. आपल्याला केव्हाही यातून माघार घ्यावी लागेल, या भावनेतूनच मी याचे जेमतेम शंभर भाग लिहिले आणि शांत बसले.

एक दिवस फोन आला तो स्मिता तळवलकरांचा होता. नंतर त्या भेटायलाही घरी आल्या. त्या नुकत्याच मोठ्या आजारातून उठल्याची लक्षणं त्यांच्या देहावर उमटली असली तरी मनाचा उत्साह मात्र भरपूर होता! त्यांना 'स्टार प्रवाह'साठी एक मालिका करायची होती. त्यासाठी लेखनसाह्याच्या अपेक्षेनं त्या माझ्याकडे आल्या होत्या.

चॅनेलबरोबरची मीटिंग मुंबईत होती. पुन्हा हेमंत देवधर यांच्याबरोबर काम करायची संधी होती. मधल्या अवधीत हेमंत देवधरांनी 'शिवछत्रपती' ही मालिकाही केली होती. इतरही अनेक मालिकांचं बस्तान बसवून द्यायचं आणि ठरावीक कालावधीनंतर बाहेर पडायचं, असं त्यांचं चाललं होतं.

देवधरांबरोबर मुंबईत स्मितातार्इंच्या घरीच गेले. घरात स्मितातार्इंचे वडील होते. चॅनेलबरोबरच्या मीटिंगची वेळ ठरवताना वेळ लागत होता. त्यामुळे मुक्काम करायचा होता. माझी हरकत नसेल तर मी स्मितातार्इंच्या घरीच राहायचं, असं ठरलं.

स्वयंपाकाची मुलगी नसल्यामुळे मला त्या दिवशी स्मितातार्इंच्या हातचं जेवायला मिळालं. त्यांच्याशी मनमोकळ्या गप्पाही झाल्या. हॉलमधल्या अनेक पुरस्कारांमध्ये मला त्यांना चित्रपटाच्या वितरणासाठी मिळालेल्या पुरस्काराचं अप्रूप वाटलं. विषय तिकडे वळताच वितरणाच्या क्षेत्रात एक स्त्री म्हणून वावरताना आलेले चांगले-वाईट अनुभव त्यांनी सांगितले. तसंच मुंबई दूरदर्शनवर वृत्तनिवेदिका म्हणून कार्यरत असताना स्मिता पाटील या उत्तम मैत्रिणीच्या मृत्यूची बातमी द्यावी लागली होती, त्या प्रसंगाविषयीही सांगितलं. त्याचबरोबर एका प्रसंगी मुंबईतल्या एका राजकारण्यानं दिल्लीत कशी अशिष्ट भाषा वापरली होती, त्याच्या अकाली मृत्यूची बातमी समजताच त्या कशा एकट्याच घरभर असुरी आनंदानं नाचल्या होत्या, तेही सांगितलं.

सारं ऐकता ऐकता मी थक्क होऊन गेले होते. मी त्यांना सांगितलं, "तुमचे हे सगळे अनुभव तुम्ही लिहून ठेवायला पाहिजेत! विशेषतः वितरणासारख्या 'पुरुषी' क्षेत्रात येणाऱ्या महिलांना ते निश्चितच मार्गदर्शक ठरतील!"

माझ्या आधीही त्यांना काही जणांनी हे सांगितलं होतं; पण प्रत्यक्ष काम करायची अमर्याद ऊर्मी आणि तेवढ्याच वेगानं आक्रमण करणारं गंभीर आजारपण यामुळे ते कदाचित त्यांच्याकडून शक्य झालं नसावं.

चॅनेलमध्ये मीटिंग झाली. त्या मंडळींचं आधीच बरंच ठरलेलं दिसत होतं. ते सारं जोडून देणारं लिखाण त्यांना हवं होतं. मी सुरुवातीची पात्रं आणि कथानकाचा ढाचा लिहून दिला. अनुभवामुळे मी संवादाचं काम अंगावर घेतलं नव्हतं.

या मालिकेतही मी फार काळ रमू शकले नाही. कारण सादरीकरण अतिशय भडकपणे होत होतं. अनेक अतार्किक गोष्टी त्यात येऊ लागल्या. कलाकारांची कामं उत्तम असूनही मला अनेक फोन येऊ लागले, "काय चाललंय हे उमाताई?" देवधरांनीही ही मालिका सोडली होती. शेवटी मी एक दिवस स्मितातार्इंना फोन करून माझं नाव काढून टाकायला सांगितलं. त्याही म्हणाल्या, "जाऊ दे उमाताई, आपण पुढे काहीतरी चांगलं करू!"

कारण माझ्यासमोरच त्यांना त्यांच्या जवळच्या तरुण सहकाऱ्यांनी सांगितलं होतं, "वातावरण पूर्वीसारखं राहिलेलं नाही. इथं काम करणं इतकंसं सोपं आणि आनंददायी राहिलं नाही. हे काम अंगावर घ्यायच्या आधीच विचार करा!..."

पण पुढे स्मितातार्इंबरोबर काम करायची संधी आली नाही. आजारानं त्यांना तशी सवड दिली नाही.

मध्यंतरी कन्नडमधील एक तरुण लेखक आणि कन्नड ईटीव्हीवर काही काळ नोकरी करणारे जयंत कायकिणी पुण्यात आले होते. कन्नड भाषेला जेव्हा 'क्लासिक भाषा' म्हणून मान्यता मिळाली होती, तेव्हाची त्यांची प्रतिक्रिया होती, "टायटॅनिक बुडायला लागलंय आणि आपण विंडोसीट मिळाली म्हणून आनंद मनवतोय!"

त्यांनीच टीव्ही चॅनेलचा आपला अनुभव सांगितला- 'चॅनलकडून सांगण्यात आलं, प्रत्येक सिरिअलमध्ये भरपूर श्रीमंती दाखवली पाहिजे, त्यातील बायका-पुरुष उत्तमोत्तम कपड्यात आणि दागिन्यांनी लगडलेले दाखवले पाहिजेत. सगळ्यात महत्त्वाचं म्हणजे त्यांच्यावर सतत संकटं येत राहिली पाहिजेत आणि ते सतत दुःखात असले पाहिजेत. म्हणजे देशातील गरीब प्रेक्षकाला हे बघताना एक प्रकारचा असुरी आनंद वाटेल! एवढं सगळं ऐश्वर्य आहे; पण कसे दुःखात आहेत! यांच्यापेक्षा आमचंच बरं आहे. ही विकृती माझ्या सहनशक्तीच्या पलीकडची होती. म्हणून मी ती नोकरी सोडली."

या क्षेत्राच्या थोड्याफार परिचयामुळे मला थोडीफार 'टीआरपी'ची भानगड समजल्यासारखी वाटत होती. पण श्री. जयंत कायकिणींनी सांगितलेलं हे विकृत 'तर्कशास्त्र' मात्र भयावह आणि समाजाला हानी पोहोचवणारं वाटलं.

तसंच या क्षेत्रातला 'क्षणभंगुरते'चाही पुरेपूर अनुभव आल्यामुळे माझा उत्साहही आपोआप ओसरला.

तसा मालिकांच्या आधीही दृश्य माध्यमाशी आमचा संबंध अवचटांच्या मित्रांमुळे आला होताच. सदाशिव अमरापूरकरांबरोबर एका चित्रपटाचं शूटिंग बघायला एकदा-दोनदा गेलो होतो.

सुमित्रा भावे आणि सुनील सुखटणकरांमुळे मात्र त्याहून वेगळ्या पातळीवर संपर्क आला. आधी कमल पाध्येंकडून त्यांच्याबरोबरच्या 'पाणी' आणि 'बाई'च्या चित्रीकरणाच्या अनुभवाविषयी ऐकलं होतं. कमल पाध्येंच्या 'बंध-अनुबंध'च्या प्रकाशनाच्या वेळी मी सुमित्राताईंचे संयत विचार ऐकले होते. त्या वेळच्या भाषणात त्यांनी सांगितलं होतं, "स्त्रियांची चळवळ आता एका टप्प्यावर येऊन पोहोचली आहे. पुढच्या पिढीतल्या मुली याकडे बघताना अनेकदा म्हणतात, स्त्रीस्वातंत्र्याची एवढी मोठी किंमत द्यायची असेल तर आम्हाला ही मुक्ती नको आहे; विवाहसंस्था आम्हाला जीवनातलं स्थैर्य देणार असेल तर आम्हाला या अनिश्चिततेपेक्षा विवाह संस्था मान्य आहे, त्यातल्या त्रुटींसह! या त्यांच्या मताचाही चळवळीनं डोळसपणे विचार केला पाहिजे." भारतातील पुरुषसत्ताक आणि मातृप्रधान समाजव्यवस्थेचं पूर्णपणे भान असलेले ते विचार ऐकताना, संसाराची घडी विस्कटू न देता स्त्रीमधली आधुनिकता न्याहाळणाऱ्या माझ्यासारखीला त्यांच्या विचारांशी जवळीक वाटली होती.

सुमित्राताई सुरुवातीपासून अवचट कुटुंबाच्या अगदी जवळच्या असल्यामुळे सुनंदा अवचट गेल्या त्या क्षणी त्याही आमच्याबरोबर हॉस्पिटलमध्ये होत्या; पण त्यांच्याशी आमची प्रत्यक्ष ओळख नव्हती.

पण अवचटांच्या घरी त्यांच्या 'दहावी फ'चं स्क्रिप्ट ऐकायला आम्ही होतो. त्यानंतर 'देवराई' आणि 'कासव'चंही स्क्रिप्ट ऐकलं होतं. तेव्हा नात्यात थोडा मोकळेपणा आल्यामुळे मी मला पडलेल्या काही बाळबोध शंका विचारल्या होत्या आणि सुमित्राताईंनी त्याचं निरसनही केलं होतं. त्यांनी नगरजवळ चाललेल्या 'वास्तुपुरुष'च्या शूटिंगसाठी अवचटांबरोबर आम्हालाही बोलावलं होतं; पण आम्हाला जमलं नव्हतं. पुण्यातच एका इमारतीत 'देवराई'चा क्लायमॅक्स-सीन चालला होता, तेव्हा मात्र अवचटांनी आम्हाला आवर्जून नेलं होतं. मग पुण्याच्या जवळपास शूटिंग चाललं असेल तर आम्ही आवर्जून जाऊ लागलो. 'देवराई'मधील एका पार्टीच्या प्रसंगात त्यांनी आम्हाला बोलावून समाविष्ट करून घेतलं. तसंच 'नितळ'साठी

एका ठिकाणी एका उद्घोषणेसाठी आवाजही दिला.

त्याहीपेक्षा सुमित्राताईंनी एकटाकी लिहिलेलं हस्तलिखित सुनीलना वाचताना ऐकणं हा फार छान अनुभव असल्याचं माझ्या लक्षात आलं होतं. नंतर त्याच सिनेमाची रफ कॉपी बघताना त्यात रक्त-मांस भरून सजीव कलाकृती साकार झाल्याचा अनुभव घ्यायचा! स्क्रिप्ट वाचताना ज्या जागा रिकाम्या वाटायच्या त्या सिनेमात दिग्दर्शकाच्या 'ट्रिटमेंट'मुळे आपसूक भरल्या जायच्या! हे लक्षात आल्यावर माझे केवळ लेखन-वाचनामुळे निर्माण होणारे प्रश्न आपोआप वितळून जाऊ लागले.

हा अनुभव इतका आकर्षक होता की एकदा एका सिनेमाची रफ कॉपी बघून परतत असताना मी अभावितपणे म्हटलं होतं, "या क्षेत्रात आता तुम्ही जेवढा शिरकाव करायला देता, तेवढा जर मला पंधरा-वीस वर्षांपूर्वी मिळाला असता तर मी कदाचित अनुवादाच्या क्षेत्रात लुडबुड करायच्या ऐवजी याच क्षेत्रात केली असती!" त्या दोघांनीही तत्परतेनं म्हटलं, "मग या ना उद्यापासून! अजून तरी कुठं उशीर झालाय?" पण एव्हाना मी अनुवाद क्षेत्रात इतकी गुंतले होते की ते मलाच शक्य नव्हतं.

सुधा मूर्तींच्या एका कथेवर 'मेरी पहली छात्रा' ही दोन भागांची मालिका करताना मी सुमित्राताईंच्या शेजारी त्यांच्या मॉनिटरपाशी बसले. तेव्हा त्या प्रत्येक फ्रेमचा कसा विचार करतात, हे मला पहिल्यांदा दिसलं. 'सोनियाचा उंबरा'च्या वेळीही माझी जागा हेमंत देवधरांच्या शेजारीच असे. तेव्हाही मी हे पाहतच होते. त्यामुळे तिथंच दिग्दर्शकाचा वेगळेपणाही लक्षात येई. या मालिकेत माझी भाची, राजेंद्रची मुलगी शाल्मली ही छोट्या सुधाची भूमिका करत असल्यामुळे आणि ती तिची पहिलीच भूमिका असल्यामुळे तीही एक गंमत होती.

या दोघांबरोबरचा 'सूरज का घोडा' या दोन भागाच्या मालिकेचा माझा अनुभव मात्र विलक्षण होता. त्या वेळेपर्यंत या क्षेत्रातल्या अनेक गोष्टी मी सुट्या सुट्या पाहत होते. पण इथं एका कथेच्या अनुवादापासून तिच्या दृश्य रूपापर्यंतचे सगळेच अनुभव आले.

ही मूळची कन्नड कथा 'सूर्यन कुदुरे', लेखक अनंतू आणि त्याचा बालपणीचा खेड्यातच राहणारा मित्र वेंकटू यांच्या दोन वेगवेगळ्या प्रकारच्या तत्त्वज्ञानावर आधारली आहे. शहरातून आलेला अनंतू शहरी राहणं आणि आधुनिक विचाराला प्रामाण्य मानून जगत आला आहे. शहराचं आणि आधुनिकतेचं तोंडही न पाहिलेला वेंकटू जीवनातल्या अनेक दुःखांनी गांजलेला आहे. कजाग बायको आणि बिघडलेला मुलगा यांच्यामुळे त्याच्या जीवनातली प्रत्येक घटका ग्रासली गेली आहे. तरी तो

कुंपणावरच्या नाकतोड्याचं उड्डाण पाहताना देहभान विसरण्याइतका आणि त्या क्षणाची उत्कटता अनुभवण्याइतका तरल मनाचा राहिला आहे. 'काय आहे त्याचं जीवनविषयक तत्त्वज्ञान जे त्याला जगायची एवढी शक्ती देतं,' याचा अनंतूनं घेतलेला शोध या कथेत आहे.

'संस्कार' आणि 'घटश्राद्ध'सारख्या रचनांमधून भारतीय संस्कृतीवर परखड टीका करणाऱ्या यू. आर. अनंतमूर्ती यांची एका खेड्यात राहणाऱ्या भारतीयाच्या मानसिकतेचा वेध घेण्याची धडपड करणारी ही कथा.

मागे कधीतरी मी सुमित्राताईंना म्हटलं होतं, तुमच्याबरोबर शूटिंगच्या निमित्तानं मलाही एकदा यायचं आहे. हे त्यांनी लक्षात ठेवलं होतं. अनंतमूर्ती यांच्या कन्नड कथेचा मी मराठी अनुवाद केला होता. हिंदी दूरदर्शनसाठी कथा-मालिका सुरू होती. त्यात समाविष्ट करण्यासाठी त्यांनी 'मेरी पहली छात्रा'बरोबरच या कथेवरही मालिका बनवायचं ठरवलं होतं. त्यातील वातावरणाला न्याय देण्यासाठी त्याचं शूटिंग कर्नाटकात, जिथं ही कथा घडली तिथं- तीर्थहळ्ळीमध्ये आणि जवळपास करायचं त्यांनी ठरवलं होतं. त्यामुळे एकदा लोकेशन ठरवण्यासाठी आणि दुसऱ्यांदा प्रत्यक्ष शूटिंग करण्यासाठी त्यांच्याबरोबर जायचं ठरलं. शूटिंग तुलनेनं लहान गावात होत असल्यामुळे कन्नड येणारं एक माणूस बरोबर असावं असाही एक विचार होता.

लोकेशन पाहण्यासाठी निघालो तेव्हा आम्हा तिघांसोबत मालिकेचे नायक डॉ. शेखर कुलकर्णी होते. शिवाय असिस्टंट दिग्दर्शक वरुण नार्वेकर आणि शालिनी हेही दोघं होते. त्या वेळी शालिनी 'रेड चिली'मधली नोकरी सोडून अनुभव घेण्यासाठी या ग्रुपमध्ये सामील झाली होती. सुमित्राताईंच्या 'इनोव्हा'नं आमचा प्रवास सुरू झाला.

या प्रवासात गिरीश कासारवल्लींच्या सूचनेप्रमाणे आम्ही सागर हेग्गोडूलाही गेलो. हेग्गोडू हे नाटक आणि चित्रपटाच्या संदर्भात कार्य करणाऱ्या के. व्ही. सुब्बण्णांचं गाव. इथली एक मुलगी मैसूरला गेल्यावर तक्रार करत होती म्हणे, 'इथं सांस्कृतिक असं किती मचूळ वातावरण आहे!..' इथली शेतात काम करणारी माणसंही सत्यजित राय आणि इतर जगप्रसिद्ध दिग्दर्शकांच्या चित्रपटावर गंभीर चर्चा करतात, असं म्हटलं जायचं. कारण इथल्या चित्रपट रसग्रहणाच्या कोर्ससाठी पुण्याच्या 'फिल्म ॲन्ड टेलीव्हिजन इन्स्टिट्यूट'मध्ये शिकवणाऱ्या सतीश बहादूरांपासून भारतभरची तज्ज्ञ मंडळी जायची प्रथा होती. त्यांचे विचार ऐकत इथली माणसं तयार झाली होती.

सुब्बण्णांच्या मृत्यूनंतर त्यांचे चिरंजीव अक्षर हेही 'निनासं' म्हणजे निळकंठ नाटक संस्था- या संस्थेच्या याच कार्यात गढलेले होते. सुब्बण्णांशी मुदेनूर संगण्णांच्या घरी काही वर्षांपूर्वी भेट झाली असली तरी त्यांचं गाव बघायचा योग आला नव्हता. आता अक्षर यांच्याकडून चित्रीकरणाच्या दृष्टीनं आवश्यक ती सगळी मदत मिळू शकेल, असंही समजल्यामुळे ही भेट ठरली होती.

त्या छोट्या वाडीवजा खेड्यात शिवराम कारंतांच्या नावानं असलेलं आठशे ते हजार माणसं बसतील एवढं मोठं थिएटर बघून आश्चर्य वाटलं.

तिथे वेंकटूच्या भूमिकेसाठी कृष्णमूर्ती भेटले. इतरही माणसं भेटत होती. अनंतमूर्तींच्या मूळ कथेचा संदर्भ निघाला की प्रत्येक जण आपापल्या संग्रहातला कथासंग्रह काढून त्यातली ती कथा पाहायचा, हे आमच्याबरोबर आलेल्या तरुणांना आश्चर्यकारक वाटायचं. सुमित्राताई हिंदीत ही गोष्ट करणार असं समजताच हिंदी बोलायच्या कल्पनेनं त्या कलाकारांचं धाबं दणाणायचं! यातले कृष्णमूर्तींसारखे कलाकार दिल्लीच्या 'नॅशनल स्कूल ऑफ ड्रामा'मध्ये अभिनयाचं शिक्षण घेतलेले होते, तरीही हिंदी बोलायला घाबरत होते.

तिथे 'निनासं'मध्ये आम्हाला अनपेक्षितपणे एक वेगळंच सादरीकरण बघायला मिळालं. उत्तर कर्नाटकातून आलेल्या एका ग्रुपमधल्या पाच कलाकारांनी कुठल्याही विशेष नेपथ्याशिवाय मराठीतल्या लक्ष्मण गायकवाड यांच्या 'उचल्या' या दलित आत्मकथनाच्या चंद्रकांत पोकळेंनी केलेल्या कन्नड अनुवादाचं नाट्यरूपांतर सादर केलं. शिवाय शिवराम कारंतांनी सादर केलेल्या 'यक्षगान'ची सीडीही पाहायला मिळाली. यात स्वतः कारंतांनी शूर्पणखेची भूमिका बहारदारपणे सादर केली होती.

तीर्थहळ्ळी आणि जवळपासच्या निसर्गरम्य गावांमध्ये लोकेशनसाठी फिरत असताना मध्येच एखादं छान घर दिसलं की गाडी थांबवायची आणि घरात फेरफटका मारून यायचा, असं सुरू होतं. हा सगळाच परिसर शूटिंगची भरपूर सवय असलेला असल्यामुळे यात कुणीही अवघड वाटून घ्यायचं नाही. 'चित्रपट' म्हटल्यावर इथल्या लोकांना याचं प्रमाणाबाहेर कौतुकही वाटलेलं दिसलं नाही.

तीर्थहळ्ळीत फिरताना बरेचसे त्या कथेतल्या पात्रांशी संबंध सांगायचे. ज्या घरात शूटिंग घ्यायचं ठरलं, ते, ही कथा ज्याच्यावर बेतली आहे असं गावकरी म्हणत होते, त्याचंच होतं. त्यांची दोन मुलं त्या घरात राहत होती. याच घरात कासारवल्लींनी 'घटश्राद्ध' या अनंतमूर्तींच्या कथेवर आधारित चित्रपटाचंही शूटिंग केलं होतं.

संदेश नावाचे एक मित्र भेटले. त्यांनी 'जिथे कमी, तिथे आम्ही' या पद्धतीनं अडेल त्या सगळ्याच बाबतीत मदत केली. जुनी भांडीही मिळवून दिली. या कथेत अभ्यंगस्नानाला अतिशय महत्त्व होतं. त्यासाठी शूटिंगसाठी योग्य अशा प्रशस्त न्हाणीघराचा शोध सुरू झाला. त्यासाठी अनेक घरं केवळ न्हाणीघरासाठी

पाहिली. कुवेंपु म्हणजे के. व्ही. पुट्टप्पा या कन्नडला पहिलं ज्ञानपीठ मिळवून देणाऱ्या साहित्यिकाच्या कुप्पळ्ळी येथील स्मृतिदालनालाही भेट देऊन आलो. अखेर संदेश यांनीच आगुंबे या गावातील त्यांच्या आजोळचं, कस्तुरम्मांचं घर सुचवलं. या 'दोड्डमने' म्हणजे 'मोठं घर' म्हणून ओळखल्या जाणाऱ्या प्रशस्त घरात आणि भोवतालच्या परिसरातच 'मालगुडी डेज'चं शूटिंगही झालं होतं.

सगळी व्यवस्था करून प्रत्यक्ष शूटिंगसाठी आम्ही दीड-दोन महिन्यांनी पुन्हा तीर्थहळ्ळीला पोहोचलो. दोन्ही प्रवासभर शेखर आणि सुनील या दोघांनी धमाल गाणी म्हणून प्रवास आणखी छान केला. एकेका गायकाची गाणी, एकेका संगीतकाराची गाणी, एकेका कलाकाराची गाणी म्हणून वेळ राहिला तेव्हा या दोघांनी 'भंकस गाणी' नावाचा एक कप्पा खोलला आणि एकापेक्षा एक चित्रविचित्र गाणी पोतडीतून बाहेर काढली!

वाटेत एखादा चांगला स्पॉट दिसला की थांबून फोटो काढले जात होते. वेगळ्या जातीची फळं- केळी आणि पपनस दिसली की लगेच विकत घेऊन त्यांचा फन्ना उडवला जायचा. एखाद्या गावचा बाजार भरलेला असेल तर तिथं शिरून वेगळं काही दिसलं की त्याची खरेदी व्हायची. नक्षीदार चुंबळ, वेगळ्या आकाराचं सूप, जुन्या घाटाची तांब्या-पितळेची भांडी किंवा खिळ्यानं स्टीलची प्लेट बसवलेली विळी वगैरे.

गाव जवळ येऊ लागलं तशा दोन्ही दिग्दर्शकांचे फोन आणि कामाच्या चर्चा सुरू झाल्या. दोन्ही असिस्टंट दिग्दर्शकांना सूचनाही देण्यात येऊ लागल्या. तोवरचं हलकंफुलकं वातावरण थोडं गंभीर होऊ लागलं.

पावसाळा सुरू असल्यामुळे त्या परिसराचं रूपच पालटलं होतं. सगळ्या घरांना पावसापासून रक्षण म्हणून झावळ्याच्या तट्ट्यांचा आडोसा केला होता. त्यामुळे 'बुरखा' घेतलेली सगळी घरं वेगळीच दिसत होती. सगळ्या गावाचंच रूप पालटलं होतं.

सुरुवातीचे दोन-तीन दिवस बाकी तयारी चालली होती. एकीकडे सामानाची जमवाजमवी चालली होती, दुसरीकडे स्क्रिप्टचं वाचन चाललं होतं. मी आणि शालिनी गावातल्या दुकानातून हवं असलेलं सामान विकत घेऊन येत होतो. अनेकदा तिथं माझ्या कन्नडचाही उपयोग व्हायचा नाही. तेव्हा वर्णनात्मक काहीतरी सांगावं लागायचं. तिथल्या बाजारात दिव्यावर बांगड्यांच्या काचा वाकवून केलेलं तोरण विकत मिळालं. कथेत कापसाच्या वस्त्राच्या तोरणाचा उल्लेख होता, तेही तिथं दिसलं.

शालिनी कलाकारांकडून हिंदीच्या संवादाची तयारी करवून घेत होती. त्या कन्नड कलाकारांना शालिनीचं शुद्ध हिंदी 'जड' वाटायचं. मग सुमित्राताई तेच

संवाद आणखी सोपे कसे होतील, हे पाहत असत.

पण हे करताना त्यांनी हातातली कथा घट्ट पकडून ठेवली होती.

कलाकारांच्या हिंदी बोलण्याला टिपिकल कन्नड टोन असे. तो तर अभिप्रेत असल्यामुळे एवढे कष्ट असले तरी त्यांनी आवर्जून कन्नड कलाकार घेतले होते!

हळूहळू बाकीचे कलाकारही येऊन हजर झाले. ज्योती सुभाष माझ्याच खोलीत असल्यामुळे त्यांच्याशीही छान ओळख झाली. एरवी एखादं पुस्तक वाचण्यात गढून जाणाऱ्या ज्योतीताई कॅमेऱ्यासमोर कशा वेगळ्याच होतात, तेही या निमित्तानं पाहिलं. त्या वेळी ज्योतीताईंचे यजमान अल्झायमरनं आजारी होते. वेळ मिळाला की ज्योतीताई फोनवरून त्यांच्याशी संपर्क साधत आणि बारीक बारीक चौकशी करत.

फोटोग्राफीचं बघणारे धनंजय कुलकर्णीही आले होते. त्यांचं आपल्या पद्धतीनं परिसराचं निरीक्षण चाललं होतं.

कृष्णमूर्तींना तिथे सगळे किटीजी म्हणत होते. ते एकदा सुमित्राताईंना म्हणाले, ''वेंकटूची भूमिका मी करू शकेन असं मला वाटलं म्हणून मी तयार झालो! नाही तर मी नाही म्हटलं असतं.'' पण त्या त्यांना समजावत होत्या, ''तसं काही नसतं! तुम्हाला कॅरेक्टर आत घ्यायला जमलं तर तुम्ही कुठलीही भूमिका करू शकाल.''

मला तर सतत किटीजींचा अभिनय 'लाऊड' वाटत होता. तसं मी एका निवांत घटकेला सुमित्राताईंना बोलून दाखवलं. तेव्हा त्या आणि सुनील म्हणाले, ''ते आपल्याला नंतर कंट्रोल करता येतं. आम्ही रेकॉर्डिस्टना तशी सूचना देऊन ठेवली आहे. आता त्यांच्याकडून त्यांचा नैसर्गिक अभिनय आम्हाला काढून घ्यायचा आहे. त्यामुळे त्यांना फार डिस्टर्ब करूनही चालत नाही.'' त्याच वेळी त्यांनी मराठी कलावंत सूर्यकांत यांच्याबरोबरचा अनुभवही सांगितला. ''त्यांचं अभिनयाचं स्कूलच वेगळं होतं. तेव्हाही आम्ही हेच तंत्र वापरलं. आम्ही साऊंडवाल्यांना सांगून ठेवलेलं असतं. इतर तांत्रिक बाजू आम्हाला हव्या तशा आम्ही ॲडजस्ट करतो. 'दोघी' बघताना आम्ही काय म्हणतोय ते लक्षात येईल.''

मला अनंतूची भूमिका फारच सरळसोट होईल असं वाटत होतं. हे ऐकल्यावर सुनील म्हणाले, ''शूटिंग झाल्यावर आणखी कितीतरी गोष्टींचा भरणा होईल. तेव्हा तुम्हाला असं जाणवणार नाही.''

अभिनयाच्या बाबतीत त्यांच्या सूचना इतक्या हळुवार असत की कलाकारालाही त्याचा इगो सांभाळून काम करता यावं. कलाकाराला त्या प्रसंग समजावून सांगायच्या आणि त्याचं त्याला ॲक्टिंग करू द्यायच्या. अधूनमधून थोडं मॉनिटर करायच्या.

त्या म्हणाल्या, ''आम्हाला हवा तसा रिझल्ट मिळाला तर आम्ही काही

बोलायचा प्रश्नच येत नाही. पण काही वेळा कलाकार त्याच्याही न कळत कडक मुद्रेनं उभा राहतो. आम्हाला कॅमेऱ्यातून ते चटकन लक्षात येतं. तेव्हा सांगावं लागतं, गालाच्या वरच्या बाजूचे, डोळ्यांखालचे स्नायू फार ताणले गेलेत. थोडे रिलॅक्स व्हा... लगेच कलाकार सावध होतो आणि आम्हाला हवा तसा शॉट देतो.''

इथले कलाकारही आपल्याकडून काही ना काही भर घालत होते, पण त्या आधी ते सुमित्राताईंना विचारत होते. किटीजींनी अभ्यंगस्नानाच्या प्रसंगात पटकथेत नसलेली 'यक्षगाना'ची अर्धी ओळ टाकली आणि त्या प्रसंगाची लज्जत वाढवली. तसंच थोरल्या मुलाची भूमिका करणारा ओंकार गोवर्धन अखेरच्या विध्वंसाच्या प्रसंगात बागेची नासधूस करून तिथल्या बांधावरून उडी मारून निघून गेला. यातली बांधावरून उडी मारणं ही त्याची ॲडिशन होती. त्यानंतर किटीजींनी जमिनीवरचं एक फूल घेतलं आणि रडवेल्या झालेल्या आपल्या मुलीच्या वेणीत घातलं. यातलं काहीही पटकथेत नव्हतं. कथेतही नव्हतं. या साऱ्या कलाकारांनी उत्स्फूर्तपणे केलेल्या ॲडिशन्स होत्या, ज्यामुळे ती कथा आणखी खुलली. शूटिंग संपलं तरी किटीजींची मुलगी इतकी भावविवश झाली होती की, कितीतरी वेळ तिचं रडणं थांबेना!

सुमित्राताईंना पात्रांच्या वेषभूषेत किरकोळही चूक नको होती. यावर चर्चा करताना आधीच किटीजींनी सांगितलं होतं, 'काही काळजी करू नका. मी माझा मेकअपमन घेऊन येतो.' त्याप्रमाणे पुरुषोत्तम नावाचे एक प्रौढ गृहस्थ त्यांच्याबरोबर आले होते. किटीजी त्यांना 'पूर्षा...' अशी दमदार हाक मारायचे. त्यांना पाहिल्यापासून सुमित्राताईंना 'यांना कुठे पाहिलंय?' असा प्रश्न पडला होता. अखेर त्यांनी त्यांना स्पष्टच विचारलं, ''आम्ही तुम्हाला कुठंतरी पाहिलंय. कुठं पाहिलं असेल?'' तेव्हा ते उत्तरले, ''तुम्ही गिरीशचा 'हसिना' पाहिलाय का? त्यात मी प्रमुख भूमिकेत होतो.''

गिरीश कासारवल्लीसारख्या मातब्बर दिग्दर्शकाच्या राष्ट्रीय पारितोषिक विजेत्या चित्रपटात प्रमुख भूमिका करणारे पुरुषोत्तम इथं मेकअप करायला आले होते.

सुमित्राताईंना संकोच वाटला. त्यांनी ही भावना व्यक्त करताच ते म्हणाले, ''आम्ही तुम्हाला ओळखतो. शिवाय गिरीशनं आम्हाला सांगून ठेवलंय तुम्हाला लागेल ती मदत करायची म्हणून!''

किटीजींचा शॉट झाला. पुरुषोत्तमांनी त्यांचे सगळे कपडे सुरेख घडी घालून अतिशय नम्रपणे स्वाधीन केले. हे पाहून सुमित्राताई गडबडल्या. या क्षेत्रात बरीच वर्षं असल्यामुळे त्यांच्याकडे अनेक कलाकारांचा अनेक प्रकारचा उलटसुलट अनुभव होता! त्यामुळे त्या म्हणाल्या, ''असू द्या हो! तुम्ही कशाला हे सगळं केलं?''

यावर ते म्हणाले, "असं कसं? हा 'आहार्य अभिनय' आहे! त्याला इथे-तिथे, पायदळी टाकून कसं चालेल?"

त्यांनी या मालिकेत एका दुकानदाराची अगदी किरकोळ भूमिकाही केली.

एकूणच कलेविषयीची या मंडळींची श्रद्धा मनाला भिडणारी होती!

अधूनमधून धनंजय भोवतालच्या सुरेख निसर्गाचे शॉट्स घेत होते. तसंच अनंतूची भूमिका करणाऱ्या डॉ. शेखर कुलकर्णींना काही जागांवर बसवून 'गंभीरपणे इकडे बघ, तिकडे बघ, मान अशी कर, हळूहळू वर बघ' वगैरे सूचना देऊन सुनील शूटिंग घेत होते. संगीताबरोबर या साऱ्याचा भरणा म्हणून वापर केल्याचं मालिका बघताना माझ्या लक्षात आलं.

शूटिंगच्या वेळी तिथली हवा पावसाळी, कुंद होती. न्हाणीघराचं शूटिंग चाललं असताना कस्तुरम्मांच्या 'दोड्डमने'च्या बाहेरच्या चौकातही बरीच ओल आली होती. तिथं जळवाही दिसल्या! जळवा पाहताच आमचं धाबं दणाणलं! पण त्या घरचे आणि त्या परिसराची ओळख असणारं कुणीही घाबरं झालं नाही! कारण या भागातल्या सगळ्यांनाच तंबाखू किंवा चुन्यानं चिकटलेली जळू काढता येते हे ठाऊक होतं. त्या घरातले सगळे तिथंच चौकात निवांतपणे इडली बनवण्यासाठी लागणारे पानांचे गोल उभे मोठाले द्रोण लावत बसले होते.

कधीतरी सुमित्राताईंनी प्रत्येक फ्रेमला 'पेंटिंग' म्हटलं होतं. शूटिंग सुरू असताना त्यांच्या शेजारी बसून मॉनिटर बघताना त्याचा अनुभव यायचा. सगळा सीन उभा करताना सुनीलची बरीच धावपळ चाले. इतर मुलांना हाताशी घेऊन ते सगळी तयारी करत. सुमित्राताई मॉनिटरवर बघून ओके करत. काही वेळा म्हणत, "इकडे जरा डल वाटतंय रे!" मग धनंजय लाईट बघत, सुनील तिथल्या काही वस्तू इकडच्या तिकडे करत आणि बघता-बघता एखाद्या ब्रशच्या फटकाऱ्यानं कॅनव्हास उजळून निघावा तशी ती फ्रेम उजळून जाई! सगळेच समाधानानं शूटिंग करायला सरसावत.

कथेला कथामालिकेचं रूप देताना होणारे काही बदलही मी पाहत होते. हा काही चित्रपट नव्हता. दोन भागांत अनंतमूर्तींची संपूर्ण कथा दाखवायची होती. मागे एकदा कमलताईंच्या 'श्राद्ध' आणि विद्याधर पुंडलिकांच्या 'आजी शरण येते'च्या संदर्भात मी सुमित्राताईंना विचारलं होतं, "जेव्हा कथा 'कथा' म्हणून दाखवायच्या असतात, तेव्हा तुमची भूमिका त्या कथेला चित्रपट करायची असते का?" तेव्हा त्यांनी सांगितलं होतं, "नाही; आम्ही तिला 'कथा' म्हणूनच

सादर करतो.''

'सूरज का घोडा'च्या संदर्भातही त्यांचा तोच दृष्टिकोन असला तरी त्यांच्या हातात असलेल्या वेळेत कथा बसवण्यासाठी त्यांनी काही बदल केले. सगळी कथा एका दिवसात बसवली. त्या दोघांमध्ये घडणारे कथेतील महत्त्वाचे संवाद अंघोळ आणि पायी घरापर्यंतच्या प्रवासाबरोबरच रात्रीचे प्रसंग योजून त्यात पेरले.

हे करताना कुठंही मूळ कथा आणि त्यातून व्यक्त होणारं तत्त्वज्ञान, जे कथेचं बलस्थान होतं, त्याच्या सादरीकरणात तडजोड केली नाही.

अशा प्रकारे कथेतले छोटे छोटे तपशील भरणं आणि एकेक फ्रेम प्रभावी करणं चाललंच होतं. गरजेपुरते तांत्रिक शब्द वापरले जात होते. बाकी सगळी भाषा नेहमीचीच होती.

सगळा परिवार सुमित्राताईंना मावशी म्हणत होता. सगळ्यांमध्ये एकतानता होती. सगळेच या निर्मितीत पूर्णपणे बुडून गेले होते. कधी बोलताना वरुण नार्वेकर म्हणत होता, ''मावशी तर प्रतिभावान आहेतच, पण सुनील सरही ग्रेट आहेत!'' इकडे सुमित्राताईही म्हणत होत्या, ''या मुलांमध्ये टॅलेंट आहे! ते दाखवायला संधी मिळायला पाहिजे!''

याच प्रवासात वरुण नार्वेकर या विशीच्या तरुणाशी झालेल्या गप्पा आजच्या पिढीच्या भावना व्यक्त करणाऱ्या होत्या. रिकाम्या वेळी गप्पा होत, तेव्हा गाजत असलेल्या चित्रपटांचा विषय निघाला होता. मला 'लगान' आवडला होता आणि वरुणला 'रंग दे बसंती'. मी म्हटलं, ''मलाही तो चित्रपट आवडला होता; पण त्याचा शेवट पटला नव्हता. बंदुकीच्या गोळीनं कुठलेही प्रश्न सुटतील असं वाटत नाही. हिंसा हे उत्तर होऊ शकत नाही.''

वरुणनं विचारलं, ''तुम्ही किती भावंडं? तुम्हाला समवयस्क मावस-चुलत-मामे-आते भावंडं असतील ना? सुट्टीत तुम्ही एकत्र खेळत असाल, महिनोन्महिने एकत्र येत असाल.''

सगळ्याची उत्तरं दिल्यावर त्यानं विचारलं, ''मग तुम्हाला मित्र-परिवार मर्यादित असेल.''

म्हटलं, ''होय. संध्याकाळी खेळण्यापुरता, शाळा-कॉलेजला जाता-येता सोबत म्हणून...''

तो म्हणाला, ''तर मग तुम्हाला आमच्या पिढीची मित्रांविषयीची भावनाच समजणार नाही. घरी आल्यावर आपलं आपण कुलूप काढून घरात शिरल्यावर आम्ही अगदी एकटे असतो. नात्यातल्या भावंडांशीही आमचे काही संबंध राहिलेले नसतात. अशा वेळी मित्रांविषयी आमच्या मनातल्या भावना अतिशय तीव्र असतात.

कदाचित त्या अल्पकाळासाठी असतील; पण जेवढा वेळ असतात, तेवढा वेळ अतिशय तीव्र असतात. अशा वेळी जर आमच्या मित्रांच्या बाबतीत असा काही अन्याय झाला तर आमची प्रतिक्रिया इतकीच तीव्र असू शकते!..''

या दोन्ही प्रवासात सुमित्राताईंबरोबर भरपूर वेळ मिळाल्यामुळे त्यांच्याशी माझ्या मनमोकळ्या गप्पा होत होत्या. मूड चित्रीकरणाचा असल्यामुळे गप्पांमध्ये प्रमुख विषय तोच असायचा. स्क्रिप्ट तयार करणं, लोकेशन निवडणं, कलाकारांची निवड करणं, सगळ्यांना सोबत घेऊन अनंत अडचणींशी झगडा देत शूटिंग करणं यातील या दोघांबरोबर सगळ्यांची तन्मयता, धडपड आणि कायाकष्ट मी बघत होते. माझ्या मनात काही प्रश्न उमटत होते. ते विचारताच दोघंही मनमोकळी उत्तरं देत होते.

एकदा मी त्यांना म्हटलं, ''मी पाहतेय, एकेका फ्रेमचा तुम्ही किती बारकाईनं विचार करता! प्रत्येक कलाकाराचे कपडे, त्यांचे रंग, त्यांचे दागदागिने, फ्रेममधली बारीकसारीक वस्तू कुठली, कशी आणि कुठं असावी यावर तुमचा भरपूर खल चालतो! पण आम्ही जेव्हा एखादा सिनेमा पाहतो, तेव्हा माझ्यासारखी तर त्यातल्या कथेबरोबर वाहावत जाते! अर्थात, कधी कधी जाणवतं, गोष्ट समजली; पण सिनेमा बघताना मजा नाही आली!''

त्या म्हणाल्या, ''आम्हाला काहीतरी सांगायचं असतं ते कथेतूनच आम्ही सांगत असतो ना! त्यामुळे तुम्ही त्यात इन्व्हॉल्व्ह व्हावं हेच आम्हाला अपेक्षित असतं. तुमचं लक्ष त्या कथेतून कुठल्याही कारणासाठी, क्षणभरही विचलित होऊ नये यासाठीच आमचा खटाटोप असतो.''

सुनील म्हणाले, ''....त्याचबरोबर हे प्रभावीपणे व्हावं म्हणून आम्ही हे सगळं करत असतो. प्रेक्षकाला काही खटकलं, तर त्याच्या मनाची एकाग्रता ढळते. शेवटी प्रत्येक सिनेमा अनेक फ्रेम्समधूनच बनत असतो. रसपरिपोषासाठी ती फ्रेम फार घाईनं पुढे जाता कामा नये, फार तुटक होता कामा नये आणि ती फार रेंगाळता कामा नये. यासाठी आम्हाला जागरूकतेनं एडिटिंगच्या वेळी काम करावं लागतं. अनेकदा आमच्याकडे उत्तम कलाकारानं एखाद्या प्रसंगी दिलेल्या शॉटमध्ये चार-पाच एकापेक्षा एक उत्तम फ्रेम्स असतात. तेव्हा तर त्यातलं काय ठेवायचं आणि कुठली फ्रेम गाळायची यासाठी आम्हा दोघांमध्ये दिवस-दिवसभर वाद चालतात! त्या कलाकाराचा नेमका कुठला अभिनयाचा तुकडा आपल्या चित्रपटाला आवश्यक आहे हे ठरवताना वादावादीत आमचे तास न् तास जातात!''

आम्ही तिथं असताना 'मेरी पहली छात्रा'चा पहिला भाग दाखवला गेला. त्यानंतर बऱ्याच गप्पा चालल्या होत्या. मीही मनातला एक प्रश्न विचारला, 'यात

टेक्निकचा भाग खूपच आहे! कितीतरी कलाशाखा इथं एकरूप झाल्या की एक उत्तम कलाकृती बनते. पण सगळ्या शाखा एकाच वेळी आनंदित होणं तर शक्य नाही. मग यातून 'स्पिरिच्युअल' की काय म्हणतात, तसला आनंद मिळणं शक्य आहे काय?'

"मला विचाराल तर सिनेमाची एकेक फ्रेम बनवण्यातच खरा आनंद मिळतो. एडिटिंग केल्यावर समाधान मिळतं. पण टेलीकास्टिंगच्या वेळी मात्र माझी अस्वस्थता भरपूर असते! आपण काहीतरी चूक केली आहे असं वाटून तोंड लपवावंसं वाटतं."

"प्रेक्षकांनी कौतुक केलं तर? आणि तुमच्या चित्रपटांना ॲवॉर्ड्स मिळाली तर? ती तर भरपूर मिळतातच!.."

"प्रेक्षकांनी कौतुक केलं तर, आपल्याला जे म्हणायचंय ते आपण पोहोचवू शकलो, या विचारानं बरं वाटतं. पुरस्कारापेक्षा एखाद्या इंटरनॅशनल फेस्टिव्हलमध्ये इतर अनेक उत्तम चित्रपटांमध्ये आपला चित्रपट नावाजला गेला की इगोबूस्टिंग होतं. कुणीही समीक्षक आपला चित्रपट समजून घेऊ शकत नाही असा एकीकडे अनुभव येत असताना, हे इगोबूस्टिंगही आवश्यक असतं! पण एकेक फ्रेम बनवताना यातलं काहीच नसतं. केवळ आनंदच असतो."

सुमित्राताईंचं त्यांच्या ग्रुपमधल्या प्रत्येकाशी जवळचं नातं असतं. ते सगळे आपली सुखं-दुःखं त्यांच्याशी शेअर करतात. सुमित्राताई त्यात गुंतत जातात. एकदा त्या म्हणाल्या, "मान्य आहे, फिल्ममेकिंगमध्ये भरपूर कष्ट आहेत! पण हे कष्ट नसतील, तर सभोवतालच्या माणसांची सुखं-दुःखं अंगावर येऊन आदळतात! या वेदनांपेक्षा ते कष्ट सुखकारक असतात!"

आणखी एकदा म्हणाल्या, "काही जण जीवनातला अर्थ शोधतात. काही जण तो अर्थ शोधतात आणि मांडतातही. समीक्षकांनी या मांडणाऱ्यांनाही समजून घेतलं, त्यांच्याविषयी आदर बाळगला तर बरं! त्यानंतर टीका केली तरी तिचं स्वागत आहे! अशा पातळीवरून केलेल्या टीकेचा कदाचित 'अर्थ मांडणाऱ्यां'नाही फायदाच होईल."

मला सारखं आश्चर्य वाटायचं, "अभिव्यक्तीसाठी लेखन हे माध्यम सोपं, कुणाच्याही हातातलं आणि स्वस्तातलं आहे. असं असताना तुम्हाला हे अनवट आणि परावलंबी माध्यम कसं काय हाताळावंसं वाटलं? मला तर तिथं कमलताईंच्या 'हॅट घालणारी बाई'चीच आठवण होते!"

त्यांनी पहिल्या चित्रपटाच्या वेळी एका मैत्रिणीनं परदेशी जाता जाता शिल्लक राहिलेली जवळची सगळी पुंजी देऊन केलेल्या मदतीविषयी सांगितलं आणि हसून त्या म्हणाल्या, "एखादा विषय समोर आला की मीच त्याचं स्क्रिप्ट लिहिते. त्याच वेळी मला तो सगळा सिनेमा दिसायला लागतो. माझ्या शिक्षणाच्या पार्श्वभूमीमुळे

मला आधी त्याची सामाजिक बाजू भिडते. मग यातली माणसं उभी राहू लागतात. मग हळूहळू तो केवळ सामाजिक इश्यू न राहता तो तिथल्या माणसांचा प्रश्न होतो. अशा प्रकारे या माध्यमातून मी माझ्या पद्धतीनं जीवनाचा शोध घेऊ पाहते. यातील तांत्रिक बाजू मी हळूहळू अनुभवानं शिकत गेले. आता सुनील तिकडे अधिक डोळसपणे पाहत असल्यामुळे मला त्या बाजूची चिंता नाही.''

सुनीलही म्हणाले, ''आम्ही सगळे आमचं सगळं तांत्रिक ज्ञान वापरून एखादा शॉट लावतो, सुमित्राताई येतात आणि एक-दोन सूचना देऊन सगळं उलटंपालटं करून टाकतात! त्यानंतर तिथे जो काही चमत्कार होतो, तो बघून आम्ही अवाक् होतो!''

ते आणखी एकदा म्हणत होते, ''लेखक कथा-पटकथा लिहितो, कलाकार उत्तम अभिनयाद्वारा त्या कथेत जान आणतात; पण एडिटिंगच्या वेळी दिग्दर्शक फिल्मचे तेच तुकडे हवे तसे जोडून त्यातून स्वतःला हवा असलेला अर्थ काढू शकतो. त्या दृष्टीनं हे दिग्दर्शकाचं माध्यम आहे.''

हे ऐकता-ऐकता, सगळ्याच चित्रपटांकडे केवळ करमणुकीचं माध्यम म्हणून बघण्यात आपण किती गमावतो, हे लक्षात येत होतं. हे दोघं तर जीवनाचा अर्थ समजून घेण्यासाठी आणि सांगण्यासाठी चित्रपटाचं माध्यम हाताळत होते!

नंतरही आम्ही या दोघांच्या अनेक चित्रपटांशी या ना त्या कारणानं जोडले जाऊन या प्रक्रियेचा थोडाफार आनंद घेत राहिलो. पुन्हा 'अस्तु'च्या वेळी जरा जास्त संबंध आला. याची कथा ऐकतानाच मजा आली. यात सुमित्राताईंनी चक्क एका हत्तिणीला भूमिका दिली होती. त्याचबरोबर तिच्या माहुताची आणि त्याच्या बायकोची भाषा कन्नड! माहुताला मोडकीतोडकी हिंदी भाषा दिली होती; पण त्याच्या बायकोला कन्नड संवाद होते. अमृता सुभाषसारखी मेहनती कलाकार ती भूमिका करणार होती.

त्यामुळे साहजिकच सुमित्राताईंनी लिहिलेल्या संवादाचा अनुवाद करणं, अमृता सुभाषकडून ते म्हणवून घेणं, तिला प्रत्यक्ष शूटिंग आणि डबिंगच्या वेळी मदत करणं अशा अनेक बाबतीत आम्ही या चित्रपटाशी गुंतलो. या चित्रपटासाठी माझ्या भाचीला- वर्षाला- विचारून 'अळब्याडो नन कंदा...' हे अंगाई गीतही मिळवून दिलं आणि सुमित्रा-सुनीलनी ते या चित्रपटात वापरलं!

कन्नड संवादाच्या संदर्भात एकदा अमृता सुभाष भेटली असता ती म्हणत होती, ''मी सुमित्रा मावशीची कायमची ऋणी आहे! माझे वडील याच आजारानं ग्रस्त असताना मी त्यांना पूर्णपणे समजून घेऊ शकले नव्हते. ते गेले. त्यानंतर माझ्या मनात त्यासंबंधी गिल्ट होतं. मावशीनं मला पुन्हा तेच आयुष्य जगायची संधी दिली. मला खूप हलकं वाटलं!''

या चित्रपटातल्या अमृताच्या कामाबद्दल तिला राष्ट्रपती पुरस्कारही मिळाला

आणि तिनं घेतलेल्या कष्टांचं सार्थक झालं. सुमित्राताईंना यासाठी पटकथेचा पुरस्कारही मिळाला. हा त्यांना मिळालेला सातवा राष्ट्रीय पुरस्कार होता.

थोडक्यात, आम्हा दोघांनाही आनंद वाटणारा हा अनुभव होता. अनेक पाश्चात्त्य सिनेमांत तिथल्या शेजारच्या भाषा सहजपणे वापरल्या जातात. ते बघताना माझ्या मनात हजारदा हा विचार येऊन जायचा. वाटायचं, अशा विविध मार्गांनी भाषा कानांवर पडत राहिल्या, तर सीमारेषा या मिलनरेषा होऊ शकतील. हेच 'अस्तु'मध्ये अतिशय सहजपणे होत होतं.

या सिनेमाची एकूणच मांडणी आणि चन्नम्मा देत असलेला 'अल्झायमरच्या पेशंटची आई होऊन राहायच; दुसरा पर्याय नाही' हा संदेश मनाला हलवून जात होता. या सिनेमाची रफ कॉपी बघताना आणि नंतरही अनेकदा बघताना आत कुठंतरी सगळं हलून जात होतं आणि डोळे भरून येत होते.

'कासव'ला मिळालेलं 'सुवर्णकमल' त्यांच्या बरोबरच आम्हालाही आनंद देऊन गेलं!

यानंतरही अशाच एका प्रसंगी मेधा पाटकरांचं कार्य चाललेल्या बडवानीलाही त्यांच्याबरोबर जायची संधी मिळाली. मेधाताईंबरोबरच तिथल्या विविध स्तरांतल्या मंडळींची भेट झाली. मेधाताई आणि सुमित्राताई एकमेकांच्या जवळच्या मैत्रिणी असल्यामुळे त्यांच्या गप्पांमधून त्यांच्या चळवळीविषयी माझं प्रबोधन होत होतं. धरणग्रस्तांच्या घरांना भेट देऊन त्यांच्या अडचणींचे विविध पैलू समजावून घ्यायची सुमित्राताईंची आणि त्यांच्या टीमची धडपड आणि त्यासाठी घ्यायचे शारीरिक कष्टही मी जवळून पाहिले. चिखलदा, पिछोडी, करमाल वगैरे गावं पाहताना तिथलं जनजीवन बघताना एकीकडे छान वाटत होतं. त्याचबरोबर एक पिढ्यान्‌पिढ्यांनी वसवलेलं, मुलं-बाळं-बायका-मुली-प्रौढ-म्हातारे, त्यांच्या गाई-म्हशी-वासरं-बकऱ्या-करडं यांनी जागतं असलेलं गाव पाण्याखाली जाणं म्हणजे काय, हे जवळून जाणवलं. हा तर एका नांदत्या संस्कृतीचाच नाश, असंही वाटलं. त्यातच आधीच्या आठवड्यात गुजरातमधला उत्कर्षही पाहिला होता. लोथल हे पाच हजार वर्षांपूर्वीचं नांदतं आणि आज खंडहर स्वरूपात असलेलं गावही पाहिलं होतं. त्याचीही आठवण होत राहिली.

जेव्हा माध्यमांतराचा विषय येतो, तेव्हा बहुतेक वेळा 'चित्रपटानं कथेला किंवा कादंबरीला योग्य तो न्याय दिला की नाही?' अशी चर्चा केली जाते.

या क्षेत्राशी थोडाफार संबंध येताच सर्वप्रथम एक गोष्ट लक्षात येते- केवळ साहित्याचे जाणकार दिग्दर्शक लेखकाचा सन्मान ठेवतात, त्याच्या साहित्यकृतीविषयी

आदर बाळगतात. चित्रपटाच्या क्षेत्रातली इतर माणसं लेखकालाही अनेक टेक्निशियनपैकी एक मानतात. याच कारणामुळे चांगले लेखकही या माध्यमाकडे वळताना अतिशय सावध असतात. जे थोड्याफार हौसेनं इकडे वळलेले असतात, त्यांतल्या फारच कमी जणांच्या नशिबी आपल्या कलाकृतीवरचा चित्रपट पाहून समाधान येतं.

गिरीश कासरवळ्ळी या नावाचा केवळ कन्नडच नव्हे, एकूणच भारतीय चित्रपट क्षेत्रात चांगलाच दबदबा आहे. एकूणच भारतीय चित्रपटाच्या क्षेत्रात ज्यांच्याविषयी आदरानं पाहावं, असं हे व्यक्तिमत्त्व. त्यांनी कन्नड भाषेत एखादा चित्रपट निर्माण केला की, त्याला त्या वर्षीचे बहुतेक महत्त्वाचे राष्ट्रीय पातळीवरचे पुरस्कार मिळतात, असा गेल्या अनेक वर्षांचा अनुभव आहे. उत्तम लेखकाची उत्तम कलाकृती निवडून त्यावर त्याच तोलामोलाचा चित्रपट काढणं, ही त्यांची खासीयत आहे.

अगदी सुरुवातीचा 'घटश्राद्ध' हा यू. आर. अनंतमूर्तींच्या कथेवर आधारित चित्रपट पाहताना खरोखरच 'अलंकारिले कवणे कवणा' असं वाटल्याशिवाय राहत नाही. काही ठिकाणी (उदाहरणार्थ, चित्रपटाचं अखेरचं दृश्य) तर कथेपेक्षा सिनेमा अधिक परिणामकारक झाला आहे. 'तबरन कथे'च्या संदर्भातही हेच घडलं आहे. कारण यात दिग्दर्शकानं मुख्य जोडप्याच्या घरात राहणाऱ्या एका छोट्या मुलाचा फार सुरेख वापर केला आहे. हा मुलगा लहान गावात कुठंही धावत जाऊ शकतो. तसा कॅमेराही जाऊ शकतो. त्यामुळे गावभर घडणाऱ्या वेगवेगळ्या घटना दाखवताना संपूर्ण कथेला बांधीवपणा आला आहे.

पण पुढील 'द्विप', 'ताईसाहेब', 'नायिनेरळु', आणि 'गुलाबी टॉकीज' या चित्रपटांच्या बाबतीत मात्र वेगळं दृश्य दिसतं. दृश्य माध्यमासाठी आवश्यक त्या फेरफाराबरोबरच या चित्रपटांमध्ये दिग्दर्शक या कथांचा वापर स्वतःची विचारधारा व्यक्त करण्यासाठी वापरतो. हे करताना अनेकदा मूळ कलाकृतीतून व्यक्त होणारे विचार बाजूला सारले गेलेले दिसतात. अर्थात, सर्व लेखकांनी कदाचित त्यांना हे करण्यासाठी परवानगीही दिली असेल.

'नायिनेरळु' म्हणजे कुत्र्याची सावली. भैरप्पांच्या या कादंबरीला जसा सामाजिक आशय आहे, तसाच भैरप्पांच्या सगळ्याच कलाकृतींप्रमाणे भारतीय अध्यात्माचा तळही आहे. याचा सिनेमा बनताना यातील या भागाकडे संपूर्ण दुर्लक्ष होऊन त्यातील फक्त सामाजिक आशयच बाहेर काढला गेला आहे. अर्थातच चित्रपट म्हणून तो उत्तम झाला आहे.

'गुलाबी टॉकीज आणि छोटे तरंग..' ही वैदेही या लेखिकेची कथा. एका

छोट्या गावात जत्रेच्या वेळी टुरिंग टॉकीज यायची परंपरा असते. त्या गावातली एक वेश्या पोट भरण्यासाठी मुंबईसारख्या मोठ्या गावात जाते. भरपूर पैसा मिळवते. गावासाठी काहीतरी करायच्या भावनेतून ती पैसा खर्च करून गावात पक्कं थिएटर बांधते.

या एका घटनेमुळे गावाचं स्त्रीजीवन कसं हळूहळू बदलतं, स्त्रिया कशा नवऱ्यांपुढे उभं राहून बोलण्याइतक्या, सिनेमासाठी पैसे मागण्याइतक्या धीट बनतात, वगैरे वैदेहींनी या कथेत मांडलं आहे. हा सगळा बदल लेखिकेच्या म्हणण्याप्रमाणे, 'चहाच्या कपातल्या वादळा'इतकाच आहे; पण बदल झाला आहे, एवढंच लेखिका मांडते. स्त्रीमध्ये होणाऱ्या या धीट बदलाकडे लेखिका 'कौतुका'नं पाहते. ही कथा मी अनुवादित केली असून 'निवडक कन्नड कथा' या संग्रहात तिचा समावेश आहे.

चित्रपट बनवताना कासारवल्लींनी ही सगळी कथा अलीकडच्या दूरदर्शन-मालिकांमुळे घडणाऱ्या बदलावर वळवली आहे. त्यातच चित्रपटात समुद्रकिनारी राहणाऱ्या कोळ्यांपुढे ठाकलेल्या जागतिकीकरणाचा प्रश्नही हाताळला आहे. शिवाय नायिकेच्या नवऱ्याचा दुसरा संसार, तिथला मुलगा अशा कितीतरी बाबतीत हा बदल केला आहे. साहजिकच मूळ कथेपेक्षा संपूर्णपणे वेगळीच कथा हा चित्रपट सांगतो. यातला दृष्टिकोन पूर्णपणे दिग्दर्शकाचा आहे; त्यात लेखिकेचं 'कौतुक' नाही. उलट समाजात होणाऱ्या बदलाविषयीची काहीशी 'काळजी' आहे.

या संदर्भात वैदेहींशी बोलताना त्या आपला अनुभव सांगू लागल्या. चित्रपटाची पटकथा ऐकताना त्याही कासारवल्लींना म्हणाल्या होत्या, ''यात माझी कथा कुठे आहे? तुमचा चित्रपट तर कुठल्याकुठे जातो. मग माझ्या कथेवर आधारित असं तरी का म्हणता?'' तेव्हा कासारवल्लींनी सांगितलं, ''तुम्ही निर्माण केलेलं अवकाश आणि तुमची पात्रं माझ्या मनात अशा प्रकारे वाढली. ते श्रेय तुमच्या कथेचं आहे. म्हणून मी ते तुम्हाला देतोय.''

हे ऐकल्यावर वैदेहींनी आपल्या मनात उमललेल्या कथेप्रमाणेच दिग्दर्शकाच्या मनात उमललेल्या कथेचाही आदर ठेवला आणि आपलं नाव ठेवायची परवानगी दिली.

तरीही मला वाटतं, एखाद्या लेखकाची स्वतंत्र कलाकृती हा त्या लेखकाचा संपूर्ण आविष्कार असतो. त्यावर आधारित चित्रपट किंवा नाटकासारखी कलाकृती म्हणजे लेखनाचा एका प्रकारचा 'दृश्य अनुवाद'च.

हे माध्यम दिग्दर्शकाचं आहे असंच मानलं तरी, एखाद्या कलाकृतीतून व्यक्त होणारी भूमिका किंवा दृष्टिकोनच संपूर्णपणे बदलायचा नैतिक अधिकार दिग्दर्शकाला असतो का? आपला विशिष्ट दृष्टिकोन व्यक्त करायचा असेल, तर त्यानं आमच्या सुमित्राताईंप्रमाणे स्वतःच पटकथा का लिहू नये? आणि जर दुसऱ्याची साहित्यकृती वापरायची झाली, तर त्यांच्याप्रमाणे ती कलाकृती व्यक्त करत असलेल्या विशिष्ट

वैचारिकतेशी प्रामाणिक राहून मूळ कलाकृतीचाही मान का राखू नये, आमच्या सुमित्राताईंप्रमाणे?

अनुवाद करताना लेखकाची मानसिकता कशी पाहिजे? प्रत्येक लेखकाबरोबर वाहवत जाणारी 'गुळाचा गणपती'ची, की दुसऱ्याच्या मुलावर निरपेक्ष प्रेम करणाऱ्या यशोदेची? अनुवाद करताना मी 'कारंत', 'भैरप्पा', 'अनंतमूर्ती', 'वैदेही' होऊन जायचं की माझं 'उमा कुलकर्णी'पण शाबूत ठेवायचं, तरीही या कलाकृतींवर प्रेम करायचं?

अनुवादाच्या सुरुवातीच्या टप्प्यावर एकदा माझ्या पत्त्यावर एका सुविद्य प्राध्यापिकेचं भैरप्पांच्या नावावर मराठीतून पत्र आलं होतं. त्यात त्यांनी 'कन्नड येत नसल्यामुळे आम्हाला दुधाची तहान ताकावर भागवावी लागते...' असं म्हणून अनुवादाला 'ताक' म्हटलं होतं. त्या वेळी लिहिलेल्या एका लेखात मी माझी एक ताकाचा डेरा घुसळणारी गवळण असल्याची कल्पना केली होती! थोड्या वैतागानंच पुढे लिहिलं होतं, 'कुठल्यातरी प्रक्रियेशिवाय मैसूरचं दूध महाराष्ट्रात व्यवस्थित पोहोचणारच नाही. तुम्ही एवढंच बघा, ताक आंबट आहे, खराब झालंय की तुमची तहान भागवण्यासारखं सुखद, मधुरांबट आहे?'

हल्ली माझी प्रतिक्रिया इतकी तीव्र होत नाही. शिवाय माझा अनुभवही सांगतो, मूळ कलाकृती ही 'एकमेवाद्वितीय असते आणि एकाच कलाकृतीचे वेगळ्या काळी, अनेक उत्तम अनुवाद होऊ शकतात.' ज्यांचा सगळाच साहित्य व्यवहार उथळ असतो, ते अजूनही 'अनुवाद हे दुय्यम दर्जाचं काम आहे' यासारखी विधानं करून अनुवादकांचं नीट खच्चीकरण होईल असं पाहतात आणि कच्चे अनुवादक याला बळीही पडतात. जसे समीक्षक आपल्या लेखनाविषयी अभिमान बाळगून असतात, तसं अनुवादकानंही आपल्या कामाविषयी आस्था बाळगली, तर त्याची मानसिकता उत्तम राहून तो जास्त काम करू शकतो.

अशा वेळी उस्ताद झाकिर हुसेन यांच्या तबल्याची आठवण येते. तबला हे बहुतेक वेळा साथीसाठी असलेलं वाद्य; पण झाकिर हुसेन किंवा इतर अनेक प्रतिभावान तबलानवाज वाजवायला बसले की बघता बघता तबला हेच त्या मैफलीचं प्रमुख वाद्य बनून जातं.

अनुवादात 'सर्जनशीलता' आहे का, हाही अनेकदा चर्चिला जाणारा मुद्दा.

यावर उत्तर 'आहे' असंच द्यावं लागेल. कवी अनिलांच्या 'भग्नमूर्ती' या खंडकाव्यात ते दोन पातळीवरच्या 'सर्जनशीलते'चा उल्लेख करतात. चित्रकार कोऱ्या फलकासमोर उभा राहून त्यावर चित्र पाहतो, तसंच मूर्तीकार एखाद्या पत्थरासमोर उभा राहून त्या दगडात दडलेली मूर्ती पाहतो. जेव्हा त्याच्या हातून

कलाकृती प्रत्यक्ष साकारली जाते, तेव्हा तोही मनातल्या आणि प्रत्यक्ष घडलेल्या कलाकृतीतला भेद पाहून अस्वस्थ होतो.

मला वाटतं, कलाकाराच्या दुसऱ्या टप्प्यावरच्या 'सर्जनशील'तेचं आणि अनुवादकाच्या 'सर्जनशील'तेचं नातं असावं. जर अनुवादातली सर्जनशीलता वाचकाला जाणवली नसती तर त्यानं मूळची भाषा समजत नसताना 'हा अनुवाद जमलाय' आणि 'हा जमला नाही' हे कसं जाणलं असतं?

ठाण्यात कार्यक्रमाच्या निमित्तानं गेले असता नीलिमा पालवणकरनं राम पटवर्धनांबरोबरच तिच्या संगीत शिक्षिका विजया टिळक यांच्याशीही भेट घडवली. तसंच तिथल्या चित्रकार ज्योत्स्ना कदम यांच्या घरीही ती घेऊन गेली.

त्यांच्याशी भरपूर गप्पा झाल्या. त्यांनी त्यांच्या चित्रकार पतीच्या- संभाजी कदम यांच्या कवितांचा संग्रह दिला. त्यांच्या अनेक आठवणीही सांगितल्या.

त्या वेळी ज्योत्स्नाताईंची जहांगीरमधल्या एका प्रदर्शनाची तयारी चालली होती. सह्याद्रीची विविध रूपं दर्शवणारी चित्रं काढायचा त्यांचा मनसुबा होता. काही चित्रं तयार होती. भिंतीलगत एक कोरा कॅनव्हास लावून ठेवला होता, आणि त्या त्याच्या समोर नुसत्याच वावरत होत्या.

हे दृश्य मला मोहवून गेलं!

त्यांच्याशी मनमुराद गप्पा झाल्यावर मी माझी पार्श्वभूमी सांगितली. एक खंतही बोलून दाखवली, 'चित्रकला घेऊन एम.ए. केलं त्याला बरीच वर्षं झाली. तेव्हाही तुमच्यासारखी काही पाच-पाच वर्षं घासून चित्रं काढलेली नाहीत. जेमतेम दोन वर्षं काम केलंय. गेल्या काही वर्षांत तर रंग-ब्रश यापासून बरीच दूर आहे. चित्रं काढावीत असं मनात खूप येतं. तसा सुचित तरडेशी संपर्क आहे. तिची अमूर्त चित्रं बघत असते. तिच्याशी त्यांवर गप्पाही मारते. आम्ही भरपूर प्रवास करतो, तेव्हा भरपूर फोटोग्राफीही करते, पण.....' वगैरे वगैरे..

त्या म्हणाल्या, "तुम्हाला चित्रं काढावीशी वाटतात ना, तेवढं पुरेसं आहे. तुम्हाला इतर ललितकलांमध्येही भरपूर रस असेल, तर तुम्ही चित्रं काढू शकाल! आणि तुम्ही पाच वर्षं घासण्याचा उल्लेख केलात; अहो, आम्हाला हे 'शिकलेलं' 'अन-डू' करायला निम्मं आयुष्य घालवावं लागतं. जर तुम्ही त्यात अडकला नसाल तर ती चांगली गोष्ट आहे. तुम्ही थोडंफार चित्रकलेचं तंत्र जाणता ना? झालं तर मग! माझं ऐका, तुम्ही चित्रं काढणं सुरू करा!..."

सुचित तरडे आणि तिचा नवरा शरद हे कलाकार दांपत्य आमच्या जवळचं होतं. सुचितही माझ्यासारखीच एस.एन.डी.टी.मधून एम.ए. झाली होती. तेव्हाची

तिची चित्रकलेची प्रगती मला ठाऊक होती. तेव्हाच्या विद्यार्थिनींच्या प्रदर्शनात तिची चित्रं विकली गेली होती. मधला कितीतरी काळ तिच्याशी माझा फारसा संपर्क राहिला नव्हता. मध्यंतरी तिच्या प्रदर्शनाची बातमी आली. त्यात प्रत्येक चित्रासोबत कवितेच्या एक-दोन ओळी दिल्या होत्या. मी तिच्या प्रदर्शनावर परीक्षणही लिहिलं होतं.

त्या प्रदर्शनानंतर तिच्या कलाप्रवासाला पराकोटीचा वेग आला. अरुण पाथरे हे एक ज्येष्ठ चित्रकार त्या दोघांच्या जीवनात आले. त्यांच्या मार्गदर्शनाखाली हे दांपत्य व्यावसायिक पद्धतीनं एकीकडे भित्तिचित्रं बनवू लागले आणि शिल्पंही बनवू लागले. आपली व्यावसायिक कामं या जोडप्याकडे सोपवून पाथरे अमूर्त चित्रकलेकडे वळले.

व्यावसायिक कामं करतानाच सुचितच्या अमूर्त चित्रकलेलाही धुमारे फुटू लागले. तिनं शरदच्या मदतीनं कामावर कामं करायचा सपाटा चालवला. त्यांच्या मुंबईमधील 'जहांगीर'मधल्या प्रदर्शनाला अनेक जाणकारांबरोबर प्रसिद्ध नाटककार विजय तेंडुलकरांनीही हजेरी लावली. नंतर अनेक महिने त्यांचा पत्रव्यवहारही होता. हे एक केवळ या कलेवर यशस्वीपणे जगणारं जोडपं.

हे दोघंही माझ्याशी अधूनमधून चित्राविषयी बोलायचे. सुचितच्या नादानं मी काही छोटी-छोटी मातीची शिल्पंही बनवली होती.

ठाण्याहून परतल्यावर मला पुन्हा चित्रं काढावंसं वाटू लागलं. त्यात ज्योत्स्नाताईंनी त्यांच्या प्रदर्शनाचं उद्‌घाटन आमच्या हस्ते ठेवलं होतं. त्या निमित्तानं त्या गॅलरीत लावलेली इतर चित्रंही एकत्रित पाहिली. चित्रं काढायची इच्छा आणखी वाढली. मध्ये कधीतरी आणलेले पोस्टर कलर्स आणि हॅन्डमेड कागद बाहेर काढले. सुदैवानं रंग वाळले नव्हते. घाबरत घाबरत कागदाला रंग लावू लागले; पण चित्र काढायची काहीही गंमत येईना.

'पार्थ हेरिटेज'मध्ये समोरच्या फ्लॅटमध्ये अंबिके काका-काकूंचा डॉक्टर-नातू अभिजित आणि त्याची डॉक्टर बायको राहायला आले होते. त्यांचा दीड-दोन वर्षांचा धाकटा मुलगा अपूर्व पाय फुटल्यावर अधूनमधून माझ्याकडे यायचा. मी मांडलेला रंगाचा आणि कागदाचा पसारा बघून आपणही चित्रं काढणार म्हणून हट्ट करायचा. मी काही कागद आणि रंगीत खडू त्याच्यासमोर ठेवायचे.

काही कागद भरवल्यावर त्याची मागणी वाढली आणि तो माझ्याकडे ओल्या पोस्टर कलर्सची मागणी करू लागला. नाइलाजानं मी एकदा त्यातलेही जुने रंग आणि एक भुंडा झालेला ब्रश त्याला दिला. तो उत्साहानं ब्रशनं कागदावर फराटे मारू लागला. नंतर तो कागद मला दाखवून आपल्या बोबड्या शब्दांत सांगू लागला, 'हे बघ, कपडे वाळत घातलेत!'...'हा बघ, पाऊस आलाय! गडगड धडाम!..' दुसऱ्या चित्रात खरोखर काळे ढग आणि विजेचे फटकारे दिसत होते! मुख्य म्हणजे तो हे

करताना अत्यंत आनंद घेत होता. जणू त्या चित्रातलं दृश्य आता त्याच्या समोर होतं!

त्याचा तो मूड पाहताना मला चित्र काढताना घ्यायचा आनंद समजला. दुसरं म्हणजे प्रत्येक वेळी सुचित तरडे 'भरपूर रंग घ्या आणि रंगवा!..' म्हणत होती, म्हणजे काय तेही समजलं!

अपूर्वमुळे माझ्या मनातली रंगांविषयीची भीती नाहीशी झाली आणि मी चित्रं काढू लागले. काढलेली चित्रं सुचित आणि शरद तरडेंना दाखवू लागले. त्यांच्या सूचना येऊ लागल्या. शरदनं मला भरपूर कागद आणून दिले. एका पुण्याच्या ट्रिपमध्ये घरी आलेल्या ज्योत्स्नाताईंनीही चित्रं पाहून काही सूचना केल्या. तसंच एक रुंद ब्रश आणून दिला. तो वापरायला लागल्यावर माझ्या चित्रांमध्ये पडलेला फरक माझ्याही लक्षात आला.

तसंच मी कॉम्प्युटरवरही चित्रं काढू लागले. एखादा फोटो वापरून त्यातून एखादं अमूर्त पेंटिंग करणं सुरू झालं. एखादं चित्र तयार झालं की ते दिसेल असं मांडून ठेवायचं आणि जाता-येता ते पाहत राहायचा मला नाद लागला.

ही चित्रं नेहमी घरी येणारे अवचट आणि कमलताई बघत होते. त्यातलं कुठलं आवडलं तर अवचट भरपूर आनंद व्यक्त करत होते. काही खटकत असेल, तर तेही सांगत होते. कमलताईही एखाद्या चित्राविषयी-रंगाविषयी आनंद व्यक्त करत.

माझं बिनधास्त चित्रं काढणं सुरू होतं. त्यातच नोकरीनिमित्त परदेशी राहणारे नीता-जयंत मला भरपूर रंग, नाईफ, रोलर आणून देऊ लागले. रंगाशी खेळायची मजा घ्यायला मला येऊ लागलं.

सुचित तरडेला चित्रं दाखवू लागले. मनोमन ठरवलं, वयाच्या साठीला एक साठ चित्रांचं प्रदर्शन भरवायचं. सोलापूरला एका कार्यक्रमाचा भाग म्हणून एक दिवस माझ्या लेखन-अनुवादाखेरीजच्या इतर छंदांविषयी मुलाखत ठरली. तिथं यातल्या काही चित्रांची सीडी दाखवण्यात आली.

तसंच 'जा ओलांडुनी'च्या दुसऱ्या आवृत्तीवर माझं चित्र घेण्यात आलं.

प्रभाकर कोलतेंच्या 'कलेकडून कलेकडे' या पुस्तकाला 'मुक्तशब्द'चा पुरस्कार जाहीर झाला. तो कमलताईंच्या हस्ते द्यायचं ठरलं. त्या वेळचे कमलताईंचे अमूर्त चित्रकलेविषयीचे विचार ऐकून कोलतेंचं त्यांच्याशी नातंच जुळलं. शिवाय ते कमलताईंचे चांगले वाचकही होते.

एकदा कमलताई माझी चित्रं बघताना म्हणाल्या, ''मी प्रभाकर कोलतेला एकदा तुझी चित्रं बघायला घेऊन येणार आहे!''

मी घाबरून गेले. अमूर्त चित्रकलेच्या क्षेत्रात दबदबा असलेलं नाव! त्यांना

माझी चित्रं दाखवायची? म्हटलं, ''काहीतरीच काय! ते कसे येतील?''

त्या म्हणाल्या, ''अगं, माझा मुलगा आहे तो; येईल. मी त्याला घेऊन येईन.''

कोलतेंच्या पुढच्या पुण्याच्या भेटीत कोलतेंना राहायलाच आमच्या घरी घेऊन यायचं त्यांनी ठरवलं. तसे कोलते आलेही! त्यांनीही माझी गिरमिटलेली चित्रं सहृदयतेनं पाहिली. त्यातली दहा-बारा चित्रं बाजूला काढली. फॉर्मच्या संदर्भात काही बहुमोल सूचना केल्या. मीही मोठ्या धैर्यानं मातीची शिल्पं आणि कॉम्प्युटरवर काढलेली काही चित्रंही त्यांना दाखवली.

अमूर्त चित्रकलेचा विषय निघताच त्यांनी सांगितलं, ''एखादं वास्तववादी चित्र तुम्ही पाहता. आनंदानं म्हणता, आमच्या घरासमोरचा गुलमोहर किती हुबेहूब काढलाय! एखादा चित्रकार तेच चित्र असा काढेल की तुम्ही म्हणाल, काय सुरेख गुलमोहर काढलाय! एखादा अमूर्त चित्रकार तेच रंग आणि फॉर्म असं मांडेल की तुमच्या तोंडून उद्‌गार निघेल, वा! किती छान! बस्स!''

माझी चित्रं दाखवल्यानंतर मी विचारलं, ''तुम्हाला काय वाटतं? मी चित्रं काढत राहू की कसं?''

यावर त्यांनी सांगितलं, ''माझ्या किंवा आणखी कुणाच्या म्हणण्यावरून तुम्ही चित्रं काढणार असाल तर काढू नका! कुणी काहीही म्हटलं तरी मनातून चित्रं काढायची इच्छा असेल, तरच चित्रं काढा!'' त्यांनी आणखीही काही सूचना दिल्या. ते म्हणाले, ''यातल्या काही चित्रांना फ्रेम करा. तुमच्या चित्रांविषयी तुम्ही आदर आणि आस्था दाखवली नाही तर कसं? शिवाय तुम्हीही एक प्रेक्षक असता. चौकटीत चित्र आलं की तुम्हीही त्याकडे प्रेक्षक म्हणून पाहू लागता!''

हेच नंतर बेळगावच्या कुसनूरांनी सांगितलं; हेच आधी सुचित आणि शरद तरडेंनीही सांगितलं होतं. ते त्यांच्याच मदतीनं मी कार्यवाहीत आणलं.

प्रदर्शनाचा विचार तर कोलतेंनी साफ उडवून लावला. ते म्हणाले, ''आजकाल ती एक फॅशनच झालीये! एक प्रदर्शन करून थांबणाऱ्या चित्रकारांचं पुढे काहीही होत नाही. त्याला चित्रकलेचं मर्मही कळत नाही. नंतर ते चित्रंही काढत नाहीत. जाता-जाता काही चित्रं काढून लगोलग प्रदर्शन भरवून स्वतःला चित्रकार मानावं, इतकी काही ही थिल्लर कला नाही. माझं ऐकायचं असेल, तर आणखी चित्रं काढत राहा. पुढे त्यांचं जे काही व्हायचं असेल ते होईल.''

शाळेत असताना कामत सरांनंतर चित्रकलेच्या संदर्भात एवढा परखडपणा मी प्रथमच पाहत होते.

एका भेटीत मी त्यांना पूर्णचंद्र तेजस्वींचे 'कर्वालो' हे पुस्तक भेट म्हणून

दिलं. तो लेखक त्यांना आवडला. जेव्हा 'मौज' प्रकाशनानं तेजस्वींचा कथासंग्रह काढायचं ठरवलं, तेव्हा मी त्यांना कव्हरसाठी चित्र देण्याची विनंती केली. त्यांनी ती आनंदानं मान्य केली आणि तसं दिलंही.

गेली नऊ-दहापेक्षा अधिक वर्षं दर गुरुवारी दुपारी चार वाजता आमच्या घरी आम्ही काही जण जमत असतो. सुनील मराठे हे विरूपाक्षांच्या फॅक्टरीतले एक निवृत्त इंजिनिअर. तसेच गंभीर प्रवृत्तीचे; विज्ञान आणि तत्त्वज्ञानाची सांगड घालणारे कवी. सुरुवातीपासूनच गंभीर वैचारिक ग्रंथांचं चांगल्यापैकी वाचन करणारे. मध्यंतरी सुमारे वीस-पंचवीस वर्षांचा खंड पडल्यानंतर ते एक दिवस फोन करून घरी आले. आठवड्यातून एकदा भेटायचं असं ठरलं. एखादा विषय निवडायचा, त्यावर चर्चा करायची असं ठरलं. सुरुवातीला ते आणि विरूपाक्षांची मीटिंग व्हायची. नंतर त्यात मी सामील झाले. इतरही अशा प्रकारच्या विषयाची आवड असणारे त्यात सामील झाले.

एखादा ग्रंथ निवडणं आणि त्याची टिपणं काढणं, आम्हाला वाचून दाखवणं याची जबाबदारी मराठेंची. कधी जे. कृष्णमूर्ती, कधी नागार्जुन, कधी अमृतानुभव, कधी अस्तित्ववाद, कधी मानसशास्त्रावरील पुस्तकं, कधी अवकाश, कधी बौद्ध तत्त्वज्ञान, कधी भौतिकशास्त्र, कधी अंतराळ असे विविध विषय निवडून टिपणं काढणं हे वेळ आणि डोकंखाऊ काम. आम्ही दोघं आणि कॉलनीतच राहणारे आमचे सर्जनमित्र डॉ. विलास बापट श्रवणभक्तीसाठी हजर! मधूनच ॲडव्होकेट नीलिमा मैसूर आणि मराठेंच्या पत्नी लेखिका आणि फिजिक्सच्या माजी प्राध्यापिका सुनेत्राही हजर असतात. अलीकडे तत्त्वज्ञानाच्या अभ्यासक प्रा. सुषमा कर्वे याही सामील झाल्या आहेत. समोर येणारे विविध क्षेत्रांतले विचार आम्ही सगळे ऐकत असलो, तरी आपापल्या पद्धतीनं 'रिॲक्ट' होणारे.

अखेरची काही वर्षं कमलताई आमच्या या ग्रुपला सामील झाल्या होत्या. मराठे स्वतः त्यांना घेऊन यायचे. कमलताई समोर आहेत म्हटल्यावर मराठेंनाही उत्साह वाटायचा. त्याही काही नवे मुद्दे मांडायच्या, काही मुद्दे हिरिरीनं खोडून काढायच्या. त्या असताना एकूणच चर्चेचं स्वरूप जिवंत असायचं.

दर वर्षीप्रमाणे त्याही वर्षी कमलताई विशिष्ट काळासाठी सांगलीला गेल्या; पण परत आल्याच नाहीत. आली ती त्यांच्या मृत्यूची बातमी! त्यांचा मृतदेह आणि पुढचे सगळे सोपस्कार आम्ही पाहिले नाहीत. त्यामुळे अजूनही त्यांचा मृत्यू मनाला पटणं शक्यच नव्हतं.

पुण्यात असतानाही त्यांची तब्येत अधूनमधून बिघडायची. आमच्या घरी त्या

मुक्कामाला असताना एक-दोनदा रात्री त्यांना अस्वस्थ वाटायला लागलं म्हणून डॉ. विलास-अलका बापटांना बोलावून घ्यावं लागलं होतं.

तरीही कमलताई गेल्या हे अजूनही आम्हाला मनोमन मान्य होत नाही. वाटतं, सांगलीला गेल्या आहेत, येतील काही महिन्यांनी...!

गुरुवारच्या चर्चेत काही मुद्दे निघतात, तेव्हा अभावितपणे सगळेच म्हणतो, ''यावर कमलताई असं असं म्हणाल्या असत्या.''

अवचट आणि आम्ही दोघं असतानाही कमलताईंची असंख्य वेळा आठवण निघते. त्यांचं 'कळ्लं!..' आठवतं, मनमोकळं हसणं आठवतं. अवचट 'कमळे!..' आणि कमलताईंचे 'चक्करछाप मित्र' यांचीही आठवण काढतात आणि कमलताईंच्या आठवणीनंही आमची मनं तरतरीत होतात.

कमलताईंना जाऊन काही महिने होताच आम्हाला वाटू लागलं, मराठी साहित्यातल्या एवढ्या मोठ्या लेखिकेचं कुठल्या ना कुठल्या स्वरूपात स्मरण राहिलं पाहिजे. महाराष्ट्रात कुणीच याविषयी आस्था दाखवली नाही. बेळगावच्या 'लोकमान्य वाचनालया'तर्फे जी. ए. कुलकर्णींचं स्मृतिदालन केल्याची आम्हाला माहिती होती. अवचटांनी तिथंच कमलताईंचं दालन काढायची कल्पना मांडली आणि अशोक याळगी आणि इतरांनी ती मनापासून उचलून धरली.

सगळी तयारी झाली; पण ठरलेल्या दिवशी अवचटांना आधी ठरलेल्या कार्यक्रमामुळे वेळ नव्हता. त्यामुळे ते आले नाहीत. पुण्याहून आम्ही दोघं, प्रिया जामकर आणि संजय आर्वीकर, मुंबईहून प्रभाकर कोलते, सांगलीहून ताराबाई भवाळकर आणि इतर मित्रपरिवार, कमलताईंची सांगली-पुण्याची भाचरं आणि जवळचे नातेवाईक असे सगळे बेळगावला गेलो. ठळकवाडीतल्या खानापूर रोडवरच्या लोकमान्य वाचनालयात जी. ए. कुलकर्णींच्या समोर असलेल्या कमलताईंच्या दालनाचं उद्‌घाटन ताराबाईंच्या हस्ते करण्यात आलं.

एकदा बेळगावचे श्री. चंद्रकांत कुसनूर, बेळगावच्या राणी पार्वतीदेवी कॉलेजमधील मराठीच्या प्राध्यापिका आणि लेखिका-संशोधिका डॉ. शोभा नाईक यांच्या पुस्तकाच्या प्रकाशनासाठी पुण्यात आले असता आमच्या घरी आले.

कुसनूर हे मुळातले कन्नड लेखक-नाटककार. कर्नाटक सरकारच्या सांस्कृतिक खात्यात असिस्टंट डायरेक्टर म्हणून निवृत्त झाले आणि बेळगावात स्थायिक झाले. पुण्यातल्या आमच्या घरी आल्यावर त्यांनी माझी भिंतीवर लावलेली अमूर्त चित्रं पाहिली. ते स्वतः अमूर्त चित्रं काढत असल्यामुळे त्यांनीही उत्सुकता दाखवली. मी इतर चित्रंही दाखवली. ती पाहताना त्यांच्याशीही गप्पा झाल्या. पुढच्या बेळगावच्या भेटीत त्यांच्या घरी जाऊन मीही त्यांची सगळी चित्रं पाहिली. पुढेही त्यांच्या भेटी

होत राहिल्या. अमूर्त चित्रकलेविषयी गप्पा होत राहिल्या.

त्यांच्याबरोबरच्या आणि कोलतेंबरोबरच्या अधूनमधून होणाऱ्या गप्पांमधून अमूर्त चित्रकलेला शब्दरूप देऊन पाहण्याची धडपड सुरू झाली.

याच धडपडीचा एक आविष्कार म्हणून आम्ही, अवचट आणि तरडे कुटुंबानं कुसनूर यांच्याशी पुण्यात एक प्रकट गप्पांचा कार्यक्रम ठरवला. त्यात सुमारे तीस-पस्तीस कलाप्रेमी समाविष्ट झाले. नंतर मी कुसनूर यांचे अमूर्त चित्रकलेवरचे विचार जाणून घेतले.

अमूर्त चित्रकलेविषयी कुसनूर यांची काही मते आहेत.

ॲबस्ट्रॅक्ट म्हणजे प्रस्थापितांविरुद्ध बंड. यासाठी मार्ग घालून दिला तर सुरुवातीला सोपंही जाईल. पण दूरगामी विचार करता तोच अडथळाही ठरेल, असं त्यांना वाटतं. 'या चित्रांचा अर्थ न लावता त्यातली एस्थेटिक सेन्सिबिलिटी अनुभवायची. तो एक उत्सव आहे, तो अनुभवायचा. प्रत्येक जण आपापल्या कपॅसिटीप्रमाणे सेलिब्रेट करत असतो. श्रीमंत माणसाची दिवाळी कशी साजरी करायची याची एक पद्धत असेल. तो सगळ्या बंगल्याला रोषणाई करेल. एखादा गरीबही ती साजरी करतो, एखादी पणती लावून. तुमच्या कपॅसिटीप्रमाणे तुम्ही रंग वापरून सेलिब्रेशन करत असता. तुम्ही ते करत राहा. ग्रामर आणि शास्त्राच्या मागे लागू नका!... चित्रकारानं त्याच्याकडून चित्र संपवलं, तरी अमूर्त चित्र प्रत्येक रसिकाच्या नजरेतून आणखी आणखी वाढतच राहतं. वेगवेगळा रसिक ते चित्र आपापल्या नजरेतून प्रत्येक क्षणी पाहत राहतो आणि ते चित्र क्षणोक्षणी आणखी ग्रो होत जातं...' असं त्यांचं म्हणणं.

चित्रकाराची मानसिकता अशीच, सेलिब्रेट करायची असली, तरी त्यानं काढलेल्या अमूर्त चित्रांची गुणवत्ता कशी ठरवायची, हा मला नेहमीच पडणारा प्रश्न.

यावर बोलताना कुसनूर एकदा म्हणाले, "अमूर्त चित्र बघताना आपल्याला कळत न कळत त्यातलं कलर कॉम्पोझिशन, त्यातला रिदम, त्यातली वापरलेली स्पेस यांचा परिणाम होऊन आपल्याला काहीतरी 'फार छान', 'फार सुंदर' जाणवत असतं. देअर एंड द मॅटर. दुसरं म्हणजे, आपल्या भारतीय कला-विचारांत सौंदर्य असं सांगत नाहीत. रसनिष्पत्ती झाली की तुम्ही छान आहे म्हणता. एखाद्या वस्तूला पाहून तुमच्या मनात क्षणमात्र आनंद निर्माण झाला की रसनिष्पत्ती झाली. आणि सौंदर्य म्हणजे तरी काय? मला सुंदर दिसेल; तुम्हाला दिसणारही नाही. साहित्य, चित्रकला, संगीत यांचं रसग्रहण नेहमीच व्यक्तिगतच असतं. पण आमच्या चित्राच्या बाबतीत काय होतंय, हुसेनचं पेंटिंग दोन कोटीला जातं, आमच्या पेंटिंगला पाचशेही द्यायला कुणी तयार होत नाही! अहो, त्याची आर्थिक गणितं वेगळी

असतात. कदाचित ते विक्रीचं टेक्निक आपण डेव्हलप करू शकलो नसू, असं म्हणू शकतो. पण चित्रांचं असेसमेंटच करू नय, असंच मला वाटतं. ते होऊ शकत नाही... चित्रकारानंही त्यामागे न लागता चित्रं काढत राहिलं पाहिजे, आपल्याला चित्र काढायचं आहे म्हणून!''

आमच्या कमलताईंप्रमाणे मिथक हाही कुसनूर यांचा विशेष आस्थेचा विषय. एका भाषणात कुसनूरांनी केलेल्या एका विधानानं माझं लक्ष वेधून घेतलं होतं, '..मिथ्य हे दुसऱ्या पातळीवरचं सत्य असतं. वास्तव सिद्ध करता येतं; पण मिथ्य सिद्ध करता येत नाही... तरीही ते त्या पातळीवरचं सत्यच असतं!'

एकदा गप्पा मारताना कुठल्याशा संदर्भात ते सांगत होते, ''...रामायण-महाभारतात रावणाला दहा डोकी होती असं सांगतात, तरीही आपण ते वाचतो. लेखक कितीही प्रतिभावंत असला तरी, भले तो वाल्मीकी असो नाही तर व्यास असो; तो कुठंतरी स्टकअप होतो. हे कुणाच्याही बाबतीत होतं. तिथून पुढे कसं जायचं हा मोठा प्रॉब्लेम असतो. मारुतीनं उड्डाण करून समुद्र ओलांडला... कुठलाही वानर उड्डाण करून समुद्र उल्लंघू शकत नाही हे सगळ्यांना ठाऊक असूनही आपण ते मान्य करतो. तसंच द्रौपदीला श्रीकृष्णानं साड्या पुरवल्या. असल्या सगळ्या पुराणातल्या कथा आहेत ना, ही सगळी मिथकं आहेत. हे शक्य नाही हे ठाऊक असूनही आपण ती मान्य करतो. कारण त्या साहित्यातल्या या 'प्लेझरेबल रेस्टिंग प्लेसेस' असतात. आस्वादासाठी ते आवश्यक असतं.''

आपल्या परंपराही विचार करण्यासारख्या आहेत, असं त्यांचं म्हणणं. 'आपण अहल्या, द्रौपदी, सीता, तारा, मंदोदरी अशा पंचकन्यांचं प्रातःस्मरणीय म्हणतो. या पाचही स्त्रियांच्या कॅरेक्टरविषयी डाऊट्स आहेत. अशा पंचकन्यांचं स्मरण केल्यानं पुण्य मिळत, असं का सांगितलं? अशा प्रकारचे बलात्कार-अत्याचार आपण कसे स्वीकारायचे, हे तर या कथा सांगायचा प्रयत्न करत नाहीत ना, याचा शोध घ्यायला पाहिजे.'

कुसनूरांशी बोलताना अनेकदा चित्रकलेव्यतिरिक्तही बऱ्याच गप्पांचा लाभ होतो असा माझा नेहमीचा अनुभव. एकदा अशाच गप्पांमधून माझ्या मनातल्या अनेक वर्षे छळत असलेल्या एका प्रश्नाचा काहीसा उलगडा झाला. जेमतेम वीस-बावीस मैलांच्या अंतरावरची पंढरपूर आणि मंगळवेढा ही गावं. मंगळवेढ्याच्या बसवेश्वराच्या चळवळीनंतर पंढरपूरची वारकरी संप्रदायाची चळवळ. मध्यंतरी शंभर वर्षांचा काळ लोटलेला. म्हणजे बसवेश्वराच्या काळातही वारकऱ्यांची पंढरपूर केंद्रस्थानी मानण्याचीच प्रवृत्ती असणार. तेव्हा महाराष्ट्र-कर्नाटकाचा 'सीमावाद' नसल्यामुळे या सर्व मंडळींचा परस्परांशी संबंध असणार. असं असेल तर या दोन्ही चळवळींचं परस्परांशी नेमकं काय नातं? बसवेश्वराच्या चळवळीतून वारकरी पंथानं काही धडा घेतला असेल

काय? दोन्ही तत्त्वज्ञानांची तुलना करणारे काही अभ्यासपूर्ण लेख मीही पाहिले असले तरी प्रत्यक्ष काय नातं असावं हे जाणून घेण्याविषयी माझ्या मनात कुतूहल होतं. ते काही अंशी उलगडलं.

माझ्याकडे नव्यानं केर-फरशी पुसण्यासाठी एक बाई कामाला यायला लागली. उत्तर भारतातली- साधना तिचं नाव. चाळिशीची. बारीक म्हणावं इतकी सडपातळ; पण काटक. पंजाबी सूट घालून पटापटा काम करणारी. तेव्हा मी माझ्या प्रदर्शनासाठी मोठे कॅनव्हास रंगवण्यात गढले होते.

एक दिवस तिनं मला केर काढता काढता विचारलं, "ये पेंटिंग करती है बेचने के लिये करती है क्या?"

म्हटलं, "मै कही बेचनेके लिये नही जाती... मी काही राम-कृष्णाची आणि सीनसिनरीची चित्रं काढत नाही ना... ही सगळ्यांना समजत नाहीत."

ती पटकन म्हणाली, "इसमे न समजनेवाली क्या बात है?" एका चित्राकडे हात करून म्हणाली, "ये नदी है... ये घर है... और ये काले काले इधर उधर घूमनेवाले गावके लोग है..."

"हेच सगळ्यांना समजत नाही ना!..." मी म्हटलं.

"आपल्या फोटोतला देव आपल्याकडे बघतो, बघून हसतो असं वाटतं... तसंच आहे हे.. जैसा मन मे भाव रहता है, वैसे दिखता है..."

अमूर्त चित्रकलेचं एवढं नेमकं वर्णन त्या दहा घरचं काम करणाऱ्या युवतीकडून ऐकताना मी आनंदानं अवाक् होऊन गेले.

चित्रकलेच्या प्रदर्शनाला अनेकांनी भेट दिली. प्रत्येकाचे काही ना काही प्रश्न होते. त्यांना उत्तरं देता-देता माझ्या मनातलेही काही विचार स्पष्ट होऊ लागले.

अगदी लहान मुलांच्या निरागस मेंदूत फारशी चित्रे 'ठासून' बसलेली नसतात. पण माणूस वयानं वाढत जातो, जास्तीत जास्त जग बघत जातो आणि त्याच्या मेंदूत विविध आकार आणि रंग विशिष्ट अर्थासह ठाम होत जातात. त्यामुळे आकाशात मोकळेपणानं तरंगणाऱ्या आकारात किंवा रंग गेलेल्या भिंतींवरच्या पोपड्यातही तो काहीतरी 'अर्थ' शोधू लागतो. मेंदूला याची इतकी सवय होते की तोच त्याच्या जगण्याचा आधार होतो. त्यामुळे त्याला काही अनोळखी दिसलं की तो अस्वस्थ होतो. कदाचित घनदाट अंधाराचं याच कारणासाठी त्याला भय वाटत असावं. तिथं एखादा ओळखीचा किरण आला की त्याला 'हायसं' वाटतं. मृत्यूविषयीची हीच भावना त्याच्या मनात भय निर्माण करत असावी. परिणामी मृत्यूत्तर जीवनाविषयी त्याचा विविध प्रकारे आधार शोधण्याचा प्रयत्न असावा.

असा काहीतरी विचार करून मी प्रदर्शनाच्या दाराशी लिहिलं होतं, 'निसर्ग आणि संस्कृती यातील आकारांना टाळत, त्या पलिकडे रंगाद्वारे जाण्याचा एक

प्रयत्न.

जसा चित्रकला हा माझ्या आस्थेचा विषय, तसं शास्त्रीय संगीत हा विरूपाक्षांच्या लहानपणापासूनचा आस्थेचा विषय. त्यांना गाणं कधीच शिकायला मिळालं नसलं तरी या संदर्भात राजेंद्रशी गप्पा मारणं, गाण्याचे कार्यक्रम आणि रेडिओ ऐकणं याद्वारा ते आपल्या आस्थाविषयाच्या जवळ राहतात. टीव्हीवरील शास्त्रीय संगीतावरील कार्यक्रम आवर्जून पाहतात. स्वतः आपल्यापुरतं गातातही! त्यांनी पंधरा-सोळा वर्षांपूर्वी ज्ञानेश्वरांच्या 'पसायदाना'चा कन्नड अनुवाद केला असून, तो ते लता मंगेशकरांच्या चालीवर अनेक कार्यक्रम आणि मुलाखतींच्या अखेरीस उत्तमप्रकारे गातात. पिंपरीत भरलेल्या ८९व्या अखिल भारतीय मराठी साहित्य-संमेलनातल्या बहुभाषा-कविसंमेलनात त्यांच्या कन्नड 'पसायदाना'ला फार मोठ्या प्रमाणात दाद मिळाली.

बऱ्याच वेळा संगीतातील आणि चित्रकलेतील 'अमूर्तता' यावर राजेंद्रच्या आणि शरद-सुचितच्या साक्षीनं आमचे दोघांचे वाद झडतात. संगीताप्रमाणे अमूर्त चित्रकलेचंही 'शास्त्र' बनावं ही विरूपाक्षांची अपेक्षा आणि तसं शक्य नाही असं माझं म्हणणं. आम्ही दोघंही वयानं मोठे असल्यामुळे राजेंद्र मात्र आम्हा दोघांचाही मान राखत विशेष वाद न घालता दोघांचंही ऐकत राहतो. पण तरडे दांपत्याशी मात्र चर्चा होत राहते. याला अनेक फाटे फुटत राहतात.

भैरप्पांच्या कादंबऱ्यांमुळे मुंबईची आणखी एक मैत्रीण मिळाली. तिचं नाव डॉ. अंजली जोशी. एक दिवस तिनं भैरप्पांच्या 'माझं नाव भैरप्पा' या आत्मचरित्रावर एक लेख लिहून पाठवला. अंजली मानसशास्त्राची प्राध्यापिका असल्यामुळे तिनं हा दीर्घ लेख मानसशास्त्राच्या अंगानं लिहिला होता. नंतर तिनं अशाच प्रकारे 'काठ' या कादंबरीवरही लेख लिहिला.

हे दोन्ही लेख आम्ही भैरप्पांना अनुवादित करून दाखवले. तेव्हा 'कर्नाटकात इतक्या वेगवेगळ्या अंगानं साहित्याकडे कुणीच पाहत नाही...' असं मत त्यांनी व्यक्त केलं. तसंच पुंडे सरांनाही हे लेख दाखवले, तेव्हा त्यांनीही पत्र लिहून त्यांचं कौतुक केलं आणि अशीही समीक्षा होत राहिली पाहिजे, अशी इच्छा व्यक्त केली. हे दोन्ही लेख भैरप्पांच्या कन्नड आणि मराठी समीक्षा-लेखसंग्रहातही समाविष्ट करण्यात आले.

चौफेर वाचन असलेली डॉ. अंजली लवकरच कादंबरीलेखनात उतरली. त्या वेळी ती एस.एन.डी.टी.मध्ये प्राध्यापिकेची नोकरी करत होती. तिनं डॉ. अल्बर्ट एलीस या मानसशास्त्रज्ञाच्या जीवनावर आधारित 'मी अल्बर्ट एलीस..' ही कादंबरी

लिहिली. हा तिच्या पीएच.डी.च्या प्रबंधाचाही विषय असल्यामुळे त्यात व्यक्त होणारी 'आरईबीटी' थिअरी म्हणजे तिच्या डाव्या हातचा मळ होता. आपल्या आयुष्यात एलीसने ती थिअरी कशी आत्मसात केली असेल, याचा शोध घ्यायचा तिनं या कादंबरीत प्रयत्न केला आहे.

कादंबरीतला तपशील भरण्यासाठी काही प्रमुख पात्रं वगळता अंजलीनं इतर छोटी-मोठी पात्रं स्वतः निर्माण केली. कादंबरी ज्या काळात आणि ज्या प्रदेशात घडते, तिथली सामाजिक, सांस्कृतिक परिस्थिती समजून घेण्यासाठी तिनं प्रयत्नांची पराकाष्ठा केली! यातील भाषेबरोबरच, तेव्हाचे तिथले घरगुती खाद्यपदार्थ, फुलं, बसरूट्स, बस-नंबर्स या सगळ्यासाठी तिनं अपरिमित कष्ट घेतले. तपशिलातल्या त्रुटी राहू नयेत आणि तपशील अचूक राहावा यासाठी तिनं भरपूर कष्ट घेतले.

हे लेखन वास्तवतेच्या कसोट्यांवर इतकं उत्तम उतरलं आहे की, भल्या-भल्यांची समजूत होते की, हे अल्बर्ट एलीस यांच्या आत्मचरित्राचं भाषांतर आहे! प्रत्येक वेळी सांगावं लागतं की ही कादंबरी आहे आणि अल्बर्ट एलीसच्या जीवनातील किरकोळ घटनांचा आधार घेऊन अंजलीनं ते सगळं जीवन उभं केलं आहे.

ही कादंबरी वाचकांनी मनापासून उचलून धरली. हिच्या नऊ-दहा आवृत्त्या निघाल्या. अजूनही निघताहेत. ती घेत असलेल्या कार्यशाळांनाही उत्तम प्रतिसाद मिळू लागला. अनेक तरुण वाचक या पुस्तकाला आपल्या जीवनाची 'गीता' मानतात. 'या कादंबरीमुळे आपल्याकडे आरईबीटीला चांगले दिवस आले' असं मानणाराही एक समूह आहे.

एक दिवस अंजलीचा एसएमएस आला, 'माझ्या पुस्तकाच्या पायरेटेड कॉपीज इथे पुलाखाली माझ्यासमोर विकायला ठेवल्या आहेत... कमी किमतीत!' मी उत्तर पाठवलं, 'यावर काय प्रतिक्रिया देऊ हे मला समजेनासं झालंय! अहाहा म्हणू की अरेरे?...' खरोखरच, एखाद्या पुस्तकाला पुरस्कार मिळाला की तोंडून अभावितपणे अभिनंदनाचे शब्द निघतात; पण अशा परिस्थितीत काय प्रतिक्रिया द्यावी हे मला कळलं नाही. एकीकडे एकापाठोपाठ एक अशा या पुस्तकाच्या नियमितपणे आवृत्त्या निघत असतानाही वाचकांची भूक भागू नये, त्याच्या बेकायदा प्रती निघत राहाव्यात, ही प्रकाशकांच्या दृष्टीनं 'अरेरे' म्हणण्यासारखी गोष्ट असली, तरी हे लेखकाचं यशच म्हणावं लागेल!

या आणि पुढच्या कादंबरी लेखनात अंजलीनं मोठ्या विश्वासानं आणि आत्मीयतेनं आम्हा दोघांनाही सामावून घेतलं. राम पटवर्धनांकडून आणि पुंडे सरांकडून मला जे काही मिळालं होतं, वर्षानुवर्षं कादंबऱ्यांचे अनुवाद करताना जे आत झिरपलं होतं, ते ज्ञान मोकळेपणानं वापरायची संधी मिळाली!

हेच पुढच्या काळात विरूपाक्षांनाही करायला मिळालं. पंडित भीमसेन जोशी

यांचे थोरले चिरंजीव राघवेंद्र जोशी यांनी आपले वडील भीमसेनजी आणि त्यांच्या पहिल्या पत्नी, राघवेंद्रांच्या आई सुनंदाताई जोशी यांच्यावर 'गाणाऱ्याचं पोर' हे पुस्तक लिहिलं. त्याचं हस्तलिखित त्यांनी विरूपाक्षांना दाखवलं. त्यातील चढा सूर कमी करायला सांगत सांगत विरूपाक्षांनी पुस्तक बरंच संयमित केलं. मी तेव्हा गावात नव्हते. त्यामुळे राघवेंद्र आपल्या घरातून दोघांसाठी जेवणाचा डबा घेऊन आमच्या घरी यायचे. सुमारे बारा-पंधरा दिवस त्या दोघांचा हा खटाटोप चालला होता. अखेर राघवेंद्रनी एक संयमित पुस्तक वाचकांना दिलं. मराठीबरोबरच या पुस्तकाचे कन्नड आणि इंग्लिश वाचकही या संयमाचा विशेष उल्लेख करतात, तेव्हा राघवेंद्र आवर्जून फोन करून ते श्रेय विरूपाक्षांना देतात.

एक दिवस सकाळच्या वेळी दारावरची बेल वाजली. दार उघडताच एक तरुण मुलगी उभी असलेली दिसली. तिनं नाव सांगितलं, 'कविता महाजन.' कुठल्याशा कार्यक्रमासाठी ती पुण्यात आली होती आणि आमच्या भागातच एका हॉटेलमध्ये उतरली होती. मी इथंच राहते हे आठवल्यावर तिनं माझ्या घरचा फोननंबर शोधून काढला. आधी फोन केला आणि नंतर दारात दाखल झाली. मागे कधीतरी तिनं माझी कुठल्याशा नियतकालिकासाठी फोनवरून मुलाखत घेतली होती आणि तेव्हापासून तिला माझी भेट घ्यायची इच्छा होती म्हणे.

त्या वेळी तिची 'ब्र' ही कादंबरी छपाईच्या अवस्थेत होती. एक-दोन काव्यसंग्रहही कुणा-कुणा प्रकाशकांकडे होते. सगळे प्रकाशक मातब्बर होते! त्यामुळे ही भावी काळातली कुणीतरी महत्त्वाची लेखिका असली पाहिजे, ही 'लंबी रेसची घोडी' असल्याचं मला त्याच वेळी जाणवलं.

तिची 'ब्र' कादंबरी आली. कादंबरी खूपच गाजू लागली. तिचं अनेक कार्यक्रमाच्या कारणानं फिरणं होऊ लागलं. एकदा तिचा फोन आला. ती एरवी पुण्यात ज्यांच्याकडे उतरायची ते गावात नव्हते. त्यामुळे तिनं विचारलं, 'एका रात्रीपुरतं तुमच्या ओसरीत टेकायला जागा मिळेल काय?' मी होकार देत म्हटलं, 'आम्ही फ्लॅटमध्ये राहतोय... त्यामुळे घराला ओसरी नाही. खोलीच देते. ये.' तशी ती आली. त्यानंतर ही मुलगी आम्हा दोघांना चिकटली ती चिकटलीच! घरी आली की माझा (गाऊनचा नसलेला) पदर धरून घरभर मागे-मागे फिरत राहते.

ती जेव्हा 'भारतीय लेखिका' ही मालिका संपादित करत होती, तेव्हा तिनं माझ्याकडे कन्नड लेखिकांचं काहीतरी प्रकाशनासाठी मागितलं. वैदेहींचा एक कथासंग्रह पूर्वीच येऊन गेला होता. तो आता कुठंही मिळत नव्हता. मी तिला म्हटलं, 'तूर्त नवं काही करायचा विचार नाही; पण जर तुला हा कथासंग्रह प्रकाशित करायचा

असेल तर विचार कर.' तिनं तयारी दाखवली. इतर दोन दक्षिणी भाषांमधल्या कथासंग्रहांबरोबर या कथासंग्रहावरही 'संपादक' म्हणून तिचं नाव आलं.

लगेच अनेकांच्या भुवया उंचावल्या गेल्या. मलाही काही जणांनी विचारलं, "तू एवढी सीनिअर! आता तू अनुवादित केलेल्या कथांचं ती मुलगी संपादन करणार?" तिलाही कुणी-कुणी विचारलं, 'त्यांना चालणार आहे का हे?' पण आम्ही दोघींनीही तिकडे फारसं लक्ष दिलं नाही.

तिचं 'ब्र' पाठोपाठ 'भिन्न' आलं, 'ठकी आणि मर्यादापुरुषोत्तम'ही आलं. ही तिची पुस्तकं गाजत होती. 'ग्राफिटी वॉल', इतर कवितासंग्रह आणि इस्मत चुगताईच्या कथांच्या अनुवादाचा संग्रह आला. त्याला साहित्य अकादमीचा अनुवाद-पुरस्कारही मिळाला. तिची संपादनाची कामं, तिची सतत सुरू असलेली आजारपणं, मिळणारे अनेक पुरस्कार... त्यातच तिची व्याख्यानं, प्रवास सुरू असतो. ती काही विधानं करते, त्यावर भरपूर चर्चा सुरू असल्याचं काही जण सांगत असतात.

तिच्या एका कवितेत तिनं अनुवादित कविता पाहताना मूळ कवीच्या मनात उमटणारी भावना मजेदारपणे व्यक्त केली होती, 'आपल्या मुलानं दुसऱ्या कुणा बाईला आई अशी साद घातली की जसं वाटतं...'

या निमित्तानं मला मूळ लेखकाला अनुवादित कलाकृतीविषयीही काही वाटू शकतं, याचीही कल्पना आली आणि गंमत वाटली!

व्याख्यानाच्या निमित्तानं पुण्यावरून जायचं असेल, तर आमच्या घरी डोकावून पुढे जायची तिची पद्धत. काही सुख-दुःख आमच्याशी वाटून घ्यायचं असलं की तिचा एक मोठा फोन ठरलेला. मग समोरासमोर बसून गप्पा माराव्यात, तशा फोनवर गप्पा. ती कधी हळवी झाली की विरूपाक्ष फोनचा 'चार्ज' घेतात. त्या दोघांच्याही बऱ्याच गप्पा होतात. कधी हे तिला बजावतात, 'बॅग उचलायची आणि आमच्या घरी यायचं! इतर कुणाला कळवायचं नाही. एका खोलीत शांतपणे राहायचं! वाटलं तरच आमच्याशी बोलायचं!' बहुतेक वेळा गप्पा मारल्यावरच तिचा आवाज पूर्ववत होतो. गरज पडली तर कधी कधी ती खरोखरच तशी निघूनही येते.

तिच्या 'कुहू' या मल्टीमीडिया कादंबरीच्या वेळच्या सर्व धडपडीचे आम्ही जवळून साक्षीदार आहोत. तिच्याबरोबर मी आरती अंकलीकरकडेही गेले होते. हाही पुन्हा कमलताईंच्या 'हॅट घालणारी बाई'सारखाच धाडसाचा प्रकार! आमच्यासारख्या मध्यमवर्गीय मनोवृत्तीच्या लोकांना न उमजणारा! पण कविताचा उत्साह आणि कार्यशक्तीपुढे आम्ही अवाक!

आंबेडकरांच्या १२५व्या जन्मदिनानिमित्त वैदेहींनी मणिपाल विद्यापीठात तिला आणि 'उचल्या'कार लक्ष्मण गायकवाड यांना बोलावलं होतं. तेव्हा मी कविताची हिंदीमधून मुलाखत घेतली. नंतर कुदुरेमुख-कळस-होरनाडु अशी एक छोटीशी

ट्रिपही करून आलो. तेव्हा तिच्याशी असलेला स्नेह आणखी गहिरा झाला.

एक दिवस बेळगावहून निघणाऱ्या 'नाडोज' नावाच्या कन्नड नियतकालिकानं काही कन्नड लेखकांना पुरस्कार द्यायचं ठरवलं. त्यात माझ्या नावाचाही समावेश होता.

त्याआधी मुंबईच्या कर्नाटक संघानं मला 'वरदराज पुरस्कार' दिला होता. तो पुरस्कार कन्नड-मराठी किंवा कर्नाटक-महाराष्ट्रात सेतू बांधण्याचं कार्य करणाऱ्यांना दिला जातो. (आधी तो आमच्या मराठी-कन्नड स्नेहवर्धन केंद्रालाही मिळाला होता. तसेच पुढच्या काळात तो विरूपाक्षांनाही मिळाला.) शिवाय कर्नाटकातील श्री राघवेंद्र स्वामींच्या मंत्रालयाकडूनही भीमसेन जोशी, किशोरी आमोणकर, किशोरजी व्यास यांच्या बरोबरीनं मलाही पुरस्कार देऊन सन्मानित करण्यात आलं होतं.

तरीही कर्नाटकातील एका संस्थेनं साहित्यसेवेच्या संदर्भात माझं नाव निवडून पुरस्कार द्यायची ही पहिलीच वेळ होती. पुरस्कार हुबळीच्या पाटील पुट्टप्पा या अत्यंत कडव्या 'कन्नडिग' साहित्यिकाकडून देण्यात येणार होता. त्या वेळी माझी चाळीसेक अनुवादित पुस्तकं प्रकाशित झाली होती आणि त्यातील बहुतेकांची पुनर्मुद्रणंही चालली होती. हा माझा सुमारे पंधरावा पुरस्कार होता.

त्यामुळे ही संधी साधत मी माझ्या मनोगतात म्हटलं, 'बेळगाव माझं माहेर असलं तरी हा कार्यक्रम सासरचा आहे! मराठी माझं माहेर आहे आणि कन्नड सासर. माहेरच्या माणसांकडून कौतुक होणं तुलनेनं सोपं असतं असं दिसतं! त्याप्रमाणे कुठंही सीमावाद न आणता महाराष्ट्रात ते होत असतंही; पण सासरच्या मंडळींची कौतुकाची एकदा मान हलणंही महाकठीण असतं. महाराष्ट्राकडून अनेक पुरस्कार मिळाले, दिल्लीवाल्यांनीही कौतुक केलं; पण आज माझ्या सासरच्यांची कौतुकाची थाप पाठीवर पडल्यामुळे मला काहीतरी खास घडल्यासारखं वाटतं! वेगळ्या प्रकारचा आनंदही होतो!...'

जमलेल्यांनी टाळ्यांचा कडकडाट केला! पाठोपाठ हास्याचाही एकच कल्लोळ उसळला. हे माझं भाषण कन्नडमध्ये होतं. त्यामुळे पाटील पुट्टप्पांनाही ते पोहोचलं. त्याचे पडसाद त्यांच्या भाषणात उमटले. आपल्या लांबलचक भाषणात त्यांनी सांगितलं, 'माझ्या हातात काहीच नाही! नाहीतर मी उमांना धारवाड विद्यापीठाची डॉक्टरेट दिली असती...' वगैरे.....

ही कर्नाटकातली पद्धत. मलाही बहुतेक सगळे 'उमाअवरे..' म्हणजे 'अहो उमा..' म्हणतात. ताई वगैरे लावत नाहीत. फक्त भैरप्पा बरेच महाराष्ट्रात वावरत असल्यामुळे ते इतरांसमोर 'उमाताई' असा उल्लेख करतात. पण या 'ताई' लावण्याचं कर्नाटकात वैदेहींसह सगळ्यांनाच भरपूर हसू येतं!

दक्षिण कन्नड जिल्ह्यातील उडुपी आणि मंगळूरजवळ मूडबिदिरेनजीक असलेल्या कांतावर या गावी ना. मोगसाले यांनी ठेवलेला 'कांतावर पुरस्कार'ही देण्यात आला. तेव्हा मी बोलताना म्हटलं, 'माझ्या सुदैवानं मला कन्नडमधले चांगले लेखक आणि चांगल्या कलाकृती अनुवादासाठी मिळाल्या. जसा सुगंधी फुलांचा हार बनताना दोऱ्यालाही सुगंध लागतो, तसा मलाही अशा काही पुरस्काराच्या निमित्तानं त्याचं श्रेय मिळतं!'

माझी 'पुणेरी' कन्नड भाषा उत्तर कर्नाटकात सहज समजू शकते; पण जेव्हा दक्षिण कन्नड जिल्ह्यात, मणिपालच्या विद्यापीठात, केरळमधल्या कासरगोड गावी, कांतावर किंवा शिवराम कारंतांच्या सालीग्राम येथे भाषण करायची वेळ येते, तेव्हा थोडं बोलून झाल्यावर मी विचारते, 'माझं बोलणं समजतंय ना?' होकारार्थी उत्तर आल्यावर मी पुढे बोलायला लागते.

याला कारण माझी कन्नड भाषा कामचलाऊ आहे हे तर आहेच, त्याहीपेक्षा कन्नड भाषेचं वैविध्यही कारणीभूत आहे.

स्वातंत्र्यपूर्व काळात कर्नाटक पाच भागांत विभागला गेला होता. मुंबई, मद्रास, केरळ, हैदराबाद आणि मैसूरजवळचा भाग. त्या त्या भाषांच्या प्रभावामुळे तिकडची कन्नड भाषा वेगवेगळी बनत गेली आहे. एरवी परस्परांवर वर्चस्व प्रस्थापित करताना ही मंडळी 'तुमची भाषा समजत नाही!..' म्हणून आपला निषेध व्यक्त करत असतात. म्हणून हा प्रश्न मी विचारते. माझी 'पुणेरी कन्नड' भाषा मात्र ही सगळीच माणसं मोठ्या आस्थेनं ऐकून घेतात; कारण त्यातला विषय!

कर्नाटकातून मिळालेल्या पुरस्कारांपैकी 'कुवेंपु भाषाभारती'नं दिलेला विशेष पुरस्कार माझ्या दृष्टीनं महत्त्वाचा होय.

'कुवेंपु भाषाभारती' ही कर्नाटक सरकारची केवळ अनुवादासाठी वाहिलेली संस्था. या संस्थेच्या वतीनं इतर भारतीय आणि भारताबाहेरच्या भाषांमध्ये जे काही उत्तम आणि कर्नाटकाला हवं असलेलं असेल, ते अनुवादित करून कन्नडमध्ये आणलं जातं. इथं देण्यात येणारे पुरस्कार इतर भाषांमधून कन्नडमध्ये अनुवाद करणाऱ्यांना देण्यात येतात. त्यामुळे इथल्या निवड समितीला कन्नडमधून मराठीत अनुवाद करणाऱ्या माझ्यासारखीचं नाव सुचणं ही निश्चितच आनंदाची गोष्ट म्हणावी लागेल. एका अर्थी हा कर्नाटक सरकारचा पुरस्कार!

या पुरस्काराच्या आधी आणखी एक घटना घडली होती. आम्ही दोघं कर्नाटकात सहजच फिरत होतो, तेव्हा बेळगावात कन्नड विश्वसंमेलन भरलं होतं. शृंगेरी येथे आम्ही असताना काही कामासाठी भैरप्पांचा फोन आला. आम्ही कर्नाटकातच फिरत आहोत म्हटल्यावर त्यांनी विचारलं, 'बेळगावात विश्वसंमेलनाला

गेला आहात का?'

ही पंजाब-घुमान आणि पिंपरी-चिंचवडच्या मराठी संमेलनांच्या आणि मूडबिदरीच्या आळवाज-नुडिसिरी-विरासत संमेलनाच्या आधीची घटना असल्यामुळे मी सहजच हसत म्हटलं, ''नाही हो! आमची गत 'धोबी का कुत्ता, ना घर का, ना घाट का' अशी असते. आम्हाला कन्नड संमेलनातही बोलवत नाहीत आणि मराठी संमेलनातही बोलवत नाहीत!..''

कुवेंपु भाषाभारतीचे पुरस्कार जाहीर झाल्याचं कन्नड पेपरमधून समजताच पुन्हा भैरप्पांचा फोन आला, ''तुमची म्हण खोटी ठरली ना! आता तुम्हाला तुमची म्हण बदलावी लागेल.''

हा समारंभ बेंगळुरू विद्यापीठात साजरा झाला. त्या दिवशी भारत-पाकिस्तान यांच्यामध्ये एक दिवसीय सामना होता. फायनलचा. त्यामुळे कार्यक्रमाला कोण येणार, याची माझ्या मनात भीती होती; पण सुरुवातीच्या सतारीच्या कार्यक्रमाला तुरळक असलेली श्रोत्यांची संख्या हळूहळू वाढली आणि ते ओपन एअर थिएटर पूर्णपणे भरून गेलं. बेंगळुरूमधली साहित्य-भाषा-संशोधन-क्षेत्राशी निगडित नामांकित बरीच मंडळी तिथं आवर्जून हजर होती. पुरस्कार घेणाऱ्याची माहिती ऐकून तिला श्रोत्यांकडून टाळ्यांच्या गजरात चांगली दाद मिळायची. पुरस्कार दोन वर्षांचे मिळून दिले होते. काही पुरस्कार एकेका विशिष्ट पुस्तकासाठी होते. काही सर्व कामासाठी म्हणून 'विशेष पुरस्कार' होते. माझा समावेश 'विशेष' पुरस्कारात होता. तसंच श्री. चंद्रकांत पोकळे यांच्या एका मराठीतून कन्नडमध्ये अनुवादित केलेल्या पुस्तकालाही पुरस्कार होता.

श्री. चंद्रकांत पोकळे हे मराठीतील सुमारे पंचाऐंशी-नव्वदहून जास्त पुस्तकांचे कन्नड अनुवाद करणारे आजचे आघाडीचे अनुवादक. हेही आमच्या बेडकीहाळच्या ज्युनियर कॉलेजमध्ये आयुष्यभर अध्यापन करून निवृत्तीनंतर बेळगावात स्थिरावलेले. एकदा पुण्यात कर्नाटक साहित्य अकादमीचा अनुवादावरचा कार्यक्रम होता. त्यातल्या एका सत्रातले आम्ही तिघंही वक्ते बेडकीहाळचेच होतो. मी, पोकळे आणि डी. एस. चौगुले.

जयवंत दळवींच्या 'चक्र'च्या अनुवादानं सुरू झालेला पोकळेंचा अनुवादाचा प्रवास अजूनही सुरू आहे. केंद्र साहित्य अकादमी-मुंबईच्या वरदराज पुरस्काराबरोबरच कर्नाटकातील अनेक पुरस्कारानं ते सन्मानित आहेत. आधुनिक मराठीतील आत्मचरित्रं, स्त्रियांचं लेखन, दलित लेखन, नाटकं त्यांनी कन्नडमध्ये नेली आहेत. त्यात श्याम मनोहर-मकरंद भावे-जी.ए.कुलकर्णी-भालचंद्र नेमाडे यांसारख्या अनवट लेखकांचा आणि मेघना पेठे-सानिया-मोनिका गजेंद्रगडकर-आशा बगे-प्रिया तेंडुलकर-गौरी देशपांडे-

कमल देसाई या लेखिकांचाही समावेश आहे. अवचट, भारत सासणे वगैरेही त्यात आहेतच. लक्ष्मण गायकवाड यांच्यासारखे दलित लेखकही आहेत.

'कांतावर पुरस्कारा'च्या वेळी आम्ही नेहमीप्रमाणे उडुपीजवळच असलेल्या मणिपाल येथे वैदेहींनाही भेटायला गेलो होतो, तेव्हा त्यांच्या पुढाकारानं मणिपाल विद्यापीठात आम्हा दोघांच्या मुलाखतीचा कार्यक्रम ठेवण्यात आला होता. ही मुलाखत अनुवादशास्त्रावर पीएच.डी. करणाऱ्या एका तरुणानं घेतली. मुलाखत छान रंगली.

त्या संदर्भात नंतरही वैदेहींशी बऱ्याच गप्पा झाल्या. काही प्रश्नांची उत्तरं त्यांनी फोनवरून घेतली. सगळी उत्तरं मिळताच त्यांनी आम्हा दोघांच्या मुलाखतीवर आधारित बेंगळुरूहून प्रसिद्ध होणाऱ्या 'प्रजावाणी' या प्रसिद्ध वृत्तपत्राच्या रविवार पुरवणीत लेख लिहिला. आपल्या एका लेखकानं आपल्यावर लेख लिहिणं हा अनुवादकाच्या दृष्टीनं मोठाच सन्मान!

कांतावर या गावी भेटलेल्या श्री. पद्मप्रसाद यांनीही एका वृत्तपत्रासाठी मुलाखत घेतली. तसंच, मी आवर्जून केरळमधल्या कासरगोड या गावी सरकारी कॉलेजच्या कन्नड विभागात भाषणासाठी गेले होते, तिथल्या स्थानिक वृत्तपत्रासाठीही एक मुलाखत घेतली गेली. मंगळूर येथे प्रा. नायक यांच्या मुलीनं 'विजय कर्नाटक'साठीही मुलाखत घेऊन प्रकाशित केली. एकूणच मंगळूर-बेंगळुरू आणि कर्नाटकातील दक्षिण भागातील अनेक वृत्तपत्रांमधून या सगळ्या मुलाखती महिनाभराच्या कालावधीत प्रकाशित झाल्या. कन्नडमधील इतक्या संख्येनं आणि उत्तमोत्तम लेखकांचं एवढं साहित्य मराठीत आणल्याबद्दल सगळेच प्रभावित झाले होते.

मंगळूरच्या मुलाखतीत नायकांच्या मुलीनं मुलाखतीत एक प्रश्न विचारला, "तुम्ही एवढ्या निष्ठेनं एवढ्या मोठ्या प्रमाणात कन्नड साहित्य मराठीत नेलं आहे, याचा अर्थ तुमचं कन्नड भाषेवर प्रेम आहे. मग तुम्ही अगदी आतून मराठी आहात की कन्नड?" मी सांगितलं, "विशिष्ट भाषेपेक्षा मला साहित्याची आवड आहे. म्हणून मी मला आवडलेल्या कलाकृतींचे अनुवाद करत असते. त्या कृती मला कन्नडमध्ये मिळाल्या. इतक्या वर्षांच्या संसारात आमच्या संसारातला सीमा'वाद' विरघळून गेला आहे. तरीही अगदी आतून म्हणाल, तर मी मराठी आहे आणि विरूपाक्ष कन्नड आहेत! आणि तरीही आम्ही एका छपराखाली सुखा-समाधानानं नांदू शकतो.."

कांतावरच्या माझ्या व्याख्यानासाठी खरंतर आम्ही दोघं मिळूनच जाणार होतो. तशी संदीपची गाडीही सांगितली होती. पण आजारपणामुळे विरूपाक्षांचं येणं

रहित करावं लागलं. माझंही जाणं डळमळीत होतं. पण डॉ. बापट दांपत्य आणि मीनाचं कुटुंब या सगळ्यांनी विरूपाक्षांची जबाबदारी स्वीकारल्यामुळे सुचित तरडेला सोबत घेऊन मी जायला निघाले.

कांतावरमधला डॉ. ना. मोगसाले यांच्या घरचा हृद्य पाहुणचार घेऊन झाल्यावर मी कासरगोडच्या दिशेनं प्रस्थान ठेवलं. हे आधीच ठरवलं होतं.

कर्नाटकात कासरगोडचं स्थान हे महाराष्ट्रातल्या बेळगावसारखं आहे. बेळगावची सुख-दुःखं मला ठाऊक होत होती. कांतावरच्या कार्यक्रमातच एका तरुणानं बेळगावचा प्रश्न उपस्थित केला. बेळगावची मराठी माणसं उगाच दंगा करतात आणि तिथल्या कन्नड लोकांना त्रास देतात, असं त्याचं म्हणणं. मी म्हटलं, "बेळगावच्या प्रश्नाचं सगळ्याच बाबतीत भरपूर राजकारण झाल्यामुळे तो प्रश्न आता कुजत चालला आहे! इथून जेमतेम पन्नास किलोमीटरवर तुमचं कासरगोड आहे ना? तिथली काय हालहवाल?"

कर्नाटक-केरळच्या सीमाभागावर असलेल्या कासरगोड या गावचा प्रश्न बेळगावसारखाच आहे. आज हे गाव केरळमध्ये असलं, तरी इथं कन्नडभाषक जास्त असून त्यांच्यावर केरळकडून अन्याय होतो, अशी कर्नाटकभर भावना असते.

कन्नड वृत्तपत्रांमधून येणाऱ्या या भागातील बातम्या बहुतेक वेळा तिथं होणाऱ्या कन्नड कार्यक्रमाच्या संदर्भात असत. तेजस्वी आणि अनंतमूर्ती तर अनेकदा इथं येऊन जात. तिथल्या काही मोठ्या पदांवरही अनंतमूर्ती काही काळ राहिले होते. काही मोठ्या कार्यक्रमांना मल्याळम राजकारण्यांना निमंत्रण असे. कार्यक्रमात आपल्यावर होणाऱ्या अन्यायाला वाचा फोडून तिथल्या राजकारण्यांकडून विविध प्रकारे मदत मिळवली जात असे. कासरगोड केरळमध्ये असलं तरी कन्नड संस्कृतीचं उत्तमप्रकारे संवर्धन केलं जातं, अशाही बातम्या असत. सीमाप्रश्न सुटायचा तेव्हा सुटू दे; पण तोपर्यंत तर हाच मार्ग जास्त योग्य नाही का, हा माझ्या मनातला प्रश्न होता.

अशा काही अनुत्तरित प्रश्नांची उत्तरं मिळवण्यासाठी मी कासरगोडला जायचं ठरवलं होतं. कांतावरच्या कार्यक्रमानंतर ना. मोगसाले यांनी प्रा. नायकांची सोबत देऊन माझ्या 'कासरगोड प्रवासा'ची तयारी करून दिली होती.

प्रवासाला निघण्याआधी तिथं गेल्यावर कुणाला भेटायचं हे विचारायला सुरुवात केली होती. तेव्हा शिवराम कारंतांच्या पी.ए. मालिनी मल्य, वैदेही आणि मोगसाले या तिघांनीही एकमुखानं कासरगोडच्या सरकारी कॉलेजमध्ये कन्नड विभागप्रमुख म्हणून काम करणाऱ्या श्रीमती महेश्वरी यांचं नाव सांगितलं. फोनवरून त्यांच्याशी संपर्क साधताच त्यांनी आपल्या कॉलेजच्या कन्नड विभागात माझं एक व्याख्यानही

आयोजित केलं.

सकाळचा नाश्ता कांतावरला मोगसालेंच्या घरीच करून संदीपबरोबर मी आणि सुचित तरडे मंगळूरला निघालो. तिथं प्रा. नायक आमची वाटच पाहत होते. त्यांच्या सोबतीनं कासरगोडला निघालो. थेट गव्हर्न्मेंट कॉलेजमध्ये जाताच महेश्वरींनी आमचं स्वागत केलं. निवृत्तीपासून मोजकीच वर्षं दूर असलेल्या महेश्वरी या अविवाहित महिला. गोऱ्या, सडपातळ, मध्यम उंचीच्या, वागा-बोलायला मृदू; पण कामाला जबरदस्त! सगळ्यांनी त्यांचं जे वर्णन सांगितलं होतं, त्यात तसूभरही अधिक-उणं नव्हतं!

त्यांच्या ऑफिसमध्ये श्री. भट आमच्या भेटीसाठी आधीच येऊन थांबले होते.

शिक्षण क्षेत्रात अधिकारी म्हणून काम करून निवृत्त झालेल्या श्री. भटांनीही एके काळी इथल्या कर्नाटक-केरळ सीमाप्रश्नावरील चळवळीत भाग घेतला होता. त्यामुळे त्यांच्याकडून कासरगोड सीमाप्रश्नाचं नेमकं स्वरूप आणि लढा देणाऱ्यांची भूमिका समजून घ्यायला मदत झाली.

ब्रिटिश आमदानीत हा भाग मद्रास प्रेसिडेन्सीत समाविष्ट करण्यात आला होता. जेव्हापासून हा भाग मुंबई प्रांतात समाविष्ट करण्यात आला होता, तेव्हापासूनच इथल्या कन्नडिगांनी चळवळी करायला सुरुवात केली. स्वातंत्र्यलढ्याचाच हाही एक भाग होता.

त्या काळात हा लढा काही शिक्षकांनी चालवला. कैयार किण्णय्या रै हे त्यांचे पुढारी होते. पेशानं शिक्षक आणि वृत्तीनं कन्नड लेखक. स्वातंत्र्यसैनिक म्हणून लढा देताना रै यांनी पहिला लढा आपल्या समाजाविरुद्धच दिला. तेव्हा या भागात आणि त्यांच्या जातीत मातृसत्ताक पद्धत होती. लग्न झाल्यावर त्यांनी या पद्धतीविरुद्ध बंड करून पत्नीच्या घरी न जाता तिच्यासह वेगळा संसार मांडला. त्या काळी ही मोठीच क्रांतिकारी घटना होती.

कॉलेजमधील कार्यक्रम संपताच मी सत्त्याण्णव वर्षांच्या रै यांनाही भेटून आले. ओसरीतल्या खुर्चीवर ताठ बसून भेटायला आलेल्यांशी कन्नड किंवा तुळू भाषेत गप्पा मारणाऱ्या रै यांच्या तेजस्वी व्यक्तिमत्त्वाचं दर्शन हीही एक पर्वणीच होती! शंभरीचे होऊन ते वारले.

लेखक असलेल्या कैयार किण्णय्या रै आणि इथल्या स्थानिक लेखकांनी वेळोवेळी कासरगोडला कन्नड साहित्य संमेलनं भरवली. त्यासाठी कर्नाटकातून मोठमोठ्या लेखकांना आमंत्रित केलं. तिथं इथल्या कन्नड भाषकांवर होणाऱ्या अन्यायाविषयी वेळोवेळी मांडत राहिले. 'या भागातून सतत, आणि इतक्या संख्येनं कन्नड कवी-लेखक तयार होतात. याचाच अर्थ ही भूमी मुळातच कन्नड आहे..'

असा या मंडळींचा वाद!

बेळगावच्या संदर्भात ही भूमिका कुणी घेतल्याचं माझ्या ऐकिवात नाही.

पण आजची या भागाची वस्तुस्थिती शोचनीय आहे. इथली कन्नडिगांची संख्या झपाट्यानं कमी होत आहे. केरळ सरकार सरकारी खात्यात जाणीवपूर्वक मल्याळम मंडळींना आणत आहे. इतरही मार्गांनी ही संख्या कमी होईल असं पाहत आहे. हे सारं बेळगावसारखंच.

पण इथल्या कन्नड भाषकांची संख्या झपाट्यानं कमी व्हायला बेळगावपेक्षा एक वेगळं कारणही होतं. या भागात तुळू, बॅरी यासारख्या अनेक बोली भाषा बोलणारा समाज मोठ्या संख्येनं आहे. या बोली भाषांना लिपी नाही. त्यामुळे इतकी वर्षं हे लोक कन्नड लिपी शिकत आणि लेखन-वाचन कन्नडमध्येच करत. गेल्या काही वर्षांत हे लोक मल्याळम किंवा उर्दू लिपी वापरतील याकडे या सरकारनं लक्ष केंद्रित केलं आहे. शाळांमधूनच याकडे लक्ष दिलं जातं. त्यामुळे घरात तुळू किंवा बॅरी भाषा बोलणारे इतकी वर्षं कन्नड असायचे, ते आता मल्याळम झाले आहेत आणि कन्नडिगांची संख्या झपाट्यानं कमी होत चालली आहे.

साहजिकच या साऱ्याचा परिणाम म्हणून या चळवळीचा जोर ओसरला.

स्थानिक लोकांकडून त्रास होतो असंच इथले कन्नड लोक सांगत होते. महेश्वरी सांगत होत्या, काही समाजकंटकांकडून कॉलेजमध्ये लावलेली कन्नड भाषेतली पत्रकं फाडून टाकली जातात. तसंच इथल्या बोर्डावर काही केरळी समाजकंटक 'इथं राहायचं असेल तर तुम्हाला आमचं उष्टं खाऊनच राहावं लागेल!' अशी भाषा वापरून काहीबाही लिहून ठेवतात.

मंगळूर येथे रेडिओस्टेशनात नोकरी करणाऱ्या डॉ. वसंतकुमार पेर्ल यांनी या सीमाभागावरील वस्तुस्थितीवर आपला प्रबंध सादर करून डॉक्टरेट मिळवली आहे. त्या प्रबंधात त्यांनी या प्रश्नाचा ऊहापोह केला असल्याचंही श्रीमती महेश्वरी यांनी सांगितलं.

या एकूणच प्रवासात माझ्या प्रा. नायकांशी कन्नड साहित्याच्या संदर्भात अनेक गप्पा झाल्या. विषय इतर भाषांमधून कन्नडमध्ये अनुवादित होणाऱ्या साहित्याकडे वळला. अनुवादित साहित्याची संख्या विपुल असली तरी त्यांचा साहित्य क्षेत्रावर मर्यादित प्रभाव का, यावर आम्ही बोललो. मराठीत येणाऱ्या कन्नड साहित्याविषयी माझ्याकडून विस्तारानं जाणून घेतल्यावर ते म्हणाले, "अनुवादित साहित्याचं अनेकदा पुनर्मुद्रण म्हणजे वाचकांकडून त्यांचा स्वीकार आणि समीक्षा म्हणजे साहित्याच्या अभ्यासकांकडून स्वीकार. कन्नडमध्ये वर्षाकाठी विविध भाषांमधून

अनेक अनुवाद होत असले तरी असं होताना दिसत नाही. तुम्ही सांगता हे महाराष्ट्रातलं चित्र वेगळं दिसतं.''

यामागील कारणं काय असावीत, यावर विचार करताना काही मुद्दे सामोरे आले. अनुवादासाठी केलेल्या साहित्याची निवड आणि अनुवादाची प्रतवारी या तर सगळ्यात महत्त्वाच्या आणि गृहीत धरलेल्याच बाबी आहेत.

मराठीतलं साहित्य कन्नडमध्ये अनुवादित झाल्यानंतर प्रकाशकांनी आणि समीक्षकांनी सर्वसामान्य वाचकांचं या अनुवादाकडे लक्ष जाईल असं केलं पाहिजे. त्यासाठी महत्त्वाचं पुस्तक अनुवादित होऊन आलं की त्यावर कार्यक्रम केले पाहिजेत, आणि यावर विशेष लेखनही केलं पाहिजे.

माझ्या या म्हणण्याला भैरप्पांच्या मराठीतल्या साहित्यप्रवासाचा आधार होता. ही सगळी वाटचाल आमच्याकडून नकळत होत गेली होती. आम्ही याच मार्गानं वाटचाल केली होती. सुरुवातीला आम्ही पुण्यात भैरप्पांचे कार्यक्रम केले. डॉ. पुंडेंच्या विद्यार्थ्यांच्या सहकार्यानं वृत्तपत्रांनी या कार्यक्रमांना प्रसिद्धी दिली. तो काळ पुस्तकांवर वृत्तपत्रांमधून परिचयात्मक लेख यायचा असल्यामुळे, या अनुवादित पुस्तकांवर गंभीर समीक्षेबरोबरच परिचयात्मक लेख येत राहिले. त्यामुळे मराठी वाचकांच्या कानांवर हे नाव सतत पडत राहिलं. त्यामुळे ते भैरप्पांचं पुस्तक उचलत राहिले.

अर्थात, एकदा वाचकानं पुस्तक हातात घेतल्यानंतरचं यश लेखक-अनुवादकाचं! सगळ्यात महत्त्वाची गोष्ट म्हणजे मराठी वाचकाचा उमदेपणा!

याच दृष्टीनं बेळगावात जी. ए. कुलकर्णींच्या दोन कन्नड आणि एका इंग्लिश अनुवादावरच्या कार्यक्रमात मी म्हटलं, ''हा कार्यक्रम बेळगावात झाला हे छान झालं; पण धारवाड-बेंगळुरू-मैसूर-मंगळूरला होणं आवश्यक आहे. बेळगावातही हा कार्यक्रम फक्त मराठी वाचकांसाठी होता कामा नये. अशा कार्यक्रमासाठी मराठी श्रोते तर आलेच पाहिजेत; पण आवर्जून कन्नड समीक्षकांना, पत्रकारांना आणि वाचकांना बोलावलं गेलं पाहिजे! तरच जी.एं.ची जी दोन पुस्तकं कन्नडमध्ये गेली ती कन्नड वाचकांपर्यंत पोहोचतील आणि यावर चर्चा होईल...'

या संपूर्ण प्रक्रियेत अनुवादासाठी साहित्य निवडणं हाही एक महत्त्वाचा भाग आहे. जेव्हा साहित्य अकादमी आणि एन.बी.टी. यांसारख्या संस्था अनुवादासाठी साहित्य निवडतात, तेव्हा त्यांचा विशिष्ट हेतू असतो. साहित्य अकादमी त्यांच्या पुरस्कारप्राप्त कलाकृती सर्व भाषांमध्ये अनुवादित करते. एन.बी.टी.सारख्या संस्थांचे पदाधिकारी विविध भाषांतील तज्ज्ञांच्या मदतीनं ही निवड करतात. ही निवड करताना पुस्तक ज्या भाषेत जाणार आहे, त्या भाषेची प्रकृती, तिची गरज,

तिच्यातील साहित्याचा इतिहास या गोष्टींचा विचार केला पाहिजे. हा विचार झाला नाही तर कितीही मोठी कलाकृती असली तरी तिकडचा वाचक तिचा स्वीकार करणार नाही.

काही खासगी प्रकाशकांचा हेतू 'बेस्ट सेलर' मराठीत आणायचा असतो. ते या हेतूला घट्ट पकडूनच काम करतात. त्यांना त्याच पद्धतीचं यशही मिळतं.

एखादं पुस्तक का अनुवादित करायचं आणि का नाही, याची काही ठोस कारणं असू शकत नाहीत. बहुतेक वेळी अनुवादक आपल्याला आवडलेल्या कलाकृतीची अनुवादासाठी निवड करत असतो. जर अनुवादकाची अभिरुची बहुजन वाचकांशी जुळली की तो अनुवाद मोठ्या प्रमाणात वाचला जातो. अनुवादकांची साहित्यविषयक जाण वाढवण्यासाठी जर कुणी प्रयत्न केले, तर अनुवादकांना ते मार्गदर्शक ठरू शकेल.

अनुवादकाकडे कोणता विशेष गुण पाहिजे? त्यानं काय काय तयारी केली पाहिजे?

शफी नावाचे एक तमिळ-मल्याळम अनुवाद करणारे अनुवादक आहेत. त्यांना केरळ साहित्य अकादमीचा २००६मध्ये आणि केंद्र साहित्य अकादमीचा २००८मध्ये पुरस्कार मिळाला आहे. त्यांची कथा या संदर्भात पाहाण्यासारखी आहे.

एका अशिक्षित गरीब मुसलमान कुटुंबातला हा मुलगा. पाच-सहा भावंडांपैकी एक. इतर भावंडं अजिबात शिकली नाहीत. हा दहावीपर्यंत शिकला, पण अनुत्तीर्ण झाला. त्यामुळे कॉलेजमध्ये जाऊन शिक्षण घेण्याचं स्वप्न भंगलं. पोट भरण्यासाठी तो बंगळूरच्या एका बेकरीत कामाला लागला. त्या भागात तमिळ लोकांची संख्या जास्त असल्यामुळे त्यानं कन्नडबरोबरच तमिळही शिकून घेतली. येणारं गिऱ्हाईक अनेकदा हातातलं वृत्तपत्र तिथंच टाकून जाई. त्या तमिळ वृत्तपत्रावरून शफीनं तमिळ लिपी शिकून घेतली. भरपूर तमिळ सिनेमे पाहू लागला. तिथं काही तमिळ लेखक येत होते. त्यांच्या गप्पांमधून त्यांच्या कथा त्याला समजल्या आणि त्याच्या मनात आलं, आपण याचा मल्याळममध्ये अनुवाद का करू नये? लेखकाकडून त्यानं लेखकाची परवानगी वगैरे बाबी समजावून घेतल्या आणि त्यांचा पहिला अनुवाद २०००मध्ये प्रकाशित झाला. परिस्थितीनुसार मुंबई-पुणे-दुबई असा प्रवास करत तो आपल्या केरळमधल्या मूळ गावी स्थायिक झाला. आता बायको-मुलांचं पोट भरण्यासाठी त्यांनी दिवसभर गवंडी काम करायला सुरुवात केली आणि रात्री अनुवाद.

'हे दिवसाला आठशे रुपये मिळवून देणारं काम माझ्या कुटुंबाचं पोट भरतं, पानाला वीस-तीस रुपये देणारं अनुवाद-कार्य पोट भरू शकत नाही; पण मनाला मोठंच समाधान आणि समाजात मान्यता मिळवून देतं!..' असं त्याचं म्हणणं!

एक अनुवादक अनेक वर्षं अनुवाद करत राहतो. त्या भाषेतलं लेखन वेगळ्या संवेदनांना साद घालणारं येऊ लागलं की तो अनुवादक गडबडतो. तो नव्या संवेदनांच्या लेखकांपर्यंत पोहोचू शकत नाही. तो या लेखकांना टाळू लागतो. त्या दृष्टीनं प्रत्येक पिढीचे नवे-नवे लेखक जसे निर्माण होतात, तसे अनुवादकही निर्माण झाले तरच हा प्रवाह वाहता राहू शकतो. नाहीतर मराठी-कन्नड अनुवाद करणाऱ्या गळगनाथांनंतर हा प्रवाह काही काळापुरता जसा खंडित झाला, तसा होऊन जातो!

आधुनिक कन्नड साहित्याचा सुरुवातीचा काळ हा अनुवादाचाच होता. इंग्रजीबरोबरच भारतीय भाषांमधील साहित्य कन्नडमध्ये अनुवादित होत होतं. त्यातील बंगाली कादंबऱ्याचे अनुवाद बी. गोविंदशास्त्री यांनी केले आणि मराठी कादंबऱ्यांचे अनुवाद गळगनाथ यांनी केले.

वेंकटेश तिरको कुलकर्णी ऊर्फ गळगनाथ हे गेल्या शतकाच्या सुरुवातीला मराठी साहित्य अत्यंत निष्ठेनं कन्नडमध्ये नेणारे एक मोठे अनुवादक. त्यांनी ह. ना. आपटे आणि नाथमाधवांच्या कादंबऱ्या कन्नडमध्ये अनुवादित केल्या. गळगनाथ शाळेत शिक्षक होते. शालेय पुस्तकांच्या कमिटीवरही ते होते. त्या कामासाठी ते वरचेवर पुण्याला यायचे. तेव्हा 'मनोरंजन' आणि 'करमणूक' या मासिकाचा प्रभाव होता. त्यात प्रकाशित होणाऱ्या कादंबऱ्यांविषयी गळगनाथांच्या कानांवर यायचं आणि त्यांचे अनुवाद करून ते 'सद्‌बोध चंद्रिके' या कन्नड मासिकातून प्रकाशित करायचे. या कादंबऱ्या धारावाही स्वरूपात प्रकाशित होऊ लागताच, या मासिकांचा खप मोठ्या प्रमाणात वाढला. जेव्हा 'गड आला पण सिंह गेला' या कादंबरीचा धारावाही अनुवाद प्रकाशित होऊ लागला, तेव्हा या नियतकालिकाचे आठशे असलेल्या वर्गणीदारांची संख्या सुमारे चार हजारपर्यंत वाढली. पुढच्या काळात हीच संख्या सात हजारला पोहोचली. 'कमलकुमारी', 'मराठा अभ्युदय', 'शिवप्रभुविन पुण्य', 'क्षात्रतेज', 'विजयनगरद नाश', 'माधवकरुणा-विलाप' ही त्यांनी अनुवादित केलेल्या कादंबऱ्यांची नावे. 'मूळ कादंबरी ही माझ्या हातातलं बाहुलं असते' या मनोभूमिकेतून केलेले हे अनुवाद असल्यामुळे या कादंबऱ्या गळगनाथांच्या म्हणून ओळखल्या जातात.

आजही कन्नड वाचकांशी बोलताना ते आपली वाचक म्हणून वाढ व्हायला बंगालमधील शरच्चंद्र, बंकिमचंद्र आणि टागोरांच्या कादंबऱ्यांचा महत्त्वाचा वाटा असल्याचं सांगतात. हेच वाचक न चुकता गळगनाथांचाही उल्लेख करतात; पण महत्त्वाची बाब म्हणजे ते कुठल्याही मराठी लेखकाचा उल्लेख करत नाहीत! बंगाली कादंबऱ्यांच्या बाबतीत ते चुकूनही अनुवादकाचा उल्लेख करत नाहीत! ही

गोष्टही लक्षात घेण्यासारखी आहे!

इथंच काही प्रश्न उभे राहतात. अनुवादित पुस्तक वाचल्यावर मूळ लेखकाचा प्रभाव राहिला पाहिजे की अनुवादकाचा? जर मूळ कलाकृतीचा प्रभाव राहिला पाहिजे असं म्हटलं तर अनुवादकाच्या मान्यतेचं काय? जर अनुवादकाचा प्रभाव राहिला तर मूळ लेखकाचं काय?

वर्षानुवर्षे साहित्याचे अनुवाद करता-करता माझी काही मतं बनली आहेत.

अनुवादासाठी साहित्य निवडताना आमची अशी एक पद्धत आहे. विरूपाक्ष कलाकृती वाचून तिच्यासंबंधी मला सांगतात. मी मराठी वाचक आहे. मी विचार करते, अशा पद्धतीचं आपल्याकडे कुणी लेखन करत असेल तर पुन्हा तशाच पद्धतीचं साहित्य अनुवादित करून का आणायचं? माझ्याकडे जो वेळ आहे तो वेगळ्या प्रकारचं साहित्य अनुवादित करायला का वापरू नये?

हाच विचार करून मी मुंबईत राहणाऱ्या, कन्नड वाचकांना मुंबईचं दर्शन घडवणाऱ्या दोन मोठ्या लेखकांचं लेखन अनुवादासाठी निवडलं नाही. तसंच मैसूरमध्ये राहून शिवाजीच्या जीवनावर काल्पनिक लेखन करणाऱ्या एका लेखिकेचं लेखनही नाकारलं. अर्थात, या कलाकृतींमध्ये काही महत्त्वाच्या चुकाही होत्या म्हणा! त्यात शिवाजी महाराजांच्या शत्रूबरोबर रायगडावर रथातून केलेल्या युद्धांची वर्णनं होती!

माझ्या अनुवादांमध्ये लेखिकांची संख्या कमी असण्याचं कारणही अशाच प्रकारचं आहे. मला आक्रस्ताळेपणानं केलेलं लेखन पटत नाही. मराठीतील लेखिकांचं लेखन सकस आहे. त्याहून सरस आणि मनाला भिडणारं असं काही कन्नड लेखिकांच्या लेखनात मला सापडलं नाही. जे सापडलं ते वैदेहींच्या कथांमध्ये सापडलं.

प्रकाशकांची मागणी म्हणून मी सुधा मूर्तींचं लेखनही अनुवादित केलं आहे. सुधाताईंच्या लेखनातला साधेपणा मला भावतो. त्या कुठलाही आव न आणता, आपल्या मनाला भावेल असं लेखन करतात. त्यामुळे ते जनसामान्यांना थेट भिडतं, असा माझा अनुभव आहे. कन्नड समीक्षकांना मी सुधा मूर्तींच्या मराठीतल्या यशाविषयी सांगत असते. काही जण यावरून मराठी वाचकांच्या अभिरुचीविषयी काही प्रतिकूल विधानं करतात. पण एक समीक्षक मात्र म्हणाले, ''इतके दिवस आम्ही त्यांच्या लेखनाकडे नीटपणे पाहिलंच नाही. पण तुमचं ऐकल्यावर वाटतं, आम्हा समीक्षकांनी पुन्हा एकदा त्यांच्या साहित्याकडे गंभीरपणे पाहिलं पाहिजे!''

दलित लेखक आणि कवी यांच्या साहित्याकडे मी वळत नाही, त्यामागे मात्र माझ्या मर्यादा कारणीभूत आहेत. माझी प्रकृती कवीची नाही, ही माझी कमतरता

आहे. दलित साहित्यात 'भाषा' हे मोठं बलस्थान असतं. इतक्या वर्षांच्या लेखनानं माझी भाषा बनून गेली आहे. दलित साहित्य पेलायचं सामर्थ्य तिच्यात आहे, असं मला वाटत नाही. थोडक्यात, किरकोळ प्रयत्नानं अनुवादकाला सगळं काही शक्य आहे, असं वाटण्याइतका भाबडेपणा माझ्यात राहिलेला नाही.

अनुवाद यशस्वी होण्यासाठी इतर गोष्टींबरोबर वाचकांची उदार मानसिकताही मी महत्त्वाची मानते. मराठी वाचकानं अनुवादांचं मोकळ्या मनानं स्वागत केल्यामुळेच प्रकाशकही तिकडे वळलेले दिसतात. प्रकाशकांचं श्रेय असं की पुस्तक बाजारात मिळेनासं झालं की पुढची आवृत्ती उपलब्ध करून देणं. माझ्या बहुतेक सगळ्या प्रकाशकांनी, विशेषत: 'मेहता पब्लिशिंग हाऊस'नं हे निष्ठेनं केलं. या प्रकाशन संस्थांमधल्या राजश्री देशमुख मॅडमसारख्या सहकाऱ्यांचंही मनापासून सहकार्य मिळतं. वाचकाला एखाद्या पुस्तकाची 'तहान' असेल तर ती पुरवायचं महत्त्वाचं काम हे प्रकाशक करतात. या संस्था चांगल्या अर्थानं 'व्यावसायिक' आहेत.

अनुवाद कसा असावा? तो 'आज्ञाधारक' असावा. 'सांगकाम्या' अनुवाद हा केवळ प्रत्येक शब्दाचा अनुवाद एकापुढे एक ठेवून करता येईल. 'आज्ञाधारक' म्हणताना तिथं मूळ कलाकृतीविषयीची निष्ठाही बाळगायला हवी, त्याच बरोबर लेखकानं मांडलेलं 'शब्दांच्या पलीकडचं'ही सुज्ञपणे हेरून तेही मराठी वाचकाला सांगायला पाहिजे.

एखाद्या लेखकाची एकच उत्तम कलाकृती अनुवादित करून थांबण्यापेक्षा त्याच्याच किमान दोन-तीन कृती अनुवादित करण्याकडे माझा कल असतो. असं केलं तरच तो लेखक वाचकाच्या मनात थोडा तरी शिरतो. कथा अनुवादित करतानाही हाच दृष्टिकोन ठेवून मी अनुवाद करते आणि अखेर त्या लेखकाचा कथासंग्रह झाल्याशिवाय थांबत नाही.

बहुतेक, दक्षिण कन्नड जिल्ह्यात पाठोपाठ प्रकाशित झालेल्या मुलाखतींमुळे आणि लेखांमुळे, त्यातही वैदेहीसारख्या प्रसिद्ध सर्जनशील लेखिकेनं घेतलेल्या आमच्या मुलाखतीचा परिणाम म्हणून, मूडबिद्री येथे भरणाऱ्या 'आळ्वास विश्व नुडिसिरी विरासत' या प्रचंड मोठ्या संमेलनातही मला एक पुरस्कार घोषित झाला.

गेली काही वर्षं उडुपी-मंगळूर या गावांमध्ये असलेल्या मूडबिद्री या गावी भरणाऱ्या 'आळ्वास नुडिसिरी ' (नुडिसिरी म्हणजे भाषाश्रीमंती) साहित्य संमेलनाविषयी भैरप्पा-वैदेही-मालिनी मल्य-ना. मोगसाले यांसारख्या कर्नाटकभरच्या साहित्य क्षेत्राशी गंभीररीत्या निगडित असलेल्या मंडळींकडून ऐकत होते. आमचे एक बेंगळुरूवासी कन्नड साहित्यप्रेमी नातेवाईक सुहास देशपांडेंनीही सांगितलं होतं, 'आम्ही दर वर्षी

या संमेलनाला न चुकता बेंगळुरूहून जातो.' वैदेही या संमेलनाच्या अध्यक्ष असताना सर्व साहित्यप्रेमींनी त्यांची पालखी उचलल्याचा फोटो मीही वृत्तपत्रात पाहिला होता. ते पाहून मी आनंदित आणि चकितही झाले होते.

त्या वर्षी डिसेंबर रोजी भरणाऱ्या 'आळ्वास नुडिसिरी विरासत २०१३'ला हजर राहण्याचं निमंत्रण जेव्हा 'आळ्वास शिक्षण संस्थेचे मालक डॉ. मोहन आळ्वा' यांच्याकडून फोनवर मिळालं, तेव्हा आनंदाचा धक्काच बसला. आम्ही जायचं ठरवलं. मोहन आळ्वा हे या परिसरातले साहित्य-संस्कृतीप्रेमी आयुर्वेदिक डॉक्टर. आर्थिक परिस्थिती उत्तम. त्या भागाचे जवळजवळ अनभिषिक्त राजेच! गेली वीस वर्षं संगीत-नृत्याच्या क्षेत्रातील अखिल भारतीय पातळीवरील कलाकारांना बोलावून तीन दिवसांचा 'आळ्वास विरासत' हा कार्यक्रम करणारे. दहा वर्षांपासून त्यांनी शिक्षण क्षेत्रातही प्रवेश केला असून, त्या क्षेत्रातल्या प्रत्येक विभागात जम बसवलेला आहे.

२००३ मध्ये मूडबिद्रीमध्ये अखिल भारतीय कन्नड साहित्यसंमेलन भरवण्यात आलं आणि त्या वेळी संमेलनाची जबाबदारी डॉ. मोहन आळ्वांवर सोपवण्यात आली. ती पेलताना त्यांच्या मनात आलं, कन्नडमधील मोठमोठ्या लेखकांची आपल्या गावाला पायधूळ लागायची असेल, तर आपण इतरांवर का अवलंबून राहायचं? आपणच आपलं साहित्यसंमेलन का भरवू नये?

तेव्हापासून त्यांनी दर वर्षी 'आळ्वास नुडिसिरी' या नावाने तीन दिवसांचे साहित्य संमेलन भरवायला सुरुवात केली. पहिल्या वर्षी बरगूर रामचंद्रप्पा हे बंडाय-दलित लेखक अध्यक्ष म्हणून निवडण्यात आले. दुसऱ्या वर्षी डॉ. भैरप्पा, पाठोपाठ वैदेही, नंतर डॉ. एम. एम. कलबुर्गी... अशा प्रकारे कन्नड भाषेत मोलाची भर घालणाऱ्या नऊ जणांना निमंत्रण देऊन हा मान देण्यात आला.

साहित्याचे 'नुडिसिरी 'चे दहावे आणि संगीत-नृत्याच्या 'विरासत'चे विसावे वर्षं असल्यामुळे दोन्हींचा एकत्रितपणे 'आळ्वास विश्व नुडिसिरी विरासत' या नावानं प्रचंड मोठा महोत्सव करण्याचा घाट घालण्यात आला. त्यासाठी दिल्ली-मुंबई-पुणे आणि कर्नाटकातील बेळगाव-बळ्ळारी यांसारख्या गावांमधून निमंत्रण देण्यासाठी स्वतः मोहन आळ्वा आपल्या दीडशे विद्यार्थ्यांसह फिरले. ते आपल्या भाषणातून, 'हा सांस्कृतिक जागतिकीकरणाविरुद्धचा लढा' असल्याचं आवर्जून सांगत होते आणि विद्यार्थ्यांकडून संस्कृतीविषयी जागरुकता दर्शवणारे कार्यक्रम करवून घेत. पुण्याच्या कार्यक्रमासाठी हजर राहण्याचंही त्यांनी फोनवरून निमंत्रण दिलं.

'गणेश क्रीडा मंदिरा'च्या मैदानावर भरलेल्या या कार्यक्रमाच्या वेळी शंभर रुपये भरून सभासद करवून घेण्यात येत होतं. या शंभर रुपयांत संमेलनाच्या

वेळी मूडबिद्रीत चार दिवस राहण्याची व्यवस्था, दररोज एक नाश्ता आणि दोन जेवणं देण्यात येणार होती. निमंत्रितांना जाण्या-येण्याचा प्रवासखर्च आणि राहण्याची व्यवस्था वेगळी होती. ठरलेल्या दिवशी संदीपची गाडी घेऊन आम्ही जायला निघालो.

संमेलनाची वीस पानी निमंत्रणपत्रिकाच उत्सुकता वाढवणारी होती. वेळा मिनिटांच्या हिशेबात देण्यात आल्या होत्या आणि प्रत्येक ठिकाणी पाळण्यात आल्या! उद्‌घाटन सोहळा आणि समारोपाचा कार्यक्रम सोडला तर इतर वेळी साहित्याबरोबरच विद्यार्थी, लोककला आणि शेतीसाठी वेगवेगळ्या व्यासपीठांवर व्याख्यानं चालणार होती. त्या त्या क्षेत्रातल्या लोकांचे सत्कार केले जाणार होते. पहाटे शास्त्रीय संगीताचे कार्यक्रम आणि संध्याकाळी सहानंतर नृत्य-नाटकं आणि इतर करमणुकीचे कार्यक्रम इथल्या नऊ व्यासपीठांवर होणार होते.

आमची व्यवस्था पाहायची जबाबदारी शुभमंगळा नावाच्या एका प्राध्यापिकेवर देण्यात आली होती. एका उत्तम हॉटेलमध्ये व्यवस्था लावून त्या निघून गेल्या. पुढील सर्व दिवसांत आम्हाला आमच्या वसतिस्थानाहून हव्या असलेल्या ठिकाणी घेऊन जाणं आणि आम्ही म्हणू तेव्हा आमच्या वसतिस्थानावर आणून पोहोचवणं (गरजेनुसार वॉशरूमपर्यंत नेणं) ही जबाबदारी शुभमंगळा (सगळे त्यांना शुभा म्हणायचे) आणि त्यांच्या हाती असलेल्या चौघांच्या चमूनं अत्यंत निष्ठेनं आणि हसतमुखानं पार पाडली. तसंच भूताराधना चालणारी जुनी देवळं आणि जवळच असलेलं मंगळूर- जैनांचं मोठं क्षेत्र असलेलं कारकळ अशा अनेक ठिकाणी शुभमंगळा आम्हाला घेऊन गेल्या.

सुमारे दीड हजार लोककलेतल्या भारतीय कलाकारांच्या पथकांचा, गावातल्या चौट राजघराण्याच्या वाड्यापासून आणि ग्रामदेवतेपासून 'विद्यागिरी'पर्यंत निघणाऱ्या दोन किलोमीटर मिरवणुकीनं संमेलनाची सुरुवात झाली. साडेतीन वाजता उद्‌घाटनाचा कार्यक्रम 'रत्नाकरवर्णि' या प्रमुख मांडवात सुरू झाला. 'रत्नाकरवर्णि'हे त्या भागातील एका जुन्या महाकवीचं नाव. भव्य रंगमंचाची सजावट या परिसरातील पारंपरिक वाड्याच्या म्हणजे 'गुत्तू'च्या चावडीप्रमाणे करण्यात आली होती. 'पोडियम' सुपाऱ्यांनी नटवलं होतं. तेथील प्रत्येक कापडी आच्छादन भाताच्या लोंब्या लावून सजवलं होतं. मागे लाकडात कोरलेले अलंकृत खांब आणि दाराच्या चौकटी दाखवण्यात आल्या होत्या.

पूर्वाध्यक्षांबरोबर त्या वर्षीचे अध्यक्ष डॉ. विवेक रै यांना मिरवणुकीनं व्यासपीठावर सन्मानानं आणून त्यांचा सत्कार करण्यात आला. जर्मनीमध्ये कन्नडचं संशोधनात्मक काम करणाऱ्या विवेक रै यांची, त्याआधी शिवराम कारंतांच्या गावी मालिनी मल्य

यांनी आयोजित केलेल्या स्मृतिदिनानिमित्त झालेल्या कार्यक्रमात भेट झाली होती.

रै यांच्याशिवाय त्या परिसरातले तीन मंत्री, दोन आमदार-खासदार मंचावर होते, त्यांचंही आदरपूर्वक स्वागत करण्यात आलं. भाषणं मात्र फक्त तीन झाली. मोहन आळ्वांनी स्वागत केलं. धर्मस्थळ या क्षेत्राचे धर्माधिकारी डॉ. वीरेन्द्र हेग्गडे यांनी संमेलनाचं उद्घाटनपर भाषण केलं आणि शेवटी अध्यक्षीय भाषण झालं. एकूणच संमेलनाचा केंद्रबिंदू 'कन्नड मन : तेव्हा, आता आणि नंतर' हा असल्यामुळे ही तिन्ही भाषणं 'कन्नड भाषा आणि संस्कृती – काल, आज, उद्या' हा विषय केंद्रभागी ठेवूनच झाली.

कर्नाटकाबाहेर कन्नड माणसाची 'भांडखोर' अशी प्रतिमा का झाली आहे, यावरही परखड चर्चा झाली. कर्नाटकाच्या सर्वच सीमांना काही ना काही अडचणी मांडून ठेवल्यामुळे कर्नाटकाचं नाव सतत वादात असल्यासारखं दिसतं, असंही एक निरीक्षण दिल्लीवासी वक्त्यांनी मांडलं. दिल्लीच्या वृत्तपत्रांमध्ये मुखपृष्ठावर केवळ दोनदा कर्नाटकाचं नाव आलं; एकदा वीरप्पनच्या हत्येच्या वेळी आणि दुसऱ्यांदा आमदार कामकाजाच्या वेळी 'ब्ल्यू फिल्म' बघत होते तेव्हा... हेही त्यांनी सांगितलं.

दोन गंभीर व्याख्यानांनंतर एका कवीला दहा मिनिटं वेळ दिलेला असे. त्यात तो थोडं बोले, एक-दोन कविता वाचून दाखवे, त्याच्या एखाद्या कवितेवर गायनासह विद्यार्थ्यांकडून नृत्य सादर केलं जाई आणि त्याच वेळी एक चित्रकार त्यावर चित्र काढे. सगळं वेळ पाळून! अशा प्रकारे रोज दोन-दोन कवींना संधी मिळे. एक दिवस वेगळं कविसंमेलनही आयोजित करण्यात आलं होतं.

संपूर्ण संमेलनात जेवणाची व्यवस्था साधीच पण फार चांगल्या प्रकारे ठेवण्यात आली होती. हवा तेवढा भात, बऱ्याच भाज्या, सांबार, लोणचं, एखादा लाडू आणि शेवटी तांदूळ-मुगाची आणि गव्हाची खीर. हेच जेवण संमेलनाला आलेल्या विद्यार्थ्यापासून ते अध्यक्षांपर्यंत सगळ्यांना मिळत होतं. स्वयंपाक करण्याची व्यवस्था पाच-सहा ठिकाणी करण्यात आली होती. कन्नड भाषा न समजणारा संदीप माझा कॅमेरा घेऊन सगळीकडे फोटो काढत फिरत होता. पहिल्याच दिवशी तो सांगत आला, 'ताई, तिथं भाताची विहीरच आहे!..'

विविध काऊंटर बनवून तिथं सुपारीच्या पानाच्या खोडाला चिकटलेल्या रुंद भागापासून, विरीपासून बनवलेल्या डिशमध्ये बुफे पद्धतीनं जेवण वाढलं जाई. विद्यार्थ्यांकडे वाढण्याची जबाबदारी दिलेली होती. त्यांच्या आधुनिक कपड्यांवर प्रत्येकाच्या कमरेला स्वच्छ पंचा गुंडाळलेला असे. या चार दिवसांत साडेनऊ ते दहा लाख लोकांनी जेवणाचा लाभ घेतला होता!

दुसरे दिवशी सकाळच्या सत्रात 'सरस्वती सन्मान' मिळाल्याबद्दल डॉ. एस.एल.

भैरप्पांचा आणि ज्ञानपीठ पुरस्कार मिळाल्याबद्दल डॉ. चंद्रशेखर कंबार यांचा कन्नड भाषेचा मान राष्ट्रीय पातळीवर उंचावल्याबद्दल सत्कार करण्यात आला.

दुसऱ्या दिवशीचा सन्मान अतिशय हृद्य होता! नव्वदी ओलांडलेल्या, एके काळी कन्नडसाठी झगडून आज विस्मरणात गेलेल्या पंधरा जणांचे सत्कार करण्यात आले. यात, केरळमध्ये समाविष्ट करण्यात आलेल्या 'कासरगोड' या गावाचा समावेश कर्नाटकात व्हावा म्हणून आयुष्यभर झगडणाऱ्या कैय्यार किण्णय्या रै या ९८ वर्षांच्या शिक्षक-लेखकांचाही समावेश होता. त्याशिवाय आयुष्यभर कन्नड भाषेसाठी झगडणाऱ्या उत्तर कर्नाटकातील नव्वदीच्या पुढच्या पाटील पुट्टप्पा यांचाही समावेश होता. यातल्या बहुतेकांना बघताना प्रेक्षकांतून 'अरे! हे अजून हयात आहेत होय!..' असे उद्गार निघत होते.

तिसऱ्या दिवशी भारतात कर्नाटकाबाहेर आणि भारताबाहेर कन्नडसाठी कार्यरत असलेल्या विविध संस्थांचा सत्कार करण्यात आला. त्यात अमेरिका, दुबई, कॅनडा, ऑस्ट्रेलिया, दिल्ली, मुंबई, पुणे येथे काम करणाऱ्या संघांची माहिती देऊन समावेश करण्यात आला होता. याच दिवशीच्या एका चर्चासत्रात या मंडळींच्या अडचणीही मांडण्यात आल्या.

चौथ्या दिवशी समारोपाच्या कार्यक्रमात कन्नडमध्ये लेखन करून कन्नड भाषेसाठी कार्य करत असलेल्या पंधरा जणांचे पुरस्कार देऊन सत्कार करण्यात आले. यात कन्नड लिहिता-वाचता न येणाऱ्या माझ्यासारखीचा कन्नड भाषेतील साहित्य मराठीत आणणाऱ्या व्यक्तीचाही 'कन्नडसाठी कार्य' केले म्हणून समावेश करण्यात आला होता. कर्नाटकाच्या केरळलगतच्या दक्षिण टोकाला असलेल्या, उडुपीपलीकडच्या एका संस्थेनं पुण्यात राहून काम करणाऱ्या माझा शोध घेतला, याचंच मला विशेष वाटलं!

पुरस्कारप्राप्त व्यक्तींना स्वतः मोहन आळ्वा, संमेलनाध्यक्ष विवेक रै आणि उद्घाटक डॉ. वीरेन्द्र हेग्गडे स्वतः जातीनं, कॅम्पसच्या गेटपासून मिरवणुकीनं, विविध वाद्यांच्या गजरात, वाजतगाजत व्यासपीठावर सन्मानानं घेऊन आले. विविध विद्यार्थिनी मस्तकावर भरलेले कलश आणि इतर शुभकारक वस्तू घेऊन मिरवणुकीत सगळ्यात पुढे चालल्या होत्या. प्रत्येकाचा स्वतंत्रपणे यथोचित सत्कार करून झाल्यावर स्थानिक परंपरेप्रमाणे सगळ्यांना गुलाबपाणी देऊन, कुंकू लावून त्यानंतर औक्षण करण्यात आले, तेव्हा मुली मागे उभ्या राहून फुलं उधळत होत्या.

चेक देणाऱ्या श्री. मोहन आळ्वा यांनी पुरस्कारार्थींच्या पायांना हात लावून नम्रपणे नमस्कार केला.

या सत्कारमूर्तींमध्ये माझ्या बरोबरीनं माझ्या लेखकांपैकी ना. मोगसाले होते, फकीर महमद कटपाडीसारखे मुसलमान लेखकही होते. अनेक भाषा संशोधक

होते, महाकाव्याची रचना करणारे महाकवी होते, लोकसाहित्यावर अभ्यास करणारे होते. तसेच 'कुसुमाग्रज पुरस्कारा'नं सन्मानित जयंत कायकिणी यांचाही समावेश होता. भाषेची इतक्या प्रकारे सेवा करणाऱ्यांच्या बरोबरीनं मी बसले होते. त्या क्षणी, 'अनुवाद हे दुय्यम दर्जाचं काम आहे..' किंवा 'अनुवाद हा प्रामाणिक, पण कुरूप पत्नीसारखा किंवा सुंदर पण बदफैली मिस्ट्रेससारखा असतो..' यांसारख्या अनुवादकांना नामोहरम करणाऱ्या कडवट वाक्यांचा मला सर्वस्वी विसर पडला होता.

समारोपाच्या समारंभाचे प्रमुख पाहुणे तेव्हाचे केंद्रीय मंत्री वीरप्पा मोईली होते. त्यांना यायला काही मिनिटे उशीर झाला; पण कार्यक्रम वेळेत सुरू झाला आणि मंत्रिमहोदय नंतर त्यात समाविष्ट झाले. ते आल्यावर त्यांचं एक मिनिटात स्वागत करून कार्यक्रम पुढे सुरू झाला. कार्यक्रम ठरल्याप्रमाणे बरोबर साडेसहाला संपला.

इथंच एक खुलासा करणं आवश्यक आहे. समारोपाच्या कार्यक्रमात समाविष्ट झालेले वीरप्पा मोईली केवळ राजकारणी नसून कन्नडमधील महाकवी आहेत. त्यांच्या नावावर रामायणावरील एक खंडकाव्य आहे आणि त्यांच्या महाकाव्याला 'सरस्वती सन्मान'ही मिळाला आहे.

दररोज संध्याकाळी विविध मंचावर भारतभरातून आलेल्या कलाकारांचे करमणुकीचे कार्यक्रम असत. त्यात नाटकंही होती. गिरीश कार्नाडांचं 'तुघलख' आणि 'मित्तबैलू यमनक्का' या तुळू कादंबरीवर आधारित कन्नड नाटक. आम्ही दुसरं नाटक पाहिलं. तुळू समाजात प्रचलित असलेल्या मातृप्रधान पद्धतीतील एका सशक्त स्त्रीचं-यमुनक्काचं चित्रण असलेल्या या नाटकाचं सादरीकरण बेंगळुरूच्या एका संस्थेनं केलं होतं. शिवाय तिथं पूर्णचंद्र तेजस्वी यांच्या 'जुगारी क्रॉस' या कादंबरीवर आधारितही एक नाटक बेंगळुरूच्या एका संस्थेकडून सादर करण्यात आलं.

या संपूर्ण संमेलनात आणि त्याआधीच्या दहाही संमेलनांत कुठल्याही प्रकारे अनंतमूर्तींचा सहभाग नव्हता, ही गोष्ट मला तीव्रपणे जाणवली. तिथं लावलेल्या ज्ञानपीठ पुरस्कारविजेत्यांच्या बरोबर त्यांचाही फोटो होता; पण प्रत्यक्ष सहभाग नव्हता. मी जिज्ञासेनं याचं कारण विचारताच, "ते फार मोठे झालेत! त्यांना वेळ कुठला?" अशा प्रकारचं उत्तर मिळालं.

शिवाय इतरही नव्या पुस्तकांच्या स्टॉल आणि प्रदर्शनांबरोबर जुन्या-नव्या दुर्मीळ पुस्तकांची प्रदर्शनंही पाहिली. फोटो प्रदर्शनात आणि मूर्ती प्रदर्शनात त्या भागात प्रचलित असलेल्या कंबळ, नागमंडल आणि भूताराधना यांसारख्या पारंपरिक विषयांचा समावेश होता. त्यामुळे कल्कुडा, जुमादी, बोम्मय्या, पंजुर्ली वगैरे केवळ साहित्यात वर्णनातून भेटणाऱ्या 'भूत' किंवा 'दैव' या दैवतांचं 'प्रत्यक्ष दर्शन' झालं! हा माझ्यासारख्या अनुवादिकेला पुरस्काराबरोबरच

मिळालेला बोनस!

साडेसहाला व्याख्यानं संपली की अनोख्या दीपोत्सवामुळे वातावरण स्वर्गीय होत होतं. समुद्रकिनारा जवळ काही किलोमीटरवर असल्यामुळे संध्याकाळच्या वातावरणात सुखद गारवा होता. करमणुकीच्या कार्यक्रमांसाठी खुला रंगमंच असल्यामुळे सगळाच प्रकार आल्हादकारक होता. परिसरात वातावरण जत्रेचं होतं असं म्हणायला हरकत नाही. कर्नाटकातल्या विविध शाळांमधून मोठ्या प्रमाणात मुलं आली होती. सर्वत्र तारुण्याचा थुयथुयाट आणि उत्साह ओसंडत होता. तरीही शिस्त होती. कुठल्याही प्रकारचा गैरप्रकार घडल्याच्या बातम्या नव्हत्या.

हे कार्यक्रमही दहा वाजता संपत.

सकाळच्या शास्त्रीय संगीताच्या कार्यक्रमापासून रात्रीच्या करमणुकीच्या कार्यक्रमांपर्यंत स्वतः मोहन आळ्वा सर्वत्र हजेरी लावत. त्यांची सर्वत्र नजर असे. या संमेलनासाठी त्यांनी एकूण २० कोटी रुपये खर्च केले असंही समजलं.

या सर्व कार्यक्रमात दुसऱ्या दिवशीच एक बदसूर लागला. पहिल्या 'नुडिसिरी संमेलना'चे अध्यक्ष बरगूर रामचंद्रप्पा या बंडाय लेखकानं पहिल्या दिवशी सत्कार स्वीकारला आणि दुसऱ्या दिवशी विधान केलं, "देशात एवढी गरिबी असताना साहित्य संमेलनासाठी एवढा खर्च करायचं काय कारण?" 'साहित्याचा शेतीशी काय संबंध? इतर क्षेत्रांशी काय संबंध?' असेही प्रश्न उपस्थित केले. पण पुढील सर्वच वक्त्यांनी त्याचा आपापल्या भाषणातून समाचार घेतला. तसंच वृत्तपत्रांमधूनही 'गरिबांचा एवढा कळवळा असणाऱ्यांनी सरकारी बसची व्यवस्था असताना बंगळूर-मंगळूर विमानाचा लाभ का घेतला? सत्कार आणि त्याबरोबर मिळालेली रक्कम का घेतली?' असा प्रश्न उपस्थित करून प्रस्तुत अध्यक्षाला विमानाचे दहा हजार रुपये परत करायला लावले.

मात्र मोहन आळ्वा या टीकेमुळे फारच विव्हल झाले. समारोपाच्या भाषणात त्यांनी ती व्यथा व्यक्त करत म्हटलं, "या महोत्सवासाठी काढलेलं वीस कोटींचं कर्ज हा माझा वैयक्तिक प्रश्न आहे! मी स्वतः ते फेडणार आहे. याचं ओझं मी आणखी कुणावरही पडू देणार नाही! तरीही कन्नडच्या झेंड्याखाली एवढी माणसं एकत्र येत असताना कुणाला का वाईट वाटावं? का बदसूर काढावा?"

पण पुढच्या वक्त्यांनी त्यांना समजावलं, "आम्हा साहित्यिकांना आणि कलावंतांना सुमारे दहा लाख लोकांपर्यंत पोहोचण्याची संधी दिल्याबद्दल आम्ही सगळे तर 'आळ्वास नुडिसिरी विरासत'चे आजन्म ऋणीच राहू आणि याचा आस्वाद घेणारेही ऋणीच राहतील. जिथं पंधरा हजार तरुण विद्यार्थी स्वयंसेवक म्हणून चारही दिवस कान-डोळे उघडे ठेवून वावरताहेत, अशा संमेलनात आम्ही आलो नसतो तर तो

करंटेपणा ठरला असता. ती आमच्याकडून कन्नड मातीशी आणि भाषेशी प्रतारणा ठरली असती.''

साहित्य आणि कलेच्या क्षेत्रात असं काही भव्यदिव्य स्वप्न कुणी पाहू शकतं आणि कुठल्याही राजकारणी आणि सेलिब्रेटींच्या कुबडीशिवाय तडीस नेऊ शकतं, ही केवळ दंतकथा किंवा अंधश्रद्धा नाही, याचा अनुभव मला या निमित्तानं आला.

'विश्व नुडिसिरी विरासत' पुरस्काराच्या वेळी माझ्यासोबत पुरस्कार घेणारे एक लेखक डॉ. ना. मोगसाले. हे उडुपी-मंगळूरच्या मध्ये, साधारण कटपाडी-मूडबिद्रीजवळ असलेल्या कांतावर या गावी स्थायिक झालेले आयुर्वेदिक डॉक्टर. एकदा त्यांनी पुण्यात येऊन आमची ओळख करून घेतली आणि त्यानंतर व्याख्यानासाठी आम्हाला आपल्या गावी बोलावले. त्यांच्या 'उल्लंघन' नावाच्या कादंबरीचा मी अनुवादही केला.

या कादंबरीच्या अनुवादाच्या वेळी मला तिथल्या तुळू समाजात प्रचलित असलेल्या मातृप्रधान पद्धतीशी परिचय झाला. याआधी मी त्याविषयी ऐकलं होतं. लहानपणी ठळकवाडीत काँग्रेस विहिरीपाशी राहताना, शेजारी राहणाऱ्या नायर या केरळी कुटुंबात ती पद्धत होती. त्या घरातली मुलं-मुली आईच्या नावाचं आद्याक्षर आपल्या नावापुढे लावायची. चित्रपटसृष्टीतील शिल्पा शेट्टी आणि ऐश्वर्या राय या याच समाजातल्या.

'उल्लंघन' या कादंबरीत शेट्टी घराण्यातील तीन पिढ्यांची कहाणी सांगितली आहे. तीन पिढ्यांमध्ये त्या भागात होत गेलेल्या सामाजिक बदलाचा तिथल्या मातृप्रधान पद्धत असलेल्या गावातल्या प्रतिष्ठित कुटुंबावरही काय परिणाम होतो, ते दाखवलं आहे.

मला त्याविषयी आकर्षण वाटलं. त्यामुळे मी मुंबईत स्थायिक झालेल्या डॉ. सुनीता शेट्टी या स्त्रीवादाचं प्रतिपादन करणाऱ्या कन्नड कवयित्री-लेखिकेशी मातृसत्ताक पद्धतीविषयी बोलले. इतरांशीही बोलले.

शिक्षणामुळे स्त्री आर्थिकदृष्ट्या स्वावलंबी होईल आणि ती पुरुषप्रधान समाजाला टक्कर देऊ शकेल, अशी भावना होती. पण समाजातील पुरुषाची, तसेच स्त्रीचीही मानसिकता न बदलल्यामुळे नोकरी आणि घर या जबाबदाऱ्याही पार पाडताना तिची कुतरओढ सुरू झाली. शिक्षण आणि अर्थार्जन यामुळे स्त्रीचे प्रश्न सुटले नाहीत. उलट आपल्या समाजातली कुटुंबव्यवस्था आणि मानसिक स्थैर्य संकटात येऊन पोहोचलं. पुरुषप्रधान मानसिकतेला उपभोगतावादाची जोड मिळाल्यामुळे त्यात सार्वजनिक बलात्कार आणि स्त्री-भ्रूणहत्या यांसारख्या गोष्टींची फार मोठ्या

प्रमाणात भर पडली.

शिक्षण आणि आर्थिक स्वावलंबनानंतरही स्त्री आणि कुटुंबव्यवस्था या दोहोंची का फरपट व्हावी?

कुटुंब संस्थेचे जगभर अनेक फायदेही झालेले आहेत हे कुणालाही अमान्य करता येणार नाही. पुरुषाला आईबरोबरच बहीण-मुलगी असे स्त्रीबरोबरचे मृदू बंध निर्माण झाले. त्यामुळे पुरुषातला आदिम काळातला 'रानटीपणा'ही निवळायला मदत झाली. भारतीय संस्कृतीत तर ही कुटुंबव्यवस्था संपूर्ण समाजाचा कणा बनली.

आज जगभरात काही समाजांनी ही मातृप्रधान पद्धत सांभाळली आहे. भारततही अतिपूर्वेकडील 'सेव्हन सिस्टर्स' म्हणून ओळखले जाणारे प्रदेश, भारतभर विखुरलेले आदिवासी समूह आणि केरळमधील बहुतेक सगळा भाग- म्हणजे त्या काळी आर्य म्हणवला जाणारा समाज जिथं जिथं पोहोचला नाही, इतिहासानं या संस्कृतीला स्पर्श केलेला दिसत नाही. जैन आणि मुसलमान धर्मही इथं नतमस्तक झाले आहेत. ब्रिटिश सरकार यांचं काहीही बिघडवू शकलेलं नाही.

या मातृप्रधान समाजात कुटुंब स्त्रीकडून पुढे जातं. जमीनजुमला वारसाहक्कानं मुलीकडे जातो. जर एखाद्या मुलीला फक्त मुलगेच होत राहिले तर तिचे आई-वडील आपला वंश पुढे चालावा म्हणून तिचं दुसरं लग्न लावून द्यायची पद्धतही परवा-परवापर्यंत त्या समाजात होती! या भागातल्या मुसलमान घरांमध्येही आपला धर्म पाळला जात असला तरी संस्कृती मात्र हीच पाळली जात होती. याचं चित्रण फकीर महमद कटपाडी यांच्या 'माल' किंवा 'सामान' नावाच्या कादंबरीत पाहायला मिळतं.

या समाजात कुटुंबाचं बाहेरच्या समाजापासून रक्षण करायची जबाबदारी पुरुषाची. घरात भाऊ आणि बहीण यजमान आणि यजमानीण असत. त्यातही निर्णय घ्यायच्या वेळी शेवटचा शब्द बहिणीचा असे. बहिणीचं लग्न झालं तरी तिचा नवरा अधूनमधून तिच्या घरी आला तरी कायमचा आपल्या घरी असे, आणि भावाची बायको आपल्या हक्काच्या घरी, म्हणजे तिच्या माहेरी. बहिणीच्या मुलांना वाढवायची, शिकवायची आणि त्यांच्यावर संस्कार करायची, त्यांचे विवाह करून द्यायची जबाबदारी भावाची असे. घरात या मामाला फार मोठा मान असे. हक्क मात्र बहिणीचा असे.

याचंच विस्तारित रूप म्हणजे, इथल्या अब्बक्के राणीची कथा. तिच्या आधीच्या दहा पिढ्या या परिसराच्या राण्या होत्या आणि त्यांनी प्रजेला आनंद होईल अशा प्रकारे राज्यकारभार पाहिला. समाजात या राण्यांविषयी आदराची भावना होती. अब्बक्केच्या काळात पोर्तुगिजांनी या प्रदेशावर आक्रमण केलं. अब्बक्केचा नवराच

फितूर होता. अखेर तिनं आधी नवऱ्याला बंदिस्त करून त्यानंतर पोर्तुगीजांशी लढा देऊन त्यांना हरवलं! ही जैन धर्माचे पालन करणारी होती.

आज कुळकायद्यामुळे शेती संस्कृतीच लोप पावत चालल्यामुळे तिथलीही परिस्थिती बदलत चालली आहे. तिथल्या लोकांशी बोलताना त्यांना आपल्या मातृप्रधान पद्धतीविषयी शरम वाटते आणि 'ती जुनाट पद्धत!' असा तिचा उल्लेख करतात.

विशिष्ट समाजातील महाकाव्यं समाजात काही मूल्यं प्रस्थापित करत असतात. न कळत्या वयापासून तेच सारं संस्कार करण्याच्या नावाखाली मुलांच्या कानावर पडण्याची व्यवस्था केलेली असते. आपल्याकडे रामायण आणि महाभारतातल्या अनेक कथा वडिलांची आज्ञा पाळणं या मूल्याचं प्रतिपादन करताना दिसतात. सीतेचा त्याग आणि तिनं केलेलं अग्निदिव्यही आपण न कळत्या वयापासून ऐकत असतो आणि तीच मूल्यं डोळ्यांसमोर ठेवून जगत राहतो.

या मातृसत्ताक समाजातील तुळू भाषेतील महाकाव्यही या दृष्टीनं पाहण्यासारखं आहे. श्रीमती सुनीता शेट्टी यांच्याकडून याविषयी समजलं. 'सिरीचं गाणं' असं तिचं नाव असून, त्यात एका बंडखोर मुलीची कथा आहे. ती धर्मसंस्थेविरुद्ध उभी राहते, तसंच तिच्याशी वाईट वागणाऱ्या नवऱ्याचा त्याग करून दुसरं लग्न करते, दोन मुलांना जन्म देऊन सुखानं राहू लागते, अशी ती कथा आहे. ही कथा ऐकत वाढलेल्या मुलीही अन्यायाविरुद्ध उभं राहण्याची मानसिकता घेऊन वाढतात. त्याचबरोबर, आजही जन्म झालेल्या घरात आपला हक्क असल्यामुळे या मुली सासरी अपमान सहन करून कधीच राहत नाहीत.

महाराष्ट्रातील काळूबाईची कथाही तशाच प्रकारची आहे. काळूबाईला तिच्या नवऱ्याकडे जाऊन नांदणं मान्य नव्हतं. तिचे वडील तिला नवऱ्याकडे घेऊन जात असताना या विशिष्ट जागी ती काही कारण सांगून अदृश्य झाली. त्या ठिकाणी तिचं देऊळ बांधलं आहे.

मातृप्रधान पद्धतीत, 'कुठल्याही परिस्थितीत आईच्या घरी माझा हक्क आहे', ही भावना जन्मल्यापासूनच तिच्या मनात आश्वासक भाव निर्माण करते. मातृसत्ताक पद्धत सर्वार्थानं निर्दोष असेल किंवा काळाच्या ओघात निर्दोष राहिली असेल असंही मानायचं कारण नाही. कुठलीही 'सत्ताक'पद्धती गैरच. मातृसत्ताक पद्धत आज जशीच्या तशी आणणं व्यवहार्यही नाही. कारण या परिसरातही जेव्हा समाज-सुधारणांचं वारं आलं, तेव्हा पहिला घाव या मातृसत्ताक पद्धतीवरच पडलेला दिसतो.

पाश्चात्त्य जगाकडून स्त्रीमुक्तीचे पाठ घेताना आपलं इकडे का लक्ष गेलं

नसेल? की सदा डुम्बरे म्हणाले तसं, समाजसुधारणेचं केंद्र मुंबईकडून पुण्याला सरकल्याचा हा परिणाम असेल?

ना. मोगसाले यांच्याशी त्यांच्या लेखनातून परिचय झाला होता. त्यांनी एका व्याख्यानाला बोलावलं तेव्हा आणि त्यांनी पुरस्कार देऊ केला तेव्हा त्यांच्याशी अधिक परिचय झाला. एक डॉक्टर- लेखक आपल्या भागात साहित्यिक वातावरण निर्माण व्हावं म्हणून किती कष्ट घेतो, याचा तेव्हा अनुभव आला.

त्यांचं कांतावर गाव जेमतेम हजार लोकसंख्या असलेलं. छोट्या-छोट्या वस्त्यांतून वसलेलं. ती वस्तीही विखुरलेली. उंचसखल भूभाग. अशा गावात त्यांनी सगळ्यांच्या सहभागानं एक हॉल बांधला आहे आणि दर पंधरा दिवसांनी तिथं कर्नाटकातील एखाद्या व्यक्तीचं व्याख्यान ठेवलं जातं. यासाठी सभोवतालच्या छोट्या-छोट्या गावांमधून अनेक माणसं हौसेनं येतात. या संस्थेकडून साहित्यिक पुरस्कारही दिले जातात.

व्याख्यानाच्या निमित्तानं मी तिथं गेले असता शेजारच्या एका खेड्यातून एक बसभर माणसं, त्यात बायका-मुलंही होती, मोगसालेंना मुद्दाम भेटायला म्हणून आली होती! घराच्या हॉलमध्ये ही सगळी माणसं बसली. त्यांपैकी काही जणांनी मोगसालेंशी त्यांच्या साहित्यावर गप्पा मारल्या. फोटो काढले. आपलं छोटं-छोटं लेखन त्यांना दिलं. मोगसालेंनी माझीही त्यांच्याशी ओळख करून दिली. काहीही न ठरवता अचानकपणे तास-दीड तासांचा एक छोटा कार्यक्रमच तिथं झाला. सौ. मोगसालेंनी आणि त्यांच्या सुनेनं सगळ्यांसाठी चहा बनवला. तो घेऊन ही सगळी मंडळी निघून गेली.

त्या मंडळींत शिवाजीच्या तिकडच्या मोहिमेच्या वेळी तिथं जाऊन स्थायिक झालेलं, आज संपूर्णपणे कन्नड बनलेलं 'जाधव' नावाचं कुटुंबही भेटलं. मराठीविषयी आस्था असली तरी त्यांना मराठी अजिबात येत नव्हतं. ते कन्नडमध्ये लेखन करत होते. त्यांची दोन-तीन कन्नड पुस्तकं प्रकाशित झाली होती.

दक्षिण कन्नड जिल्ह्यातील 'भूताराधना' हा एक वेगळाच प्रकार आहे. या भागातला ब्राह्मणेतर समाज, आर्य दैवतांची पूजाअर्चा करत नाही. तो 'भूता'ची पूजा करतो. इथं त्यांना 'दैव' म्हटलं जातं. 'जुमादी', 'कल्कुडा', 'पंजुर्ली' अशी या दैवतांची नावं आहेत. या 'दैवां'ना कुठलीही 'कथा' जोडलेली नसते. कुठल्याही देवांचे ते 'अवतार' नसतात. ती 'दैवतं' असतात, एवढंच! एखाद्या स्थळी ती अवतीर्ण झाल्याचं त्यांचा पुजारी सांगतो. ही दैवतं आपली भूमी सोडून हलत नाहीत. जर ती जमीन किंवा घर कुणाला विकत घ्यायचं असेल तर त्या 'दैवा'चीही

जबाबदारी घ्यावी लागते. जर एखाद्या उच्चवर्णीयानं ही जमीन किंवा घर विकत घेतलं तरीही ही जबाबदारी नाकारता येत नाही. मोगसालेंच्या पत्नीच्या माहेरी असंच एक 'आजीच्या भूताचा मंच' असल्याचं त्या सांगत होत्या. आम्हाला हा सगळा परिसर पाहायला मदत करणारी शुभमंगळा ही कोकणी घरातली होती. तिच्याही घरी असा 'भूताचा मंच' होता.

विशेष म्हणजे ही दैवतं स्त्रीलिंगी किंवा नपुंसकलिंगी असतात. 'जुमादी' दैवताचीही चार रूपं मानली जातात. त्याचं एक स्वरूप छातीवरचा भाग स्त्रीचा आणि खालचा भाग पुरुषाचा, असंही मानलं जातं.

यू. आर. अनंतमूर्ती यांची 'भारतीपूर' नावाची प्रसिद्ध कादंबरी आहे. 'एशियन क्लासिक्स'मध्ये तिचा इंग्रजी अनुवाद समाविष्ट केला गेला आहे. ही कादंबरी 'बुकर' पुरस्काराच्या यादीतही होती. तिचा मराठी अनुवाद 'एन.बी.टी.'ला मी २०१० मध्ये करून दिला.

परदेशात शिकून आलेला जगन्नाथ हा कादंबरीचा नायक. त्याची मैत्रीण ब्रिटिश आहे. ते नातं दूर सारून भारतात परततो. मुळात हा उच्चवर्णीय, त्यात उच्चशिक्षित. आधुनिक विचारांचा जगन्नाथ आपल्याकडे असलेल्या सगळ्या रयतेच्या जमिनी ज्याच्या त्यांना परत करतो. पण असं केल्यावर या लोकांशी पुन्हा स्वतःला कुठल्या मार्गानं जोडून घ्यायचं, हा त्याच्यापुढचा प्रश्न आहे. तो अखेर इथल्या देवळात हरिजनांना प्रवेश मिळवून द्यायच्या चळवळीत सामील होतो. राजकारणाचा अनुभव असलेले त्याचे ज्येष्ठ स्वातंत्र्यसैनिक मित्र यातला फोलपणा त्याला परोपरीनं पटवून देत असतात; पण हा ऐकत नाही. त्याच्या या प्रामाणिक प्रयत्नांचा सगळेच राजकारणी आणि पत्रकार फायदा घेऊ पाहतात...वगैरे...

या कादंबरीत भूतनाथ आणि गावातलं प्रसिद्ध दैवत शंभुनाथ यांचा उल्लेख येतो. गावातील आणि गावकुसाबाहेर राहणारा बहुजन समाज 'भूताराधना' करणारा आहे. येथील उच्चवर्णीयांनी त्या सर्व 'भूतां'चा एक भूतनाथ तयार केला असून, तो भूतनाथही शंभुनाथाच्या आधिपत्याखाली आणला गेला आहे! अशी युक्ती वापरून उच्चवर्णीयांनी आपल्या शेतात राबणाऱ्या सगळ्या बहुजन समाजावर अप्रत्यक्षपणे आपलं वर्चस्व प्रस्थापित केलं! दैवतांचा वापर करून बहुजनांवर कबजा मिळवायचा एक प्रकार या कादंबरीत अधोरेखित होतो, हे या कादंबरीचं वेगळेपण आहे.

शिवराम कारंतांच्या पुण्यातल्या शेवटच्या भेटीत त्यांनी व्यक्त केलेल्या इच्छेप्रमाणे त्यांचं 'बाळ्वेए बेळ्कू' हे पुस्तक अनुवादित करायचं ठरलं होतं. त्याच बरोबर यातील सगळे लेख 'साधना साप्ताहिका'तून प्रसिद्ध करायचे आणि

नंतर त्याचं पुस्तक कराय, असंही ठरलं. पण 'कारंत चिंतन'चा अनुवाद पुरा व्हायच्या आधीच कारंत मरण पावले. त्यांनी आपल्या सर्व पुस्तकांचे हक्क श्रीमती मालिनी मल्य या त्यांच्या पी.एं.ना दिले असल्यामुळे आम्ही त्यांच्याशी संपर्क साधला होता. मानधनावरून मतभेद झाले, त्यामुळे आम्ही त्या लेखांची प्रसिद्धीही थांबवायला सांगितली होती.

विविध कारणांनी आमचं उडुपी भागात जाणं होऊ लागलं तेव्हा मालिनी मल्य यांच्याशी पुनःपुन्हा भेट होऊ लागली. प्रकृतीच्या हजार तक्रारी असताना त्यांनी स्वतःचा सगळा पैसा खर्च करून सालीग्राम येथे उभे केलेले तीन मजली 'कारंत-स्मृती भवन' पाहिलं. त्यात कारंतांचे सगळे पुरस्कार, पुस्तकं, चित्रं ठेवलेली पाहिली. एका वर्षी काही चित्रकारांना एकत्र बोलावून कारंतांच्या कलाकृतीवर काढवून घेतलेली मोठमोठी पेंटिंग्ज पाहिली. पंचक्रोशीतल्या बालकलाकारांना 'यक्षगाना'चं शिक्षण देऊन त्यांच्याकडून करवून घेतलेले 'यक्षगाना'चे प्रयोग पाहिले. शिवाय कुठलंही विद्यापीठ करायला धजावणार नाही असं मोठं काम केलं. कारंतांच्या अप्रकाशित साहित्याचे आठ-नऊ खंड प्रकाशित होतील असं पाहिलं.

हे सारं पाहताना त्यांच्या स्वभावाचा परिचय झाला. या बाईंचा काडीचाही स्वार्थ नसून त्या सारं काही कारंतांसाठीच करताहेत याचा अनुभव आला.

नंतर त्यांच्याशी बोलून या पुस्तकाच्या प्रकाशनासाठी परवानगी मिळवली. त्यांची दहा टक्के मानधनाची, तेही आगाऊ, अपेक्षा होती. वैचारिक पुस्तकाच्या बाबतीत मला हे थोडं जास्त वाटलं, पण बाईंचं काम पाहिल्यामुळे मी या पुस्तकाचं मानधन नाकारलं. पुस्तकाच्या हजार प्रती काढायचं ठरलं.

नरेंद्र दाभोलकरांनी हे मान्य केलं. मालिनी मल्यंच्या इच्छेप्रमाणे करारपत्र करण्यात आलं. पुस्तकही छापून तयार झालं. कारंतांची शेवटची इच्छा पुरी केल्याचं आम्हालाही समाधान वाटून आम्ही सुस्कारा टाकला.

पण त्यात एक घोटाळा झाला होता.

पुस्तकाच्या प्रती आल्या. मालिनी मल्यंनाही प्रती पाठवण्यात आल्या. एक दिवस त्यांचा मला फोन आला, 'या पुस्तकाच्या बाबतीत कराराचं उल्लंघन झाल्यामुळे लॉ-पॉइंट उद्भवलेला आहे... आणि तुमचीही या करारावर सही आहे!'

सुरुवातीला मी थट्टेनं म्हटलं, "जर तुम्ही उडुपीच्या कोर्टात केस केली तर मी उतरायला तुमच्याकडेच येणार हं!"

पण त्या थट्टेच्या मूडमध्ये नव्हत्या. त्यांनी गंभीरपणे बजावलं, "हा हसण्यावारी न्यायचा प्रश्न नाही, उमा! यात कॉपीराईटच्या जागी प्रकाशन संस्थेचं नाव घातलं आहे; आणि चेकही निम्म्या रकमेचाच पाठवला आहे! तुम्ही मध्ये आहात म्हणून मी तुम्हाला फोन करतेय. कारण करारावर तुम्हीही सही केली आहे! कर्नाटकात असं

काही घडलं असतं, तर मी थेट माझ्या वकिलाकडून नोटीसच पाठवली असती!..''

यात काहीच अतिशयोक्ती नव्हती. तशा काही घटना घडल्याचं कर्नाटकातून माझ्याही कानांवर येतच होतं.

मी सावध झाले आणि त्यांना थांबवत म्हटलं, ''मी प्रकाशकांशी बोलून तुम्हाला फोन करते!''

त्याप्रमाणे मी नरेंद्र दाभोलकरांना फोन केला. ते एका मीटिंगमध्ये होते. मीटिंग संपताच त्यांनी तत्परतेनं फोन करून सगळं ऐकून घेतलं आणि सांगितलं, ''उमाताई, जर आपल्याकडून चूक झाली असेल, तर आपण त्या जे काही म्हणतील ते मान्य केलंच पाहिजे. वैचारिक पुस्तक असल्यामुळे आपण पाचशेच प्रती काढल्यामुळे त्यांना निम्म्या रकमेचा चेक पाठवला आहे. दुसरा चेक पाठवणं ही काही मोठी गोष्ट नाही. बाकीचं काय करायचं हे त्यांनाच त्यांच्या वकिलाला विचारून ठरवू द्या. त्या म्हणतील तसं करू.''

मालिनी मल्ल्यंनी सांगितल्याप्रमाणे त्यांच्याच वकिलाच्या सूचनेप्रमाणे शंभर रुपयांच्या स्टॅम्पपेपरवर एक क्षमापत्र तयार करण्यात आलं, नोटरीच्या समक्ष एक दिवस सकाळी मी आणि नरेंद्र दाभोलकरांनी त्यावर सही केली, त्याची एकेक झेरॉक्स प्रत जवळ ठेवली आणि मूळ पत्र मल्ल्यंना पाठवून दिलं!

या सगळ्यासाठी आलेल्या खर्चापैकी मी माझा खर्च देऊ केला; पण दाभोळकरांनी तो ''तुम्ही हा खर्च करायची गरज नाही. आणि हा खर्च साधना साप्ताहिकाला परवडतो,'' असं म्हणत नाकारला.

अशा नरेंद्र दाभोलकरांची पहाटे फिरायला गेले असता पुण्यात हत्या झाली, पाठोपाठ पानसरेंनाही कोल्हापुरात सकाळी फिरायला गेले असतानाच मारण्यात आलं. हे लोण कर्नाटकातही पसरलं आणि एम. एम. कलबुर्गींनाही सकाळी पावणे नऊ वाजता घरात, ते आपल्या बेंगळुरूच्या एका मित्राशी मोबाईलवर बोलत असताना मारण्यात आलं.

वैदेही यांच्या दोन कथासंग्रहांचे अनुवाद मराठीत प्रकाशित झाले. त्यातला एक साहित्य अकादमी पुरस्कारविजेता संग्रह होता. मी त्यांच्या कथा अनुवादित करते याचा त्यांना आनंद होता. त्या पुण्याला आल्या असता आमच्या घरी त्यांच्या भेटीसाठी आवर्जून जमलेल्या साहित्य परिषदेच्या डॉ. माधवी वैद्य, 'मिळून साऱ्याजणी'च्या विद्या बाळ, साहित्यप्रेमीच्या पदाधिकारी, अरुणा ढेरे यांना निमंत्रित केलं. त्यांच्याशी त्यांच्या गप्पा झाल्या. इतर गप्पांबरोबर वैदेही मोकळेपणानं सांगत होत्या, ''उमा कुलकर्णी आमचं साहित्य अनुवादित करताहेत हा आम्हा

कन्नड लेखकांच्या दृष्टीनं अभिमानाचा विषय असतो!..'' यावर मी 'कसचं... कसचं... मला तुमच्यासारखे ग्रेट लेखक मिळाले हे माझं सुदैव..' म्हटलं. त्या चटईखाली गेल्या तर मी रांगोळीखाली गेले!...

याच भेटीच्या वेळी 'साहित्य परिषद', 'मिळून साऱ्या जणी' आणि 'साहित्यप्रेमी भगिनी मंडळ' या तिन्ही संस्थांनी मिळून वैदेही यांची एक सभा भरवली. मी मराठीतून त्यांच्याविषयी सांगत राहिले आणि अधूनमधून त्यांना कन्नडमधून प्रश्न विचारत राहिले. श्रोत्यांना तो प्रश्न मराठीतून आधीच सांगितलेला असे. माझ्या प्रश्नाचं उत्तर त्या इंग्लिशमधून देऊ लागल्या. मधूनमधून त्यांची अनुवादित कथा आणि कविताही ऐकवल्या.

कन्नड-मराठी मुलाखतीची हीच पद्धत आम्ही भैरप्पांच्या पुण्यातल्या 'अक्षरधारा'च्या आणि मुंबईमधल्या साप्ताहिक विवेक आणि लोकसत्ताच्या मुलाखतीच्या वेळीही वापरली. नाशिकमधील वाचनालयाच्या कार्यक्रमातही. श्रोत्यांना हे फार आवडलं. हे लेखक कुठल्या भाषेत लिहितात, त्याची एक बारीकशी चुणूकही श्रोत्यांच्या कानांवर पडत होती. तसेच लक्ष्मण गायकवाड आणि कविता महाजनच्या कर्नाटकातील मणिपाल विद्यापीठातल्या मुलाखतीच्या वेळी कविताची मुलाखत घेताना कन्नडबरोबर हिंदीची मदत घेतली.

वैदेही या स्वभावतः कवयित्री असल्यामुळे त्यांच्या कथांमध्येही तो गुण अधूनमधून डोकावतो. भाषेतून व्यक्त होणारी स्त्रीची वैशिष्ट्यं त्या अजिबात झाकून ठेवत नाहीत; किंबहुना ते त्यांच्या भाषेचं महत्त्वाचं वैशिष्ट्य आहे. विशेष म्हणजे त्यांच्या भाषेला कुंदापूरच्या कन्नड भाषेची पुरेपूर चव आहे. मधेच त्या एखादा तुळू शब्दही वापरतात. त्यांची वाक्यरचना आणि त्या वापरत असलेले शब्द बऱ्याच वेळा अडतात. त्यांचं सहकार्य असल्यामुळेच मी अनुवाद करू शकते. त्यांना फोनवर विचारत माझा अनुवाद पुढे चालतो. या साऱ्यांचं भान ठेवून कथा अनुवादित करायचा मी प्रयत्न केला.

त्यांची बोलायची एक पद्धत आहे. एका कार्यक्रमाचा बरेच दिवस रेंगाळलेला चेक मिळताच त्यांचा फोन आला, ''उमा, अखेर गजगर्भ जन्माला आला!'' हत्तीण बाळंतपणासाठी बराच काळ घेते,त्याचा याला संदर्भ होता!

त्यांची मुलगी पल्लवी सांगत होती. मणिपालमध्ये वैदेहींच्या घरापाशी घडलेली घटना. प्रचंड जोराचा पाऊस-वारा सुरू होता. वारा इतका की माणूस उडून जाईल. अशा वेळी हेग्गोडूचे के. व्ही. सुब्बण्णा कारमधून त्यांच्या दारात उतरले. वैदेही त्यांच्या स्वागताला गेटकडे निघाल्या. वैदेही नाजूक शरीरयष्टीच्या. जेमतेम चाळीस किलो वजनाच्या! आता त्या उडून जातील याची काळजी वाटायला लागली. तेव्हा कुणीतरी म्हणालं, ''वैदेहींची कसली काळजी करता? ती पावसाच्या

दोन थेंबांमधून, पाऊस चुकवत येईल!''

एका भेटीत त्यांच्या बऱ्याच बालनाटकांचा विषय निघाला. मी त्यांना विचारलं, ''हे बालसाहित्य तुम्ही कुणासाठी लिहिलं? तुमच्या मुलींसाठी की नातवंडांसाठी?''

त्या उत्तरल्या, ''कुणाहीसाठी नाही. माझ्यात एक लहान मुलगी लपली आहे, तिच्यासाठी!''

मी म्हणाले, ''मला नाही जमणार बालसाहित्याचा अनुवाद! माझा लहान मुलांशी संबंधच कुठं आलाय एवढा?''

यावर त्या म्हणाल्या, ''त्याची काय गरज आहे? तुम्हीही कधी काळी त्या वयाच्या होताच ना? त्या वयाच्या 'उमा'ला साद घाला म्हणजे जमेल!..''

''सुषमाला...!''

''हं, तेच! म्हणजे काहीही कठीण नाही, असा तुम्हाला अनुभव येईल. ती छोटी मुलगी आजही तुमच्यातच कुठंतरी लपलेली असेल!''

त्यांच्या 'कुत्र्याच्या पिलाचं नाटक' हे बालनाटक अनुवादित करताना मलाही हा अनुभव आला! मी याआधी असा विचार केला नव्हता, हेच खरं!

मॉडेल कॉलनीत राहायला आल्यापासून विरूपाक्षांनी आपली प्रकृती कॉलनीतल्या डॉ. ए. डी. जोशी या फॅमिली डॉक्टरांकडे सुपूर्त केली होती. सुरुवातीचा 'ॲनिमिया'चा त्रास त्यांनीच निस्तरला होता. ते वारल्यानंतर आमची थोडी पंचाईत झाली होती. मोठ्या आजारासाठी आमची रजू म्हणजे डॉ. अपर्णा श्रोत्री होती; पण प्रकृतीच्या किरकोळ अडचणींसाठी कुणाकडे जायचं, हा एक मोठा प्रश्नच होता.

विरूपाक्ष एकदा जवळचे डेंटिस्ट डॉ. मिलिंद देसाई (पत्रकार हेमंत देसाई यांचे बंधू आणि नंदिनी आत्मसिद्ध यांचे दीर) यांच्याकडे गेले असता हा विषय निघाला. तेव्हा त्यांनी कॉलनीतल्या डॉ. विलास बापट यांचं नाव सुचवलं. डॉ. बापट हे सर्जन असून ते आणि त्यांच्या पत्नी डॉ. अलका 'जनरल प्रॅक्टिस'ही करत असल्याचं सांगितलं. त्याप्रमाणे हे तिथं गेले.

डॉ. विलास आणि त्यांच्या पत्नी डॉ. अलका या दोघांची डॉक्टर म्हणून निष्ठा तर आम्हाला अत्यंत प्रभावित करणारीच होती, त्याचबरोबर माणूस म्हणूनही हे दोघं आम्हाला पटले. अवचटांच्या लेखातल्या आमच्या उल्लेखांमुळे ते आम्हाला ओळखतच होते. लवकरच आमची छान मैत्री जुळली. प्रवासाची आवड हाही एक समान दुवा असल्यामुळे त्यांच्या गाडीतून आम्ही महाराष्ट्र, कर्नाटक आणि मध्य प्रदेशाचे अनेक प्रवास केले. सगळी योजना ठरवणं आणि प्रवास व्यवस्थित होईल असं पाहणं, यात हे दोघं अत्यंत बारकाईनं लक्ष घालत असल्यामुळे प्रवास अत्यंत योजनाबद्ध नाही झाला तरच नवल! तसंच सिंहगडापाशी असलेल्या

त्यांच्या छोट्याशा शेतात असलेल्या घरी जातानाही अलकाची तयारी जय्यत असली तर नवल काय! त्यांच्या मोकळ्या गच्चीत चांदण्यातल्या विशेष रंगणाऱ्या गप्पा! थंडीचे दिवस असतील तर त्यात शेकोटीची भर!

मध्यंतरी विरूपाक्षांना पुन्हा टी.बी.चा त्रास झाला. या खेपेला लहान आतड्याचा टी.बी.होता. बापटांच्या हॉस्पिटलमध्ये ऑपरेशन करायचं ठरलं. बापटच ते करणार होते. त्यांची मैत्रीण आणि मदतनीस डॉ. माया तुळपुळेही आली होती. ती आम्हाला अवचटांमुळे ओळखतच होती.

ऑपरेशन झालं. दहा दिवस बापटांच्या हॉस्पिटलमध्ये, त्यांच्या घरचा पाहुणचार घेऊन आम्ही घरी परतलो. त्या वेळचं वातावरण डॉक्टर आणि पेशंटच्या सहकार्यानं इतकं उत्साहाचं होतं की आजही त्या वेळच्या आठवणी निघतात.

विरूपाक्षांचं ऑपरेशन म्हणून माझी सगळी भावंडं जमली होती. घरचं बघायला विरूपाक्षांच्या धाकट्या भावाचं सगळं कुटुंब म्हणजे प्रमोद आणि अमृत, प्रतिमा येऊन राहिले होते. त्या दरम्यान माझा वाढदिवस आला. तो हॉस्पिटलमध्येच साजरा केला. तिथंच एक दिवस राजेंद्रच्या बासरीवादनाचा साग्रसंगीत कार्यक्रम करण्यात आला. तेव्हा कदाचित आजूबाजूला राहणाऱ्यांना तर इथं काही समारंभ चालल्यासारखंच वाटलं असेल!

ऑपरेशननंतरच्या त्या दहा दिवसांत वातावरण इतकं खेळकर राहण्याचं श्रेय मी डॉ. बापटांना दिलं. तर डॉ. बापटांनी ते श्रेय जसंच्या तसं पेशंटकडे म्हणजे विरूपाक्षांकडे रवाना केलं!

तसंच माझ्या कांतावर- कासरगोडच्या प्रवासाचंही झालं. कार्यक्रमाला निघायच्या आदल्या दिवशी विरूपाक्षांची प्रकृती बिघडली. तेव्हाही या डॉक्टर दांपत्यानं त्यांची जबाबदारी घेतल्यामुळे मी जाऊ शकले. हे श्रेय मात्र त्यांचं काही न ऐकता मी त्यांनाच देते. अर्थात, त्यात मीनाचं कुटुंबही तितकंच वाटेकरी आहे म्हणा. तिनं घरी राहून विरूपाक्षांचं पोट-पाणी आणि तिच्या अजितनं रात्रीच्या मुक्कामाचं पाहिलं. बाकीच्या मदतीला तिची रोहिणी होतीच.

हे बापट जोडपं साहित्याविषयी आस्था बाळगणारं असल्यामुळे प्रा. चुनेकर आणि मिलिंद बोकीलही त्यांच्या जवळच्या परिवारातले. जी. ए. कुलकर्णी आणि प्रकाश संत हे माझ्याबरोबरच या दोघांचेही हळवे कोपरे!

एकदा चौघंही त्यांच्या सिंहगडाच्या पायथ्याशी असलेल्या घराच्या गच्चीत, चांदण्यात गप्पा मारताना विषय निघाला तेव्हा डॉ. विलास सांगत होते, "अलका माहेरची नाशिकची 'परदेसी'. भाषा हिंदी. मेडिकल कॉलेजमध्ये शिकत असताना एकदा जी. ए. कुलकर्णींच्या एका अनवट कथेचा विषय निघाला आणि ही भरपूर

बोलायला लागली! म्हटलं, हिच्याशी पटायला हरकत नाही!...''

विरूपाक्षांच्या ऑपरेशनच्या दरम्यान बापटांची अवचटांशीही ओळख झाली आणि ती इतकी वाढली, की आता ते एकमेकांच्या घरचेच झाले! विशेषतः अलका आणि अवचटांच्या आई इंदुताई यांचं एकमेकींशी जवळचं नातं निर्माण झालं.

अवचटांच्या वडिलांच्या मृत्यूनंतर त्यांच्या आई- इंदूताई पुण्यात राहायला आल्या आणि अवचटांच्या वास्तूला पुन्हा 'घरपण' आलं. त्यांच्या घरी येणारी माणसं आधी त्यांना भेटून, चार शब्द बोलून मग अवचटांना भेटायला आत जाऊ लागली.

माझ्या हुक्केरीच्या आत्याप्रमाणे इंदूताईंनीही वाचनाची आवड जोपासलेली. तसंच टीव्हीवरच्या कार्यक्रमात नवीन पदार्थ आढळले की या लगेच हाताखालच्या मुलींना पकडून उत्साहानं करून पाहणार. तेवढंच नाही, मर्जीतल्या मंडळींना खिलवणार! बोलण्यातला तल्लखपणा तर तरुणांना लाजवणारा!

अवचटांशी ओळख झाल्यापासून आमचा एक उपक्रम चालतो. त्यांचा एखादा लेख लिहून झाला की ते फोन करतात आणि लगेच त्या लेखाच्या वाचनाचा कार्यक्रम करतो. या वेळी लेखाविषयीचं परखड मत सांगायला परवानगी असते. आमच्या माना, विशेषतः विरूपाक्षांची मान समाधानानं हलली की अवचट खूश होतात आणि मग त्या आनंदात चहापान होतं. एवढा आनंद तर त्यांना नवं पुस्तक आल्यावरही झालेला दिसत नाही.

जर विरूपाक्षांची मान हलायला उशीर झाला की समजायचं, त्यांना काहीतरी म्हणायचं आहे! तसं ते सांगतात. ते बोलणं अवचट लक्ष देऊन ऐकतात आणि करण्यासारखा बदल असेल तर करतात किंवा भर घालायची असेल तर तशी घालतात.

महाराष्ट्रानं ज्यांच्या लेखनाला भरभरून आणि मुक्त कंठानं मान्यता दिली आहे, त्या अवचटांचा अशा प्रसंगी तणावयुक्त चेहरा बघण्यासारखा असतो. त्यांचं मोठेपण असं की तरीही पुढचा लेख लिहून झाला की, त्यांना आमची आठवण येते. बापट जोडप्याची अवचटांशी ओळख झाल्यापासून त्यांनी याही बाबतीत अवचटांचा विश्वास संपादित केला आहे. ते दोघंही या कार्यक्रमात सामील होतात.

सुत्तूर हे मैसूरहून तीस-बत्तीस किलोमीटरवर असलेलं गाव. या गावात एक जुना ऐतिहासिक मठ आहे. दहाव्या-अकराव्या शतकात राज आणि राजेंद्र चोळ या फार मोठ्या राजानं या मठात असलेल्या स्वामींच्या प्रभावामुळे मठाला बरीच मालमत्ता दिली आहे. याच चोळ राजांनी तंजावरचे बृहदेश्वर देवालय आणि गंगैकोंडाचोळपुरमचे बृहदेश्वर देवालय ही दोन भव्य देवालयं बांधली.

कर्नाटकातील इतर मठाधीशांप्रमाणेच या मठानंही आपल्या ताब्यात असलेल्या जमिनीचा शिक्षण संस्था उभारण्यासाठी वापर करून आपलं बळ वाढवलं आहे. अशा प्रकारे 'बलिष्ठ' किंवा 'पॉवरफुल' झालेल्या मठांपैकी एक सुत्तूरचा मठ. मठाधिपती जितके कल्पक, तेवढे हे मठ 'प्रभावी.' कर्नाटकातील या संस्था इतक्या प्रभावी असतात, की इथल्या समाजकारण आणि राजकारणावरही त्या प्रभाव पाडत असलेल्या दिसतात.

याच पद्धतीनं सुत्तूरचा मठ हा कर्नाटकातील 'पॉवरफुल' मठांपैकी एक. (मठांच्या संदर्भात कर्नाटकात हाच शब्द वापरतात.) हे वीरशैव पीठ बसवेश्वराच्या आधीपासूनचे आहे. साहित्य अकादमीच्या अनुवादावरच्या एका कार्यशाळेच्या निमित्तानं तिथं जायचा योग आला.

साहित्य अकादमीनं काही निवडक कन्नड कथा अनुवादासाठी दिल्या होत्या. सगळे अनुवाद अकादमीकडे आल्यावर या कथांवर कार्यशाळा घ्यायची योजना होती. यासाठी तिथं सगळ्या अनुवादकांनी सहा-सात दिवस मुक्काम करायचा होता. धारवाडचे हिंदीचे प्राध्यापक आणि कन्नड कवी डॉ. सिद्धलिंग पट्टणशेट्टी हे या कार्यशाळेचे प्रमुख होते. त्यांच्या पत्नी लेखिका-कवयित्री-प्रकाशक हेमा पट्टणशेट्टी याही आल्या होत्या. शिवाय कन्नडमधून मराठीत अनुवाद करणाऱ्या मीना वांगीकर, रेडिओस्टेशनच्या माजी डायरेक्टर जयश्री शानबाग, अमृत यार्दी आणि काही अनुवादक तिथं भेटले.

या संग्रहाच्या संदर्भात मी पट्टणशेट्टींना विचारलं, ''या संग्रहात तुम्ही वेगवेगळ्या काळातल्या कथा घेतल्या आहेत, वेगवेगळ्या कालखंडातले विविध लेखक घेतले आहेत. कन्नडमधल्या निवडक कथा एकाच वेळी वाचकांना वाचायला मिळतील, हे खरं; पण तुम्ही अनुवादकही वेगवेगळे घेतले आहेत. अभ्यासकाला याचा उपयोग होईलही; पण एक पुस्तक म्हणून वाचकांच्या दृष्टीनं याला 'एकजिनसीपणा' कसा येईल? वाचकाला कुठल्यातरी पातळीवर एकजिनसीपणा जाणवायला नको का?''

पट्टणशेट्टींनी सांगितलं, ''आम्ही प्रा. अमृत यार्दी यांना संपादक म्हणून नेमलं आहे. त्यांच्या संपादकीयानं सगळ्या कथांना सामावून घेणं अपेक्षित आहे.''

या कार्यशाळेच्या निमित्तानं तिथं कन्नड काव्यसंमेलन ऐकायला मिळालं. एका पोलीस अधिकारी कवयित्रीनं आपली कविता सादर केली. तिचा मथितार्थ असा होता : ही तिला विचारते, केस भुंडे करून, टाईट जीन-पॅन्ट घालून, शरीराचे आकार दाखवत अशी निर्लज्जासारखी आलीस! कोण आहेस तू?' हिला ती उत्तर देते, 'तुझ्यातच तर होते मी! तुझ्यातूनच आले आहे.. आता का एवढी घाबरी होते आहेस?...'

इथंच मी माधव कुलकर्णी यांची एक कथा त्यांच्या तोंडून ऐकली. ती

काहीशी गूढ कथा ऐकताना मला जी. ए. कुलकर्णींची कथा ऐकत असल्यासारखं वाटलं होतं. नंतर त्यांचे कथासंग्रह मागवून त्यांतील निवडक कथांच्या अनुवादाचा एक संग्रहही केला. या कथा म्हणजे 'गोष्टी' आहेत. यातील पात्रं त्या त्या विशिष्ट समाजाचा भाग म्हणून येत असल्यामुळे आपापल्या श्रद्धा-अंधश्रद्धांसहित येतात. विशिष्ट परिसरात कथा घडत असल्यामुळे किती का कमी प्रमाणात होईना, गदग-धारवाड-हुबळीचा आणि जवळपासचा परिसर आणि संस्कृतीही या छोट्याशा कथांमध्ये येते.

तिथं मी काही तरुण लेखकांच्या कथाही ऐकल्या. त्यातल्या काही चांगल्या होत्या. एका लहान गावाकडच्या लेखकाच्या कथेत एका आठ-दहा वर्षांच्या मुलाचा अनुभव होता. आपल्या प्रेमप्रकरणासाठी त्याचा बाप, आईवेगळ्या मुलाला अंधाऱ्या जागी असलेल्या विहिरीत बुडवायची भीती घालतो. त्याचा त्या मुलावर इतका परिणाम होतो की, ती भीती त्याचं सगळं व्यक्तिमत्त्वच बधिर करून टाकते. शेवटी त्या मुलाच्या एका शिक्षकाच्या हे लक्षात येतं. काही पर्याय नाही हेही तो जाणतो आणि या मुलाला घरातून पळून जायचा सल्ला देऊन त्यासाठी मदत करतो.

अबोध पातळीवरील लहान मुलाची भयगंडानं भारलेली मानसिकता दाखवणारी फार छान कथा होती ती! पण अनुवाद करायच्या दृष्टीनं मात्र ती माझ्यासारखीला सोयीची नव्हती. छोट्या मुलाच्या, चिकमंगळूरजवळच्या एका खेड्यातल्या बोलीभाषेतून सगळं निवेदन होतं. ते वगळून ती कथा सांगणं म्हणजे एखादा किस्सा सांगण्यासारखं होतं! आपण या कथेला न्याय देऊ शकणार नाही हे समजत असल्यामुळे मी त्या तरुण लेखकाशी संवाद वाढवला नाही.

इथंच मला फकीर महमद कटपाडी हे मुसलमान समाजातले लेखक भेटले. ते बेंगळुरू येथे स्टेट बँकेत नोकरीला असल्यामुळे माझ्या भावाला, चंदू किंवा जयंतला आणि सानियाचे पती बलराम यांनाही ओळखत होते. सुत्तूरच्या वास्तव्यात त्यांच्याही फोटोग्राफीच्या नादाविषयी समजलं. माझाही तो नाद असल्यामुळे तो एक विषय बोलायला मिळाला. भल्या पहाटे फिरायला जाताना काढलेले पक्ष्यांचे फोटो त्यांनी दाखवले. तसंच त्यांनी नुकत्याच झालेल्या आपल्या मुलीच्या लग्नातले फोटोही कौतुकानं दाखवले.

गप्पा मारताना आणि ते लग्नाचे फोटो बघताना त्यांच्या बोलण्यातून सतत भारतीय मुसलमान आणि हिंदू समाजातल्या साम्यस्थळांविषयी जाणवत होतं.

याच भेटीत त्यांनी मला त्यांचे एक-दोन कथासंग्रह दिले होते. त्यांच्याशी गप्पा झाल्यावर मला त्या कथांविषयी उत्सुकता वाटू लागली. त्यांच्या कथांच्या बाबतीत माझा अंदाज खरा ठरला. यातील बहुतेक कथांमध्ये त्यांनी संवेदनाशील

मनानं आपल्या 'बॅरी' समाजातील विविध भावभावना, श्रद्धा आणि नातेसंबंध यांचं चित्रण अत्यंत संवेदनाशील मनानं केलं आहे. त्यातला श्रद्धा आणि धार्मिक तपशील वगळता ते सगळं हिंदूंसारखंच आहे. मुख्य म्हणजे त्यांनी आपल्या कथांमध्ये कुठल्याही धर्माला बदनाम किंवा अनुनय करायचा प्रयत्न करून सवंग लोकप्रियता मिळवायचा प्रयत्न केलेला नाही. त्यांनी मानवी संबंधांनाच प्राधान्य दिलं आहे. त्यांच्या कथा मला प्रभावित करून गेल्या.

या कथा वाचतानाही मला जाणवत राहिलं, भारतीय मुसलमान समाजही एकजिनसी नसून, तिथंही एक 'समृद्ध अडगळ'च आहे! मी त्यांचा अनुवाद करायचं ठरवलं. अर्थात, यातील अनेक संदर्भांचं मला आकलन होत नव्हतं; पण कटपाडींशी फोनवरून संपर्क साधताच त्यांनी अत्यंत संयमानं माझ्या सगळ्या प्रश्नांना उत्तरं दिली आणि कथांचे अनुवाद होत राहिले. अशा प्रकारे माझा 'व्रत आणि इतर कथा' हा कथासंग्रह तयार झाला.

कटपाडींशी बोलताना मला या 'बॅरी' समाजाविषयीही माहिती मिळाली. हा मुसलमान व्यापारी समाज जी भाषा बोलतो, तिलाही 'बॅरी'च म्हणतात. ही कन्नडची केरळलगतची उपभाषा असून, ते कन्नड लिपी वापरत. यांच्या बोलण्यात 'अब्बूजान'-'अम्मीजान' हे शब्द नसून 'अम्मा-अप्पा' हे शब्द असतात. रोजाला ते 'नोंबू' म्हणतात. 'नोंबू' म्हणजे या भागात केलं जाणारं 'अनंताचं व्रत'. मी ही खात्री करून घेतली आणि त्यांच्या कथेला 'रोजा' नाव न देता 'व्रत' हे नाव दिलं.

हे लोक कुराणाला पाचवा वेद मानतात आणि बॅरी भाषेत त्यांचं असं एक 'रामायण'ही आहे. उत्तरेकडील मुसलमान धर्म हा आक्रमणातून आलेला असला तरी दक्षिणेकडील अरबी-मुसलमान संस्कृती महमद पैगंबराच्याही आधीपासून व्यापारामार्फत आली आहे, असं त्यांचं म्हणणं आहे.

सुत्तूर मठाचा उल्लेख वृत्तपत्रांमधूनही अनेकदा होत असतो. अनेक राष्ट्रीय आणि आंतरराष्ट्रीय सभा-संमेलनं इथं भरत असतात. मध्यंतरी कर्नाटकातल्या आमदार-खासदारांसाठी इथं कार्यशाळा भरवण्यात आली होती. या कार्यशाळेला हजेरी लावलेल्या विनोद शिरसाटांकडून त्याविषयीही समजलं.

आमची साहित्य अकादमीद्वारा भरलेली कार्यशाळा सुरू असतानाच इथं कर्नाटकातल्या काही दर्जेदार चित्रकलेच्या शिक्षकांचीही कार्यशाळा चालली होती. त्यांना आवश्यक ते रंग-कॅनव्हास-ब्रश देण्यात आले होते. दहा दिवसांत त्यांनी हवी तेवढी चित्रं काढायची होती. त्यातल्या एका चित्राचा विषय त्या परिसराशी संबंधित असावा आणि ते चित्र तिथं ठेवून जायचं. बाकी आपापली चित्रं घेऊन जायची मुभा होती. त्यामुळे ते चित्रकार एक-दोन चित्रं वास्तववादी पद्धतीनं काढत

होते आणि बाकीची चित्रं अमूर्त किंवा इतर शैलीत काढत होते.

तिथल्या आंतरराष्ट्रीय गुणवत्तेच्या शाळेला आम्ही आवर्जून भेट दिली. 'इथं प्रवेश घ्यायची काय पद्धत आहे?' अशी चौकशी केली असता सांगण्यात आलं की, 'गुणवत्ता सिद्ध केली की कुणालाही मोफत प्रवेश मिळतो.'

कारण सांगताना त्यांनी एक घटना सांगितली. नुकताच त्या शाळेचा उद्घाटनाचा कार्यक्रम राष्ट्रपती डॉ.अब्दुल कलामांच्या हस्ते झाला होता. शाळेची बारकाईनं पाहणी केल्यावर कलामांनी ती शाळा आंतरराष्ट्रीय पातळीची असल्याचा निर्वाळा दिला आणि पाठोपाठ विचारलं, "पण इथं फक्त श्रीमंत पालकांच्या मुलांनाच प्रवेश मिळणार ना?" त्या प्रश्नातली आर्तता मठाधीशांनी जाणली आणि त्याच व्यासपीठावरून जाहीर केलं, "या शाळेत प्रवेश मिळवण्यासाठी केवळ गुणवत्ता हा निकष राहील; पैसा नाही."

तिथल्या वास्तव्यात आम्हाला दररोज उत्तमोत्तम स्वयंपाक मिळत होता. विविध सूप्सबरोबर कडक भाकरी आणि नाचणीची उकडही असायची. तिथं आम्ही चौघं डायबेटीसवाले होतो. एकदा सांगितल्यावर तिथल्या वास्तव्यात आमच्यासमोर कधीही साखरेचा चहा आला नाही.

तिथल्या शेफनं सांगितलं, "मी आधी ललितमहाल या पंचतारांकित हॉटेलमध्ये नोकरीला होतो. मला तिथं मिळायचा, तेवढाच पगार देऊन इथं बोलावून घेतलंय. स्वामींची सेवा करायची संधी कोण सोडेल?"

२०१४ ऑगस्ट. मी बेळगावात होते. त्या दिवशी दुपारी एका कार्यक्रमातून घरी परतत असताना वेगवेगळ्या चॅनेल्सकडून फोन येऊ लागले, 'अनंतमूर्ती वारले. त्यांच्याविषयी चार वाक्यं बोला!' मी एका चॅनेलवर बोललेही. मनात काय आलं कोणजाणे, घरी येऊन टीव्हीवर कन्नड चॅनेल लावला तर तिथं अनंतमूर्ती अत्यवस्थ असल्याच्या बातम्या येत होत्या. वैदेही अनंतमूर्तींच्या जवळच्या गोतावळ्यातल्या. त्यांना फोन केला. त्यांनीही तेच सांगितलं. नंतर आलेल्या एका चॅनेलच्या फोनला मी सांगितलं, 'अजून अनंतमूर्ती आहेत.' सुमारे साडेसहाच्या सुमारास पुन्हा एका चॅनेलकडून फोन आला, 'बातमी कन्फर्म आहे! आता बोला!...'

नंतर समजलेली बातमी अशी, खरं तर अनंतमूर्ती आधीच वारले होते. ते कळल्यामुळे एका चॅनेलने ती बातमी दाखवली होती; पण मृत्योत्तर संस्काराची बाकी सारी व्यवस्था होईपर्यंत बातमी प्रसारमाध्यमांना दिली गेली नव्हती.

त्यांच्या मृत्यूनंतर बातमी समजली, 'संस्कार' आणि सुरुवातीच्या अनेक कलाकृतींमधून भारतीय परंपरेवर कठोर टीका करणाऱ्या अनंतमूर्तींच्या अंत्यक्रियेसाठी पंधरा माध्व-ब्राह्मणांनी मंत्रघोष केला, अनंतमूर्तींच्या इच्छेप्रमाणे! शिवाय मुख्यमंत्र्यांकडून

त्यांच्या अंत्यविधीसाठी त्यांच्या वयाइतकं म्हणजे ब्याऐंशी किलो एवढं गाभ्यातलं शुद्ध चंदन वापरण्यात आलं. अखेरच्या आजारपणाच्या काळात ते दररोज सकाळी वेदाच्या मंत्रघोषाची कॅसेट ऐकायचे, असं त्यांची सेवा करणाऱ्यानं सांगितल्याचंही प्रसिद्ध झालं!

अनंतमूर्तींच्या नंतरच्या 'अक्कय्या'सारख्या काही कथांमधून त्यांचं हे बदलत चाललेलं मन डोकावायचंही. 'भारतीपूर' या कादंबरीतून त्यांना जाणवलेली भारतीय समाजाची संकीर्णताही व्यक्त होत होती. तरीही....

मानवी मन अगम्य आहे, हेच खरं!

अनंतमूर्तींच्या मृत्यूनंतर दीड-दोन वर्षांनी घडलेली घटना.

एका अनुवाद कार्यशाळेच्या निमित्तानं मी आणि रं. शा. लोकापूर अक्कलकोटला निघालो होतो. कन्नडमधील शिवराम कारंतांची 'मरळि मण्णिगे' ('अशी धरतीची माया') आणि अनंतमूर्तींची 'संस्कार' मराठीत आणायचं फार मोठं काम लोकापूर यांनी वि. ग. कानिटकर यांच्या सहकार्यानं केलं असल्यामुळे प्रवासात 'संस्कार'चा विषय निघाला.

बोलता बोलता मी म्हटलं, ''संस्कार'चा पहिला भाग मला अतिशय आवडतो. अनंतमूर्तींच्या कथा जशा 'जमलेल्या' असतात, तसा तो जमलाय! पण पुढचा निम्मा भाग मात्र मला फारसा आवडला नाही... कादंबरीशी तो जुळून येत नाही...''

लोकापूर म्हणाले, ''कारण तो अनंतमूर्तींनी लिहिलेलाच नाही! पहिला भाग घेऊन ते प्रकाशकांकडे आले. प्रकाशकांनी एवढी छोटी कलाकृती प्रकाशित करायला नकार दिला. आणखी वाढवायला सांगितलं. अनंतमूर्तींनी ते अमान्य केलं आणि ते हस्तलिखित ठेवून निघून गेले. प्रकाशकांनाही पहिला भाग सोडवेना. अखेर त्यांनी दिल्लीतल्या कुणाला तरी (नाव आठवलं नाही) पुढचा भाग लिहून द्यायला सांगितला. कन्नडमध्येही बऱ्याच जणांनी हेच निरीक्षण मांडलंय.

भैरप्पांच्या अनेक कादंबऱ्यांनंतर त्यांची 'आवरण' ही कादंबरीही मी अनुवादित केली. भरपूर अभ्यासानंतर भैरप्पांनी ही कादंबरी लिहिली होती. कर्नाटकात या कादंबरीनं विक्रीचे सगळे उच्चांक मोडले आणि नवे उच्चांक स्थापन केले होते. एकूणच कथा-कादंबऱ्यांच्या जगतात निर्माण झालेली मरगळ या कादंबरीनं झटकून टाकली. वर्षानुवर्षं समाजाला तथाकथित बुद्धिवाद्यांनी झाकोळून टाकलं होतं; या कादंबरीनं वर्षानुवर्षं कोंडलेल्या या भावनेला वाट मिळाल्यासारखं झालं होतं. ही कादंबरी प्रकाशित होण्याआधी सुमारे महिनाभर कर्नाटकात काही घटना घडल्या होत्या.

एका भाजपच्या मंत्र्यानं एका भाषणात 'टिपू सुलतान हा कन्नडविरोधी होता. त्यानं कन्नड ही राज्यभाषा हटवून उर्दू ही राज्यभाषा केली होती. त्यामुळे कर्नाटकानं

त्याचं इतकं स्तोम माजवायची गरज नाही..' अशा अर्थाचं विधान केलं. यावर कर्नाटकातील बुद्धिवाद्यांनी रान उठवलं. या मंत्र्यानं राजीनामा द्यावा, त्याला हटवलं जावं, अशी मागणी करत त्यांनी गांधीजींच्या फोटोपुढे बसून आंदोलन केलं.

त्या बातम्या दररोज भैरप्पांच्या कानांवर यायच्या. एखादा माणूस इतिहासाविषयीचं सत्य सांगतोय आणि काही माणसं ते सत्यच झाकोळू पाहताहेत, हे पाहून त्यांनी एका वृत्तपत्राला एकापाठोपाठ एक असे दोन लेख लिहून दिले. टिपू सुलतानानं आपल्या राजवटीत काय-काय अत्याचार केले यावर ऐतिहासिक पुराव्यासह लिहिलेले ते लेख होते.

वाचकांनी हे दोन्ही लेख उचलून धरले. पत्रकार त्यानंतर आंदोलनकर्त्यांकडे गेले. या आंदोलकांमध्ये गिरीश कार्नाडही होते. त्या वेळी त्यांचं 'टिपू सुलतानचं स्वप्न' हे नाटक नुकतंच प्रकाशित झालं होतं. वृत्तपत्रांनी त्यांचंही म्हणणं छापलं होतं. तोपर्यंत भैरप्पांनी तुघलकच्या राजवटीवर आणि व्यक्तिमत्त्वावर ऐतिहासिक दाखल्यासह प्रकाश टाकणारा लेख प्रकाशित केला. या नंतर भैरप्पांची 'आवरण'च्या संदर्भात एक मुलाखतही प्रसिद्ध करण्यात आली. या तापलेल्या वातावरणात 'आवरण' प्रकाशित झाली.

याच वेळी, म्हणजे २००७च्या जानेवारीअखेर आम्ही काही घरगुती कारणासाठी बेंगळुरूमध्ये होतो. भैरप्पाही मैसूरहून बेंगळुरूला आले आणि त्यांनी आधीच आमच्याबरोबर 'होगेन कल्लू' आणि 'नंदी हिल्स' अशा दोन ठिकाणी ट्रिपा ठरवल्या. आम्हाला प्रसिद्ध एम.टी.आर.मध्ये ब्रेकफास्टला नेलं. सोबत त्यांच्या सूनबाई अनुराधा या उत्तम जेवणाचा डबा बांधून द्यायच्या. दिवसभर आमच्या भरपूर गप्पा व्हायच्या.

एम.टी.आर.मध्ये गर्दी असल्यामुळे आधी नाव नोंदवायची गरज होती. भैरप्पा हे मीडियामध्ये फारसे झळकणारे नसल्यामुळे तिथं त्यांना कुणी ओळखायचा प्रश्न नव्हता. नाव नोंदवून आल्यावर त्यांनी सांगितलं, ''मी कुलकर्णी नाव नोंदवलंय!...''

प्रवासातल्या गप्पांच्या वेळी मी भैरप्पांना विचारलं, ''वंशवृक्ष आणि पर्व अनुवादित करताना अनेक प्रसंगी मी डोळे पुसत पुसत अनुवाद केला आहे. तरीही मी म्हणेन, त्या कादंबऱ्यांच्या अनुवादानं मला आनंद दिलाय! पण तुमच्या नंतरच्या काठ, मंद्र यांसारख्या कादंबऱ्या अनुवादित करताना मला फक्त आनंद झालेला नाही; त्रासही झालाय! हे काय आहे?''

थोडा विचार करून त्यांनी सांगितलं, ''तुमचा प्रश्न माझ्या लक्षात आलाय. मला वाटतं अलीकडे मी इमोशनल रिॲलिटी फार क्रूएलपणे मांडायला लागलोय!''

या दोन्ही ठिकाणी भैरप्पांना कुणी वाचकांनी फारसा त्रास दिला नाही. लांबून त्यांच्याकडे बघून आपसात बोलत निघून जात. फक्त 'नंदी हिल'वर एक उत्तर

कर्नाटकातला माणूस त्यांच्यापाशी आला. भैरप्पा त्याच्याशी एक-दोन वाक्यं बोलले आणि 'आम्ही बोलतोय...' असं सांगून त्याला जायची सूचना दिली. तो माणूसही नम्रपणे क्षमा मागून निघून गेला.

नंदी हिलहून येताना त्यांच्याबरोबर आम्ही त्यांच्या बेंगळुरूमधल्या प्रकाशन संस्थेत गेलो. या छोट्याशा संस्थेत भरपूर गडबड चालली होती. आणखी आठवड्यानं 'आवरण' अधिकृतरीत्या बाजारात येणार होती. कर्नाटकभरच्या पुस्तकविक्रेत्यांकडून असलेल्या मागणीची पूर्तता करण्यात सगळे गढून गेले होते.

त्या गडबडीतच त्यांनी आमच्या तिघांची कशीबशी तीन खुर्च्या टाकून बसायची व्यवस्था केली. भैरप्पांची दरवाज्याकडे पाठ होती. आम्ही तिथं फार-फार तर अर्धा तास असू. तेवढ्या अवधीत सात-आठ जणं तिथं 'आवरण आली का?' असं विचारायला येऊन गेले. प्रकाशकबंधूंपैकी राजा त्यांना 'सात तारीख' असं सांगत होते. मला तर काही वर्षांपूर्वी आम्ही रेशनच्या दुकानात 'रॉकेल आलंय का?' असं विचारायचो, तेच आठवलं! एखाद्या पुस्तकासाठीही हे घडावं, याचं आश्चर्यही वाटलं. शेवटी प्रकाशक राजा, भैरप्पांना म्हणाले, ''सात तारखेला तरी यांना आम्ही काय देणार आहोत कोण जाणे! कारण आवृत्ती तर संपली आहे. दुसऱ्या आवृत्तीचं काम घाईनं सुरू केलंय; पण वेळेवर तयार करणं कितपत जमणार आहे, कोण जाणे!''

भैरप्पा कर्नाटकातील सर्वाधिक खप असणारे लेखक आहेत. ही वस्तुस्थिती असली तरी त्यांच्या आधीच्या सगळ्या कादंबऱ्यांपेक्षा या कादंबरीला मिळालेला प्रतिसाद अभूतपूर्व होता. वाचकांनी कुणाच्याही अपेक्षेपेक्षा जास्त या कादंबरीचं स्वागत केलं. अक्षरशः सुरुवातीला दर आठवड्याला, दर पंधरवड्याला आणि दर महिन्याला मोठ्या-मोठ्या आवृत्त्या काढाव्या लागल्या.

या कादंबरीवर लोकप्रिय वेबसाईटवर मुक्त चर्चा होऊ लागली. कर्नाटकातील प्रमुख कन्नड वृत्तपत्रांबरोबर इंग्लिश वृत्तपत्रांनीही या कादंबरीची दखल घेतली. नंतर ही चर्चा अखिल भारतीय पातळीवरही पसरली. या कादंबऱ्यांवर कर्नाटकातील विविध गावांमधून चर्चासत्रं घेण्यात येऊ लागली. या चर्चासत्रांना हजारोंच्या संख्येनं वाचक हजेरी लावू लागले. त्या चर्चासत्रांमध्ये वाचल्या गेलेल्या निबंधांची पुस्तकं निघू लागली. वृत्तपत्रांनी या संदर्भातील वाचकांच्या मतांनाही प्राधान्य दिलं आणि शेकडो-हजारो पत्रं वृत्तपत्रांतून प्रसिद्ध होऊ लागली.

संपूर्ण वर्षभर ही कादंबरी कन्नड माध्यमांच्या नजरेत होती. पहिल्या सहा महिन्यांत बंगळुरूमध्ये ६ चर्चासत्रं झाली. शिवाय शिवमोगा, बेळगाव, हुबळी, धारवाड अशा अनेक गावी चर्चासत्रं झाली. एका प्रकाशकानं या कादंबरीवर समीक्षा स्पर्धा आयोजित केली. या स्पर्धेलाही प्रकाशकांच्या अपेक्षेपेक्षा जास्त प्रतिसाद मिळाला.

या पुस्तकाच्या निमित्तानं जी चर्चासत्रं झाली, त्यांत कन्नडमधील सर्वच्या सर्व

ख्यातनाम साहित्यिकांनी हजेरी लावली आणि कुठल्या ना कुठल्या प्रकारे सहभाग घेतला. काही जणांनी विरोध केला तर काही जणांनी या कादंबरीची भलावण केली. पण साहित्य क्षेत्रातलं कुणीही या कादंबरीवर कुठलाही अभिप्राय न देता राहू शकलं नाही.

साहित्य क्षेत्रात कुठल्यातरी एखाद्या लेखकावर एक समीक्षा ग्रंथ निघणं कठीण, अशी परिस्थिती असताना एका कादंबरीवर दहा पुस्तकं निघणं ही मोठीच घटना होती.

या कादंबरीत व्यक्त होणाऱ्या विचारधारेला काही जण 'देशवादी विचारधारा' म्हणतात, तर काही जण 'उजवी विचारसरणी' म्हणतात. त्यामुळे या आणि 'डाव्या' अशा दोन विचारधारांमधली ही सगळी चर्चा होती.

काही काळ चर्चा होऊन वातावरण शांत होऊ लागलं होतं. आठ-दहा आवृत्त्यांनंतर पुस्तकाची विक्रीही आपोआप मंदावू लागली होती. अशा वेळी यू. आर. अनंतमूर्तींनी या वादंगात भाग घेतला. त्यामुळे त्याला वेगळंच परिमाण लाभलं. त्यांनी एका ठिकाणी विधान केलं, 'भैरप्पा हे कादंबरीकारच नाहीत, ते फक्त डिबेटर आहेत!' पाठोपाठ त्यांनी भैरप्पांची तुलना बुश, नारायण मूर्ती आणि मोदींशी केली. त्यामुळे तर वाचकांचं सरळसरळ ध्रुवीकरण झालं. पाठोपाठ, कन्नड आणि मराठी लेखकांनी कितीही 'केवळ साहित्यिका'चा आव आणला तरी त्यांचं सैद्धांतिक रूपही सामोरं यायला मदत झाली' असं म्हटलं. कारण या सर्व चर्चेत 'आवरण'चं एक साहित्यकृती, लेखकानं केलेले रचनेचे प्रयोग यांचं मूल्यमापन होण्याऐवजी त्यात व्यक्त होणाऱ्या विचारधारेवरच जास्त भर दिला गेला.

'भैरप्पा हे कादंबरीकारच नाहीत..' या अनंतमूर्तींच्या विधानानं भैरप्पांचे वाचक भडकले. या वाचकांच्या मनात आधीच भैरप्पांवर जाणूनबुजून अन्याय होत असल्याची भावना होती. अनंतमूर्तींच्या या उद्‌गारांनी त्या असंतोषाला वाचा फुटली. त्यांनी वृत्तपत्रांवर पत्रांचा भडिमार केला. अक्षरशः हजारोंनी पत्रांचा पाऊस पडला. 'ज्यांनी केवळ अडीच कादंबऱ्या लिहिल्या आहेत, त्यांनी सारं आयुष्य केवळ कादंबरीलेखन केलेल्या भैरप्पांना कादंबरीविषयी सांगू नये!' असा सगळ्यांचा सूर होता.

अनंतमूर्तींनी कथा आणि कविता बऱ्याच लिहिल्या आहेत. त्यांना वाचकमान्यताही आहे. तशा पाच-सहा कादंबऱ्या लिहिल्या असल्या, तरी त्यातल्या 'संस्कार', 'अवस्थे', 'भारतीपूर' अशा मोजक्याच कादंबऱ्यांना वाचकमान्यता आहे, त्याचंच हे प्रतिबिंब होतं. त्यातही हे वाचक खोचकपणे 'संस्कार'ला अर्धीच कादंबरी म्हणू लागले. काही जणांनी 'आवरण'मधील शास्त्री हे पात्र अनंतमूर्तींवरून बेतल्यामुळे ते चिडले आहेत, असंही म्हणायला सुरुवात केली. भैरप्पांनाही तसं मुलाखतीतून विचारलं जाऊ लागलं.

हा प्रश्न त्यांना पुण्यातही विचारला गेला तेव्हा भैरप्पा म्हणाले, "का? तुमच्या गावात, प्रांतात, शहरात अशी व्यक्ती नाही?"

काही का असेना, या सगळ्याचा परिणाम म्हणून लेखक आणि प्रकाशकांचा फायदा असा झाला की, तोपर्यंत मंदावलेल्या कादंबरीच्या विक्रीनं पुन्हा उसळी घेतली, एवढं मात्र खरं!

पुस्तक गाजू लागताच भैरप्पांचे विरोधक एकत्र आले आणि त्यांनी या कादंबरीचा निषेध करणारी तीन पुस्तकं काढली. तोवर कादंबरीच्या बाजूनं आलेल्या पुस्तकांची संख्या सात झाली होती. त्यांतला एक ग्रंथ 'आवरण'वर विविध माध्यमांमध्ये काय-काय घडलं, हे विस्तारानं सांगणारा आहे. या सगळ्याचा परिणाम म्हणून 'आवरण'च्या आवृत्तींची संख्या पाच-सहा वर्षांत पन्नासवर गेली. कर्नाटकभर सर्वत्र भैरप्पांचे या विषयावर अगणित कार्यक्रम झाले.

देशी भाषांमधील साहित्य वाचणाऱ्यांची संख्या काळजी करावी, अशा पातळीवर उतरत असताना एका कादंबरीनं हा इतिहास घडवला!

मराठीतही 'आवरण'चं चांगलं स्वागत झालं. यावर चर्चाही बरीच झाली. पुण्यात 'विवेक साप्ताहिका'नं या संदर्भात भैरप्पांची एक प्रकट मुलाखत ठेवली होती. त्या वेळी पुण्यात सवाई गंधर्वचे कार्यक्रम सुरू होते, जी. ए. कुलकर्णी महोत्सव चालला होता. अशा वेळी भैरप्पांच्या मुलाखतीलाही मोठ्या प्रमाणात श्रोते जमले होते. त्यावरून वाचकांची उत्सुकता दिसून येत होती.

त्यानंतर परभणी आणि पंढरपूर येथेही या कादंबरीच्या निमित्तानं कार्यक्रम झाले. परभणीला स्थानिक वाचकांनी दोन निबंध लिहिले होते आणि त्यात काही प्रश्नही उपस्थित केले होते. अनुवादिका या नात्यानं मी त्यांची उत्तरं दिली. पंढरपूरला स्वतः भैरप्पा सपत्नीक आले होते, हे वैशिष्ट्यं! 'संयोजकांनी दोघांना मिळून निमंत्रण दिलं तरच मी बायकोला सोबत नेतो; नाहीतर संयोजकांना अडचणीत टाकल्यासारखं होतं. आम्हाला जिथं जायचं असतं तिथं आमचे आम्ही जातो...' असं त्यांचं म्हणणं. कार्यक्रमाचे अध्यक्ष विनोदी कथाकार द. मा. मिरासदार होते. तिथं भैरप्पांचं स्वतंत्र भाषण झालं.

यानंतरही भैरप्पांना भाषण आणि मुलाखतीसाठी निमंत्रणं येत होती; पण ते दुसऱ्या कादंबरीत गुंतल्यामुळे त्यांनी एका टप्प्यावर या विषयावरची निमंत्रणं घेणं बंद केलं.

'आवरण'चे अनुवाद इतरही भारतीय भाषांमध्येही झाले. हिंदी, इंग्रजी आणि गुजराथी भाषांमध्येही तिचं उत्साहानं स्वागत झालं.

हे घडत असताना बनारस येथे तीन दिवसांचा एक परिसंवाद ठरला. विषय होता, 'सामाजिक जागृती में ऐतिहासिक उपन्यासों का स्थान'. बीजभाषण करायला

भैरप्पांना निमंत्रित करण्यात आलं होतं. त्यांनी हिंदीत बोलावं असा संयोजकांचा आग्रह होता. तसं नसेल तर त्यांच्या कन्नड भाषणाचा मी हिंदीत अनुवाद करावा अशीही त्यांची मागणी होती; पण मी आणि भैरप्पांनी एका सुरात याला नकार दिला. मीही समजावलं, ''भैरप्पा आपले विचार अतिशय गंभीरपणे मांडतात. त्यांचं इंग्लिश समजतं. काही प्रॉब्लेम येणार नाही.''

तसंच झालं. भैरप्पांचं भाषण भरपूर गाजलं. तिथल्या हिंदी चॅनेलवरून ते ऐकवण्यात आलं.

मराठी साहित्याविषयी बोलायला मलाही निमंत्रण होतं. आधी निबंध मागवण्यात आले होते. त्या निबंधांचं पुस्तक तयार करण्यात आलं होतं. ते पहिल्या दिवशीच प्रत्येकाला देण्यात आलं होतं. प्रत्येक वक्त्याला सांगण्यात आलं, 'तुमचा निबंध प्रत्येकाच्या हातात आहे. तुम्हाला जर त्यापेक्षा काही जास्तीचं सांगायचं असेल तर पाच-दहा मिनिटांत सांगा.' खरोखरच या शिस्तीमुळे अजिबात कंटाळा आला नाही! मराठी साहित्याची पार्श्वभूमी मी आणि डॉ. शामा घोणसेंनी निबंधात सांगितली होती. मला मिळालेल्या वेळात आयत्या वेळेला मी कन्नड भाषेतील ऐतिहासिक कादंबरी आणि तिच्या तुलनेत 'आवरण'चं वेगळेपण सांगितलं, कारण कन्नड ऐतिहासिक कादंबरीविषयी सांगणारं तिथं कुणीच आलं नव्हतं.

तिथं केरळपासून पंजाब, काश्मीर, आसाम, तिबेट, नेपाळहूनही निबंधवाचक आले होते. त्यांनी झाशीची राणी लक्ष्मीबाईंवरील आणि शिवाजी महाराजांवरील विविध भाषांमधील ऐतिहासिक कादंबऱ्यांमुळे स्वातंत्र्यपूर्व काळात तिथल्या समाजात कशी जागृती झाली, हे सांगितलं. ते ऐकताना रोमांच उभे राहत होते. महाराष्ट्राचं एक वेगळंच दर्शन घडत होतं.

तिथं एक छोटा समूह उपस्थित होता. त्यात काही कुटुंबं होती. तरुण नवरा-बायको आणि त्यांची तीन-चार ते सात-आठ वर्षांची मुलं होती. ती आजचे प्रचलित कपडे घालणारी छोटी-छोटी मुलं परस्परांशी आणि आई-वडिलांशी संस्कृत बोलत होती. त्यातली लहान मुलं बोबडं बोलत होती. आपसात संस्कृतमध्ये भांडत होती आणि रडत-रडत आपापल्या आयांकडे संस्कृतमध्ये तक्रार मांडत होती. सलवार-कुर्ता घातलेल्या त्यांच्या आधुनिक आयाही संस्कृतमधूनच भांडण सोडवत होत्या. ते दृश्य बघताना मजेदार वाटत होतं. कधीकाळी संस्कृत ही कुणाची रोजच्या बोलण्याची भाषा असेल, याची कल्पनाच न केल्यामुळे एखाद्या नाटकाचा सफाईदारपणे घडणारा प्रवेश पाहत असल्यासारखं वाटत होतं. पण त्यातलं कुणीही अभिनय करत असलेलं दिसत नव्हतं.

संध्याकाळच्या वेळी सारनाथच्या परिसरात आणि गंगेच्या घाटावर भैरप्पांशी

गप्पा मारत फिरण्यातही विशेष मजा आली. तेव्हा इतर विषयांबरोबर भैरप्पांच्या नव्या कादंबरीचा विषय त्यांच्या बोलण्यात होता.

येथील चर्चासत्रात संस्कृतविषयी बोलणारे विद्वान भैरप्पांच्या कादंबऱ्यांचा उल्लेख करत होते. 'आवरण'बरोबर भैरप्पांच्या अनेक कादंबऱ्यांचे संस्कृत भाषेतही अनुवाद होत असतात हे ठाऊक असलं तरी मला कळायचं नाही, कुणासाठी या अनुवादित होत असतील? आजकाल संस्कृत कोण वाचत असेल? तेव्हा तिथं समजलं, अनेक विद्यापीठांमध्ये संस्कृत भाषा शिकवण्याची व्यवस्था असते. आपल्या पुरातन ग्रंथांबरोबर हे अनुवाद तिथं शिकवले जातात.

'आवरण' पाठोपाठ भैरप्पांनी 'कवलू' नावाची कादंबरी लिहिली. हीही वादग्रस्त ठरली आणि दुसरीकडे 'आवरण'च्या निमित्तानं त्यांच्याकडे वळलेल्या वाचकांनी तीही उचलून धरली. त्यामुळे तिच्याही कन्नडमध्ये बऱ्याच आवृत्त्या निघाल्या.

या कादंबरीत भैरप्पांनी आधुनिक काळातल्या काही स्त्रीविषयक कायद्यांचा भारतीय महिला कसा गैरवापर करतात आणि पुरुष या प्रश्नाला कसे भिडतात, परिणामी भारतीय संस्कृतीचं बलस्थान असणारी कुटुंबव्यवस्था कशी मोडकळीला येते, हे कथानक सांगितलं आहे. यातील प्रमुख स्त्रीपात्रं स्वार्थी आणि संधिसाधू दाखवली असून, कायद्याचा आणि स्त्रीमुक्तीचा कसा वापर करतात, हे दाखवताना यातील पुरुषपात्रंही स्खलनशील आणि काहीशी दुबळी दाखवली आहेत. तसंच, स्त्रीच्या स्वातंत्र्याच्या चुकीच्या कल्पनांना हवा देऊन त्यावर आपला स्वार्थ साधणारीही पुरुषपात्रं आहेत.

साहजिकच 'पुरोगामी' विचारवंत आणि स्त्रीवादी चळवळीतील कार्यकर्त्या या पुस्तकावर तुटून पडल्या. या पुस्तकावर बेंगळुरूमध्ये चर्चा ठेवण्यात आली होती. सभागृहाबाहेर काहीजणांनी भैरप्पांचा निषेधही केला.

पण हजार लोकांची बसायची व्यवस्था असलेल्या त्या सभागृहात बसलेल्या दोनेकशे स्त्रिया भैरप्पांच्या बाजूनं उभ्या राहिल्या. या सगळ्या साठीतल्या आणि साठी उलटलेल्या प्रौढा होत्या. बेंगळुरूमधल्या 'दुखावलेल्या सासवांच्या संघा'च्या त्या सभासद होत्या. या स्त्रियांनी पुढे होऊन आपलं दुःख समजून घेतल्याबद्दल भैरप्पांचे आभार मानले. 'या कायद्यांमुळे पत्नीच्या स्थानावर आलेल्या एका महिलेला कदाचित न्याय मिळतही असेल; पण त्याच पुरुषाच्या आई आणि बहीण या नात्याच्या स्त्रियांवर अन्याय होतो! या सगळ्यांची जबाबदारी कुटुंबव्यवस्थेनं ज्या पुरुषावर सोपवली आहे, त्या पुरुषावरही अन्याय होतो. तुम्ही तुमच्या कादंबरीत आमचं सगळ्यांचं दुःख मांडलं आहे; त्याबद्दल आभार मानायला आम्ही आलो

आहोत,' असंही मत त्यांनी मांडलं.

'कवलू'चा मराठीत 'तडा' या नावानं मी अनुवाद करताच महाराष्ट्रातही यावर अशाच प्रकारच्या संमिश्र प्रतिक्रिया उमटल्या. पुण्यातल्या आणि मुंबईमधल्या कार्यक्रमांमध्येही हा प्रश्न उपस्थित करण्यात आला होता. तेव्हाही भैरप्पांनी सांगितलं, "तुम्ही जर माझ्या आधीच्या कादंबऱ्या वाचल्या असतील तर तिथं मी माझी स्त्रियांविषयीची भावना व्यक्त केली आहे. ही कादंबरी मी २०१० मध्ये लिहिली आहे. जर तुम्ही डोळे उघडे ठेवून सभोवताली संवेदनशीलपणे पाहिलं, तर अशी उदाहरणं तुम्हालाही दिसत नाहीत का? वृत्तपत्रात येणाऱ्या बातम्या आणि संवेदनशील वकिलांचं म्हणणं तुम्हाला ऐकू येत नाही का?"

त्यांच्या या म्हणण्याविषयी दुमत व्हायचं काहीच कारण नव्हतं. पुढे कोर्टानंही या कायद्याची अंमलबजावणी करताना सावधपणे करायची सूचना दिली.

या कादंबरीविषयी मत व्यक्त करताना एका वाचकानं भैरप्पांचं वय विचारलं आणि ते म्हणाले, "या वयात समाजातील एवढा संवेदनशील प्रश्न टिपण्याची या माणसाची संवेदनशीलता मानली पाहिजे!"

बंडाय साहित्याप्रमाणे आपले विचार आडपडद्याशिवाय स्पष्टपणे सांगणे, हे करताना त्यांना कलात्मकतेची जोड देणे, हे भैरप्पांचे वैशिष्ट्य.

'तडा'नंतरही भैरप्पांनी वयाच्या ऐंशी-ब्याऐंशीव्या वर्षी 'यान' नावाची एक कादंबरी लिहिली आहे. अवकाशातील नातेसंबंधांवर ही कादंबरी आधारली आहे. जर माणसाचा जन्मच अवकाशात कृत्रिम पद्धतीनं झाला, तर तिथं स्त्री-पुरुषामधल्या मानवी संबंधांचं स्वरूप कसं असेल, हा त्यांना पडलेला प्रश्न आहे. तसेच अलिकडे रामायणावरील 'उत्तरकांड' ही कादंबरीही गाजत आहे.

लोकसभेत महाराष्ट्रातील खासदार पूनम महाजन यांनी एकदा शून्यकालात प्रश्न विचारला, "कन्नड भाषेत भैरप्पा नावाचे एक लेखक आहेत. त्यांचं साहित्य मराठीत वाचून मी प्रभावित झाले आहे. त्यांचं साहित्य सगळ्या भाषांमध्ये जाण्यासाठी केंद्रसरकार काय करणार आहे?"

यावर सांस्कृतिक खात्याच्या मंत्री स्मृती इराणी यांनी उत्तर दिलं, "मीही त्यांच्या कादंबऱ्या हिंदीत वाचल्या आहेत. अनुवादाच्या संदर्भात काही करायची सरकारची योजना नाही. त्यासाठी इतर संस्था आहेत. पण लवकरच आम्ही त्यांना 'राष्ट्रीय विद्वान' म्हणजे 'नॅशनल प्रोफेसर' म्हणून सन्मानित करणार आहोत."

हा संवाद कुणीतरी फोन करून आम्हाला सांगितला. त्याप्रमाणे लवकरच भैरप्पांना 'नॅशनल प्रोफेसर' म्हणून सन्मानित करण्यात आलं. तसंच साहित्य

अकादमीनंही त्यांना फेलोशिप देऊन सन्मानित केलं.

भैरप्पांच्या कादंबऱ्यांना भारतभर मान्यता मिळाली आहे. सर्व भारतीय भाषांमध्ये त्या अनुवादित झाल्या असून, वाचकांनी त्यांचं लेखन उचलून धरलं आहे. त्यांना ज्ञानपीठ पुरस्कार मिळू नये म्हणून काही जणांनी बरंच राजकारण केलं.

ज्ञानपीठ पारितोषिक न मिळाल्याचं शल्य काही प्रमाणात कमी व्हायला 'सरस्वती सन्मान'ही कारणीभूत झाला होता म्हणा! अर्थात, हे शल्य भैरप्पांना कधीच नव्हतं. ते त्यांच्या वाचकांचं होतं.

एकाच वर्षी कन्नड भाषेला डॉ. चंद्रशेखर कंबारांना मिळालेला ज्ञानपीठ पुरस्कार आणि भैरप्पांना 'सरस्वती सन्मान' असे दोन राष्ट्रीय पातळीवरचे पुरस्कार मिळाले. त्यानंतर कर्नाटक सरकारनंही त्या दोघांना प्रत्येकी पाच-पाच लाख रुपये देऊ केले. पण 'कन्नड भाषाच संकटात असताना हे पैसे घेणं योग्य वाटत नाही. भाषाच टिकली नाही, तर आमचं साहित्य कोण वाचणार? हे पैसे कन्नडच्या संवर्धनासाठी वापरले जावेत...' असं सांगून भैरप्पांनी ते नाकारले.

भैरप्पांचा आणखी एक दृष्टिकोनही लक्षवेधी आहे. अमेरिकेतील कन्नड लोकांची तिथं 'अक्क' नावाची संस्था आहे. त्या संस्थेकडून साहित्यविषयक कार्यक्रम ठेवले जातात. या कार्यक्रमासाठी लेखकाचा प्रवासखर्च कर्नाटक सरकार करत असतं; पण भैरप्पा ही सरकारी मदत ठामपणे नाकारतात. ते संयोजकांना म्हणतात, 'जर तुम्हाला मला भेटायचं आणि ऐकायचं असेल, तर माझा प्रवासखर्च तुम्ही करायला पाहिजे! लोकांच्या कराच्या पैशांवर मला परदेशप्रवास करायचा नाही. मला तो करायचा असेल, तर माझ्या सोयीनं, माझ्या खर्चानं, माझा मी येईन तेव्हा आपण भेटू!' खरोखरच ते आपल्या कमाईतला भरपूर पैसा प्रवासासाठी वापरतात.

एकीकडे गरिबांविषयी उमाळे काढत, दुसरीकडे प्रत्येक सरकारकडून या ना त्या कारणानं भरपूर पैसा उकळणाऱ्या, स्वतःला पुरोगामीचं लेबल मिरवत भैरप्पांना प्रतिगामी ठरवणाऱ्यांच्या वागण्यातला नाटकीपणा अशा वेळी वाचकांसमोर उघडा पडल्याशिवाय राहत नाही.

त्यांना 'सरस्वती सन्मान' मिळाल्यावर बेंगळुरू येथे एक कार्यक्रम करण्यात आला. या राष्ट्रीय पातळीवरील कार्यक्रमासाठी बंगाल, हैदराबाद, दिल्लीहून वक्ते आले होते. महाराष्ट्रातून आम्ही दोघं आणि डॉ. सुप्रिया सहस्रबुद्धे गेलो होतो. या कार्यक्रमासाठी बेंगळुरूची मैत्रीण आणि मराठीतील प्रसिद्ध लेखिका सानिया आवर्जून हजर होती. इथं हजर असलेले डॉ. शतावधानी आर. गणेश हे भैरप्पांच्या कादंबऱ्यांचे

अभ्यासक आहेत.

'शतावधानी' हा एके काळी महाराष्ट्र, कर्नाटक आणि आंध्रप्रदेशात चालणारा बौद्धिक खेळाचा प्रकार होता. 'शतावधानी' उपाधी असलेली व्यक्ती काव्य-शास्त्र-विनोदात पारंगत असते. त्या व्यक्तीला मधोमध बसवून एकाच वेळी त्यांना कुठल्याही विषयावरील कुठलाही प्रश्न विचारला जातो. एक जण काव्यावर विचारेल, दुसरा गणितातला, तिसरा एखादी कुठलीतरी काव्यपंक्ती कुठल्या काव्यातील आहे हे विचारेल, कुणी कूटरचनेचं उत्तर विचारेल. यातच कुणी-कुणी फुटकळ गप्पा मारून त्याचं मन एकाग्र होणार नाही याची काळजी घेईल! अश्या सर्व गोंधळात 'शतावधानी' योग्य ती उत्तरं देत असतो. हा सर्व प्रकार संस्कृतमधून चालतो.

आता महाराष्ट्रातून हा प्रकार नाहीसा झाला आहे; पण आंध्र प्रदेशात आणि कर्नाटकात असे मोजकेच 'शतावधानी' आढळतात. इंजिनिअरिंगमध्ये पीएच.डी. केलेले डॉ. आर. गणेश हे अशा प्रकारचे 'शतावधानी' आहेत. त्यांना पाहताच त्यांच्या बुद्धिमत्तेला साष्टांग दंडवत घालणारा मोठा समाज कर्नाटकात आहे.

मराठीतील भैरप्पांच्या कादंबऱ्यांच्या स्वागताविषयी डॉ. सहस्त्रबुद्धेंचं भाषण ऐकल्यावर गणेशांनी माझे भर सभेत पाय धरून मला नमस्कार केला! यातून त्यांचा भैरप्पांच्या कलाकृतींविषयीचा आदरच व्यक्त झाला असला, तरी एवढ्या महान संस्कृत विद्वानाच्या या नमस्कारानं माझी अवस्था शरमेनं 'दे माय-धरणी ठाय' अशी झाली.

उपनिषदं, रामायण-महाभारत, वेद, चाणाक्य आणि कालिदासाच्या रचनांसारख्या संस्कृत महाग्रंथांवर 'शतावधाना'चे कार्यक्रम करणाऱ्या आर. गणेश यांनी अलीकडेच भैरप्पांच्या कादंबऱ्यांवर आठ जणांच्या मध्यभागी बसून 'शतावधाना'चा कार्यक्रम बेंगळुरूमध्ये केला. हे 'अष्टावधान' अर्थातच कन्नडमधून झाले आणि हजारांहून जास्त श्रोत्यांनी त्याचा आनंद घेतला.

'यू ट्यूब'वर हा अवधानाचा कार्यक्रम पाहताना अंगावर रोमांच उभे राहिले. तिथं एक कलाकार भैरप्पांच्या एखाद्या कादंबरीतल्या प्रसंगानुरूप चित्र काढत होता. एक जण अमुक पात्राचं वर्णन करणाऱ्या एका पद्याच्या निर्मितीची आज्ञा सोडत होता. कुणी एखादा राग गाऊन दाखवून तो कुठल्या कादंबरीत आणि कुठल्या परिस्थितीत म्हटला आहे, हे विचारत होतं. कुणी भैरप्पांच्या कादंबऱ्यांच्या संदर्भातल्या 'सुडोकू'मध्ये कुठला आकडा कुठे टाकला पाहिजे, हे विचारत होतं. हे होताना शतावधानींचं लक्ष विचलित करण्यासाठी एक माणूस यांपैकी कुठलाही संदर्भ नसलेलं काहीतरी विचारत त्यांचं लक्ष विचलित करत होता.

हे सगळं समोर बसलेला हजार-दीड हजारांचा भैरप्पांचा वाचकसमूह एकाग्रपणे ऐकत होता!

भैरप्पांच्या पत्नी- सरस्वती यांच्याशी माझा सुरुवातीपासूनच स्वतंत्रपणे मोकळा संवाद राहिला आहे. भैरप्पा नसले तरी माझ्या त्यांच्याशी फोनवर थोड्याफार गप्पा होत असतात. पहिल्या भेटीच्या वेळी मला त्या 'वंशवृक्ष'मधल्या नागलक्ष्मीसारख्या वाटल्या होत्या. तेव्हा मीही 'वंशवृक्ष'नं प्रभावित होते ना! 'पतीनं मला दोन मुलं दिली आहेत आणि हे दणकट घर दिलं आहे, अंगभर दागिने करून दिले आहेत! हिऱ्याचा सेट केला आहे! आणखी कसली अपेक्षा करायची?' असं त्यांनी बोलून दाखवलं होतं.

पण पुढच्या एका भेटीत त्यांना पती-पत्नीमध्ये पडत चाललेल्या अंतराची जाणीव झालेली दिसत होती. 'मुलं मोठी झालीत, आपापल्या शिक्षणासाठी, नोकरीसाठी निघून गेली. हे आपल्याच लेखनाच्या नादात असतात. सुरुवातीला मी त्यांच्या कादंबऱ्या टाईप करून देत होते. हल्ली देत नाही. हे आपल्याच नादात असल्यामुळे घरी येणारी माणसंही फार कमी आहेत. वेळ जाता जात नाही. म्हणून मी महिला मंडळात जाते. आम्ही तिथं एक होयसळ विवाह मंडळ चालवतो. गॅरेजमध्ये पेन-रिफीलचा छोटा कारखाना काढलाय...' असं त्या सांगत होत्या. पुढे मात्र काही काळ त्यांचा स्वभाव तेव्हा चिडचिडा झाला होता. 'ह्यांना सगळ्या जगभरच्या माणसांशी बोलायला वेळ असतो, माझ्याशीच बोलायला वेळ नाही!' अशी त्या तक्रारही करायच्या. रिफीलचा कारखानाही लवकरच बंद झाला होता.

पण गेल्या आठ-दहा वर्षांत त्यांच्यात हळूहळू खूपच सकारात्मक फरक पडलेला आम्ही पाहिला! संस्कृत साहित्यामधल्या लहान मुलांना भावतील अशा छोट्या-छोट्या कथा निवडून त्यांची छोटी-छोटी कन्नड पुस्तकं लिहिण्याचा त्यांनी सपाटा सुरू केला. अशा प्रकारे त्यांची पाच-सहा पुस्तकं झाली. एके काळी 'चांदोबा'त यायच्या तशा बोधपर कथा आहेत त्या.

सुरुवातीला संस्कृतमधला एखादा शब्द अडला की त्या भैरप्पांना विचारायच्या. एखाद्या गहन विषयात गढलेल्या भैरप्पांना याचा त्रास वाटायचा. त्या वेळी जरी त्यांनी तुटक उत्तरं दिली असली, तरी नंतर त्यांनीच सरस्वतींना कोश वापरायची पद्धत शिकवली. त्यामुळे आता त्याही बाबतीत त्या भैरप्पांवर अवलंबून नाहीत. पंचाहत्तरी उलटल्यावर, बोलताना त्या एकदा म्हणाल्या, 'हे मी आधीच सुरू केलं असतं, तर एव्हाना माझंही कितीतरी काम झालं असतं!'

पंढरपूरच्या भेटीत दोघांमधलं नातं अतिशय मुरलेलं, परिपक्व झालेलं आढळलं. सरस्वतींचे गुडघे दुखत असल्यामुळे पंढरपूरच्या देवळात फिरताना भैरप्पा त्यांचा हात धरून आधार देताना दिसले.

भैरप्पांचं वास्तव्य घरात असताना येणारे अनुभव 'लेखक' भैरप्पांपेक्षा अनेकदा

माणूस म्हणून वेगळे असतात.

ठरलेल्या कार्यक्रमाच्या आदल्या दिवशी दुपारी भैरप्पा विमानानं आले. संयोजकांबरोबर आम्ही दोघंही विमानतळावर गेलो होतो. घरी येईपर्यंत तीन वाजले होते. संयोजक निघून गेल्यावर मी त्यांना विचारून जेवायला वाढलं. इकडच्या-तिकडच्या गप्पा सुरू होत्या. भैरप्पांचं जेवणही दहीभातापर्यंत येऊन पोहोचलं. नंतर ते विश्रांती घेणार होते. साडेपाच वाजता कुणीतरी त्यांना भेटायला येणार होतं. दुसऱ्या दिवशी मी त्यांची मुलाखत घेणार होत, त्याचीही त्यांच्याबरोबर बोलून थोडी तयारी करायला हवी होती.

अशा वेळी आमचे दोन्ही फोन वाजायला लागले. नातेवाइकांचे फोन होते. बातमी एकच होती- माझा थोरला भाऊ विजय पुण्यातच एका हॉस्पिटलमध्ये वारला होता.

भैरप्पांनी चौकशी केली. बातमी समजताच त्यांनी सांगितलं, "मी घरी विश्रांती घेतो. तुम्ही जाऊन या! पाहुण्यांचीही काळजी करू नका. मी बघून घेईन..."

मी म्हटलं, "तो मुद्दा नाही. आमच्यापुढे असलेला प्रश्न वेगळाच आहे..."

गेल्या कितीतरी वर्षांत या माझ्या थोरल्या भावाशी आम्हा भावंडांपैकी कुणाचेच संबंध राहिले नव्हते. आई-वडिलांशीही त्यानं संपर्क ठेवला नव्हता आणि आता ही बातमी येऊन आदळली होती.

भैरप्पांनी शांतपणे सारं ऐकून घेतलं आणि म्हणाले, "मला तुमचा मुद्दा समजला. मीही माझ्या वडिलांच्या बाबतीत अशा मनःस्थितीतून गेलो आहे. तरीही तुम्ही त्याच्या बहीण आहात. एकाच आई-वडिलांच्या पोटी तुम्ही जन्म घेतला आहे. मला वाटतं, तुम्ही अंघोळ करा आणि तो विषय डोक्यातून काढून टाका!"

त्या क्षणी मला एक मार्ग मिळाल्यासारखं वाटलं. खरोखरच अंघोळ केल्यावर मी पूर्ववत झाले आणि पुढील सगळ्या गोष्टी व्यवस्थित झाल्या.

मुंबईच्या उमा रामराव या इंजिनिअरिंग कॉलेजमधल्या प्राध्यापिका. इंजिनिअरिंगमधील पीएच.डी. पूर्वीच मिळवलेली. आपणहोऊन त्यांनी तिथली प्रिन्सिपॉलशिप नाकारलेली. भैरप्पांच्या साहित्यावरील प्रेमापोटी त्यांनी मुंबई विद्यापीठातून 'पर्व' या कादंबरीवर एम.फिल. केलं.

भैरप्पा पुण्यात येणार असं समजताच उमा रामराव त्यांच्या भेटीसाठी दिवसभरासाठी आल्या होत्या. त्या दोघांमधली 'पर्व'वरील चर्चा मराठीत होणाऱ्या चर्चेपेक्षा बरीच वेगळी होती! उमा रामराव भैरप्पांना जुन्या दोन महाकाव्यांच्या संदर्भात पर्वमधील मुद्दे काढून प्रश्न विचारत होत्या आणि भैरप्पाही त्या संदर्भात आपली उत्तरं देत होते.

'कुमारभारत'च्या ट्रीटमेंटविषयी बोलताना एका प्रश्नावर भैरप्पा सांगत होते, ''एकापाठोपाठ उपमा देत जाणं ही तेव्हाची स्टाईल होती. भीमसेन जोशींचं गायन ऐकताना अशा जागा येतात, तिथं एकापाठोपाठ एक अशी आवर्तनं येत असतात. तसं पाहिलं तर तिथं काहीही नवीन निर्मिती नसते. तरीही ऐकणाऱ्याला मजा येते की नाही? तसं आहे हे! एकापाठोपाठ एक उपमा वाचत गेलं, तर तिथंही मजा येते! तुम्हीही अनुभव घेऊन पाहा!''

उमा रामराव म्हणाल्या, ''पण पर्वमध्ये तर तुम्ही वेगळीच ट्रीटमेंट देता...''

भैरप्पा उत्तरले, ''मी तर लहानपणापासून कुमारभारताचा वेडा आहे! सगळं कुमारभारत मला तोंडपाठ होतं! मला त्या पगड्यातून सुटायचं होतं, म्हणून मी कदाचित पर्व लिहिली असावी! नंतर मला पुन्हा कुमारभारतात रस वाटायला लागला. आता मी पुन्हा कुमारभारतमध्ये रमू शकतो..''

त्यांची चर्चा चालली असतानाच निरुपमा जोशी ही तरुणी आली. जर्मन महाकाव्य आणि महाभारताचा तुलनात्मक अभ्यास हा तिचा पीएच.डी.चा विषय. तिच्या मनात महाभारतातून व्यक्त होणाऱ्या मूल्यांच्या संदर्भात काही प्रश्न होते.

तिच्या एका प्रश्नाला सुदीर्घ उत्तर देताना भैरप्पा सांगत होते, ''गौतम बुद्ध हा उपनिषद काळातल्या अनेक ऋषींपैकी एक. उपनिषदातील दोन तत्त्वं महत्त्वाची आहेत. एक म्हणजे शरीर-इंद्रियाद्वारा मिळणारी सुखं क्षणभंगुर आहेत, दुसरं म्हणजे, माणसाला चिरंतर सुख हवं असेल, तर त्यानं इंद्रियांद्वारा मिळणाऱ्या सुखांपासून सुटका करून घेतली पाहिजे. यातील बुद्धानं पहिला भाग महत्त्वाचा मानला आणि त्यावर आधारित तत्त्वज्ञान सांगितलं. या तत्त्वज्ञानाशी टक्कर द्यायला भारतात इतरही तत्त्वज्ञानाच्या शाखा होत्या. नंतरच्या काळात ज्या देशांत बौद्ध धर्म गेला, त्या देशांतील तत्त्वज्ञान फारसं प्रगत नव्हतं. तिथली माणसं या तत्त्वज्ञानानं भारावून गेली. शिवाय भारतातला हा धर्म राजेलोकांचा होता. त्यामुळे त्यांचे मोठाले विहार, लायब्ऱ्या होत्या. परकीय आक्रमणाला या गोष्टी बळी पडल्या. इथला धर्म मात्र इतका जनमानसात भिनला होता की देवळांवर अपरिमित आक्रमणं होत राहिली तरी गरीब आणि सर्वसामान्य माणसांनी तो आपापल्या परीनं जपला. मातीच्या मूर्ती करत.. लहान मुलांना देवाची सोंगं घालत....''

माझ्या वडिलांचा- अण्णांचा तापट स्वभाव सगळ्यांनीच मान्य केला होता. मनात येईल ते बोलून टाकायच्या त्यांच्या स्वभावामुळे त्यांच्या मनात काही राहत नसे. वयाच्या नव्वदीपर्यंत त्यांना ब्लडप्रेशर किंवा डायबेटीस यासारखं काहीही झालं नव्हतं. अनेकदा त्यांच्या या स्पष्टवक्तेपणाचा जवळच्या माणसांना मात्र

भरपूर फटका बसायचा. सगळं गमतीगमतीत चाललं असताना ते एखादं वाक्य इतकं जिव्हारी लागणारं बोलायचे की ऐकणारा विव्हळ होऊन जायचा.

तरीही त्यांच्या संपूर्ण आयुष्यात त्यांना कुणीही उलटून बोललं नाही. मुलं मोठी झाली, पन्नाशी-साठीला आली तरी. थोरल्या भावानं संबंध तोडले तरी अखेरपर्यंत त्याचीही अण्णांच्या समोर उभं राहून वाद घालायची छाती नव्हती. त्यालाही तसंच कारण होतं. अण्णांच्या बोलण्यात कितीही लागटपणा असला, तरी त्यामागची भावना कधीही तिरकी नसायची. याची खात्री आक्कानं फार लहानपणापासून दिलेली असायची. कुणी त्या बोलण्यानं दुखावलं गेलं तरी आक्का म्हणायची, "आता तुला राग आला असेल; पण ते सांगतात ते बरोबर आहे की नाही याचा विचार कर!" ते खोटं नाही, याचाही अनुभव यायचा.

घरात फोन आला तेव्हापासून माझं जवळजवळ दररोज अक्काशी फोनवर बोलणं व्हायचं. अक्काचं वय होत चाललं तसं कधी-कधी ती अण्णांच्या स्वभावाचा होणारा त्रास बोलून दाखवायची. मी म्हणायची, "आधी अण्णांच्या आई-वडिलांनी, नंतर त्यांच्या आत्यानं, नंतर त्यांच्या बहिणीनं म्हणजे आमच्या आत्यानं आणि लग्नानंतर तू; तुम्ही सगळ्या बायकांनी मिळून अण्णांच्या हट्टी स्वभावाला खत-पाणी घातलंय! आता तक्रार करून कसं चालेल?"

ती म्हणायची, "बाई गं, आम्ही तसा संसार केला म्हणून संसार या टोकापर्यंत आला! त्यांच्या अरेला मी कारे करत राहिले असते, तर संसाराचे बारा वाजायला वेळ लागला नसता. आणि रागानं त्यांनी घराबाहेर काढलं असतं, तर मुलांना घेऊन मी कुठं जाणार होते?"

याचा अर्थ अण्णा काही नेहमीच आरडाओरडा करत आणि सगळ्यांना दबून राहायला भाग पाडत, असा अजिबात नाही! ते लहानपणापासून कधीच कुठल्या कुटुंबात वाढले नाहीत. त्यामुळे आपला संसार करताना त्यांच्या डोळ्यांसमोर कुठलंही रोल मॉडेल नसावं. त्यामुळे त्यांनी आपला सात मुलांसह संसार आपल्या पद्धतीनं केला. थोरल्या मुलांना वाढवताना ज्या काही चुका घडल्या असं त्यांना वाटलं असेल त्या त्यांनी पुढच्या मुलांना वाढवताना सुधारल्या. अर्थात, मोठा संसार असल्यामुळे त्यांना सुधारायला संधीही मिळाली म्हणा! थोरली मीना आणि दादा यांचे त्यांनी भरपूर लाड केले, तसंच त्यांच्यावर दडपणही ठेवलं. पुढच्या मुलांच्या बाबतीत ते बरंच सैल झालं. साहजिकच लाडही त्या प्रमाणात कमी झाले.

वय झालं तरी अक्काला कामात मदत करणं, नव्या साड्या आणून देणं, बागेतल्या सोनचाफ्याला फुलं आली की ती काठीनं काढून आणून देणं, संध्याकाळच्या वेळी मोगरा, जाई-जुईच्या कळ्या खुडून आणून देणं हे आवर्जून करत; मात्र या

कळ्या किंवा फुलं ठेवल्या ठिकाणी सुकून गेली की त्यांना राग येई. अक्कानं हातातलं काम बाजूला ठेवून चाफ्याची फुलं केसात माळलीच पाहिजेत. किंवा लेकी-सुनांनी लगेच कळ्यांचे गजरे करून माळलेच पाहिजेत, असा त्यांचा हट्ट असे.

मी अक्काला फोनवरून या सगळ्याची आठवण करून द्यायचे.

लक्ष्मी ही घरातली धुणं-भांडी करणारी बाई. एके काळी तिनं पोलीस खात्यात काम केलं होतं. त्यामुळे तिच्या बोलण्या-वागण्यात पोलिसी राकटपणा असे. त्याचबरोबर तिला धुणं-भांड्याच्या कामाची अजिबात सवय नव्हती. त्यामुळे कामाच्या दृष्टीनं सगळा आनंदीआनंदच होता.

ती पाच महिन्यांची असताना तिचं लग्न झालं होतं. साटंलोटं. म्हणजे या बहीण-भावाचं त्या भावा-बहिणीशी लग्न झालं होतं. लक्ष्मीच्या भावानं बायकोला नांदवली नाही म्हणून लक्ष्मी पंधरा वर्षांची असताना तिच्या नवऱ्यानंही तिला सोडली. त्यानंतर लग्नच नको म्हणत तिनं पोलिसांत नोकरी धरली. पंधरा वर्षं नोकरी केल्यानंतर नोकरी सोडून ती धुणं-भांड्याची कामं करू लागली. ती त्या घरी कामासाठी यायला लागली, तेव्हा तिचं बऱ्यापैकी वय झालं होतं.

गप्पा मारताना ती तिच्या अनेक पोलिसी अनुभवांविषयी सांगायची. एका चोरीच्या केसच्या वेळी ती जुनं लुगडं नेसून कशी गेली, फिर्यादीच्या रखेलीलाच कशी पकडून दिली, वगैरे बऱ्याच कथा सांगत बसायची. माहेरी गेले की तिला बोलतं करून त्या गप्पा ऐकण्यात मलाही भरपूर रस वाटायचा.

घरामागच्या कधीकाळी आमची न्हाणी असलेल्या जागेत लक्ष्मी राहायची. कामं आटोपली की ती अण्णांच्या समोर बसून त्यांच्याशी गप्पा मारत त्यांच्या डब्यातली पान-तंबाखू खायची. असं धैर्य आणखी कुणाचं नव्हतं. तिला आणखी कुणीच नसल्यामुळे ती आपला पगार अण्णांच्याकडेच ठेवायची आणि गरज असेल, तेव्हा एकदम पैसे घेऊन जायची. ती स्वतःला या घरची लेक म्हणवायची. मी आणि मीना माहेरी गेलो की, हे आम्हालाही जोरात बोलून दाखवायची! संजूला ती फौजदार म्हणायची, 'फौजदार, मी मेल्यावर तूच माझं सगळं करणार आहेस!..' त्याच अधिकारानं ती घरातल्या सगळ्या कार्यात आहेर करायची. तिनं संजूच्या पहिल्या मुलीला- प्रीतिला, सोन्याची चेन करून घातली!

तिच्या आयुष्यात एक फौजी माणूस आला. तो तिच्याकडे मुक्कामालाही असायचा. या प्रकरणाकडे अक्का-अण्णा दोघंही काणाडोळा करत. एकदा अक्कापाशी मीच तो विषय काढला तर ती म्हणाली, ''जाऊ दे गं! तिच्याही जीवनाला कुठलातरी आधार नको काय?''

गावी जायचे दिवस येताच त्या माणसानं तिलाही आपल्याबरोबर महूला नेलं.

पण लवकरच लक्ष्मी परत आली. कारण तिथं गेल्यावर त्याचं वागणं बदललं. तिथं त्याचा वेगळा संसार होता. घरात आणखी एक-दोन भाऊ आणि त्यांचे संसार होते. त्यानं आधी या कशाचीच तिला कल्पना दिली नव्हती. परिस्थिती लक्षात येताच लक्ष्मीनं तिथंही आपला पोलिसी खाक्या दाखवला आणि सरळ तिथलं पोलीसस्टेशन गाठलं. तिथल्या पोलिसांच्या मदतीनं ती पुन्हा बेळगावला आली. तिचा औट घटकेचा संसार तिथंच संपला.

त्यानंतर मात्र मरेपर्यंत ती तिथंच आमच्या घराचा भाग होऊन राहिली. तिच्या आजारपणात औषधपाणी करणं, तिला अशक्तपणा आला म्हणून तिला दररोज पेलाभर दूध देणं हे सगळं घरचेच करत. ती गेल्यावर तिच्या सगळ्या नातेवाइकांना बोलावून लिंगायत पद्धतीनं तिचे अंत्यसंस्कार करेपर्यंत सगळं संजूनंच केलं.

कांचन प्रभू हा अक्का-अण्णांचा सहावा मुलगाच! तो मोठ्या कुटुंबातला. त्यालाही भरपूर भावंडं, आई... सगळे होते. फक्त वडील नव्हते. राजेंद्रचा मित्र म्हणून तो घरी येऊ लागला आणि बघता बघता घरचाच झाला. वडीलकीच्या नात्यानं अण्णा त्यालाही बरंच काही सांगायचे, प्रसंगी रागावायचेही; पण त्याचा त्यानंही कधी राग मानला नाही. घरच्या इतर मुलांप्रमाणे त्यानं अण्णांचा राग आणि अक्काचं प्रेम स्वीकारलं. आम्ही माहेरपणाला गेलो की कुणा नातेवाइकांकडून कार मागून आणून आम्हा माहेरवाशिणींना तो फिरवायचा.

घरात लग्न होतं. कांचनला कावीळ झाली होती. देवकार्य होऊन मुहूर्तमेढ उभी राहिली होती. सगळ्यांच्या मते आता घरात भाकरी करायची नव्हती; पण कांचनच्या पथ्यासाठी अक्कानं स्वतः उभं राहून त्याला गरम भाकरी करून वाढली.

एकदा आक्का कोलायटीसनं आजारी पडली. सुरुवातीला आजाराचं निदान होईना, तेव्हा सगळेच घाबरे झाले होते. नंतर योग्य ते उपचार होऊन तिला बरं वाटू लागलं.

त्यानंतर एक दिवस कांचननं राजेंद्रला सोबत घेतलं आणि आपल्या गोव्यातील कुलदैवताला घेऊन गेला. तिथं त्यानं राजेंद्रच्या हातून देवीला बरेच नारळ वाहिले आणि त्यानं आक्कासाठी बोललेला नवस राजेंद्रकडून फेडून घेतला. राजेंद्रही काही अशा प्रकारचे नवस करणाऱ्यांपैकी नाही. तरीही कांचनची भावना जाणून त्यानं कांचनला पूर्णपणे सहकार्य दिलं.

अक्का-अण्णांच्या लग्नाचा पन्नासावा आणि अण्णांचा ऐंशीवा वाढदिवस करायचं आम्ही सगळ्या मुलांनी ठरवलं. त्यांचा थोरला मुलगा एव्हाना लांब गेला होता; पण तेव्हा कांचनही त्यात मुलगा म्हणून सहभागी झाला होता. अशा प्रकारे अक्का-अण्णांची पाच मुलं जशीच्या तशी राहिली.

अक्का-अण्णांच्या निधनानंतर पाणी सोडताना गुरुजींनी त्याला 'नातं काय?'

असा प्रश्न विचारला तेव्हा त्यानं ‘आई’ आणि ‘वडील’ असंच उत्तर दिलं.

लक्ष्मी आणि कांचनसोबतचं अक्का-अण्णांचं वागणं आम्हा मुलांनाही बरंच काही शिकवून गेलं.

वय झाल्यावर प्रत्येक वस्तू जागच्या जागी असली पाहिजे, याविषयी अण्णांचा आग्रह असायचा. ते टॉर्च-कात्रीसारख्या आपल्या वस्तू जपून ठेवत. नातवंडांनी किंवा सुनांनी मागितलं तर देत; पण काम होताच त्या पुन्हा ताब्यात घेण्याविषयी आग्रही असत. त्यासाठी ते मागे लागून हैराण करत. ‘तुमच्या सामानाच्या समुद्रात त्या हरवल्या तर मला वेळेवर मिळणार नाहीत, म्हणजे तुम्हालाही मिळणार नाहीत!..’ असं त्यांचं म्हणणं. आम्ही आपसात बोलताना यावरून अण्णांची थट्टा करत असलो तरी हेही काही अगदीच खोटं नव्हतं! आम्हा मुलांची साठी आली तेव्हा यात तथ्य असल्याचं आम्हीही मान्य करू लागलो!

अण्णांनी दोन्ही मुलींची लग्नं ठरवताना पाहुण्यांचा मान राखत सगळा खर्च केला; पण स्वतःच्या पाचही मुलांच्या लग्नाच्या वेळी मात्र काहीही मागितलं नाही. एवढंच नव्हे, ज्यांची परिस्थिती बेताची होती, त्यांना सांगितलं, ‘तुम्हाला शक्य असेल तेवढे पैसे आणून द्या आणि मुलीला घेऊन लग्नालाच या. लग्न आम्ही करून घेऊ. तुम्ही किती माणसं येणार आहात तेवढं सांगा!’ हे पाहुणे परगावहून आले की, त्यांना चहा-पाणी आणि जेवण देताना अण्णांचीच सगळी मुलं कामाला लागत.

ज्या पाहुण्यांची आर्थिक परिस्थिती चांगली होती, त्यांनाही फक्त ‘लग्न चांगलं करून द्या...’ एवढंच सांगितलं. त्यामुळे सगळ्याच पाहुण्यांत त्यांना मान होता.

स्वतःला पाच मुलं आणि दोन मुली असल्या आणि त्याचा मनात अभिमान असला, तरी अक्का-अण्णांच्या मनात मुलगा किंवा मुलगी असा भेदभाव कधीच नव्हता. घरात कुणीही गरोदर राहिलं की दोघंही गर्भारशीचं मनसोक्त कौतुक करत. येणाऱ्या नव्या जिवाचं स्वागत करायला घरातलं कुणीच मागे हटत नसे. सगळ्या भावंडांमध्ये हेच बी रुजल्यामुळे त्या प्रकारच्या विचारांना कुणीच थारा दिला नाही.

घरात सतत मांजरी पाळण्याची या घरी प्रथा आहे. गर्भारशीचं कौतुक हे प्रकरण इतकं; घरातल्या मांजरीला दिवस राहिले की संजू अधूनमधून सुकी मासळी आणून तिचे डोहाळे पुरवणार! ती मांजरीही दारासमोर मच्छी-बांगडेवाला आला की घरात धडपडत येऊन संजूच्या मागे लागून ‘म्यॅव... म्यॅव...’ करत

त्याला बाहेर बोलावून घेऊन जाई!

मांजराची जात कितीतरी हजार वर्षं माणसाबरोबर राहिली तरी माणसावर पूर्ण विश्वास टाकत नाही, भाट्या कितीही माणसाळलेल्या असल्या तरी त्या कुठंतरी आडोशाला जाऊन बाळंत होतात आणि पिलांना सात घरं फिरवतात, असं म्हटलं जातं. पण या घरातली काळी ही नावाप्रमाणेच काळीकुट्ट आणि कुरूप मांजरी इतकी माणसाळलेली की, बाळंत व्हायच्या वेळी ती संजूकडे जाते, तिच्यासाठी ठेवलेल्या खोक्यापाशी संजू तिला घेऊन जातो. तिच्या पाठीवरून हात फिरवत राहतो आणि ती बाळंत होते. जितकी पिलं असतील, तितक्या वेळा हे सगळं चालतं.

सुरुवातीपासूनच अण्णांना फळांबरोबर अत्तराचा शौक होता. ते स्वतः विविध गंधांची अत्तरं जमवून ठेवायचे आणि वापरायचे. गुलबर्ग्याहून आणि मैसूरहून चंदू त्यांना खास अत्तरं आणून द्यायचा. तसंच त्यांचा नातजावई, प्रीतिचा नवरा, सचिनही पुण्याहून जाताना त्यांचा तो शौक पुरवायचा. कधी अण्णा आम्हा कुणावर खास 'प्रसन्न' झाले, मला एखादा पुरस्कार मिळाला की त्यातली एखादी सोनचाफ्याच्या अत्तराची बाटली आमच्याही हाती लागायची!

तापट स्वभावाबरोबर अण्णांना हलकंफुलकं बोलायचीही आवड असल्यामुळे घरावर सतत त्यांच्या तापटपणाचं सावट आहे, असं कधीच वाटलं नाही. मुलं-सुना-नातवंडं कधीही आपापल्या मित्र-परिवाराला घरी बोलवू शकत होते. मी आणि मीना लग्न होऊन घराबाहेर पडलो असलो, तरी मीनाच्या कॉलेजमधल्या मैत्रिणी, झारापकर बहिणी आणि माझ्या शाळेतल्या मैत्रिणी प्रेमा पोटे आणि निर्मला गारडी अक्काला भेटायला आल्याशिवाय राहायच्या नाहीत. आलेली माणसंही घरच्या वातावरणावर खूश होऊन जात आणि नंतर कायम ती आठवण काढत राहत.

अक्का जितक्या सहजपणे हिंदी बोलू शकत होती, तितकं अण्णांना जमायचं नाही. याची त्यांनाही जाणीव होती. त्यामुळे घरात हिंदी बोलणारं कुणी आलं किंवा घराबाहेर तशी परिस्थिती आली, तर अण्णांची घाबरगुंडी उडायची. अशा वेळी त्यांना अक्काचा किती आधार वाटतो, याचा आम्हाला अनुभव यायचा. हा आधार घेताना कधीही 'पुरुषी अहंकार' आडवा आल्याचं आम्ही पाहिलं नाही.

कधीकाळी झुंझार आणि इतर रहस्यकथा, दिवाळी अंक वाचल्यानंतर अण्णांनी पुढच्या आयुष्यात काही गंभीर वाचलं नसावं, अशी माझी भावना आहे. कारण त्यांच्या एका डोळ्याला काचबिंदू झाल्यामुळे एक डोळा कायमचा निकामी झाला होता. माझ्या अनुवादांपैकीही त्यांनी कधी काही वाचलं नाही. 'पर्व' पाहिल्यावरची

त्यांची कॉमेंट होती, "आता तुझं हस्ताक्षर सुधारलं हं!"

तरीही जेव्हा कुसुमाग्रजांना ज्ञानपीठ पारितोषिक मिळालं तेव्हा त्यांनी प्रश्न उपस्थित केला, "हा खरोखरच एवढा मोठा कवी आहे?" तेव्हा मात्र मी चकित झाले होते. चांगल्या कवितेकडून त्यांना काय अपेक्षित होतं, कोण जाणे!

त्यांचा जनसंपर्क चांगला होता. संगीत क्षेत्रातला त्यांचा वावरही चांगला होता. या क्षेत्राची त्यांना चांगली जाण होती आणि ज्ञानही भरपूर होतं. जेव्हा राजेन्द्र बासरीवादनात वेगानं प्रगती करू लागला तेव्हा बेळगावातले काही संगीत शिक्षक 'त्याला माझ्याकडे पाठवा..' म्हणू लागले. ते अण्णांचे मित्रच असल्यामुळे अण्णा त्यांना ठणकावून सांगायचे, 'तुमच्याकडे पाठवलं, तर तुम्ही त्याचं वाटोळं कराल!' कुणी म्हणायचं, 'पण शिकवायचं एक तंत्र असतं.' अण्णा सांगायचे, 'मी माझ्या तंत्रानं त्याला शिकवीन. काय शिकायचंय, हे तो बघेल आणि त्यानं काय करायचं नाही, याकडे मी लक्ष देईन.'

खरोखरच त्यांनी त्याला तसा तयार केला. त्यामुळे सतरा-अठराव्या वर्षी त्यानं बेळगावच्या संगीत संमेलनात बासरीवादन सादर करून श्रोत्यांची वाहवा मिळवली. विशीच्या आतच जगातल्या चीन-जपान यांसारख्या देशांचा चाळीस दिवसांचा दौरा करून बासरीवादन सादर केलं. चीनमधल्या रेडिओवरही त्याचं वादन झालं. त्यानंतर सगळ्यांनाच अण्णांचं वेगळं 'गुरुपण' मान्य करावंच लागलं! राजेंद्रच्या रेडिओवरील 'नॅशनल कार्यक्रमा'च्या वेळी गुरू म्हणून अण्णांचं नाव ऐकताना अंगावर रोमांच उभे राहतात.

अण्णा राजेंद्रला समोर घेऊन बासरी शिकवताहेत, असं दृश्य माझ्या तरी पाहण्यात नाही. कारण तेव्हा मी तिथं नव्हते. माडीवरच्या खोलीत राजू वाजवत असायचा, काही खटकलं तर खालूनच शेंगा फोडताना किंवा तांदूळ निवडताना अण्णा ओरडून त्याला सूचना द्यायचे.

घरातल्या या शास्त्रीय संगीताच्या वातावरणाचा परिणाम म्हणजे घरातल्या सगळ्यांनाच 'सूर' आणि 'बेसूर' पक्का समजतो. सुरावट ऐकून त्या रागाची चीज आठवते.

सगळ्या मुलांचं मार्गी लागलं. बेडकीहाळची शेती विकली आणि संजूनं चिदंबरनगरला घर घेतलं. ठळकवाडीचं काँग्रेस विहिरीजवळचं घर सोडल्यावर अक्का-अण्णा बेळगावातच संजू-सीमाबरोबर राहू लागले. जवळच नंदूचा बंगलाही असल्यामुळे तो आणि त्याची पत्नी डॉ. वर्षाही त्यांच्याकडे बघू लागली. बेंगळुरूला स्थायिक झालेल्या चंदूनं किंवा पुण्यात स्थिरावलेल्या राजूनं त्यांना कितीही आग्रहानं

बोलावलं तरी, चार-आठ दिवस किंवा एखादा महिना झाला की ते पुन्हा बेळगावला संजूकडेच परतत. तिथल्या तिथ नंदूकडे जायलाही ते तयार नसत.

अण्णांच्या तापट स्वभावाची झळ सगळ्या मुलांमध्ये सतत त्यांच्याबरोबर राहणाऱ्या संजू-सीमालाच जास्त लागली. तरीही त्यांच्या स्वभावाशी जुळवून घेत या दोघांनी त्यांची मर्जी सांभाळली. अक्का-अण्णा त्या घरी असल्यामुळे आमचंही त्या घरी सतत जाणं राहिलं. बेळगावात कारण मिळालं तर जायचं तर ठरलेलंच होतं. शिवाय कर्नाटकात कुठं जायचं ठरलं तरी बेळगावला मुक्काम करून अक्का-अण्णांना भेटून पुढे जायचं. येतानाही तसंच. बरोबर मित्रपरिवार असला तरीही. काही कारण नसलं तरी वर्षाकाठी तीन-चारदा तर सहजच फेऱ्या व्हायच्या.

वयाची नव्वदी आली तरी अण्णा हातात काठी घेत नव्हते. अक्कालाही घेऊ देत नव्हते. 'सवय होते... माणूस कायमचा परावलंबी होतो...' असं त्यांचं म्हणणं. मध्यंतरी काही काळापुरती बेंगळुरूच्या चंदूच्या हातात काठी आली तेव्हा त्याला हिणवायची एकही संधी अण्णा सोडायचे नाहीत. तो विसरला तरी अण्णा 'हं! ही घे तुझी काठी!' असं हिणवत भराभरा चालत जाऊन त्याच्या हातात द्यायचे. चंदूची काठी गेली तेव्हा आनंद व्यक्त करायलाही ते तयार.

वयानुसार ऐकू येणं कमी झालं, याचा मात्र अण्णांच्या व्यक्तिमत्त्वावर आणि वागण्यावर परिणाम झाला. त्यांनी माजघरात येऊन सगळ्यांशी गप्पा मारणं सोडून दिलं. वेळ घालवण्यासाठी मोठ्या आवाजात टीव्ही लावून बसू लागले. त्या आवाजाचा घरादाराला त्रास झाला तरी ते कुणालाही दाद द्यायचे नाहीत.

त्याही वयात त्यांचं तंबाखू, पान-सुपारी आणि संध्याकाळचं ठरावीक 'औषध घेणं' सुरूच होतं. कुणी कितीही विरोध केला तरी! आयुष्यभरात त्याचं प्रमाण कमीही झालं नाही, जास्त झालं नाही! आमच्या जवळच्या नात्यातला एक पस्तिशी-चाळिशीचा तरुण अचानक हार्टफेलनं गेला. त्याचा धक्का बसून तो विषय बरेच दिवस घरात चालायचा. प्रत्येक वेळी नव्वदीचे अण्णा तरातरा बाहेर येऊन म्हणायचे, "...आणि त्याला कसलंही व्यसन नव्हतं हं!"

तसंच डॉक्टरांना प्रकृती न दाखवता स्वतःच्या मनानं औषध घेणंही सुरू असायचं. त्यांनी 'प्रोस्टेट ग्लँड'चं दुखणं आयुष्यभर अंगावर काढलं. एका अर्थी त्यांना डॉक्टरांची भीती होती असं आम्ही म्हणायचो. एकदा संजूनं ही तक्रार डॉक्टरांना सांगितली. यावर स्वतः डॉक्टरच म्हणाले, "शक्यतो डॉक्टरांकडे न जाण्याची त्यांची मानसिकता उत्तम आहे! तुम्हा मुलांना ती घेता आली, तर अवश्य घ्या!"

प्रकृती चांगली असल्यामुळे अखेरपर्यंत त्यांनी संजू-सीमाच्या मसाल्याच्या दुकानाचा हिशेब ठेवायची जबाबदारी स्वतःकडे घेतली होती. गरजेनुसार सूप-सूपभर लसूण सोलून द्यायचे. कामवाल्यांच्या हजेरीची नोंद ठेवायचे. शिवाय

वर्षभराचा तांदूळ निवडून द्यायचं कामही त्यांनी अखेरपर्यंत सोडलं नाही. इतरही अनेक बैठी कामं अंगावर घ्यायचे.

एका शनिवारी रात्रीचं 'सगळं' नेहमीप्रमाणे आटोपून अण्णा झोपले. सकाळी उठल्यावर त्यांना रक्ताची उलटी झाली आणि ते बेशुद्ध झाले. संजू-नंदू-वर्षानं लगोलग त्यांना हॉस्पिटलमध्ये हलवलं. आम्ही सगळे भेटायला गेलो.

त्यांचं बोलणं कळत नव्हतं. ते हातवारे करून आपल्याला घरी घेऊन जायला सांगत होते, तेव्हा मात्र चर्रर्र झालं. वय ठाऊक असलं तरी अण्णांच्या बाबतीत असं काही होईल असं मला कधीच वाटलं नव्हतं!

हातवारे करत त्यांचा आम्हा सगळ्यांकडे एकच हट्ट चालला होता, 'मला घरी घेऊन चला.' डॉक्टर सांगत होते, "यांना काहीतरी तोंडानं खाऊ दे, ते पचू दे; मग घरी सोडतो." अण्णा म्हणत होते, "घरी गेल्यावर मी खाईन." अखेर गुरुवारी तोच हट्ट मनात धरून, कुणाकडूनही पाण्याचा घोटही न घेता वयाच्या नव्वदीला त्यांनी शेवटचा श्वास घेतला.

त्यानंतर अक्का दीडेक वर्षं होती. अण्णांच्या मानानं आक्काच्या प्रकृतीच्या सतत काही ना काही तक्रारी असायच्या. पन्नाशीच्या आतच तिला ब्लडप्रेशरची गोळी सुरू झाली होती. तिची सात बाळंतपणं आणि दोन-तीन ॲबॉर्शन्स झाली होती. सुरुवातीची बाळंतपणं कशी झाली माहीत नाही; पण पुढच्या बाळंतपणाच्या वेळी तिला जेमतेम सव्वा महिना विश्रांती मिळायची. हुक्केरीची आत्या बहुतेक वेळा बाळंतपणासाठी यायची.

उतारवयात तिला 'गाउट'चा त्रास सुरू झाला. माझी मैत्रीण डॉ. अलका बापट तिला त्यावर औषधं द्यायची. आक्का औषध घ्यायच्या बाबतीत अतिशय वक्तशीर. एखादा दिवस औषध घेतलं की तिला गुण यायला सुरुवात व्हायची.

इतरही काही ना काही त्रास सुरू असायचे. तेव्हा संजू काही ना काही उपचार करवून घ्यायचा. तिची प्रकृती काहीशी नाजूक झाल्यामुळे अनेकदा स्ट्राँग औषधामुळे तिला त्रासही व्हायचा. त्यामुळे जपून औषधं द्यावी लागत होती. ते सगळं संजू बघायचा.

माझं-तिचं नातं नेमकं कसं होतं?

बेळगावला गेलो की सीमा आणि इतर भावजयी म्हणायच्या, "तुम्ही अक्कांबरोबर गप्पा मारत बसा." मीही माजघरातल्या कॉटवर तिच्या शेजारी बसून गप्पा मारायची. अनेकदा तिचं जे काही विणकाम चाललेलं असायचं, त्याचे चार टाके घालून द्यायची. त्यावर काहीतरी बोलणं व्हायचं. इतरही अनेक विषयांवर आमच्या गप्पा

चालत. मीना मात्र अक्काचे पाय दाबून देणं, हात चोळून देणं वगैरे करत असे.

मी पुण्यात असले की सकाळी दहा-साडेदहाच्या सुमारास माझा अक्काला एक फोन जायचा. त्या फोनवर अर्धा-पाऊण तास गप्पा व्हायच्या. या वेळेला संजू आणि सीमा दुकानाच्या कामात गुंतलेले असत. आपापल्या कामाला गेल्यामुळे ती एकटी असायची, म्हणून माझा फोन असायचा.

आमच्या फोनवरच्या गप्पांना कुठलाही विषय चालायचा. मी नवं काही वाचलं असेल तरी तिला सांगायचे आणि जे लिहीत असेन त्यातला लेखन चालू असलेला प्रसंग सांगायची. आमच्या गुरुवारच्या चर्चेमध्ये काय चाललंय ते सांगायचे. तीही व्यवस्थित प्रतिक्रिया देत सगळं ऐकून घ्यायची. मागे बोललेल्याचा संदर्भही द्यायची. त्यामुळे संभाषण पुरं झाल्याचा अनुभव यायचा. तिची मैत्रीण बेबीमावशी कोचरीकर सख्खी शेजारीण. त्या दोघींमध्येही छान गप्पा व्हायच्या, त्याविषयी ती सांगायची. हे वर्षानुवर्षे चाललं होतं.

नेहमीच, विशेषतः या गप्पा मारताना, मी तिचं 'एक्सटेन्शन' आहे, असं मला वाटायचं. त्यामुळे माझ्या जीवनातली प्रत्येक बारीकसारीक गोष्ट तिला सांगणं ही मला माझी जबाबदारी वाटायची. तिचा सगळ्याच मुलांशी रोजचा संपर्क असल्यामुळे तिच्याकडून ही बातमी इतर भावंडांना पोहोचायची. तसंच मलाही इतर भावंडांच्या घरातल्या बारीकसारीक गोष्टी ठाऊक असायच्या. त्यामुळे प्रत्यक्ष बोलणं झालं नाही, तरी सगळ्या भावंडांचा परस्परांशी असलेला बंध दृढ ठेवण्यात अक्काशी फोनवर होत असलेल्या गप्पांचा महत्त्वाचा वाटा होता.

आमच्या या दीर्घ संभाषणावर- अनेकदा ते अतिदीर्घही होत असे- अण्णा अनेकदा असमाधान व्यक्त करायचे. 'ती काय म्हणाली?' या त्यांच्या प्रश्नावर अक्काला थोडक्यात उत्तर देणं जमायचं नाही. ती नीट उत्तर देऊ शकली नाही की त्यांना राग येई. शिवाय त्यांच्याशी बोलायची सोय नव्हती. त्यांना फोनवरचा आवाज स्पष्ट ऐकू यायचा नाही. त्यांना फार फोनवर बोलताही यायचं नाही. तुकाराम बिजेला त्यांचा वाढदिवस असायचा. तेव्हा फोन केला तरी ते जुजबी बोलून पटकन अक्काकडे फोन देत.

पण अक्काशी बोलताना मागे अण्णांच्या बासरीचा आवाज ऐकू यायचा. ते अखेरपर्यंत सुरेल बासरी वाजवायचे. नव्वदीपर्यंत नव्या-नव्या बासऱ्या विकतही घ्यायचे. ते गेल्यानंतरही काही वेळा मला फोनवर अक्काशी बोलताना मागे बासरीचा आवाज ऐकू आल्यासारखा भास व्हायचा.

माझ्याप्रमाणेच सगळ्या मुलांचा तिच्याशी जवळजवळ दररोज फोन असायचा. तब्येतीच्या बारीकसारीक तक्रारीही ती सांगायची; पण एकंदर बोलण्यात उत्साह असायचा. तिला सगळ्या मुलांविषयी अभिमान होता, लेकी-सुना-नातवंडांविषयीही.

त्यामुळे त्यांच्या यशाविषयी सांगताना तिच्या आवाजात भावनेबरोबरच अभिमानही असायचा. नंदूची बायको वर्षा एम.डी. झाली तेव्हाही तिची प्रतिक्रिया, "पोरगी काय राबलेय म्हणून सांगू!... घर-संसार-नवरा-मुलं सगळं बाजूला ठेवून, पोरगी रात्रीचा दिवस करून अभ्यास करत होती. यश मिळालं." अशी होती. आवाजात कौतुक ओथंबून जात होतं. तसंच संजूची बायको सीमाचा, उद्योजिका म्हणून बेळगावातल्या काही संस्था सत्कार करत, तेव्हाही ती बातमी सांगताना तिच्या आवाजात तेच कौतुक! मंजूच्या घरी येणाऱ्या-जाणाऱ्यांचा पाहुणचार करत पाळणाघर चालवायच्या उत्साहाविषयीही तेच कौतुक. संसार करून वेगळं काही करणाऱ्या कुणाही मुलींविषयी बोलताना हे कौतुक अधिक ओसंडून वाहायचं. या मुलींचा 'पोरगी..' म्हणून उल्लेख करताना तिच्या आवाजात कौतुक ओथंबून जायचं.

काहीही विशेष घडलं की त्या दिवशीच्या फोनमध्ये तिला सांगायची माझी पद्धत. घरी कुणी विशेष येऊन गेलं तरीही सांगायचं. एखादं पुस्तक आलं की कळवायचं, एक पुस्तकाची प्रत नेऊन द्यायची. काही वेगळं वाचलं की सांगायचं.

विशेष म्हणजे सगळी पुस्तकं ती वाचायची आणि प्रतिक्रियाही कळवायची. या प्रतिक्रिया नेहमीच कौतुकाच्याच असतील, याची खात्री नसे. माझ्या काही लेखकांचं लेखन 'काही खास नाही...' किंवा 'अगदीच 'हे' आहे!' अशा शब्दांत ती मोडीत काढत असे; पण कधीही तिनं 'हे का तू अनुवादित केलंस?' असं म्हटलं नाही.

नवं-नवं जाणून घ्यायची तिची इच्छा जबरदस्त होती. आमच्या लग्नाआधी तिची स्वयंपाकाची जी पद्धत होती, ती मी आणि मीनानं सांभाळून ठेवली. पण ती हळूहळू बदलत गेली होती. या नवं आत्मसात करायच्या वृत्तीमुळे नात-जावयांचे मित्र घरी आले तरी ती त्यांच्याशी छान गप्पा मारायची, त्यांच्या नोकरीविषयी विचारायची. ती मुलंही मोकळेपणानं गप्पा मारून परतताना 'काय ग्रेट आजी आहेत रे...' म्हणत परतायची.

हॉलमधल्या कॉटवर बसायची तिची नेहमीची जागा. सकाळच्या वेळी नाश्त्यासाठी हवं ते सुनेला चिरून देणं आणि भाजी चिरून देणं ही तिची रोजची ठरलेली कामं. पालेभाज्या निवडणं, कोथिंबीर सारखी करून ठेवणं, शेंगभाज्या स्वच्छ करून ठेवणं, आंब्याच्या दिवसांत आंबे पिळून देणं ही सगळी तिचीच आवडीची कामं. जेवणानंतर आइस्क्रीम खाणं तिला आवडायचं. त्यामुळे घरात वरचेवर आइस्क्रीम आणलं जायचं.

तिला फणस आवडायचा. संजू तिच्यासाठी खानापूरला मिळणारा खास पांढरा फणस घेऊन यायचा. तो पिकल्यावर जमिनीवर बसून रद्दी पसरून, सुरी आणि हाताला खोबरेल तेल लावून फणस कापणे, त्यातले गरे आणि आठळ्या सुट्या करून नीट भरून ठेवणे, त्या अवधीत बेंगळुरूला चंदूकडे किंवा पुण्याला कुणी येणार असेल तर आम्हा सगळ्यांकडे हे गरे पाठवून देणे, हे सगळं तिचंच काम

असे. हे होईपर्यंत तिचे गोरेपान तळवे लालबुंद झालेले असत. नंतर आम्ही फोन करून गरे किती चविष्ट होते हे सांगितलं की तिला अपरिमित आनंद व्हायचा!

दररोज सकाळी सगळ्यांच्या आधी अंघोळ करून बसणं ही तिची जन्मजात सवय. त्याउलट अण्णांना जेवायच्या आधी कधीतरी अंघोळ केली तरी पुरायची. साहजिकच काही मुलांना तिची सवय लागली; पण बहुतेकांना अण्णांची सवय लागली, याचा तिला अतिशय राग यायचा. 'एकदाची अंघोळ करून बसायला काय होतं?' असं तिचं म्हणणं. तसंच संध्याकाळचे चार वाजले की तोंड धुऊन स्वच्छ चेहऱ्यानं बसण्याविषयीही तिचा आग्रह होता. ती स्वतः कधीही सकाळी किंवा संध्याकाळी पारोशी बसायची नाही. बाहेर जाणं सुरुवातीलाही नव्हतं, वय झाल्यावर तर जायचा प्रश्नच नसायचा. तरीही सगळी कामं झाल्यावर सकाळी अंघोळ करून एखादी चांगली साडी नेसून, तयार होऊन ती बसायची. काहीशी स्थूल असल्यामुळे बुटका भासणारा देह, नाकात हिऱ्याची चमकी, कानात माणकाच्या कुड्या, त्याचं ओझं कानांच्या पाळ्यावर येऊ नये म्हणून कानाला अडकवलेली चेन, गळ्यात चंदूनं दिलेली एकदाणी, गोऱ्यापान कपाळावर मोठी चॉकलेटी टिकली, हातात क्रोशा, लोकर, टॅटनचा धागा, सोलायला लसूण, निवडायला तांदूळ, भाजी किंवा कोथिंबीर, चिरायला फळं असं काही ना काही काम. घरात कुणी आलं की कामं करता करता त्यांच्याशी आस्थेनं बोलणं. काहीही न करणारी, मुकाट्यानं बसलेली अक्काची आकृती पाहिल्याचं आम्हा कुणालाच आठवत नाही. तिला एखाद्या वेळी पाहिलेलेही, दारासमोरच्या सोफ्यावर किंवा पलंगावर बसलेली तिची गोरीपान तेजस्वी आकृती कधीच विसरत नाहीत.

आधी दोन-तीन महिने तिचं सुरू झालं, "अंघोळीचा कंटाळा आलाय!" तेव्हाच मनात चर्रर्र झालं. आयुष्यात अनेक आजारपणं झाली असली तरी हे वाक्य तिच्या तोंडून कधी कुणीच ऐकलं नव्हतं.

गप्पा मारताना माझ्यापुढे, तिच्या डॉक्टर सुनेपुढे म्हणजे डॉ. वर्षापुढे किंवा संजूपुढे कधीतरी तिला वाद घालायचा मूड यायचा. विषय असायचा 'इच्छामरण.' तिचं म्हणणं, 'आमच्यासारखे जन्माला आलो, मुलांना जन्म दिला, मुलं मार्गी लागली; आणखी किती जगत राहायचं? आमच्या जगण्याचा कार्यभाग झालाय. अशा वेळी एखादी गोळी देऊन संपवून का टाकत नाही?'

सगळे तिच्याशी हिरिरीनं वाद घालून तिला गप्प करायचो. वर्षा डॉक्टर म्हणून घेतलेल्या शपथेविषयी सांगायची. मी म्हणायची, 'तुझी थिअरी लावायची झाली, तर मी तर जगायलाच नको!' यावर ती म्हणायची, "तसं नव्हे, तुझा जगाला काहीतरी उपयोग आहे. तू काहीतरी काम करते आहेस."

तिच्या 'अंघोळीचा कंटाळा'नं लक्षात आलं हे नेहमीचं नाही. नंतर म्हणायला लागली, "माणसानं किती जगायचं? कधीतरी हे संपायला पाहिजे बाई!" त्यातच तिची धाकटी बहीण प्रतिभा मावशीही वारली. त्यामुळेही तिची जीवनेच्छा कमी झालीये, असं दिसू लागलं.

एक दिवस सीमाचा घाबऱ्याघाबऱ्या फोन आला, "अक्का न्हाणीघरात पडल्या. उठायलाच येईना बघा!.." गुरुवार असल्यामुळे त्या वेळी घरात आमचे मित्र डॉ. विलास बापट होते. ते म्हणाले, "अनेकदा आपण म्हणतो, पडल्या आणि खुब्याचं हाड मोडलं; पण प्रत्यक्षात हाड मोडल्यामुळे माणूस पडलेलं असतं!"

सुमारे महिनाभर अक्का अंथरुणावर होती. दिवसभराची नोकरी करून वर्षा रात्रीसाठी यायची. दिवसभराचं सीमा बघायची. राजेंद्रची बायको मंजू बेळगावला मदतीसाठी गेली. ती, सीमा आणि वर्षा या तिन्ही सुनांनी तिची मनोभावे सेवा केली; पण त्यांच्याकडून अंथरुणात सगळं करून घेताना तिला फारच ओशाळवाणं वाटायचं. माझा रोजचा फोन सुरूच होता. एक-दोनदा भेटूनही आले. ती तेव्हा मनापासून सुनांना आशीर्वाद द्यायची, 'यांच्या मुलाबाळांचं सगळं चांगलं होईल बघ!'

बांगड्या-गळ्यातलं-कानातलं सतत अंगावर असायची तिची सवय. एक दिवस मला म्हणाली, "सगळं काढून ठेवते. अचानक काही झालं तर? उगाच माझ्या मुलांना बोल लागेल आयुष्यभर!"

तिला नात्यात घडलेल्या एका घटनेची आठवण झाली होती. त्या प्रौढ वयाच्या बाई अचानक मरण पावल्या. मरण फारच चांगलं आलं होतं. पण मोठाच धक्का होता तो. धक्क्यातून सावरून पुढची सगळी व्यवस्था होता-होता उशीर होत गेला. बाईंच्या हातात नुकत्याच झालेल्या एका नातेवाइकाच्या लग्नात भरलेल्या डझनभर हिरव्या काचेच्या बांगड्या भरलेल्या, सोन्याच्या गोठ-पाटल्या-बांगड्या होत्या. प्रेत नेताना कुणालातरी दागिन्यांचं लक्षात आलं. गळ्यातले दागिने सहजच काढून घेतले गेले; पण शरीर इतकं ताठरलं होतं की, हातातल्या गोठ-पाटल्या-बांगड्या काढायला जमेना. अखेर त्यांच्या मुलानं आधी हिरव्या काचेच्या बांगड्या फोडून काढल्या, नंतर ओढून ओढून त्या गोठ-बांगड्या-पाटल्या काढल्या!

सवाष्ण बाईला हिरवी साडी आणि चुडा भरून पाठवणी करायची पारंपरिक पद्धत; पण इथं विपरीत करावं लागत होतं. जमलेल्या बायका म्हणत राहिल्या, "काय तरी बाई! मुलगा कसा मेलेल्या आईच्या अंगावरून सोन्याच्या बांगड्या-पाटल्या ओढून-ओढून काढत होता!"

मेलेल्या आईच्या हातातले दागिने ओरबाडून काढणारा मुलगा, हे दृश्य अक्काही आयुष्यभर विसरली नव्हती. त्याचबरोबर तिला त्या मुलाच्या वागण्यातली अपरिहार्यताही समजत होती.

मीच तिला म्हटलं, ''तुला असं वाटतंय ना? मग सगळे दागिने सीमाकडे काढून दे. फक्त एक गळ्यातली चंदूनं दिलेली एकदाणी राहू दे.''

जेमतेम महिना झाला. सगळे जमेल तसे भेटून आलो. एका रात्री नंदूचा अक्का गेल्याचा फोन आला. आम्ही एकीकडे आमचा नेहमीचा टॅक्सीवाला संदीपला ताबडतोब यायला फोन केला आणि नंदूला कळवलं, ''आम्ही निघतोच; पण जमलेल्यांची खोटी होईल. सगळं संपवून टाका.'' कारण त्याचे कॉलेजमधले सगळे कलीग जमणार होते. सगळ्यांनाच पुन्हा कामावर जायची घाई समजण्यासारखी होती.

दहा मिनिटांतच संदीप आला. संदीप आमच्या मुलासारखाच. त्याच्याबरोबर आम्ही दोघं किंवा मी एकटीही केरळपासून परभणीपर्यंत फिरत असते. मी संदीपबरोबर आहे म्हटल्यावर अक्का-अण्णांना आणि इतर भावंडांनाही कधी माझी काळजी वाटायची नाही. माझ्या बेळगाव ट्रिपचं सारथ्यही सतत त्याच्याकडेच. त्यामुळे सगळ्या परिवारात तो घरचाच होऊन गेलेला. अक्कावर त्याचाही जीव. त्याचं लग्न झाल्याचं समजताच, 'संदीप जाड झाला हं! लग्न मानवलंय!' अशी चेष्टाही करण्याइतका मोकळेपणा त्यांच्याही नात्यात होता.

आम्ही बेळगावला 'सगळं संपवून टाका'यचा निरोप दिल्याचं समजताच तोच रडकुंडीला आला. म्हणाला, ''ताई, तसं सांगू नका. ठेवायला सांगा. आपण नॉनस्टॉप जाऊ. मी तुम्हाला लवकर नेतो!'' पुण्याहून इतर गाड्यांमधून इतर सगळेही निघाले.

तसं संदीपनं नेलंही. सगळ्या पुणेकरांना दर्शन मिळालं. बेंगळुरूहून ताबडतोब निघालेल्या चंदू-वृंदालाही दर्शन मिळालं.

अक्काच्या नाकात एक हिऱ्याची चमकी कायम असायची. संसाराच्या धबडग्यात तिनं ती फार हौसेनं घेतली होती. तिचा आणखी कुठल्याच दागिन्यावर जीव नव्हता. नाती-सुनांना एकेक दागिना उतरवून देताना तिचा हात कधीच थबकला नाही. त्या चमकीवरून अण्णाही तिची चेष्टा करायचे, 'त्या हिऱ्याच्या आशेनं तुझ्या सुना तुला सांभाळतील!...' कधी ती साफ करायला काढली आणि दिसेनाशी झाली की ती अस्वस्थ होऊन शोधत राही. फार लाडका दागिना होता तो तिचा!

अक्काला शेवटचा निरोप देताना सुनांनी त्या हिऱ्याच्या चमकीला हात लावला नाही. नंदूची वर्षा म्हणाली, ''फार जीव होता त्यांचा! आपण त्याच्यासहितच अक्कांना निरोप देऊ या...'' लगेच संजूच्या सीमानंही तिची री ओढली. त्या लाडक्या नाकातल्या चमकीसह अक्काला सगळ्या मुलांनी, सुना-जावई-नातवंडं-नातजावयांनी-लेकींनी निरोप दिला.

शेजारपाजार आणि सगळ्या नातेवाइकांबरोबर वर्षाच्या आईनं पुढचे आठ-

दहा दिवस सगळ्या घरच्यांच्या नाश्त्याची आणि जेवणाची जबाबदारी घेतली आणि सांगितलं, "तुमचे आई-वडील पुण्यवान होते. अक्काही पूर्ण आयुष्य जगून सगळ्यांना आशीर्वाद देऊन गेल्या आहेत. सगळी भावंडं जमला आहात! अक्का-अण्णांच्या छान आठवणी काढा, त्याच गप्पा मारा! तुम्ही कुणी खाण्यापिण्याच्या कामात अडकू नका!"

भेटायला येणाऱ्यांची रीघ सुरू झाली. प्रत्येक जण अक्का-अण्णांविषयीचे स्वतःचे अनुभव सांगायचे. ते ऐकताना आम्हाला आमच्याच आई-वडिलांचे इतर पैलू समजत होते. कुणी नसतानाही आमचा तोच विषय होता. आश्चर्य म्हणजे आम्हा सगळ्या भावंडांना आठवणारे अक्का-अण्णा जवळपास तेच होते, तपशील मात्र वेगवेगळा होता.

आलेल्यातल्या अक्काच्या मैत्रिणी आणि तिच्या माहेरचे आम्हाला म्हणायचे, 'तुमचं माहेर गेलं!' यावर मीना भावुक व्हायची. मी हे तेव्हाही मान्य केलं नाही. म्हटलं, "आई-वडील गेले हे तर खरंच! मीना अडुसष्ठ वर्षांची, मीही चौसष्ठ वर्षांची. आम्हाला माहेरपण मिळावं म्हणून त्यांनी आणखी किती वर्षं जगायचं? त्या दोघांनी आम्हा भावंडांना छान बांधून ठेवलंय. त्यामुळे आमच्या मनात माहेर गेलं, ही भावना अजिबात नाही! उलट आता आमचं माहेर चार घरांमध्ये विस्तारलंय!" याला मीनानंही लगोलग दुजोरा दिला.

तरीही...

सकाळी दहा-साडेदहा वाजले की मला अक्काची न चुकता आठवण येते. फोनवर तिचं बोलणं आणि मागच्या बाजूला अण्णांच्या बासरीचा आवाज...

एक दिवस अनुवादाचं काम करत होते. फोन आला आणि कुठलासा पुरस्कार मिळाल्याची बातमी समजली. फोन ठेवून मी उठले आणि विरूपाक्षांना ही बातमी सांगितली. त्यांनी आनंद व्यक्त केला. आम्ही त्या आनंदात चहा करून प्यायलो.

पुढे काय करावं हे मला सुचेना. एखादं पुस्तक आलं, पुरस्कार मिळाला, कुणी विशेष पाहुणा येऊन गेला, एकूण आयुष्यात काहीतरी वेगळं घडलं की विरूपाक्षांना सांगितल्यावर लगेच नकळत घडणारी गोष्ट म्हणजे, अक्काला फोन करून कळवायचं!

आता कुणाला फोन करू?

तरीही...

मी अजून विविध कन्नड लेखकांच्या कलाकृतींचे अनुवाद करत असते. कारण अनुवादाशीही माझं जन्माचं नातं जुळलं आहे.

या अनुवादांनी मला बरंच काही दिलं आहे.

मला कारंतांनी देवाची कल्पना समजावून सांगितली. भैरप्पांनी या समाजात शिरलेल्या काही विकृतींविषयीही सांगितलं. त्याचप्रमाणे भारतीयत्व आणि हिंदू धर्मातील चांगल्या मूल्यांविषयीही सांगितलं. दक्षिण कन्नड जिल्ह्यातल्या स्त्री-चित्रणातून वैदेही आणि कारंतांनी स्त्रीच्या अंतःसामर्थ्याचं दर्शन घडवलं. त्या निमित्तानं मला माझ्याही अंतःसामर्थ्याची जाणीव झाली. तेजस्वी यांनी निसर्गाशी मानवाचा असलेला संबंध आणि आधुनिक खेड्याविषयी सांगितलं. कटपाडी यांनी भारतीय मुसलमान कुटुंब आणि त्यातली सुखं-दुःखं दाखवली. कार्नाडांनी लोककथांची ताकद आणि त्यांच्याकडे पाहायचा नवा आधुनिक दृष्टिकोन दिला. अनंतमूर्तींनी भारतीय समाजातली क्लिष्टता दाखवली... असं प्रत्येक कलाकृतीविषयी कितीतरी सांगता येईल.

अनुवादामुळे माझी कुठलीही मतं कठोर-कडवट राहिली नाहीत. माझी 'मानवते'ची व्याख्या व्यापक झाली. त्यात कारंत, भैरप्पा, तेजस्वी, कटपाडी, अनंतमूर्ती, कार्नाड, मोगसाले हे सगळेच लेखक आपापल्या परीनं सामावले गेले.

कुठला लेखक कुठल्या राजकीय विचारधारेचा आहे, यानं मला काहीच फरक पडत नाही. या कलाकृतीनं मला मी असलेल्या ठिकाणाहून काही पावलं तरी पुढे नेलं की नाही, एवढ्याशीच मला कर्तव्य असतं. त्यामुळे मला कुठल्याही लेखकाच्या साहित्याचा अनुवाद करताना 'पाप-प्रज्ञा' जाणवत नाही. त्या लेखकांनाही आपली कलाकृती माझ्या हाती सोपवताना अवघड वाटत नाही.

अनुवादाला सुरुवात करताना मला शिवराम कारंतांच्या 'ज्ञानपीठा'चा मोह पडला असला तरी त्यानंतर त्याचा मोह पडला नाही. मी अनंतमूर्ती-कार्नाड-कंबार या लेखकांच्या साहित्याचा अनुवाद करत गेले, नंतर त्यांना ज्ञानपीठ मिळालं.

वाचक असल्यामुळे आधी मला कादंबरी समजून घ्यायची म्हणून अनुवाद केला, नंतर इतरांना सांगायचं म्हणून आणि आता जीवनाचा भाग म्हणून अनुवाद करते.

गेल्या काही वर्षांत समाजाचा अनुवादाकडे बघण्याचा बदललेला दृष्टिकोन बघते आहे. अनुवादाविषयीचा अविश्वास आता राहिलेला नाही. १९व्या शतकाप्रमाणे २१वं शतकही अनुवादित साहित्याचं शतक होत आहे. निदान पूर्वार्धतरी. तेव्हा ते अनुवाद 'साहित्यिक गरजे'तून केले गेले. आता ती जीवनाची गरज बनली आहे. अनुवादित साहित्यावर बऱ्याच वेळा समीक्षा केली जाते. अनुवादकांना मान्यता मिळते. अनेक पुरस्कार देऊन त्यांचा सन्मान केला जातो. अनुवादित साहित्याचा आधार घेऊन एम.फिल., पीएच.डी. केलं जातं.

तरीही जेव्हा अनुवादित साहित्यावर समीक्षा होते तेव्हा ती मूळ लेखकाच्या लेखनावर होते. समीक्षालेखक त्यात अखेरीस 'अनुवाद वाचनीय झालाय', 'चांगला झालाय', 'मूळ कलाकृती वाचल्यासारखं वाटतं', 'अमूक गोष्टी खटकल्या,' असं काहीसं लिहितात. त्या पलीकडे अनुवादाचं मूल्यमापन कसं आणि काय करायचं

याकडे ते लक्ष देत नाहीत.

पण त्यापेक्षा वाचक मात्र आपल्या परीनं अनुवादकाविषयीची भावना व्यक्त करत असतो. 'हातात पुस्तक घेतल्यावर पुरं केल्याशिवाय खाली ठेववत नाही', 'हा लेखक मराठीतच लिहितोय असं वाटतं', 'आमचा लेखकाशी थेट संवाद झाल्याची भावना होते', 'अनुवाद वाचताना फक्त अनुवाद वाचतोय असं वाटत नाही, काहीतरी क्रिएटिव्ह वाचतोय असं वाटतं..' अशा प्रकारची भावना व्यक्त करतात.

कुणी म्हणतं, 'आम्हाला भैरप्पांना भेटायचंय.' मी विचारते, "त्यांच्याशी कुठल्या भाषेत बोलणार? हिंदी? इंग्लिश की कन्नड?" वाचक गडबडतो आणि म्हणतो, "का? त्यांना मराठी येत नाही? मग मी फक्त दुरून त्यांचं दर्शन घेऊन जाईन!" हाच वाचक अनुवादकाशी त्याच कादंबरीविषयी भरभरून बोलतो.

एका बाबतीत लेखकापेक्षा अनुवादक 'भाग्यवान' ठरतो, अशी माझी भावना आहे. भैरप्पांच्या कादंबऱ्या वाचल्यावर बहुतेक वाचक मला लिहितात किंवा सांगतात, 'आम्ही तुमचे ऋणी आहोत. तुम्ही हे अनुवादित केलं नसतं तर आम्हाला भैरप्पांच्या कादंबऱ्या कधीच वाचायला मिळाल्या नसत्या!' कदाचित ही 'ऋणा'ची भाषा मूळ लेखकासाठी कुणीही वापरत नाही!

वाचकांकडून अनुवादाचं मूल्यमापन होत असलं तरीही समीक्षकांकडून या प्रश्नाला अजूनही समर्पक उत्तर मिळालेलं नाही. अमूक अनुवादित कलाकृतीमुळे एकूण मराठी साहित्यात काही मोलाची भर पडली का, हे ते सांगत नाहीत.

वाचनाची सुरुवात झाली तेव्हा मी अनुवादित साहित्य मनसोक्त वाचत होते; पण मी स्वतः अनुवादाला सुरुवात केली तेव्हा हे चित्र पालटलं. सुरुवातीची काही वर्षं मी इतकी अनुवाद प्रक्रियेत गुंतले होते, की मी इतर कुणाचाही अनुवाद नीटपणे वाचू शकत नव्हते. त्याचं मूल्यमापन करू शकत नव्हते. अनुवादित पुस्तक 'एंजॉय' करू शकत नव्हते; कारण पहिल्या वाक्यापासूनच माझ्यातला अनुवादक जागृत होत असे. हळूहळू ते कमी होत गेलं. गेल्या काही वर्षांत मी त्या त्या अनुवादकाचं स्वातंत्र्य मान्य करून, अनुवादित पुस्तक कुठल्याही अडथळ्याशिवाय वाचू शकते.

व्यक्तिगत पातळीवर मला झालेला आणखीही एक फायदा आहे- लग्नानंतरच्या सुरुवातीच्या दहा-अकरा वर्षांनंतर आम्ही दोघांनीही साहित्य आणि अनुवाद या एका सामाईक प्लॅटफॉर्मचा वेध घेतला आणि तो आमच्या सहजीवनाचा कायमचा साथीदार झाला. मी तर वाचक या नात्यानं साहित्यात रमले होतेच; पण आयुष्यभर इंजियिर असलेल्या विरूपाक्षांनी काहीशा परिश्रमांनी हा वेध घेतला.

विरूपाक्ष माझ्यासाठी कन्नड साहित्य वाचतात आणि ते ऐकून मी अनुवाद करते ही गोष्ट ऐकणाऱ्याला फारच महत्त्वाची वाटते, तर काही जणांना आक्षेपार्हही. आमच्या आयुष्यात ते सहजच घडत गेलेलं स्थित्यंतर आहे. माझ्या दृष्टीनं ती तर महत्त्वाची गोष्ट आहेच; पण त्याबरोबर मला अधिक महत्त्वाच्या वाटणाऱ्या काही गोष्टी आहेत.

दोघांनाही अडलेले कन्नड शब्द विरूपाक्ष समजून घेतात आणि कन्नड-मराठी शब्दकोशात अर्थ सापडत नसेल, तर 'कन्नड-कन्नड शब्दकोश' किंवा 'कन्नड-इंग्लिश शब्दकोश' उलटेपालटे करून अर्थ समजून घ्यायला मदत करतात. त्यामुळे लेखनात खंड पाडून मला तो उपद्व्याप करत बसावा लागत नाही. रेकॉर्डिंग होत असताना मी अडलेल्या शब्दाचा अर्थ तिथेच विचारते आणि ते तिथंच उत्तर देतात. तेही रेकॉर्ड होतं.

तसंच त्यांचा मराठीतून कन्नड अनुवाद सुरू असेल, तेव्हा अनेक संतांच्या ओव्या-अभंग आणि काव्य त्यांच्यासमोर अनुवादासाठी ठाकतं, तेव्हा त्यांना माझी आठवण येते. मग तेही मला हाक मारून आपली अडचण सांगून मदत मागतात, तेव्हा मला थोडंसं का होईना, बरं वाटतं.

निवृत्तीनंतर ते नाश्ता बनवत असल्यामुळे मी सकाळी उठल्यापासूनच लिहिण्यासाठी संपूर्णपणे मोकळी असते. मला सकाळचा 'फ्रेश' वेळ लिखाणासाठी मिळू शकतो. हे फार महत्त्वाचं आहे! तसंच, कादंबरीच्या निवडीच्या बाबतीत पहिली चाळणीच त्यांच्याकडून लागलेली असते. त्यानंतर मी निर्णय घेते.

त्याहीपेक्षा महत्त्वाचं म्हणजे संपूर्ण अनुवाद पुरा होईपर्यंत मला त्यांची सोबत असते. माझी त्या काळात त्या कलाकृतीवरची 'बडबड' ते ऐकून घेतात. त्यावर प्रतिक्रियाही देतात. अनुवाद सुरू असताना दररोज फिरायला जाताना माझ्या तोंडी तोच विषय असतो. रेकॉर्डिंगच्या वेळी त्यांनी कलाकृतीचा तो विशिष्ट भाग वाचलेला असतो. मी जे काही बोलत असते, ते त्यांनाही संदर्भानुसार समजत असल्यामुळे मला सगळं सांगत बसावं लागत नाही आणि तेही माझं बोलणं ऐकून कंटाळत नाहीत.

अशा गप्पांच्या वेळीच अनेकदा लेखकाच्या दोन वाक्यांमध्ये दडलेला अर्थही आपसूक सामोरा येतो आणि मला त्या कलाकृतीचा एखादा अनाम आयाम सामोरा येतो. अशा प्रकारे शहांपलिकडे जाण्याचा प्रयत्नही अनेकदा यशस्वी होतो.

क्वचित प्रसंगी ते मला 'खास' सर्टिफिकेटही देतात! म्हणतात, 'या कन्नड लेखकाचे मराठी वाचक नशीबवान आहेत! कारण मूळ कलाकृती वाचताना अनेकदा इतर रसांबरोबर 'कंटाळारस'ही येतो. पण मराठीचे वाचक मात्र त्याच कलाकृतीच्या संदर्भात म्हणतात, 'एकदा हातात पुस्तक घेतलं तर खाली ठेवावंसं वाटत नाही!'

यानं माझ्या अंगावर मूठभर मांस चढतं आणि माझी अनुवाद करायची उमेद आणखी वाढते.

एक प्रश्न मी स्वतःलाच विचारत असते- अजूनही मी अनुवादात का रमत असेन? इतकी वर्षं?

एक तर स्पष्टच आहे, मी वाचकांच्या बाजूची अनुवादिका आहे. स्वतःचं लेखन करत मधूनच 'रियाज' म्हणून अनुवाद करणाऱ्या बड्या लेखकांपैकी नाही. त्यामुळे माझी अनुवादात रमण्याची कारणं भाषेपेक्षा त्यातील आशयाशी निगडित आहेत.

एखाद्या कलाकृतीमधलं काहीतरी मला भिडतं. मी स्वतःचं लिहिलं असतं, तर असंच काहीतरी लिहिलं असतं असं वाटतं. मानवी संबंध असेच असतात; अशा परिस्थितीत दुसरं काहीही होऊ शकलं नसतं, असं वाटतं. काही वेळा लेखनातला प्रामाणिकपणा भिडतो. अनेकदा कलाकृती म्हणून लेखनात मर्यादा जाणवल्या तरी त्या पलीकडचं काहीतरी नवं वाटतं, भावतं आणि अनुवाद करण्यासाठी मला साद घालतं.

अनुवाद करता करता मीही वाढले आहे, वाढते आहे. केवळ घटनांमध्ये अडकणाऱ्या सामान्य गृहिणीपेक्षा मी काही अंशी विस्तार पावले आहे. अनुवाद करता करता जीवनाचा बराच काळ उत्तम साहित्याच्या सान्निध्यात राहिल्यामुळे मला आजूबाजूची माणसं आणि जीवनाचे कंगोरे समजून घ्यायला मदत होते. त्या त्या लेखकाच्या जीवनविषयक तत्त्वज्ञानाचा परिचय होत गेल्यामुळे मीही त्याला प्रतिक्रिया म्हणून विचार करू लागले. या लेखकांच्या लेखनाच्या जवळ जायची संधी मिळत गेली. त्यामुळे लेखकाच्या सर्जनशीलतेचा परिचयही होत गेला. मुख्य म्हणजे, दोघांचाच संसार असल्यामुळे मी यासाठी माझ्या आयुष्यातला मोठा कालखंड देऊ शकले.

मला अनुवादाचे काही फायदेही कळले आहेत. मूळ लेखन करणारा लेखक कितीही प्रतिभावान असला, तरी त्याच्या निर्मितीला मर्यादा आहेत; पण अनुवादकाला ही मर्यादा नाही. अनुवाद त्याला आयुष्यभर साहित्य क्षेत्रात रमायची सोय करून देतो. आपल्या आयुष्यात अनुवादक कितीतरी उत्तमोत्तम कलाकृती आपल्या वाचकांना देऊ शकतो. रात्रीची गाढ झोप झाल्यावर सकाळी उठून अनुवादाच्या कामाला लागणं, यात आनंद आहे. वाचनातून मिळणाऱ्या आनंदापेक्षा वेगळ्या प्रकारचा सर्जनात्मक आनंद मिळू शकतो, हा माझा अनुभव आहे.

अशा प्रकारे साहित्य आणि अनुवाद मला आमच्या सहजीवनातही बरंच काही देत राहिला आहे आणि वैयक्तिक आयुष्यातही.

आमचं जीवन आणखी आणखी समृद्ध होत, विस्तारत राहिलं आहे.

◆

काही प्रमाणात आर्थिक स्थैर्य आल्यावर आम्ही मोकळेपणानं प्रवास करायला सुरुवात केली. देशातल्या प्रवासाबरोबर परदेशप्रवासही घडू लागले. मुग्धा यार्दीच्या सहकार्यानं जपान आणि कल्पनामुळे नैरोबीचे प्रवास घडले. अतिप्रगत देशाबरोबर मागासलेला देशही पाहिला. कोरोनाच्या सुरुवातीला कांबोडियाचं जगातलं सगळ्यात मोठं हिंदू मंदीर पाहिलं आणि बलाढ्य अमेरिकाला नाक घासायला लावणारा व्हिएतनामही पाहिला. तिथून जेमतेम परतत असतानाच कोरोनानं उग्र रूप दाखवायला सुरुवात केली. सगळं जगच ठप्प झालं होतं. आमचं रोजचं फिरणं आणि माझं बॅडमिंटन वगळता आमच्या रुटीनवर तसा फारसा परिणाम झाला नव्हता. मग सुरुवातीला घरात आणि नंतर घराच्या पर्किंगमध्ये फिरणं सुरू झालं. यादी दिली की किराणा सामान येत होतं. दर आठवड्याला, रविवारी न चुकता आमचे मित्र लेखक अनिल अवचट भाजी आणून आपल्या ड्रायव्हरबरोबर पाठवून देत होते.

वीसचा डिसेंबर - एकवीसचा जानेवारी महिना असेल. कोरोनाचा प्रभाव कमी होत चाललाय असं दृष्य भोवताली दिसत होतं. कोरोनाच्या सुरुवातीच्या काळात ऑनलाईन कार्यक्रम घ्यायला मन तयार नसायचं. पण हळूहळू त्यासाठी मानसिक तयारी होत चालली होती. त्यामुळे जानेवारीमध्ये महाराष्ट्र सरकारचे दोन कार्यक्रम स्विकारले होते. विश्व साहित्य संमेलनासाठीही दोन व्याख्यानं दिली. हळूहळू कोरोनाची भीती चेपत चालली होती.

त्यातच बदलापूरच्या ग्रंथसखा श्री. शामसुंदर जोशी यांचा फोन आला. महाराष्ट्र सरकारचाच मराठी दिनानिमित्त कार्यक्रम ठरत होता. आनंदाची गोष्ट अशी की स्वत: शामराव आम्हा दोघांची त्या निमित्तानं मुलाखत घेणार होते. सगळ्यात महत्त्वाची आणि उत्साहवर्धक गोष्ट म्हणजे हा कार्यक्रम ऑफलाईन, म्हणजे मुंबईच्या पु.ल. देशपांडे हॉलमध्ये होणार होता. कार्यक्रमासाठी प्रत्यक्ष मोजकीच माणसं हजर

राहाणार होती. सगळी काळजी घेतली जाणार होती. त्याप्रमाणे कार्यक्रम झाला. आम्ही दोघंही टॅक्सीनं मुंबईला जाऊन आलो. मुलाखतीचा समारोप यांनी अनुवादित करून गाईलेल्या कन्नड पसायदानांनं झाला. नंतर सिद्धीविनायकाच्या देवळात प्रसादाचं जेवण झालं.

एकूणच कोरोनाचं सावट मनाला भिवविनासं झालं होतं. किंवा कोरोनाबरोबर राहायला आपण सरावलो आहोत अशी भावना सर्वत्र पसरली होती.

अशा वेळी प्लेजर ट्रॅव्हलर्सच्या ऑफीसमधून मेसेज आला. स्वत: सुजाता जोशी एक छोटा ग्रुप घेऊन काश्मिरची टुलिप्स-ट्रीप ठरवत होत्या. कोरोनाच्या अगदी सुरुवातीला, याच याच ग्रुपबरोबर २०च्या फेब्रुवारी महिन्यात आम्ही कांबोडीया-व्हिएतनामला जाऊन आलो होतो. आमचा अनुभव चांगला होता.

काश्मिरला जायला आम्ही दोघेही उत्सुक होतो. आधीही प्रवास होत असले तरी आम्ही ९०च्या सुमारास भरपूर प्रवास करायला सुरुवात केली. त्यावेळी आणि नंतरही तिथलं वातावरण अस्थिरच होतं. त्यामुळे जायचा विचारही केला नव्हता.

शिवाय नुकताच सहना विजयकुमार या कन्नड लेखिकेच्या 'कशीर' या नावाच्या काश्मिरवरच्या कादंबरीचा अनुवाद मी हातावेगळा केला होता. या कादंबरीचा विषय अगदीच अलिकडचा, म्हणजे तीनशे सत्तर कलम आणि आजची काश्मिरची परिस्थिती असा होता. त्या आधी 'राजतरंगिणी'चा अनुवादही वाचनात आला होता. कांबोडियामध्ये 'आपलं' देऊळ आणि संस्कृतीच्या खाणाखुणा पाहतानाही मनात आलं होतं, आपण या नंतर आपल्याच देशाचा भाग असलेल्या काश्मिरलाही जाऊन यायला पाहिजे. तरुणपणी काश्मिरमध्ये चित्रीत झालेले कितीतरी सिनेमे हौसेनं पाहिले असले तरी या कादंबरीत येणारी काही तिथल्या भूप्रदेशाची वस्तुनिष्ठ वर्णने नजरेसमोर येत नव्हती. त्यामुळे हा प्रवास ठरवताना अतिशय उत्साह होता.

पण प्रत्यक्ष जायचा दिवस जवळ येऊ लागला तसं पुण्यातलं वातावरण बदलू लागलं होतं. महाराष्ट्रातल्या कोरोनाच्या रुग्णसंख्येत वाढ होत असल्याच्या बातम्या कानांवर येऊ लागल्या होत्या. त्यामुळे नेहमी प्रवासाच्या आधी घ्यायची सगळ्यांची मिटिंग घेतली जायची, ती रहीत केली होती. प्रत्येकानं आपापल्या शंका व्हॉट्सअप ग्रुपवर विचारायच्या असं ठरलं.

इकडे 'कशीर' पुरं झालं होतं. छपाईचं काम सुरू होतं. तिथेही मी निरोप ठेवला, प्रत्यक्ष काश्मिरला जाऊन आल्यावर काही सुधारणा करायच्या असतील तर करून देईन.

पुणे-दिल्ली आणि पुढे दिल्ली-श्रीनगर असा प्रवास ठरला होता. दोघांचीही एकेकदा लस घेऊन झाली होती. प्रवासातून आल्यानंतर दुसरा डोस घ्यायचा होता. प्रवासाला जाण्याआधी बाहत्तर तास आरटीपीसीआर टेस्ट करून घेणं आवश्यक

होतं. दोघांची टेस्ट झाली. रिपोर्ट यायच्या आधी दोघांनी एक पक्कं ठरवलं होतं. कुणा एकाची टेस्ट जरी पॉझिटिव्ह आली तरी प्रवास कॅन्सल करायचा. प्रवास करण्यात कितपत रिस्क आहे, याचीही चौकशी केली. तेव्हा समजलं, पुण्यात आणि महाराष्ट्रातच केसेस वाढताहेत, हे खरं असलं तरी काश्मिरमध्ये केसेस अगदी नगण्य आहेत. म्हणजे पुण्यापेक्षा तिकडे रिस्क कमीच आहे. प्रवासात काळजी घ्यावी लागेल, तेवढंच.

एअरपोर्टवर गेलो. तिकडे हातांबरोबरच बॅगांना सॅनिटायझरनं सचैल स्नान घालण्यात आलं. सगळ्यांच्या तिकडेच ओळखी झाल्या. प्रवासाला सुरुवात झाली. दिल्लीला विमान बदललं. दिल्लीत फारशी गर्दी नव्हती. श्रीनगरला विमानातून उतरलो. तो मिलीटरीच्या ताब्यातला विमानतळ असल्याचं उतरताच लक्षात येत होतं. तिथे सगळ्यांची पुन्हा रॅपिड टेस्ट करण्यात आली. नंतरच गावात सोडण्यात आलं. हॉटेलमध्ये जाऊन पाहिलं तर 'आरोग्यसेतू'नं दोन हजार किलोमीटरच्या परिसरात ३ केसेस दाखवल्या. पुण्यात पाचशे मीटरच्या परिसरात त्या वेळी २५-३० केसेस दाखवल्या जात होत्या! आणि त्या वाढत होत्या. वर्षभरानंतरचा हा अनुभव आम्हाला आनंदविभोर की काय म्हणतात तसं करून गेला. डोक्यातला कोरोना हा विषयच मागं पडला.

ठरल्याप्रमाणे साईटसीईंग सुरू झालं. मुबलक फोटो काढणं आणि संध्याकाळी व्हॉट्सअप आणि फेसबुकवर टाकणं सुरू झालं. त्यामुळे आमच्या सगळ्या मित्र आणि स्नेहीपरिवारात उत्साहाची लहर फिरत होती. काही जणांनी तर आपणही असा प्रवास करायला उत्सुक असल्याचं कळवलं.

तिथे फिरायला आमची गाडी स्वतंत्र असल्यामुळे आणखी कुणाचा संसर्ग व्हायचा प्रश्न नव्हता. शिवाय मास्कची इतकी सवय झाली होती की फोटो काढताना आठवणीनं मास्क काढावा लागायचा. तरीही बरेच फोटो मास्क सहीतच आले. इतरही ठिकाणी कुठेच गर्दी नव्हती. हॉटेलमध्येही नव्हती. तुरळक प्रवासी होते, तेही प्रत्येक ठिकाणी वेगवेगळे समूह करूनच होते. गुलमर्गला रोपवेची तिकिटं काढायच्या ठिकाणी बरीच गर्दी होती. ती वगळता कुठेही भीती वाटावी अशी गर्दी नव्हती. त्या गर्दीतही आम्ही मास्क काढलाच नाही, हाताना सॅनिटायझर लावत राहिलो.

प्रवासाच्या अखेरच्या दिवशी टुलीपगार्डनला गेलो. तिथं गर्दी असली तरी सगळी विखूरलेली होती. त्यामुळे मुबलक फोटो काढून आणि भरपूर नेत्रसुख घेऊन शंकराचार्य टेकडीवर गेलो. संपूर्ण ग्रुपमधले आम्ही दोघं, आणखी दोघे असे चौघंच चढून आलो. तिथंही नेहमीप्रमाणे हे सगळ्यात पुढे होते. 'कशीर' कादंबरीत मला याच्याच संदर्भात अडचण येत होती, त्यामुळे मी कादंबरीतल्या पात्रांच्या हालचालीनुसार

ती टेकडी पाहून घेतली. चार चिनारचा तिरंगा झेंडा बघून ऊर भरून येत होता. रस्ताभर तिरंग्याची रांग दिसत होती. यांच्या डोळ्यातून पाणी आलं होतं. ते म्हणाले, 'वा! आपल्या आयुष्यात हे दृश्य बघायला मिळेल असं वाटलं नव्हतं.!' (हेच उद्गार अयोध्या जन्मभूमीची भूमीपूजा बघताना त्यांच्या तोंडी आले होते.) आधी काश्मिर बघून आलेल्या मैत्रिणी या खेपेच्या काश्मिरमधल्या बदललेल्या रूपाविषयी सांगत होत्या. दललेकमध्ये ऐकू येणाऱ्या शंकराचार्य स्तोत्राचे स्वर कानांवर पडताच स्वत: रोमांचित होत होत्या. आम्हालाही मागची परिस्थिती कशी होती त्याविषयी सांगत होत्या. खरंतर माझ्या मनात जवळपास कुठेतरी असलेल्या अभिनवगुप्ताच्या गुहेला जाऊन यायचं होतं, पण ते वेळेत बसणार नव्हतं.

त्या रात्री हाऊसबोटवर आल्या-आल्या मी दमून झोपी गेले होते. हे मात्र त्या सगळ्या ग्रुपबरोबर गप्पा मारत बसले होते. गाणी-गझला म्हणून झाल्या. नंतर यांनी त्या सगळ्यांना सांगितलं, 'तुम्ही इथे आहात तर इथली मजा घ्यायला पाहिजे. काश्मिरला असताना इतर कुठल्यातरी प्रवासाच्या आठवणी काढत राहिलात तर इथला आनंद गमावून बसाल!...' त्यांचे हे विचार मला माहीत होतेच.

एकूण, भूलोकीचा स्वर्ग बघून आम्ही तृप्त झालो होतो. मनातून कोरोना तर हद्दपारच झाला होता. बऱ्यापैकी खरेदीही केली होती.

याच आनंदात परतीचा प्रवास सुरू झाला. सकाळी भक्कम नाश्ता करून आम्ही ठरलेल्या वेळी विमानतळावर पोचलो. दिल्लीला पोचल्यावर तिथे काहीतरी खाऊन घ्यायचं असं ठरलं होतं.

काही कारणामुळे मुळात श्रीनगरहून विमान बऱ्याच उशीरा निघालं. दिल्लीमध्ये पुढच्या विमानाची वेळ झाली होती. त्यामुळे काही खायला मिळालं नाही. तसेच घाई घाईनं पुण्याच्या विमानात येऊन बसलो. जागेवर बसल्यावर पोटात कोकलणाऱ्या कावळ्यांनी जाणीव करून दिली. आमच्या प्रत्येकाकडे काही काही खाणं शिल्लक होतं. विमानात दिलेलं चेहऱ्यावरचं शिल्ड काढून आम्ही खायला सुरुवात केली. पाणी मागून घेऊन प्यायलो. पोटोबा शांत झाला.

सामानासह बाहेर येऊन टॅक्सी केली. आम्ही दोघे आणि आमच्याच भागात राहाणारी एक सहप्रवासी त्या टॅक्सीत बसून घरी आलो. मी सॅक आणि पर्सबरोबर जिन्यानं वर आले. हे दोन्ही बॅगांसह लिफ्टनं वर आले. घरी आल्यावर समजलं, कोरोना रुग्णांची संख्या बरीच वाढल्यामुळे बऱ्याच बाबतीत 'बंद' सुरू होतं. माझ्या कामवालीनं कळवलं, बसेस बंद असल्यामुळे ती येऊ शकणार नाही. त्यामुळे कंबर कसून कामाला लागणं आवश्यक होतं. तशी घर आवरायला मी लागलेही.

आल्या आल्या मी प्रकाशन संस्थेत फोन करून 'कशीर'ची प्रुफं पाठवायला सांगितली. सोबत एक संपादनाचंही काम पाठवणार होते, तेही पाठवायला सांगितलं.

एक दिवस सगळे मळके कपडे काढून मशिनला टाकले. दोघांनी मिळून केलेली सगळी खरेदी बाहेर काढून पाहिली. कुणाला काय द्यायचं ते ठरवलं. नेहमीप्रमाणे सगळी कामं करत राहिलो.

दोन दिवसांनंतर सहज व्हॉट्सअपवर नजर टाकली. काश्मिर प्रवासाच्या ग्रुपवर कुणीतरी आपण पॉझिटिव्ह असल्याचं कळवलं होतं. पाठोपाठ आणखी एकीनंही कळवलं. आम्ही मनोमन सावध झालो. नंतर एखादा दिवस गेला असेल यांना ताप आला. सुरुवातीला तो दमणूकीचाच असेल असं वाटलं. पण सहप्रवाशांचे रिपोर्ट ऐकल्यामुळे टेस्ट करून घेणं ओघानं आलंच. अर्थात त्या आधीच आवश्यक ती ट्रीटमेंट सुरू झाली.

यांना ताप असला तरी सर्दी-खोकला नव्हता. वास, चव, भूक नॉर्मल. चेकींगसाठी गर्दी इतकी होती की कुणी घरी येऊन तपासणं शक्य नव्हतं. आम्ही यायच्या दोन दिवस आधी अपार्टमेंटमध्येही एकजण पॉझिटीव्ह निघाले होते. तसंच आणखी एकजण सर्दीनं बेजार होत्या. आम्ही दोघे आणि त्या असे तिघेही जाऊन टेस्टिंगला देऊन आलो. दुसरे दिवशी रिपोर्ट येणार होता. यांचा ताप कायम होता. फार नव्हता. ९९-९९.५ एवढाच होता.

पण पुण्यातली परिस्थिती पराकोटीची बदलत चालली होती. आयत्या वेळी हॉस्पिटल्समध्ये बेड मिळणं कठीण होत चाललं होतं. वेळेवर ऑक्सिजन न मिळाल्याच्याही घटना बातम्यांमध्ये झळकत होत्या. परिस्थिती पाहून आमच्या फॅमिली डॉक्टरांनी दिलेल्या सल्ल्यानुसार 'दिनानाथ'ला जाऊन आलो. हे रॅपिड टेस्टमध्ये पॉझिटिव्ह होते. पण चेस्ट-एक्स-रे, ऑक्सिजनलेव्हल चांगले. तापही कमी. त्यामुळे घरी कोरोन्टाईन सांगितलं गेलं.

दुसरे दिवशी आम्हा तिघांचेही रिपोर्ट आले. फक्त मी निगेटिव्ह होते. यांना होम आयसोलेशन सांगितल्याप्रमाणे त्यांची वेगळ्या खोलीत व्यवस्था केली. जेवण, चहापाणी, खाणं, सूप, औषधं सगळं तिथेच. मी तेवढ्यापुरती त्या खोलीत जात होते. मास्क लावून. नंतरही अनेकदा काहीतरी गप्पा मारत तिथंच बसत होते. डॉक्टरांच्या सूचनेप्रमाणे एक चार्ट करून दिवसातून अनेकदा ताप, ऑक्सिजन लेव्हल बघून टिपून ठेवू लागले. आधी ताप १००पर्यंतच होता. नंतर दीडपर्यंत चढला. पण बाकी सगळं ठीक होतं. खोकला नव्हता, कफ नव्हता, सर्दी नव्हती. फारसा अशक्तपणाही नव्हता. रेडीओ ऐकणं, डायरी लिहिणं वगेरे दिनक्रम सुरूच होता. नंतर ताप उतरून पुन्हा ९९.५वरही आला.

१४ तारखेला ऑक्सिजन लेव्हल कमी होत असल्याचं लक्षात आलं. हे मी गावातल्या माझ्या भावाला, राजेंद्रला संगितलं. त्याला मी आधीपासूनच कल्पना दिली होती. डॉक्टरांनाही सांगतच होते. लेव्हल ९०पर्यंत आल्यावर परिस्थिती

गंभीर वाटू लागली. काहीशी धाप लागत होती. बाहेरच्या परिस्थितीची कल्पना असल्यामुळे डॉक्टरांच्या सल्ल्याप्रमाणे घरात ऑक्सिजन सिलेंडर आणून ठेवला. बातमी कळवताच राजू आणि त्याचा जावई नितांत जोशी आले. घरात ऑक्सिजन देण्याचा प्रयोग फारसा यशस्वी होईना. नितांतनं हॉस्पिटलला न्यायचा निर्णय घेतला. ॲम्ब्युलन्स बोलावली. हे स्वत:च्या पायांनी चालत तिच्यात जाऊन बसले. ही माझी शेवटची भेट.

१४च्या रात्री किंवा १५च्या पहाटे, रात्री १२ वाजता खोली मिळाली. त्या आधी घरात काही खाल्लेलं नाही हे लक्षात येऊन नितांतनं त्यांना दोसा खाऊ घातला. रूममध्ये गेल्यावर माझ्याशी ते बोलले. सगळी व्यवस्था होऊन ऑक्सिजन द्यायला सुरुवात केल्याचं सांगितलं.

पंधरा तारखेला मी मेसेज पाठवून संपर्क साधायचा प्रयत्न केला. पण त्यांनी मेसेज बघितला नसावा. सकाळी डॉक्टरही माझ्याशी बोलले. एक-दोन दिवस काळजी घ्यावी लागेल, असं म्हणाले. याचा अर्थ त्यांना काही दिवस तिथं राहावं लागणार, असा विचार करून त्यांचं डायरीसह इतर काही सामान काढून ठेवलं आणि राजूबरोबर पाठवून दिलं.

त्या दिवशी मी घरी एकटीच होते. या आधीही काही प्रसंगी त्यांना हॉस्पिटलमध्ये ॲडमिट करावं लागलेलं असताना मी घरात एकटीच असायची. तेव्हा मनात समजूत असायची, आता ते योग्य हातात आहेत, लवकरच बरं वाटेल आणि ते घरी येतील. पण स्वत: डॉक्टरांनी काळजी घ्यायला पाहिजे असं सांगितल्यामुळे काळजी वाटू लागली. संध्याकाळपर्यंत त्या काळजीनं भीतीचं रूप घेतलं होतं. अशा प्रसंगी मला बोलून आधार देणाऱ्या डॉ. अलका बापट आणि रजू म्हणजे डॉ. अपर्णा श्रोत्री यांच्या फोनचाही उपयोग झाला नाही. न राहवून रात्री साडेअकरा-बारा वाजता बापट डॉक्टर-मित्र जोडप्याशी संपर्क साधला. तेव्हा डॉ. विलास बापटांनीही धैर्याच्या चार गोष्टी सांगितल्या. तेही समजावत म्हणाले, ‘दादा मनानं खूप स्ट्राँग आहेत. कितीतरी मोठ्या आजारातून ते माघारी आलेले आहेत. यातूनही बरे होऊन येतील. मुख्य म्हणजे उपचार सुरू आहेत.’ हे ऐकून काहीसं समाधान झालं. तरीही काहीतरी बरोबर चाललेलं नाही, असंच वाटत राहिलं.

सकाळी राजूचा फोन आला, यांना आयसीयूमध्ये हलवताहेत. मी लगेच अंघोळीला गेले. काही निरोप आला तर हॉस्पिटलमध्ये जायच्या तयारीसाठी. पण लगेच फोन वाजला. अंघोळ करून बाहेर येऊन फोन घेतला.

तेवढ्या अवधीत सगळं संपलं होतं. एवढ्यात? मला अर्थच समजला नाही. तो धक्का इतका जोराचा होता की मी बधीर झाले होते.

पुढच्या सगळ्या गोष्टी घडत गेल्या. कशा घडल्या-काय क्रमानं घडल्या ते

मला समजलं नाही. लगोलग डॉ. बापट पतीपत्नी घरी आले. राजेंद्रची मुलगी मधू आली आणि मला घेऊन हॉस्पिटलला गेली. सुश्रृतच्या मदतीनं सगळे सोपस्कार शक्य तितक्या लौकर संपले. तिथे मदतीला राजूचा शिष्य-मित्रपरिवार होता. एका हाताच्या बोटांनी मोजता येतील इतके मोजकेच नातेवाईक होते. मला आणि राजूला अखेरचं दर्शन मिळालं. नेहमीची डोक्यावरून पांघरुण घेऊन फक्त नाक उघडं ठेवून, छातीवर हाताची घडी घालून उताणं झोपायची पद्धत. तसेच झोपले होते. काहीही फरक नव्हता.

नंतर काय-काय घडलं त्याचा तपशिल मला आठवत नाही. मला आमचे मित्र आणि फॅमिली डॉक्टर बापटांच्या घरी सोडण्यात आलं. पुढचे चार दिवस तिथे. एक भान आलं, मी यांच्या होम-आयसोलेशनच्या काळात त्यांच्याबरोबर राहिल्यामुळे मलाही क्वारंटाईन राहायचंय. बापटांच्या घरी माझ्यासाठी स्वतंत्र खोली. तयार ठेवण्यात आली. अलकानं आणि विलास बापटांनी मोठा धोका पत्करून सगळं निभावलं. मलाही लगेच औषधं सुरू केली. सकाळ-संध्याकाळ ताप-ऑक्सिजनवर लक्ष ठेवणं सुरू झालं. तसं मी टिपून ठेवत होते. स्वत: अलका मला नाश्ता-जेवण द्यायला खोलीत येऊन जात होती. डॉ. बापट अधून-मधून येऊन चौकशी करून जात होते. पेपरमध्ये येणाऱ्या यांच्याविषयीच्या बातम्या आणून दाखवत होते. त्यांच्या मदतनिस लक्ष्मीबाई बाकी काळजी घेत होत्या.

त्याच दिवशी टीव्हीवर, फेसबुक-व्हॉट्सअपवर फिरू लागली. दुसरे दिवशी वृत्तपत्रांमध्ये आली. पुढच्या दोन-तीन दिवसांत दत्ता देसाईसारख्यांनी लेख लिहिलेले लेख प्रसिद्ध झाले. परिणामी त्या चार दिवसात अगणित फोन येऊ लागले.फेसबुक-व्हॉट्सअपवर अनेकजण व्यक्त होत होते.

या वेळी माझ्या स्वभावाचा एक विचित्र भाग मला सामोरा आला. यांचा स्वभाव मी पुरेपूर एक्कावन्न वर्षं ओळखत होते. त्यांना कधीच कुठल्याही प्रकारच्या प्रसिद्धीचं आकर्षण वाटलं नव्हतं. किंबहुना ते या बाबतीत मलाही जाग्यावर ठेवायचं काम करत होते. हे सगळं माहीत असूनही मला 'महाराष्ट्र यांची योग्य ती दखल घेतोय..' असं वाटून कुठेतरी समाधान वाटत होतं आणि त्याच वेळी आपण असा कसा विचार करू शकतो असं वाटून स्वत:ची घृणा वाटत होती. आपण विकृत आहोत की काय असं वाटून स्वत:चा तिरस्कार वाटत होता. तेव्हा मला समाधान वाटत होतं, त्या मागे, त्यांच्या कामाची दखल घेतली गेली नाही अशी माझी मीच करून घेतलेली भावना कदाचित कारणीभूत असली तरी, तेव्हा डॉ. बापटांनी आणून दिलेले लेख मी वाचू शकले नाही.

तिथल्या चार दिवसांत हातात काही काम असेल तर बरं, असा विचार करून मी घरातून 'कशीर'ची प्रुफं मागवून ठेवली. रात्री गोळी घेऊनही झोप येईना तेव्हा

ती बघू लागले. त्यातल्या मजकूराचा त्रास व्हायचा. विशेषत: तिथे असलेल्या ९० सालच्या हिंसाचाराची आणि अत्याचाराची पानं वाचताना मनातल्या वेदना तीव्र व्हायच्या. काश्मिरच्या आठवणी जाग्या व्हायच्या आणि असह्य वाटून पुन्हा बाजूला सारायचं. आपण काश्मिरला जायला नको होतं की काय, असं वाटायचं. काही तास गेले की पुन्हा वाचायला घ्यायचं.

मध्ये एकच दिवस गेला असेल, सुमित्रा भावे गेल्याचं समजलं. आम्ही काश्मिरला जायच्या आधी सा. सकाळचे माजी संपादक सदा डुम्बरे गेल्याचा धक्का बसला होताच. या दोनही व्यक्ती आमच्या अगदी जवळच्या. अनेक परिचितांचे फोन येत होते, त्यातूनही हे उल्लेख होत राहायचे. त्यांच्या जवळपासच्या माणसांच्या मृत्यूच्या घटना कानांवर येत होत्या.

या दिवसांत रीमा अमरापूरकर, आमचे जवळचे मित्र अनिल अवचट आणि इतर अनेकजण भेटायला यायची इच्छा व्यक्त करत होते. पण कोरोनाचा धोका धडधडीत दिसत असल्यामुळे डॉक्टरांनी सगळ्यांची समजूत काढत परवानगी नाकारली.

चार दिवस झाले. माझी प्रकृती ठीकच होती. त्यामुळे डॉक्टरांनी माझी टेस्ट करून मला दुसरा डोस द्यायचा असं ठरवलं. त्यानंतर मी घरी परतू शकले असते. सोबतीला राजू-त्याची बायको मंजू येऊ शकले असते किंवा मी त्यांच्याकडे जाऊ शकले असते.

पण माझा रिपोर्ट पॉझिटीव्ह आला. म्हणजे मला घरी क्वारंटाईन व्हायचं भाग होतं. डॉक्टरांनी सगळी औषधं आणून दिली आणि मी घरी आले.

घरात पाऊल टाकताना मला जिवावर आलं होतं. पण ते अपरिहार्य होतं.

आल्या-आल्या माझी पोळीवाली मदतनिस महानंदानं जेवण-न्याहरीचा ताबा घेतला. ती रोज ठरलेल्या वेळी दाराशी नाश्ता आणि जेवण आणून ठेवून जायची. शेजारच्या डॉक्टर अंबिके कुटुंबानं एक ब्लडटेस्ट करून घ्यायला सांगितली. मी पॉझिटिव्ह असले तरी, तो रिपोर्ट बघून काही काळजी करण्यासारखं नसल्याचं सांगितलं. येवले कुटुंबही फोनवरून आस्थेनं चौकशी करत होतं. मला हवं-नको ते विचारत होते. वहिनी रात्री कलिंगडं किंवा टरबूजच्या फोडी नेटकेपणानं कापून दाराशी आणून द्यायच्या. महानंदाचा मुलगा हवी असलेली औषधं आणून देत होता. ब्रह्मभट बाई घरात एकट्याच राहात होत्या. त्याही पॉझिटीव्ह असल्यामुळे त्यांनाच कुणाची तरी मदत लाणार होती. पण बाई इतक्या धीराची की तिनं एकटीनं सगळं निभावलं.

पहिल्या दिवशी रात्री घरात एकटी झोपायचा विचार मनाला घाबरं करत होता.

घरात एकटीनं खाणं-जेवणं नको होत होतं. माझ्याच पावलांचा आवाज येत होता. खाताना आपलाच अन्न चावल्याचा आवाज येत होता. सगळंच नको वाटत होतं.

दिवसभर फोन येतच होते. परगावचे भाऊ-भावजया, सुचित आणि शरद तरडे आणि इतर स्नेही फोनद्वारे माझ्या सोबत राहायला धडपडत होते. एकीकडे बाहेरच्या जगाशी तेवढाच संपर्क असल्यामुळे सोबत माणसं असल्याचा भ्रामक का होईना, दिलासा होता. पण सगळ्या फोनवर तेच ते बोलून एक प्रकारचा उद्वेग यायचा. त्यामुळे चार-पाच दिवसांत परिस्थिती अशी झाली की फोन वाजला की छातीत धडधडायचं आणि नाही वाजला तर सोबत कुणीच नाही असं वाटून रडू यायचं. त्यात एक दिवस, म्हणजे रात्री नऊच्या सुमारास राजूनं एका व्हिडिओ कॉलमध्ये घेतलं. मंजू-राजू आणि त्याच्या मुली शाल्मली, मधू, सगळे दिसले. शाल्मली भर कोरोनात अमेरिकेत पहिल्यांदा गेली असल्यामुळे अशा प्रकारे ते सगळे एकमेकाच्या सान्निध्यात होते. मलाही माणसं दिसली आणि जिवात जीव आला.

घरी आल्या-आल्या दुसरे दिवशी नाडकर्णींचा फोन. त्यांनी सांगितलं, 'परिस्थिती अवघड असली तरी एक करू शकाल. शक्य तितक्या लवकर तुमचं पूर्वीचं रूटीन सुरू करा. अगदी छोट्या-छोट्या गोष्टी. पेपर वाचणं, टीव्ही लावणं, रेडीओ ऐकत असाल तर तो लावणं, घरातली बारीकसारीक कामं करणं, काहीतरी वाचणं...वगैरे...' प्रयत्न केला, पण मला ते जमत नव्हतं.

शेवटी मला संपादनासाठी आलेल्या कादंबरीची आठवण झाली. काही वेळ ते वाचू लागले. पुन्हा 'कशीर'च्या वेळचाच अनुभव येऊ लागला. त्यातला अगदी किरकोळ दुःखद प्रसंग मला अधिकच व्याकूळ करायचा. पण त्यात एक अतिशय बारीक फरक होता. तेवढे क्षण का होईना, मी वास्तवापासून दूर असायची. कादंबरीतल्या दुःखाशी समरस व्हायची. त्याचा त्रास व्हायला लागला की बंद करायची. पुन्हा वास्तव भंडावून सोडायचं.

एक दिवस माझी मुंबईची मुलीच्या वयाची मैत्रीण, 'मी अल्बर्ट एलीस'ची लेखिका अंजली जोशी हिच्याशी बोलताना म्हटलं, 'मला घरात राहाणं नको वाटतंय. या घरात राहायची भीती वाटते.' तिनं काळजीनं विचारलं, 'का भीती वाटते? काही होईल असं वाटतं काय? तुमची तब्येत बरी आहे ना?' तिनं हे विचारलं, कारण एकदा संध्याकाळी तिच्याशी बोलताना माझी साखर कमी होऊन त्रास झाला होता.

मी हो म्हटलं. पुढे म्हटलं, 'एकटं राहायची भीती वाटते..' तिनं आठवण करून दिली, 'तुम्ही आठवून पाहा. चोवीस तास कुणीच एकमेकासोबत नसतं.' म्हटलं, 'खरंय. आम्हीही चहा-नाश्ता-जेवण अशा वेळी एकत्र असायचो. बाकीच्या वेळी आपापल्या कामातच असायचो. तरीही आता भीती वाटते.' तिनं विचारलं,

'नेमकी कसली भीती वाटते?'

मी म्हटलं, 'मला प्रत्येक गोष्ट त्यांच्याशी शेअर करायची सवय होती. कुणाचा फोन आला, काही घडलं तरी त्यांना सांगितल्याशिवाय तो अनुभव पुरा व्हायचा नाही. आता मला माझं जगणंच अर्धवट झाल्यासारखं वाटतंय....' असंच काही काही बराच वेळ बोलत राहिले.

तिनं माझं सगळं नीट ऐकून घेतलं. विचारलं, 'असं कसं? काही गोष्टी आपण मैत्रिणींबरोबर शेअर करतो. तुम्ही एक लक्षात घ्या. तुमचं जसं सहजीवन होतं तसं बहुतेकांचं नसतं. तरी त्यांना ते अपूर्ण अनुभव घेतात असं वाटत नाहीत. तुमचा स्त्रोत एकच होता. पण सगळ्याचं तसं नसतं. आमचंच बघा. माझ्या आवडीचे विषय वेगळे आहेत आणि माझ्या नवऱ्याचे आवडीचे विषय वेगळे आहेत. तरी आमचं सहजीवन चांगलंच आहे. परिपूर्ण आहे. ते काही तुम्ही म्हणता तसं अपूर्ण नाही. तुम्हीही आठवून पाहा. तुम्ही सगळं एकमेकांना सांगत असला तरी दादा त्यांच्या शास्त्रीय संगीताच्या बाबतीत वेगळ्याप्रकारे रमत असतील. त्या विषयावर बोलायचं ती माणसं वेगळी असतील, त्यातला अनुभव पूर्ण करण्यासाठी ते रेडिओ ऐकत असतील, टीव्हीवरचे त्या प्रकारचे कार्यक्रम बघत असतील.'

मला हे पटलं. राजू बासरीवादक. त्याच्याशी ते शास्त्रीयसंगीताविषयी बोलायचे. काही प्रमाणात अवचट-बापटांशी बोलायचे. रेडिओ तर त्यांच्या जीवनाचा महत्त्वाचा भाग होता. डी.डी.भारती आणि यूट्यूबवरचं ते शास्त्रीय संगीत आवर्जून ऐकायचे.

ती पुढं म्हणाली, 'आणि तसंच तुमचंही असेल. कारण तुम्ही जितक्या साहित्यात गढलेल्या होत्या, तेवढं त्यांचं नव्हतं.' हेही खरं होतं. तेच एकदा म्हणाले होते, 'माझेही पंचवीस-तीस अनुवाद झालेत. पण मी तुझ्यासारखं 'संवादु-अनुवादू' लिहू शकणार नाही.' आणखीही आठवलं, चित्रकलेच्या बाबतीतली त्यांची मतं वेगळी होती. त्या बाबतीत वादही होत. मग माझ्या त्या बाबतीतल्या अनुभवांना पूर्णत्व तरडे दांपत्यासारख्या समविचारी मंडळीशी बोलून येत होतं. मुख्य म्हणजे तेव्हा मला कधीही आता जाणवत होती तशी एकटेपणाची भावना जाणवत नव्हती. तशी यांच्याकडूनही तक्रार नव्हती.

काही अंशी तिचं पटून मी निरुत्तर झाले. तरीही मनाची तडफड थांबत नव्हती. पुढे तीच समजावत म्हणाली, 'उमाताई! तुम्ही फार लौकर नॉर्मल व्हायचा प्रयत्न करताहात. अहो, दादा गेले याचा आम्हालाही फार मोठा धक्का बसलाय. आपल्याला सगळ्यांनाच यातून बाहेर पडायला थोडा वेळ देणं आवश्यक आहे.' तिनं पाठोपाठ सांगितलं, 'पण मनात येणारे प्रश्न तसेच ठेवून बसू नका. तसं केल्यानं ते चिघळत जातील. तुम्हाला ज्यांच्याशी बोलून कंफर्टेबल वाटत असेल, त्यांच्याशी बोलत राहा. मुख्य म्हणजे कुणाचीही मदत नाकारू नका. तुमच्या लक्षात येईल की,

तुमच्या अवती-भोवती खूपजणं आहेत मदत करायला. कदाचित तुम्हाला मदत करताना तुमचीही त्यांना मदत होऊ शकेल!'

पुढेही मी तिच्याशी वेळोवेळी बोलत राहिले. मनात उद्‌भवणाऱ्या प्रश्नांना शब्दरूप देत राहिले. अगदी मध्यरात्री काही भावना किंवा विचार त्रास देऊ लागले की तिला व्हॉट्सअपवर मेसेज टाकून ठेवायची. ती तिच्या सवडीनं शक्य तितक्या लवकर माझ्याशी संपर्क साधायची. एकदा प्रश्न मांडला की मनात थोडी शांतता पसरायची. उत्तर मिळायचं. त्या वेळेपर्यंत मनातला प्रश्नही आणखी नेमकेपणानं साकार व्हायचा. त्यामुळे फोनवर बोलताना नेमकी चर्चा व्हायची. विषय भरकटायचा नाही. बऱ्याच वेळा गप्पांमधून माझी मलाच उकल व्हायची. नाही झाली तरी ती होतीच मदतीला.

अंजलीशी बोलता बोलता एकदा त्या आधी कधीही न जाणवलेली एक गोष्ट फार तीव्रपणे जाणवली. मी कार्यक्रमाच्या निमित्तानं एक-दोन दिवसांसाठी घराबाहेर राहायची. एका सिनेमाच्या कामासाठी तर सलग महिनाभर घराबाहेर राहिले होते. तो संपूर्ण कालखंड हे घरात एकटेच राहायचे. मी फोन केला तरच त्यांनाच संपर्क व्हायचा. ते म्हणायचे, 'तू कामासाठी गेलेली आहेस. तुला वेळ मिळेल तेव्हा तू फोन करतेसच. मग मी करून तुझ्या कामात कशाला अडथळा आणायचा?' एवढ्या दिवसांत त्यांनी एकदाही 'मला कंटाळा आलाय.... तू ये..' असं म्हटलं नाही. मात्र एरवी कधी-कधी कुणाच्या घटस्फोटासारख्या घटना कानांवर आल्या की म्हणायचे, 'एकटं जगणं अशक्य नसतं. पण कुणाचीतरी सोबत असली की तेच जगणं हलकं होतं.'

कोरोना नसतानाही बोलताना एक विचार ते नेहमी म्हणायचे, 'आपण वयाच्या अशा टप्प्यावर आहोत की काही गोष्टींचा आपण विचार करून स्वत:ला त्यासाठी तयार ठेवायला पाहिजे. दोघांपैकी कुणीतरी एकजण आधी जाणार आणि दुसऱ्याला मागं राहावं लागेल. त्या साठीही आपण तयार असलं पाहिजे... काहीतरी प्लॅनिंग असलं पाहिजे.' यावर मी वाद घालायची, 'असं कसं शक्य आहे? दोघंही समोरासमोर असताना एकजण नसल्याची कशी तयारी करायची?' त्यावर हे म्हणायचे, 'तयारी नसेल तर जे अनुभवावं लागेल त्यातून सुटका नाही!'

हे वैचारिक पातळीवर कितीही खरं असलं तरी माझ्यावर तो प्रसंग अचानक येऊन आदळला.

त्यावरही हे म्हणायचे, 'अचानक लाट अंगावर आली तर कोसळायला तर होणारच. पण कधीतरी विचार करून ठेवलेले असतील तर त्यातून सावरायला मदत होईल, इतकंच माझं म्हणणं.'

हे एकटे राहताना छान व्यवस्थित राहायचे. मी मात्र त्याकडे मजेत बघायची.

फोनवर तिकडं काय चाललंय ते सांगायची. इकडे कुणी विचारलं तरी ते कसे स्वावलंबी आहेत, हे मोठ्या अभिमानानं सांगायची. कधी कधी ते सांगायचे, 'आज गंमत झाली. चुकून मी दोन कप चहा केला!'

ती 'गंमत' म्हणजे काय हे मला आता कळायला लागलं होतं. कारण माझ्याही हातून तेच घडत होतं आणि मी त्याच्याकडे 'गंमत'च काय, सहज म्हणूनही पाहू शकत नव्हते. मला लाटेतून सावरायला स्वत:शीच बराच लढा द्यावा लागणार होता.

कुणाशी स्पष्ट बोलले नाही तरी मनात आधीपासूनच एक विचार सतत टोकरत होता. आपण काश्मिरला जायचा निर्णय घेतला, तेच चुकलं की काय? फोन करणारे सगळेच तो तपशील विचारत होते. हे पॉझिटिव्ह निघाल्यावर मीही हेच बोलले होते. तेव्हा यांनी सांगितलं होतं, 'जायचा निर्णय दोघांचाही होता. माझ्या ऐवजी तू पॉझिटीव्ह निघायची शक्यताही तेवढीच होती. तुला तर ब्लडप्रेशर-डायबेटीस आहे. त्यामुळे या प्रकारे विचार करायची तुझी पद्धतच चुकीची आहे. मागं कधीच पाहायचं नसतं. यातून पुढे काय करायचं हे बघू या. आणि दुसरं म्हणजे आपल्या बिल्डिंगमधल्या शेजाऱ्यांना पुण्यात राहूनच बाधा झालीय ना!'

घरी आल्यावर माझं लक्ष गेलं, काश्मिरहून आल्या-आल्या यांनी माझ्यासाठी त्यांच्या खास पद्धतीचा पोह्याचा कुरकुरीत चिवडा करून ठेवला होता. कारण मलाच दुपारी काहीतरी खायला लागायचं. त्यांना कधीच लागायचं नाही. मला भडभडून आलं. याचं काय करू, असं झालं. अंजलीशी बोलल्यावर तोही तिढा सुटला. पुढचे सगळे दिवस मला त्या चिवड्यानं सोबत केली. मी तो पुरवून पुरवून खाल्ला.

एक दिवस मात्र हे क्वारंटाईन प्रकरण माझ्याही हाताबाहेर गेलं. मी हताश होऊन शेजारच्या डॉक्टर अंबिकेंची बेल दाबली आणि त्यांना म्हटलं, 'दहा मिनिटांसाठी का होईना, तुम्ही माझ्या घरी येऊन बसा.' त्या लगेच आल्या. त्यांनी सांगितलं, 'तुम्ही हवं तर आमच्या घरी या. आमची काही हरकत नाही.' मला त्यातली रिस्क ठाऊक असल्यामुळे मी स्वत:ला आवर घातला. काही वेळात एक व्हिडीओकॉल आला. तो आमच्या लहानशा मैत्रिणीचा, जाई देवळालीकरचा होता. तिनं एक गाणं म्हणून दाखवलं, थोड्या गप्पा मारल्या. ती बेंगळूरहून पुण्यात आली होती. तिच्या घरीही बरेचजण पॉझिटीव्ह निघाले होते. ती स्वत:ही पॉझिटिव्ह होती.

तिला समोर 'पाहाताच' मला एकदम आधार वाटला. वस्तुत: मला व्हिडिओ कॉल आवडायचा नाही. आपण इतराच्या प्रायव्हसीवर आक्रमण करतो असं वाटायचं. पण आता त्याचाच आधार वाटला होता. हा बुडत्याला मिळणारा काडीचा आधारच होता. त्यानंतर सकाळ-संध्याकाळी फोन करणाऱ्या माझ्या भावंडांना मी

व्हिडीओकॉल करायला सांगितलं. हे दोन-तीन दिवस चाललं. मग माझं मन थोडं भानावर आलं आणि पूर्ववत साधे कॉल सुरू झाले.

नंतर एक दिवस संध्याकाळी जाई प्रत्यक्षच घरी आली. ती हॉस्पिटलमध्ये ॲडमिट असलेल्या आपल्या आई, मावशी आणि आजीला भेटायला आणि डबा द्यायला बाहेर पडली होती. आल्या-आल्या तिनं तानपुऱ्याचं सॉफ्टवेअर लावलं आणि संपूर्ण घरात ते सूर घुमले. हे गेल्यानंतर प्रथमच घरात तानपुऱ्याचे सूर घुमत होते. त्यांची दररोज तानपुरा लावून सकाळी-सकाळी गाणं म्हणायची सवय. तिनं तानपुऱ्याच्या सुरावर गाणं म्हटलं. एकाएकी माझा बांध फुटला. तिनं मिठी मारली. मी थोडी घाबरले तेव्हा म्हणाली, 'काळजी नको. मीही पॉझिटिव्हच आहे!'

नंतरही ती संध्याकाळच्या वेळी जमेल तेव्हा येत राहिली. ती असताना मी जेवण उरकून घेऊ लागले. दहा-पंधरा मिनिटं थांबून ती परत जाई.

याच दिवसांत मनाला आणखी एक काळजी भेडसावू लागली. अवघड प्रसंगी माझ्या प्रत्यक्ष मदतीला धावलेले डॉ. बापट-अलका, राजू, मधू, नितांत, सचिन हे नातेवाईक, त्यांच्या घरातले, राजूचे मित्र श्रीकांत भावे, आशुतोष नांदेडकर हे सगळे आणि त्यांच्या घरचे कुणी पॉझिटिव्ह नसतील ना? आपल्याला अशा कठीण प्रसंगी मदतीला धावून आलेले सगळे सुखरूप असतील ना? त्यांना किंवा त्यांच्या घरात कुणालाही कोरोना होणार नाही ना! दहा दिवसांनंतर एकेकाचे रिपोर्ट येऊ लागले. सगळे निगेटीव्ह होते. त्यामुळे माझा जीव भांड्यात पडला. डॉ. विलास बापट आणि डॉ. अलकाचे रिपोर्टही निगेटिव्ह होते. पण त्यांना ताप-सर्दी होती. त्यामुळे माझ्याप्रमाणे त्यांनीही सतरा दिवस क्वारंटाईन पाळलं.

मधल्या काळात अवचट फारच हवालदिल झाले होते. त्यांच्या अगदी जवळची तीन माणसं गेली होती. हे, सुमित्रा भावे आणि सदा डुम्बरे. जाईच्या घरातले आणि इतर बरेचजण गंभीर आजारी होते. संपूर्ण कोरोना काळात त्यांनी दर रविवारी आम्हाला घरपोच भाजी आणून दिली होती. त्या शिवायही आठवड्यातून दोन-तीनवेळा घरी यायची त्यांची पद्धत. त्यांची घरी भेटायला यायची खूप इच्छा होती. पण पुन्हा डॉ.बापट, आनंद नाडकर्णी, मुक्ता पुणतांबेकर या सगळ्यांनी त्यांना कसंबसं आवरलं. मलाही कुणी भेटायची इच्छा व्यक्त केली की बरं वाटायचं, पण येणार म्हटलं की भीती वाटायची.

चौदा दिवस झाले. मला कधी एकदा राजूच्या घरी, माणसात जाईन असं झालं होतं. ते नवरा-बायकोही वाट बघत होते. माझ्याशी नियमित संपर्कात असणाऱ्या राजूनं, डॉ.अपर्णा श्रोत्री या बहिणीनं कळवळून सांगितलं, 'इतके दिवस तू अत्यंत कठीण परिस्थितीत कळ काढली आहेस. आणखी फक्त तीन दिवस थांब. मंजू पण फार मोठ्या जिवावरच्या दुखण्यातून उठली आहे. थोडक्यात घाई करू नकोस.

सतरा दिवस झाल्यावर जा.' तेही खरं होतं. काही वर्षांपूर्वी मंजूचं ब्रेस्ट कॅन्सरचं ऑपरेशन झालं होतं. ती आता उत्तम असली तरी राजूच्या सल्ल्यात तथ्य होतं. अवघड असलं तरी मी ते ऐकलं.

निघताना मी महानंदाला या सर्व दिवसांमध्ये तिनं दिलेल्या नाश्ता आणि जेवणाचे पैसे विचारले. तेव्हा डोळ्यातलं पाणी पुसत ती म्हणाली, 'वैनी, मी काही तुम्हाला हा आजार झालाय म्हणून ते दिलं नाही.....एवढ्या मोठ्या दु:खात असताना जेवण-खाण सुचत नाही. मीही त्या अनुभवातून गेलेय. म्हणून डबा दिलाय मी...' सुमारे तीन वर्षांपूर्वी तिचाही नवरा वारला होता.

अशा प्रकारे ते सतरा दिवस संपताच मी घरातून पळ काढत राजूच्या घरी गेले. त्या दोघांनीही एखाद्या हळव्या मुलाची हुळहुळती जखम हळुवार हातानं हाताळावी, तसं मला सांभाळलं. ते सगळे दिवस मी माझ्या दुखऱ्या मनाला गोंजारण्यात घालवले. एकीकडे मी माणसांत आल्याचा दिलासा जाणवत असला तरी दुसरीकडे एक भली मोठी पोकळी जाणवत होती.

एखादा दिवस गेला. त्या दिवशी जेवण झाल्यावर मंजूनं पत्ते बाहेर काढले. गेले चाळीस वर्षांपेक्षा जास्त काळ आम्हा दोघांची पत्ते खेळायची सवय. अगदी प्रवासातही पत्ते जवळ असतंच. आता पत्ते समोर बघून मनात कळ उठणं स्वाभाविक होतं. 'नक्को..' वाटलं. पण मला नाडकर्णींनी सांगितलेलं रुटीनविषयीचं आठवलं. मनाचे लाड न करता मी खेळायला उठले. खेळता खेळता त्या संदर्भातल्या कितीतरी आठवणी उगाळल्या जाऊ लागल्या. त्या प्रकारात त्या विषयीची भीतीही आपोआप केव्हा बाजूला सरली ते मलाही समजलं नाही.

तसंच संध्याकाळच्या फिरण्याचंही झालं. लग्न झाल्यापासून संध्याकाळी फिरायला बाहेर पडायची आमची दोघांची सवय. मंजूनं संध्याकाळी त्यांच्या इमारतीच्या टेरेसवर फिरायला नेलं. तेव्हा फिरायच्या आठवणींना उधाण यायचं. मी त्यावर खूप बोलायची. मंजू सगळं ऐकत राहायची. मग संध्याकाळ झाली की मीच आधी पायात चप्पल घालून बाहेर पडायला तयार व्हायची.

मध्ये एकदा राजूच्या मुलीनं, मधूनं आपल्या सहा वर्षाच्या ईशाला दोन-तीन दिवसांसाठी आणून सोडलं. स्वत:कडे लक्ष वेधून घेण्याच्या बालसुलभ स्वभावाप्रमाणे तिनं घराचा ताबाच घेतला. तिच्या गप्पा-बडबड-खेळ-चित्रं काढणं-ओरीगामी करून देणं या तिच्या मागण्या पुऱ्या करता-करता आपलंच दु:ख 'गोंजारणं' थोडं बाजूला सरलं.

मी राजूकडे असताना प्रकाशकांचा फोन आला, 'उमाताई, आपण अनुवादाची कामं सुरू ठेवणार आहोत. तुम्ही काम करत राहायचं आहे..' इकडे मंजू समजावत

होती, 'सुषमाताई, काही काळजी करू नका, मी वाचून दाखवत राहीन.' ती कन्नड विषयातली ग्रॅज्युएट आहे. राजू सांगत होता, 'शाल्मली अमेरिकेला गेल्यापासून तीही एकटी झाली आहे. तिलाही विरंगुळा होईल. तू काळजी करू नकोस.' मुंबईच्या उमा रामराव या भैरप्पांच्या अभ्यासक. त्या सांगत होत्या, 'तुम्हाला कुठल्याही प्रकारची कन्नड साहित्याच्या संदर्भात मदत लागणार असेल तर सांगा. मी तुमच्या घरी येऊन राहून मदत करेन.'

कितीतरी आधीपासून भैरप्पांच्या 'गृहभंग' या कादंबरीच्या अनुवादाचं काम चाललं होतं. काश्मिरला जाण्यापूर्वी यांनी त्यांच्या हातातली सगळी अनुवादाची कामं संपवली होती. तिथून आल्यावर या कादंबरीतली पुढची दोन प्रकरणं रेकॉर्ड करून ठेवली होती. कोरोन्टाईन असताना एकदा मी ते ऐकून लिहायचा प्रयत्न केला, पण मला ते अशक्य झालं होतं. त्या रिकाम्या घरात त्यांचा घुमणारा आवाज! तो ऐकून लिहिणं! अशक्य होतं ते! त्यामुळे आपलं अनुवादाचं काम या नंतर बंद होणार अशीच माझी खात्री होती.

पण एक दिवस मंजूनं एक परिच्छेद वाचून दाखवला आणि मी तो लिहू शकले. त्यानंतर व्हाईसरेकॉर्डरवर मंजूनं सगळी कादंबरी वाचून पुरी केली आणि मी शक्य होईल तेव्हा अनुवादाचं काम सुरू केलं.

भैरप्पांचे अधूनमधून फोन येतच होते. तेही सांगत होते, 'निवडक का होईना काम करत राहा... तेच तुमचं बळ आहे. सृजनशील साहित्यात मनाच्या दु:खाचा निचरा करायचं सामर्थ्य असतं हा माझा अनुभव आहे. तुम्हालाही तो अनुभव येईल.'

पण 'गृहभंग'चा अनुवाद करताना मला अतिशय मानसिक क्लेश होत होते. कारण या कादंबरीत सतत येणाऱ्या प्लेगचं वर्णन येतं. भोवतालीही कोरोनाचं वातावरण होतंच. कादंबरीत एका दिवशी त्या घरातला वयात येणारा मुलगा आणि तरुण मुलगी काही तासाच्या अंतरानं प्लेगला बळी पडतात. भैरप्पांच्या आयुष्यात घडलेला तो प्रसंग. ते सगळं वाचताना मंजूनंही रडत रडत रेकॉर्ड केलं होतं आणि लिहिताना माझीही तशीच अवस्था होती.

दु:खाचा निचरा होण्याऐवजी माझी मन:स्थिती आणखी विचित्र झाली होती.

या वेळी मला आणखी एका भावनेनं त्रास दिला. भैरप्पांच्या कादंबऱ्यांमध्ये मृत्यूनंतरचे दिवसकर्माची वर्णने वरचेवर येतात. त्या संदर्भात त्या मंत्रांचे अर्थही येतात. प्रत्यक्ष माझे या बाबतीतले विचार काहीही असले तरी त्या प्रसंगाचं कादंबरीतलं स्थान लक्षात घेऊन मीही त्यांचा अनुवाद करत असते.

पण आता परिस्थिती वेगळी होती. यांच्या बाबतीत तसं काही कर्मकांड करण्यासारखी परिस्थितीही नव्हती आणि त्या संदर्भातले यांचे विचार माहीत होते. वडिलांच्या मृत्यूनंतर त्यांनी केसही काढले नव्हते आणि कुठल्याही विधींमध्ये

भागही घेतला नव्हता. हे ठाऊक असल्यामुळे यांच्या निधनानंतर दिवसकार्य करायचा विचारही मनात आला नव्हता. त्या संदर्भात मला जे काही वाटलं तेवढं केल्यामुळे इतके दिवस मला तो प्रश्न कधी सतावत नव्हता.

आता 'गृहभंग'मधली ती वर्णनं लिहिताना मला वाटू लागलं, मी काही चुकीचं तर केलं नाही ना? कदाचित ते सगळे दिवसकर्म केले असते तर मला थोडा दिलासा मिळाला असता काय? धार्मिक विधी करायचं टाळून मी माझी जबाबदारी तर टाळली नाही ना? मी कृतघ्न तर होत नाही ना? मी व्याकूळ होऊन एक दिवस भैरप्पांना फोन केला.

माझं सगळं ऐकून घेतल्यावर ते म्हणाले, 'त्या सगळ्या पारंपरिक विधींमुळे त्या आत्म्याचं काय होतं, हे माहीत नाही; तसं कुणी माघारी येऊन सांगितलेलंही नाही. पण ते सगळे विधी मागं राहिलेल्यांसाठी असतात. नजरेसमोर अग्नी दिला असला तरी आपलं माणूस कायमचं गेलंय, यावर आपला विश्वास बसत नाही. तेव्हा माणसं पुन्हा-पुन्हा विविध प्रकारे ती वस्तुस्थिती पटवून देतात आणि माझ्या कादंबऱ्यांचा काळ आणि वातावरण तुम्ही पाहिलंत तर ती त्यांची मानसिक गरज होती हे तुमच्या लक्षात येईल. तुमच्या बाबतीत त्या मार्गाची गरज नाही. कुलकर्णी तर तशा विचारांचे नव्हते. तुम्ही मॅच्युअर आहात. तुम्हाला अशा काही प्रकारानं समाधान मिळवायची गरज नाही. त्यांनीच तुम्हाला पुढे कसं जगायचंय याचा मार्ग दाखवून ठेवला आहे.'

पेन्शन आणि इतर बँकेच्या कामाची निकड भासू लागली. त्यामुळे मॉडेल कॉलनीत परतणं भाग होतं. आम्ही तिघंही मॉडेल कॉलनीत पार्थ हेरिटेजला आलो. मनात असो वा नसो, या घरात स्थिरावणं हीही माझी एक महत्त्वाची निकड आहे हेही मला समजत होतं.

स्वेच्छानिवृत्तीनंतर सकाळचा नाश्ता बनवायची जबाबदारी यांनी आपल्याकडे घेतल्यामुळे मला आयत्या नाश्त्याची सवय झाली होती. त्या सतरा दिवसांत महानंदानं आणि त्या नंतरच्या दिवसांत मंजूनंही आयता नाश्ता खायची सवय ठेवली होती.

आता माझ्या घरी राजू-मंजू आल्यामुळे मी नाश्ता बनवायला लागले. सैपाक करायला लागले. जशी बाकी सगळी व्यवहाराची कामं निपटली जाऊ लागली तसं माझं घरातलं काही प्रमाणात रुळणंही सुरू झालं.

तरीही एका रात्री आपण कृतघ्न आहोत, त्या व्यक्तीची आठवण विसरू पाहात आहोत, हा विचार प्रबल झाला. पहाटे जाग आल्यावर मी उठले. घरात अनिल अवचट आणि नीलेश काळेनी काढलेले अनेक सुंदर-सुंदर फोटो होते. त्यातले दोन

काढले आणि भिंतीवर लावले. तेव्हा कुठं ती भावना कमी झाली.

याच काळात बाहेरच्या जगात आणखी उलथा पालथ चालली होती. घराघरात केसेस निघत होत्या. बेळगावातही प्रकोप वाढला होता. मंजूच्या माहेरी आई-भाऊ आणि बेळगावची भावजय डॉ.वर्षाच्या माहेरी आई-वडील-भाऊ-काका-काकू हे सगळे पॉझिटिव्ह निघाले होते. संजूच्या मुलीच्या सासूबाई गंभीर होत्या. त्यामुळे मला आधार देणाऱ्या भावजयांचे फोन झाले की याच विषयांवर बोलणं होई. घरात मी आणि मंजूही याच विषयावर बोलत राहात होतो. बेळगावला जायचा विचार परदेशी जायच्या विचारासारखाच परस्वाधीन होऊन गेला होता.

इकडे जाईच्या घरी तिची मुलं-सासूबाई आणि ती बाहेर पडले. पण तिची आई-मावशी आणि शंभरीची आजी पॉझिटिव्ह झाल्या होत्या. या तिघींना हॉस्पिटलमध्ये ठेवलं होतं. त्यांची प्रकृती गंभीर होती. त्यातल्या मावशी बचावल्या, आजी बचावल्या पण वृद्धापकाळानं मरण पावल्या आणि तिघीत लहान आई सुमारे महिनाभर हॉस्पिटलमध्ये झगडत अखेर मरण पावल्या.

त्यावेळी कुणाचाही फोन झाला तरी विषय एकच होता– कोरोना. त्यामुळे कुणीच कुणाचं समाधान करायची परिस्थिती राहिली नव्हती. इतरही ओळखीच्या मंडळींच्या मृत्यूच्या बातम्या येत राहिल्या. या आजारानं केवळ माझ्याच आयुष्यावर घाला घातला नव्हता, सगळ्या जगाला व्यापून टाकता टाकता माझ्या जवळपासच्या मंडळींनाही दु:खात टाकून गेला होता. काहीजणांनी आजारावर मातही केली. पण खूप पैसा गेला. जीवनभराची कमाई गेली. काहीजणांच्या बाबतीत जीवही गेला आणि पैसाही गेला होता. अनेक लेकरांनी आई-बाप गमावले. हाताशी आलेली तरणीताठी मुलं गमावली. आमच्या जवळच्या नात्यातल्या एका मुलाला तर हॉस्पिटलमध्ये होत असलेल्या शोषणामुळे आपल्या आईचं व्हॅन्टिलेटर काढून टाकायचा निर्णय कठोरपणे, पण अश्रू ढाळत घ्यावा लागला.

सुरुवातीच्या काळात मला जे फोन आले, त्यात दु:ख हलकं करताना काहीजणांनी म्हटलं होतं, 'त्यांचे हाल झाले नाहीत, अंथरुणात खितपत पडावं लागलं नाही, परावलंबी व्हावं लागलं नाही, तसं झालं असतं तर त्यांना फार त्रास झाला असता. तुम्हाला ५१ वर्षांचं चांगलं सहजीवन मिळालं.... तुला यातच समाधान मानायला पाहिजे... कुणीतरी पुढं जाणार, कुणीतरी मागं राहणार हे तर होणारच ना...' एक मैत्रिण तर म्हणाली होती, 'उमाताई! तुम्ही दादांना काय सुरेख सेंडऑफ दिलात हो! अगदी काश्मिर!! या नंतर तुमच्या मनात त्यांच्या ज्या आठवणी राहातील त्या काश्मिरमधल्या! ते अमुकतमुक गेल्या दीड वर्षात घराच्या बाहेरही पडले नव्हते... तरी दहा दिवस आयसीयूमध्ये राहून काल गेले!' वगैरे वगैरे.

त्या सगळ्याला आता नव्यानं अर्थ मिळत होता. वेगळ्याच वास्तवाच्या

पार्श्वभूमीवर. एखाद्या बेसावध क्षणी हे पटायलाही सुरुवात होत होती. पण हे सारं बौद्धिक पातळीवर. पुन्हा जाणवत होतं, त्याच एकावन्न वर्षांचा आठवणींचा अस्ताव्यस्त पसरलेला डोंगर सोबत असताना त्याला कसं नाकारायचं?

पण अंजलीचंच खरं होतं. हळूहळू त्या पसरलेल्या अस्ताव्यस्त डोंगराला काहीतरी शिस्त लागू पाहत होती. कधी कधी 'जन पळभर म्हणतील हाय हाय...' यातलं कठोर वास्तव्यही विदारकपणे सामोरं येत होतं. त्यातून मानवी जीवनाचं खडतर सत्य अधिकच स्पष्टपणे उमगत होतं.

ही घटना घडल्यापासून मी धोसरा घेतला होता, बेळगावला जाऊन यायचं. हे विविध कारणानं पुढे पुढे जात राहिलं. या संपूर्ण काळात मला फोनवर धैर्य देणारे भाऊ-भावजयींना भेटायची आस होती. मी जाईन तेव्हा बेंगळूरचा भाऊही भेटायला येणार होता. पण देशांतर्गत फिरणंही इतकं सोपं राहिलं नव्हतं. प्रांता-प्रांतांमधले निर्बंध वेगवेगळे होते. त्यासाठी मला दुसरा डोस घेणं आवश्यक होतं. पहिला डोस द्यायची सगळी व्यवस्था मुक्ता पुणतांबेकरनं केली होती. मी, हे आणि अनिल अवचटांनी लस घेऊन फेसबुक-वॉट्सपवर फोटोही टाकले होते. अवचटांची लस घेऊन झाल्यामुळे आता मी लस घेणारी एकटीच राहिले होते. मुक्तानं पुन्हा सगळी व्यवस्था केली.

त्या रात्री गोळी घेऊनही बारीकशी कणकण आली असावी. माझ्या हाताला माझाच स्पर्श झाला आणि मला यांचा घरातला तो ताप आलेले असतानाचा तो शेवटचा स्पर्श आठवला आणि मनात आलं, यांचे हॉस्पिटलमधले ते दीड दिवस कसे गेले असतील? त्यांचा तो अखेरचा क्षण कसा असेल? आम्ही घाईघाईनं त्यांना हॉस्पिटलमध्ये ॲडमिट करून 'त्यांना उत्तम ट्रिटमेंट मिळाली..' असं मनाचं समाधान करून घेत असलो तरी त्यांची काय इच्छा होती? माझ्या स्वार्थापोटी मी म्हणत राहिले, त्यांना बीपी नव्हतं, शुगर नव्हती.... त्यांच्या घरात दीर्घायुष्याची परंपरा होती. त्यांच्या सख्ख्या आजोबांनी शंभरी गाठली होती. चुलत आजोबा अठ्ठ्याण्णव वर्षांचे होऊन गेले... दोघेही अखेरपर्यंत हिंडून फिरून होते... जर या करोनानं गाठलं नसतं तर आम्ही दोघं आणखी पाच-दहा वर्षं आरामात फिरत राहिलो असतो...वगैरे. पण त्यांच्या मनाचं काय? त्यांनाही माझ्यासारखंच वाटत होतं काय? या प्रश्नांची उत्तरं कधीच मिळणार नाहीत...

बेळगावमध्ये तिथल्या दोन भावांच्या कुटुंबांबरोबर राहात असताना इतके दिवस फोनवरून बोलणारे आप्त जवळ आहेत, ही भावना जाणवत होती. ते सगळेच माझ्या हळव्या मनाची काळजी घेत होते. बेंगळूरचा भाऊ-भावजयही येऊन भेटून गेले. यांची भावंडंही येऊन भेटून गेली. नंदूनं त्याही परिस्थितीत पावसाळी हवेत मला कारमधून फिरवून आणलं. वर्षा दररोज काहीतरी वेगवेगळं करून खाऊ घालत

होती.

पण आठ-पंधरा दिवस गेल्यावर मला माझ्या घराचीही तीव्रपणे आठवण येऊ लागली. माझं घर मला बोलवू लागलं. इतके महिने मी घराबाहेर आहे, घराची काय अवस्था झाली असेल? असं वाटून घराची काळजीही वाटू लागली.

मी घरी राहायला आल्यावर सुचिता-शरद तरडे यांच्यासारखे अगदी जवळचे स्नेही भेटायला येऊ लागले. या आधी फोनवर भरपूर बोलणी झाली असली तरी प्रत्यक्ष भेटीनं माझं मन काहीसं समाधानी होत होतं. त्याच वेळी या घरात मला एकटीला पाहताना त्यांची नजर हे नेहमी बसायचे त्या जागेकडे वळत होती. तेव्हा मला जाणवलं, केवळ मीच आयुष्याचा ठेवा गमावलेला नाहीये... या सगळ्यांच्याही खूप जवळचं कुणीतरी गेलंय... त्यांच्याही आयुष्यातलं कुणीतरी गेलंय आणि तेही माझ्यासारखेच त्यांच्याशिवाय जगायची सवय करू पाहाताहेत.

आता बोलताना यांच्या खूप आठवणी निघत होत्या. त्या ऐकताना मन पुन्हा पुन्हा भरून येत होतं. मनातल्या आठवणींना उधाण येत होतं. पण त्या थांबवाव्यात असंही वाटत नव्हतं. कदाचित क्वारंटाईनचा काळखंड असा विचित्र गेला नसता तर हे मला आधीच उमगलं असतं.

आता आमच्या या घरात राहाताना मला त्यांच्या बारीक बारीक आठवणी येत राहतात. त्या आधी कधीही तीव्रपणे न जाणवलेला त्यांच्या डोळ्यांचा निळसर रंग, डोळ्यात ड्रॉप्स टाकताना लोभसपणे जाणवणारा उजव्या डोळ्याखालचा लाल तीळ, त्यांचा गोरा-गुलाबी वर्ण, ते आश्वासक हसू, रात्री ते उठले किंवा पुन्हा झोपले की झोपेत जाणवणारी अंथरुणाची कळत नकळत हालचाल, चहाच्या वेळी कपात चमचा ढवळताना पडल्या-पडल्या कानांवर येणारा अतिमधुर भासणारा आवाज. नाश्त्याच्या वेळी घरभर दरवळणारा फोडणीचा मंद गंध, चहा प्यायल्यानंतर घरभर घुमणारा तानपुऱ्याचा आवाज आणि पाठोपाठ ऐकू येणारे सूर, खूपच मनासारखा आवाज लागला की अत्यंत तृप्त मनानं उमटणारा '..वा बडोपंत..' असा स्वत:विषयीच काढलेला समाधानाचा उद्गार, कन्नड अनुवाद सुरू असताना काहीतरी अडलं की येणारी '...एनं...' म्हणजे 'काय गं..' ही हाक. कुणीतरी घरात असताना येणारी '..उमा..' ही हाक... सकाळी अंघोळ झाल्यानंतर आणि संध्याकाळी बाहेरून आल्यावर त्यांनी लावलेल्या उत्तम दर्जाच्या उदबत्तीचा दरवळ... ते करत असलेल्या बारीक-बारीक सूचना...देत असलेले छोटे छोटे सल्ले...

मुख्य म्हणजे या साऱ्या आठवणींमध्ये त्यांच्या आजारपणातल्या एकाही आठवणीला थारा नाही.. सगळ्या आठवणी त्यांच्या आसपासच्या अस्तित्वाच्याच. किंवा सगळ्या सुखद प्रवासातल्या. केवळ आठ दिवस आधी घडलेल्या भूनंदनवन काश्मिरच्या प्रवासाच्या...

एका हळव्या क्षणी मी हे सारं माझ्या एका जवळच्या नातेवाईक-तरुणीला ृन दाखवलं. नवऱ्याचा कॅन्सरसारखा आजार झेलून नंतर नवराही गमावलेल्या तरुण मुलीच्या डोळ्यात हेवा होता. ती उद्‌गारली, 'काकू, किती नशिबवान हात तुम्ही! मला मात्र आठवणी आहेत त्या सगळ्या त्याच्या अखेरच्या आजारातल्या. व रूप मला आठवत राहातं... त्यातून बाहेर पडून वेगळं आयुष्य जगायला ुरुवात केल्यावरही ती दृश्यं मला आठवत राहतात.'

सुख-दुःखाचं एक वेगळंच परिमाण माझ्यासमोर आलं. पाठोपाठ या परिमाणानं शांतवणाऱ्या माझ्या मनाविषयीचा गिल्टही. माझा हा मानसिक संघर्ष संपायला किती काळ घेणार आहे? की कधीच संपणार नाही?

◆